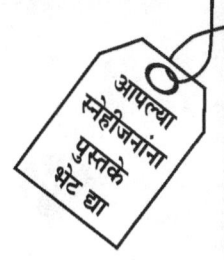

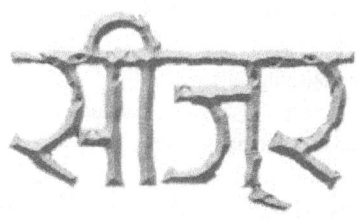

सीज़र

मूळ लेखक

डॉ. रॉबिन कुक

अनुवाद

डॉ. प्रमोद जोगळेकर

AA000807

मेहता पब्लिशिंग हाऊस

✆ +91 020-24476924 / 24460313

Email : info@mehtapublishinghouse.com
production@mehtapublishinghouse.com
sales@mehtapublishinghouse.com

Website : www.mehtapublishinghouse.com

- *या पुस्तकातील लेखकाची मते, घटना, वर्णने ही त्या लेखकाची असून त्याच्याशी प्रकाशक सहमत असतीलच असे नाही.*

SEIZURE by ROBIN COOK

Copyright © Robin Cook, 2004

Translated into Marathi Language by Dr. Pramod Joglekar

सीज़र / अनुवादित कादंबरी

अनुवाद : डॉ. प्रमोद जोगळेकर
४१ बी / ९३, जाधवनगर, वडगाव (बु.), पुणे ४१.
E-mail : pramjog@yahoo.co.in

मराठी अनुवादाचे व प्रकाशनाचे हक्क मेहता पब्लिशिंग हाऊस, पुणे.

प्रकाशक : सुनील अनिल मेहता, मेहता पब्लिशिंग हाऊस,
१९४१, सदाशिव पेठ, माडीवाले कॉलनी, पुणे – ४११०३०

अक्षरजुळणी : इफेक्ट्स, २१/६ब, आयडिअल कॉलनी, कोथरूड, पुणे – ३८.

मुखपृष्ठ : चंद्रमोहन कुलकर्णी

प्रथमावृत्ती : मार्च, २००७ / पुनर्मुद्रण : नोव्हेंबर, २०१५

10 Digit ISBN 8177667947
13 Digit ISBN 9788177667943

मूळ लेखकाची प्रस्तावना

मी माझ्या कादंबऱ्यांसाठी 'तथ्यकल्पित' असा नवीन शब्द बनवला आहे. कारण तथ्य आणि कल्पना यांच्यातील सीमारेषा एवढी पुसट असते की अनेकदा दोन्हींमध्ये फरक करणे अवघड जाते. या कादंबरीच्या बाबतीत काय म्हणता येईल? या कादंबरीमधील सगळी पात्रे पूर्णपणे काल्पनिकच आहेत. तसेच विषयदेखील कल्पितच आहे. दुर्दैवाने अद्याप एच.टी.एस.आर. हा वैद्यकीय उपचार प्रणालीचा भाग बनलेला नाही. हे सोडून इतर सर्व काही खरे आहे. अगदी श्राऊड ऑफ ट्यूरीनसकट सगळ्या गोष्टी खऱ्या आहेत. त्यावर असणाऱ्या डागांमधून विशिष्ट जनुक *(जीन)* वेगळे काढण्यात आले आहेत, हेदेखील सत्य आहे. कादंबरीमधील डॅनियल आणि स्टेफनी यांच्याप्रमाणे मीसुद्धा श्राऊडकडे आकर्षित झालो, हे मी कबूल करतो. स्टेफनीने दिलेले पुस्तकांचे संदर्भ खरे आहेत. याविषयी ज्यांना आणखी जाणून घेण्याची इच्छा असेल त्यांनी ते वाचायला हरकत नाही.

सध्या अनेक अमेरिकन राजकीय पुढारी जीवशास्त्राशी निगडीत वादविवादात भाग घेऊ लागले आहेत. जीवशास्त्राच्या प्रगतीचा वेग प्रचंड आहे. हा वेग एवढा आहे की एकविसावे शतक कदाचित जीवशास्त्राचे शतक असेल. एकोणिसावे शतक रसायनशास्त्राने, तर विसावे शतक भौतिकशास्त्राने गाजवले होते. आता जीवशास्त्राचे राज्य असणार आहे. माझे मत असे आहे की दुर्दैवाने, माझ्या कादंबरीतल्या सिनेटर ॲशले बटलरप्रमाणे कितीतरी राजकारणी लोक निव्वळ देखाव्यापुरते जीवशास्त्रीय वादात पडतात. त्यांच्या वादविवादात भाग घेण्यामध्ये लोकांसाठी काही करण्याची कळकळ अजिबात नसते. उपचारांसाठी आवश्यक त्या संशोधनावर अमेरिकेत बंदी घालावी असे म्हणण्यामागे आपण नैतिक आणि कायदेशीर भूमिका बजावतो आहोत, असे सांगणारे राजकीय पुढारी त्यांच्या कोणा नातेवाईकांना असाध्य आजार झाला तर ज्या देशांमध्ये असे उपचार होऊ शकतात तिथे बिनदिक्कत जातील असे मला वाटते.

कादंबरीतील एका प्रकरणात काँग्रेसच्या समितीसमोर सुनावणी होण्याच्या प्रसंगी सिनेटर ॲशले बटलर आपले खरे रूप दाखवतो. गर्भांचे कारखाने आणि फ्रॅन्केस्टाईनसंबंधी भयानक चित्र लोकांच्या समोर ठेवून तो त्यांना घाबरवतो. तसेच सिनेटर बटलर माणसांचे क्लोनिंग करणे आणि उपचारांसाठी क्लोनिंग करणे यामध्ये

फरक आहे, हे समजून घेत नाही. माणसांचे क्लोनिंग करून नवीन प्रतिकृती तयार करण्याच्या कल्पनेला जवळजवळ जगभर मान्यता मिळालेली नाही. ही कल्पना सर्वांना जरी त्याज्य वाटली तरी उपचार करण्यासाठी एखाद्या माणसाचा पेशी क्लोनिंगसाठी वापरणे, ही सर्वस्वी वेगळी बाब आहे. स्टेमसेल आणि उपचारांसाठीचे क्लोनिंग यांच्या इतर विरोधकांप्रमाणेच सिनेटर बटलर सुचवतो, की अशा क्लोनिंगमध्ये गर्भाच्या रचनेची मोडतोड करावी लागते. कादंबरीत डॅनियल सांगतो त्याप्रमाणे खरोखर असे केले जात नाही. अर्थात कोणीही हे मान्य करायला तयार होत नाही. उपचारांसाठी लागणाऱ्या क्लोनिंगमध्ये वापरलेल्या स्टेमसेल *(स्कंधपेशी/मूलपेशी)* प्रत्यक्ष गर्भ तयार होण्याच्या अगोदरच्या 'ब्लास्टोसिस्ट' अवस्थेतूनच मिळवण्यात येतात. तसेच हे लक्षात घेणे आवश्यक आहे की या पद्धतीत कधीही गर्भ तयार होऊ दिला जात नाही आणि असा गर्भ गर्भाशयात वाढीसाठी कधीही ठेवला जात नाही.

माझ्या वाचकांना कल्पना आहेच की माझ्या वैद्यकीय क्षेत्राशी संबंधित थरार-कथानकांच्या गाभ्यामध्ये कोणता ना कोणता तरी एक सामाजिक मुद्दा असतोच. ही कादंबरीही त्याला अपवाद नाही. अर्थातच या कादंबरीचा विषय राजकारण आणि जीवशास्त्र यांची होणारी खेदकारक टक्कर हा आहे. जीवशास्त्रात प्रचंड वेगाने घडामोडी होत असताना सावधगिरीचा इशारा देणे हा एक भाग झाला; पण महत्त्वाचा भाग, उपाय सुचवणे हा आहे. डॅनियल त्याच्याकडून एक उपाय सुचवतो आणि वैयक्तिकरित्या मलाही वाटते की माझ्या देशाने *(अमेरिकेने)* तो स्वीकारायला हरकत नाही. सहाव्या प्रकरणात डॅनियल म्हणतो की 'आपण, म्हणजे अमेरिका या देशाने इंग्लंडकडून अनेक कायदे, सरकार आणि वैयक्तिक अधिकारांच्या संकल्पना घेतल्या आहेत. तर मग आपण, इंग्लंडने पुनरुत्पादन विज्ञानाच्या नैतिकतेच्या प्रश्नांकडे कसे पहावे याबद्दल जे काही केले आहे, ते स्वीकारायला काय हरकत आहे?'

'इन व्हिट्रो' फलन म्हणजेच टेस्टट्यूब बेबीचा १९७८ मध्ये प्रथम जन्म झाल्यापासून रेणूजीवशास्त्र, आनुवंशशास्त्र आणि मानवी पुनरुत्पादन विज्ञानाशी निगडित अनेक ठिकाणी आणि अस्वस्थ करणारे नैतिक प्रश्न पुढे आले. त्यानंतर ब्रिटिश पार्लमेंटने अत्यंत सूज्ञपणाने HFEA म्हणजे ह्यूमन फर्टिलायझेशन ॲन्ड एम्ब्रियॉलॉजी ऑथॉरिटी ही संस्था निर्माण केली. मानवी फलन आणि गर्भ यांच्यावरील संशोधनावर नजर ठेवणारी ही संस्था १९९१पासून कार्यरत आहे. इतर कामांप्रमाणे ही संस्था वंध्यत्व चिकित्सा केंद्रांना परवाने देते आणि त्यांच्यावर नजर ठेवते. नेमके हे करणारी संस्था अमेरिकेत नाही. ही संस्था पुनरुत्पादनविषयक संशोधनाच्या संदर्भात काय करावे, याबद्दल पार्लमेंटला सल्ला देते आणि या विषयाशी निगडित

चर्चा घडवून आणते. गंमतीची गोष्ट अशी की या संस्थेचे चेअरमन, डेप्युटी चेअरमन आणि किमान अर्धे सभासद या विषयाशी संबंधित वैज्ञानिक किंवा डॉक्टर नसावेत, अशीच रचना मुद्दाम करण्यात आलेली आहे. महत्त्वाचा मुद्दा असा आहे, की इंग्लिश लोकांना खऱ्या अर्थाने सर्वसामान्य जनतेचे प्रतिनिधित्व करणारी संस्था उभारण्यात यश आले आहे. या संस्थेच्या विशिष्ट रचनेमुळे सभासद राजकारणाच्या प्रभावापासून अलिप्तपणे पुनरुत्पादन विज्ञानासारख्या विषयावर चर्चा करू शकतात. HFEA या संस्थेने १९९८मध्ये एक अहवाल प्रसिद्ध केला. यामध्ये पुनरुत्पादनाशी निगडित क्लोनिंग आणि उपचारासाठींचे क्लोनिंग यात स्पष्टपणाने फरक करण्यात आला आहे. पुनरुत्पादनाशी संबंधित क्लोनिंगवर बंदी घालण्यात आली आहे; तर गंभीर स्वरुपाच्या आजारांवर उपचारांमध्ये क्लोनिंगचा उपयोग होऊ शकेल, हे नमूद करून या अहवालात या प्रकारच्या क्लोनिंगची शिफारस करण्यात आली आहे. पुनरुत्पादन विज्ञान आणि एकूणातच जीवशास्त्राची वाटचाल विलक्षण वेगाने होत असल्याने ह्याकडे गंभीरपणाने पाहण्याची मोठीच गरज निर्माण झाली आहे. कोणताही अंकुश नसल्यास जीवशास्त्रामुळे मुळात मानवपणालाच बाधा उत्पन्न होईल, ह्यात काहीही शंका नाही. जीवशास्त्रासाठी राष्ट्राध्यक्षांनी नेमलेल्या कौन्सिलचे सध्याचे चेअरमन डॉ. लिऑन कास यांनी तर म्हटले आहे, की कदाचित मानवजातीच्या अस्मितेलाच धक्का बसेल. तथापि, ह्या क्षेत्रामधील समस्या नेहमीच्या पद्धतीने पक्षापक्षांच्या राजकीय आखाड्यात सुटण्यासारख्या नाहीत. कारण राजकारणाच्या वातावरणात कोणत्याही समितीमध्ये एकाच बाजूचे लोक जास्त प्रमाणात भरले जाणे अपरिहार्यच आहे.

मला वाटते की इंग्लिश लोकांच्या HFEAप्रमाणे अमेरिकन काँग्रेसने धोरणे ठरवण्यासाठी एखादी संस्था निर्माण केली पाहिजे. म्हणजे मग लोकांचे भले होईल. तसेच उपचारांसाठी क्लोनिंग करावे की नाही याबद्दलचा वाद उत्तम निष्पक्षपाती वातावरणात आणि लोकशाही मार्गाने सोडवणे शक्य होईल. पुनरुत्पादनासाठी क्लोनिंग वापरू नये ह्याविषयी सर्वसामान्यपणे लोकमत तयार झालेले आहेच. याखेरीज अशी संस्था निर्माण केल्यास वंध्यत्व चिकित्सा केंद्रांच्या कामकाजावर नियंत्रण ठेवणे शक्य होईल. शिवाय गर्भपाताचा मुद्दा राजकारणापासून दूर ठेवला तर सर्वांच्याच फायद्याचे ठरेल.

अनुवादकाचे मनोगत

डॉ. रॉबिन कुक यांची मी अनुवाद केलेली ही तिसरी कादंबरी आहे. हा लेखक सातत्याने वैद्यकीय व्यवसायाशी संबंधित विषयावर कादंबऱ्या लिहिताना दिसतो. ह्या लेखनाचा हेतू मनोरंजन हा असला, तरी त्याखेरीज त्यात वेगळे काहीतरी आहे. स्वत: रॉबिन कुक यांनी म्हणल्याप्रमाणे त्यांच्या प्रत्येक कादंबरीत काही ना काही सामाजिक मुद्दा असतो. आधुनिक विज्ञान, वैद्यकीय क्षेत्रातील फेरबदल आणि त्यांचा समाजावर होणारा परिणाम याचे अत्यंत वास्तवदर्शी चित्रण डॉ. रॉबिन कुक करतात. कोणत्याही क्षेत्रात अथवा व्यवसायात चांगले आणि वाईट लोक असतातच. त्याचप्रमाणे राजकारण हादेखील सर्व क्षेत्रांना आणि समाजाच्या सर्व घटकांवर परिणाम करणारा अविभाज्य भाग आहे हे स्वीकारूनदेखील आधुनिक तंत्रज्ञानाचा वापर करून काही माणसे अथवा काही राष्ट्रे इतरांना वेठीस धरतात, हे चित्रण अस्वस्थ करणारे आहे.

डॉ. रॉबिन कुक यांच्या ह्या पुस्तकात त्यांनी निवडलेला विकार आधुनिक काळातील एक भयंकर विकार आहे. त्याचे नाव 'पार्किन्सन्स् विकार' असे आहे. हा विकार उतारवयात होणारा विकार असून त्यामध्ये मेंदूमधील पेशींचा ऱ्हास होतो. हा विकार जेम्स पार्किन्सन याला १८१७ मध्येच माहिती होता; पण १९६० नंतर ह्या विकाराच्या रुग्णांचा अधिक अभ्यास करणे शक्य झाले आहे. ह्या कादंबरीत ह्या विकारासंबंधी भरपूर संदर्भ आलेले दिसतात.

या कादंबरीत अनेक ठिकाणी स्कंधपेशी आणि त्यांचा उपचारात वापर याबद्दल चर्चा केलेली दिसते. स्कंधपेशी (Stemcell) ही पेशींची एक अवस्था आहे. ह्या पेशी शरीरात कोणतेही खास काम करण्यासाठी प्रावीण्य न मिळवता तशाच राहतात. ह्या पेशींना अविभेदित (un-differentiated) असे म्हणतात. ह्या पेशींचा वापर करावा किंवा नाही यासंबंधी सध्या जैवतंत्रज्ञान आणि वैद्यकीय क्षेत्रात वादविवाद चालू आहेत. त्याची एक झलक आपल्याला ह्या कादंबरीत पहायला मिळते.

सीजूर ह्या कादंबरीतील काही पात्रे मागील एका कादंबरीतील आहेत. डॉ. कुक यांच्या 'शॉक' ह्या कादंबरीतील विनगेट क्लिनिकचे लोक अमेरिकेतून पळून जातात. सर्व प्रकारच्या नीतीमूल्यांना ठोकरून पैसा कमावणारे विनगेटचे लोक काहीही न

होता कायद्याच्या तावडीतून सहज निसटतात. अनुवाद करताना मी त्यामधील काही संदर्भ पेरले आहेत. कारण मूळ कादंबरीत डॉ. कुक यांनी त्यांच्या वाचकांनी 'शॉक' वाचली असेल, असे समजून काही माहिती टाळली आहे. अर्थात हे करताना मी कुठेही माझी वाक्ये लिहिलेली नाहीत, तर फक्त काही शब्द वापरून 'शॉक'मधील अत्यावश्यक संदर्भ आणले आहेत.

मुख्य विषयाची मांडणी करत असताना इतर क्षेत्रांमधील संदर्भ वापरणे ही डॉ. कुक यांची खासियत आहे. ह्या कादंबरीतही त्यांनी ग्रीक पुराणकथांमधील व इतर कलाकृतींमधील आवश्यक संदर्भ वापरलेले आहेत. मराठी वाचकाला त्या ऐतिहासिक अथवा साहित्यिक संदर्भाबद्दल अधिक माहिती दिल्यास विषय कळणे सोपे होईल, ह्या उद्देशाने मी अनुवादाच्या अखेरीस स्पष्टीकरणासाठी अधिक माहिती पुरवली आहे.

या कादंबरीत जैवतंत्रज्ञान, पेशीविज्ञान आणि एकूणच आधुनिक जीवशास्त्राच्या संदर्भात अनेक विषयांवर चर्चा आहे. या संकल्पना स्पष्ट होण्यासाठी वाचकांनी मी अनुवाद केलेली जनुकशक्ती (१९७७), नवचैतन्याचा झरा (१९९९), नवी पिढी नवे राज्य (२००१), मेंदू आणि वर्तन (२००३) ही पुस्तके आणि 'जैवतंत्रज्ञान' (२००१) हे माझे पुस्तक जरूर वाचावे.

सीज़र ही कादंबरी मराठीत आणण्याची संधी देणारे श्री. सुनील मेहता आणि त्यांच्या प्रकाशनसंस्थेतील सर्व कर्मचाऱ्यांचे मी आभार मानतो.

– डॉ. प्रमोद जोगळेकर

प्रारंभ

हिवाळा ऐन भरात असूनदेखील २२ फेब्रुवारी २००१ हा सोमवारचा दिवस आश्चर्यकारकरित्या चांगला उबदार होता. एवढा की त्या दिवशी अटलांटिक महासागराच्या किनाऱ्यावर राहणाऱ्यांना वसंत ऋतुचे आगमन झाले की काय असे वाटले असेल. मेनपासून ते फ्लोरिडा केजपर्यंत सर्वत्र दिवसभर लखलखीत सूर्यप्रकाश होता. आश्चर्याची गोष्ट म्हणजे त्या दिवशी तापमानातील फरक वीस अंश फॅरनहाईटपेक्षा कमी होता. किनारी भागात राहणाऱ्यांच्या दृष्टीने तो दिवस आल्हाददायक असला तरी दोन व्यक्ती त्याला अपवाद होत्या. कारण त्या दिवशी त्या दोघांच्या जीवनात सुरू झालेल्या घटनांच्या मालिकेमुळे ते दुर्दैवाने एकमेकांच्या समोर उभे ठाकले.

दुपारी १:३५ वाजता
केंब्रिज, मॅसॅच्युसेट्स

डॅनियल लॉवेलने गुलाबी कागदावरच्या फोन मेसेजकडे नजर टाकली. त्यावर दोन गोष्टी अगदी स्पष्ट दिसत होत्या. फोन हार्वर्डच्या रसायनशास्त्र विभागाचे प्रमुख डॉ. हाईनरिच वोर्थाईम यांनी केला होता. त्यांनी लॉवेलला भेटायला बोलावले होते. दुसरी गोष्ट म्हणजे त्यावर मोठ्या अक्षरात एका चौकटीत 'तातडीचे' असे लिहिलेले दिसत होते. डॉ. वोर्थाईम नेहमीच पत्र लिहून संपर्क ठेवत असत. त्यांना उत्तरदेखील अशाच प्रकारे लेखी यावे, ही अपेक्षा असायची. जगातले एक अव्वल रसायनशास्त्रज्ञ असणारे डॉ. वोर्थाईम हार्वर्डमधील अत्यंत मानाच्या आणि जबरदस्त मानधनाच्या अध्यासनावर विराजमान झालेले होते. असे हे डॉ. वोर्थाईम साहजिकच अत्यंत शिष्ट आणि विक्षिप्त होते. ते त्यांच्यापेक्षा कमी दर्जाच्या लोकांना क्षूद्र लेखत असल्याने त्यांच्यात क्वचितच मिसळत असत. डॅनियल थेट त्यांच्या हाताखाली असणाऱ्या विभागाचा मुख्य असून त्यालादेखील तशीच वागणूक मिळे. "ए स्टेफनी!" डॅनियल प्रयोगशाळेत पलीकडे बसलेल्या स्टेफनीला उद्देशून मोठ्या आवाजात म्हणाला, "तू माझ्या डेस्कवरचा हा फोन-मेसेज पाहिलास का? महाराजांचा फोन

होता. मला भेटायला बोलावलं आहे.''

स्टेफनी त्रिमितीदर्शक सूक्ष्मदर्शकाचा वापर करत होती. तिने वर पाहिले, ''हे काही फार चांगलं लक्षण दिसत नाही. तू काही बोलला तर नाहीस ना?''

''मला काही बोलायची संधी तरी आहे का सांग. मी त्यांना माझ्या पीएच.डी.च्या अख्ख्या वाटचालीत अवघ्या दोन वेळा भेटलो आहे. पहिल्या खेपेस मी माझा प्रबंध सादर केला तेव्हा आणि दुसऱ्या वेळी भेटलो ते त्यांच्या हातून माझं सर्टिफिकेट घेताना.''

''त्यांना नक्कीच आपल्या बेताबद्दल काहीतरी कुणकुण लागली असावी,'' डॅनियल म्हणाला, ''त्याचं आश्चर्यही नाही म्हणा. कारण मी आपल्या वैज्ञानिक सल्लागार मंडळाच्या अनेक सदस्यांशी संपर्क साधला होता. ''

''तू जाणार आहेस का?''

''काय वाट्टेल ते झालं तरी मी ही संधी दवडणार नाही.''

डॅनियल भेटीसाठी निघाला. त्यासाठी फार लांब जावे लागत नव्हते. प्रयोगशाळेपासून मुख्य कार्यालयाची इमारत जवळच होती. आपण तिथे गेलो की चकमक होणार याची त्याला खात्री होती. खरे म्हणजे तो अशा संधीची वाट पाहत होता.

डॅनियलला पाहून डिपार्टमेंटच्या सेक्रेटरीने त्याला सरळ आत जा अशी खूण केली. वृद्धत्वाकडे झुकणारा तो नोबेल पारितोषिकाचा मानकरी जुन्या डेस्कच्या मागे बसला होता. पांढरे केस आणि लहानखुरा चेहेरा यामुळे डॉ. वोर्थाईम बहात्तर वर्षांचे वय असूनही जास्त वयस्कर वाटत होते; पण असे असूनही त्यांचा भारदस्तपणा सहज जाणवत होता. त्यांच्या अधिकारी व्यक्तिमत्वात वयामुळे जराही फरक पडलेला नव्हता.

''कृपा करून बसा, डॉ. लॉवेल.'' वोर्थाईमनी आपल्या चष्म्यावरून डॅनियलकडे नजर टाकली. अमेरिकेत जवळजवळ सारे आयुष्य गेलेले असूनही त्यांच्या उच्चारात किंचित जर्मन उच्चारणाची ढब शिल्लक होती.

डॅनियल बसला. त्याच्या चेहेऱ्यावर एक सूक्ष्म बेफिकीर हास्य तरळत होते. ते डॉ. वोर्थाईमच्या नजरेतून सुटणार नाही याची त्याला खात्री होती. वय वाढलेले असूनही डॉ. वोर्थाईम अतिशय तल्लख होते आणि त्यात जराही कमतरता आलेली नव्हती. डॅनियलने आपल्यापुढे झुकावे ही त्यांची अपेक्षा होती आणि तो तेथून बाहेर पडायला तेही एक कारण होतेच. डॉ. वोर्थाईम अतिशय हुशार होते. नोबेल मिळवून त्यांनी आपली क्षमता सिद्ध केलेली होती. पण अजूनही डॉ. वोर्थाईम गेल्या शतकामधील असेंद्रीय रसायनशास्त्राच्या पगड्याखालीच होते. उलट कृत्रिम संश्लेषणासाठी सेंद्रीय रसायनशास्त्राचा, विशेषत: प्रथिन आणि जनुक यांचा वापर ही आजची गरज होती आणि पुढील काळातही यालाच प्रचंड महत्त्व असणार होते.

काही क्षण दोघांची नजरानजर झाल्यावर डॉ. वोर्थाईमनीच शांततेचा भंग केला, ''मला तुमच्या चेहेऱ्याकडे पाहून दिसतंय की माझ्या कानावर आलेल्या गोष्टी खऱ्या असाव्यात.''

''आपण नेमकेपणाने बोललात तर बरे होईल.'' डॅनियल म्हणाला. त्याला आपल्याला वाटत आहे ते बरोबर असल्याची खात्री करून घ्यायची होती. आपण बाहेर पडणार हे तो आणखी एक महिना सांगणार नव्हता.

''तुम्ही एक वैज्ञानिक सल्लागार मंडळ तयार केलं आहे.'' डॉ. वोर्थाईम उठून फेऱ्या घालत म्हणाले, ''याचा अर्थ एकच असू शकतो.'' ते अत्यंत कडवटपणे डॅनियलकडे पाहत काही क्षण थांबले, ''तुम्ही तुमचा राजीनामा देण्याचा बेत आखला आहे आणि स्वत:ची कंपनी काढणार आहात किंवा अगोदरच काढलेली आहे.''

''आरोप सर्वथा मान्य.'' डॅनियल घोषणा केल्याच्या स्वरात म्हणाला. आता त्याच्या चेहेऱ्यावर हास्य पसरले होते. डॉ. वोर्थाईमचा चेहेरा रागाने लाल झालेला त्याला दिसला. अमेरिकन स्वातंत्र्ययुद्धाच्या प्रसंगी **बेनेडिक्ट अर्नोल्ड**ने केलेल्या गद्दाराची तुलना डॉ. वोर्थाईम त्याच्याबरोबर करत असणार असे डॅनियलला वाटले.

''तुम्हाला या ठिकाणी घेताना मी माझ्या अधिकारांच्या बाहेर जाऊन प्रयत्न केले होते.'' डॉ. वोर्थाईम फटकारत म्हणाले, ''तुम्ही जे काही मागितलंत ते सारं पुरवण्यासाठी मी मुद्दाम प्रयोगशाळेत तशी सुविधा निर्माण केली.''

''मी काही प्रयोगशाळा माझ्याबरोबर घेऊन जाणार नाही.'' डॅनियल म्हणाला. वोर्थाईम आपल्याला अपराधी वाटावं अशासाठी हे बोलत आहेत यावर त्याचा विश्वास बसेना.

''तुमची ही कोलांटी उडी चांगलीच झोंबणारी आहे.''

''मी हवं तर क्षमा मागू शकतो. पण तसं करणं अप्रामाणिकपणाचं ठरेल.''

वोर्थाईम आपल्या जागेवर जाऊन बसले, ''तुम्ही अशा प्रकारे जाण्याने विद्यापीठाच्या अध्यक्षांसमोर माझी परिस्थिती अवघड होणार आहे.''

''मला त्याबद्दल वाईट वाटतंय.'' डॅनियल म्हणाला, ''हे मी अगदी मनापासून सांगतोय. पण इथल्या नोकरशाही मद्दडपणामुळेच तर मला इथं राहावंस वाटत नाही.''

''आणखी कशामुळे?''

''माझा संशोधनाचा खूप वेळ शिकवण्यात खर्च करावा लागतो.''

''या विभागात शिकवण्याचं सर्वात कमी ओझं आम्ही तुमच्यावर टाकलं आहे. तुम्ही इथे आलात त्याचवेळी आपण तसं ठरवलं होतं.''

''पण जे आहे ते देखील माझा खूप वेळ खाणारं आहे. पण खरा मुद्दा तो नाही.

माझ्या बुद्धीचा वापर करून मी जे काही शोधलं आहे मला त्याची फळं चाखायची आहेत. वैज्ञानिक नियतकालिकांमध्ये लेख प्रसिद्ध करणं आणि पुरस्कार मिळवणं हे मला पुरेसं वाटत नाही.''

"म्हणजे तुम्हाला प्रसिद्धी हवी आहे.''

"असं म्हणता येईल. पण हा एक भाग झाला. शिवाय मला भरपूर कमाई करायची आहे. तसं करायला काय हरकत आहे? माझ्यापेक्षा निम्म्या क्षमतेच्या लोकांनी भरपूर कमाई केलेली आहेच की.''

"तुम्ही सिंक्लेअर लेवीसची 'ॲरोस्मिथ' ही कादंबरी वाचली आहे का?''

"मला कादंबऱ्या वाचायला वेळ मिळत नाही.''

"मग तुम्ही त्यासाठी मुद्दाम वेळ काढायला हवा.'' वोर्थाईम धारदारपणे म्हणाले, "तुमचा निर्णय न फिरवण्याजोगा होण्याअगोदर वाचल्यास कदाचित तुम्ही त्याचा फेरविचार करायला प्रवृत्त व्हाल.''

"मी खूप विचार केलेला आहे.'' डॅनियल म्हणाला, "मला वाटतं की मी जे करतोय ते माझ्या हिताचं आहे.''

"मी माझं मत सांगू का?''

"माझ्या मते तुमचा निर्णय दोघांनाही घातक ठरणार आहे. पण त्याचा परिणाम माझ्यापेक्षा तुमच्यावर होणार आहे.''

"तुमच्या उत्तेजनपर बोलण्याबद्दल आभार.'' डॅनियल उठला, "विद्यापीठाच्या परिसरात आपली भेट होईलच.'' हे बोलून डॅनियल तेथून बाहेर पडला.

सायंकाळचे ५:१५
वॉशिंग्टन डी.सी.

"मला भेटायला आल्याबद्दल आभार.'' सिनेटर ॲशले बटलर खास दाक्षिणात्य शैलीत किंचित अडखळत पण कृतज्ञ स्वरात म्हणाला. त्याच्या कणकेच्या गोळ्यासारख्या पांढऱ्या फटक चेहेऱ्यावर त्याने हसू आणले होते. ॲशले कॉन्फरन्स रूममध्ये येताच त्याला भेटण्यासाठी वाट पाहत बसलेले अनेक स्त्रीपुरुष उठून उभे राहिले होते. ॲशले त्यांच्याशी हस्तांदोलन करू लागला. भेटायला आलेले हे लोक सिनेटरच्या राज्याच्या राजधानीतल्या छोट्या व्यावसायिकांचे प्रतिनिधी होते. आपल्याला करांमधून आणि कदाचित विम्यामधून सवलत मिळावी म्हणून ते प्रयत्न करत होते. त्यांची नेमकी मागणी काय होती ते ॲशलेला आठवत नव्हते आणि त्यासंबंधी काहीही माहिती त्याच्याजवळ असलेल्या त्याच्या दैनंदिन वेळापत्रकाबरोबर नव्हती. ही चूक आपल्या ऑफिस मॅनेजरला सांगायला हवी ही नोंद त्याच्या मनात आली,

''मला यायला जरा उशीर झाला त्याबद्दल मी माफी मागतो.'' ॲशले प्रत्येकाशी अत्यंत उत्साहाने हस्तांदोलन करत सांगत होता, ''मला तुम्हा लोकांना भेटायची फार उत्सुकता होती. मी लवकर येण्याचा प्रयत्न केला. पण काही दिवस फार गडबडीचे असतात.'' आपला मुद्दा अधिक ठसवण्यासाठी त्याने डोळे फिरवले, ''दुर्दैवाने मला आत्ता आणखी एक अतिशय महत्त्वाच्या कामासाठी जाणं भाग आहे. मी थांबू शकत नाही याबद्दल मला माफ करा. पण माईक इथं आहे.''

ॲशलेने त्या लोकांना भेटण्यासाठी नियुक्त केलेल्या तरुण माणसाला पुढे केले. त्याच्या खांद्यावर थाप टाकत त्याने त्याला टेबलापाशी पुढे एवढ्या जोरात दाबले की त्याचे पाय टेबलाला गच्चपणे लागले. ''माईक हा माझा सर्वात हुशार माणूस आहे. तो तुमचं म्हणणं ऐकून घेईल आणि तुमच्या समस्यांबद्दल मला माहिती देईल. मी तुम्हाला मदत करू शकतो आणि मी ती निश्चितपणे करणार आहे.''

ॲशलेने माईकच्या खांद्यावर प्रेमळपणे थोपटले. त्याच्या चेहऱ्यावर कौतुकाचे हास्य होते. जणू एखाद्या मुलाने पदवी मिळवल्यावर बापाला जसं कौतुक वाटतं तसा त्याचा आविर्भाव होता.

सर्व पाहुण्यांनी एका स्वरात सिनेटरने भेट दिल्याबद्दल त्याचे आभार मानले. कामाचा बोजा असूनही सिनेटरने त्यांच्यासाठी वेळ काढला हे ते मुद्दाम म्हणत होते. सर्वजण खुषीत होते. सिनेटरची भेट घेण्यासाठी खूप वेळ ताटकळत थांबावे लागले आणि प्रत्यक्ष भेट फारच थोडावेळ झाली म्हणून त्यांची निराशा झाली असली तरी ती कोणीही दाखवली नाही.

''मला तुम्हाला भेटून फार आनंद झाला.'' ॲशले आनंदाने उकळी आल्यासारखा हसत म्हणाला, ''मी इथं तुमच्या सेवेसाठीच तर हजर आहे.''

मागे वळून ॲशले दरवाज्यापाशी गेला आणि तेथून बाहेर पडायच्या वेळी त्याने हात उंचावला. त्याच्या राज्यातल्या प्रतिनिधींनी त्याला तसाच प्रतिसाद दिला.

''हे काम सोपं होतं.'' ॲशले कॅरोल मॅनिंगला उद्देशून पुटपुटला. कॅरोल त्याच्या कर्मचाऱ्यांची दीर्घकाळ प्रमुख होती. ती देखील ॲशलेच्या बरोबर कॉन्फरन्स रूममध्ये आलेली होती, ''मला वाटलं होतं की ते मला त्यांच्या कंटाळवाण्या करुण कहाण्या आणि अवास्तव मागण्या सांगत बसून मला भंडावून सोडणार.''

''ते लोक चांगले वाटले.'' कॅरोल संदिग्धपणे म्हणाली.

''माईक त्यांना सांभाळू शकेल का?''

''मला सांगता येणार नाही. त्याच्याविषयी मला फारशी कल्पना नाही. कारण तो तसा फारसा अनुभवी नाही.''

ॲशले आपल्या खाजगी ऑफिसच्या दिशेने भराभरा निघाला. त्याने घड्याळाकडे

नजर टाकली. संध्याकाळचे पाच वीस झाले होते, ''तु मला कुठे नेते आहेस याची तुला आठवण आहे ना?''

''अर्थातच.'' कॅरोल म्हणाली, ''आपण डॉ. व्हिटमनकडे जाणार आहोत.''

ॲशलेने किंचित रागावून कॅरोलकडे नजर टाकली आणि ओठांवर बोट ठेवून गप्प राहण्याची खूण केली. ''ही गोष्ट कोणालाही समजता कामा नये.''

ॲशलेची ऑफिस मॅनेजर असणाऱ्या डॉन शॅकलटनने त्याच्या हातात काही कागद दिले. तिच्या डेस्कजवळून जाताना ते त्याने ओढून घेतले, पण तिला काहीही ओळख न दाखवता तो आपल्या ऑफिसमध्ये शिरला. डॉनने दिलेल्या कागदांमध्ये दुसऱ्या दिवशीचे कच्चे वेळापत्रक होते आणि तो तेथे नसताना आलेल्या फोनची माहिती होती. तसेच त्यात त्याने आयत्यावेळी दिलेल्या मुलाखतीचा भाग होता. सीएनएनमधल्या कोणीतरी पत्रकाराने त्याला पिच्छा पुरवून अचानक गाठून प्रश्न विचारले होते.

''मी गाडी घेऊन येते.'' कॅरोल घड्याळाकडे नजर टाकत म्हणाली, ''आपल्याला डॉक्टरांच्या ऑफिसात साडेसहाला पोहोचलं पाहिजे. आत्ता रहदारी किती आहे कोणास ठाऊक.''

''चालेल.'' ॲशले टेबलामागे जात हातातल्या कागदांवर नजर टाकत म्हणाला.

''मी सी आणि सेकंड रस्त्यांच्या चौकात कोपऱ्यावर थांबू का?''

ॲशलेने होकारार्थी हुंकार दिला. त्याला अनेक महत्त्वाचे फोन आले होते. अनेक राजकीय समित्यांच्या प्रमुखांनी फोन केले होते. त्याच्या दृष्टीने त्यावेळी निधी जमवण्याचा कार्यक्रम सर्वात महत्त्वाचा होता कारण पुढच्या नोव्हेंबरमध्ये त्याला निवडणुकीला पुन्हा उभे राहण्यासाठी मोहीम सुरू करावी लागणार होती. कॅरोल बाहेर पडली हे बंद दाराच्या आवाजावरून त्याच्या लक्षात आले. दिवसभरात पहिल्यांदाच तो एकटा शांत बसला होता.

अचानकपणे सकाळी उठल्यावर वाटलेली चिंता पुन्हा त्याच्या मनात जागी झाली. सगळ्या शरीरात चिंतेची लहर पसरल्याचे त्याला जाणवले. त्याच्या पोटात मोठा खड्डा पडला होता. लहानपणापासूनच त्याला डॉक्टरकडे जायला आवडत नसे. तिथे गेल्यावर काहीतरी शरमेचा प्रसंग येणार किंवा इंजेक्शन घ्यावे लागणार ही भीती त्याच्या मनात घर करून बसली होती. मोठेपणी या भीतीचे रूपांतर आणखी जबरदस्त अशा मन कुरतडणाऱ्या चिंतेमध्ये झाले होते. डॉक्टरला भेटायला जाताना आपण आता लहान राहिलेलो नाही व आपणही एक दिवस मरणार याची सतत आठवण होत असे. आता तर नुसते डॉक्टरकडे जायचे म्हणताच आपल्याला कॅन्सर किंवा तसलाच काहीतरी भयंकर रोग झालाय किंवा **लाऊ गेहरिग विकार** झालाय हे निदान ऐकावं लागणार अशी भीती वाटू लागली होती.

काही वर्षांपूर्वी ॲशलेच्या एका भावाला काही संदिग्ध मानसिक आजाराची लक्षणे दिसल्यानंतर त्याला लाऊ गेहरिग विकाराने ग्रासल्याचे निदान करण्यात आले होते. हे निदान केल्यानंतर त्याचा एकेकाळी पिळदार शरीरयष्टीचा आणि दणकट भाऊ अगदी थोड्या अवधीत लुळापांगळा होऊन मरण पावला होता. डॉक्टरांना त्याला वाचवण्यासाठी काहीही करता आले नव्हते.

ॲशलेने हातातले कागद विमनस्कपणे टेबलावर ठेवले आणि तो शून्यात नजर लावून पाहत राहिला. एका महिन्यापूर्वी त्याच्यातही काही विचित्र मानसिक लक्षणे दिसू लागली होती. सुरुवातीला त्याने अतिश्रमामुळे तसे होत असेल किंवा खूप कॉफी प्यायल्यामुळे असेल अथवा झोप नीट झाली नसेल असे म्हणून त्या लक्षणांकडे दुर्लक्ष केले होते. ती लक्षणे मधूनमधून डोकावत होती, पण अजिबात गेली मात्र नव्हती. उलट ती वाढायला लागली असल्याचे त्याच्या लक्षात आले होते. मधूनमधून हात थरथरणे हे सर्वात त्रासदायक लक्षण होते. त्याचा डावा हात थरथरत होता. काही वेळा तर हे लोकांच्या लक्षात येऊ नये म्हणून त्याला उजव्या हाताने डावा हात धरून ठेवावा लागत होता. नंतर काही वेळा त्याला आपल्या डोळ्यात काहीतरी गेल्यासारखे वाटत होते. असे झाले की डोळ्यातून अचानक अश्रू वाहू लागत असत. त्यानंतर आणखी एक लक्षण दिसू लागले होते. मधूनमधून उठताना वा उभे राहताना आपल्याला कोणीतरी जखडून टाकले आहे असे वाटत होते. त्यावेळी हालचाल करण्यासाठी त्याला महतप्रयास करावे लागत होते.

अखेर मनात नसूनही ॲशलेला डॉक्टरकडे जाणे भाग पडले होते. तो वॉल्टर रीड किंवा बेस्थेडामधल्या नॅशनल नेव्हल मेडिकल सेंटरमध्ये गेला नाही. आपण तिथे गेलो तर काहीतरी गडबड आहे हे प्रसार माध्यमांच्या लक्षात येईल म्हणून त्याने तिथे जायचे टाळले होते. त्याला तसली प्रसिद्धी नको होती. तीस वर्षे सिनेटर असल्याने तो एक वजन असलेला राजकीय नेता झालेला होता. बऱ्याचवेळा तो आपल्याच पक्षाला धक्का देण्याएवढा आडमुठेपणा करण्याबद्दल प्रसिद्ध असला तरी त्याची राजकीय शक्ती प्रचंड होती. पुष्कळवेळा तर अतिशय महत्त्वाच्या लोकप्रिय विषयांवर रूढीप्रिय पद्धतीने विचार करत असल्याने त्याने पक्षांच्या मधल्या सीमारेषा ओलांडून सार्वत्रिक लोकप्रियता मिळवण्यात यश मिळवले होते. सरकारचे हक्क, शाळांमधल्या प्रार्थना, गर्भपातविरोधी ठाम मतांचा आग्रह धरणे अशामुळे त्याचे सगळ्या देशात नाव झाले होते. तेलपाणी देऊन उत्तम स्थितीत राखलेल्या त्याच्या राजकीय यंत्रणेमुळे पुन्हा निवडून येणे ही अजिबात अवघड गोष्ट नव्हती. ॲशलेची नजर सन २००४ मधल्या निवडणुकांवर होती. त्याला आता व्हाईट हाऊसमध्ये जायचे वेध लागले होते. अशावेळी त्याला त्याच्या प्रकृतीबद्दल गावगप्पा सुरू होणे परवडणार नव्हते.

आता आपल्याला कोणातरी डॉक्टरकडे जावे लागणार हे कळल्यावर एका आठवड्यापूर्वी ॲशले व्हर्जिनियामधल्या एका खाजगी प्रॅक्टिस करणाऱ्या डॉक्टरला भेटला. पूर्वीही त्याच्याकडे गेलेला असल्याने ॲशलेचा त्याच्यावर विश्वास होता. त्या डॉक्टरने तत्काळ ॲशलेला मेंदूविकारतज्ज्ञ असणाऱ्या डॉ. व्हिटमनकडे जायचा सल्ला दिला.

ॲशलेचे सगळे म्हणणे ऐकून घेतल्यानंतर डॉ. व्हिटमननी त्याला ए.एल.एस. विकार झाला किंवा नाही हे नक्की सांगायला नकार दिला. त्यांनी ॲशलेला काही चाचण्या करायला पाठवले. त्यात एम.आर.आय. ही चाचणीही होती. सर्व चाचण्या झाल्यानंतर निदान न करता त्यांनी ॲशलेला काही औषधे लिहून दिली आणि त्यामुळे लक्षणे कमी होतात का पाहू म्हणून सांगितले. मग त्यांनी ॲशलेला एका आठवड्यानंतर परत बोलावले होते. दरम्यान चाचण्यांचे निष्कर्ष उपलब्ध होणार होते. त्यानंतरच आपण काही निदान करू शकू असे डॉ. व्हिटमन म्हणाले होते. ॲशले त्यावेळी याच कामासाठी डॉ. व्हिटमनकडे निघाला होता.

ॲशलेने भुवयांवरून हात फिरवला. खोलीत चांगला गारवा असूनही त्याच्या कपाळावर घाम साचला होता. आपले हृदय वेगाने धडधडत आहे हे त्याला जाणवले. खरोखरच **ए.एल.एस विकार** असेल का? की मेंदूमध्ये गाठ असू शकेल? फार पूर्वी एकोणिसशे सत्तर-पंचाहत्तरच्या दरम्यान त्याचा एक सहकारी मेंदूतल्या गाठीमुळे मेला होता. त्याला त्या वेळी काय काय होत होते ते ॲशलेने आठवण्याचा प्रयत्न केला, पण त्याला ते आठवेना. फक्त मरण्याअगोदर तो माणूस निव्वळ त्याची सावली असल्यासारखा झालेला त्याला आठवत होते.

दरवाजा हलकेच उघडल्याचा आवाज आला. उत्तम केशरचना केलेले डॉनचे डोके आत आले, "कॅरोलचा आत्ताच फोन आला होता. ती पाच मिनिटात ठरलेल्या ठिकाणी येते आहे.''

ॲशलेने मान डोलावली आणि तो उठून उभा राहिला. त्याला सध्या औषधांमुळे उभे राहायला फारसा त्रास होत नव्हता. डॉ. व्हिटमननी दिलेली औषधे उपयोगी पडत होती ही त्याला जमेची बाजू वाटत होती. हातांची थरथर वगळता इतर सर्व लक्षणे नाहीशी झाली होती. जर असे असेल तर आपण फार काळजी करायची नाही असा विचार त्याने केला आणि स्वतःला समजावण्याचा प्रयत्न केला.

कॅरोल अपेक्षेप्रमाणे अगदी वेळेवर हजर होती. त्याच्या जवळजवळ तीस वर्षांच्या सिनेटरपदाच्या कारकीर्दीत गेली सोळा वर्षे ती त्याच्याबरोबर काम करत होती. ती अतिशय कार्यक्षम, विश्वासपात्र आणि त्याच्याशी एकनिष्ठ असल्याचे वारंवार सिद्ध झाले होते. व्हर्जिनियाला जाताना मिळालेल्या वेळेचा फायदा घेऊन तिने त्या दिवसातल्या घडामोडी आणि दुसऱ्या दिवशी कायकाय कामे आहेत याची

चर्चा करायचा प्रयत्न केला. पण ॲशले स्वत:च्या विचारात गढलेला पाहून ती थोड्याच वेळात गप्प झाली आणि गाडी चालवण्यावर लक्ष केंद्रित केले.

डॉक्टरच्या ऑफिसजवळ जाताना ॲशलेची काळजी सतत वाढतच चालली होती. गाडीतून उतरत असताना त्याच्या कपाळावर पुन्हा घाम जमा झालेला होता. ॲशले नेहमी मनातल्या आतील आवाजावर अवलंबून राहत असे. काहीतरी गडबड आहे असे त्याचे मन वारंवार बजावत होते. पण तो ते मान्य करायची टाळाटाळ करत होता.

खास ॲशलेसाठी म्हणून भेटीची वेळ डॉक्टरांच्या नेहमीच्या वेळेनंतर ठेवली होती. त्यामुळे त्यावेळी भयाण शांतता होती. फक्त रिसेप्शनिस्टच्या डेस्कपाशी छोटा दिवा चालू होता. ॲशले आणि कॅरोल पुढे काय करावे असा विचार करत काही क्षण त्या रिकाम्या वेटिंगरूममध्ये उभे राहिले. तेवढ्यात आतल्या खोलीतून दार उघडून डॉ. व्हिटमन बाहेर आले. आतला झगझगीत प्रकाश वेटिंगरूममध्ये पसरला.

''अशा प्रकारे स्वागत केल्याबद्दल माफ करा.'' डॉ. व्हिटमन म्हणाले, ''पण आता सर्वजण निघून गेले आहेत.'' त्यांनी भिंतीवरचे बटण दाबून दिवा लावला. डॉ. व्हिटमननी कडक स्टार्च केलेला पांढरा कोट घातलेला होता आणि त्यांच्याकडे पाहताच त्यांच्या व्यावसायिकपणाची खात्री पटत होती. ''माफी मागण्याची आवश्यकता नाही.'' ॲशले म्हणाला, ''उलट तुम्ही ही व्यवस्था केली त्याबद्दल आम्ही आभारी आहोत.'' ॲशले डॉ. व्हिटमनच्या चेहेऱ्याकडे पाहून कुठे आशादायक चिन्हे दिसताहेत का ते पाहत होता. पण तसे एकही शुभचिन्ह त्याला दिसले नाही.

''सिनेटर, कृपया माझ्या ऑफिसात या.'' डॉ. व्हिटमननी खूण केली आणि मग कॅरोलला म्हणाले, ''मिस मॅनिंग तुम्ही बाहेर थांबलात तर जास्त चांगलं होईल.''

डॉ. व्हिटमनचे ऑफिस अतिशय नेटके होते. तेथे एक डेस्क आणि दोन खुर्च्या होत्या. टेबलावरच्या सर्व वस्तू जागच्याजागी व्यवस्थित ठेवलेल्या होत्या. शेल्फमधली पुस्तकेदेखील आकारानुसार अगदी नेमकेपणाने रचलेली होती. डॉ. व्हिटमननी एका खुर्चीकडे बोट दाखवले आणि ते स्वत: आपल्या खुर्चीत जाऊन बसले. टेबलावर कोपरे टेकवून डॉ. व्हिटमननी हाताची बोटे एकमेकांत गुंतवली आणि खुर्चीत बसलेल्या सिनेटरकडे नजर टाकली. काही क्षण तिथे भयंकर शांतता होती. ॲशले तर कमालीचा अस्वस्थ झाला होता. मोठेपणी त्याने सतत सत्तेच्या खेळात भाग घेतला होता आणि त्यात तो कल्पनेच्या पलीकडे यशस्वी झालेला होता. कायम अधिकारावर स्वार होणारा ॲशले त्याक्षणी संपूर्णपणे आपली ताकद गमावून बसला होता.

"मी दिलेल्या औषधांचा तुम्हाला उपयोग झाला असं तुम्ही फोनवर म्हणाला होतात."

"फारच छान उपयोग झाला." ॲशले उत्साहाने म्हणाला. डॉ. व्हिटमनच्या या आशावादी बोलण्यामुळे त्याला बरे वाटले होते, "माझी जवळपास सर्व लक्षणे नाहीशी झाली आहेत."

डॉ. व्हिटमननी जाणतेपणाने मान डोलावली. पण त्यांच्या चेहेऱ्यावरचे भाव अनाकलनीय होते.

"मला वाटलं की ही बातमी चांगली असेल."

"मला त्यामुळं निदान करणं शक्य झालं आहे."

"म्हणजे... म्हणजे काय?" ॲशलेने काहीक्षण अस्वस्थपणाने थांबून विचारले, "निदान काय आहे?"

"मी तुम्हाला दिलेली औषधं लिव्होडोपा प्रकारची होती." डॉ. व्हिटमन आपल्या खास डॉक्टरी शैलीत सांगू लागले, "शरीरामध्ये या औषधाचं रूपांतर डोपामाईनमध्ये होतं. हे रसायन आपल्या शरीरात चेतासंदेश प्रसारणात उपयोगी पडतं."

ॲशलेने एक दीर्घ श्वास घेतला. त्याला अचानक राग येऊ लागला होता. त्याला त्याक्षणी असलं व्याख्यान ऐकायची इच्छा नव्हती. त्याला निदान काय आहे ते कळून घ्यायचं होतं. हा डॉक्टर आपल्याशी उंदीर-मांजराचा खेळ करत आहे अशी त्याची भावना झाली.

"डोपामाईन तयार करणाऱ्या काही पेशींचा तुमच्या शरीरात नाश झालेला आहे. या पेशी आपल्या मेंदूच्या सब्टॅन्शिया निग्रा नावाच्या भागात असतात."

ॲशलेने शरणागती पत्करल्याप्रमाणे दोन्ही हात वर केले. डॉक्टरला काहीतरी सणसणीत फटका लगावणारे बोलायची उर्मी त्याने कशीबशी दडपून टाकली, "डॉक्टर आपण मुद्याचं बोलू या. माझ्या विकाराचं नेमकं निदान काय आहे?"

"मी पंचाण्णव टक्के खात्रीपूर्वक सांगू शकतो की तुम्हाला पार्किन्सन्स् विकार झालेला आहे."

काही क्षण ॲशले गप्प बसून राहिला. त्याला या पार्किन्सन्स् विकाराबद्दल फारशी माहिती नव्हती. पण काही विख्यात लोक या रोगामुळे खितपत पडून मृत्यूशी झगडत असल्याचे वाचलेले त्याला आठवले. त्याच वेळी आपल्याला मेंदूच्या गाठीचा किंवा ए.एल.एस. सारखा रोग नाही म्हणून जरा हायसे वाटले. त्याने बोलण्यासाठी घसा साफ केला.

"हा आजार बरा होण्याजोगा आहे का?"

"सध्या तरी नाही." डॉ. व्हिटमन म्हणाले, "पण तुम्हाला जसा या औषधांचा

फायदा झाला आहे, त्याप्रमाणे काही काळ त्यावर नियंत्रण ठेवता येईल.''

''म्हणजे काय?''

''मी तुम्हाला एक वर्षभर कोणतीही लक्षणे दिसणार नाहीत अशा प्रकारे औषधे देऊ शकतो. कदाचित आणखी काही काळ तसे करता येईल. पण दुर्दैवाचा भाग असा आहे की तुमच्यामध्ये विकाराची लक्षणे फार वेगाने वाढताना दिसत आहेत. माझ्या अनुभवानुसार तुम्हाला दिलेली औषधे जास्त वेगाने निरुपयोगी ठरतील. त्यानंतर हा विकार सतत नवनवीन लक्षणे दाखवत वाढत जाईल. आपल्याला जशी परिस्थिती उद्‌भवेल त्यानुसार उपाययोजना कराव्या लागणार आहेत.''

''हे भयंकरच आहे.'' ॲशले पुटपुटला. पुढे येणाऱ्या संकटाच्या चाहुलीमुळे तो भांबावून गेला होता. त्याला ज्या गोष्टींची भीती वाटत होती नेमक्या त्या सगळ्या त्याच्या अंगावर अचानक कोसळल्या होत्या.

◆

१

बुधवार, २० फेब्रुवारी २००२
एक वर्षानंतर
संध्याकाळी ६-३० वाजता

वॉशिंग्टन डी.सी.मधील अत्यंत रहदारी असणाऱ्या मुख्य रस्त्यावर आपली टॅक्सी विनाकारण मध्यभागी थांबली आहे असे डॅनियल लॉवेलला वाटले. डॅनियलला टॅक्सीमध्ये बसायला आवडत नसे. कोणत्या तरी सर्वस्वी अनोळखी माणसाच्या हातात आपले आयुष्य सोपवायची कल्पना त्याला विलक्षण हास्यास्पद वाटत असे. त्यात भर म्हणजे बहुदा हे टॅक्सी ड्रायव्हर कोणत्या तरी गरीब राष्ट्रामधले असत आणि टॅक्सी चालवण्यापेक्षा त्यांना आपल्या सेलफोनवर बोलत राहण्यात अधिक रस असे. आत्ता देखील जॉर्जटाऊनमध्ये एम. स्ट्रीटच्या मध्यावर भर रहदारीच्या वेळी अंधारात त्यांच्या टॅक्सीचा ड्रायव्हर कोणाशी तरी अनोळखी भाषेत जोरजोरात बोलत होता. डॅनियलने स्टेफनीकडे नजर टाकली. ती मात्र निवांत दिसत होती. तिने त्याच्याकडे पाहून स्मितहास्य केले आणि त्याचा हात प्रेमाने दाबला.

डॅनियल थोडा पुढे झुकला तेव्हा त्याला दिसले की रस्त्याच्या मध्यभागी उंचावर एक ट्रॅफिकचा दिवा टांगलेला होता आणि डावीकडे वळण्यासाठी म्हणून टॅक्सी थांबली होती. डॅनियलने डावीकडे नजर टाकली. तिथे एक विशेष काही

सजावट नसलेली ठोकळ्यासारखी वाटणारी विटांची इमारत होती.

"हे आपलं हॉटेल आहे की काय?" डॅनियल म्हणाला, "मला तरी ते हॉटेल वाटत नाही."

"आपल्याला आणखी माहिती मिळेपर्यंत आपण निष्कर्ष काढले नाहीत तर बरं होईल." स्टेफनी खेळकरपणे म्हणाली.

ट्रॅफिकचा दिवा हिरवा होताच टॅक्सी एखाद्या रेसच्या घोड्याप्रमाणे उसळली आणि गेटमधून आत शिरली. ड्रायव्हर एका हाताने स्टिअरिंग सांभाळत होता. त्याने वळण घेताना आपण दरवाज्यावर आपटू नये म्हणून डॅनियलला प्रयास करावे लागले. गेटमधून आत शिरताना तर जोरदार धक्का बसला होता. आत शिरल्यावर डावीकडे वळून टॅक्सी पोर्चमध्ये येताच ड्रायव्हरने करकचून ब्रेक लावले. डॅनियल एकदम पुढे झुकला. सीटबेल्टवर आलेला ताण डॅनियलला चांगलाच जाणवला. काही क्षणानंतर हॉटेलचा युनिफॉर्म घातलेल्या एका नोकराने डॅनियलच्या बाजूचे दार उघडले.

"द फोर सीझन्स्मध्ये स्वागत असो," दरवान हसत म्हणाला, "आपण इथं राहणार आहात का?"

आपले सामान त्या दरवानाकडे सोपवून डॅनियल आणि स्टेफनी आत शिरले आणि रजिस्ट्रेशन डेस्ककडे निघाले. हॉटेलच्या लॉबीमधली सजावट एखाद्या मॉडर्न आर्ट म्युझियमला शोभणारी होती. पायाखालचा गालिचा किंमती आणि गुबगुबीत होता. उंची पोशाख केलेले लोक वेल्वेटच्या आरामदायक खुर्च्यांमध्ये निवांतपणे बसलेले होते.

"आपण या हॉटेलमध्ये राहावं असं तू म्हणाली होतीस," डॅनियल डौलदार भाषा वापरण्याचा आव आणत म्हणाला, "हा विचार तुझ्या मनात कसा आला बरं? हॉटेल बाहेरून साधं दिसत असलं तरी हे चांगलंच महाग असणार आहे."

स्टेफनीने डॅनियलला मध्येच थांबवत विचारले, "याचा अर्थ असा की तू आपलं कालचं संभाषण विसरलास की काय?"

"आपण काल अनेक विषयांवर बोललो होतो." डॅनियल पुटपुटला. त्याची नजर बाजूने जाणाऱ्या एका बाईकडे गेली. एक केसाळ कुत्रा बरोबर नेणाऱ्या त्या बाईच्या अंगठीमधला हिरा चांगलाच टपोरा होता.

"मी कशाबद्दल म्हणते आहे ते तुला कळतंय." स्टेफनी ठासून म्हणाली. ती पुढे झाली आणि डॅनियलचा चेहेरा आपल्याकडे वळवत म्हणाली,

"आपण ही ट्रीप संस्मरणीय ठरावी असे निश्चित केले होते. आपण या हॉटेलमध्ये दोन रात्री राहणार आहोत आणि दरम्यान आपण दोघं एकमेकांच्या सहवासाचा आनंद मनमुराद लुटणार आहोत."

स्टेफनीच्या बेधडकपणामुळे आपली मनस्थिती विसरून डॅनियल हसला, "उद्या तू सिनेटर बटलरच्या आरोग्य धोरण उपसमितीपुढं जी साक्ष देणार आहेस ती म्हणजे काही बागेत फिरणं असणार नाही." स्टेफनी पुढे बोलू लागली, "त्याची मला कल्पना आहे. तिथं जे काय व्हायचं असेल ते होईल. पण निदान आपण केंब्रिजला परत जाऊ तेव्हा आपल्या या सहवासाच्या सुखद आठवणी तरी आपल्याबरोबर असतील."

"पण आपण या हॉटेलपेक्षा कमी भपकेबाज हॉटेलातही आनंदात राहू शकलो नसतो का?"

"माझ्या मते नाही." स्टेफनी निर्णायक स्वरात म्हणाली, "या ठिकाणी हेल्थ क्लब आहे. या हॉटेलची रूम सर्व्हिस अत्यंत नावाजलेली आहे. आपण या सगळ्याचा वापर करणार आहोत. तेव्हा आता निवांतपणाने या साऱ्याचा आस्वाद घ्यायला तयार हो. शिवाय बिल तर मीच भरणार आहे."

"खरंच?"

"होय तर! मला कंपनीकडून मिळणारा पगार पाहता मी त्याचा काहीतरी भाग कंपनीला परत केला पाहिजे."

"हा फटका मात्र नियमाविरुद्ध आहे बरं का!" डॅनियल आपल्याला बसलेला हा फटका म्हणजे निव्वळ गंमत आहे असे भासवण्याचा प्रयत्न करत म्हणाला.

"हे बघ, आपल्याला आपले पगार गेले काही महिने देण्याच्या अवस्थेत कंपनी नाही हे मला माहिती आहे." स्टेफनी म्हणाली, "पण मी आपली ही सगळी ट्रीप कंपनीच्या नावावर करणार आहे. जर उद्या परिस्थिती बिघडली, म्हणजे ती तशी बिघडायची शक्यताच जास्त आहे म्हणा, तर आपण इथं मौजमजा केल्यानं होणाऱ्या बिलाचा किती भाग हॉटेलला द्यावा याचा निर्णय दिवाळखोरीचा अर्ज स्वीकारणारे न्यायालय ठरवेल!"

डॅनियल आता मोठ्या आवाजात हसू लागला, "स्टेफनी, तू मला चकित करायची एकही संधी सोडत नाहीस!"

"अजून तू काहीच पाहिलेलं नाहीस." स्टेफनी हसत म्हणाली, "पण खरा प्रश्न असा आहे की तू असा हताश होऊन बसणार आहेस का? टॅक्सीत तर तू अगदी पियानोच्या तारेसारखा आवळून बसला होतास."

"कारण आपण इथवर हातीपायी धड पोहोचू की नाही याबद्दल मला खात्री वाटत नव्हती. आपण इथं राहण्याचा खर्च कसा करणार आहोत याविषयी मला बिलकुल काळजी नव्हती."

"पुरे... पुरे तू किती सढळ हाताचा आहेस हे मला माहिती आहे. ठीक आहे." स्टेफनी डॅनियलला पुढे चलण्यासाठी खूण करत म्हणाली, "आपण आता आपल्या

स्यूटकडे जाऊ.''

''स्यूट?'' रजिस्ट्रेशन डेस्ककडे स्टेफनी ढकलत नेत असताना डॅनियल चकित होत म्हणाला.

हॉटेलची माहिती सांगताना स्टेफनीने अजिबात अतिशयोक्ती केलेली नव्हती. त्यांच्या स्यूटमधून चेसपीक आणि ओहायो कालव्याचा काही भाग दिसत होता. मागच्या बाजूला पोटोमॅक नदी दिसत होती. स्यूटमध्ये कॉफी टेबलावर एक शॅम्पेनची बाटली थंड करण्यासाठी ठेवलेली होती. उंची सजावट असलेल्या भव्य बाथरूममध्ये आणि बेडरूममध्ये ताजी फुले ठेवलेली होती.

सामान आणून ठेवणारा हॉटेलचा नोकर जाताच स्टेफनीने डॅनियलच्या गळ्यात हात गुंफले. आपले गडद डोळे त्याच्या निळ्या डोळ्यांमध्ये रोखत ती स्मित करत म्हणाली, ''उद्या काय होईल याचा ताण तुझ्या मनावर आहे, मला त्याची कल्पना आहे. म्हणूनच ह्या ट्रीपबद्दल सगळे निर्णय मी घेतले तर चालेल का? तुझी पेटंट मिळालेली अत्युत्कृष्ट पद्धत सिनेटर बटलरच्या प्रस्तावित बिलामुळे बेकायदेशीर ठरेल हे आपल्या दोघांनाही ठाऊक आहे. म्हणजेच कंपनीला आणखी वित्तपुरवठा मिळणार नाही. अर्थातच त्याचे परिणाम भयंकर असतील. तरीही, हे सगळं काही माहीत असूनही आजची रात्र आपण ते सारं विसरून जाऊ या. तुला ते जमेल ना?''

''मी प्रयत्न करतो.'' डॅनियल हे म्हणाला खरा, पण तसं करणं आपल्याला अशक्य आहे ह्याची त्याला कल्पना होती. त्याला सर्वात जास्त चिंता कशाची असेल तर ती होती अपयशाची.

''बस्स्. मला इतकंच हवं आहे.'' स्टेफनी म्हणाली. त्याचं एक हलकं चुंबन घेऊन ती शॅम्पेनच्या बाटलीकडे गेली, ''हं... तर आता आजचा कार्यक्रम असा आहे. आपण आता या शॅम्पेनचा एक ग्लास रिचवणार आहोत. मग अंघोळ. त्यानंतर जवळच्या एका सिट्रोनेल नावाच्या रेस्टॉरंटमध्ये जाऊन जेवण. मी त्याची ख्याती ऐकली आहे. मी तिथे आपल्यासाठी टेबल अगोदरच राखून ठेवलेलं आहे. जेवणाचा आस्वाद घेऊन इथं परत यायचं आणि धुंद प्रेमात न्हाऊन निघायचं. तुझं काय म्हणणं आहे यावर?''

''याला विरोध करायला मी काय वेडा आहे की काय?'' आपले हात उंचावत लटकी शरणागती देत डॅनियल म्हणाला.

स्टेफनी आणि डेनियल गेली दोन वर्षे एकत्र राहत होते. या दरम्यान दोघांच्यात चांगले संबंध निर्माण झाले होते. हार्वर्डमध्ये त्यांची ओळख झाली होती. डॅनियल विद्यापीठात संशोधनासाठी परत आला होता. स्टेफनी तेव्हा रसायनशास्त्रात पदवीचे शिक्षण घेत होती. त्यावेळी दोघांनीही एकमेकांना वाटणारे आकर्षण उघड होऊ दिले नव्हते. याला कारण म्हणजे अशा आकर्षणाला उत्तेजन मिळू नसे असे विद्यापीठातले

धोरण होते. शिवाय परस्परांविषयी वाटणाऱ्या प्रेमभावनेला पलीकडून तसाच प्रतिसाद मिळेल की नाही याबद्दल दोघांनाही खात्री नव्हती. पण स्टेफनीची पीएच.डी. पूर्ण झाल्यावर ती तिथेच रुजू झाली. त्यानंतर दोघांना समान पातळीवर एकमेकांशी संबंध ठेवणे शक्य झाले. दोघांच्या संशोधनाचे विषय देखील एकमेकांच्या कामामध्ये पूरक ठरणारे होते. डॅनियलने विद्यापीठातून बाहेर पडून कंपनी स्थापन करायचे ठरवले तेव्हा त्याच्याबरोबर स्टेफनीने बाहेर पडणे स्वाभाविकच होते.

"हं... शॅम्पेन काही फारशी वाईट नाही." आपला ग्लास रिकामा करत आणि तो कॉफी टेबलावर ठेवत स्टेफनी म्हणाली, "आता आपण नाणं उडवून पहिल्या प्रथम कोणी अंघोळ करायची ते ठरवू."

"त्याची गरज नाही." आपला रिकामा ग्लास स्टेफनीच्या ग्लासशेजारी ठेवत डॅनियल म्हणाला, "तू पहिली जा. तू शॉवर घेत असताना मी दाढी करतो."

"उत्तम."

डॅनियलला पूर्वीपेक्षा हलकं वाटत होतं. हा शॅम्पेनचा परिणाम की स्टेफनीच्या उत्साहाची लागण हे काही त्याला लक्षात येईना. अर्थात मनातली चिंता फारशी कमी झाली नव्हती. त्याने गालावर साबणाचा फेस केला आणि तो दाढी करू लागला. आपण शॅम्पेनचा फक्त एकच ग्लास घेतला आहे, तेव्हा थोडं हलकं वाटणं हा परिणाम स्टेफनीच्या सहवासाचा असावा हा विचार त्याच्या मनात डोकावला. स्टेफनीने सुचवल्याप्रमाणे उद्याची सकाळ अवघड जाणार हे त्याच्या लक्षात आले. डॅनियल खाजगी उद्योगक्षेत्राकडे परत जाणार हे कळल्यावर हाईनरिच वोर्थाइम यांनी उच्चारलेली भविष्यवाणी त्याला आठवली. पण डॅनियलने हे विचार दूर सारले. निदान त्या संध्याकाळी तरी तो या विचारांना दूर ठेवण्याचा प्रयत्न करणार होता. स्टेफनी जे काही ठरवेल त्याप्रमाणे वागून तो आनंद लुटण्याचा प्रयत्न करणार होता.

डॅनियलला दाढी करताना आरशात मागच्या बाजूला असणारे शॉवरचे काचेचे दार दिसत होते. पाण्याच्या आवाजामधूनही स्टेफनीच्या गाण्याचा आवाज ऐकू येत होता. स्टेफनी छत्तीस वर्षांची असली तरी सव्वीस वर्षांची वाटे. डॅनियलने तिला अनेकवेळा सांगितले होते की निसर्गाने तिला भरभरून देणगी दिली होती. तिची उंची चांगली होती आणि फिगर अत्यंत रेखीव व नेटकी होती. ती फिगर राखण्यासाठी नियमित व्यायाम करत असावी असे कोणालाही वाटले असते. पण तसे नव्हते. तिची गडद त्वचादेखील अजिबात कोणतेही वैगुण्य नसलेली होती. तिचे डोळे गडद रंगाचे होते आणि चमकदार गडद रंगाच्या दाट केसांमुळे तिचे चित्र पूर्ण होत होते.

शॉवरचे दार उघडले. स्टेफनी बाहेर आली. आपण पूर्ण उघडी आहोत हे जराही

लक्षात न येता ती काही क्षण केस पुसत उभी राहिली. ती मध्येच कमरेत वाकली आणि केस तिने खाली मोकळेपणे पडू दिले. मग ती पुन्हा सरळ झाली. त्यावेळी झटक्याने तिचे केस एकदम एखाद्या घोड्याच्या आयाळीप्रमाणे मानेवर परतले. ती पाठ सुकवण्यासाठी मागे वळल्यावर मात्र तिला आरशातून पाहणारा डॅनियल दिसला.

"ए! काय पाहतोस अं? तू दाढी करतो आहेस ना?" अचानक आपल्या अवस्थेची कल्पना येताच तिने घाईघाईने अंगाभोवती टॉवेल गुंडाळला.

सुरुवातीला चोरून पाहताना सापडल्याने वरमलेला डॅनियल काही क्षणात सावरला.

हातातला रेझर खाली ठेवून तो स्टेफनीकडे आला. तिचे खांदे पकडून तो तिच्या पाणीदार व तेजस्वी स्फटिकासारख्या डोळ्यात रोखून पाहत म्हणाला, "तू इतकी मादक आणि मोहक आहेस की मला राहवलं नाही."

मान किंचित तिरपी करून डॅनियलकडे वेगळ्या कोनातून पाहत स्टेफनी म्हणाली, "तू बरा आहेस ना?"

"आहे की." डॅनियल हसला.

"तू मधेच बाहेर जाऊन सगळी बाटली रिकामी केलीस की काय?"

"मी मनापासून सांगतोय."

"तू कितीतरी महिने असं काही म्हणाला नव्हतास."

"मी कामात मग्न होतो हे म्हणणंदेखील बरोबर होणार नाही. ही कंपनी काढायची कल्पना माझ्या डोक्यात आली, तेव्हा निव्वळ कंपनीसाठी पैसा गोळा करायला माझा एकशेदहा टक्के वेळ जाणार आहे याची मला अजिबात कल्पना नव्हती. त्यातच भर म्हणजे आता सगळंच नष्ट करू शकणारा हा राजकीय वैताग आहेच."

"मी समजू शकते." स्टेफनी म्हणाली, "खरोखरच मला हे समजतंय. म्हणूनच तर मी मनाला लावून घेतलेलं नाही."

"खरोखरच अनेक महिने होऊन गेले का?"

"होय." स्टेफनी मान डोलावत म्हणाली.

"मी माफी मागतो." डॅनियल म्हणाला, "आणि प्रायश्चित्ताचा एक भाग म्हणून मी आज संध्याकाळच्या कार्यक्रमात थोडा बदल सुचवतो. आपण जेवणाचा बेत थोडा स्थगित करून नंतरचा प्रेमाचा कार्यक्रम अगोदर घेतला तर?"

डॅनियलने पुढे झुकून स्फेटनीचे चुंबन घेण्याचा प्रयत्न केला. पण तिने केवळ एका बोटाने त्याचा साबणाच्या फेसाने भरलेला चेहेरा मागे सारला. आपण काहीतरी चमत्कारिक वस्तूला हात लावतो आहोत असा तिचा अविर्भाव होता. बोटाला

चिकटलेला थोडासा फेस तिने डॅनियलच्या खांद्यावर पुसला, “जेवणाच्या कार्यक्रमाला स्थगिती देण्याचा अधिकार कोणालाही नाही. अगोदर ठरल्याप्रमाणे आणि मंजूर केल्याप्रमाणे संध्याकाळचा कार्यक्रम पार पडेल. कारण रेस्टॉरंटमध्ये टेबल राखून ठेवण्यासाठी बरेच प्रयास करावे लागले आहेत. हं. आता दाढी पुरी कर!” स्टेफनीने त्याला खेळकरपणाने ढकलले आणि ती स्वत: एका सिंकपाशी जाऊन केस कोरडे करू लागली.

दाढी पूर्ण झाल्यावर स्टेफनीच्या हेअर ड्रायरच्या आवाजात तिला ऐकू यावे म्हणून डॅनियल मोठ्या आवाजात म्हणाला, “गंमत म्हणून सांगत नाही. पण तू खरोखरच विलक्षण सुंदर आहेस.” गालावर आफ्टरशेव्ह लोशन चोपडत तो पुढे म्हणाला, “मला काही काही वेळा हे कळत नाही, की माझ्यासारख्या म्हाताऱ्या माणसात तुला काय दिसतं?”

“बावन्न म्हणजे काही म्हातारपण नाही.” स्टेफनी ओरडून सांगू लागली, “तू एवढा कार्यक्षम असताना तर नाहीच नाही. शिवाय खरं म्हणजे तू देखील काही कमी आकर्षक नाहीस.”

डॅनियलने आरशात स्वत:कडे नजर टाकली. आपण काही तितके वाईट नाही म्हणा. पण आपण आकर्षक आहोत हे म्हणून तो स्वत:ची फसवणूक करून घेणार नव्हता. अगदी लहानपणापासूनच आपण काही फार सुंदर चेहेरा घेऊन जन्माला आलो नाही हे त्याने ओळखले होते. स्टेफनी फक्त त्याला बरे वाटावे म्हणून बोलत होती. त्याचा चेहेरा निरुंद होता, त्यामुळे तोंडावर फार सुरकुत्या पडण्याचा प्रश्न नव्हता. फक्त तो हसायचा त्यावेळी डोळ्याजवळ किंचित घड्या पडायच्या इतकेच. त्याने आपली प्रकृती सुदृढ राखली होती. गेले काही महिने कामामुळे त्याला फारशी फुरसत मिळत नव्हती. पण हार्वर्डमध्ये असताना त्याने तिथल्या व्यायाम सुविधांचा पुरेपूर लाभ घेतला होता. तो स्वॅश आणि हॅंडबॉल नियमितपणे खेळायचा आणि चार्ल्स नदीवर रोईंगची एकही संधी तो वाया घालवत नसे. वयाचा परिणाम दाखवणाऱ्या दोनच गोष्टी होत्या. त्याचे पुढे असणारे केस हळूहळू कमी होत होते आणि कानाजवळचे त्याचे करडे केस आता पांढरे होऊ लागले होते.

दोघांचे आवरून झाल्यावर अंगावर कोट चढवून ते हॉटेलबाहेर पडले. त्यांनी हॉटेलमध्ये एका नोकराला विचारून रेस्टॉरंटचा पत्ता कसा शोधायचा याची माहिती घेतली होती. हातात हात घालून ते निवांतपणे रेंगाळत रेंगाळत रेस्टॉरंटकडे निघाले. वाटेत अनेक ठिकाणी पुस्तकांची दुकाने आणि जुन्या वस्तू विकणारी दुकाने होती. त्या रात्री फारशी थंडी नव्हती आणि शहरातला झगमगाट असूनही काही चांदण्या दिसत होत्या.

रेस्टॉरंटमध्ये एका वेटरने त्यांचे स्वागत केले आणि त्यांना त्यांचे टेबल

दाखवले. गर्दी असूनही त्या ठिकाणी त्यांना पुरेसा खाजगीपणा मिळणार होता. काही खाद्यपदार्थ आणि वाईनच्या बाटलीची ऑर्डर देऊन दोघे निवांतपणे जेवणाच्या तयारीत रेलून बसले. सुरुवातीचे काही पदार्थ येईपर्यंत दोघे आपापल्या विचारात गढून गेले होते. त्यांना त्यांच्या प्रेम सुरू होण्याच्या वेळच्या सुखद आठवणी येत होत्या. त्यांची ही सुखदायक आठवणींची मालिका डॅनियलच्या बोलण्याने तुटली.

"खरं म्हणजे मी हा विषय काढायला नको आहे..."

"मग नकोच काढू." डॅनियलच्या बोलण्याचा रोख कळून येताच स्टेफनीने त्याला मधेच थांबवले.

"पण तसं करणं भाग आहे." डॅनियल म्हणाला, "मी तसं करणं आत्ताच जास्त योग्य आहे. काही दिवसांपूर्वी तू म्हणाली होतीस की आपल्याला त्रास देणाऱ्या त्या सिनेटर ॲशले बटलरबद्दल तू माहिती काढणार आहेस. त्याचा उद्याच्या सुनावणीच्यावेळी काहीतरी उपयोग होईल अशी तुझी कल्पना होती. तू माहिती मिळवलीस हे मला ठाऊक आहे. पण तू त्याविषयी काहीच बोलली नाहीस. का बरं?"

"माझ्या आठवणीनुसार तू आज संध्याकाळी सुनावणीबद्दल काहीही न बोलण्याचं कबूल केलं आहेस."

"नाही. मी फक्त प्रयत्न करीन एवढंच म्हणालो होतो." डॅनियल पटकन् म्हणाला, "मी प्रयत्न केला, पण त्यात यशस्वी झालो नाही... तुला मिळालेली माहिती फारशी उपयोगी पडणार नाही म्हणून तू बोलली नाहीस का त्याबद्दल? हे एवढं मला सांग. मग आपण हा सगळा विषय बाजूला सारू."

स्टेफनी काही क्षण विचार करत होती, "तुला काय माहिती हवी आहे?"

डॅनियल चिडखोरपणाने किंचित हसला, "तू हे सगळं जरूरीपेक्षा जास्त अवघड करत आहेस. खरं सांगायचं तर मला काय माहिती हवी हेच मला माहीत नाही. प्रश्न विचारण्याएवढीही माहिती मला नाही."

"त्या माणसाशी वागणं सोपं नाही."

"त्याची आपल्याला अगोदरच कल्पना होती."

"तो १९७२ पासून सिनेटरमध्ये आहे. एवढा जुना असल्याने त्याची ताकद जबरदस्त आहे."

"होय. तो या उपसमितीचा चेअरमन आहे यावरून ते लक्षात येतंच आहे म्हणा." डॅनियल म्हणाला, "मला हे जाणून घ्यायचं आहे की तो इतका दीर्घकाळ टिकून का आहे?"

"मला वाटतं की तो एक जुन्या पठडीतला दक्षिणेतल्या लोकानुनय करणारा राजकीय नेता आहे."

"लोकानुनय करणारा... अं?" डॅनियल काही क्षण गालात जीभ फिरवत गप्प राहिला, "मला या बाबतीत माझं अज्ञान कबूल करावं लागले. लोकानुनय हा शब्द मी ऐकलेला आहे, पण मला आत्ता त्याचा नेमका अर्थ लक्षात येत नाही. मला साधारण शब्दावरून कळेल तेवढंच कळतंय."

"जो राजकीय नेता लोकांमधील पूर्वग्रह आणि लोकांना वाटणाऱ्या चिंतांचा वापर आपल्या फायद्यासाठी करून घेतो आणि सत्ता मिळवतो त्याला उद्देशून हा शब्द वापरला जातो."

"म्हणजे या आपल्या केसमध्ये जसा लोकांना जैवतंत्रज्ञानाविषयी संशय वाटतो तसंच काहीतरी वापरणे, होय ना?"

"बरोब्बर." स्टेफनी म्हणाली, "विशेषत: जैवतंत्रज्ञानाच्या संदर्भात वापरल्या जाणाऱ्या 'गर्भ' आणि 'क्लोनिंग' वगैरे शब्दांचा उपयोग करणे."

"म्हणजे गर्भांची शेती किंवा **फ्रॅन्केस्टाईन**चा उगम अशा गोष्टी पसरवणे?"

"होय. नेमकं तेच." स्टेफनी म्हणाली, "हा माणूस लोकांचे अज्ञान आणि त्यांच्या मनातील काळज्या यांच्याशी खेळतो. सिनेटमध्ये हा माणूस कायम अडथळे आणतो. कोणत्याही बाबतीत बाजू घेण्यापेक्षा विरोध करणं नेहमीच सोपं असतं. त्यानं आपली सगळी राजकीय कारकीर्द याप्रकारे घडवली आहे. त्यानं तर कित्येकवेळा आपल्या पक्षाशी देखील प्रतारणा केलेली आहे."

"हे आपल्या दृष्टीने फारसं चांगलं नाही." डॅनियल कण्हल्यासारखा आवाज काढत म्हणाला, "म्हणजे काहीतरी समर्पक युक्तिवाद करून त्याला आपलं म्हणणं पटवून देण्याची काही शक्यताच शिल्लक राहिली नाही."

"दुर्दैवाने मलाही तसंच वाटतं." स्टेफनी म्हणाली, "म्हणूनच मी त्याच्याबद्दल मला मिळालेली माहिती तुला सांगितली नव्हती. बटलरसारखा माणूस सिनेटमध्ये असणं की कल्पनाच मन खचवणारी आहे. तो जुना असल्याने त्याचा प्रभाव प्रचंड आहे हे वर आणखी सहन करायचं. सिनेटमधल्या या लोकांनी केवळ सत्तेसाठी तिथं जाऊ नये, तर लोकांचं नेतृत्त्व करावं अशी आपली अपेक्षा असते."

"आणि या मद्दड माणसाकडे माझ्या उगवत्या सृजनशील विज्ञानाला थोपवण्याची ताकद आहे हे भयंकर आहे."

"मला तो अजिबात मद्दड वाटत नाही." स्टेफनी म्हणाली, "उलट त्याच्यामध्येही सृजनशीलता आहे. मी तर म्हणेन की त्याच्यातील बुद्धिमत्ता **मॅकियाव्हेली**सारखी आहे."

"बरं. त्याच्याबद्दल आणखी काय माहिती आहे? त्याला कोणत्या गोष्टीत रस आहे?"

"नेहमीच्याच म्हणजे मूलतत्त्ववादी आणि रूढीप्रिय बाबतीत त्याला रस आहे.

अर्थातच सरकारचा अधिकार मोठा हा भाग तर आहेच म्हणा. शिवाय तो अश्लील चित्रपट, समलिंगी संबंध, समलिंगी विवाह वगैरे सर्व गोष्टींच्या विरोधात आहेच. हो... आणि तो गर्भपाताच्या पूर्णपणे विरोधात आहे.''

''गर्भपात?'' डॅनियलला आश्चर्य वाटले, ''तो डेमोक्रॅट आहे ना? आणि असं असूनही तो लोकांनी ठरवावं या मताचा नाही हे आश्चर्य आहे. मला तर तो कडवा रिपब्लिकन वाटू लागला आहे.''

''मी तुला सांगितलं की तो त्याला सोईस्कर असेल तर आपल्या पक्षाला धोका व्हायला अजिबात कचरत नाही. तो निश्चितपणे गर्भपाताच्या विरोधातच आहे. अर्थात त्याला आपलं मत व्यक्त करताना बऱ्याचवेळा चित्रविचित्र कोलांट्याउड्या माराव्या लागतात. त्याचप्रमाणे तो पुष्कळ काळ लोकांच्या नागरी अधिकार प्रश्नांबद्दल बोलताना कसरत करतो आहे. तो गैरसोईच्या मुद्यांकडे कानाडोळा करणारा, रूढीप्रिय आणि अत्यंत चलाख पुढारी आहे. त्याने कधी **स्ट्रॉम थूरमॉन्ड** आणि **जेसे हेल्म्स**प्रमाणे तडकाफडकी डेमोक्रॅटिक पक्ष सोडायचा विचार केला नाही.''

''हे विलक्षण आहे!'' डॅनियल म्हणाला, ''पण हा माणूस स्वार्थी आहे आणि केवळ सत्तेसाठी काहीही करतो हे लक्षात आल्यानंतरही लोकांनी त्याला अद्याप धडा कसा शिकवलेला नाही. महत्त्वाच्या प्रश्नांवर पक्षाला गोत्यात आणत असूनही पक्षाने त्याला बाहेरचा रस्ता का दाखवला नाही?''

''त्याची ताकद अफाट आहे.'' स्टेफनी म्हणाली, ''पक्षासाठी पैसा जमवणं ह्यात त्याचा हातखंडा आहे. निरनिराळ्या राजकीय कार्यक्रम समित्या, विविध प्रतिष्ठानं आणि अनेक कंपन्या यांच्या जाळ्याचा त्याला प्रचंड फायदा होतो. त्याची निधी जमा करण्याची क्षमता आणि राजकीय ताकद ह्यामुळे इतर सिनेटर चक्क त्याला घाबरतात. त्याच्या निवडणुकीच्या मार्गात कोणी जराही अडचणी आणायचा प्रयत्न केला तरी त्याला गप्प बसवण्यासाठी कोणत्याही थराला तो जाऊ शकतो हे सगळ्यांना माहीत आहे.''

''हे तर फार भयंकर आहे.'' डॅनियल पुटपुटत म्हणाला.

''मला त्याच्याबद्दल आणखी एक गोष्ट कळली. हा केवळ योगायोग आहे. पण तुमच्या दोघांमध्ये काही बाबतीत साम्य आहे.''

''ओह!... प्लीज स्टेफनी...''

''तुम्हा दोघांचं कुटुंब मोठं आहे.'' स्टेफनी सांगू लागली, ''खरं म्हणजे तुम्हा दोघांच्या कुटुंबात नऊ मुलं आहेत. तुम्ही दोघंही तिसरं अपत्य आहात आणि दोघांनाही दोन वडील भाऊ आहेत.''

''हा खरंच योगायोग म्हणायचा! असं होण्याची शक्यता किती आहे?''

''खूपच कमी. त्याचा अर्थ असा की आपल्याला वाटतं त्यापेक्षा तुमच्या

दोघांमध्ये कितीतरी गोष्टी सारख्या असाव्यात...''

डॅनियलचा चेहेरा गडद झाला, ''तू हे गंभीरपणानं बोलते आहेस?''

स्टेफनी हसू लागली, ''अर्थातच नाही! मी निव्वळ गंमत करत होते. आता जरा शांत हो!'' स्टेफनीने पुढे झुकून वाईनचा ग्लास डॅनियलच्या हातात दिला. आपला ग्लास उंचावत ती म्हणाली, ''त्या सिनेटर बटलरचा विषय बस्स्! आपण आता आपल्याबद्दल बोलू. कारण उद्या काहीही झालं तरी आपल्यामधील आपुलकीचे संबंध सर्वात जास्त महत्त्वाचे आहेत.''

''होय. तुझं म्हणणं बरोबर आहे.'' डॅनियल हातातला ग्लास उंचावत म्हणाला, ''आपल्या दोघांसाठी!'' हे म्हणून डॅनियलने स्मितहास्य केले खरे, पण मनामधून मूक चिंता जात नव्हती. त्याच्या मनावर दुसऱ्या दिवशी येणाऱ्या अपयशाचे सावट आले होते.

ग्लासाला ग्लास भिडवून दोघांनी वाईन घ्यायला सुरुवात केली. दोघांची नजर एकमेकांच्या नजरेला भिडत होती.

''तू खरोखरच मनावर भुरळ पाडतेस.'' डॅनियल स्टेफनी बाथरूममधून बाहेर आल्यानंतरचे दृश्य आठवण्याचा प्रयत्न करत म्हणाला, ''सुंदर, चलाख आणि मादक!''

''हं... हे कसं बोललास बरोबर... पण तू देखील भुरळ पाडणाराच आहेस.''

''तू खट्याळ आहेस. पण तरीही मला आवडतेस.''

''मलाही तू आवडतोस.''

जेवण झाल्यावर स्टेफनी हॉटेलवर परत जायला उतावीळ झाली होती. दोघे भराभर चालत होते. रेस्टॉरंटच्या उबेत बराच वेळ असल्याने आता बाहेरचा गारवा कोटातूनदेखील बोचरा वाटत होता.

हॉटेलच्या रिकाम्या लिफ्टमध्ये शिरताच स्टेफनीने अत्यंत आवेगाने पुढे होत डॅनियलचे चुंबन घेतले. त्याला तिने एका कोपऱ्यात ढकलले आणि त्याला अगदी चिकटून उभी राहिली.

''जरा दम धर!'' डॅनियल कसाबसा हसला, ''लिफ्टमध्ये कदाचित सुरक्षेसाठी चित्रण केले जात असावे.''

''ओह माय गॉड!'' स्टेफनी पुटपुटली. ती सावरून उभी राहिली आणि आपला कोट नीटनेटका करत लिफ्टच्या छताकडे निरखून पाहत म्हणाली, ''माझ्या ते लक्षातच आलं नाही.''

लिफ्टमधून बाहेर पडल्यावर स्टेफनीने डॅनियलला भराभरा चालायला भाग पाडले. दरवाजा उघडल्यावर अगोदर तिने 'कोणी डिस्टर्ब करू नये' ही पाटी दरवाज्यावर अडकवली. हे काम होताच तिने त्याला ओढतच बेडरूममध्ये नेले.

“कोट काढ!” स्वत:चा कोट काढून बाजूला फेकत तिने आज्ञा सोडली आणि मग डॅनियलला मागे ढकलून ती त्याच्या अंगावर चढली. त्याचा टाय सैल करत असताना ती अचानक थांबली. त्याच्या कपाळावर जमा झालेला घाम तिला स्पष्ट दिसला.

“तू ठीक आहेस ना?”

“माझा जीव घाबरा झाला आहे...” डॅनियलने कबूल केले.

स्टेफनीने बाजूला होऊन डॅनियलला बसायला मदत केली. त्याने कपाळावर हात फिरवला. त्याला चांगलाच घाम आलेला होता. “तुझा चेहेरादेखील पांढराफटक पडला आहे.”

“शक्य आहे.” डॅनियल म्हणाला, “मला वाटतं की माझी स्वायत्त चेतासंस्था छोट्याशा पेचप्रसंगातून जात असावी.”

“हे फक्त एखाद्या डॉक्टरलाच कळेल. मला याचा अर्थ साध्या भाषेत सांगू शकशील का?”

“काही नाही. माझ्यावर अतिश्रमांमुळं ताण आला आहे. त्याचा परिणाम म्हणून अचानक रक्तामध्ये ॲडरिनॅलिनचं प्रमाण वाढलं... मला वाटतं की अशा परिस्थितीत आपल्याला काही करता येणार नाही.”

“त्यासाठी एवढ्या दिलगिरीची काही गरज नाही.”

“मला त्याची गरज वाटते.” डॅनियल म्हणाला, “तुला आज केवढी उत्सुकता होती याची मला कल्पना आहे. पण मला आपण परत येतानाच असं काहीतरी घडणार असं वाटत होतं.”

“ठीक आहे.” स्टेफनी म्हणाली, “ते काही फार महत्त्वाचं नाही. तू बरा व्हावास एवढीच या क्षणी माझी अपेक्षा आहे.”

डॅनियलने एक उसासा टाकला, “मी कदाचित उद्या ठीक होईन. कारण उद्या अनिश्चितता संपलेली असेल. मला अनिश्चितता अजिबात आवडत नाही. विशेषत: त्यातून काहीतरी वाईट घडण्याची शक्यता असेल तर.”

स्टेफनीने आपले हात डॅनियलच्या गळ्यात गुंफले आणि त्याला मिठीत घेतले. तिला त्याच्या हृदयाची धडधड स्पष्टपणाने ऐकू येत होती.

बऱ्याच वेळानंतर स्टेफनीला गाढ झोप लागल्यावर डॅनियल हलकेच पांघरुण बाजूला करून उठला. अंगावर हॉटेलमधला गाऊन चढवून तो बेडरूममधून बाहेरच्या खोलीत आला. त्याला अजिबात झोप येत नव्हती. खिडकीतून तो बाहेर पाहत विचार करू लागला. हाईनरिच वोर्थाईमचे शब्द त्याला वारंवार आठवत होते. आता ती भविष्यवाणी खरी ठरायची वेळ आली आहे असे त्याला वाटू लागले. खरी समस्या अशी होती की हार्वर्ड सोडताना डॅनियलने स्वत:च्या हाताने परतीची वाट

बंद करून टाकली होती. वोर्थाईम तर त्याला परत घेणे शक्यच नव्हते. शिवाय त्याला इतर कुठल्याही संस्थेत प्रवेश मिळू नये म्हणूनही वोर्थाईम आपले वजन वापरण्याची शक्यता होती. इतकेच नाही तर १९८५मध्ये मर्क कंपनी सोडताना देखील डॅनियलने स्वत:च तिकडे परतण्याचे मार्ग बंद करून टाकले होते.

डॅनियलचे लक्ष शॅम्पेनच्या बाटलीकडे गेले. त्याने ती पाण्यातून बाहेर काढली. बाटलीभोवतीचा बर्फ केव्हाच वितळून गेला होता. त्याने ती खिडकीपाशी उजेडात धरून पाहिली. अजून जवळजवळ अर्धी बाटली शिल्लक होती. त्याने शॅम्पेन ग्लासात ओतून चव घेतली. ती बऱ्यापैकी गार होती. हातातल्या शॅम्पेनचे घुटके घेत तो पुन्हा खिडकीबाहेर पाहत बसला.

आपल्याला परत रिव्हेरे बीच, मॅच्युसुसेट्सला परत जावे लागणार ही आपल्याला वाटणारी भीती अनाठायी आहे हे त्याला कळत होते. पण ती कल्पना मनातून पुसली मात्र जात नव्हती. रिव्हेरे बीच गावातल्या एका मोठ्या कुटुंबात त्याचे सारे बालपण गेले होते. त्याचे वडील काहीतरी छोटामोठा धंदा करत होते आणि त्यांना येणाऱ्या अपयशाचा सारा दोष ते बायका व नावडत्या मुलांवर ढकलून मोकळे होत असत. बहुतेक वेळा दुर्दैवाने ती पाळी डॅनियलवर येत असे. कारण डॅनियलचे दोन मोठे भाऊ शाळेत ॲथलेटिक्सचे सुपरस्टार होते. या उलट डॅनियल होता. दोन भावांमुळे त्याच्या वडिलांचा अहंकार थोडासा सुखावत असे. लहानपणापासून डॅनियलला बुद्धीबळ खेळणे आणि पाण्यापासून हायड्रोजन बनवणे असल्या गोष्टीत रस होता. डॅनियलला बोस्टनच्या प्रतिष्ठित शाळेत प्रवेश मिळाला हे बघूनही डॅनियलच्या वडिलांना काहीही वाटले नाही. तो अभ्यासात विलक्षण प्रगती करत असूनही वडील त्याचा बकरा करायची एकही संधी सोडत नसत. डॅनियलला वेस्लियन विद्यापीठात स्कॉलरशिप मिळाली आणि पुढे कोलंबिया मेडिकल स्कूलमध्ये प्रवेश मिळाला तरी परिस्थितीत फारसा फरक पडला नव्हताच. उलट भावंडांच्यात आणि त्याच्यात दुरावा मात्र वाढत गेला होता.

ग्लास रिकामा होताच डॅनियलने तो पुन्हा भरून घेतला. शॅम्पेनचे घुटके घेता घेता त्याच्या मनात सिनेटर बटलरचे विचार येऊ लागले. तो त्याचा सध्याचा शत्रू होता. सिनेटर आणि तो यांच्यामध्ये काहीतरी साम्य आहे हे स्टेफनीने गंमत म्हणून सांगितले होते की तिला खरेच तसे वाटत होते हे डॅनियलला कळेना. सिनेटर आणि त्याच्या कुटुंबामध्ये साम्य असणे हा खरोखरच विलक्षण योगायोग होता. मनाच्या एका कोपऱ्यात डॅनियलला सतत वाटत होते की या साम्यामध्ये काहीतरी तथ्यदेखील असण्याची शक्यता आहे. कारण त्याच्या सगळ्या कारकीर्दीची धूळधाण करू शकण्याएवढी ताकद असणाऱ्या सिनेटर बटलरबद्दल त्याला मनोमन असूया वाटत होती. ग्लास कॉफी टेबलावर ठेवून डॅनियल अंधारातून हळूहळू बेडरूममध्ये आला.

आपल्याला झोप लागणार नाही याची त्याला खात्री होती. तसेच उद्या सकाळी आपल्यावर संकट कोसळणार आहे हे त्याला पक्के ठाऊक होते. पण सगळी रात्र बसून राहायची त्याची तयारी नव्हती. झोप जरी लागणार नसली तरी थोडी विश्रांती तरी होईल ही एवढीच त्याची त्यावेळी अपेक्षा होती.

◆

२

गुरुवार, २१ फेब्रुवारी, २००२
सकाळी ९ वाजून ५१ मिनिटे

सिनेटर ॲशले बटलरच्या खोलीचे दार धाडकन उघडले. सिनेटर आणि त्याच्या मागे कर्मचाऱ्यांची प्रमुख असणारी कॅरोल मॅलिंग होती. त्याच्या ऑफिसचा भार सांभाळणारी डॉन एका टेबलामागे बसलेली होती. तिने पुढे केलेले कागद सिनेटर बटलरने झडप घालून घेतले. "आजच्या उपसमितीच्या सुनावणीला सुरुवात करताना करायचं हे भाषण आहे." डॉन ओरडून पाठमोऱ्या बटलरला सांगत होती. पण बटलर केव्हाच मुख्य दरवाज्याच्या दिशेने वळला होता. डॉनला या सगळ्याची सवय होती. त्यामुळे आपल्याकडे दुर्लक्ष करण्यात आले आहे ही गोष्ट तिने मनावर घेतली नाही. सिनेटरचा दर दिवशीचा कार्यक्रम तीच तयार करत असल्याने सिनेटरला अगोदरच उशीर झालेला आहे याची तिला कल्पना होती. खरे तर सिनेटर बटलर यावेळी सुनावणीच्या जागी असायला हवा होता, कारण सुनावणी बरोब्बर दहा वाजता सुरू होणार होती.

ॲशलेने कागदावरच्या पहिल्या काळ्या ओळींवर ओझरती नजर फिरवून एक अस्पष्ट हुंकार दिला आणि कागद मागोमाग चालणाऱ्या कॅरोलच्या हातात दिला. कॅरोल निव्वळ त्याच्या कर्मचाऱ्यांची प्रमुख नव्हती. ती लोकांच्या नेमणूका करत असे आणि लोकांना कामावरून कमी देखील करत असे. दोघेजण त्याच्या ऑफिसच्या पुढच्या भागात असणाऱ्या वेटिंगरूमपाशी आले तेव्हा तिथे बरेच लोक थांबलेले होते. ॲशले त्यांच्यापैकी काहीजणांशी हस्तांदोलन करायला क्षणभर थबकत होता. ते पाहून कॅरोलने आणखी उशीर टाळण्यासाठी ॲशलेला अक्षरश: ढकलून तेथून बाहेर काढले.

ऑफिसच्या इमारतीबाहेर येताच त्यांचा चालण्याचा वेग वाढला. पण ॲशलेला मात्र चालताना अवघड वाटत होते. डॉ. व्हिटमनने दिलेली औषधे घेऊनही ॲशलेला शरीरात एक प्रकारचा कडकपणा जाणवत होता.

“प्रारंभीचं माझं भाषण तुला कसं वाटलं?”

“मी जेवढं वाचलं आहे ते ठीकच आहे.” कॅरोल म्हणाली, “फिलने हे भाषण वाचलेलं आहे का? रॉबने त्याला ते दिलं होतं का?”

“वाचलं असावं.” ॲशले फटकारत म्हणाला. काही पावले पुढे गेल्यावर तो म्हणाला, “हा रॉब कोण आहे?”

“तुम्हाला आरोग्य धोरण उपसमितीच्या कामात मदत करण्यासाठी तो नव्यानंच आलेला आहे.” कॅरोल स्पष्टीकरण देऊ लागली, “तुम्हाला तो नक्कीच आठवत असेल, कारण तो अनेकजणांमध्ये सहज उठून दिसतो. तो उंच आणि लाल केस असणारा आहे. तो केनेडीच्या ऑफिसमधून इकडे आला आहे.”

ॲशलेने फक्त मान डोलावली. खरे तर आपल्याला अनेक नावे आठवतात याचा त्याला अभिमान वाटत असे. पण आता ते त्याला अशक्य झाले होते. कारण आता त्याच्या कर्मचाऱ्यांची संख्या सत्तरपर्यंत वाढली होती. तसेच माणसेही सारखी बदलत असत. पण फिल हे नाव मात्र त्याला आठवत होते. कारण ॲशलेसाठी राजकीय विश्लेषण प्रमुख म्हणून काम करणारा फिल कॅरोल इतकाच जुना होता. फिलची जागा फार महत्त्वाची होती. सुनावणी किंवा काँग्रेसच्या नोंदीमध्ये जाणारा भाग त्याच्या नजरेखालून जाणे अत्यंत महत्त्वाचे होते.

“तुमच्या औषधांचं काय?” कॅरोलने विचारले. संगमरवरी फरशीवरून चालताना कॅरोलच्या उंच टाचांचा आवाज गोळीबारासारखा घुमत होता.

“मी घेतली की.” ॲशले वैतागून म्हणाला. आपण औषध घेतलं आहे याची खातरजमा करण्यासाठी त्याचा हात हळूच जाकीटाच्या खिशात शिरला. खिशामध्ये गोळी नव्हती. याचा अर्थ आपण ती घेतलेली आहे हे त्याच्या लक्षात आले. सुनावणीच्या प्रसंगी त्याला शरीरात औषधाची पातळी भरपूर असावी असे वाटत होते. सुनावणीच्या वेळी आपले थरथरणारे हात प्रसारमाध्यमांच्या लोकांना दिसू नयेत म्हणून तो काळजी घेत होता. विशेषत: आता तो आपला त्रास टळावा म्हणून प्रयत्न करत असताना तर असे होऊन अजिबात चालणार नव्हते.

कॉरिडारमधून वळण घेऊन पुढे गेल्यावर त्यांना विरुद्ध दिशेने जाणाऱ्या अनेक उदारमतवादी सिनेटरांच्या मधून वाट काढत जावे लागले. ॲशले अगदी चटकन त्याच्या गोड आणि खास दक्षिणेकडील किंचित अडखळत्या भाषेत त्यांच्याबरोबर बोलत होता. तो आपल्या ठेवणीतल्या मधाळ आवाजात त्या सिनेटरांच्या केशरचना, अत्यंत आधुनिक वाटणारे उंची कपडे आणि स्वच्छंदी वृत्ती दाखवणारे टाय यांचे कौतुक करत होता. बोलताना तो त्याचे जुन्या पद्धतीचे गडद कपडे, साधासुधा टाय आणि साधा पांढरा शर्ट याकडे लक्ष वेधून मुद्दाम स्वत:वर हलकेफुलके विनोद करत होता. ॲशले पहिल्या प्रथम सिनेटर झाला त्यावेळेपासून म्हणजे १९७२

पासून त्याचा पोशाख हा असाच होता. तो सवयीचा गुलाम होता. त्याचे कपडे पूर्वीप्रमाणेच होते, पण शिवाय तो ते त्याच्या गावातल्या त्याच दुकानामधून विकत घेत असे.

कॉरिडॉरमधून थोडे पुढे गेल्यावर कॅरोलने ॲशलेच्या खेळकरपणाबद्दल विषय काढला,

"काही नाही. मी फक्त त्यांना थोडं लोणी लावत होतो," ॲशले खोचकपणे म्हणाला, "पुढच्या आठवड्यात माझ्या बिलासाठी मला त्यांची मते लागणार आहेत म्हणून. नाहीतर तुला कल्पना आहेच की मला तसला नटवेपणा, विशेषत: केस उगवण्यासाठीची खटपट अजिबात आवडत नाही."

"मला माहिती आहे. म्हणूनच तर मी चकित झाले."

सुनावणी होणार होती त्या जागेच्या जवळ आल्यावर ॲशलेने चालण्याचा वेग कमी केला, "तू आणि इतरांनी आजच्या पहिल्या साक्षीदाराबद्दल काय काय माहिती जमा केली आहे ते मला पुन्हा एकदा पटकन सांग. माझ्या मनात एक खास बेत शिजतोय आणि मला वाटतं की तो नक्कीच तडीस जाईल."

"त्याच्या क्षेत्रातील त्याची उत्तम कामगिरी मला महत्त्वाची वाटते." कॅरोलने काही क्षण डोळे मिटून आठवण्याचा प्रयत्न केला, "तो शाळकरी वयापासून विज्ञानात असामान्य बुद्धिमत्तेचा आहे. मेडिकलला असताना आणि पुढे पीएचडी करताना त्याचा झपाटा फार विलक्षण होता. हे तर काहीच नाही, मर्क कंपनीत असताना तो सर्वात लहान वयाचा विभाग प्रमुख होता. नंतर त्याला हार्वर्डमध्ये अत्यंत प्रतिष्ठित जागेसाठी मुद्दाम पाचारण करण्यात आले. या माणसाचा बुद्ध्यांक आकाशाला गवसणी घालणाराच असणार."

"मला हे सगळं वाचलेलं आठवतंय. पण ते महत्त्वाचं नाही. फिलला त्याच्या व्यक्तिमत्त्वाबद्दल काय वाटलं ते सांग!"

"मला आठवतंय की त्याच्या सहकारी शास्त्रज्ञांच्या कामाला तो इतका तुच्छ लेखतो त्यावरून फिलला तो आत्मकेंद्रित आणि फाजील आत्मविश्वास असणारा असा वाटला. म्हणजे मला असं म्हणायचं आहे की अनेकांना आपल्या सहकाऱ्यांबद्दल तसं वाटतं. पण कोणी ते बोलून दाखवत नाही. हा माणूस मात्र त्याबाबतीत अगदीच रासवटपणाने बोलतो."

"आणखी काही?"

ते आता बाजूच्या खोलीच्या दरवाज्यापाशी पोहोचले होते. ते तिथे उभे राहिले. सुनावणी होणार होती त्या दालनात जमलेल्या लोकांच्या बोलण्याचा आवाज ऐकू येत होता.

कॅरोलने खांदे उडवले, "मला आणखी काही आठवत नाही. पण माझ्यापाशी

त्याच्याबद्दल जमा केलेली सगळी माहिती आहे. फिलला त्याच्याबद्दल काय वाटतं तेदेखील त्यात आहेच. सुनावणी सुरू करण्याच्या अगोदर ती माहिती वाचायची आहे का?''

''मला वाटत होतं की तू त्याच्या मनात असणाऱ्या अपयशाच्या भीतीबद्दल काहीतरी बोलशील. तुला तसं काही वाचलेलं आठवतंय का?''

''होय. आता लक्षात आलं माझ्या. फिलच्या टिपणामध्ये तो एक मुद्दा होता.''

''उत्तम!'' ॲशले दूरवर नजर लावत म्हणाला, ''अपयशाची भीती आणि प्रचंड अहंकार या दोन्हीमुळे मला नेमक्या चाव्या फिरवता येतील. तुला काय वाटतं?''

''शक्य आहे. पण मला नीटसं कळलं नाही. डॅन म्हणाला त्यानुसार या माणसाने आजवर जे मिळवलं आहे नि त्याची बुद्धिमत्ता आहे त्या प्रमाणात त्याला अपयशाची भीती वाटणं हे अवाजवी आहे. कारण त्याने मन लावून कशातही काम केलं तरी तो त्यात यशस्वी होणारच हे नक्की आहे. पण त्याला वाटणाऱ्या या अपयशाबद्दलच्या भीतीमुळे चाव्या फिरवता येतील म्हणजे काय? कसल्या चाव्या?''

''त्यानं लक्ष दिल्यास तो काहीही करू शकतो. पण आत्ता याक्षणी मात्र त्याला उद्योगपती म्हणून चमकण्याची इच्छा आहे. आणि हे त्यानं निर्लज्जपणे एका मुलाखतीत स्पष्टपणाने बोलूनही दाखवलं होतं. यासाठी त्यानं फार मोठा आर्थिक धोका पत्करून आपली सगळी कारकीर्द पणाला लावली आहे. त्याच्याजवळ ज्या पद्धतीचं पेटंट आहे ती वापरून त्याला त्याची कंपनी यशस्वी करून दाखवायची आहे. हे करण्यामागं वैयक्तिक कारण आहे.''

''तर मग तुम्ही नेमकं काय करणार आहात?'' कॅरोलने विचारलं.

''तुम्ही त्याच्या पद्धतीवर बंदी आणावी या बाजूचे आहात अशी नोंद व्हायला हवी असं फिलचं म्हणणं आहे. हे इतकं सरळ साधं आहे. पण परिस्थितीमुळे हे सारं गुंतागुंतीचं झालं आहे. हा डॉक्टर जे करणं शक्य नाही ते मी त्याला करायला लावणार आहे.''

कॅरोलच्या चेहेऱ्यावर काळजी दिसू लागली, ''हे फिलला माहिती आहे?''

ॲशलेने नकारार्थी मान हलवली आणि कॅरोलला त्याच्या भाषणाची प्रत देण्यासाठी खूण केली. कॅरोलने कागद त्याच्या हातात दिले.

''तुम्ही या डॉक्टरला काय करायला लावणार आहात?''

''त्याला नि तुला, दोघांनाही ते आज रात्री कळेलच.'' ॲशले आपल्या हातातल्या भाषणावर नजर फिरवत म्हणाला, ''आत्ता सगळं काही सांगत बसायला वेळ नाही.''

''हे मला फारसं चांगलं वाटत नाही.'' कॅरोल न राहवून मोठ्याने म्हणाली.

तिने एकदा अॅशलेकडे आणि मग आतल्या बाजूला नजर टाकली. तिने अस्वस्थपणाने एका पायावरचा भार दुसऱ्या पायावर टाकला. कॅरोलने अॅशलेसाठी काम करताना आयुष्याचा मोठा भाग खर्च केला होता आणि ती त्याच्याकडे एवढ्यासाठी काम करत होती की अॅशले त्याच्या पदावरून निवृत्त झाला की तिला त्याची जागा घ्यायची होती. हे तिच्या धडपडीचे अंतिम उद्दिष्ट होते. आता त्याला पार्किन्सस् विकार झाला हे कळल्यावर तर तिला आपण आपल्या ध्येयाच्या जवळ आलो आहोत याची चाहूल लागली होती. अॅशलेसाठी काम करायला येण्यापूर्वी ती राज्याच्या सिनेटरवर होती. ती सिनेटर व्हायला सर्वस्वी लायक होती. आणि आता ती तिच्या ध्येयाच्या इतकी जवळ आली असताना अॅशलेने, क्लिंटनने अल गोरला जशी वागणूक दिली तसे काही करू नये अशी तिची इच्छा होती. डॉ. व्हिटमनला भेटून आल्यापासून अॅशलेचे वागणे अतिशय बेभरवशाचे झाले होते. तो सतत कसल्यातरी विचारात गढून गेलेला दिसत होता.

कॅरोलने अॅशलेचे लक्ष वेधून घेण्यासाठी घसा खाकरला, "डॉ. लॉवेल जे करू इच्छित नाही ते त्याला करायला लावणं म्हणजे नेमकं काय करणार?"

"त्याला सापळ्यात अडकवणार आणि वेळ येताच त्याची पुरती कोंडी करून टाकणार." अॅशले कारस्थानात भाग घेतल्याप्रमाणे चेहेरा करत कॅरोलकडे पाहत म्हणाला, "मी इथे लढाईसाठी मैदानात उतरलो आहे आणि मला जिंकायचं आहे. त्यासाठी मी **'आर्ट ऑफ वॉर'** या इतिहासप्रसिद्ध पुस्तकामधील प्राचीन युक्ती वापरणार आहे. आमची गाठ कुठे पडू शकेल याची पुरेशी माहिती जमवायची आणि नेमक्या त्याजागी शत्रूवर सर्वशक्ती एकवटून हल्ला करायचा! मला त्याच्या कंपनीच्या आर्थिक स्थितीबद्दलचा अहवाल पाहू दे बरं!"

कॅरोलने फाईलमधून शोधाशोध करून काही कागद अॅशलेच्या हातात ठेवले. त्याने ते भराभरा नजरेखालून घातले. काय चाललं आहे याचा सुगावा लागतो का ते पाहण्यासाठी कॅरोल त्याचा चेहेरा निरखून पाहत होती. आपल्याला संधी मिळताच सेलफोन वापरून फिलला अनपेक्षित घटनेला सामोरा व्हायला तयार राहा अशी सूचना द्यावी असा विचार तिच्या मनात डोकावला.

"हे उत्तमच आहे." अॅशले पुटपुटला, "छान, छान. माझे काही लोक एफबीआयमध्ये आहेत ही फारच चांगली गोष्ट आहे. हे संबंध नसते तर आपल्याला एवढी माहिती मिळणं अवघड होतं."

"तुम्ही जी काही योजना आखत आहात ती एकदा फिलबरोबर बसून नीट पाहावी असं मला वाटतं."

"त्याला वेळ नाही." अॅशले म्हणाला, "बरं, आत्ता वाजले किती?"

"दहा वाजून गेले आहेत."

अॅशलेने उजव्या हाताने आधार देऊन डावा हात तपासून पाहिला. डावा हात किंचित थरथरत होता, पण ते कोणाच्याही लक्षात येणार नव्हतं. "ठीक. चला आता कामाला लागू या."

अॅशले सुनावणी होणार असलेल्या दालनाच्या बाजूच्या दरवाज्यातून आत शिरला. आतमध्ये घोड्याच्या नालाचा आकार असलेले किंचित उंच असे व्यासपीठ होते. दालनात एकमेकांशी गप्पा मारत बसलेल्या लोकांची गर्दी होती. त्यांच्या बोलण्याचा कोलाहल तिथे होता, पण कोण काय म्हणत आहे हे कळत नव्हतं. अॅशलेने त्या गर्दीतून वाट काढली आणि त्याच्यासाठी असलेल्या जागी गेला. त्याला पाहून लाल केस असणारा रॉब अॅशलेच्या भाषणाची प्रत घेऊन आला. अॅशलेने हातातले कागद फडकावून लांबूनच आपल्याजवळ प्रत आहे अशी खूण केली. खुर्चीत बसून त्याने समोरचा हंसासारखा बाकदार मायक्रोफोन नीट करून घेतला.

सुनावणीसाठी जे दालन होते त्याची सजावट जुन्या ग्रीक धाटणीची वाटावी अशी होती. अॅशलेची नजर सगळ्या दालनात फिरली आणि खालच्या बाजूला असलेल्या साक्षीदारांच्या टेबलापाशी बसलेल्या दोन व्यक्तींवर थबकली. दोघांपैकी एक अत्यंत सुंदर तरुणी होती. अॅशलेची नजर तिकडे जणू कोणी खेचल्याप्रमाणे गेली होती. त्या तरुणीच्या चेहऱ्याभोवती चमकदार केसांची किनार होती. अॅशलेला नेहमीच सुंदर स्त्रिया आवडत असत आणि ही तरुणी तर अगदी त्याला आवडेल अशीच दिसत होती. तिचा निळा गडद रंगाचा सूट आणि पांढरी कॉलर हे सारे सौम्य होते. गडद त्वचेमुळे तिला हा पोशाख खुलून दिसत होता. पोशाख सौम्य असला तरी ती कमालीची मादक दिसत होती. तिची नजर अॅशलेकडे रोखलेली होती. तिच्या गडद डोळ्यांकडे पाहून त्याला आपण एखाद्या डबल बॅरल बंदुकीच्या नळीकडे पाहत असल्यासारखे वाटत होते. ती कोण आहे आणि कशासाठी आलेली आहे याची त्याला काहीच कल्पना नव्हती. पण ती तिथे असल्यामुळे त्या दिवशीची सुनावणी थोडीफार रंगतदार होणार हे पाहून अॅशलेला जरा बरे वाटले.

काहीशा अनिच्छेने अॅशलेने त्या मादक तरुणीकडून नजर शेजारी बसलेल्या डॉ. लॉवेलकडे वळवली. त्याच्या डोळ्यामधली चमक कमी होती, पण त्यात तेवढाच बेधडकपणा होता. तो पापणी न लववता अॅशलेकडे रोखठोक पाहत होता. खुर्चीत किंचित पोक काढून बसला असला तरी डॉ. लॉवेल उंच असणार हे अॅशलेच्या लक्षात आले. डॅनियल शिडशिडीत बांध्याचा आणि लहानखुऱ्या चेहऱ्याचा होता. त्याचे केस काहीसे अस्ताव्यस्त दिसत होते. त्याच्या बघण्यात आणि बसण्यात असलेली बेफिकीरी त्याच्या पोशाखातही दिसत होती. त्याच्याबरोबर असणाऱ्या तरुणीचा पेहेराव औपचारिक आणि नेटनेटका होता. तर याने साधे

कोपरांना लेदरचे तुकडे जोडलेले जाकीट घातले होते. जीन पँट, टायविरहित साधा उघड्या कॉलरचा शर्ट आणि साधे बूट यावरून तो या सगळ्याकडे बिनधास्तपणे पाहत होता हे अगदी उघड दिसत होते.

हातात हातोडा उचलताना ॲशले मनातल्या मनात हसला. कसातरी दिसणारा पोशाख करून येणे आणि वागण्यात बेफिकीरी दाखवणे हा डॅनियलचा आपण घाबरत नाही हे दाखवण्याचा क्षीण प्रयत्नांचा एक भाग आहे हे ॲशलेच्या लक्षात आले होते. कदाचित या उपसमितीच्या सुनावणीच्यावेळी डॅनियल आपल्या उच्चभ्रू शैक्षणिक कारकीर्दीचा तोरा मिरवून ॲशलेच्या पार्श्वभूमीला खिजवत असेल असेही त्याला वाटून गेले. पण ही युक्ती यशस्वी होणार नाही हे नक्की होते. कारण डॅनियल आता ज्या मैदानात उतरला होता त्याचा कानाकोपरा ॲशलेला ठाऊक होता.

"आरोग्य, शिक्षण, कामगार आणि निवृत्तीवेतन समितीच्या आरोग्य धोरण उपसमितीच्या कामकाजाला प्रारंभ होत आहे." ॲशलेने त्याच्या दाक्षिणात्य उच्चारशैलीत घोषणा केली आणि हातोडा आपटला. अस्ताव्यस्त पसरलेले प्रेक्षक हळूहळू आपापल्या जागेवर बसले. हे पाहिल्यावर त्याने डॅनियल लॉवेलकडे नजर टाकली. डॅनियल जागचा हलला नव्हता. ॲशलेच्या मागच्या बाजूला त्याचे मदतनीस येऊन बसले. ॲशलेने डाव्या आणि उजव्या बाजूला नजर फिरवली. बहुतेक सर्व उपसमिती सदस्य उपस्थित नव्हते. फक्त चारजण आलेले होते. ते हातातल्या कागदावरचा मजकूर वाचत होते किंवा आपल्या मदतनीसांबरोबर काहीतरी कुजबुजत होते. उपसमितीच्या या सुनावणीसाठी आवश्यक सदस्य संख्या नव्हती. तरीही ॲशलेने तिकडे दुर्लक्ष केले, कारण त्यावेळी मतदान होण्याची अपेक्षा नव्हती. शिवाय ॲशले जाणूनबुजून मतदानाची मागणी करणार नव्हता. त्यामुळे काही हरकत नव्हती.

"ही सुनावणी सिनेटच्या बिल क्रमांक ११०३ संदर्भात आहे." आपल्या भाषणाचे कागद टेबलावर पुढे ठेवत ॲशले म्हणाला. हातांची थरथर दिसू नये म्हणून त्याने दोन्ही हातांची कोपरे टेबलावर टेकवली. कागदावरची अक्षरे नीट दिसावीत म्हणून त्याने मान किंचित झुकवली, "हे बिल सभागृहानं या अगोदरच संमत केलेल्या क्लोनिंग बंदीच्या बिलाच्या जोडीनं आहे आणि ह्या बिलाचं नाव आहे..."

ॲशले पुढे झुकून डोळे बारीक करत म्हणाला, "कृपया एक मिनिट मला माफ करा." तो आता कागदावरचे वाचत नव्हता, "ह्या बिलामधली ही पद्धत भयंकर तर आहेच, पण तिचं नावही फार मोठं आहे. मी जर ते घेताना अडखळलो तर डॉक्टर महाशय मला मदत करतील अशी आशा आहे. या पद्धतीचं नाव आहे होमोलोगस

ट्रान्सजेनिक सेगमेंटल रिकाँबिनेशन किंवा एचटीएसआर. ओहो! मी नाव नीट उच्चारलं ना डॉक्टर?''

डॅनियल सावरून बसला आणि मायक्रोफोनमध्ये वाकून म्हणाला, ''होय.'' एवढे बोलून तो मागे पुन्हा रेलून बसला. त्यानेदेखील हाताची घडी घातली होती.

''तुम्ही डॉक्टरमंडळी इंग्लिशमध्ये का बोलत नाही?'' चष्म्यावरून अॅशलेने डॅनियलकडे पाहिले.

अॅशलेच्या अपेक्षेप्रमाणे काहीजणांच्यात खसखस पिकली. त्याला अशाप्रकारे लोकांना हसवण्यात मजा वाटत असे.

डॅनियल उत्तर देण्यासाठी पुढे झाला. पण तेवढ्यात अॅशलेने हात उंचावून त्याला थांबायची खूण केली, ''हा प्रश्न उत्तर येण्याच्या अपेक्षेनं विचारलेला नाही आणि त्याची नोंद होणार नाही.''

सुनावणीची नोंद घेणाऱ्या कारकून स्त्रीने तिच्या नोंदीत तशी सुधारणा करून घेतली.

अॅशलेने आता डावीकडे नजर टाकली, ''हे बोलणं देखील अधिकृत नोंदीच्या कक्षेबाहेरचं आहे. पण मला एक उत्सुकता आहे की मोन्टानाचे सन्माननीय सिनेटर माझ्याशी सहमत होतात की नाही. माझ्या मते या डॉक्टर लोकांनी आपल्यासारख्या सामान्य मर्त्य मानवांना कळू नये म्हणून मुद्दाम स्वत:ची वेगळी भाषा तयार केलेली आहे.''

सगळीकडे हशा पिकला. मोन्टानाच्या त्या सिनेटरने वाचन मध्येच थांबवून उत्साहाने होकारार्थी मान हलवली.

''हं... तर मी काय म्हणत होतो बरं?'' आपल्या समोरच्या तयार भाषणाकडे नजर टाकत अॅशले म्हणाला, ''या देशातल्या एकूण जैवतंत्रज्ञान विषयाने आणि त्यातही वैद्यकीय क्षेत्राने त्यांच्या नैतिक मूल्यांपासून फारकत घेतलेली असल्यानं या कायद्याची गरज निर्माण झाली आहे. जबाबदार आणि नैतिकता पाळणारे अमेरिकन नागरिक या नात्याने सिनेटच्या या उपसमितीमधील सदस्यांना वाटतं की आम्ही हे बदलायला हवं. सभागृहातील प्रतिनिधींनी या दिशेने अगोदर जे पाऊल उचललं आहे, आम्ही त्याची पाठराखण करायला हवी. साध्यामुळे साधनांचे समर्थन होऊ शकत नाही. विशेषत: वैद्यकीय संशोधनात तर नाहीच नाही. आणि ही भूमिका अगदी **न्यूरेंबर्ग खटल्यांमध्येही** एकमुखाने मान्य करण्यात आली होती. ही एचटीएसआर पद्धत तशीच आहे. या पद्धतीमध्येही गरीब बिचारे आणि स्वत:चे संरक्षण करू न शकणारे गर्भ निर्माण केले जाणार आहेत. मग त्यांची मोडतोड करून टाकायची. हे करताना समर्थन मात्र असं द्यायचं की त्यांच्यापासून मिळणाऱ्या लहानग्या नवजात मानवांचा वापर अनेक रुग्णांवरील उपचारांसाठी करता येईल.

पण हे एवढंच करून भागत नाही. आपल्यामध्ये आज ही पद्धत शोधणारे संशोधक उपस्थित आहेत. त्यांनी तसं करून आपला बहुमानच केला आहे. ते नंतर स्वत: सांगतीलच म्हणा. ही पद्धत म्हणजे काही उपचारांसाठी केलेल्या क्लोनिंगसारखी साधीसुधी अजिबात नाही. या प्रस्तावित बिलाचा मुख्य जनक या नात्याने मी सांगतो की मला यामुळे जबरदस्त धक्का बसलेला आहे. कारण ही पद्धत लवकरच सर्वसामान्य होण्याचा गंभीर धोका मला स्पष्ट दिसतो आहे. अर्थात ते करण्यासाठी माझ्या मृतदेहाला ओलांडूनच पुढं जावं लागेल!''

प्रेक्षकांमधून या वाक्याला मध्यम स्वरुपाचा प्रतिसाद टाळ्यांच्या रूपाने मिळाला. ॲशलेने तो मान डोलावून स्वीकारला आणि काही क्षण तसाच थांबला. मग एक खोल श्वास घेत तो पुढे बोलू लागला, ''मी या नव्या पद्धतीबद्दल आणखी बरंच काही सांगू शकतो. पण मी काही डॉक्टर नाही. शिवाय या विषयावरील तज्ज्ञांनी या ठिकाणी हजर राहण्याची कृपा केलेली आहे. मी ह्या विषयावर त्यांच्या मताला मान देतो. आता मी साक्षी नोंदवण्याच्या कामाला सुरुवात करणार आहे. अर्थातच माझ्या इतर सन्माननीय सहकाऱ्यांना याबद्दल काही म्हणायचं असेल तर ते त्यांनी जरूर सांगावं.''

ॲशलेने त्याच्या उजवीकडे बसलेल्या सिनेटरच्या दिशेने मान वळवली. त्याने नकारार्थी मान हलवली आणि मायक्रोफोन झाकत तो ॲशलेच्या बाजूला झुकला, ''ॲशले, तुम्ही हे सारं लवकरात लवकर उरकणार आहात ना? मला साडेदहाच्या आत इथून बाहेर पडायलाच हवं.''

''त्याची काळजी नको.'' ॲशलेदेखील हलक्या आवाजात त्याला म्हणाला.

''मी आता सरळ त्याच्या मानेच्या दिशेने घाव घालणार आहे.''

ॲशलेने समोरच्या ग्लासमधून पाण्याचा एक घोट घेतला आणि आपले लक्ष डॅनियलकडे वळवले, ''आपले पहिले साक्षीदार आहेत अत्यंत बुद्धिमान असणारे डॉ. डॅनियल लॉवेल. मी अगोदर सांगितल्याप्रमाणे त्यांनीच या एचटीएसआर पद्धतीचा शोध लावला आहे. डॉ. लॉवेल यांची शैक्षणिक पार्श्वभूमी चमकदार आहे. त्यांनी आपल्या देशात नावाजलेल्या संस्थांमधून एम.डी. आणि पीएच.डी या पदव्या संपादन केल्या आहेत. असे असतानाही त्यांनी वेळात वेळ काढून वैद्यकीय विषयातील रेसिडन्ट म्हणूनही काम केलेले आहे. त्यांना त्यांच्या कामाबद्दल असंख्य पारितोषके मिळालेली आहेत. तसेच त्यांनी मर्क फार्मास्युटिकल्स् आणि हार्वर्ड विद्यापीठात अत्यंत प्रतिष्ठेच्या पदांवर काम केलेले आहे. डॉ. लॉवेल तुमचं स्वागत.''

''सिनेटर महाशय आभार.'' डॅनियल खुर्चीत पुढे सावरून बसला, '' तुम्ही या अतिशय दयाळूपणे केलेल्या माझ्या स्तुतीबद्दल मला आनंद वाटतो. पण मला

परवानगी असेल तर मी सर्वप्रथम तुमच्या भाषणातील एका मुद्द्याची चर्चा करणार आहे.''

''अवश्य.'' ॲशलेने होकार दिला.

''एचटीएसआर आणि उपचारांसाठी केलेल्या क्लोनिंग या दोन्हीमध्ये, मी पुन्हा एकदा सांगतोय की दोन्हीमध्ये गर्भांची मोडतोड केली जात नाही.'' डॅनियल प्रत्येक शब्दावर जोर देत सावकाश म्हणाला, ''उपचारांमध्ये वापरल्या जाणाऱ्या पेशी गर्भ तयार होण्याच्या अगोदरच्या अवस्थेतून मिळवल्या जातात. या अवस्थेला **ब्लास्टोसिस्ट अवस्था** असे म्हणतात.''

''ब्लास्टोसिस्ट म्हणजे मानवी जीवनाची सुरुवात नाही असं तुम्ही म्हणता आहात का?''

''त्यात मानवी जीव आहे. पण त्यामधील पेशी सुट्या केल्यानंतर त्या आणि तुम्ही जोराने दात घासताना हिरड्यांमधून मोकळ्या होणाऱ्या पेशी यांच्यात काहीही फरक नाही.''

''मी एवढ्या जोराने दात घासत नाही.'' ॲशले जरासा हसला. त्याला काही प्रेक्षकांनी साथ दिली.

''आपल्या सर्वांच्या शरीरातून त्वचेमधील जिवंत पेशी बाहेर टाकल्या जातच असतात.''

''असेलही. पण त्वचेमधील पेशी काही ब्लास्टोसिस्टप्रमाणे पुढे मानवी गर्भ तयार करत नाहीत.''

''करू शकतात.'' डॅनियल म्हणाला, ''तोच तर मुद्दा आहे. केंद्रक काढून टाकलेल्या एखाद्या अंडपेशीचा या त्वचेच्या पेशीशी संयोग झाला आणि त्यांना वाढीसाठी प्रवृत्त केलं तर या पेशीदेखील गर्भ निर्माण करू शकतात.''

''क्लोनिंगमध्ये हेच करतात.''

''अगदी बरोबर.'' डॅनियल म्हणाला, ''ब्लास्टोसिस्टमध्ये मानवी गर्भ तयार करण्याची क्षमता असते, पण केव्हा तर फक्त त्यांचे गर्भाशयात रोपण केले तर. उपचारांसाठी केल्या जाणाऱ्या क्लोनिंगमध्ये त्यांना कधीही गर्भ निर्माण करण्याची संधी दिली जात नाही.''

''मला वाटतं, आपण इथं उगीचच शब्दांच्या खेळात गुंतून पडलोय.'' ॲशले अस्वस्थ होत म्हणाला.

''हा शब्दांचा खेळ आहेच.'' डॅनियल होकार देत म्हणाला, ''पण हा खेळ महत्त्वाचा आहे. लोकांना हे नीट समजायला हवं की उपचारात वापरल्या जाणाऱ्या क्लोनिंगमध्ये आणि एचटीएसआर पद्धतीत गर्भ नसतात.''

''माझ्या निवेदनावरील आपण व्यक्त केलेल्या मताची योग्य नोंद घेण्यात

आली आहे.'' ॲशले म्हणाला, ''आता मी प्रत्यक्ष त्या पद्धतीबद्दलची चर्चा सुरू करत आहे. सुनावणीच्या अधिकृत नोंदीत समाविष्ट होण्यासाठी आणि इथं असलेल्या सर्वांसाठी तुम्ही त्या पद्धतीची माहिती देऊ शकाल का?''

''आनंदानं देतो.'' डॅनियल म्हणाला, ''होमोलोगस ट्रान्सजेनिक सेगमेंटल रिकॉंबिनेशन असं आम्ही या पद्धतीला म्हणतो. विशिष्ट विकाराला कारणीभूत असणारा डी.एन.ए. रेणूचा नेमका भाग काढून त्या जागी जोडीदार म्हणजे होमोलोगस गुणसूत्रावरील डी.एन.ए. रेणूचा चांगला भाग बसवला जातो. हा बदल रुग्णाच्या एका पेशीमध्ये केल्यानंतर ही पेशी क्लोनिंगसाठी वापरली जाते.''

''जरा थांबा.'' ॲशलेने डॅनियलचे वाक्य मध्येच तोडले, ''माझा आत्ताच गोंधळ उडाला आहे. बहुधा इथे बसलेल्या सर्वांचीच तशी अवस्था झाली असणार. मला यातून काही बोध होतो का ते पाहतो. तुम्ही आत्ता म्हणालात त्यानुसार तुम्ही रुग्णाच्या शरीरातून एक पेशी घेणार, त्यामधील डी.एन.ए. रेणूचा भाग बदलणार आणि मग क्लोनिंग करणार.''

''अगदी बरोबर.'' डॅनियल म्हणाला, ''त्या रुग्णाच्या विकाराला डी.एन.ए. रेणूमधला जो भाग जबाबदार असेल, तेवढा छोटा भाग बदलून टाकायचा.''

''आणि मग त्या पेशीचे उपचारासाठी क्लोनिंग करून त्या रुग्णाला बरे करण्यासाठी आणखी पेशी बनवायच्या.''

''पुन्हा एकदा बरोब्बर! अशा पेशींना योग्य ती, वाढीसाठी आवश्यक हॉर्मोन्स पुरवून त्या रुग्णाला ज्या पेशींची गरज आहे त्यांच्यात रुपांतर होण्यासाठी प्रवृत्त करायचं. आणि एचटीएसआर पद्धतीच्या देणगीमुळे आता निरोगी पेशी तयार होतील. अशा पेशी रुग्णाच्या शरीरात स्थापित केल्या की त्या व्यक्तीला पुन्हा तो विकार होणार नाही. इतकेच नव्हे तर विकार होण्याची मूळ आनुवंशिक प्रवृत्तीच नष्ट होईल.''

''आपण एखाद्या विशिष्ट रोगासंबंधात चर्चा केली तर बरं होईल.'' ॲशलेने सूचना केली, ''आम्हा शास्त्र न समजणाऱ्यांना त्यामुळे कळायला सोपं जाईल. तुम्ही जे शोधनिबंध प्रसिद्ध केले आहेत त्यावरून मला दिसतं की ही पद्धत वापरून पार्किन्सन्स् विकार बरा करणे शक्य आहे असं तुमचं मत आहे.''

''होय. त्याखेरीज **अल्झायमर्स विकार**, मधुमेह आणि काही प्रकारचे अर्थरायटिस देखील. काही रोगांवर उपचार करता येत नाहीत असे रोगदेखील या पद्धतीने बरे करणं शक्य आहे.''

''आपण सध्या तरी फक्त पार्किन्सन्स् पुरतीच चर्चा करू या. या विकाराच्या बाबतीत एचटीएसआर उपयोगी ठरेल असं तुम्हाला का वाटतं?''

''कारण आमच्या सुदैवानं आमच्या प्रयोगांसाठी विशिष्ट प्रकारचे उंदीर उपलब्ध

आहेत. या उंदरांना पार्किन्सन्स् विकार असतो. म्हणजेच या उंदरांच्या मेंदूमध्ये डोपामाईन हे चेताप्रसारक रसायन निर्माण करणाऱ्या पेशींचा अभाव असतो. त्यांच्यात आणि माणसांमधील पार्किन्सन्स् विकारात खूपच साम्य आहे. आम्ही या उंदरांचा वापर केला. त्यांच्यावर एचटीएसआर पद्धत वापरली आणि त्यात हे उंदीर पूर्णपणे विकारमुक्त झाले.''

''हे विस्मयजनक आहे.''

''हे स्वत:च्या डोळ्यादेखत घडताना पाहणं हे खरोखरच विस्मयजनक आहे.''

''पेशी इंजेक्शनमधून सोडल्या जातात?''

''होय.''

''आणि तसं करताना काही अडचण येत नाही?''

''अजिबात नाही.'' डॅनियल म्हणाला, ''माणसांमध्ये इतर काही तत्सम उपचार केले जात असल्यानं आपल्याकडे पुरेसा अनुभव आहे. इंजेक्शन मात्र अतिशय काळजीपूर्वक द्यावं लागतं. तसं करताना सर्वकाही नियंत्रणात ठेवावं लागतं. पण त्याच्या बाबतीत कसलीच अडचण नाही. आमच्या अनुभवानुसार उंदरांवर कसलाही विपरित परिणाम झाला नाही.''

''इंजेक्शन दिल्यानंतर थोड्या अवधीत उंदीर बरे झाले?''

''आम्हाला हे दिसलं की पार्किन्सन्स् विकाराची लक्षणं तात्काळ दिसेनाशी होतात. हे फार वेगानं चालू राहतं. आम्ही उपचार केलेल्या उंदरांच्या बाबतीत आम्हाला फार चांगला अनुभव आला. एका आठवड्यात उपचार न केलेले निरोगी आणि उपचार केलेले रोगी या उंदरांमध्ये अजिबात फरक दिसत नाही.''

''तुम्ही हे प्रयोग माणसांवर करायला उत्सुक असाल. नाही?''

''अर्थातच आहोत.'' डॅनियल म्हणाला आणि आपला मुद्दा पटवण्यासाठी मान डोलावली, ''आम्ही प्राण्यांवर प्रयोग वेगानं करत आहोत. हे प्रयोग पूर्ण झाले की एफडीएकडे जाऊन आम्ही लवकरात लवकर माणसांवर प्रयोगांना सुरुवात करणार आहोत.''

डॅनियलने आपल्या सहकारीकडे कटाक्ष टाकला आणि क्षणभर तिचा हात हातात घेतलेला ॲशलेला दिसला. ॲशले मनातल्या मनात हसला. सुनावणी 'योग्य' दिशेने चालली आहे असा डॅनियलचा गैरसमज झाला आहे हे त्याच्या लक्षात आले. त्याचा हा गैरसमज दूर करायची वेळ आता आली होती, ''तुम्ही हा वाक्प्रचार ऐकला असेलच. जर एखादी गोष्ट फार चांगली आणि सत्य वाटत असली तर बहुधा ती तशी नसते.''

''होय. अर्थातच.''

''हं. मी म्हणतो, ही एचटीएसआर त्याचंच ठळक उदाहरण आहे. त्यामध्ये

गर्भांची मोडतोड होते की नाही याबद्दलचा शब्दच्छल जरासा बाजूला ठेवू यात. तरीही या एचटीएसआरमध्ये आणखी एक नैतिक समस्या आहेच.''

अॅशले काहीक्षण आपल्या शब्दांचा परिणाम पाहण्यासाठी थांबला. सर्वजण नि:शब्द बसले होते.

''डॉक्टर.'' अॅशले वडिलकीचा स्वर काढत म्हणाला, ''तुम्ही कधी मेरी शेलीची अभिजात कादंबरी फ्रॅन्केस्टाईन वाचली आहे का?''

''एचटीएसआर पद्धतीचा आणि त्या फ्रॅन्केस्टाईनच्या भाकडकथेचा काहीही संबंध नाही.'' डॅनियल अतिशय उर्मटपणे म्हणाला. अॅशलेच्या संभाषणाचा रोख कुठे आहे ते त्याच्या लक्षात आलं होतं, ''आणि असं काही सुचवणं हा लोकांच्यामधील गैरसमज आणि त्यांच्या मनातील भय यांचा बेजबाबदार गैरवापर आहे.''

''मी मात्र याच्याशी सहमत नाही.'' अॅशले म्हणाला, ''खरं तर मेरी शेलीला खात्रीनं कल्पना असणार की हा एचटीएसआर प्रकार अवतरणार आहे. म्हणूनच तिनं ही कादंबरी लिहिली असणार.''

प्रेक्षक पुन्हा हसले. ते बहुधा अॅशलेच्या प्रत्येक शब्दाला दाद देत या सगळ्याची मजा लुटत होते.

''हं आता हे खरं आहे की मला काही आयव्ही लीगचं उच्चभ्रू शिक्षण मिळालेलं नाही, पण मी फ्रॅन्केस्टाईन हे पुस्तक वाचलंय. त्याच्या पूर्ण शीर्षकामध्ये 'आधुनिक प्रॉमिथियस' हे शब्द देखील आहेत. माझ्या मते साम्य फारच सरळधोप आहे. मला जे समजतं त्यानुसार तुमच्या ह्या पद्धतीच्या नावामधला ट्रान्सजेनिक शब्द गोंधळ उडवणार आहे. त्याचा अर्थ, निरनिराळ्या लोकांच्या जनुकसंचातून डी.एन.ए. रेणूंचे वेगवेगळे तुकडे जमा करून केक तयार करतो तसे एकत्र करायचे. माझ्यासारख्या गावाकडच्या पोराला व्हिक्टर फ्रॅन्केस्टाईनने जे केलं त्यात आणि यात साम्य दिसतं. त्यानंदेखील वेगवेगळ्या प्रेतांमधून तुकडे जमवून एकत्र शिवले होते. तुम्ही क्लोनिंग करताना जशी थोडी बीजं वापरता तसंच काहीसं त्यानं केलं होतं.''

''इथं एचटीएसआरमध्ये आम्ही डी.एन.ए.चे अगदी छोटे छोटे तुकडे जोडतो. अख्खे अवयव नाही.'' डॅनियल फणकारत म्हणाला.

''शांतपणानं घ्या डॉक्टर!'' अॅशले म्हणाला, ''ही सुनावणी फक्त तथ्यं जाणून घेण्यासाठी सुरू आहे. इथं भांडण करण्याची अपेक्षा नाही. मी असं सांगतोय की तुमच्या पद्धतीत तुम्ही एका माणसाच्या शरीराचा काही भाग घेता आणि तो दुसऱ्या माणसाच्या शरीरात घालता. हे असं होत नाही का?''

''होय. पण रेणूंच्या पातळीवर.''

''कोणती पातळी आहे याची मला पर्वा नाही.'' अॅशले म्हणाला. ''मला फक्त

सत्य काय ते शाबित करायचं आहे.''

''वैद्यकीय क्षेत्रात दीर्घकाळापासून अवयव रोपणाच्या शस्त्रक्रिया केल्या जातात.'' डॅनियल प्रत्युत्तर देत म्हणाला, ''सामान्य माणसांना त्यात काहीही अनैतिक वाटत नाही. खरं म्हणजे एकोणिसाव्या शतकातल्या त्या मेरी शेलीच्या कादंबरीपेक्षा एचटीएसआर आणि अवयव रोपणात अधिक साधर्म्य आहे.''

''तुम्ही पार्किन्सन्स् विकाराचं उदाहरण घेऊन बोलताना कबूल केलंत की तुम्ही तुमचे ते छोटे रेणूरूपातले फ्रॅन्केस्टाईन लोकांच्या शरीरात इंजेक्शनमधून सोडायच्या तयारीत आहात. ते मग त्या लोकांच्या मेंदूपर्यंत जाऊन पोहोचतील. माफ करा डॉक्टर, पण अवयव रोपणामध्ये मेंदूची अदलाबदल होण्याची फार उदाहरणे नाहीत. तेव्हा तुमची ही तुलना अजिबात योग्य नाही. कोणातरी एका व्यक्तीचे भाग काढून ते दुसऱ्या कोणाच्या मेंदूत घुसवायचे ही कल्पना माझ्या पचनी पडणारी नाही. तो भाग माझ्या पुस्तकात अस्तित्वात नाही, कारण मी पवित्र देवाचं पुस्तक वापरतो.''

''आम्ही उपचारांसाठी ज्या पेशी वापरतो त्या म्हणजे फ्रॅन्केस्टाईन वगैरे काहीही नाही.'' डॅनियल त्वेषाने म्हणाला.

''तुमच्या मताची योग्य नोंद घेण्यात आली आहे.'' ॲशले म्हणाला.

''आपण पुढे जाऊ या.''

''हा निव्वळ एक फार्स आहे.'' डॅनियल म्हणाला. त्याने आपला मुद्दा ठसवण्यासाठी हात वर उडवले.

''डॉक्टर, मी तुम्हाला पुन्हा एकदा आठवण करून देतोय की ही काँग्रेसच्या एका उपसमिती पुढील सुनावणी आहे. इथं तुम्ही योग्य ती मानमर्यादा राखणं अपेक्षित आहे. आपण इथं उपस्थित असलेले सर्वजण प्रौढ समंजस नागरिक आहोत. आपण एकमेकांबद्दल योग्य आदर राखावा अशी अपेक्षा आहे. आपण इथं माहिती मिळवण्याचा सर्वतोपरी प्रयत्न करत आहोत.''

''ही सुनावणी म्हणजे काहीतरी निमित्त काढून केलेला शुद्ध बनाव आहे हे आता स्पष्ट होत चाललं आहे. तुम्ही इथं एचटीएसआर बद्दलची माहिती मिळवण्यासाठी खुल्या मनाने आला आहात असं मला वाटत नाही. अर्थात तुम्ही तसं केवळ फक्त उदात्तपणाने भासवत आहात म्हणा. आपल्या भावनांनी ओथंबलेल्या भाषणबाजीला वाव मिळावा म्हणून तुम्ही हे सारं नाटक रचलेलं आहे.''

''तुम्हाला मी जाणीव करून देतोय.'' ॲशले विनम्रपणाचा भाव आणत म्हणाला, ''अशा प्रकारची प्रक्षोभक विधानं करणं आणि आरोप करणं याबाबतीत काँग्रेसची भूमिका चांगली कडक असते. हा काही टी.व्ही.वरच्या 'क्रॉस फायर' किंवा तसल्याच विदुषकी चाळ्यांसारखा कार्यक्रम नाही. असो. मी काही तुमच्या

विधानांमुळं दुखावलो गेलोय असं नाही. उलट मी तुम्हाला पुन्हा एकदा खात्री देतो की तुमच्या मताची योग्य ती दखल घेण्यात आली आहे. मी मघाशी म्हणालो त्याप्रमाणे आपण सुनावणी पुढं चालू ठेवू यात. ह्या एचटीएसआर पद्धतीचा शोध तुम्हीच लावलेला असल्याने त्याबद्दलचा नैतिक पैलू वस्तुनिष्ठपणाने तुम्हाला दिसणं शक्य नाही. पण मी तुम्हाला त्याविषयी काही प्रश्न विचारणार आहे. पण त्या अगोदर एक गोष्ट सांगतो. तुमच्या शेजारी बसलेल्या त्या सौम्य पण मोहक ललनेकडं लक्ष न जाणं अशक्यच आहे. तुम्हाला या साक्षीसाठी मदत करण्याच्या हेतूनं त्या आलेल्या आहेत का? तसं असेल तर नोंद व्हावी म्हणून तुम्ही त्यांची ओळख करून देणे उचित ठरेल.''

''ह्यांचं नाव डॉ. स्टेफनी डी'अगोस्टिनो.'' डॅनियल फटकारत म्हणाला. ''त्या माझ्या वैज्ञानिक सहकारी आहेत.''

''आणखी एक एम.डी, पीएच.डी. पदवीधारक की काय?''

''मी पीएच.डी. घेतलेली आहे पण एम.डी. नाही.'' स्टेफनी मायक्रोफोनच्या जवळ जात म्हणाली, ''आणि अध्यक्ष महोदय, मी डॉ. लॉवेल यांच्याच मताला दुजोरा देत आहे. ही सुनावणी पक्षपातीपणानं चालवली जात आहे. पण त्यांच्यासारखे प्रक्षोभक शब्द न वापरता मी सांगू इच्छिते, एचटीएसआर आणि फ्रॅन्केस्टाईनच्या कहाणीची सांगड घालणे अनुचित आहे. असं करण्याने लोकांच्या मनातील मूळ भयगंडाशी खेळणं होईल.''

''अरेरे... माझा हिरमोड झाला की.'' ॲशले म्हणाला, ''मला वाटलं होतं की तुम्हा आयव्ही लीगसारखं शिक्षण लाभलेल्या उच्चभ्रू लोकांना छोटामोठा साहित्यिक संदर्भ देण्याची आवड असते. पण माझा होरा याबाबतीत चुकलेला दिसतोय. ही तुलना अनुचित आहे असं मला ऐकवण्यात आलं. माझ्या त्या छोट्या बाप्टिस्ट कॉलेजमध्ये शिकताना मी इतर अनेक गोष्टींप्रमाणं हे शिकलो होतो की स्वैर वैज्ञानिक भौतिकवादाची परिणीती कशात होते याचं फ्रॅन्केस्टाईन हे धोकादर्शक चित्र आहे. मला हे पक्कं आठवतंय. असं असताना ही तुलना अयोग्य म्हणणं उचित आहे का? उलट मला तर ते पुस्तक फारच समर्पक वाटतंय. पण त्या मुद्द्यावर आता झाली तेवढी चर्चा पुरेशी आहे! ही सुनावणी आहे, एखादी साहित्यिक वर्तुळातील वक्तृत्वस्पर्धा नव्हे.''

ॲशले आणखी काही बोलणार होता एवढ्यात मागच्या बाजूला रॉब आला नि त्याच्या खांद्यावर हलकेच बोट ठेवून ॲशलेचे लक्ष वेधले. आपल्या बोलण्यामधला थोडासाही भाग इतरांना कळू नये म्हणून ॲशलेने हाताने मायक्रोफोन झाकला.

''सिनेटर.'' रॉब ॲशलेच्या कानाजवळ कुजबुजला, ''आज सकाळी डॉ. डी'अगोस्टिनो डॉ. लॉवेलबरोबर उपस्थित राहू शकतात का अशी विनंती आल्याबरोबर

आम्ही तिच्या पार्श्वभूमीबद्दल भराभरा माहिती काढण्याचा प्रयत्न केला. ती हार्वर्डमध्ये शिकलेली स्थानिक पोरगी आहे. तिचं बालपण बोस्टनच्या नॉर्थ एन्ड या भागात गेलं.''

''या माहितीला काही खास महत्त्व आहे का?''

रॉबने खांदे उडवले. ''कदाचित हा एक योगायोग असू शकेल. पण मला तसं वाटत नाही. एफबीआयमधून आपल्याला डॉ. लॉवेलच्या कंपनीत भांडवल गुंतवणाऱ्या एका माणसावर अफरातफरीचे आरोप असल्याची माहिती कळली होती. त्या माणसाचं नावदेखील डी'अगोस्टिनोच आहे. हा माणूसही नॉर्थ एन्ड या भागातलाच आहे. बहुदा डॉ. डी'अगोस्टिनो आणि या माणसाचं काहीतरी नातं असावं.''

''ओह!...'' ॲशले म्हणाला, ''ही माहिती विलक्षण आहे.'' त्याने रॉबच्या हातातून घेतलेला कागद डॅनियलच्या कंपनीच्या आर्थिक अहवालाच्या शेजारी ठेवला. हे एवढे मोठे घबाड हाती लागल्यावर ॲशलेला हास्य आवरेना.

''डॉ. डी'अगोस्टिनो.'' ॲशले मायक्रोफोनवरचा हात बाजूला घेत म्हणाला, ''चौदा अकॉर्न स्ट्रीट, मेडफर्ड, मॅसॅच्युसेट्स ह्या पत्त्यावर राहणाऱ्या ॲंथनी डी'अगोस्टिनो या गृहस्थांशी तुमचं काही नातं वगैरे आहे काय?''

''तो माझा भाऊ आहे.''

''आणि ह्याच ॲंथनी डी'अगोस्टिनोवर अफरातफरीचा आरोप ठेवण्यात आला आहे ना?''

''दुर्दैवाने, होय.'' स्टेफनीने हे सांगताना डॅनियलकडे कटाक्ष टाकला. तो तिच्याकडे अविश्वासाने पाहत होता.

''डॉ. लॉवेल... तुमच्या कंपनीला सुरुवातीला भांडवल पुरवणाऱ्या आणि भरपूर भांडवल पुरवणाऱ्या व्यक्तीवर आरोप ठेवण्यात आले असल्याची तुम्हाला कल्पना होती काय?''

''नाही. मला कल्पना नव्हती.'' डॅनियल म्हणाला, ''पण त्यानं भरपूर भांडवल पुरवलं आहे हे मात्र बरोबर नाही.''

''अं हं... हजारो डॉलरची रक्कम माझ्या दृष्टीनं खूप मोठी आहे. पण असो. मी त्याबद्दल वाद घालत बसणार नाही. तो माणूस कंपनीमध्ये संचालक नाही ना?''

''नाही.''

''निदान हे तरी चांगलं आहे म्हणायचं. तसंच हा अफरातफरीचे आरोप असणारा ॲंथनी डी'अगोस्टिनो तुमच्या कंपनीमध्ये 'नैतिकता मंडळाचा' सदस्य नसावा अशी अपेक्षा आहे. मला वाटतं, तुमच्याकडे असं मंडळ आहे.''

प्रेक्षकांमध्ये हास्याची दबकी लहर आली.

''ती व्यक्ती आमच्या नैतिकता मंडळाची सदस्य नाही.''

"हे देखील चांगलंच झालं. आता आपण थोडं तुमच्या ह्या कंपनीबद्दल बोलू या." ॲशले म्हणाला, "कंपनीचं नाव क्युअर असं आहे. मला वाटतं की ते कशाचं तरी संक्षिप्त नाव असावं."

"होय." डॅनियल एक सुस्कारा टाकत म्हणाला. तो ह्या सगळ्या प्रकाराने कंटाळून गेल्यासारखा दिसत होता, "सेल्युलर रिप्लेसमेंट एंटरप्रायझेस या मधली पहिली अक्षरं घेऊन हे नाव तयार झालं आहे."

"तुम्हाला या सुनावणीदरम्यान झालेल्या कष्टांमुळे दमल्यासारखं झालेलं दिसतंय. मी तसं झालं असल्यास खेद व्यक्त करतो. डॉक्टर, आपण शक्य तेवढ्या लवकर हे सारं आटपण्याचा प्रयत्न करू. पण मला हे दिसतयं की एचटीएसआर पद्धतीचा मुख्य बौद्धिक मालमत्ता म्हणून वापर करून तुमची कंपनी निधी उभारण्यासाठी धाडसी भांडवलदारांकडे जाणार आहे. हा निधी जमवण्याची दुसरी फेरी पूर्ण झाल्यानंतर कंपनी सार्वजनिक करण्याचा तुमचा अंतिम हेतू आहे का?"

"होय." डॅनियल म्हणाला आणि खुर्चीत मागे रेलून बसला.

"हे आता नोंदवले जाणार नाही." ॲशले डावीकडे पाहत म्हणाला, "मी महान मोन्टाना राज्यातल्या आदरणीय सिनेटर महोदयांना विचारू इच्छितो की सार्वजनिक होऊ पाहणाऱ्या कंपनीला सुरुवातीला भांडवल पुरवलेल्यांपैकी एकावर अफरातफरीचा आरोप असणे याविषयी कंपनी नियंत्रक मंडळाला रस वाटेल नाही? म्हणजे मला असं म्हणायचंय की इथे नैतिक औचित्याचा प्रश्न आहे. खंडणीमधून किंवा कदाचित वेश्याव्यवसायातून जमा झालेला पैसा इथे जैवतंत्रज्ञान कंपनीत गुंतवला जातोय."

"मला वाटतं, त्यांना यामध्ये नक्कीच रस वाटेल." मोन्टानाचा सिनेटर म्हणाला.

"मलाही तसं वाटलं होतं म्हणा." ॲशलेने आपल्यासमोरच्या कागदांवर नजर टाकली आणि मग तो पुन्हा डॅनियलला उद्देशून म्हणाला, "मला हे दिसतंय की निधी जमवण्याची तुमची दुसरी फेरी या एस ११०३ क्रमांकाच्या बिलामुळे रखडली आहे. आणि त्या बिलाची पहिली आवृत्ती हाऊसने अगोदरच मंजूर केलेली आहे. बरोबर?"

डॅनियलने मान डोलावली.

"अधिकृत नोंद होण्यासाठी तुम्ही बोलणं आवश्यक आहे."

"बरोबर आहे." डॅनियल म्हणाला.

"मला हे देखील दिसतंय की निव्वळ टिकून राहण्यासाठी तुम्ही जो खर्च करता आहात तो प्रचंड आहे. हा खर्च एवढा आहे की हे नवीन भांडवल मिळाले नाहीतर कंपनीचं दिवाळं निघायची शक्यता आहे."

"बरोबर."

"हे फारच वाईट आहे." ॲशले म्हणाला. हे बोलताना त्याने सहानुभूती दाखवत असल्याचा आव आणला होता, "असं असलं तरी इथे जो प्रश्न आहे त्या संदर्भात मी असं म्हणतो की एचटीएसआर पद्धतीच्या नैतिक बाजूचा विचार करताना तुमची वस्तुनिष्ठता संशयास्पद आहे. म्हणजे एस ११०३ बिल मंजूर होणं न होणं यावर तुमच्या कंपनीचं जीवनमरण अवलंबून आहे. डॉक्टर हे खरं आहे ना?"

"माझं मत अगोदरपासून असंच आहे. यापुढेही माझं मत असंच राहील की संशोधन करून एचटीएसआर पद्धतीचा वापर मानवाच्या दुःखाला कमी करण्यासाठी न वापरणे हे नैतिकदृष्ट्या अयोग्य आहे."

"तुमच्या मताची नोंद घेण्यात आली आहे." ॲशले म्हणाला, "नोंद घेण्यासाठी मी मुद्दाम लक्ष वेधतोय की त्यांना केलेल्या प्रश्नाचं उत्तरं डॉ. लॉवेलनी दिलेलं नाही." ॲशले मग खुर्चीत मागे रेलून बसला आणि उजवीकडे पाहत म्हणाला, "साक्षीदाराला मला आणखी काही विचारायचं नाही. माझ्या सन्माननीय सहकाऱ्यांपैकी कोणाला काही विचारायचं आहे का?"

ॲशलेने तिथे बसलेल्या सर्व सिनेटरांवर नजर फिरवली.

"ठीक आहे. आरोग्य धोरणविषयक उपसमिती, या ठिकाणी त्यांनी सहभाग घेण्याची कृपा केल्याबद्दल डॉ. लॉवेल आणि डॉ. डी'अगोस्टिनो यांची आभारी आहे. आता आपण पुढच्या साक्षीदाराला बोलावतो आहोत. 'जगण्याचा हक्क' या संघटनेचे मि. हॅरॉल्ड मेन्डेस..."

◆

३

गुरुवार, २१ फेब्रुवारी २००२
सकाळी ११ वाजून ५ मिनिटे

गाड्यांच्या रांगांमधून येणारी एक टॅक्सी स्टेफनीला दिसली. तिने हात उंचावला. सिनेट ऑफिसच्या सुरक्षा रक्षकांनी दिलेल्या सल्ल्याप्रमाणे ती आणि डॅनियल सिनेटच्या इमारतीमधून बाहेर पडून कॉन्स्टिट्यूशन अव्हेन्यूमध्ये आले होते. इथे त्यांना टॅक्सी मिळेल अशी आशा होती. पण अजून तरी त्यांच्या प्रयत्नांना यश आलेले नव्हते. सकाळी हवा चांगली होती, पण दुपारनंतर मात्र हवामान एकदम खराब झाले होते. पूर्वेकडून काळेभोर ढग दाटून आले होते आणि थंडी इतकी

वाढली होती की कोणत्याही क्षणी बर्फ पडायला सुरुवात होईल असे वाटत होते. अर्थातच अशा हवेत टॅक्सींना जास्त मागणी होती.

''ही बघ एक आली.'' डॅनियल फटकारल्याप्रमाणे म्हणाला. जणू काही टॅक्सी न मिळणे यात स्टेफनीचीच काहीतरी चूक होती अशा तऱ्हेने तो म्हणाला, ''निदान ही तरी जाऊ देता कामा नये!''

''मी पण पाहिली आहे.'' स्टेफनीदेखील तुटकपणाने म्हणाली.

सिनेटच्या इमारतीतून बाहेर पडल्यानंतर दोघांमध्ये अगदी आवश्यक तेवढेच बोलणे झाले होते. खराब हवामानाप्रमाणे सुनावणी होत असताना त्यांचे मूडदेखील काळवंडत गेले होते.

''डॅम!'' टॅक्सी वेगाने निघून गेलेली पाहून स्टेफनी पुटपुटत म्हणाली. स्टेफनीने ड्रायव्हरचे लक्ष वेधून घेण्यासाठी शक्य ते सर्व प्रयत्न केले होते. फक्त ती रस्त्यात आडवी पडायचीच बाकी होती. तरीही जणू दोन्ही डोळ्यांना झापडे लावली असावीत अशा प्रकारे टॅक्सी ड्रायव्हर निघून गेला.

''तू ती जाऊ दिलीस.'' डॅनियल तक्रारीच्या स्वरात म्हणाला.

''मी जाऊ दिली?'' स्टेफनी ओरडली, ''मी ओरडून पाहिलं. शिट्टीही वाजवली. मी तर उड्या मारूनही लक्ष वेधायचा प्रयत्न केला. उलट तूच काही केल्याचं मला दिसलं नाही.''

''आपण आता करायचं तरी काय? थंडी तर एवढी आहे.''

''जर आपल्याला काही चमकदार कल्पना सुचत असतील तर जरूर सांगा आईन्स्टाईन महाशय.''

''काय म्हणालीस? टॅक्सी मिळत नाही हा काय माझा दोष आहे का?''

''माझाही नाही'' स्टेफनीने प्रत्युत्तर दिले.

दोघांनी थंडी कमी व्हावी म्हणून एकमेकांच्या जवळ येण्याचा प्रयत्न केला. पण तरीही त्यांच्यात अंतर होते. दोघांनीही वॉशिंग्टनला येताना थंडीपासून बचाव करण्यासाठी पुरेसे गरम कोट आणलेले नव्हते. दक्षिणेकडे चारशे मैल आल्यामुळे त्यांना वाटले होते की वॉशिंग्टनमध्ये एवढी थंडी नसेल.

''आणि एक आली बघ.''

''आता तुझी पाळी.''

हात उंचावत डॅनियल रस्त्यात शक्य तेवढा आत शिरला. पण त्याला ताबडतोब मागे यावे लागले. कारण सर्वात बाहेरच्या लेनमधून एक पिकअप ट्रक वेगाने त्याच्या अंगावर आला होता. डॅनियलने हातवारे करून ओरडून लक्ष वेधायचा प्रयत्न केला, पण टॅक्सी रहदारीत वेगाने मिसळून दिसेनाशी झाली.

''छान!'' स्टेफनी म्हणाली.

“थोबाड वाजवू नकोस. गप्प बस!”

ते निराश होऊन कॉन्स्टिट्यूशन अव्हेन्यूत चालायला सुरुवात करणार होते एवढ्यात मागच्या बाजूने बीप बीप आवाज आला. एक टॅक्सी मागे उभी होती. सिग्नलपाशी थांबलेला असताना या टॅक्सी ड्रायव्हरने डॅनियलने केलेली कसरत पाहिली होती. सिग्नल मिळताच तो बाजूला झाला होता.

स्टेफनी आणि डॅनियल पटकन आत घुसले आणि त्यांनी सीटबेल्ट बांधून घेतले.

“कुठे जायचं?” आरशात बघत टॅक्सी ड्रायव्हर विचारत होता. फेटा घातलेल्या ड्रायव्हरचा चेहेरा जणू तो आत्ताच सहारा वाळवंटातून आल्यासारखा रापलेला होता.

“द फोर सीझन्स्” स्टेफनी म्हणाली.

स्टेफनी आणि डॅनियल दोघेही खिडकीबाहेर पाहत गप्प बसून होते.

“मला वाटतं की सुनावणी जेवढी वाईट होण्याची अपेक्षा होती तेवढी वाईट झाली.” डॅनियल तक्रारीच्या स्वरात म्हणाला.

“अतिशय वाईट.”

“तो हरामखोर बटलर नक्कीच त्याचं बिल पुढे रेटणार. आणि ते झालं की मग संपलंच. बायोटेक्नॉलॉजी इंडस्ट्री ऑर्गनायझेशनने त्याच्या पाठोपाठ पूर्ण कारवाई करायची सूचना अगोदरच देऊन ठेवली आहे.”

“म्हणजे आता क्युअर कंपनीचे दिवस भरले तर.”

“या देशामध्ये लोकानुनयासाठी वैद्यकीय संशोधन ओलीस ठेवलं जातं ही खरोखरच शरमेची गोष्ट आहे.” डॅनियल एकदम तडकला.

“मी मुळातच इथं वॉशिंग्टनला यायला नको होतं.”

“कदाचित ते बरोबरच आहे. मी एकटीच आले असते तर जास्त चांगलं झालं असतं. तू त्या ॲशलेला तो नाटक करतोय आणि त्याचं मन खुलं नाही हे सांगितलंस त्याचा काहीही फायदा झाला नाही.”

डॅनियलने वळून स्टेफनीच्या डोक्याच्या मागच्या बाजूकडे पाहिलं. ती खिडकीतून बाहेर पाहत होती. “परत बोल.”

“तू स्वत:चा तोल जाऊ द्यायला नको होता.”

“मला तसं वाटत नाही. तुला असं सुचवायचं आहे का की हा जो सगळा चुथडा झालाय तो माझ्यामुळं झालाय?”

स्टेफनीने मागे वळून डॅनियलकडे पाहिले, “इतर लोकांना काय वाटतं हे कळण्याएवढा तू संवेदनशील कधीच नव्हतास. आत्ताही तेच अगदी स्पष्ट दिसतंय. तू जर शांतपणाने घेतलं असतंस तर कदाचित वेगळं काहीतरी होऊ शकलं असतं. तू त्याच्यावर ज्या प्रकारे हल्ला चढवलास तो अनाठायी होता. कारण त्यामुळे तू

त्याच्याशी जो काही संवाद साधायचा प्रयत्न करत होतास तो एकदम संपुष्टात आला. मला फक्त एवढंच म्हणायचं आहे.''

पांढराफटक पडलेला डॅनियलचा चेहेरा रागाने लालभडक झाला. ''ती सुनावणी म्हणजे निव्वळ एक फार्स होता.''

''असेलही. पण त्यामुळे तू ते बटलरच्या तोंडावर सांगायचं समर्थन होऊ शकत नाही. कारण त्यामुळे आपल्याला यश मिळायची जी काही थोडीफार शक्यता होती ती पार खुंटून गेली. त्याचा तो बेतच होता की तू रागाने बेभान होशील आणि तुझी बाजू अधिकाधिक लंगडी पडत जाईल. साक्षीदार म्हणून तुझी विश्वासार्हता नष्ट करण्याचा हा एक मार्ग होता.''

''तू मला वेड्यात काढते आहेस.''

''डॅनियल, या सगळ्या प्रकारामुळे मी देखील तुझ्याइतकीच चिडलेली आहे.''

''होय की. पण तू ह्या सगळ्याबद्दल मलाच दोष देते आहेस.''

''नाही. मला एवढंच म्हणायचं आहे की तुझ्या तसल्या वागण्यामुळं आपला काहीही फायदा झाला नाही.''

''हं... पण तुझ्या वागण्याचाही फायदा झालाच नाही की. तुझ्या भावावर अफरातफरीचा आरोप आहे हे तू मला कधीच कसं सांगितलं नाहीस? तू फक्त इतकंच सांगितलं होतंस की तो गुंतवणूक करायला लायक आहे. वा! काय पण लायकी आहे! ही गोष्ट त्या फालतू हलकट माणसाकडून कळली तेव्हा मला किती मजा वाटली वा!''

''ही गोष्ट त्यानं गुंतवणूक केल्यानंतरची आहे. आणि ते बोस्टनच्या सर्व वर्तमानपत्रात छापूनही आलं होतं. ती गोष्ट काही गुपित वगैरे नव्हती. पण मी ती बाब मुद्दाम तुला सांगावी अशीही नव्हती. म्हणजे निदान त्यावेळी तरी नव्हती. मला वाटत होतं की तुला माहिती आहे आणि तू मोठ्या मनाने तिचा उल्लेख टाळत आहेस. मलाच कळलं नाही ते.''

''तुला त्या बाबतीत मला सांगावंसं वाटलं नाही?'' डॅनियल जास्तच आश्चर्यचकित झाल्यासारखा म्हणाला, ''तुला माहिती असताना की मी बोस्टनची ती गलिच्छ वर्तमानपत्रं वाचत नाही. मग मला ती गोष्ट कशी कळणार सांग? मला ते कळणं आवश्यक होतं हे बटलरचं म्हणणं बरोबर आहे. कारण आपण पेटंटच्या संदर्भात नोंदणीसाठी कंपनीचे कागदपत्र तयार करताना आपल्या कंपनीचा एक गुंतवणूकदार दोषी आहे हे आपल्याला सांगावंच लागणार होतं. त्यामुळं सगळाच विचका झाला असता.''

''त्याच्यावर फक्त आरोप ठेवलेला आहे. त्याला अजून शिक्षा झालेली नाही. जोवर एखाद्यावर आरोप शाबीत होत नाही तोपर्यंत तो निर्दोषच असतो हे विसरू नकोस''

“मला न सांगण्यासाठी दिलेलं हे समर्थन अगदी लंगडं आहे.” डॅनियल फटकारत म्हणाला, “त्याला शिक्षा होईल का?”

“मला सांगता येणार नाही.” स्टेफनीच्या आवाजातली धार कमी झाली होती. डॅनियलला आपण भावाबद्दल सांगण्यात कसूर केली ही गोष्ट तिला मनोमन अपराधीपणाची जाणीव करून देत होती. काही वेळा तिने त्याला सांगायचं असं ठरवलं होतं. पण उद्या सांगू, परवा सांगू असं करता करता सांगायचं राहूनच गेलं होतं.

“तुला सांगता येणार नाही? मला हे पचवायला जड जातंय.”

“मला त्याच्याबद्दल थोडाफार संशय होता.” स्टेफनी म्हणाली, “मला तसा संशय माझ्या वडिलांबद्दलही होता. माझ्या भावाने वडिलांचाच व्यवसाय पुढे सुरू ठेवला होता.’

“आपण इथे नेमक्या कोणत्या व्यवसायाबद्दल बोलतोय?’’’

“जमीनजुमला आणि काही रेस्टॉरंट. आणखी हॅनोवर स्ट्रीटवर एक कॅफे.”

“एवढंच?”

“मला एवढंच माहिती आहे. मी तुला सांगितलंच की मला थोडासा संशय होता. कारण आमच्या घरी अनेकदा वेळीअवेळी काही जण येत असत. जेवणानंतर बायकामुलांना जेवणाच्या खोलीतून बाहेर जायला सांगितलं जाई. मग पुरुषमंडळी खाजगीत चर्चा करत असत. आता मागे वळून पाहताना मला जाणवतंय की आमचं कुटुंब म्हणजे अमेरिकन-इटालियन माफिया कुटुंबाचं अगदी नमुनेदार चित्र होतं. अर्थात तू गँगस्टर सिनेमात पाहतोस तसं काही नव्हतं. पण मर्यादित अर्थाने तसं होतं म्हणा. बायकांनी घरकामात आणि स्वयंपाकात लक्ष घालावं. चर्चला जाणं वगैरे गोष्टी सांभाळाव्यात आणि त्यांनी कुटुंबाच्या व्यवसायात लक्ष घालायचं नाही किंवा चौकशाही करायच्या नाहीत. तुला खरं सांगायला हरकत नाही, पण आम्ही लहान असताना आम्हाला शेजाऱ्यापाजाऱ्यांकडून मिळणारी वागणूक जरा चमत्कारिक असे. मला त्यापासून सुटका करून घ्यायची होती. यातून बाहेर पडायचं तर आपल्याला चांगलं शिकलं पाहिजे हे ओळखण्याएवढी मी चलाख होते.”

“मी हे समजू शकतो.” डॅनियलचा आवाजही जरासा मवाळ झाला होता, “माझे वडीलही नाना प्रकारचे उद्योगधंदे करत असत आणि त्यातले काही भानगडीचे असायची शक्यता होती. अर्थात त्यातले बरेचसे धंदे बुडायचे. रिव्हेरे गावात आणि त्यातही शाळेमध्ये त्यामुळे आम्हा भावंडांची नेहमीच कुचेष्टा होत असे. आमच्यापैकी काही भावंडं माझ्या वडिलांच्या आतल्या गोटातली नव्हती. म्हणजे माझ्यासारखी. आम्हाला तर नेहमीच टिंगल टवाळीला तोंड द्यावे लागे. माझ्या वडिलांना चेष्टेनं ‘हरणारा लॉवेल’ म्हटले जाई आणि दुर्दैवानं हे विशेषण आम्हाला जणू वारसा

म्हणूनच मिळालं आहे.''

"आमच्या बाबतीत परिस्थिती निराळी होती. आम्हाला इतर लोक दूर ठेवत असत आणि ते फारसं सुखद नव्हतं. तरुण पोरं एकमेकांच्यात कशी मिळूनमिसळून मजा करतात ते तुला माहिती असेलच. पण मला मात्र ते कधीच शक्य झालं नाही. मला इतरांप्रमाणे का वागता येत नाही हे कधीच कळलं नाही.''

"यातलं काहीच तू मला पूर्वी सांगितलं नाहीस?''

"आपण आठ भावंडातील एक आहोत याशिवाय तू तरी मला तुझ्या कुटुंबाबद्दल काही तरी सांगितलं होतंस का? मी तुझ्या एकाही भावंडाला अजून कशी भेटलेले नाही ते सांग? निदान मी तुला तुझ्या घरच्या माणसांबद्दल अनेकवेळा विचारलं तरी होतं.''

"हा चांगला मुद्दा आहे म्हणा.'' डॅनियल उडवाउडवीच्या स्वरात म्हणाला. त्याने नजर बाहेर वळवली. मधूनमधून भुरभुरू बर्फ पडत होतं. डॅनियलला खरं उत्तर चांगलं माहिती होतं. स्वतःच्या कुटुंबाएवढ्याच बेपर्वाईने त्याने तिच्या कुटुंबाकडे पाहिलं होतं. घसा खाकरून तो स्टेफनीकडे वळला, "आपण आपल्या कुटुंबाबद्दल एकमेकांना काही सांगितलं नाही त्याचं कारण म्हणजे कदाचित आपल्या बालपणाविषयी आपल्याला अवघडल्यासारखं वाटतं. कदाचित आपण संशोधनात आणि कंपनी काढण्याच्या कामात एवढे गुंतून गेलो की त्या गोष्टीचाही तो परिणाम असू शकेल.''

"असेलही.'' स्टेफनी काहीशा डळमळीतपणाने म्हणाली. ती पुढच्या खिडकीतून बाहेर पाहू लागली, "हे खरं आहे की अभ्यास आणि संशोधन याचा वापर मी पलायनासाठी केला. माझ्या वडिलांना मी असं करणं अजिबात आवडत नव्हतं. पण त्यांच्या विरोधामुळे माझा निग्रह जास्तच पक्का होत गेला. मी कॉलेजात जाणं त्यांना पसंत नव्हतं. त्यांना तो वेळेचा आणि पैशांचा नाश वाटत असे. नाहीतरी मी लग्न झालं की पन्नास वर्षांपूर्वी होतं तशी मुलाबाळांमध्ये गुंतून पडणार आहे असं ते म्हणत असत.''

"मी विज्ञानात हुशार आहे कळल्यावर तर माझ्या वडिलांना धक्का बसला होता. ही गोष्ट म्हणजे जणू एखादा आनुवंशिक रोग असावा अशा तऱ्हेने ते हा गुण नक्कीच माझ्या आईकडून आला असणार असं सगळ्यांना सांगू लागले.''

"तुझ्या भावाबहिणींचे काय? त्यांना कशी वागणूक मिळायची?''

"थोड्याफार फरकाने जवळजवळ तशीच.'' डॅनियल म्हणाला, "कारण माझे वडील त्यांच्या अपयशाचे खापर आमच्या डोक्यावर फोडण्याएवढे कोत्या मनाचे होते. त्यावेळी त्यांना जो धंदा जबरदस्त फायद्याचा वाटायचा तो सुरू करायला ते भांडवल जमा करताना आमचे शोषण करायचे. माझे भाऊ मात्र शाळेत असताना खेळात चमकत असत. माझे वडीलही खेळांच्या बाबतीत वेडेच होते म्हणा. बरं

तुझ्या ह्या भावाबद्दल बोलायचं तर आपल्या कंपनीत त्याने भांडवल गुंतवावे ही कल्पना कोणाची होती? तुझी की त्याची?'' डॅनियलच्या आवाजात पुन्हा पूर्वीचा धसमुसळेपणा आला होता.

''आपण आता परत यावर भांडण करणार आहोत का?''

''माझ्या प्रश्नाचं उत्तर दे.''

''त्यानं काय फरक पडणार आहे.''

''एखाद्या संभाव्य, नव्हे जवळजवळ निश्चित अशी शक्यता असणाऱ्या माफिया गँगस्टरकडून आपल्या कंपनीसाठी भांडवल घेणं ही ऐतिहासिक चूक होती.''

''हा निर्णय आमच्या दोघांचा मिळून होता.'' स्टेफनी म्हणाली, ''माझ्या वडिलांना जरी माझ्या कामात रस नसला तरी अलीकडे मात्र टोनी मी काय करते याबद्दल रस घेऊ लागला होता. रेस्टॉरंटमधून मिळालेल्या नफ्याचा काही भाग जैवतंत्रज्ञान कंपनीत गुंतवणं चांगलं ठरेल असं मी त्याला सांगितलं.''

''फारच छान!'' डॅनियल उपराधाने उद्‌गारला, ''मला वाटतं की गुंतवणूक करणाऱ्या कोणालाही आपली पुंजी गमवायची नसते. कोणत्याही नव्याने सुरू होणाऱ्या कंपनीत घातलेला पैसा परत मिळण्यातल्या धोक्याची त्यांना पुरेशी कल्पना दिलेली असूनही कोणालाच आपला पैसा बुडालेला आवडत नाही. माफिया गँगस्टरच्या संदर्भात असं विधान करणं फारच बाळबोध स्वरुपाचं ठरेल. गुडघे फुटल्यामुळे काहीजणांना होणाऱ्या साध्या अडचणींबद्दल तू कधी काही ऐकलं आहेस का?''

''तो माझा भाऊ आहे! असलं काही होणार नाही.''

''होय की. पण तो काही माझा भाऊ नाही.''

''असं काही सुचवणं हेच मुळात फार अपमानास्पद आहे.'' स्टेफनी फटकारत म्हणाली आणि खिडकीतून बाहेर पाहू लागली. डॅनियलचा अहंकार, तिरकसपणा आणि लोकांपासून दूर राहण्याची नकारात्मक वृत्ती हे सारे सहन करण्याएवढा सोशिकपणा तिच्यात आलेला होता. कारण त्याच्या क्षेत्रातील उत्तुंग प्रतिभेमुळे ती प्रचंड प्रभावित झालेली होती. पण त्या दिवशी सकाळपासून घडलेल्या घटनांमुळे आता तिची सहनशक्ती संपत आली होती.

''आता मला वॉशिंग्टनमध्ये आणखी एक रात्र घालावावी असं वाटत नाही. मला वाटतं की आपण परत जाऊन सामान उचलून बोस्टनला जाणारं पुढचं विमान पकडून निघून जावं.''

''चालेल.'' स्टेफनी तुटकपणे म्हणाली.

हॉटेलपाशी आल्यावर टॅक्सी थांबली. स्टेफनी तिच्या बाजूच्या दाराने बाहेर पडली. डॅनियलने टॅक्सीचे बिल दिले. त्याच्याकडे न पाहता ती सरळ हॉटेलच्या

लॉबीकडे चालू लागली होती. डॅनियल मागोमाग येतो आहे हे तिला जाणवत होते. आपण बोस्टनला परत गेल्यावर काय करावे हा विचार तिच्या मनात येत होता. सद्य परिस्थितीत डॅनियलबरोबर ती राहत असलेल्या त्याच्या अपार्टमेंटवर जाणे तिला योग्य वाटत नव्हते. तिचे कुटुंबिय हाणामारी करणारे आणि खालच्या दर्जाचे आहेत हे सुचवल्यामुळे ती दुखावली गेली होती. आपल्या घरातले कोणी संशयास्पद व्यवसायात किंवा सावकारी व कर्जवसुली या भानगडीत गुंतलेले आहेत की नाही हे तिला नक्की माहिती नव्हते. पण आपल्या घरातल्या कोणी इतर कोणाला जखमी करण्यात भाग घेतला नसणार यावर मात्र तिचा पक्का विश्वास होता.

"डॉ. डी'अगोस्टिनो. माफ करा..." हॉटेलमधला एक कर्मचारी तिला हाक मारत होता. अचानक आपले नाव ऐकल्यामुळे दचकून स्टेफनी एकदम जागीच उभी राहिली. त्यामुळे मागून येणारा डॅनियल तिच्यावर धडकला. वैतागून चिरचिर करत डॅनियल खाली पडलेले कागद गोळा करू लागला. जवळ उभ्या असणाऱ्या एका बेलमॅनने त्याला मदत केली. ते कागद डॅनियलच्या दृष्टीने फार महत्त्वाचे होते. त्यावर एचटीएसआर पद्धतीची तपशीलवार माहिती होती. जर ती समजण्यायोग्य माणूस भेटला तर त्याला देण्यासाठी म्हणून डॅनियलने ती तयार केली होती. पण तसा प्रसंगच आला नव्हता.

डॅनियल सावरून उभा राहीपर्यंत स्टेफनी डेस्कजवळून त्याच्याजवळ परतली होती.

"तू थांबणार होतीस तर मला तसं का सांगितलं नाहीस." डॅनियल तक्रार करत म्हणाला.

"ही कॅरोल मॅनिंग कोण?" स्टेफनीने निराळाच प्रश्न केला.

"मला पुसटशीही कल्पना नाही. पण तू का विचारलंस?"

"तुझ्यासाठी तिचा तातडीचा मेसेज आहे." स्टेफनीने हातातला कागद त्याच्यासमोर धरला.

डॅनियलने तो मेसेज भराभरा वाचला, "मी तिला फोन करणे अपेक्षित आहे. तिनं लिहिलंय की ही आणीबाणीची परिस्थिती आहे. पण मी तर तिला ओळखतच नसताना कसली ही आणीबाणीची परिस्थिती?"

"कोणत्या भागाचा कोड नंबर फोनमागे आहे?" स्टेफनी डॅनियलच्या खांद्यावरून वाकून पाहत म्हणाली.

"दोन-शून्य-दोन. हा कुठला भाग आहे? तुला माहिती आहे का?"

"अर्थातच मला माहिती आहे! हा इथलाच वॉशिंग्टन डी.सी.मधला फोन आहे."

"वॉशिंग्टन!" डॅनियल उद्‌गारला, "मग प्रश्नच मिटला." त्याने तो कागद

घडी करून डेस्कपाशी जाऊन तेथील कर्मचाऱ्याला फाईलमध्ये ठेवायला देऊन टाकला.

डॅनियल लिफ्टच्या दिशेने जात असला तरी स्टेफनी जागच्या जागी उभी होती. तिच्या डोक्यात विचारचक्र गरगरत होते. अचानक तिचा निर्णय झाला. ती वेगाने डेस्ककडे धावली. अजूनही तो कागद त्या कर्मचाऱ्याच्या हातातच होता. तिने तो त्याच्याकडून ओढून घेतला आणि ती डॅनियलच्या मागोमाग धावत निघाली.

"तू फोन करावास असं मला वाटतं." स्टेफनी किंचित धापा टाकत म्हणाली. डॅनियलपर्यंत धावत पोहोचल्यामुळे तिला किंचित धाप लागली होती.

"ओह! खरंच की काय?" डॅनियल खवचटपणे म्हणाला, "पण मला नाही तसं वाटत." लिफ्ट आल्यावर डॅनियलच्या पाठोपाठ स्टेफनी आत शिरली.

"नाही. पण मला वाटतं की तू फोन करायला हरकत नाही. म्हणजे तसं केल्यानं तुझं काय नुकसान होणार आहे?"

"माझ्या स्वाभिमानाला आणखी एक धक्का."

लिफ्ट वर जात होती. डॅनियल खाली पाहत बसला होता आणि स्टेफनी त्याच्याकडे बघत गप्प बसली. दार उघडलं आणि दोघे बाहेर पडून चालू लागले.

"मला वाटतं की फोन ॲशलेच्या ऑफिसमधून आला असावा. कारण मी मागच्या आठवड्यात तिथे फोन केला होता. फोनच्या अगोदरचे आकडे दोन-चार-दोन होते. हा फोन सिनेटच्या इमारतीतल्या ऑफिसचा आहे."

"मग तर फोन न करण्याला आणखी एक कारण मिळालं." डॅनियलने हे म्हणत दार उघडले आणि आत शिरला. स्टेफनी पाठोपाठ आत शिरली.

डॅनियल कोट काढत असताना स्टेफनी डेस्कपाशी गेली. घड्या पडलेला कागद तिने सरळ केला, "होय. फोनच्या मागे दोन-दोन-चार हाच नंबर आहे." स्टेफनीने ओरडून सांगितले, "आणि आणीबाणी या शब्दाखाली रेघही ओढलेली आहे. त्या थेरड्याने आपलं मत बदललं की काय?"

"तशी शक्यता चंद्र खाली पडण्याएवढीच आहे." डॅनियल असे म्हणून स्टेफनीपाशी आला आणि कागदावरचा मजकूर वाचू लागला.

"हे फारच चमत्कारिक आहे. कसली आणीबाणी उद्भवली म्हणायची? मला अगोदर वाटलं, हा मेसेज प्रसारमाध्यमांमधल्या कोणाकडून तरी आला असेल. पण हा फोन सिनेटच्या इमारतीमधला आहे म्हणजे ती शक्यता नाहीच. ते काहीही असलं तरी मला त्याची पर्वा नाही. अमेरिकन सिनेटशी कसलाही संबंध असणाऱ्या कोणाबरोबरही सहकार्य करायला मी सध्या अजिबात तयार नाही."

"फोन कर! सगळं थोबाड फोडून घेण्यापेक्षा कदाचित नाकाच्या शेंड्यावर भागेल. तू करणार नसलास तर मी करते. मी तुझी सेक्रेटरी आहे असं भासवते."

"तू आणि माझी सेक्रेटरी? कल्पना मजेशीर आहे खरी... बरं... ठीक आहे. कर फोन एकदाचा!"

"मी स्पीकरफोन वापरते म्हणजे तुलाही ऐकता येईल."

"उत्तम!" डॅनियल उपरोधाने म्हणाला. डॅनियल सोफ्यावर अस्ताव्यस्तपणे पसरला. स्टेफनीने फोन लावला. फक्त एकाच रिंगनंतर फोन उचलला गेला. कोणीतरी एक स्त्री पटकन हॅलो म्हणाली. जणू ती या फोनची वाट पाहत असावी असे वाटले.

"मी डॉ. डॅनियल लॉवेल यांच्या वतीनं फोन करते आहे."स्टेफनी हे बोलताना डॅनियलकडे पाहत होती, "कोण बोलतंय. कॅरोल मॅनिंग का?"

"होय. फोन केल्याबद्दल आभार. डॉक्टर हॉटेलमधून निघून जाण्याअगोदर मी त्यांच्याशी बोलणं आवश्यक आहे. ते उपलब्ध आहेत का?"

"हे बोलणं कोणत्या संदर्भात आहे ते मी विचारू शकते का?"

"मी सिनेटर बटलर यांच्या कर्मचाऱ्यांची प्रमुख आहे." कॅरोल सांगू लागली, "तुम्ही मला कदाचित सकाळी पाहिलं असेल. मी सिनेटर बटलर यांच्यामागे बसले होते."

डॅनियलने गळ्याजवळ बोटाने आडवी खूण करून स्टेफनीला फोन बंद कर असे सुचवले. पण स्टेफनीने तिकडे दुर्लक्ष केले.

"मी डॉक्टर लॉवेल यांच्याशी बोलणं गरजेचं आहे. मी म्हणाले त्याप्रमाणे ते फार महत्त्वाचं आहे."

डॅनियलने रागाने पुन्हा तशीच खूण केली. जणू एखाद्याचा गळा कापावा असा त्याचा आविर्भाव होता. स्टेफनी थांबावी म्हणून त्याने पुन्हा एकदा तशीच खूण केली. पण स्टेफनीने त्याला त्याचा हा खेळ थांबवण्यासाठी खूण केली. डॅनियल बोलायला तयार नाही हे तिच्या लक्षात आले होते. पण ती फोन बंद करून टाकणार नव्हती.

"डॉक्टर तिथं आहेत का?" कॅरोलने प्रश्न केला.

"आहेत. पण सध्या ते तात्पुरते उपलब्ध नाहीत."

डॅनियलने यावर डोळे फिरवले.

"आपण कोण बोलता आहात?" कॅरोलने विचारले.

स्टेफनी काही क्षण थबकली. यावर आपण काय उत्तर द्यावं त्याचा ती विचार करू लागली. कारण आपण डॅनियलची सेक्रेटरी आहोत असं ती भासवणार होती खरी. पण आता मात्र तिला ही कल्पना हास्यास्पद वाटू लागली. अखेर तिने सरळ आपले नाव सांगून टाकले.

"ओहो! छानच." कॅरोल म्हणाली, "डॉ. लॉवेलच्या साक्षीवरून मला दिसतं

की तुम्ही दोघं एकत्र काम करता. तुमचं हे सहकार्य कितपत जवळीक असणारे आहे नि ते खाजगीदेखील पातळीवर आहे का?''

स्टेफनीच्या चेहेऱ्यावर आंबट हास्य आले. ती एक क्षणभर तिरस्काराने फोनकडे पाहत राहिली. नेहेमीचे शिष्टाचाराचे संकेत डावलून कॅरोल मॅनिंग या बाईने असा प्रश्न का विचारला असावा हे तिला कळेना. इतर वेळी स्टेफनीला प्रचंड राग आला असता,पण त्यावेळी मात्र तिचे कुतुहल चाळवले गेले होते.

''तुमच्या बाबतीत वाईट बोलण्याचा माझा हेतू नाही.'' स्टेफनीला काय वाटलं असेल हे जाणवल्याप्रमाणे कॅरोल लगेच बाजू सावरत म्हणाली, ''माझी परिस्थिती काहीशी अवघड आहे. पण तुम्ही दोघं एकाच स्यूटमध्ये राहता आहात हे मला कळलं म्हणून मी तसं म्हणाले एवढंच. माझा हेतू तुमच्या खाजगी जीवनात ढवळाढवळ करण्याचा नाही. उलट मी तुमच्यापासून जास्तीत जास्त दूर राहण्याचा प्रयत्न करीन. हे पाहा सिनेटर बटलर यांना डॉ. लॉवेल यांची भेट घ्यायची आहे आणि ती देखील गुप्त. सिनेटर बटलर यांचे समाजातील स्थान आणि त्यांना मिळणारी बरीवाईट प्रसिद्धी याचा विचार करता तसं घडणं या शहरात जवळपास अशक्यच आहे.''

ही मुलखावेगळी भेटीची मागणी ऐकून स्टेफनी अवाक होऊन पाहत राहिली. डॅनियलनेही सोफ्याच्या हातांवर टेकलेले पाय खाली घेतले नि तो उठून बसला.

''खरं तर मला हे सारं डॉ. लॉवेलना थेट सांगायची इच्छा होती. म्हणजे मग हा विषय डॉ. लॉवेल, सिनेटर नि माझ्यापुरताच मर्यादित राहिला असता. पण आता ते शक्य नाही हे उघडच आहे. मला वाटतं, ह्या बाबतीत तुम्ही आपल्या विवेकबुद्धीनं विचार कराल. होय ना डॉ. डी'अगोस्टिनो?''

''डॉ. लॉवेल आणि मी दोघं एकत्र काम करतो. तुम्ही या बाबतीत माझ्यावर अवलंबून राहू शकता.'' हे बोलताना तिने डॅनियलकडे अपेक्षेने नजर टाकली. आता या संभाषणाला मिळालेले वळण पाहून डॅनियल त्यात भाग घेतो का हे तिला विचारायचं होतं. डॅनियलने नकारार्थी मान हलवली, पण तिला बोलणं चालू ठेव अशा अर्थाचा इशारा केला.

''आज संध्याकाळी ही भेट नक्की होईल अशी आम्हाला आशा आहे.''

''ही भेट कशाबद्दल आहे ते डॉ. लॉवेलना मला सांगावं लागेल. ही भेट कोणत्या संदर्भात आहे?''

''ते मी सांगू शकत नाही.''

''हे न सांगितल्यामुळे कदाचित अडचण निर्माण होईल.'' स्टेफनी म्हणाली, ''आज सकाळी सुनावणीच्या वेळी जे घडलं त्यामुळे डॉ. लॉवेल नाराज आहेत हे मला माहिती आहे. जर ही भेट घेतल्यामुळं आपला काही फायदा होणार आहे हे

जर वाटलं तरच डॉ. लॉवेल तयार होतील अन्यथा ते भेटीस नकार देऊ शकतात.'' स्टेफनीने डॅनियलकडे पाहिले. ती जे बोलते आहे ते आपल्याला पसंत आहे हे दाखवण्यासाठी त्याने अंगठा उंचावला.

''मला सांगायला हे देखील अवघड वाटतंय. मी जरी सिनेटर बटलर यांच्या कर्मचाऱ्यांची प्रमुख असले आणि सर्वसाधारणपणे त्यांच्या ऑफिसमध्ये काय घडतं त्याची सगळी माहिती मला असते, पण सिनेटरना डॉ. लॉवेलांना का भेटायचं आहे याची पुसटशीही कल्पना मला नाही. सिनेटर जे काही बोलले त्याचा सारांश असा आहे, की जरी सकाळच्या प्रसंगामुळे डॉ. लॉवेल त्रासले असले तरी त्यांनी ही भेट होण्यापूर्वी एस ११०३ या बिलासंबंधी कोणताही निष्कर्ष काढू नये.''

''हे बोलणं फारच संदिग्ध आहे.''

''मला जे माहिती आहे त्यानुसार मी यापेक्षा आणखी काही करू शकत नाही. ते काहीही असलं तरी डॉ. लॉवेलनी ही भेट जरूर घ्याची असं मी आग्रहाने म्हणेन. त्या भेटीचा डॉ. लॉवेलना काहीतरी फायदा होईल असं मला वाटतंय. या भेटीचं इतर कोणतंही कारण मला दिसत नाही. मी सिनेटर बटलर यांच्याबरोबर सोळा वर्षे काम करते आहे. खरं तर मला माहिती असायला हवी. पण ही बाब असाधारण दिसते आहे.''

''ही भेट कुठे होईल?''

''चालती गाडी ही सर्वात सुरक्षित जागा आहे.''

''हे तर एखाद्या अतिरंजित नाटकासारखं होतंय.''

''सिनेटरना या बाबतीत संपूर्ण गुप्तता राखायची आहे आणि मी म्हटल्याप्रमाणे या शहरात ते घडणं अतिशय अवघड आहे.''

''गाडी कोण चालवणार आहे?''

''मी स्वत:.''

''जर ही भेट होणार असली तर मी तिथं उपस्थित राहणार.'' डॅनियलने स्टेफनीच्या या वाक्यावर पुन्हा एकदा डोळे फिरवले.

''मी याबाबतीत तुमच्याशी बोलले आहेच. तेव्हा त्याला काही हरकत असायचं कारण नाही. पण त्याबद्दल शंभर टक्के खात्री होण्यासाठी मला सिनेटर बटलर यांच्याशी चर्चा करावी लागेल.''

''तुम्ही आमच्या हॉटेलवरून आम्हाला घेऊन जायची व्यवस्था कराला ना?''

''माझ्या मते ते अयोग्य ठरेल. तुम्ही दोघांनी टॅक्सीने सरळ युनियन स्टेशनवर येणे हा सर्वात सुरक्षित मार्ग आहे. बरोबर नऊ वाजता मी माझ्या काळ्या रंगाच्या शेवरलेट सबर्बन गाडीमधून तिथं येईन. गाडीच्या काचा गडद आहेत आणि नंबर आहे जीडीएफ ४७. मी स्टेशनच्या अगदी समोर गाडी थांबवीन. जर काही अडचण

आलीच तर त्यासाठी मी माझा सेलफोन नंबर देते.''

स्टेफनीने कॅरोलचा नंबर लिहून घेतला.

''डॉ. लॉवेल भेट घ्यायला येणार हे सिनेटर बटलर यांनी गृहीत धरावं का?''

''तुम्ही मला जे सांगितलं ते मी शब्दशः डॉ. लॉवेलना सांगेन.''

''माझी तेवढीच अपेक्षा आहे.'' कॅरोल म्हणाली, ''तथापि मी पुन्हा एकदा ही बाब किती महत्त्वाची आहे आणि दोघांसाठीही ही भेट अत्यावश्यक आहे हे सांगते. सिनेटरनी नेमके हेच शब्द वापरले होते.''

स्टेफनीने कॅरोलचे आभार मानले आणि पंधरा मिनिटांनंतर पुन्हा फोन करते असे तिला सांगितले. तिने डॅनियलकडे नजर टाकली, ''हा मला आजवर आलेला सर्वात चमत्कारिक अनुभव आहे.'' मग काही क्षण गप्प राहिल्यावर ती म्हणाली, ''तुला काय वाटतं?''

''त्या थेरड्या सैतानाच्या मनात काय आहे कोणास ठाऊक?''

''माझ्या मते ते कळण्याचा एकच मार्ग उपलब्ध आहे.''

''मी भेटायला जावं असं खरंच तुला वाटतं?''

''मी असं म्हणेन,'' स्टेफनी म्हणाली, ''तू न जाणं हे मूर्खपणाचं ठरेल. ही भेट गुप्त स्वरुपाची असल्याने तुला तुझ्या स्वाभिमानाला धक्का लागण्याचीही चिंता नको. अर्थात बटलरचं तुझ्याबद्दल काय मत आहे हे तू लक्षात घेणार असशील तर गोष्ट वेगळी. पण मला तू तसा विचार करशील असं वाटत नाही.''

''ही कॅरोल मॅनिंग म्हणाली की तिला या भेटीबद्दल काही माहिती नाही. तुला ते पटलं का?''

''होय. मला पटलं. ती बोलताना मला ती दुखावली गेली आहे हे जाणवलं. मला वाटतंय की सिनेटर बटलरच्या डोक्यात जे काही घोळतंय ते नेहमीची चाकोरी सोडून आहे. आणि त्याबद्दल त्याला आपल्या प्रमुख सल्लागारावरही विश्वास टाकायचा नाही.''

''ठीक तर मग,'' डॅनियल काहीशा अनिच्छेने म्हणाला, ''तिला फोन करून सांग की मी बरोबर नऊ वाजता युनियन स्टेशनवर हजर असेन.''

''तू नाही, तर आपण नऊ वाजता तिथं असणार आहोत.'' स्टेफनी म्हणाली, ''मी कॅरोल मॅनिंगला तसं सांगितलंय आणि मी त्या बाबतीत ठाम आहे.''

''चालेल की.'' डॅनियल म्हणाला, ''आपण पार्टीच करू या की...''

◆

४

गुरुवार, २१ फेब्रुवारी २००२
रात्रीचे ८ वाजून १५ मिनिटे

सिनेटर बटलरच्या फारसा बडेजाव नसलेल्या व्हर्जिनियातल्या आर्लिंग्टन मधील घरातले सगळे दिवे लागलेले आहेत असा कॅरोलला भास झाला. कॅरोल त्याच्या घरापुढच्या ड्राईव्ह-वेमध्ये शिरली आणि गाडी थांबवली. तिने घड्याळ पाहिले. वॉशिंग्टनमधली रहदारी कधी कशी असेल याची कोणालाच खात्री देता येत नसल्याने युनियन स्टेशनपाशी बरोबर नऊ वाजता पोहोचणे ही काही सोपी गोष्ट नव्हती. तिने बेत तर अगदी व्यवस्थित आखला होता.पण फॉगी बॉटममधल्या आपल्या घरापासून निघून ॲशलेच्या घरापर्यंत पोहोचायला तिला अपेक्षेपेक्षा दहा मिनिटे जास्त लागली होती. सुरुवात चांगली झाली नाही असे तिला वाटले. पण तिने मुळातच आखणी करताना पंधरा मिनिटे जास्तीची ठेवली होती त्यामुळे काही अडचण नव्हती.

इंजिन चालू ठेवून कॅरोल गाडीतून उतरणार होती. पण एवढ्यात तिच्या लक्षात आले की बर्फासारख्या थंडगार पावसात बाहेर पडायची आवश्यकता नाही. ॲशलेच्या घराचे पुढचे दार उघडले. सिनेटर बाहेर आला. मागे त्याची स्थूल बायको उभी होती. चाळीस वर्षांपूर्वी त्यांचे लग्न झाले होते. पांढऱ्या लेसची किनार असलेला गाऊन आणि घरात वापरण्याचा पोशाख यामध्ये ती घर सांभाळणाऱ्या बाईचे नमुनेदार चित्र दिसत होती. पोर्चखाली उभी राहून ती बहुदा ॲशलेच्या आज्ञेनुसार छत्री उघडण्याची धडपड करत होती. सकाळी भुरूभुरू पडणाऱ्या बर्फाचे आता टिपटिप पावसात रुपांतर झाले होते. ॲशले पायऱ्या उतरून येऊ लागला. त्याचा चेहेरा छत्रीमुळे झाकला गेला होता. तो अगदी सावकाश आणि एकएक पायरी काळजीपूर्वक उतरत होता. त्यामुळे कॅरोलला त्याचे निरीक्षण करण्याची संधी मिळाली. आडव्या नि दणकट शरीरयष्टीचा हा माणूस एखादा शेतकरी किंवा लोहार म्हणून सहज खपून गेला असता. कॅरोलला आपला बॉस तसा उतरताना पाहणे फारसे सुखद वाटत नव्हते. त्या दृश्यामध्ये निश्चितच काहीतरी निराशाजनक करुणपणा होता. हवेत असणारे धुके, करड्या रंगाचे आभाळ आणि त्याच्या बरोबरीने वायपरचा एकसुरी क्लिक्-क्लिक् असा आवाज यामुळे त्या दृश्याच्या उदासवाणेपणात आणखीनच भर पडली होती. कॅरोलला तर निव्वळ दृश्यच नाही तर इतरही बरेच काही माहिती होते. ह्या माणसाबद्दल तिला जवळजवळ पूजा करावी असे वाटण्याएवढा आदर होता. एका दशकापेक्षा जास्त काळ तिने या माणसासाठी असंख्य वेळा त्याग

केलेला होता. पण सध्या मात्र त्याच्याबद्दल अंदाज बांधणे अवघड झाले होते. शिवाय मधूनमधून तो चक्क हलकटपणाही करत होता. दिवसभर त्याच्या बरोबर असूनही आता तो ज्या गुप्त आणि राजकीयदृष्ट्या धोकादायक भेटीसाठी जात होता त्याचे कारण तिला प्रयत्न करूनही कळू शकले नव्हते. शिवाय त्याबाबतीत संपूर्ण गुप्तता राखण्याची सूचना दिल्यामुळे ती आणखी काही काही चौकशीही करू शकली नव्हती. शिवाय तिला असंही वाटलं की आपण माहिती करून घ्यायला उत्सुक आहोत या एकाच कारणासाठी ॲशलेने मुद्दामच तिला डॉ. लॉवेलच्या या संभाव्य भेटीबद्दल संपूर्ण अंधारात ठेवले होते. गेल्या वर्षात ॲशलेने अनेकदा मारलेल्या खोचक शेऱ्यांमुळे तिला हे जाणवले होते की ती त्याच्यापेक्षा जास्त तरुण आणि निरोगी आहे म्हणून तो तिचा मत्सर करतो आहे.

शेवटच्या पायरीवरून खाली सपाट जमिनीवर उतरताना ॲशले क्षणभर थबकला. कॅरोलला त्याच्यामधली एखाद्या बैलासारखी रग आणि अडेलपणा हे गुण आवडत असत. राजकीय कार्यक्रमांच्या बाबतीत तिला त्याचे हे गुण एकेकाळी चांगले वाटायचे. पण आता मात्र तिला त्याची चीड येत होती. आपले सनातन मतवादी राजकीय कार्यक्रम पूर्ण होण्यासाठी म्हणून पूर्वी तो सत्ता मिळवण्यासाठी झगडत असे. पण आता जणू त्याला सत्तेची चटक लागली होती. त्यामुळे तो सत्ता मिळवणे या एकाच हेतूसाठी राजकारण करत होता. पूर्वी तिला वाटत होते की नेमक्या कोणत्या वेळी बाजूला व्हायचे याची जाण असणारा तो एक महान नेता आहे. पण आता मात्र कॅरोलला त्याबद्दल तेवढा विश्वास वाटत नव्हता.

ॲशलेने हळूहळू चालायला सुरुवात केली. त्याचा काळा कोट, गोलाकारात झुकलेले खांदे आणि उड्या मारत चालल्याप्रमाणे वाटणारी त्याची हळूहळू टाकलेली पावले यामुळे तिला तो एखाद्या मोठ्या आकाराच्या पेंग्विन पक्षासारखा वाटला. चालता चालता हळूहळू त्याचा वेग थोडा वाढला. कॅरोलला ॲशले तिच्या बाजूच्या दारापाशी येईल असे वाटले होते. पण तो सरळ मागच्या बाजूला गेला आणि तिच्या मागच्या सीटवर बसला. तो गाडीत बसताना गाडी थोडी हलली. दार जोराने लावल्याचा आणि छत्री खाली टाकल्याचा आवाज आला.

कॅरोलने मागे वळून नजर टाकली. ॲशले सीटवर व्यवस्थित बसला होता. गाडीतल्या पिवळसर-करड्या मंद प्रकाशात ॲशलेचा चेहेरा एवढा फिकट दिसत होता की तिला तो एखाद्या भुतासारखा वाटला. त्याचे नेहमी जागच्या जागी असणारे चंदेरी केस लोखंडी किसाच्या पुंजक्याप्रमाणे भुरभुरत होते. घरातल्या दिव्यांचे प्रतिबिंब पडल्याने त्याचे जाड फ्रेमच्या चष्म्यामधील डोळे गूढ भासत होते.

"तुला उशीर झालाय." ॲशले तक्रारीच्या स्वरात म्हणाला. त्याच्या उच्चारात नेहमीच्या खास दक्षिणी उच्चारशैलीचा लवलेशही नव्हता.

“मला माफ करा.” कॅरोल एकदम म्हणाली. तिला माफी मागायची सवयच झाली होती, “पण मला वाटतं, सगळं काही व्यवस्थित होईल. आपण तिकडे जाण्याआधी काही चर्चा करायची का?”

“गाडी चालव.” ॲशलेने आज्ञा दिली.

कॅरोलच्या शरीरातून रागाची एक लहर येऊन गेली. पण तिने आपल्या जिभेला आवर घातला. कारण आपण काही बोललो तर त्याचा परिणाम काय होईल याची तिला चांगली कल्पना होती. कोणी काही जरा विरुद्ध गेले असेल तर ते पक्के लक्षात राहण्याएवढी त्याची स्मरणशक्ती एखाद्या हत्तीसारखी मोठी होती. त्याची बदला घेण्याची ताकद जबरदस्त विखारी होती. कॅरोलने आपली बोजड शेवरलेट सबर्बन गाडी गिअरमध्ये टाकली आणि ती ड्राईव्ह-वेमधून बाहेर पडून रस्त्याला लागली.

तिने ठरवलेला मार्ग सोपा होता. बराचसा रस्ता ठराविक प्रकारे रहदारी असणारा होता. रस्त्यामधले सगळे सिग्नल हिरवे मिळाल्यामुळे ती सहजपणे ३९५ क्रमांकाच्या हायवेला आली. तिथे मुख्य रस्त्यावर पंधरा मिनिटांपूर्वी होती त्यापेक्षा कमी रहदारी पाहून तिला आनंद झाला. तिने हायवेला साजेसा वेग घेतला. आपण वेळेत पोहोचणार हे लक्षात आल्यानंतर ती थोडी निवांत झाली. गाडी पोटोमॅक नदीजवळ आली असताना अचानक रेगन राष्ट्रीय विमानतळावरून उड्डाण केलेले एक अजस्र जेट विमान अगदी जवळून गडगडाट करत गेले. ते अवघे पन्नास फूट उंचीवर होते. मुळात तिच्या मनावर ताण असल्याने त्या अचानक आलेल्या आवाजामुळे ती दचकली आणि गाडी जराशी थरथरली.

“मला जर नीट माहिती नसती तर मी माझ्या आईच्या स्मृतीची शपथ घेऊन सांगितलं असतं की त्या जेटचा दणका इथं हायवेपर्यंत कधीच पोहोचू शकत नाही.” ॲशले गाडीत बसल्यापासून प्रथमच त्याच्या सुप्रसिद्ध दक्षिणी लकबीने किंचित अडखळत म्हणाला. तिला गाडी चालव अशी उर्मट आज्ञा फर्मावल्यानंतर तो पहिल्यांदाच बोलत होता, “माय डियर, तुझा गाडीवर पक्का ताबा आहे ना?”

“सर्व काही ठीक आहे.” कॅरोल तुटकपणे म्हणाली. ॲशले अगदी सहजपणे ती लकब बोलण्यात आणू शकतो नि तसे बोलणे बंद करू शकतो हे चांगले माहिती असूनदेखील तिला त्यावेळी त्याची ती बोलण्याची नाटकी ढब ऐकून चीड आली.

“तू आणि इतरांनी त्या डॉक्टरबद्दल जमा केलेली माहिती वाचत होतो.” ॲशले काही क्षण गप्प राहून म्हणाला, “खरं तर ती माहिती माझ्या मनात पक्की बसली आहे. तुम्ही लोकांनी केलेल्या या कामाबद्दल तुमचं कौतुक केलं पाहिजे. त्या पोराला जेवढं स्वत:बद्दल माहिती नसेल तेवढं मला त्याच्याबद्दल माहिती झालं आहे.”

कॅरोलने नुसती मान डोलावली. गाडीत पुन्हा शांतता निर्माण झाली. वॉशिंग्टन मॉलच्या विस्तीर्ण हिरवळीखालच्या टनेलमध्ये त्यांची गाडी शिरली. अचानक ॲशले म्हणाला, ''तू माझ्यावर नाराज आहेस नि रागावली आहेस हे मला माहिती आहे. त्याचं कारणही माझ्या लक्षात येतंय.''

कॅरोलने आरशामधून मागे बसलेल्या सिनेटरकडे नजर टाकली. टनेलच्या बाजूला लावलेल्या सिरॅमिक टाईल्सवरून परावर्तित होणाऱ्या प्रकाशाचे कवडसे त्याच्या चेहेऱ्यावरून वेगाने सरकत होते. त्यामुळे तो आधीच भुतासारखा भयंकर भासत होता.

''मी या भेटीमागचं कारण तुझ्यापाशी उघड केलं नाही म्हणून तू रागावली आहेस.''

कॅरोलने पुन्हा ॲशलेकडे नजर टाकली. ती चकित झाली होती. कारण अशाप्रकारे कबुली देणे हे ॲशलेच्या स्वभावाच्या पूर्ण विरुद्ध होते. कॅरोलच्या भावनांची आपल्याला फिकीर आहे किंवा तिला काय वाटते हे आपल्याला माहिती आहे याची पुसटशीही जाणीव ॲशलेने कधीही करून दिली नव्हती. सध्या त्याचे वागणे अगदी बेभरवश्याचे झाले आहे हे उघड दिसत होते. कॅरोलला त्यावेळी काय बोलावे ते समजेना.

''मला आत्ता जुनी आठवण आली. माझी ममा एकदा माझ्यावर अशीच रागावली होती.'' ॲशले पुन्हा त्याच्या खास लकबीत बोलू लागला होता. कॅरोल मनातल्या मनात कण्हली. तिला त्याची ही बोलण्याची शैलीही बिलकुल आवडत नसे, ''मी जेव्हा गुडघ्यापर्यंतही पोहोचत नव्हतो एवढा लहान असतानाची ही गोष्ट आहे. आमच्या घरापासून एक मैलभरापेक्षा जास्त अंतर असणाऱ्या नदीवर माझा मासेमारीसाठी जायचा बेत होता. तिथं दांडगे कॅटफिश मिळतात असं माझ्या कानावर आलं होतं. कोणी उठायच्या आत मी भल्या पहाटे घरातून बाहेर पडलो. माझी ममा त्यामुळे फारच काळजीत पडली. मी घरी परतलो तेव्हा तिनं माझी मानगूट धरून, मी तिची परवानगी न घेता का गेलो याचा खडसावून जाब विचारला. ती मला परवानगी देणार नाही हे माहिती असल्यामुळंच मी विचारलं नाही हे मी तिला सांगून टाकलं होतं. कॅरोल, माय डियर आत्ता त्या डॉक्टरशी होणाऱ्या भेटीची परिस्थिती नेमकी तशीच आहे. मी तुला चांगलं ओळखतो. तू माझा बेत बदलण्याचा नक्कीच प्रयत्न केला असतास आणि मी तर माझा निश्चय पक्का केलेला आहे.''

''जर एखादी गोष्ट तुमच्या फायद्याची ठरणार असेल तरच मी तसा प्रयत्न केला असता.''

''काही वेळा तू दुष्टपणाने माझ्याशी बरोबरी करण्याचा प्रयत्न करतेस असं वाटतं. माय डियर कॅरोल, तुझ्या वागणुकीतून सहज जाणवणारी तुझी निस्वार्थी

वृत्ती पाहून बहुतेक लोकांना तुझ्या मनातले खरे हेतू कळणार नाहीत. पण मला त्याची चांगलीच कल्पना आहे.''

कॅरोलने नर्व्हसपणाने आवंढा गिळला. ॲशलेच्या या भपकेबाज शब्दांनी नटलेल्या या बोलण्याचा नेमका अर्थ कसा घ्यावा हे तिला कळेना. त्याच्या शब्दातून ध्वनित होणारी दिशा तिला जाणवत होती पण तिला तो विचार नको होता. तिच्या मनातली सुप्त महत्त्वाकांक्षा त्याला कळली असावी हे तिच्या लक्षात येत होतं. हे विचार बाजूला ठेवत ती म्हणाली, ''या भेटीमुळे होऊ शकणाऱ्या संभाव्य राजकीय परिणामांबद्दल निदान तुम्ही फिलशी काही चर्चा केलीत का?''

''छे... नाही! मी या भेटीबद्दल कोणाशीही बोललो नाही. देव तिचं भलं करो, पण मी माझ्या बायकोलाही काही सांगितलं नाही. तू, मी आणि ते दोघं यांच्याखेरीज कोणाला पुसटशीही कल्पना नाही.''

कॅरोल फ्रीवेवरून बाहेर पडली आणि मॅसॅच्युसेट्स अव्हेन्यूच्या दिशेने निघाली. आता ते युनियन स्टेशनच्या खूपच जवळ आले असल्याने तिच्या मनातल्या सुप्त आकांक्षांसंबंधी विषय आपोआप टळला म्हणून तिला बरे वाटलं. कॅरोलने घड्याळाकडे नजर टाकली. पावणेनऊ वाजले होते.

''आपण जरा लवकर पोहोचणार असं दिसतंय.''

''तर मग जरा वेळ थोडा वळसा घे.'' ॲशलेने सुचवले, ''मला तेथे अगदी वेळेवरच जायला आवडेल. त्यामुळे या भेटीचा प्रारंभ अगदी मनाजोगा होईल.''

कॅरोलने नॉर्थ कॅपिटल रस्त्यावरून डी रस्त्यावर गाडी घेतली. हा भाग सिनेट इमारतीच्या जवळ असल्याने तिच्या परिचयाचा होता. पुन्हा गाडी युनियन स्टेशनपाशी आली तेव्हा नऊला तीन मिनिटे कमी होती आणि तिने गाडी युनियन स्टेशनच्या अगदी समोर थांबवली तेव्हा बरोबर नऊ वाजले होते.

''ते पाहा ते तिथं आहेत.'' कॅरोलच्या खांद्यावरून बोट दाखवत ॲशले म्हणाला. फोर सीझन्स् हॉटेलच्या छत्रीखाली डॅनियल आणि स्टेफनी एकमेकांना बिलगून उभे होते. ते दोघे एका जागी उभे असल्याने तेथील गर्दीत उठून दिसत होते. कारण पावसापासून बचाव करण्यासाठी लोकांची धावपळ सुरू होती.

डॉक्टर लॉवेल व स्टेफनीचे लक्ष वेधून घेण्यासाठी कॅरोलने दिव्याचा झोत वरखाली केला.

''उगीच तमाशा करायची गरज नाही'' ॲशले गुरगुरला, ''त्यांनी आपल्याला पाहिलेलं आहे.''

डॅनियलने घड्याळाकडे एक नजर टाकली आणि तो रेंगाळत शेवरलेट सबर्बन गाडीच्या दिशेने येऊ लागला. स्टेफनीने त्याच्या डाव्या हातात हात गुंफला होता.

ते दोघे कॅरोलच्या बाजूला आले. तिने काच खाली केली.

"मिस मॅनिंग?" डॅनियलने सहजगत्या विचारले.

"डॉक्टर! मी मागच्या सीटवर आहे." कॅरोल काही बोलायच्या आत ॲशले मोठ्या आवाजात म्हणाला, "तुम्ही इथं माझ्यापाशी आलात तर बरं. तुमची मोहक सहकारी पुढे कॅरोलपाशी बसेल."

डॅनियलने खांदे उडवले आणि दोघे वळून उजवीकडे आले. स्टेफनी दार उघडून आत बसेपर्यंत डॅनियलने छत्री उघडून धरली. मग तो मागच्या सीटवर बसला.

"स्वागत." ॲशलेने आपला जाडजूड बोटे असणारा हात पुढे केला, "असल्या भयंकर गार वाऱ्यात मला भेटायला आल्याबद्दल आभार."

डॅनियलने ॲशलेचा पुढे केलेला हात पाहिला होता. पण त्याने त्याला प्रतिसाद दिला नाही. "तुमच्या मनात काय आहे सिनेटर?"

"हं... अगदी उत्तरेकडच्या माणसासारखं बोललात." ॲशले हसत म्हणाला आणि त्याने आपला हात मागे घेतला. डॅनियलने उपमर्द केलेला असूनही त्याने त्याबद्दल आलेला राग बिलकूल दाखवला नाही.

"ताबडतोब मुद्द्याला हात घालण्याचा आणि वेळ वाया न घालवण्याचा रोखठोकपणा. असो. हस्तांदोलन करण्याचे प्रसंग नंतर येतील. सध्या माझा विचार आहे की तुम्ही आणि मी, एकमेकांचा परिचय करून घ्यावा. असं पाहा, मला तुमच्याकडे असलेल्या, **एस्क्युलेपियस** प्रमाणे असणाऱ्या दैवी हातगुणांमध्ये रस आहे."

"सिनेटर, कुठं जायचं?" आरशातून मागे पाहत कॅरोलने विचारले.

"आपण या दोघा डॉक्टरांना आपल्या या सुंदर शहराची सफर घडवून आणायला काय हरकत आहे?" ॲशलेने सुचवले, "असं कर. गाडी टायडल बेसीनच्या दिशेने घे. म्हणजे त्यांना आपल्या शहरातील सर्वात दिमाखदार प्रेक्षणीय स्थळ पाहता येईल."

कॅरोलने गाडी गिअरमध्ये टाकली आणि ती फर्स्ट स्ट्रीटवरून दक्षिण दिशेने निघाली. कॅरोल व स्टेफनीने क्षणभर एकमेकांकडे पाहून नजरेने अभिवादन केले.

"आपल्या उजवीकडे आहे त्याला कॅपिटॉल म्हणतात." ॲशले बोट दाखवत म्हणाला, "डावीकडे आहे ती सुप्रीम कोर्टाची इमारत. ह्या इमारतीची वास्तुरचना मला स्वत:ला अतिशय आवडते. आणि ही आहे काँग्रेसच्या लायब्ररीची इमारत."

"सिनेटर." डॅनियल म्हणाला, "मला तुमच्याबद्दल खूप काही नसला तरी योग्य तो आदर राखून मी सांगतो, मला या शहरात फेरफटका मारण्याची इच्छा नाही. तसेच सकाळी तुम्ही सुनावणीच्या नावाखाली जे नाटक केलंत त्यानंतर मला तुमच्याबद्दल जाणून घेण्याचीही इच्छा नाही."

''माय डियर... माझ्या प्रिय मित्रा...'' काही क्षण गप्प राहून ॲशलेने बोलायला सुरुवात केली. एवढ्यात डॅनियलने त्याचे वाक्य मध्येच तोडले.

''हा दक्षिणेकडचा शब्दबंबाळपणा बंद केलात तर बरं!'' डॅनियल त्वेषाने फटकारत म्हणाला, ''आणि महत्त्वाच्या गोष्टीची नोंद घ्या. मी तुमचा प्रिय मित्र नाही. मी तुमचा मुळात मित्रच नाही.''

''डॉक्टर, मी योग्य तो आदर राखून बोलतोय आणि मी हे शब्द मनापासून बोलतोय. असल्या उद्धटपणामुळे तुम्ही स्वत:च स्वत:चं फार मोठं नुकसान करून घेता. मी एक छोटासा सल्ला देऊ का? तुम्ही तुमच्या बुद्धिमत्तेपेक्षा तुमच्या भावनांना वरचढ होऊ देता नि आपला तोटा करून घेता. सकाळी तुम्ही हेच केलेत. तुम्ही माझ्याशी शत्रूत्व करता आहात हे पुरेसं कळूनही मी तुमच्याबरोबर थेट वाटाघाटी करायला तयार आहे. एका अत्यंत नाजूक पण महत्त्वाच्या विषयावर दोन सभ्य माणसांच्यात सरळ बोलणी व्हावीत असं मी सुचवतो आहे. आपल्या दोघांनाही काहीतरी साधायचं आहे. ते साधण्यासाठी आपल्या दोघांनाही असं काहीतरी करावं लागणार आहे की जे करायची दोघांचीही मनोमन तयारी नाही.''

''तुम्ही हे कोड्यात बोलता आहात.'' डॅनियल तक्रारीच्या स्वरात म्हणाला.

''कदाचित तसं असेल.'' ॲशले म्हणाला, ''तुम्हाला मी बोलतोय त्यात जरासाही रस आहे का? तसं नसेल तर मी पुढे बोलणार नाही.''

डॅनियलने एक दीर्घ सुस्कारा सोडलेला ॲशलेला जाणवला. त्याने डोळेही फिरवले असणार हे त्याला कळले. पण पाहणे शक्य नव्हते. कारण गाडीत अंधार होता. ॲशले वाट पाहत गप्प बसला. गाडी आता स्मिथसोनियन इमारतींजवळून जात होती. डॅनियल बाहेर पाहत होता.

''तुम्हाला थोडा रस आहे हे कबूल करण्यामुळे तुमच्यावर काही बंधन येणार आहे किंवा तुमच्यावर कोणते संकट ओढवणार आहे असं नव्हे. आपण इथं जे बोलतोय त्याबद्दल या गाडीमधील व्यक्तींखेरीज कोणालाही कल्पना नाही. अर्थात तुम्ही इतर कोणाला सांगितलं नाही हे मी गृहीत धरतोय.''

''मी कोणाला हे सांगितलं असतं तर मला माझीच शरम वाटली असती.''

''मी तुमच्या ह्या उर्मटपणाकडे लक्ष देणार नाही. डॉक्टर, सकाळी तिथे सुनावणीच्या-वेळी तुम्ही पोशाखासकट आपल्या बेलगाम वृत्तीचं जे प्रदर्शन केलंत त्याच्याकडेही मी लक्ष दिलं नव्हतं. तुमची बेदरकार देहबोली आणि माझ्यावर केलेल्या शाब्दिक हल्ल्यांकडे मी दुर्लक्ष केलं. एक सभ्य गृहस्थ म्हणून माझा निश्चितच अपमान झाला होता. पण मी ते मनावर घेतलं नाही. तेव्हा उगीच तोंडची वाफ दवडू नका! मला एवढंच हवंय, तुम्हाला वाटाघाटी करण्यात रस आहे की नाही?''

"आपण कशाबद्दल वाटाघाटी करणार आहोत?"

"तुम्ही सुरू केलेली कंपनी, तुमचं सध्याचं काम, तुम्ही जगप्रसिद्ध होण्याची शक्यता आणि कदाचित सर्वात महत्त्वाची गोष्ट म्हणजे अपयश टाळण्याची एक संधी. मला ठामपणाने वाटतं की अपयश या गोष्टीचा तुम्हाला विशेष तिरस्कार आहे."

डॅनियलने त्या अंधुक प्रकाशात ॲशलेकडे नजर रोखली. डॅनियलचे डोळे दिसत नसले तरी त्यामधील धग ॲशलेला स्पष्ट जाणवली. आपण अगदी वर्मावर नेमका घाव घातलेला आहे याची ॲशलेला खात्री वाटू लागली.

"मी अपयशाला, खास करून घाबरतो असं तुम्हाला वाटतं?" डॅनियलच्या आवाजातला उपरोध कमी झाला होता.

"निश्चितच!" ॲशलेने ताबडतोब उत्तर दिले, "तुमच्यामध्ये एक जोरदार स्पर्धक आहे. तुमच्या बुद्धिमत्तेची त्याला जोड मिळाल्यामुळे तुम्ही यशस्वी ठरत गेलात. पण ज्यांच्यामध्ये स्पर्धा करण्याची जोरदार ताकद असते त्यांना अपयश चालत नाही. विशेषत: असे लोक जर भूतकाळापासून सुटका करून घेण्यासाठी धडपडत असतील तर नाहीच नाही. मॅसॅच्युसेट्स मधल्या रिव्हेरे गावामधून आलेल्या तुम्ही इथवर मोठीच मजल मारलेली आहे. तरीही तुम्हाला अजूनही अपयशी ठरण्याची भीती सतत वाटते. कारण तसं झालं तर तुम्हाला परत आपल्या लहानपणी भोगलेल्या आयुष्याकडे परत जाणं भाग पडेल. तुमची बुद्धिमत्ता पाहता तुम्हाला अशी भीती बाळगण्याचं कोणतंही तर्कसंगत कारण नाही. तरीही ह्या भीतीनं तुम्हाला कायम पछाडलेलं आहे."

डॅनियल फिक्कट हसला. त्या हसण्यात आनंदाचा लवलेशही नव्हता, "हा हास्यास्पद चमत्कारिक सिद्धांत कुठून सुचला तुम्हाला?"

"माझ्या मित्रा, मला सर्वकाही माहिती आहे. माझे वडील मला नेहमी सांगत, माहिती ही ताकद आहे. आपण वाटाघाटी करणार आहोत. म्हणून मी माझ्या व्यापक प्रमाणावरील संबंधांचा उपयोग करून घेतला. अगदी मला मदत करणाऱ्या एफबीआय मधील लोकांशीही मी संपर्क साधला. तुम्ही आणि तुमच्या नव्याने सुरू केलेल्या कंपनीबद्दल मी जेवढी काही मिळवता येईल तेवढी माहिती जमा केली. तुमच्याबद्दलच नव्हे तर तुमच्या मागच्या कितीतरी पिढ्यांबद्दल मला सगळी माहिती आहे."

"तुम्ही माझी चौकशी करण्यासाठी एफबीआयचा वापर केलात? माझा यावर विश्वास बसत नाही."

"बसायला हवा! ठीक आहे. तुमच्या या अत्यंत रोचक कहाणीमधल्या काही ठळक गोष्टी मी सांगतो. सर्वात महत्त्वाची गोष्ट. तुम्ही न्यू इंग्लंडमधल्या सुप्रसिद्ध

लॉवेल कुटुंबाशी संबंधित आहात. बोस्टनच्या समाजाच्या ऐतिहासिक वर्णनातील सुप्रसिद्ध लॉवेल घराण्यातील लोक फक्त कॅबोट घराण्यातील लोकांशी बोलत असत आणि कॅबोट फक्त देवाशीच संभाषण करत. की हे मी उलटं सांगितलं? कॅरोल मी बरोबर सांगितलं का?''

''बरोबर सांगितलंत सिनेटर.'' कॅरोलने उत्तर दिले.

''हे छान झालं.'' ॲशले म्हणाला, ''संभाषणाच्या सुरुवातीलाच मला माझी विश्वसनीयता कमी करून घ्यायची नव्हती. दुर्दैवाने डॉक्टर सुप्रसिद्ध लॉवेल घराण्याच्या संबंधांचा तुम्हाला काही फायदा झाला नाही. मला कळलंय की तुमच्या दारुड्या आजोबाला त्याच्या घराण्याने बहिष्कृत केले होते. पहिल्या महायुद्धाच्या काळात हरकाम्या म्हणून लष्करात गेल्यानंतर आणि परत येऊन मेडफर्डच्या एका सामान्य कुटुंबातील पोरीशी लग्न केल्यावर लॉवेल घराण्यानं त्याला वारसा हक्कामधूनही बेदखल करून टाकलं. युरोपमधल्या युद्धाच्या काळात त्याला एवढे भयानक अनुभव आले होते की पुन्हा त्याला उच्चभ्रूंच्या समाजात मिसळणे मानसिकदृष्ट्या अशक्य झालं असं दिसतं. अर्थात युद्धावर न गेलेल्या त्याच्या भावाबहिणींच्यात आणि त्याच्यात जमीन अस्मानाचा फरक पडला होता. एकोणिसशे वीसनंतरच्या कमालीच्या स्वस्ताईच्या काळात ते भरपूर मौजमजा करत होते. त्यातल्या काहींच्या बाबतीत जरी ते दारूच्या आहारी जाण्याची शक्यता असली तरी निदान त्यांचं शिक्षण व्यवस्थित सुरू होतं नि त्यांनी त्यांच्या प्रतिष्ठेला साजेशा मुलींशी लग्न केलं होतं.''

''सिनेटर, हे सगळं ऐकून माझी बिलकूल करमणूक होत नाही. आपण मुद्द्याचं बोलू या का?''

''मित्रा धीर ठेव.'' ॲशले म्हणाला, ''मला जरा इतिहासातून आता वर्तमानात येऊ देत. तुमच्या त्या दारुड्या आजोबांच्या बाबतीत असं दिसतं की बाप म्हणूनही तो गृहस्थ फारसा चांगला नव्हता. त्याच्या दहा पोरांमधील एक म्हणजे तुमचे वडील. बापलेक सारखेच ही उक्ती तुमच्या वडिलांच्या संदर्भात अगदी नेमकी लागू पडते. त्यांनीही दुसऱ्या महायुद्धाच्या दरम्यान लष्करी नोकरीत हालअपेष्टा सहन केल्या. त्यांनी बऱ्याच प्रमाणात दारू दूर ठेवली असली तरी आपल्या नऊ मुलांपुढे ते काही आदर्श बापासारखे वागले नाहीत. मला वाटतं, तुम्ही याच्याशी सहमत व्हाल. तुमची बुद्धिमत्ता, स्पर्धात्मक वृत्ती आणि संधी यामुळे तुम्ही व्हिएतनाम युद्धावर गेला नाहीत आणि साहजिकच तुम्ही पिढीजात चालत आलेली घराण्याची परंपरा खंडित केलीत खरी, पण त्याचे काही घाव मात्र बसलेच म्हणा तुमच्यावर.''

''सिनेटर, मी अखेरचं सांगतो. तुमच्या मनात काय आहे ते मला साध्या इंग्लिश भाषेत समजावून दिलं नाहीत, तर आम्हाला हॉटेलवर तत्काळ परत घेऊन

जाणे उत्तम.''

''मी तुम्हाला ते सांगितलंय. तुम्ही गाडीत बसलात तेव्हाच.''

''तुम्ही पुन्हा त्याची उजळणी केलीत तर बरं.'' डॅनियल हेटाळणीच्या स्वरात म्हणाला, ''तुमचं बोलणं इतकं आडून आडून होतं की मला त्यातून काही कळलं नाही.''

''मी म्हणालो होतो की मला तुमच्याकडे एस्क्युलेपियसप्रमाणे असणाऱ्या दैवी हातगुणांमध्ये रस आहे.''

''अशा प्रकारे रोग बरा करणाऱ्या त्या रोमन देवाचा संदर्भ देणं यानं मला आणखीनच कोड्यात पाडलंय तुम्ही आणि मला हे ऐकायची सहनशक्ती बिलकुल नाही. तुम्ही वाटाघाटी हा शब्द वापरलात, तेव्हा आपण नेमकं बोललो तर जास्त बरं होईल.''

''नेमकं बोलायचं तर मी तुमच्याजवळच्या वैद्यकीय क्षमतेची आणि माझ्या राजकीय ताकदीची देवाणघेवाण करू इच्छितो.''

''मी एक संशोधक आहे. मी प्रॅक्टिस करत नाही.''

''पण मुळात तुम्ही एक डॉक्टर आहातच ना. आणि तुम्ही संशोधन करता ते लोकांना बरे करण्यासाठीच.''

''पुढे बोला.''

''आपली ही भेट का झाली याच्या मुळाशी काय आहे हे मी आता सांगणार आहे. पण एक सभ्य गृहस्थ म्हणून मला तुमच्याकडून वचन हवंय की हे सारं संपूर्णपणे गुप्त राहील. अगदी या भेटीतून काहीही निष्पन्न झालं नाही तरी.''

''हे जर सगळंच वैयक्तिक पातळीवरचं असेल तर मला गुप्तता राखायला काहीच अडचण वाटत नाही.'',

''उत्तम! आणि डॉ. डी'अगोस्टिनो. तुम्हीही तसं वचन देणार ना?''

''अर्थातच.'' स्टेफनी किंचित अडखळत म्हणाली. तिला उद्देशून बोलण्याने ती एकदम चकित झाली होती. ती अर्धवट वळून मागे पाहत बसली होती. ॲशलेने डॅनियलच्या मनातल्या अपयशाच्या भीतीचा उल्लेख केला त्यावेळेपासून ती त्याच प्रकारे बसून संभाषण ऐकत होती.

कॅरोल गाडी चालवण्याची कसरत करत होती आणि तिचा वेग खूपच कमी झाला होता. कारण मागच्या सीटवरच्या संभाषणामुळे तिच्या मनावर जणू मोहिनी पडली होती. रस्त्यापेक्षा तिचं लक्ष मागे बसलेल्या ॲशलेकडे होते. आता यानंतर ॲशले काय बोलणार याची तिला कल्पना आली होती. त्यामुळे ती गांगरून गेली.

ॲशलेने घसा साफ केला, ''दुर्दैवाने मला पार्किन्सन्स् विकार झाला असल्याचं निदान करण्यात आलंय. त्यात आणखी भर म्हणजे माझा विकार झपाट्याने

वाढणारा आहे असं माझ्या मेंदूविकारतज्ज्ञांना वाटतंय. बहुधा ते खरंच आहे. मागच्या खेपेला मी त्यांचा सल्ला घेतला तेव्हा त्यांनी पुढे काय घडेल हे सांगितलं देखील. त्यांच्या मते लवकरच विकारामुळे माझ्या ज्ञानग्रहण क्षमतेवर परिणाम होणार आहे.''

काही क्षण गाडीतील सारेजण गप्प होते.

''हा विकार झालाय हे तुम्हाला कधी कळलं? कारण मला तुमच्यामध्ये थरथर जाणवली नाही.''

''साधारण एक वर्षापूर्वी. औषधांचा बराच फायदा झाला. पण माझ्या मेंदूविकार-तज्ज्ञांनी भाकित केल्याप्रमाणे औषधांची उपयुक्तता झपाट्याने खालावत चालली आहे. माझी ही कमजोरी लवकरच सर्वांच्या लक्षात येईल. म्हणूनच ताबडतोब काहीतरी करायला हवं. अन्यथा माझी राजकीय कारकीर्द धोक्यात येईल.''

''माझ्या समजुतीनुसार या कोडी सोडवत बसण्याच्या खेळातून काहीही निष्पन्न होण्याची आशा दिसत नाही.''

''तसं वाटणं साहजिकच आहे म्हणा.'' ॲशले कबुली देत म्हणाला, ''डॉक्टर, मला तुमचा गिनीपिग व्हायचं आहे. त्यापेक्षा बदली उंदीर म्हणा हवं तर. तुम्ही उंदरांवर केलेल्या प्रयोगांमध्ये यश मिळवण्यात सुदैवी ठरलात हे तुम्ही सकाळी म्हणाला होतात.''

''हे निव्वळ तर्कहीन आहे!'' डॅनियल डोके हलवत म्हणाला, ''मी माझ्या उंदरांना जसं बरं केलं तसं मी तुम्हाला बरं करायचं!''

''होय डॉक्टर. आणि अनेक कारणांसाठी तुम्ही ते करायला तयार होणार नाही. मला हे माहिती असल्यामुळेच आपण ह्या वाटाघाटी करतो आहोत.''

''तसं करणं बेकायदेशीर ठरेल.'' स्टेफनी मध्येच म्हणाली, ''एफडीए त्याला कधीच मान्यता देणार नाही.''

''पण एफडीएला कळवण्याचा माझा विचारच नाही.'' ॲशले शांतपणाने म्हणाला, ''काही वेळा ते लोक किती ढवळाढवळ करतात हे मला माहिती आहे.''

''हे काम एखाद्या हॉस्पिटलमध्येच करावं लागेल आणि एफडीएच्या संमतीविना कोणतंही हॉस्पिटल त्याला परवानगी देणार नाही.'' स्टेफनी म्हणाली.

''या देशामधील कोणतंही हॉस्पिटल.'' ॲशले म्हणाला, ''मी खरं तर त्यासाठी बहामाचा विचार करत होतो. बहामाला जाण्यासाठी हा ऋतूही छान आहे. शिवाय आपल्या गरजांची उत्तम पूर्ती करू शकेल असं एक क्लिनिकही तिथे आहे. सहा महिन्यांपूर्वी माझ्याच आरोग्य धोरण उपसमितीपुढे सुनावणींची एक मालिका झाली. या देशातील वंध्यत्त्व चिकित्सा केंद्रांमध्ये नियमावली अपुरी असल्याबद्दलच्या तक्रारी होत्या. त्या सुनावणींच्या दरम्यान विनगेट नावाच्या एका क्लिनिकचे

उदाहरण पुढे आले होते. प्रचंड नफा कमावण्यासाठी काही क्लिनिक साध्यासाध्या नियमांनाही कसं धाब्यावर बसवतात याचं ते नमुनेदार उदाहरण होतं. विनगेट क्लिनिक अलीकडेच न्यू प्रॉव्हिडन्स बेटावर स्थलांतरित झालं होतं. त्यांच्या कामामध्ये ज्या काही कमीतकमी त्रासदायक कायद्यांचा अडथळा होता तो टाळण्यासाठी क्लिनिकनं जागा बदलली होती. त्यांच्या कामात अनेक गोष्टी शंकास्पद होत्याच. पण माझं लक्ष कशाकडे वेधलं गेलं होतं तर हे क्लिनिक एकविसाव्या शतकाला साजेसं चकचकीत नवीन हॉस्पिटल नि एक संशोधन केंद्र निर्माण करण्याच्या मार्गावर होतं.''

''सिनेटर प्रत्यक्ष माणसांवर उपचार करण्याअगोदर वैद्यकीय संशोधनात प्राण्यांचा वापर केला जातो त्याला काही कारणं आहेत. तसं न करणं पूर्णपणे अनैतिक आणि निदान मूर्खपणाचं ठरेल.''

''सुरुवातीला तुम्हाला ही कल्पना उत्तेजक वाटणार नाही हे मला माहिती होतं. आणि म्हणूनच तर आपण या वाटाघाटी करतो आहोत. असं पाहा, मी एक सभ्य गृहस्थ म्हणून माझा शब्द देतो, की तुम्ही तुमची ती एचटीएसआर पद्धत वापरून गुप्तपणे मला बरं केलंत, तर माझं एस ११०३ क्रमांकाचं बिल माझ्या उपसमितीकडून पुढे सरकणार नाही. त्याचा अर्थ असा की तुम्हाला हवा तसा निधी उपलब्ध होईल आणि तुमची कंपनी पुढे जाईल. अर्थातच तुम्हाला जसं व्हायचं आहे तसे तुम्ही श्रीमंत उद्योगपती व्हाल. माझ्या बाबतीत बोलायचं तर माझ्यावरचं हे पार्किन्सन्स् विकाराचं संकट टळलं तर माझी सतत वाढणारी राजकीय ताकद तशीच वाढत जाईल... म्हणजे आपण दोघंही जे करणार नाही ते केलं तर दोघांचाही जय होईल.''

''जे करायची तुमची तयारी नाही ते तुम्ही करणार म्हणजे काय?''

''मी स्वत: गिनीपिग व्हायचा धोका पत्करतो आहे.'' ॲशले म्हणाला, ''आपल्या दोघांच्या जागा बदलल्या असत्या तर किती छान झालं असतं. पण असो. जीवन हे असंच असतं म्हणा. मी माझं हे एस ११०३ क्रमांकाचं बिल उपसमितीनं पुढं पाठवावं अशी अपेक्षा असलेल्या माझ्या सनातन मतवादी मतदारांना नाराज करण्याचा धोकाही मी पत्करतोय.''

''हे हास्यास्पद आहे.'' डॅनियल आश्चर्याने थक्क होत डोकं हलवत म्हणाला.

''पण हे इतकंच नाही तर आणखी काही शिल्लक आहे.'' ॲशले म्हणाला, ''मी किती मोठी जोखीम स्वीकारतोय हे पाहिलं तर माझ्या मते आपल्यात तरी देवाणघेवाण समसमान होत नाही. हा असमतोल दूर व्हावा म्हणून मी त्यात दैवी हस्तक्षेपाची अपेक्षा करतोय.''

''हा दैवी हस्तक्षेप म्हणजे काय ते मी विचारू शकतो का?''

''मला जे समजलंय त्यानुसार माझ्यावर उपचार करताना एचटीएसआर पद्धतीसाठी

डी.एन.ए. रेणूचा एखादा तुकडा लागणार. हा तुकडा पार्किन्सन्स् विकार नसलेल्या माणसाचा असणार.''

''बरोबर. पण हा माणूस कोण असावा याला काही महत्त्व नाही. कारण या बाबतीत अवयव रोपण शस्त्रक्रियेप्रमाणे उतींची जुळणी करावी लागत नाही.''

''पण हा माणूस कोण असावा याचं मला मात्र महत्त्व वाटतं.'' अॅशले म्हणाला, ''माझ्या माहितीप्रमाणे तुम्ही डी.एन.ए. रेणूचा हा तुकडा रक्तामधून मिळवू शकता.''

''रक्तामधल्या लालपेशींचा त्यासाठी उपयोग नाही. कारण त्यांच्यामध्ये केंद्रक असत नाही. पण पांढऱ्या पेशींचा वापर करता येतो. म्हणजेच मला रक्ताचा उपयोग करता येईल हे बरोबरच आहे.''

''रक्तात पांढऱ्या पेशी असतात ही देवाची महान कृपाच आहे. पण रक्त कुठून घ्यायचं याबद्दल मला जरा अधिक कुतुहल वाटलं. माझे वडील बॅप्टिस्ट धर्मगुरू होते. आई... बिचारीच्या आत्म्याला शांती मिळो, मात्र आयरिश कॅथॉलिक पंथाची होती. तिनं मला ज्या काही गोष्टी शिकवल्या त्यांचा आयुष्यात कायमच उपयोग झाला आहे. मी तुम्हाला एक प्रश्न विचारतो, तुम्हाला ट्युरीनच्या कफनाबद्दल काही माहिती आहे का?''

डॅनियलने स्टेफनीकडे नजर टाकली. त्याच्या चेहेऱ्यावर अविश्वासाने भरलेले तिरस्कारयुक्त हास्य होते.

''मी कॅथॉलिक शिकवणीत वाढलेली आहे.'' स्टेफनी म्हणाली, ''मला ट्युरीनच्या कफनाबद्दल माहिती आहे.''

''तेवढं तर मलाही माहिती आहे.'' डॅनियल म्हणाला, ''तो एक धार्मिक अवशेष आहे. ते कफन प्रत्यक्ष येशूच्या शरीराभोवती गुंडाळलेलं होतं असं मानलं जातं. पण पाच वर्षांपूर्वी ती बनवाबनवी असल्याचं सिद्ध झालं होतं.''

''खरं आहे.''स्टेफनी म्हणाली, ''पण ती दहा वर्षांपूर्वीची गोष्ट आहे. रेडियोकार्बन कालमापनपद्धतीनुसार ते कफन तेराव्या शतकाच्या मध्यातलं असल्याचं आढळलं होतं.''

''मला त्या रेडियोकार्बन कालमापनाच्या निष्कर्षात जराही रस नाही.'' अॅशले म्हणाला, ''विशेषत: अनेक थोर शास्त्रज्ञांनी त्याचा खोटेपणा सिद्ध केल्यामुळे तर नाहीच नाही. जरी ह्या अहवालाला कोणी आव्हान दिलं नसतं तरी माझं मत काही बदललं नसतं. या कफनाला माझ्या ममाच्या हृदयात आगळंच स्थान होतं. तिनं मला नि माझ्या दोन मोठ्या भावांना मुद्दाम ते कफन दाखवण्यासाठी ट्युरीनला नेलं होतं. तिच्यामधला तो भक्तिभाव थोडासा माझ्यातही आला आहे. मी तेव्हा काही कळण्याएवढाही मोठा नव्हतो. ते खरं आहे की खोटं ह्याबद्दलची चर्चा बाजूला

ठेवली तरी एक गोष्ट मात्र निर्विवाद सत्य आहे. त्या कापडावर रक्ताचे डाग आहेत. निदान याबद्दल तरी सर्वांचं एकमत आहे. माझ्या उपचारासाठी वापरला जाणारा डी.एन.ए.चा तो लहानसा तुकडा त्या कफनावरच्या डागातून घ्यावा ही माझी मागणी आहे आणि तशी माझी ऑफरही आहे.''

डॅनियल नाटकीपणाने हसला, ''हे तर हसण्याच्याही पलीकडचं झालं. हा निव्वळ मूर्खपणाचा कळस आहे. असो. पण मी त्या कफनावरून रक्ताचा नुमना कसा मिळवायचा ते सांगणार का?''

''ती तुमची जबाबदारी असेल.'' ॲशले म्हणाला, ''डॉक्टर, पण मी याबाबतीत मदत करायला तयार आहे. अनेक आर्चबिशप माझ्या परिचयाचे आहेत. काही विशेष राजकीय सवलतींसाठी ते नेहमीच कृपा करायला तयार असतात. त्यांच्याकडून मला त्या कफनापर्यंत कसं पोहोचता येईल ते नक्कीच कळू शकेल. त्या कफनावरील रक्ताच्या डागाचे काही नमुने घेतले गेले होते आणि ते बाहेर देण्यात आले होते. पण नंतर ते नमुने पुन्हा परत घेण्यात आले हे मला माहिती आहे. चर्चकडे परत आलेल्या त्या नमुन्यांमधील एक कदाचित मिळू शकेल. पण तो आणण्यासाठी तुम्हालाच जावं लागेल.''

''माझं बोलणंच खुंटलंय.'' डॅनियलला त्यात किंचित गंमत वाटत होती. ती भावना दडपत तो म्हणाला,

''हे मी समजू शकतो.'' ॲशले म्हणाला, ''मी ही जी संधी तुम्हाला उपलब्ध करून दिली आहे त्यासाठी तुमच्या मनाची तयारी झालेली नव्हती. तुम्ही लगेचच यावर काही म्हणावं अशी माझी अपेक्षा नाही. एक विचारी व्यक्ती म्हणून तुम्ही या गोष्टीवर भरपूर चिंतन कराल याची मला खात्री आहे. मी तुम्हाला एक फोन नंबर देतो. माझी सूचना आहे की तुम्ही मला फोन करावा. परंतु मला उद्या सकाळी दहा वाजेपर्यंत फोन आला नाही, तर मी असं समजेन की तुम्ही माझी ऑफर स्वीकारलेली नाही. दहा वाजता मी माझ्या कर्मचाऱ्यांना आदेश देईन. लवकरात लवकर एस ११०३ क्रमांकाचं बिल उपसमितीत मतदान होऊन पुढे जाईल. म्हणजे मग ते संपूर्ण समिती आणि सिनेटपुढे ठेवण्यात येईल आणि जैवतंत्रज्ञानाला विरोध करणाऱ्या गटानं तुम्हाला अगोदर कल्पना दिल्याप्रमाणे हे बिल सिनेटमध्ये अगदी सहजरित्या मंजूर होईल.''

◆

५

गुरुवार, २१ फेब्रुवारी २००२
रात्री १० वाजून ५ मिनिटे

कॅरोल मॅनिंगची गाडी लाऊसियाना अव्हेन्यूमधून वेगाने जाताना तिच्या गाडीचे मागचे दिवे इतर गाड्यांच्या दिव्यांमध्ये मिसळून गेले आणि थोड्याच वेळात दिसेनासे झाले. ते पूर्णत: दिसेनासे होईपर्यंत स्टेफनी आणि डॅनियल तिकडेच पाहत होते. मग त्यांनी एकमेकांकडे पाहिले. छत्रीखाली अगदी खेटून उभे राहिल्याने त्यांच्या नाकांमध्ये काहीच इंच अंतर उरले होते. ते युनियन स्टेशनसमोर स्तब्ध उभे होते. एक तासापूर्वीदेखील ते असेच एका जागी उभे होते. फरक होता तो त्यांच्या मनस्थितीत. अगोदर त्यांच्या मनात जराशी उत्सुकता होती. आता मात्र त्यांची विचारशक्तीच खुंटली होती.

"उद्या सकाळी मी तुला शपथेवर सांगीन. हे सारं म्हणजे एक निव्वळ भास होता." स्टेफनी डोकं झटकत म्हणाली.

"होय. ह्यामध्ये स्वप्नासारखा भ्रम आहे खरा."

"चमत्कारिकपणा हे विशेषण जास्त चांगलं ठरेल."

डॅनियलने हातात गच्च धरलेल्या कार्डाकडे नजर टाकली. सिनेटर बटलरच्या व्हिजिटिंग कार्डाच्या मागच्या बाजूला त्याच्या वेड्यावाकड्या हस्ताक्षरात त्याचा सेलफोन नंबर लिहिलेला होता. पुढच्या बारा तासात त्यांनी या नंबरवर थेट संपर्क साधायचा होता. डॅनियलने त्या नंबरकडे काही क्षण रोखून पाहिले. बहुधा तो नंबर पाठ करत होता.

वाऱ्याचा मोठा झोत आला. क्षणभर वरून खाली येणाऱ्या थेंबांची दिशा बदलली नि ते आडवे होऊन त्यांचा सपका स्टेफनीच्या तोंडावर बसला. ती काकडली, "चल हॉटेलवर जाऊ! इथे असं उभं राहून भिजण्यात अर्थ नाही."

एकदम तंद्रीतून बाहेर आल्याप्रमाणे डॅनियलने तिची माफी मागितली आणि स्टेशनसमोरच्या चौकाकडे नजर फिरवली. एका बाजूला असणाऱ्या टॅक्सी स्टँडवर काही टॅक्सी उभ्या होत्या. वाऱ्याची दिशा लक्षात घेऊन डॅनियलने छत्रीचा कोन ठीक केला आणि स्टेफनीला चलण्याची सूचना केली. रांगेतल्या पहिल्या टॅक्सीत शिरून त्याने स्टेफनीसाठी छत्री बाहेर धरली. स्टेफनी आत शिरली. "फोर सीझन्स् हॉटेल" आरशातून मागे पाहणाऱ्या टॅक्सी ड्रायव्हरला उद्देशून डॅनियल म्हणाला.

"आजची रात्र चमत्कारिक आणि विसंगतींनी भरलेली होती." स्टेफनी अचानक म्हणाली, "आज मी तुझ्याकडून तुझ्या कुटुंबाबद्दल किस्सा ऐकला आणि सगळी

कहाणी मला सिनेटर बटलरकडून कळली.''

''मला त्यात विसंगती नाही तर नसता ताप दिसतोय.'' डॅनियल म्हणाला, ''हा माझ्या खाजगी जीवनावर घाला आहे. त्याने माझ्या खाजगी आयुष्याची माहिती काढायला एफबीआयला सांगितलं. आणि एफबीआय मधल्या लोकांनी ती त्याला दिली हे जास्तच भयंकर आहे. म्हणजे बघ. मी कोणत्याही गुन्ह्याचा संशय नसलेला साधा नागरिक आहे. अशा प्रकारे एफबीआयचा दुरुपयोग पाहून मला **जे. एडगर हूव्हर**च्या दिवसांची आठवण येते.''

''म्हणजे बटलर तुझ्याबद्दल जे काही सांगत होता ते खरं आहे?''

''होय. म्हणजे काही प्रमाणात खरं.'' डॅनियल विषय झटकत म्हणाला, ''आपण सिनेटरने दिलेल्या ऑफरबद्दल बोलू या.''

''मला त्याबद्दल काय वाटतं ते सांगते. ऑफर गलिच्छ आहे.''

''तुला त्यात काहीही सकारात्मक भाग दिसत नाही?''

''मला त्यातून एवढंच चांगलं दिसतंय. आपलं त्या माणसाबद्दलचं मत खरं ठरलं. लोकानुनय करणाऱ्या राजकारण्याचा तो उत्कृष्ट नमुना आहे. त्याच्यात कमालीचा घृणास्पद दांभिकपणाही आहे. निव्वळ राजकीय कारणांसाठी त्याचा एचटीएसआर पद्धतीला विरोध आहे. त्यावर त्याची बंदी आणायची तयारी आहे. त्या संशोधनामुळे हजारो लोकांचं दु:ख कमी होईल आणि त्यांचे प्राण वाचतील हे त्याला दिसत नाही. मात्र ही पद्धत त्याला स्वत:च्या फायद्यासाठी हवी आहे. हे सारं अक्षम्य आणि किळसवाणं आहे. आपण निश्चितच त्यात सहभागी होणार नाही.'' स्टेफनी उपहासाच्या स्वरात म्हणाली, ''मी त्याच्या आजाराबद्दल गुप्तता राखायचं वचन दिलं याबद्दल मला आता वाईट वाटतंय. असल्या स्टोरीसाठी प्रसिद्धी माध्यमं जीव ओवाळून टाकायला तयार होतील. मला ती त्यांना द्यायला मनापासून आवडेल.''

''आपण प्रसिद्धी माध्यमांकडे जाऊ शकत नाही.'' डॅनियल धारदारपणे म्हणाला, ''आणि आपण एवढा उतावीळपणा करू नये असं मला वाटतं. आपण त्याच्या ऑफरवर थोडा विचार करायला हवा.''

आश्चर्याने चकित होऊन स्टेफनी वळून टॅक्सीतल्या अंधुक प्रकाशात त्याचा चेहेरा निरखून पाहत म्हणाली, ''तू हे गंभीरपणानं म्हणत नाहीस ना?''

''आपल्याला काय काय माहिती आहे ते जरा पाहू या. स्कंधपेशींपासून डोपामाईन बनवणाऱ्या चेतापेशी आपल्याला निर्माण करता येतात. म्हणजेच त्याबाबतीत आपण अंधारात चाचपडू असं काही नाही.''

''आपण ते उंदरांच्या पेशींबाबत केलंय. मानवी पेशी वापरलेल्या नाहीत.''

''पद्धत तर तीच आहे. आपल्या क्षेत्रातल्या काहीजणांनी तशीच पद्धत वापरून हे मानवी स्कंधपेशींच्या बाबतीत अगोदरच साध्य केलं आहे. त्या पेशी बनवणं ही

समस्या उद्भवणार नाही. एकदा का अशा पेशी आपल्याकडे आल्या की मग उंदरांच्या प्रयोगांसाठी आपण तयार केलेली पद्धत जशीच्या तशी वापरायची. मानवी पेशींमध्ये तिचा उपयोग न व्हायचं काहीच कारण नाही. आपण ज्या उंदरांवर प्रयोग केले होते ते सगळे बरे झाले होतेच.''

''फक्त मेलेले सोडून.''

''ते का मेले ह्याची आपल्याला कल्पना आहे. इंजेक्शन देण्याचे तंत्र आपण सफाईदारपणे करू शकण्याच्या अगोदरचे उंदीर मेले. आपण चांगल्या प्रकारे इंजेक्शन दिलेले सर्व उंदीर बरे झाले नि जिवंतही राहिले. माणसाच्या बाबतीत तर स्टिरिओटॅक्सीक डिव्हाईस उपलब्ध आहे. हे उपकरण उंदरांवरील प्रयोगात आपल्याला उपलब्ध नव्हतं. या उपकरणामुळे आपण सहजरित्या आणि अचूकपणाने इंजेक्शन देऊ शकू. अर्थात त्यामुळे त्यातला धोकाही नष्ट होईल. शिवाय इंजेक्शन आपण स्वत: देणार नाही. आपण त्यासाठी एखाद्या न्युरोसर्जनची मदत घेऊ शकू.''

''मी हे जे काही ऐकतेय, त्यावर माझा विश्वास बसत नाही.'' स्टेफनी म्हणाली, ''असला वेडपटपणाचा आणि अनैतिक प्रयोग करायचा याबद्दल तू मनाशी पक्का विचार केलेला दिसतोय. हा प्रयोग एकाच माणसावर केलेला अत्यंत धोकादायक प्रयोग असणार आहे. त्यातून काय होईल ते होईल, पण त्याचा बटलर सोडून कोणालाही उपयोग नाही.''

''मला तसं वाटत नाही. या प्रयोगामुळे आपण क्युअर कंपनी आणि एचटीएसआर वाचवणार आहोत. म्हणजेच अखेर त्यातून लक्षावधी लोकांचा फायदा होणार आहे. नंतर ज्यातून अफाट फायदा होणार आहे ते करण्यासाठी नैतिकतेला थोडी मुरड घालणं ही मला त्यामानाने फार कमी किंमत वाटते.''

''सकाळी सुनावणी सुरू करताना सिनेटर बटलरने जैवतंत्रज्ञान कंपन्यांवर जो आरोप केला होता नेमकं आपण तेच करणार आहोत. आपण साध्यासाठी साधन कोणतंही असण्याचं समर्थन करतोय. सिनेटर बटलरवर प्रयोग करणं अनैसर्गिक आहे हे एवढं साधं सरळ आहे. कळलं?''

''होय. काही प्रमाणात ते बरोबर आहे. पण यात धोका कोणाला आहे? धोका तर खलनायकाला आहे! तोच तर ते करायला सांगतोय. सर्वात वाईट काय आहे तर, एफबीआय बरोबर संगनमत करून त्यांच्याकडून बेकायदेशीरपणाने मिळवलेली माहिती वापरून आपल्याला हे करायला भाग पाडायचं कारस्थान. तो ते करतोय.''

''ते सगळं जरी खरं मानलं तरी दोन चुकांमधून एक बरोबर गोष्ट होऊ शकत नाही. त्याशिवाय आपण त्यात सहभागी होण्यामधून निर्दोष मुक्त होऊ शकणार नाही.''

''मला वाटतं, ते शक्य आहे. आपण बटलरला एका निवेदनावर सही

करायला सांगू. आपण त्या निवेदनात सगळं काही टाकू. या देशातल्या कायद्यानुसार असं करणं अनैतिक आहे याची आपल्याला पूर्ण कल्पना आहे. ह्या प्रयोगात योग्य काळजी घेण्यात आलेली नाही. या निवेदनात असं स्पष्ट लिहायचं की हा प्रयोग करायची व तो देशाबाहेर करायची संपूर्ण कल्पना सर्वस्वी बटलरची आहे. तसेच त्यानं आपल्यावर हे काम करायची बळजबरी केली असंही त्यात नमूद करायचं.''

''तो अशा निवेदनावर सही करेल?''

''आपण त्याच्यापुढे पर्यायच शिल्लक ठेवायचा नाही. त्यानं सही केली नाही तर त्याला एचटीएसआरचा फायदा मिळणार नाही. आपण हा प्रयोग बहामामध्ये करण्यात मला काही अडचण वाटत नाही. कारण तसं करण्यानं आपण एफडीए नियमांचा भंग करत नाही. तसंच अगदीच गरज पडली तर ते जबरदस्त निवेदन आपल्याजवळ असेल. सगळी जबाबदारी बटलरच्या अंगावर पडेल.''

''मला जरा वेळ विचार करू दे.''

''जरूर विचार कर. पण मला वाटतं. नैतिकतेच्या दृष्टीनं आपण तसं करणं योग्य आहे. आपण त्याच्यावर दबाव आणून त्याला तसं करायला लावत असतो तर गोष्ट वेगळी होती. इथं तर नेमकी उलटी परिस्थिती आहे.''

''पण त्याला या सगळ्याची पुरेशी माहिती देण्यात आली नव्हती असा युक्तिवाद होऊ शकेल. तो राजकारणी आहे, डॉक्टर नव्हे. त्याला खरोखर यामधला धोका माहिती नाही. तो यात मरू शकतो.''

''तो मरणार नाही.'' डॅनियल ठासून म्हणाला, ''जर यात काही चूक व्हायची असेल तर वाईटात वाईट काय होईल, आपण त्याची सगळी लक्षणं संपतील एवढ्या प्रमाणात पेशी द्यायच्याच नाहीत. तसं झालं की तो आपल्याकडे पुन्हा प्रयोग करण्यासाठी याचना करत येईल. तसं करणंही नंतर सोपं होईल, कारण आपण त्याच्या पेशी संवर्धनात ठेवून देऊ.''

''मला नीट विचार करावा लागेल.''

''जरूर कर.''

यानंतर टॅक्सीच्या उरलेल्या प्रवासात ते गप्प बसले. अखेर लिफ्टकडे जाताना स्टेफनी म्हणाली, ''हा प्रयोग करायला आपल्याला योग्य जागा मिळेल? तुला काय वाटतं?''

''बटलरने याबाबतीत भरपूर विचार अगोदरच केलेला आहे.'' डॅनियल म्हणाला, ''काहीही नशिबावर सोडायची त्याची तयारी नाही. खरं म्हणजे त्यानं ज्या क्लिनिकचं नाव सांगितलं, त्याचीही चौकशी त्यानं केली नसेल तरच मला नवल वाटेल.''

''शक्य आहे. साधारण एक वर्षापूर्वी मला त्या विनगेट क्लिनिकबद्दलची बातमी वाचल्याचं आठवतंय. बुकफोर्डमधलं हे वंध्यत्त्व चिकित्सा करणारं क्लिनिक

अतिशय लोकप्रिय होतं. त्याचा इतर कोणत्याही संस्थेशी संबंध नव्हता. अखेर ह्या क्लिनिकला येथून बहामाला जाणं, दबावामुळे भाग पडलं. ते प्रकरण चांगलंच गाजलं होतं.''

''मलाही आठवतंय. काही बंडखोर डॉक्टर ते चालवत असत. त्यांच्या संशोधन विभागात पुनरुत्पादन व क्लोनिंगबाबत अनैतिक प्रयोग चालायचे.''

''सद्सद्विवेकाला सोडून हे म्हणणं जास्त योग्य होईल. ते मानवी गर्भांना डुकरीणींच्या गर्भाशयात वाढवणं वगैरे काहीतरी करायचे. हार्वर्डच्या दोन डॉक्टर मैत्रिणींच्या नाहीसे होण्यासंदर्भात त्यांच्यावर आरोप होते हे देखील मला आठवतंय. क्लिनिकच्या संचालकांना इथून पळून जावं लागलं आणि परत आपल्या देशात जबरदस्तीने आणण्याच्या प्रयत्नांमधून ते कसेबसे वाचले होते. ह्या सगळ्याचा अर्थ असा की आपण ह्या लोकांच्या बरोबर कसलाही संबंध ठेवण्याच्या लायकीचे ते अजिबात नाहीत.''

''आपण त्यांच्याबरोबर संबंध ठेवणारच नाही. आपण आपलं काम उरकून हात धुवून मोकळे होऊ.''

लिफ्टचं दार उघडलं. ते दोघं आपल्या स्यूटच्या दिशेने निघाले.

''बरं त्या न्यूरोसर्जनचं काय? तुला प्रामाणिकपणे वाटतं की या मद्दडपणात भाग घ्यायला कोणी तयार होईल? त्या माणसाला किंवा तिला ह्यामध्ये काहीतरी गडबड आहे याची शंका येणारच.''

''जर पुरेसा फायदा होणार असेल तर त्याचीही फिकीर नाही. तीच गोष्ट क्लिनिकची आहे.'' डॅनियल म्हणाला.

''म्हणजे पैसा.''

''अर्थातच! सार्वत्रिक प्रेरणादायक घटक.''

''बटलरनं ह्यात गुप्तता पाळायची सूचना केलीय. त्याचं काय? आपण ती कशी पाळणार आहोत?''

''गुप्तता राखणं ही आपली नाही तर त्याची समस्या आहे. पण आपण त्याचं खरं नाव वापरायचं नाही. तो त्याचा चष्मा आणि गडद रंगाचे सूट वगळले तर त्याच्या व्यक्तिमत्वात काहीही खास नाही. तो चारचौघांसारखा थोड्या लांब नाकाचा माणूस आहे एवढंच. चमकदार रंगसंगतीचा हाफ शर्ट आणि गॉगल्स लावले की तो अजिबात ओळखू येणार नाही.''

स्टेफनीने की-कार्ड वापरून दार उघडलं. दोघे आत शिरून सिटींग रूममध्ये आले.

''मिनीबारमधून काही काढायचं का?'' डॅनियलने सुचवले, ''आत्ता मला आनंद साजरा करायला मूड आहे. मला काही तासांपूर्वी सारं अंधारून संपल्यासारखं

वाटत होतं. पण आता प्रकाशाचा किरण दिसू लागला आहे.''

''मला थोडी वाईन चालेल.'' स्टेफनीने उत्तर दिले. ती थंडी कमी करण्यासाठी हात चोळत कोचाच्या एका कोपऱ्यात अंगाची जुडी करून बसली.

डॅनियलने काबरनेट वाईनच्या बाटलीचे बूच फटकन उघडलं नि एका ग्लासमध्ये भरपूर वाईन ओतून तो स्टेफनीच्या हातात ठेवला. स्वतःसाठी स्कॉच ओतून घेत तो कोचावर दुसऱ्या बाजूला बसला. ग्लासांना ग्लास भिडवून झाल्यावर ते आपापल्या पेयाचे घुटके घेऊ लागले.

''म्हणजे तू हा तुझ्या चक्रमपणाचा बेत तडीस नेणार तर?'' स्टेफनीने विचारले.

''होय. अर्थात तू तसं का करू नये यासाठी तितकंच सबळ कारण मला दिलं नाहीस तर.''

''आणि ह्या ट्युरीनच्या कफनाबद्दलच्या मूर्खपणाचं काय? दैवी हस्तक्षेप म्हणे! अतिशय फाजील आत्मविश्वासाची निव्वळ हास्यास्पद कल्पना!''

''मला नाही तसं वाटतं. मला तो अलौकिक बुद्धीचा अविष्कार वाटतो.''

''तू विनोद तर करत नाहीस ना!''

''बिलकूल नाही! तो एक जबरदस्त प्लासिबो ठरणार आहे. प्लासिबो किती ताकदवान असतात याची आपल्याला कल्पना आहेच. आपल्याला औषध दिलंय या कल्पनेमुळे औषध म्हणून काहीही दिलं तरी बरं वाटतं. जर त्याला आपल्यामध्ये येशू ख्रिस्ताचा डी.एन.ए. रेणूचा तुकडा येणार असं वाटत असेल, तर त्याला माझी तयारी आहे. त्या श्रद्धेमुळे त्याला बरं वाटायला चांगलीच मदत होईल. मला ती कल्पना अप्रतिम वाटते. म्हणजे त्या कफनामधून डी.एन.ए. मिळवावा असं मला म्हणायचं नाही. आपण फक्त त्याला तसं सांगितलं तरी परिणाम तसाच होणार आहे. तरीही आपण त्या बाबतीतही विचार करू. त्याच्या म्हणण्याप्रमाणे खरोखरच त्या कफनावर रक्ताचे डाग असले तर आपण ते मिळवण्याचाही प्रयत्न करू.''

''जरी ते डाग तेराव्या शतकातले असले तरी?''

''त्या डागांच्या जुनेपणामुळे काहीच फरक पडत नाही. डी.एन.ए. रेणूचे तुकडे झालेले असतील खरे. पण ती काही अडचण नाही. आपण आत्ताच्या डी.एन.ए. रेणूंसाठी जे काही वापरतो तेच त्याबाबतीतही वापरू या. आपल्याला हवा तो भाग आपण त्यातून वेचून काढू आणि मग पीसीआर वापरून त्याच्या भरपूर प्रती मिळवू. अनेक दृष्टीने विचार केला तर या कामात आव्हान आणि भरपूर गंमत आहे. यामध्ये एकच गोष्ट करण्याचं प्रलोभन टाळणं सर्वात अवघड होईल. ती म्हणजे नेचर किंवा सायन्स यांना शोधनिबंध पाठवणं. तू त्या शीर्षकाचा विचार तरी करून पाहा : 'एचटीएसआर आणि ट्युरीनच्या कफनांच्या सहभागातून मानवी पार्किन्सन्स् विकारावरील

पहिले उपचार निर्माण झाले आहेत.'''

"आपण हे प्रसिद्ध करूच शकत नाही." स्टेफनी म्हणाली.

"मला माहिती आहे ते! आपण भविष्यकाळातील प्रगतीचे शिल्पकार आहोत ही कल्पना मनात घोळवण्याची ही फक्त गंमत आहे. यानंतरची पायरी सुनियंत्रित प्रयोगांची असेल. ह्या प्रयोगांचे निष्कर्ष आपण नक्कीच प्रसिद्ध करू शकू. त्यावेळी क्युअर प्रकाशझोतात न्हाहून निघालेली असेल आणि अपुऱ्या निधीचं दु:स्वप्न केव्हाच मागे पडलेलं असेल."

"तुझ्याइतका उत्साह मला असता तर किती बरं झालं असतं."

"एकदा का सगळं नीट व्हायला लागलं की तुलाही उत्साह वाटेल. जरी बटलरने आज बोलताना कधी सुरुवात करायची हे सांगितलं नसलं तरी मला वाटतं, तो त्याबाबतीत अतिशय अधीर झालेला आहे. त्याचा अर्थ असा की आपण बोस्टनला परत गेलो की तयारीला लागलं पाहिजे. मी विनगेट क्लिनिकशी संपर्क साधून तेथील व्यवस्था करायचं पाहतो. न्यूरोसर्जनबद्दलही चौकशी करतो. तू त्या ट्युरीनच्या कफनाचा मागोवा घेशील का?"

"निदान ते करताना तरी थोडीफार मजा वाटेल म्हणा." स्टेफनी म्हणाली. ती बटलरच्या उपचारांच्या संदर्भात आपल्या मनात उत्साह निर्माण करण्याचा प्रयत्न करत होती. पण तिचे आतले मन तिला निराळेच काहीतरी सांगत होते. "मी त्या कफनाची माहिती काढीन. ते कफन बनावट आहे हे सिद्ध झालेलं असूनही चर्चला ते खरं का वाटतं ते जाणून घ्यायला मला नक्की आवडेल."

"सिनेटरलाही ते खरंच वाटतंय की."

"मला आठवतंय त्यानुसार रेडियोकार्बन कालमापन स्वतंत्रपणे तीन वेगवेगळ्या प्रयोगशाळांमध्ये करण्यात आलं होतं. त्या पुराव्याला खोटं ठरवणं फार अवघड आहे."

"बरं तुला काय सापडतीय माहिती ते पाहू या." डॅनियल म्हणाला, "दरम्यान आपण प्रवासाची तयारी करायला लागलं पाहिजे."

"नसाऊच्या प्रवासाची का?"

"नसाऊ आणि कदाचित ट्युरीन. तुला काय मिळतंय त्यावर ते अवलंबून आहे."

"या प्रवासाला लागणाऱ्या पैशाचं काय?"

"ॲशले बटलर."

"म्हणजे हा पुळपुटेपणा फारसा वाईट असणार नाही तर." स्टेफनी भुवया उंचावत म्हणाली.

"यात तू माझ्याबरोबर आहेस ना?"

“होय. बहुतेक आहे.”

“हे पुरेसं नाही.”

“सध्या तरी मी एवढंच म्हणू शकते. पण कदाचित नंतर मलादेखील तू सुचवल्याप्रमाणे उत्साह वाटू लागेल.”

“मला काय समजायचं ते मी समजलो.” डॅनियल घोषणा केल्यासारखा म्हणाला आणि स्टेफनीचा खांदा हलकेच दाबला, “मी आणखी स्कॉच घेणार आहे. तुझाही ग्लास भरतो.”

डॅनियलने दोघांसाठी पेये तयार केली आणि तो कोचात रेलून बसला. हातातल्या घड्याळावर नजर टाकत त्याने बटलरचे व्हिजिटिंग कार्ड समोरच्या कॉफी टेबलावर ठेऊन फोन उचलला, “आपण सिनेटर बटलरला ही बातमी कळायला हवी. अर्थात त्याचं समाधान होणार नाही नि तो वैतागणार हे नक्की आहे. पण त्याचेच शब्द वापरायचे तर जीवन हे असंच असतं.”

डॅनियलने स्पीकरफोन सुरू केला. फोन लगेच लागला. बटलरचा खास दक्षिणी लकबीतला अडखळता आवाज खोलीत घुमला.

“सिनेटर,” ॲशलेचा लांबलचक हॅलो मध्येच तोडत डॅनियल म्हणाला, “मला खरं तर आत्ता फोन करायची इच्छा नव्हती, कारण बराच उशीर झालाय. पण मला इतकंच सांगायचंय की मी तुमची ऑफर स्वीकारलेली आहे.”

“देवाची कृपा! ती देखील इतक्या लवकर!” ॲशले गाणे गुणगुणल्याप्रमाणे म्हणाला, “मला वाटत होतं, हा एवढा साधा निर्णय करण्यात वेळ वाया घालवून तुम्ही तुमच्या झोपेचं खोबरं करून घेणार. तुमचा फोन सकाळी येईल असं मला वाटलं होतं. असो. मी अगदी मनापासून खूष झालो आहे. डॉ. डी'अगोस्टिनो देखील तयार आहेत असं मी समजायचं का?”

“मी तयार आहे.” स्टेफनी आवाजात सकारात्मकता आणण्याचा प्रयत्न करत म्हणाली.

“उत्तम! उत्तम!” ॲशले प्रतिध्वनीसारखा म्हणाला, “मला याबद्दल अजिबात आश्चर्य वाटत नाही. हे सारं आपल्या सर्वांच्याच फायद्याचं आहे. पण मला मनापासून असं वाटतंय की सारखे विचार आणि एकच उद्देश ठेवणं ही हमखास यशाची किल्ली ठरेल. आणि या मोहिमेत आपल्याला यश हवंच आहे.”

“आम्हाला वाटतं, तुम्हाला ते ताबडतोब करायचं आहे.” डॅनियल म्हणाला.

“नक्कीच. माझ्या मित्रांनो नक्कीच. माझी असमर्थता दडवण्याच्या बाबतीत विचार केला तर मी अक्षरशः उधार दिवसांवर जगतोय.” ॲशले स्पष्टीकरण देऊ लागला, “अजिबात वेळ घालवून चालणार नाही. आपल्या सोईची गोष्ट म्हणजे सिनेटला सुट्टी लागणार आहे. आजपासून साधारण एक महिन्यानंतर बावीस मार्च

ते आठ एप्रिल अशी ती आहे. मी नेहमी सुट्टीत गावी जाऊन स्थानिक पातळीवर राजकीय गाठीभेटी घेतो. पण आता मात्र ह्या सुट्टीच्या दरम्यान मी इलाज करून घ्यायचं पक्कं केलं आहे. माझ्या इलाजासाठी लागणाऱ्या पेशी तयार करण्यासाठी एवढा अवधी तुम्हा शास्त्रज्ञ मंडळींना पुरेसा आहे का?''

डॅनियलने स्टेफनीकडे नजर टाकली आणि जवळजवळ कुजबुजल्याप्रमाणे तो तिच्याशी बोलू लागला, ''माझ्या अंदाजापेक्षा हे त्याला फार लवकर हवंय. तुला काय वाटतं? आपण ते करू शकू?''

''फार लांबचा पल्ला आहे.'' स्टेफनी खांदे उडवत म्हणाली, ''सर्वात अगोदर आपल्याला त्याच्या फायब्रोब्लास्ट पेशी वाढवाव्या लागतील. मग आपली केंद्रक बदलाची क्रिया यशस्वी होईल असं गृहीत धरल्यास गर्भपूर्व अवस्था तयार होईल. त्यानंतर ब्लास्टोसिस्ट तयार व्हायला पाचसहा दिवस लागतील. मग स्कंधपेशी बाजूला काढल्यावर पोषणासाठी फीडर पेशींचे संवर्धन काही आठवडे तरी करावे लागेल.''

''काही अडचण आहे का?'' ॲशलेने विचारले, ''तुम्ही काय बोलता आहात त्यातलं अवाक्षरही मला ऐकू येत नाही.''

''एक सेकंद सिनेटर!'' डॅनियल स्पीकरफोनमध्ये म्हणाला, ''मी वेळेच्या गणितासंबंधी डॉ. डी'अगोस्टिनोशी चर्चा करतोय. मुख्य काम ती करणार आहे.''

''त्यानंतर त्या पेशींना विभेदनाला प्रवृत्त करून व्यवस्थित प्रकारच्या चेतापेशी तयार करून घ्याव्या लागतील.'' स्टेफनी पुढे बोलू लागली, ''ह्याला आणखी काही आठवडे लागतील. कदाचित थोडा कमी वेळ लागू शकेल. उंदरांच्या पेशी दहा दिवसांनंतर उत्तम काम करत होत्या.''

''सर्व काही व्यवस्थित पार पडलं तर तुझा काय अंदाज आहे. एक महिना पुरेसा आहे?''

''तात्त्विकदृष्ट्या तसं शक्य आहे. तसं करता येईल. पण पेशींचं काम आपल्याला ताबडतोब सुरू करावं लागेल. म्हणजे अगदी उद्याच! आणि त्यामधली मुख्य समस्या आहे की आपल्याजवळ मानवी अंडपेशी असायला हवी. ती आपल्याजवळ नाही.''

''ओह जीझस!'' डॅनियल पुटपुटला. त्याने आपला खालचा ओठ चावला. त्याच्या भुवया उंचावल्या, ''मी गाईंच्या अंडपेशींवर एवढ्या वेळा काम केलंय की मी मानवी अंडपेशीच्या आवश्यकतेविषयी माझ्या काही लक्षातच आलं नाही.''

''ही फार मोठी अडचण ठरणार आहे.'' स्टेफनी दुजोरा देत म्हणाली, ''अगदी सर्वकाही ठीक आहे असं मानलं, म्हणजे आपल्याला अंडपेशी देऊ शकणारी स्त्री हजर आहे हे मानलं तरी अडचण आहेच. तिच्या शरीराला अंडोत्सर्गासाठी मुद्दाम

उत्तेजन देऊन मग ते मिळवायला एक महिना लागेल.''

''कदाचित आपले ते वंध्यत्व क्लिनिकवाले बंडखोर डॉक्टर उपयोगी पडू शकतील. त्यांचं क्लिनिक चालू असल्याने त्यांच्याकडे दोनचार अंडपेशी नक्कीच मिळतील. त्यांची अनैतिकतेबद्दल जी काही प्रसिद्धी आहे ती पाहता मी खात्रीपूर्वक सांगतो, त्यांना व्यवस्थित चावी दिली की आपल्याला हवं ते सहज मिळेल.''

''कदाचित शक्य आहे. पण मग आपण त्यांच्या आणखी ओझ्याखाली दबून जाऊ. त्यांच्याकडून आपण जेवढी जास्त मदत घेऊ, तेवढं तू मघाशी म्हणालास त्याप्रमाणे आपल्याला हात झटकून निघून जाणं अवघड होईल.''

''पण आपल्यापुढे फारसे पर्यायच नाहीत. पर्याय एकच आहे. क्युअर, एचटीएसआर, आपण केलेले अपार कष्ट, अश्रू आणि मोजलेली सगळी किंमत हे सारं विसरून जायचं.''

''तुला तसं वाटत असेल तर ठीक आहे. पण विनगेट क्लिनिकवाल्या लोकांचा इतिहास पाहता मला त्यांच्या कोणत्याही उपकारात राहणे अडचणींचं आहे हे तू लक्षात घे.''

डॅनियल डोकं हलवत काही क्षण यावर विचार करत राहिला. मग उसासा टाकत पुन्हा स्पीकरफोनकडे वळला, ''सिनेटर, उपचारासाठी लागणाऱ्या पेशी आमच्यापाशी एक महिन्यात तयार होण्याची थोडीफार शक्यता आहे. पण मी तुम्हाला जाणीव करून देतोय. हे होण्यासाठी खूप काम करावं लागेल नि थोडं भाग्यही लागणार आहे. आम्हाला ताबडतोब काम सुरू करावं लागेल. तुमचं सहकार्य मिळणं अपेक्षित आहे.''

''सहकार्य. मी तर एखाद्या कोकरासारखा सहकार्य करेन. मी नसाऊला तेवीस मार्चला पोहोचण्यासाठी तयारी एका महिन्यापूर्वीच सुरू केलीय. जेवढा काळ गरज पडेल तेवढा काळ मी तिथं राहीन. मी तर तुमच्या दोघांसाठी हॉटेलात बुकिंगही करून ठेवलंय. तुम्ही ह्याला तयार होणार याचा मला केवढा विश्वास होता बघा. बुकिंग इतकं अगोदर करणं गरजेचं आहे. कारण बहामात आत्ता पर्यटकांची प्रचंड गर्दी असण्याचा हंगाम सुरू होतोय. आपण तिथं अटलांटिस रिसॉर्टमध्ये राहणार आहोत. मी या ठिकाणी मागच्या वर्षी राहण्याचा आनंद घेतलेला आहे. ह्या बेतासाठी मी मुद्दाम इथं आलो होतो. ह्या हॉटेलात आपल्याला कोणालाही संशय न येता सहज राहता येईल आणि बाहेर ये-जा करता येईल. त्या हॉटेलात कॅसिनोसुद्धा आहे. माझ्या खिशात चार जास्तीचे डॉलर झाले की मी मग कॅसिनोत जाऊन जुगार खेळायची मजा लुटतोच.''

डॅनियल आणि स्टेफनीने एकमेकांकडे पाहिले. अगोदर बुकिंग करून ॲशलेने या कामाला मदत केली म्हणून त्याला आनंद झाला होता. पण त्याचवेळी ॲशलेने

त्याला गृहीत धरलं म्हणून तो चिडला होता.

"सिनेटर, तुम्ही तुमचं खरं नाव वापरणार का?" स्टेफनीने विचारले.

"होय." ॲशले म्हणाला, "पण विनगेट क्लिनिकमध्ये जाताना मात्र मी वेगळं नाव वापरणार आहे."

"ह्या क्लिनिकचं काय?" डॅनियल म्हणाला, "तुम्ही माझी जशी सगळी माहिती काढलीय तशी ह्या क्लिनिकचीही काढली असणार म्हणा. मला तशी खात्री आहे."

"तुमची खात्री आहे ना, ती बरोबरच आहे. जरी तिथली माणसं फारशी उपयोगी नसली तरी ते क्लिनिक तुम्हाला नक्कीच आपल्या उपयोगाचं आहे हे लक्षात येईल. ह्या क्लिनिकचा प्रमुख असण्याचा दावा करणाऱ्या माणसाचं नाव आहे डॉ. स्पेन्सर विनगेट. त्याच्या विषयात त्याच्याकडे आवश्यक पात्रता आहे हे दिसत असलं तरी तो माणूस तसा धटिंगण आहे. त्याला बेटावर लोकांच्यात सतत वावरायला जास्त आवडतं. पार्ट्या करत फिरणाऱ्या ह्या विनगेटला युरोपात आपला व्यवसाय वाढवण्यासाठी ढोल बडवत जायची इच्छा आहे. क्लिनिकमध्ये त्याच्यानंतर हुकुमत चालते ती डॉ. पॉल सॉन्डर्स याची. क्लिनिकच्या दैनंदिन कामावर याचीच देखरेख असते. ह्या माणसाचं व्यक्तिमत्त्व खूपच गुंतागुंतीचं आहे. वंध्यत्वावरील थोडंफार शिक्षण वगळता काहीच जास्त पात्रता नसूनही ह्या माणसाला आपण जागतिक दर्जाचे संशोधक आहोत असं वाटतं. तुम्ही त्याच्या त्या पोकळ अहंकाराला सुखावलंत तरी तेवढ्यानंच हे दोघं तुम्हाला मदत करायला तयार होतील. त्यांच्या दृष्टीने तुमच्यासारखी झगझगीत पात्रता असणाऱ्या आणि तुमच्या एवढ्या तोलामोलाच्या संशोधकाबरोबर काम करायला मिळणारी संधी आयुष्यात एकदाच येते."

"आपण माझी नाहक स्तुती करता आहात सिनेटर." स्टेफनी डॅनियलच्या उपरोधिक बोलण्याने हसली.

"करतोय, कारण आपण खरोखरच त्याला पात्र आहात." ॲशले म्हणाला, "शिवाय प्रत्येकानं आपल्या डॉक्टरवर विश्वास ठेवायलाच हवा, नाही का?"

"मला वाटतं, डॉ. विनगेट आणि डॉ. सॉन्डर्स दोघांनाही माझ्या क्षमतेपेक्षाही मिळणाऱ्या पैशात जास्त रस असावा."

"मला वाटतं की तुमच्या क्षमतेचा वापर करून प्रतिष्ठा मिळवण्यात आणि मग त्यावर पैसा कमावण्यात त्यांना रस असावा." ॲशले म्हणाला, "पण त्यांच्यातली पैशाला हपापलेली अप्रमाणिक वृत्ती किंवा त्यांना संशोधन करण्याची फारशी पात्रता नाही याविषयी आपल्याला काहीच देणंघेणं नाही. फक्त आपण त्याचा वापर आपल्या फायद्यासाठी कसा करता येईल तेवढंच पाहायचं. आपल्याला फक्त यांच्याकडे असणाऱ्या सोयीसुविधांमध्ये रस आहे."

''मला वाटतं की अशा परिस्थितीत ती प्रक्रिया पूर्ण करणं हे स्वस्त नाही याची तुम्हाला कल्पना असेल.''

''मला तसं स्वस्त काही नकोच आहे.'' ॲशले तत्काळ म्हणाला, ''मला अत्युत्कृष्ट, सर्वोच्च दर्जाचे आणि महाग उपचारच हवे आहेत. आता झालं समाधान? माझ्या राजकीय कारकीर्दीला ग्रासणाऱ्या आजाराला परतवून लावण्यासाठी माझ्याजवळ भरपूर पैसा आहे. पण मला तुमच्या दोघांची वैयक्तिक सेवा मात्र मोफत हवी आहे. कारण अखेर आपण एकमेकांमध्ये मदतीची देवाणघेवाण करतोय.''

''मान्य.'' डॅनियल म्हणाला, ''पण कोणतीही सेवा करायच्या अगोदर मी आणि डॉ. डी'अगोस्टिनो यांना वाटतं की तुम्ही एका खास निवेदनावर सही करावी. आम्ही ते तयार करू. या निवेदनात या सगळ्या प्रकरणाची मुळापासून सर्व माहिती असेल. त्यात या सर्वांमध्ये असणारा धोका काय आहे ते नमूद केलेलं असेल. या शिवाय आम्ही ही पद्धत या अगोदर कोणाही माणसावर अजमावलेली नाही हेदेखील त्यात असेल.''

''हे निवेदन गोपनीय राहील याबद्दल मला हमी मिळणार असेल तर माझी सही करायला काही कुरकुर असणार नाही. तुम्हाला संरक्षणाची आवश्यकता आहे हे मला समजतंय. तुमच्या जागी मी असतो तर मीसुद्धा हीच मागणी केली असती. तेव्हा मला काही अडचण नाही. फक्त त्या निवेदनात काहीही असंमजस नि अयोग्य असता कामा नये.''

''ते योग्यच असेल याची मी खात्री देतो.'' डॅनियल म्हणाला, ''आता पुढचं. आता तुम्ही म्हणाल्याप्रमाणे ट्युरीनचं कफन या संदर्भात तिथे कसं पोहोचायचं यासाठी तुमच्या संपर्काचा उपयोग करायला सुरुवात करावी अशी माझी सूचना आहे. म्हणजे मग आम्हाला तेथून नमुना मिळवता येईल.''

''मी या अगोदरच मिस मॅनिंगला त्यादिशेने प्रयत्न करायला सांगितलं आहे. चर्चच्या काही अधिकारी वर्गाबरोबर काही कामांच्या संदर्भात माझा परिचय आहे. पुढच्या काही दिवसात त्यांच्याबरोबरच्या भेटीगाठींची व्यवस्था होईल. तुम्हाला लागणारा नमुना किती मोठा हवा?''

''अगदी छोटा.'' डॅनियल म्हणाला, ''काही धागे असले तरी पुरतील. पण हे धागे कफनावर जेथे रक्ताचे डाग आहेत तेथलेच असायला हवेत.''

ॲशले हसला, ''माझ्यासारख्या विज्ञान न कळणाऱ्या अडाण्यालाही तेवढं कळतं. तुम्हाला अगदी छोटा नमुना लागेल ही बाब आपल्या पथ्यावर पडणारी आहे. काल रात्री मी सांगितलं होतंच, असे काही नमुने कफनातून घेऊन बाहेर पाठवण्यात आले होते आणि मग ते परत मागवून घेण्यात आले होते.''

''आम्हाला ते अगदी ताबडतोब मिळाले तरी हवेत.''

“घाई करण्यामधली गरज मला पूर्णपणे कळते आहे.” ॲशले म्हणाला, “माझ्याकडून तुम्हाला आणखी काही हवं का?”

“होय.” स्टेफनी म्हणाली, “उद्या सकाळी तुमच्या त्वचेची ‘पंच बायोप्सी’ करावी लागेल. जर एका महिन्यात आम्हाला तुमच्या उपचारासाठी लागणाऱ्या पेशी तयार करायच्या असतील, तर आम्हाला उद्या बोस्टनला जातानाच बायोप्सीमधल्या पेशी बरोबर न्याव्या लागतील. एखाद्या त्वचारोगतज्ज्ञाकडून बायोप्सी करून घेण्याची व्यवस्था तुमचे खाजगी डॉक्टर करू शकतील. बायोप्सीचा नमुना आमच्याकडे हॉटेलवर कुरियरने पाठवला तरी चालेल. म्हणजे मग आम्हाला त्यामधून आवश्यक त्या फायब्रोब्लास्ट पेशींचे संवर्धन करणे शक्य होईल.”

“मी सकाळी पहिलं काम हेच करीन.”

“मला वाटतं, आत्तापुरतं हे एवढं पुरेसं आहे.” डॅनियलने स्टेफनीकडे नजर टाकली. तिने मान डोलावली.

“मला आणखी एक महत्त्वाची विनंती करायची आहे.” ॲशले म्हणाला, “मला वाटतं, आपण एकमेकांना आपला खास ई-मेल पत्ता कळवावा. आपण एकमेकांशी संपर्क फक्त इंटरनेटवरूनच ठेवावा. हे करताना आपण संदेश अगदी कामापुरतेच आणि छोटे असावेत. त्यांचे स्वरुप सर्वसामान्य भासायला हवं. यानंतर आपण थेट एकमेकांशी बोलू ते न्यू प्रॉव्हिडन्स बेटावरच्या विनगेट क्लिनिकमध्येच. ही सारी बाब अतिशय गुप्त राखण्याची गरज असल्याने आपल्यामध्ये थेट संपर्क कमीतकमी व्हावा हे उत्तम. हे तुम्हाला मान्य आहे का?”

“संपूर्णपणे मान्य.”

“या सगळ्याला लागणाऱ्या खर्चाविषयी बोलायचं तर मी तुम्हाला ई-मेल पाठवून नसाऊमधल्या एका गुप्त बँक खात्याविषयी सूचना देईन. हे खातं माझ्या एखाद्या राजकीय मदतनीस समितीकडून उघडले जाईल. तुम्ही त्या खात्यामधून पैसे काढून घेऊ शकाल. अर्थातच भविष्यकाळात मला तुम्ही खर्चाचा तपशील देणं अपेक्षित आहे. हे मान्य आहे का?”

“पुरेसा पैसा असेल तर मान्य आहे.” डॅनियल म्हणाला, “खर्चाचा मुख्य भाग हा मानवी अंडपेशी मिळवण्यासाठी लागणार आहे.”

“मी पुन्हा एकदा सांगतो. गरजेपेक्षा जास्त रक्कम असेल. बाकी सर्व माझ्यावर सोपवा!”

ॲशलेने लांबलचक शब्दरचना केलेला निरोप घेऊन झाल्यानंतर डॅनियलने पुढे होत स्पीकरफोन बंद केला. फोन त्याने पुन्हा मूळ जागी ठेवला. मग तो स्टेफनीकडे वळला, “तो त्या विनगेट क्लिनिकच्या प्रमुखाला उद्देशून धटिंगण म्हणाला तेव्हा मला हसू आलं होतं. हे म्हणजे नागड्यानं उघड्याला हसण्यासारखं झालं.”

"त्यानं या सगळ्याचा खूप विचार केलाय हे तुझं म्हणणं योग्य होतं. त्यानं जेव्हा एक महिन्यापूर्वी बुकिंग केलंय असं सांगितलं तेव्हा मला धक्काच बसला. त्यानं विनगेट क्लिनिकची सगळी चौकशी अगोदरच करून घेतलेली आहे याबद्दल माझी खात्री झालीय."

"त्याच्यावर उपचार करण्याच्या कामात तुला आता जास्त रस वाटतोय ना?"

"थोडासा वाटतोय खरा." स्टेफनीने कबुली दिली, "विशेषत: तो आपण निवेदनावर सही करण्यास मागेपुढे पाहणार नाही हे म्हणाल्यानंतर. म्हणजे आपण जो प्रयोग करतोय त्यामधला धोका त्याच्या लक्षात आलेला आहे. मला त्याबद्दल बिलकुल खात्री वाटत नव्हती."

डॅनियल कोचावर स्टेफनीकडे सरकला. तिच्या गळ्यात हात टाकून तिला आपल्याजवळ ओढून घेतले. त्याला तिच्या हृदयाची धडधड स्पष्ट ऐकू आली. तिला थोडेसे दूर करून त्याने तिच्या गडद डोळ्यांमध्ये खोलवर पाहिले, "आता आपण आपल्या ह्या राजकीय किंवा व्यावसायिक अथवा संशोधनाच्या उद्योगात परिस्थिती बरीचशी काबूत आणलेली आहे. तेव्हा आपण काल रात्री अर्धवट सोडलेलं काम पुढे सुरू करायचं का?"

स्टेफनीने त्याच्या डोळ्यात रोखून पाहत प्रतिसाद दिला, "हा प्रस्ताव आहे काय?"

"आहेच."

"तुझी ती स्वायत्त चेतासंस्था सहकार्य करणार का?"

"कालच्यापेक्षा नक्कीच जास्त. खात्री बाळग."

डॅनियल उठून उभा राहिला. त्याने स्टेफनीला उठायला मदत केली.

"पण दारावर कोणीही व्यत्यय आणू नये म्हणून पाटी लावायला आपण विसरलो." डॅनियल स्टेफनीला बेडरूमकडे ओढत नेत असताना ती म्हणाली.

"आपण धोक्याच्या छायेत जगू या." डॅनियल म्हणाला. त्याचे डोळे चमकत होते.

◆

६

शुक्रवार, २२ फेब्रुवारी २००२
दुपारी २ वाजून ३५ मिनिटे

सकाळी लवकर उठल्यानंतर स्टेफनीच्या मनात बटलरच्या उपचारांविषयीचे विचारच सतत पिंगा घालत होते. सिनेटर बटलरचा पार्किन्सन्स् विकार बरा करण्याविषयी तिच्या आतल्या आवाजाची नकारात्मक भूमिका अजिबात बदललेली नव्हती. पण या विचारात गुंतून पडणे शक्य नव्हते, कारण समोर प्रचंड काम तिला दिसत होते. शॉवर न घेता ती उठल्याबरोबर तिचा लॅपटॉप सुरू करून बसली. बायोप्सीच्या बाबतीत अनेक सूचना असणारे ई-मेल तिने बटलरला पाठवले.

तिला बटलरची बायोप्सी सकाळी जितक्या लवकर होईल तेवढी व्हायला हवी होती. शिवाय बायोप्सी करण्याचा भाग त्वचेचा सर्वाधिक जाडी असणारा असायला हवा होता, कारण स्टेफनीला अंत:त्वचेच्या आतल्या भागामधल्या पेशी हव्या होत्या. तिसरी महत्त्वाची गोष्ट म्हणेज तिला त्वचेचा नमुना साध्या पेशीसंवर्धन माध्यमात ठेवूनच तिच्यापर्यंत पोहोचावा असे वाटत होते. तिला नमुना अतीशीत किंवा गोठलेला अवस्थेत नको होता. केंब्रिजला प्रयोगशाळेत जाईपर्यंत नमुन्यामधील पेशी साध्या तापमानाला उत्तम राहतील याबद्दल तिला खात्री होती. तिथे गेल्यावर ती या नमुन्यामधल्या पेशी वापरून सिनेटरच्या फायब्रोब्लास्टचे संवर्धन करणार होती. या फायब्रोब्लास्टच्या केंद्रकांचा उपयोग करून ती सिनेटरवर उपचारासाठी लागणाऱ्या पेशी निर्माण करणार होती. एचटीएसआर आणि त्यानंतर केंद्रक हस्तांतरण करताना तिला गोठलेल्या पेशींपेक्षा ताज्या संवर्धनातल्या पेशी अधिक उपयुक्त असल्याचा अनुभव होता. केंद्रक हस्तांतरणालाच काही संशोधक 'उपचारार्थ क्लोनिंग' असे म्हणणे पसंत करतात.

स्टेफनीला आश्चर्य वाटले, कारण एवढ्या सकाळी सिनेटर बटलरने तिच्या ई-मेलला जवळजवळ ताबडतोब प्रतिसाद दिला होता. तो लवकर उठून कामाला लागणाऱ्यांपैकी होता हे तर उघडच होते. शिवाय आदल्या दिवशी संध्याकाळी बोलताना तो जेवढा गंभीर असल्याचे त्याने सांगितले होते, तो खरोखरच या सगळ्याविषयी गंभीरपणे तेवढा विचार करतोय हे स्पष्ट झाले होते. आपण अगोदरच आपल्या डॉक्टरला फोन करून कळवल्याचे बटलरने ई-मेलमध्ये लिहिले होते. डॉक्टरकडून फोन आला की तो लगेच स्टेफनीने दिलेल्या सर्व सूचना डॉक्टरला सांगणार होता. तसेच तिच्या सर्व सूचनांचे पालन होईल याची तो खात्री देत होता.

पांघरुण फेकून बाहेर पडल्याक्षणापासूनच डॅनियलचा उत्साह ओसंडून वाहत

होता. इतर काहीही न करता तो सरळ आपल्या लॅपटॉपवर कामाला लागला होता. त्याने पश्चिम किनाऱ्यावरच्या एका संभाव्य गुंतवणूकदाराला ई-मेल पाठवला. या गुंतवणूकदार गटाने डॅनियलच्या क्युअर कंपनीत भांडवल घालण्यामधे रस दाखवला होता. पण सिनेटर बटलरच्या बिलावर निर्णय होईपर्यंत हा गट गुंतवणूक करायला फारसा उत्सुक नव्हता. हे बिल उपसमितीच्या पातळीवरच विरून जाणार आहे. हे डॅनियलला त्यांना कळवायचे होते. ही बातमी आपल्याला कशी कळली हे त्यांना कळवणे त्याला शक्य नव्हते. त्याने ई-मेल पाठवली. पण ह्या गुंतवणूकदार गटाकडून त्याला पुढचे कित्येक तास प्रतिसाद मिळण्याची अपेक्षा नव्हती. कारण त्यावेळी पश्चिम किनाऱ्यावर पहाटेचे फक्त चार वाजलेले होते. अर्थात त्यांच्याकडून प्रतिसाद येणार याबद्दल त्याला खात्री वाटत होती.

थोडी चैन करावी म्हणून त्यांनी ब्रेकफास्ट स्यूटवरच मागवला. डॅनियलने मुद्दाम त्यामध्ये 'मिमोसा' ही खास त्याची आवडती डिश मागवली. गंमतीने डॅनियल स्टेफनीला म्हणाला की तिने यापुढे अशा जीनवशैलीशी जुळवून घेणे गरजेचे आहे. कारण एकदा का क्युअर कंपनी सार्वजनिक झाली की असे प्रसंग जवळपास रोजच येणार होते, ''अभ्यासक म्हणून ज्ञानसाधना करताना मी खूप गरीबीत दिवस काढले. ते आता बस्स झालं.'' डॅनियल घोषणा केल्यासारखा म्हणाला, ''आपण सर्वोच्च पातळीवर असणार आहोत आणि आपण ती भूमिका मनापासून स्वीकारायला हवी!''

सव्वानऊ वाजता हॉटेलच्या रिसेप्शन डेस्ककडून फोन आल्याने दोघे चकित झाले. डॉ. क्लेअर श्नायडर यांच्याकडून 'तातडीचे' असे लिहिलेले एक पाकीट आले होते. कुरियरने आलेले ते पाकीट त्यांच्याकडे तसेच पाठवावे काय हे विचारण्यासाठी डेस्कवरच्या माणसाने फोन केला होता. त्यांनी होकार कळवला.

डॅनियल आणि स्टेफनीच्या अपेक्षेप्रमाणे त्या पाकिटात बटलरच्या त्वचेची बायोप्सी करून काढलेला नमुना होता. बटलरची ही विलक्षण कार्यक्षमता पाहून ते प्रभावित झाले. त्यांच्या अपेक्षेपेक्षा कितीतरी तास अगोदर बायोप्सीचा नमुना त्यांच्या हातात पडला होता.

बायोप्सी हातात आल्यामुळे त्यांना बोस्टनला जाणारे साडेदहाचे विमान पकडता आले. दुपारी ते बोस्टनच्या लोगान विमानतळावर उतरले. त्यांचा विमानतळापासूनचा टॅक्सी प्रवास वॉशिंग्टनपेक्षाही जास्त रोमहर्षक आणि अंगावर काटा आणणारा ठरला. पाकिस्तानी ड्रायव्हरच्या डबडा टॅक्सीमधून ते ॲपलटन स्ट्रीटवर आले. तेथे त्या दोघांचे एकत्र अपार्टमेंट होते. कपडे बदलून झाल्यावर त्यांनी पटकन खाऊन घेतले. मग डॅनियलच्या फोर्ड फोकस गाडीतून ते क्युअर कंपनीच्या अथेनियम स्ट्रीटवरच्या जागेत आले. दरवाज्यापाशी असलेल्या उजवीकडच्या तळमजल्यावरील

स्यूटमध्ये कंपनीचे ऑफिस होते.

क्युअर कंपनीची सुरुवात असताना ह्या इमारतीच्या पहिल्या मजल्यावरील जवळजवळ सर्व भाग कंपनीच्या ताब्यात होता. एकोणिसाव्या शतकातील ही विटांच्या बांधणीची इमारत नव्याने तयार करण्यात आलेली होती. क्युअर कंपनीला निधीची कमतरता भासू लागल्यावर पहिला फटका जागेला बसला. आता तर कंपनीच्या मूळ जागेच्या फक्त एक दशांश भागात सारे सामावून घेणे भाग पडले होते. एकच प्रयोगशाळा, दोन छोटी कार्यालये आणि रिसेप्शनसाठी वापरावयाचा भाग एवढेच काय ते शिल्लक उरले होते. कंपनीच्या कर्मचाऱ्यांपैकी डॅनियल आणि स्टेफनी दोघांनाही गेले चार महिने पगार काढला आला नव्हता. पीटर कॉनके हा मुख्य शास्त्रज्ञ, टेलिफोन ऑपरेटर, रिसेप्शनिस्ट व सेक्रेटरी ही सर्व कामे करणारी व्हिकी मॅकगोवन आणि तीन प्रयोगशाळा तंत्रज्ञ एवढेच लोक कामावर होते. लवकरच यांच्यामधल्या एका किंवा दोघा तंत्रज्ञांना काढून टाकावे लागणार होते. डॅनियलने कंपनीचे संचालक मंडळ, सल्लागार मंडळ आणि नैतिकतापालन समिती ह्यांच्यात बदल केलेला नव्हता. या सर्वांना डॅनियल बटलरच्या प्रकरणाविषयी संपूर्ण अंधारात ठेवणार होता.

"आत्ता फक्त अडीच वाजले आहेत." मागचा दरवाजा बंद करत स्टेफनी म्हणाली, "आपण सकाळी वॉशिंग्टनमध्ये जागे झालो ती वेळ पाहता आपण फार लवकरच इथं पोहोचलो आहोत."

डॅनियलने फक्त हुंकार दिला. त्याचे लक्ष व्हिकी देत असलेल्या फोन मेसेजच्या गठ्ठ्याकडे होते. त्यामधल्या काही मेसेजबद्दल आणखी माहिती मिळण्याची गरज होती. डॅनियलच्या ई-मेलला प्रतिसाद न देता पश्चिम किनाऱ्यावरच्या भांडवलदारांनी फोन केला होता. व्हिकीच्या म्हणण्यानुसार डॅनियलच्या ई-मेलमुळे त्यांचे अजिबात समाधान झालेले नव्हते. त्यांना आणखी स्पष्टीकरण हवे होते.

डॅनियलला तेथेच सोडून स्टेफनी प्रयोगशाळा असणाऱ्या भागात गेली. एका डिसेक्टिंग मायक्रोस्कोपवर काम करणाऱ्या पीटरला तिने हॅलो म्हटले. डॅनियल व स्टेफनी वॉशिंग्टनला गेले असताना पीटर मागे राहून प्रयोग पूर्ण करत होता.

स्टेफनीने आपला लॅपटॉप काढून प्रयोगशाळेतल्या दगडी पृष्ठभागावर ठेवला. कंपनीची जागा गेल्यानंतर स्टेफनी प्रयोगशाळेतला हा भाग खासगी ऑफिसच्या ऐवजी वापरत होती. हातात बायोप्सीचा नमुना घेऊन ती प्रयोगशाळेतल्या प्रत्यक्ष प्रयोग करण्याच्या भागात गेली. तिने व्यवस्थित काळजी घेऊन जंतूसंसर्ग होणार नाही अशा प्रकारे बटलरच्या त्वचेचा तुकडा बाहेर काढला आणि तो चांगला घुसळून घेतला. मग तिने त्या तुकड्याचा घुसळलेला भाग काढून तो ताज्या संवर्धन माध्यमात ठेवला. तसेच तेथेही जंतूसंसर्ग टाळण्यासाठी प्रतिजैवके मिसळली. मग

हे संवर्धन टी-फ्लास्कमध्ये घालून ते इन्क्युबेटरमध्ये व्यवस्थित ठेऊन झाल्यावर ती लॅपटॉपपाशी परत आली.

"वॉशिंग्टनमध्ये कसं काय झालं सगळं?" पीटरने ओरडून विचारले. स्टेफनीपेक्षा वयाने मोठा असूनही किरकोळ देहयष्टीचा पीटर विशीतल्या पोरासारखा वाटत असे. गबाळे कपडे आणि पोनीटेलमध्ये बांधलेले सोनेरी केस ही त्याची खरी ओळख होती. हिप्पींचा जोर असणाऱ्या एकोणिसशेसाठच्या नंतरच्या दशकाची जाहिरात करायला तो आदर्श ठरला असता, असे स्टेफनीला नेहमी वाटे.

"वॉशिंग्टन ठीक होतं." स्टेफनी उडवाउडवीच्या स्वरात म्हणाली. सिनेटर बटलरबद्दल सगळे उपचार पूर्ण होईपर्यंत कोणलाही काही सांगायचे नाही असे स्टेफनी व डॅनियलने ठरवले होते.

"म्हणजे आपण अजून टिकून आहोत तर?" पीटरने विचारले.

"तसं दिसतंय म्हणा." स्टेफनीने उत्तर दिले. लॅपटॉप सुरू करून तिने इंटरनेट वापरायला सुरुवात केली.

"सान फ्रान्सिस्कोहून पैसा येणार का?" पीटर पुढे विचारत राहिला.

"हे तू डॅनियलला विचार. मी ह्या व्यवहारिक बाजूकडे लक्ष न देण्याचा प्रयत्न करते आहे."

पीटर काय समजायचे ते समजला आणि आपल्या कामाला लागला.

डॅनियलने सुचवल्याक्षणापासून ट्युरीनच्या कफनाविषयी स्टेफनीला उत्सुकता वाटत होती. सकाळी शॉवर घेऊन झाल्यावर आणि बटलरच्या बायोप्सीचा नमुना हाती पडेपर्यंतच्या वेळात ती इंटरनेटवरून माहिती काढायचा विचार करत होती. पण मग तिने विचार बदलला. कारण मोडेम वापरून नेटवर काम करणे तिला अवघड वाटू लागले होते. क्युअर कंपनीच्या ब्रॉडलॅन्ड कनेक्शनची तिला सवय झाली होती. शिवाय तिला इंटरनेटवरचे काम लवकर गुंडाळावे लागले असते. उलट आता सगळी दुपार तिच्या हाताशी होती.

गूगल सर्च इंजिनवर तिने ट्युरीनच्या कफनाविषयी माहिती काढायला सुरुवात केली. आपण काय माहिती मिळवायची आहे ह्याची तिला नेमकी कल्पना नव्हती. लहानपणी आणि नंतर कॅथॉलिक म्हणून तिला ह्या कफनाबद्दल थोडीफार, पण धूसर कल्पना होती. ती कॉलेजच्या पहिल्या वर्षात असताना रेडियोकार्बन कालमापनाने ते कफन बनावट असल्याचे सिद्ध झाले होते. ती बातमी वाचल्याचे तिला आठवत होते. त्यानंतर त्या कफनाचा विषय गेल्या कित्येक वर्षात मनात डोकावलाही नव्हता. सगळे लोक त्याबद्दल विसरून गेले असणार असे तिला वाटत होते. कारण अखेर तेराव्या शतकातल्या त्या बनवाबनवीत कोणाला किती रस असणार? पण गूगल सर्च पूर्ण झाल्यावर पुढच्याच क्षणी आपली कल्पना चुकीची आहे हे तिला

दिसून आले. त्या कफनाबद्दल २८३०० पेक्षा जास्त साईट होत्या!

स्टेफनीने समोर दिसणाऱ्या पहिल्या साईटला क्लिक केले आणि मग पुढचा एक तास ती पूर्णपणे त्या कफनाबद्दलची माहिती वाचण्यात गुंगून गेली. पहिल्याच पानावर लिहिले होते– ट्युरीनचे कफन ही जगातली सर्वाधिक अभ्यास झालेली ऐतिहासिक वस्तू आहे! तिला हे विधान वाचून फार आश्चर्य वाटले. कॉलेजात असताना तिने इतिहास हा रसायनशास्त्राबरोबर दुय्यम विषय म्हणून निवडला होता. तिला इतिहासात जरी रस असला तरी ह्या कफनाबद्दल फारशी माहिती नव्हती. तिला इंटरनेटवरून हे देखील कळले की रेडियोकार्बन कालमापनामुळे ते कफन खरोखर पहिल्या शतकातील नाही याचा निर्णय झालेला नाही असे अनेक तज्ञांचे मत आहे. विज्ञानाची अभ्यासक म्हणून आणि रेडियोकार्बन पद्धतीची अचूकता माहिती असल्याने तिला काही जणांना तरी असे का वाटते हे कळेना. तिला त्यामागचे कारण कळून घेण्याची उत्सुकता वाटली. पण ते करण्याअगोदर तिने वेबसाईटवर उपलब्ध असणारे, पॉझिटिव्ह आणि नेगेटिव्ह अशा दोन्ही प्रकारचे फोटो पाहिले.

वेबसाईटवरून स्टेफनीला कळले की त्या कफनाचा पहिला फोटो १८९८मध्ये घेण्यात आला होता. नेगेटिव्ह पाहून फोटो काढणाऱ्या माणसाला धक्का बसला होता. तो का बसला असावा हे वेबसाईटवरची नेगेटिव्ह प्रतिमा पाहून स्टेफनीच्या लक्षात आले. पॉझिटिव्ह मधली प्रतिमा मात्र धूसर होती. ती पाहून तिला तरुणपणीच्या उन्हाळी खेळातली गंमत आठवली. ढगांमध्ये माणसे, प्राणी आणि चेहेरे पाहण्याचा खेळ ती खेळत असे. ढगांमध्ये सतत बदलणाऱ्या असंख्य प्रतिमा दिसत असत. इथे नेगेटिव्हमध्ये मात्र ती आकृती अगदी स्पष्ट दिसत होती! नि:संशयपणे ती आकृती बेदम मारहाण सहन केलेल्या, छळ झालेल्या आणि मग क्रुसावर चढवलेल्या माणसाची होती. प्रश्न असा होता की तेराव्या शतकात बनवाबनवी करणाऱ्याला भावी काळात फोटोग्राफीमधील प्रगती होणार हे कसे कळले होते? पॉझिटिव्ह फोटोमध्ये जे साधे डाग वाटत होते ते नेगेटिव्हमध्ये मात्र सूक्ष्म ओघळ असल्याचे स्पष्ट दिसत होते. पुन्हा पॉझिटिव्ह फोटोवर नजर टाकल्यावर तिला रक्ताचा मूळ लाल रंग अजून टिकून असलेला पाहून प्रचंड आश्चर्य वाटले.

ट्युरीनच्या कफनासंबधी असलेल्या साईटच्या मुख्य मेन्यूत तिला 'नेहमी विचारले जाणारे प्रश्न' या नावाने बटण दिसले. तिने त्यावर क्लिक केले. कफनाच्या संदर्भात डी.एन.ए. चाचणी करण्यात आली आहे काय असा एक प्रश्न तिथे होता. अत्यंत उत्तेजित होऊन स्टेफनीने त्या प्रश्नावर क्लिक केले. उत्तर होते की टेक्सासमधल्या काही संशोधकांना त्या रक्ताच्या डागांमधून डी.एन.ए. रेणू मिळाले होते. पण हे डी.एन.ए. रेणू नेमके कशाचे ह्याबद्दल काही प्रश्न अनुत्तरित होते. तसेच इतक्या

दीर्घकाळात कितीतरी जणांनी त्या कफनाला स्पर्श केला असणार हे लक्षात घेता मिळालेला डी.एन.ए. रेणू नेमका कोणाचा हे कसे ठरवणार असाही प्रश्न उपस्थित करण्यात आला होता.

ट्युरीनच्या कफनाविषयी प्रसिद्ध झालेल्या पुस्तकांची व लेखांची यादीदेखील साईटवर होती. स्टेफनी उत्सुकतेने त्याकडे वळली. पुन्हा एकदा त्या यादीचा आकार पाहून ती चकित झाली. उत्सुकता ताणली गेल्यामुळे आणि पुस्तकप्रेमी असल्याने स्टेफनीने काही पुस्तकांच्या नावांवर नजर टाकली. कफनाची वेबसाईट सोडून ती एका पुस्तक विक्रेत्याच्या साईटकडे गेली. त्यावरही शेकडो पुस्तकांची नावे होती. त्यामधल्या काही पुस्तकांची परीक्षणे वाचल्यानंतर तिने काही पुस्तके निवडली. ही पुस्तके तिला ताबडतोब हवीत असे वाटले. या पुस्तकांपैकी इयान विल्सन नावाच्या लेखकाच्या पुस्तकांमध्ये तिला जास्त रस वाटला. ऑक्सफर्ड येथे शिक्षण घेतलेल्या ह्या विद्वानाने कफनाच्या सत्यतेविषयी परस्परविरोधी दोन्ही बाजूंचा विचार केला होता. ह्या विद्वानाला स्वत:ला मात्र ते कफन खरे असल्याची खात्री पटली होती. हे कफन केवळ पहिल्या शतकातले होते इतकेच नव्हे, तर ते प्रत्यक्ष येशू ख्रिस्ताचेच कफन होते!

फोन उचलून स्टेफनीने स्थानिक पुस्तकविक्रेत्या दुकानाला फोन केला. तिला रस होता त्यातले एक पुस्तक त्या दुकानात उपलब्ध होते. त्याचे नाव होते 'द ट्युरीन श्राऊड : द इलेस्ट्रेटेड इव्हिडन्स्' ट्युरीनचा कफनाचा संबंधातील पुराव्यांवर भाष्य करणाऱ्या त्या पुस्तकाचे लेखक होते इयान विल्सन आणि बॅरी श्वोर्टझ. बॅरी श्वोर्टझ हा व्यावसायिक फोटोग्राफर होता आणि १९७८ मध्ये कफनाचा संपूर्ण अभ्यास करणाऱ्या अमेरिकन संशोधकांच्या गटाबरोबर त्याने काम केले होते. स्टेफनीने ते पुस्तक तिच्या नावाने बाजूला काढून ठेवायला सांगितले.

पुन्हा पुस्तकविक्रेत्याच्या वेबसाईटवर जाऊन तिने कफनासंबंधी आणखी काही पुस्तके निवडून ती दुसऱ्या दिवशी सकाळपर्यंत मिळावीत म्हणून ऑर्डर दिली. मग खुर्चीच्या पाठीवरचा कोट उचलून बाहेर पडताना ती पीटरला उद्देशून म्हणाली, "मी पुस्तकांच्या दुकानात चालले आहे. ट्युरीनच्या कफनाबद्दल मी एक पुस्तक आणतेय. निव्वळ उत्सुकता म्हणून विचारते, तुला त्याबद्दल काय माहिती आहे?"

"अं.." पीटरचा चेहेरा वेडावाकडा झाला. जणू काही तो प्रचंड विचारात गढून गेला असावा," ते ज्या शहरात ठेवलंय त्याचं नाव मला ठाऊक आहे."

"मी गंभीरपणानं विचारते आहे."

"अच्छा... बरं, तर मग मी सांगतो. ते ऐका. मी त्याच्याबद्दल ऐकलंय कधीतरी. पण हा विषय काही माझ्या मित्रमंडळीत नेहमी संभाषणात येणारा विषय नाही. हं, आता माझं मत हवंच असेल तर सांगतो. मध्ययुगामध्ये चर्चच्या लोकांनी

आपला गल्ला भरावा म्हणून लोकांच्या धार्मिक भावना चेतवत ठेवण्यासाठी खरा क्रॉस आणि संतांच्या नखांचा वापर केला होता. हे कफन ही त्यामधलीच एक वस्तू आहे.''

''तुला ते खरं वाटतं का?''

''म्हणजे ते येशूच्या देहाभोवती गुंडाळलेलं कफन होतं असं?''

''होय.''

''हॅट! शक्यच नाही. दहा वर्षांपूर्वीच ते बनावट असल्याचं सिद्ध झालंय.''

''ट्युरीनचे कफन ही जगातली सर्वाधिक अभ्यास झालेली ऐतिहासिक वस्तू आहे असं मी तुला सांगितलं तर?''

''मी तुला विचारीन की सध्या तुझ्या डोक्यात नेमकं काय शिजतंय अं?''

स्टेफनी हसली, ''थँक्यू पीटर.''

''माझे आभार कशासाठी मानतेस?'' पीटरचा गोंधळ उडालेला दिसला.

''मला वाटत होतं. ट्युरीनच्या कफनाबद्दल फक्त मलाच काही माहिती नाही की काय. पण आपल्यासारखं आणखी कोणी आहे हे ऐकून बरं वाटलं,'' स्टेफनी अंगात कोट चढवून दरवाज्याकडे निघाली.

''पण अचानक ह्या ट्युरीनच्या कफनाचं कुठून तुझ्या डोक्यात आलं?''

पीटर तिच्यामागून मोठ्या आवाजात म्हणाला.

''तुला लवकरच ते कळेल.'' स्टेफनी मागे न वळता ओरडून म्हणाली आणि रिसेप्शन डेस्कचा भाग ओलांडून पलीकडच्या डॅनियलच्या खोलीपाशी आली. तिने आत डोकावून पाहिले. डॅनियल हातावर मान टेकवून मरगळल्यासारखा बसलेला दिसला.

''ए... तुला बरं वाटत नाही का?''

डॅनियलने वर पाहिले आणि डोळ्यांची उघडझाप केली. भरपूर चोळल्यामुळे लाल होतात तसे त्याचे डोळे दिसत होते. चेहेराही नेहमीपेक्षा पांढराफटक दिसत होता, ''मी ठीक आहे.'' डॅनियल थकलेल्या स्वरात म्हणाला, त्याचा पूर्वीचा उत्साह नाहीसा झालेला होता.

''काय झालंय?''

डेस्कवर पडलेल्या कागदांकडे नजर टाकत डॅनियलने मान हलवली. त्याने उसासा टाकला. ''ही कंपनी चालवणं म्हणजे बुडणारी बोट वाचवण्यासाठी आत शिरलेलं पाणी चमच्यानं काढत राहण्यासारखं आहे. बटलरचं बिल उपसमितीकडून पुढे का जाणार नाही, याचं कारण नक्की कळल्याशिवाय पश्चिमेकडचे ते भांडवलदार निधी उपलब्ध करून देणार नाहीत. आणि मी त्यांना ते कारण सांगू शकत नाही. सांगितलं तर मी बातमी नक्कीच बाहेर फुटेल. मग बटलर ते बिल दाबून टाकायचं

वचन पाळणार नाही. म्हणजे सगळाच सत्यानाश.''

''आपल्याकडची शिल्लक किती आहे?''

''जवळपास काहीच नाही,'' डॅनियल कण्हल्यासारखा म्हणाला, ''पुढच्या महिन्यात याच सुमारास अशी परिस्थिती येईल की फक्त पगार देता येतील.''

''म्हणजेच बटलरवर उपचार करण्यासाठी आपल्यापाशी एक महिना आहे.''

''वाहवा! केवढी ही सुवर्णसंधी आहे नाही...'' डॅनियल उपरोधाने म्हणाला, ''ह्या बटलरसारख्या लोकांबरोबर काम करायला लागणं आणि त्या नसाऊमधल्या विदुषकांबरोबर संबंध ठेवायला लागणं यामुळे वैतागून मी मरायला टेकलो आहे. वैद्यकीय संशोधनात राजकारण शिरणं हा अक्षरश: गुन्हा आहे. आपल्या देशाची पायाभरणी करणाऱ्यांनी राजसत्ता आणि चर्च यांच्यात वेगळेपण ठेवण्याची ठाम भूमिका घेतली होती. वैद्यकीय संशोधनात आजवर कधीही न झालेली प्रगती, त्यांच्या तथाकथित धार्मिक श्रद्धांच्या नावाखाली थांबवणाऱ्या ह्या मूठभर राजकारण्यांना पाहून त्यांचे आत्मे तळमळत असतील.''

''हं... पण ह्या सध्या जीवशास्त्रात चाललेल्या **लुडाईट चळवळीच्या** मागे नेमकं काय आहे ते आपल्याला माहिती आहे,''

''तुला काय म्हणायचं आहे?''

''हे खरोखर गर्भपातासंबंधीचं राजकारण आहे. फक्त वरचा भाग फसवा आहे.'' स्टेफनी म्हणाली, ''खरा मुद्दा असा आहे की या लोकांची भलावण करणाऱ्या राजकारण्यांना फलित अंडपेशीला 'मानव' म्हणून मान्यता हवी आहे. ही फलित अंडपेशी कोणत्याही मार्गाने तयार झाली असली किंवा त्या पेशीचं भवितव्य काय आहे याबद्दल जरा ही फिकीर न करता त्यांना ह्या फलित अंडपेशीला सर्व घटनात्मक अधिकार हवे आहेत. ही भूमिका हास्यास्पद आहे. पण तरीही तसं झालं तर **'रो विरुद्ध वेड'** केसमधला निर्णय फेकून द्यावा लागेल.''

''तुझं म्हणणं बहुधा बरोबर आहे.'' डॅनियल म्हणाला. त्याने अत्यंत थकलेल्या माणसासारखा दीर्घ उसासा टाकला. ''काय चमत्कारिक परिस्थिती आहे ही. भावी काळात आपल्याकडे बघणारे लोक नक्की आश्चर्याने थक्क होतील, की गर्भपातासारख्या एखाद्या साध्या खासगी प्रश्नामुळे सगळा समाज वर्षानुवर्षे मागासलेला राहावा. आपण आपल्या घटनेमध्ये व्यक्तीचे अधिकार, सरकार आणि समान कायदे यासंबंधीच्या अनेक कल्पना इंग्लिश लोकांकडून घेतल्या आहेत. पण पुनरुत्पादना-संबंधीच्या विज्ञानाविषयी उद्भवणाऱ्या नैतिकतेच्या प्रश्नांवर उपाय शोधण्याच्या इंग्लंडने घेतलेल्या पुढाकाराचे आपण का अनुकरण करत नाही?''

''हा प्रश्न चांगला आहे खरा. पण आपल्या सध्याच्या समस्येवरचे उत्तर शोधताना त्याचा काहीही उपयोग नाही. बटलरवर उपचार करण्यामधला तुझा

उत्साह आता कुठे गेला? आपण ते करणार आहोत! मग त्या वेळी बातमी फुटून प्रसारमाध्यमांना कळली तरी फिकीर करायचं कारण नाही. कारण त्यावेळी आपल्याजवळ त्याच्या सहीचं निवेदन असेल. म्हणजे मला असं म्हणायचंय की एकदा का तो बरा झाला की हे सगळे आरोप राजकीय हेतूनं केलेले आहेत असं सांगून प्रसिद्धीमाध्यमांचं तोंड बंद करू शकेल, अर्थात त्याच्या सहीचे निवेदन तो नाकारू शकणारच नाही.''

''तुझ्या मुद्द्यात तथ्य आहे.''

''बटलरने कबूल केलेल्या पैशाचं काय?'' स्टेफनीने विचारले, ''मला तोच आत्ताच्या क्षणी सर्वात महत्त्वाचा प्रश्न वाटतो. त्याबद्दल त्यानं पुढं काही कळवलं का?''

''माझ्या डोक्यात तो विचार आलाच नाही.'' डॅनियल त्याच्या कम्प्युटरकडे वळला. त्याने त्याची खास ई-मेल बॉक्स उघडली, ''हं... इथं एक संदेश आलेला आहे. तो नक्कीच बटलरकडून आलेला असणार. त्याच्याबरोबर एक गुप्त सांकेतिक प्रकारे तयार केलेली फाईल आहे. हे छानच झालं.''

डॅनियलने ती सांकेतिक फाईल उघडली. पडदा नीट दिसावा म्हणून स्टेफनी डॅनियलच्या मागे येऊन उभी राहिली.

''होय. हे छानच झालंय.'' स्टेफनी म्हणाली, ''त्याने बहामामधला खात्याचा नंबर आपल्याला कळवलाय. आणि आपण दोघंही त्यातून पैसे काढू शकतो अशी व्यवस्था केलेली दिसतेय.''

''त्या बरोबर बँकेच्या वेबसाईटची लिंकही दिलेली आहे. आपल्याला त्या खात्यात किती रक्कम आहे ते बघता येतं का ते पाहू या. म्हणजे मग या सगळ्या बाबतीत बटलर कितपत गंभीरपणे विचार करतोय ते कळेल.''

काही वेळा क्लिक केल्यानंतर डॅनियल खुर्चीत मागे झुकला आणि त्याने स्टेफनीकडे नजर टाकली. ती देखील त्याच्याकडे पाहत राहिली. दोघेही चकित झाले होते.

''तो चांगलाच गंभीर आहे म्हणायचा!'' स्टेफनी म्हणाली, ''आणि उतावीळ!''

''मला काय बोलावं तेच सुचत नाही!'' डॅनियल म्हणाला, ''मला दहा किंवा फार फार तर वीस हजारांची अपेक्षा होती. एक लाखाची मी कल्पनाच करू शकत नव्हतो. ही एवढी रक्कम त्याला इतक्या लवकर कुठून मिळाली असावी?''

''मी तुला म्हणाले नव्हते का की निधी उभा करण्यात वाकबगार राजकीय समितीचे अनेक लोक त्याच्या खिशात आहेत. मला आश्चर्य एवढंच वाटतंय. हा निधी पुरवणाऱ्यांपैकी एकालातरी कळेल का की हा पैसा नेमका कशासाठी खर्च होतोय. माझ्या कल्पनेप्रमाणे ते लोक चांगलेच सनातनी आहेत. तसं असेल तर ह्या सगळ्या प्रकारात भलताच विरोधाभास आहे.''

"आपला त्याच्याशी काही संबंध नाही," डॅनियल म्हणाला, "शिवाय आपण एक लाख डॉलर खर्च करू शकणार नाही. अर्थातच गरज पडली तर ते हाताशी आहेत ही भावनाही सुखावणारी आहे. चला आपण आता कामाला लागू या!"

"त्याच्या बायोप्सीच्या नमुन्याचा वापर करून मी अगोदरच फायब्रोब्लास्टचे संवर्धन सुरुही केलंय."

"उत्तम." सकाळचा उत्साह पुन्हा डॅनियलमध्ये संचारू लागला होता. त्याच्या चेहेऱ्यावरचा तजेलाही परत आला." मी आता विनगेट क्लिनिकबद्दल माहिती काढायला सरसावतो."

"छान!" स्टेफनी दरवाज्याकडे जात म्हणाली, "मी तासाभरात परत येते."

"कुठं निघाली आहेस?"

"पुस्तकांच्या दुकानाकडे." स्टेफनी मागे न वळता म्हणाली. दरवाज्यापाशी ती जराशी थबकली. "तिथे माझ्यासाठी एक पुस्तक बाजूला ठेवायला मी सांगितलं आहे. उती संवर्धनाला सुरुवात करून दिल्यानंतर मी त्या ट्युरीनच्या कफनाबद्दल माहिती काढली. आपण कामाची विभागणी केली ती माझ्या दृष्टीने फार चांगली ठरली. माझ्या कल्पनेपेक्षाही ट्युरीनच्या कफनाचा विषय खूपच रंगतदार आहे."

"तुला काय काय माहिती मिळाली?"

"मला त्या विषयात अडकवून ठेवण्याएवढी. पण मी तुला एक दिवसानंतर सगळी तपशीलवार माहिती देईन." डॅनियल हसला. त्याने अंगठा उंचावून स्टेफनीला शुभेच्छा दिल्या आणि मग तो आपल्या कम्प्युटरच्या पडद्याकडे वळला. सर्च इंजिन वापरून त्याने विनगेट क्लिनिकची वेबसाईट मिळवली आणि साईटवर जाऊन तो पहिली काही पाने भराभरा पाहू लागला. अपेक्षेप्रमाणे नवीन गिऱ्हाईकांना भुलवण्यासाठी त्या ठिकाणी भरपूर स्तुती करणारी माहिती होती. साईटवर एका ठिकाणी क्लिनिकमध्ये काम करणाऱ्यांची सगळी माहिती होती. त्यामध्ये क्लिनिक सुरू करणारा आणि सध्याचा प्रमुख कार्यकारी अधिकारी डॉ. स्पेन्सर विनगेट; संशोधन आणि प्रयोगशाळा सेवा प्रमुख डॉ. पॉल सॉन्डर्स आणि वैद्यकीय सेवा विभागप्रमुख डॉ. शीला डोनाल्डसन यांच्या व्यवसायिक पात्रतेची माहिती त्याला वाचता आली. मुख्य पानांप्रमाणेच ह्या मधली माहिती देखील चमकदार होती. पण ह्या तिघांनीही घेतलेले शिक्षण व प्रशिक्षण दुय्यम किंवा तिसऱ्या दर्जाचे आहे असे डॅनियलचे मत झाले.

पानाच्या शेवटी डॅनियलला जे हवे होते ते मिळाले. तेथे फोन नंबर आणि ई-मेल पत्ताही होता. पण डॅनियलला स्पेन्सर विनगेट किंवा पॉल सॉन्डर्स यापैंकी कोणा एकाशी थेट बोलायचे हेते. डॅनियलने फोन उचलून नंबर लावला. फोन लगेचच उचलला गेला. फोनवर कोणातरी ऑपरेटरचा मंजुळ आवाज आला. तिने भराभरा क्लिनिकबद्दलच्या प्रशंसेची पुनरावृत्ती केली आणि मग डॅनियलला कोणाशी बोलायचे

आहे त्याची चौकशी केली.

"डॉ. विनगेट." डॅनियलने सर्वात वरच्या माणसाशी बोलायला सुरुवात करावी असे ठरवले. काही क्षणानंतर डॅनियलला आणखी एका स्त्रीचा मंजूळ आवाज ऐकू आला. डॉ. विनगेट उपलब्ध आहे की नाही हे न सांगता तिने नम्रपणाने डॅनियलचे नाव विचारून घेतले. डॅनियलने नाव सांगताच ती तात्काळ म्हणाली, "आपण हार्वर्ड विद्यापीठातील डॉ. डॅनियल लॉवेल आहात काय?"

डॅनियल क्षणभर यावर काय प्रतिसाद द्यावा याचा विचार करत थबकला. "मी हॉवर्डमध्ये होतो हे खरं. पण सध्या माझी स्वत:ची फर्म आहे."

"मी तुम्हाला डॉ. विनगेटशी फोन जोडून देते." सेक्रेटरी म्हणाली, "ते तुमच्या फोनची वाट पाहत आहेत."

डॅनियलने अविश्वासाने फोनकडे पाहिले. सेक्रेटरीच्या प्रतिसादाने तो चकित झाला होता. स्पेन्सर विनगेट त्याच्या फोनची वाट पाहत होता म्हणजे काय? डॅनियलने डोके हलवले.

"गुड आफ्टरनून डॉ. लॉवेल!" फोनवरचा आवाज डॅनियलच्या अपेक्षेपेक्षा उंच सुरातला होता. त्यामध्ये न्यू इंग्लंडमध्ये वाढलेल्या माणसाच्या बोलीची छटा होती, "माझं नाव स्पेन्सर विनगेट. तुमच्या फोनमुळे मला आनंद झाला आहे. आम्ही तुमच्या फोनची गेल्या आठवड्यात अपेक्षा करत होतो. असो. मी फोनवर डॉ. सॉन्डर्सना बोलावतो. त्याला एखादं मिनिट लागेल. तुमची काही हरकत नाही ना? आपण हा कॉन्फरन्स कॉल करू या. कारण डॉ. सॉन्डर्सदेखील आपल्याशी बोलायला माझ्याइतकेच उत्सुक आहेत." "ठीक आहे." डॅनियल म्हणाला, त्याला आता आणखीच आश्चर्य वाटत होते. तो खुर्चीत मागे रेलून बसला. पाय वर घेतले. फोन डाव्या हातात घेतला. उजव्या हातातल्या पेन्सिलीने तो डेस्कवर टक्‌टक् करू लागला. स्पेन्सर विनगेटचा प्रतिसाद त्याला सर्वस्वी अनपेक्षित होता. आता त्याला किंचित काळजी वाटू लागली होती. ह्या कुप्रसिद्ध वंध्यत्व्य क्लिनिकमधल्या उचापत्या लोकांशी संबंध ठेवू नये म्हणून स्टेफनीने दिलेली सक्त ताकीद त्याला आठवली.

विनगेट एक मिनिट म्हणाला असला तरी पाच मिनिटे होऊन गेली होती. डॅनियलने आता पुन्हा मनावर ताबा मिळवला होता. आपला फोन अचानक मध्येच तोडला गेला तर नाही ना असा प्रश्न त्याच्या मनात आला. एवढ्यात स्पेन्सर पुन्हा फोनवर बोलू लागला. त्याचा श्वास जरासा फुललेला वाटत होता." ओके. मी परत आलोय! हं... पॉल तुझं काय? तू फोनवर आहेस का?"

"होय. आहे." पॉल म्हणाला. बहुधा तो दुसऱ्या खोलीतून फोनचे एक्स्टेन्शन वापरत असावा. त्याच्या आवाजात पश्चिम-मध्य अमेरिकन धाटणीची नाकात बोलायची

छटा होती, ‘‘मला आपल्याशी बोलायला आनंद वाटला डॅनियल. मी असं डॅनियल म्हणालो तर चालेल का?’’

‘‘हवं असेल तर म्हणा तसं.’’

‘‘आणि कृपया मला पॉल म्हणा. मित्र आणि सहकाऱ्यांमध्ये औपचारिकतेची गरज नाही. मी तुमच्याबरोबर काम करण्यासाठी फार उत्सुकतेने वाट पाहतोय हे मी आत्ता सांगूनच टाकतो.’’

‘‘माझीही भावना तशीच आहे.’’ स्पेन्सर घोषणा केल्यासारखा म्हणाला, ‘‘इतकंच नाही. तर सगळ्या क्लिनिकमध्ये हीच भावना आहे. तुम्ही कधी येणार आहात?’’

‘‘होय. मी फोन करण्याचं तेच तर कारण आहे.’’ डॅनियल उडवाउडवी करत म्हणाला, तो मुत्सद्देगिरीचा आव आणत असला तरी मनात कुतूहल जागे झालेले होते,’’ पण अगोदर मी एक गोष्ट विचारू इच्छितो. तुम्ही माझ्या फोनची वाट पाहत होतात, ते कसं काय?’’ ‘‘कारण म्हणजे तुमचा तो टेहळ्या किंवा दूत, काय हवं ते म्हणा.’’ स्पेन्सर म्हणाला, ‘‘हं, पॉल त्याचं नाव काय होतं बरं?’’

‘‘मार्लोव.’’ पॉल म्हणाला.

‘‘बरोब्बर! बॉब मार्लोव.’’ स्पेन्सर म्हणाला, ‘‘आमच्या येथील सर्व सुविधांची पाहणी केल्यावर तो म्हणाला होता की पुढच्या आठवड्यात तुम्ही संपर्क साधाल. अर्थातच तुमच्याकडून काहीच हालचाल न झाल्यामुळे आमची निराशा झाली हे वेगळं सांगायला नकोच. असो. जे झालं ते झालं. आता तुम्ही फोन केला आहेच.’’

‘‘तुम्हाला आमच्या क्लिनिकमधील सोईसुविधा वापरायच्या आहेत हे पाहून आम्हाला अत्यानंद झाला.’’ पॉल म्हणाला, ‘‘तुमच्या बरोबर काम करणं हा आमचा बहुमान आहे. आता तुम्ही काय काम करणार आहात याचा अंदाज मी बांधतो. त्याला तुमची हरकत नसावी. बॉब मार्लोवनं निश्चित काही सांगितलं नाही. पण मला वाटतं, तुम्हाला तुमची ती अभिनव एचटीएसआर पद्धत एखाद्या रुग्णावर वापरायची आहे. म्हणजे मला असं म्हणायचय की, नाहीतर तुम्ही बोस्टनमधली अत्युत्कृष्ट हॉस्पिटलं आणि तुमची स्वत:ची प्रयोगशाळा सोडून इथं कशाला याल? माझं गृहीत बरोबर आहे ना?’’

‘‘तुम्हाला एचटीएसआरबद्दल माहिती आहे. कशी काय?’’ डॅनियलने विचारले. त्याला संभाषणात एवढ्या लवकर आपल्या मनातला हेतू कळू द्यायचा नव्हता.

‘‘आम्ही नेचर मधला तुमचा तो अप्रतिम शोधनिबंध वाचला.’’ पॉल म्हणाला, ‘‘छान होता. फारच छान! जीवनशास्त्राच्या दृष्टीनं ह्या शोधनिबंधाचे महत्त्व पाहून मला माझ्या एका शोधनिबंधाची आठवण आली. ‘इन-व्हिट्रो मॅच्युरेशन ऑफ ह्यूमन ऊसाईटस.’ तुमच्या वाचनात तो आला का?’’

"अजून नाही." डॅनियल म्हणाला. तो अतिशय चतुराई दाखवण्याचा प्रयत्न करत होता, "कोणत्या जर्नलमध्ये तो आला आहे?"

"द जर्नल ऑफ ट्वेंटीफर्स्ट सेंचुरी रिप्रॉडक्टिव्ह टेक्नॉलाजी." स्पेन्सरने उत्तर दिले.

"ह्या जर्नलचे नाव मी ऐकलेलं नाही. कोण प्रकाशित करतं ते?"

"आम्ही." पॉल अभिमानाने म्हणाला, "इथून म्हणजे विनगेट क्लिनिकमधून ते प्रकाशित होतं. आम्ही वैद्यकीय सेवा पुरवण्याप्रमाणेच संशोधन करण्याची बांधीलकी मानतो."

डॅनियलने डोळे फिरवले. कोणाही परीक्षकाकडून तपासून न घेता असे लेख प्रकाशित करणं हा निव्वळ विनोद! ही विज्ञानाची कुचेष्टा होती. बटलरने ह्या लोकांचं केलेलं वर्णन किती अचूक होतं हे त्याच्या लक्षात आलं.

"एचटीएसआर अद्याप कोणाही माणसाच्या बाबतीत वापरलेली नाही." डॅनियल पॉलच्या प्रश्नाला अजूनही बगल देत होता.

"आम्हाला ते समजू शकतं." स्पेन्सर मधेच म्हणाला, "आणि ते आमच्या इथं प्रथम होणार म्हणून, इतर आणखी कारणांप्रमाणे आम्ही रोमांचित होण्याचं महत्त्वाचं कारण आहे. अगदी अत्याधुनिक जे काही असेल ते करण्यासाठी विनगेट क्लिनिक आहे असा आमचा नावलौकिक व्हावा म्हणून आम्ही सतत धडपडतो आहोत."

"एफडीए अशा प्रकारे प्रोटोकॉलच्या बाहेर जाऊन प्रयोग करण्याकडं साशंकपणे पाहणार." डॅनियल म्हणाला, "ते कधीच अशा प्रयोगाला मान्यता देणार नाहीत."

"अर्थातच ते मान्यता देणार नाहीत," स्पेन्सर म्हणाला, "हे आम्हाला माहिती असणं अपेक्षित आहेच ना." स्पेन्सर हसला. पॉलदेखील त्यात सामील झाला. "पण इथं बहामामध्ये एफडीएला काहीही कळायचा प्रश्नच उद्भवत नाही. त्यांच्या कार्यक्षेत्रात हा भाग येत नाही."

"मी जर माणसाचा एचटीएसआर वापरणार असेन तर त्या बाबतीत कमालीची गुप्तता राखली जायला हवी." डॅनियल अप्रत्यक्षपणे आपला बेत सांगत होता, "ते कोणालाही कळता कामा नये आणि त्याचा वापर तुम्ही क्लिनिकच्या प्रचारासाठी करू शकणार नाही."

"आम्हाला त्याची पूर्ण कल्पना आहे. "पॉल म्हणाला, "स्पेन्सरला देखील आम्ही तसा वापर करणार असं म्हणायचं नव्हतं."

"सर्वथा अशक्य!" स्पेन्सर गोड आवाजात उद्गारला, "हे संशोधन सर्वमान्य झाल्यानंतरच मी त्याचा उपयोग करावा असं सुचवत होतो."

"ही वेळ आली की नाही हे ठरवण्याचा अधिकार माझा असेल." डॅनियल म्हणाला, "मी ह्या ठिकाणच्या अनुभवाचा उपयोग एचटीएसआर पद्धतीच्या प्रचारासाठी

वापरणार नाही.''

"नाही? मग हे तुम्ही करणार तरी कशासाठी?'' पॉलने विचारले.

"कारण पूर्णपणे वैयक्तिक आहे.'' डॅनियल म्हणाला, "उंदरांप्रमाणे एचटीएसआर माणसांमध्येही व्यवस्थित उपयोगी पडेल असा मला विश्वास वाटतो. पण मला ते प्रत्यक्ष रुग्णावर प्रयोग करून सिद्ध करायला हवं आहे. उजव्या विचारसरणीच्या राजकारण्यांच्या विरोधामुळे सध्या मला जो त्रास होतोय, त्यावर मात करण्यासाठी मला ह्याचा उपयोग होऊ शकेल. तुम्हाला माहीत आहे की नाही याची मला कल्पना नाही. पण सध्या माझ्या पद्धतीवर काँग्रेस बंदी घालण्याची शक्यता आहे. मी त्या बंदीचा मुकाबला करण्यासाठी झगडतोय.''

अचानक संभाषणात अवघडलेली शांतता पसरली. गुप्तता पाळायची आणि त्या प्रयोगाचा उपयोग करून धो धो कमाई करायची नाही अशा अटी घातल्यामुळे विनगेट क्लिनिकचे हे लोक मदतीला तयार होणार नाहीत असे डॅनियलला वाटले. त्यांच्या मनातली ही नाराजी कशी कमी करता येईल याचा तो घाईगडबडीने विचार करू लागला. कारण त्याच्या आत्ताच्या बोलण्यामुळे सगळा विचका होण्याची शक्यता त्याला दिसत होती.

स्पेन्सरने शांततेचा भंग केला, "तुम्हाला गुप्तता राखायची आहे या कल्पनेचा आम्ही आदर केलाच पाहिजे. पण तुमच्या बरोबर काम केल्यानंतर नजीकच्या काळात आम्हाला त्याचा काहीच उपयोग होणार नसेल, तर मग ह्या सहकार्याचा मोबदला आम्हाला कोणत्या स्वरुपात मिळणार?''

"आम्ही त्या सेवेसाठी काही रक्कम देऊ.'' डॅनियल म्हणाला.

पुन्हा एकदा फोनवर शांतता पसरली. ह्या वाटाघाटी आता नक्कीच फिसकटणार म्हणून डॅनियलचा थरकाप उडाला. विनगेट क्लिनिकचा वापर करून बटलरवर उपचार करायची संधी हातची जाणार असे त्याला खात्रीपूर्वक वाटू लागले. हाताशी वेळ फार थोडा असल्याने असे घडणे म्हणजे सारा बेत खलास होणार हे स्पष्टच दिसत होते. आपण आणखी थोडे काहीतरी ऑफर करायला हवे, हे डॅनियलच्या लक्षात आले. स्पेन्सर आणि पॉल ह्यांच्या बदमाषपणाबद्दलचे बटलरचे शब्द त्याला आठवले. त्याने दातावर दात रोवले. मग म्हणाला, "पुढे जेव्हा एफडीए ह्या पद्धतीला सर्वसामान्य उपचार म्हणून मान्यता देईल तेव्हा आपण सर्वजण मिळून एक शोधनिबंध लिहू.''

त्या नालायक लोकांच्या बरोबरीने शोधनिबंध लिहिण्याची कल्पना फारच त्रासदायक होती. डॅनियलने स्वत:साठी डोळे मिचकावले. तो हा शोधनिबंध लिहिणे अमर्याद काळासाठी पुढे ढकलू शकत होता. पण ही ऑफर त्याने देऊनही पलीकडच्या बाजूने काहीही प्रतिसाद मिळेना हे पाहून डॅनियल हबकून गेला.

बटलरने उपचारासाठी ट्युरीनच्या कफनातल्या रक्ताचा वापर करायची कल्पना त्याला प्रथम सांगितली होती. तेंव्हाची त्याच्या मनाची स्थिती त्याला आठवली. त्याने तो देखील खडा मारून पाहिला. इतकेच नाही तर स्टेफनीशी बोलताना त्याने गंमत म्हणून शोधनिबंधाचे जे शीर्षक सुचवले होते ते देखील त्याने सांगून टाकले.

"हं... हे शीर्षक मात्र एकदम जबरदस्त आहे!" पॉल एकदम म्हणाला, "झकास! ... आपण तो कुठं प्रकाशित करायचा?"

"कुठे पाहिजे तिथे." डॅनियल उडवाउडवीच्या स्वरात म्हणाला, "सायन्स, नेचर, तुम्हाला कुठे हवा आहे तिथे. तो प्रकाशित करणं काही कठीण जाणार नाही, असं मला वाटतं."

"पण ट्युरीनच्या कफनावरच्या रक्ताचा उपयोग एचटीएसआरमध्ये करता येईल का?" स्पेन्सरने विचारले, "माझ्या आठवणीनुसार ते कफन पाचशे वर्ष जुनं आहे."

"कदाचित, दोन हजार वर्ष जुनं असेल तर?" पॉलने विचारले.

"ती मध्ययुगातली बनवाबनवी होती हे सिद्ध झालंय ना?" स्पेन्सरने विचारले.

"ते खरं आहे की खोटं ह्या वादात आपण पडायचं कारण नाही."

डॅनियल म्हणाला, "आपल्या दृष्टीनं त्यामुळे काहीच फरक पडत नाही. जर आपल्या रुग्णाला ते खरं वाटत असेल तर वाटू देत. मला ते ठीक वाटतं."

"पण प्रत्यक्षात त्याचा उपयोग खरंच होईल का?" स्पेन्सरने पुन्हा प्रश्न विचारला.

"ते पाचशे वर्ष किंवा दोन हजार वर्ष जुनं, काहीही असलं तरी डी.एन.ए. रेणू मोडक्या तोडक्या अवस्थेत असणार." डॅनियल म्हणाला, "पण त्यामुळे काहीच बिघडत नाही. आपल्याला तुकडेच हवे आहेत. पीसीआर वापरून आपण एचटीएसआरमध्ये नेमके तुकडे उचलून घेणार आहोत. अखंड जनुक बनवण्यासाठी आपण विकरांचा वापर करून आवश्यक तिथे जोड देऊ. तेव्हा काही अडचण येणार नाही."

"आपण 'न्यू इंग्लंड जर्नल ऑफ मेडिसीन'ला पाठवायचा का?" पॉलने विचारले. "क्लिनिकच्या दृष्टाने ती क्रांतीकारक घटना ठरेल! त्या स्फोटक जर्नलमध्ये माझा शोधनिबंध येईल म्हणजे धम्माल!"

"जरूर." डॅनियल घाबरत घाबरत म्हणाला, "काय हरकत आहे?" "मलाही ही कल्पना आवडू लागली आहे." स्पेन्सर म्हणाला, "हा लेख तर प्रसिद्धी माध्यमांना सोन्याचा तुकडा वाटेल. सगळी वर्तमानपत्रे त्याला उचलून धरतील. मला तर बातम्यांमध्ये ह्या विषयी बोलणारे अनेक चॅनेलवरचे निवेदकदेखील डोळ्यासमोर येऊ लागले आहेत."

“तुमचं म्हणणं अगदी बरोबर आहे.” डॅनियल म्हणाला, “पण हे लक्षात ठेवा, लेख प्रत्यक्ष छापून येईपर्यंत या सगळ्याबद्दल “संपूर्ण गुप्तता राखली गेली पाहिजे.”

“आम्हाला त्याची कल्पना आहे.” स्पेन्सर म्हणाला.

“ट्युरीनच्या कफनाचा नमुना तुम्ही कसा मिळवणार?” पॉलने विचारले. “माझ्या माहितीनुसार कॅथॉलिक चर्चने ते इटलीत एक प्रकारच्या कालकुपीत संरक्षणात ठेवलेले आहे.”

“आपण हे बोलत असताना त्या संबंधातही काम चालू आहे.” डॅनियल म्हणाला, “काही उच्चपदस्थ धर्मगुरू ह्या बाबतीत मदत करतील असे दिसते.”

“तुमची थेट पोपशीच ओळख असायला हवी!” पॉल म्हणाला.

“मला वाटतं, आपण आत्ता खर्चासंबंधी बोलावं.” डॅनियलला आता विषयांतर करायचे होते. आता त्याच्या समोरचे संकट टळले होते. “आम्हाला कोणत्याही प्रकारचे गैरसमज टाळायचे आहेत.”

“आपण नेमक्या कशा प्रकारच्या सेवेबद्दल बोलता आहात?” पॉल म्हणाला.

“आम्ही ज्या रुग्णावर उपचार करणार आहोत, त्याला पार्किन्सन्स् विकार आहे.” डॅनियल म्हणाला, “आम्हाला कर्मचाऱ्यांसह सुसज्ज ऑपरेशनरूम आणि रोपणासाठी स्टिरिओटॅक्सिक उपकरण लागेल.”

“आमच्याकडे ऑपरेशन रूम आहे, पण स्टिरिओटॅक्सिक उपकरण नाही.”

“पण त्याची अडचण येणार नाही,” स्पेन्सर म्हणाला, “आपण ते प्रिन्सेस मार्गारिट हॉस्पिटलमधून मागून आणू शकू. बहामाचे सरकार आणि ह्या बेटावरील वैद्यकीय क्षेत्र आम्हाला इथं येण्याच्या बाबतीत पूर्ण मदत करायला तयार आहेत. ही मदतही ते आनंदाने देतील. आम्ही फक्त त्यांना नेमकं काम काय आहे ते सांगणार नाही.”

“आम्हाला एका न्यूरोसर्जनची गरज भासेल.” डॅनियल म्हणाला, “त्याने अजिबात गाजावाजा न करता काम करायला हवं.”

“त्याचीही काही अडचण येणार नाही,” स्पेन्सर म्हणाला, “ह्या बेटावर असे अनेकजण आहेत. माझ्या मते त्यांचा योग्य उपयोग केला जात नाही. त्यांच्यापैकी एकाशी बोलून ठरवता येईल. तो किती फी घेईल ते मला नेमकं सांगता येणार नाही. पण हे नक्की की अमेरिकतल्यापेक्षा ती कितीतरी कमी असेल. माझ्या मते ती दोनतीनशे डॉलरच्या आसपास असेल.”

“पण गुप्तता राखण्याच्या बाबतीत काही समस्या नक्की येणार नाही ना?”

“नाही.” स्पेन्सर म्हणाला, “त्यांना कामाची गरज असतेच. आता खूपच कमी पर्यटक मोपेड भाड्याने घेतात. सहाजिकच डोक्याला मार लागण्याच्या केसचं

प्रमाण अत्यंत कमी झालं आहे. मला हे माहिती आहे. कारण असे दोन सर्जन क्लिनिकमध्ये त्यांची व्हिजिटिंग कार्डे देऊन गेले आहेत. "हा चांगला योगायोग आहे म्हणायचा." डॅनियल म्हणाला, "त्याखेरीज आम्हाला तुमच्या प्रयोगशाळेत काही जागा लागेल. तुमच्या पुनरुत्पादनासंबंधी संशोधनासाठी तुमच्याकडे प्रयोगशाळा असणारच."

"आमची प्रयोगशाळा पाहून तुम्ही थक्क व्हाल." पॉल अभिमानाने म्हणाला, "ती अत्यंत सुसज्ज आणि अद्ययावत आहेच. पण ती निव्वळ साध्या वंध्यत्व चिकित्सा प्रयोगशाळेपेक्षा आणखी काहीतरी आहे! माझ्याखेरीज अत्यंत हुशार असे अनेक तंत्रज्ञ आमच्या इथं तुम्हाला मिळू शकतील. केंद्रक हस्तांतरणाचा आम्हाला अनुभव आहे. आम्ही एचटीएसआर शिकायला उत्सुक आहोत."

"आम्हाला प्रयोगशाळेतल्या तंत्रज्ञांची गरज भासणार नाही." डॅनियल म्हणाला, "पेशीसंबंधीचं काम आमचं आम्ही करू. आम्हाला मानवी अंडपेशी लागतील. तुम्ही त्या पुरवू शकाल का?"

"अर्थातच!" पॉल म्हणाला, "अंडपेशी हे तर आमचं वैशिष्ट्य आहे. आणि लवकरच आमची रोजीरोटी त्यावर अवलंबून असणार आहे. लवकरच आम्ही सगळ्या उत्तर अमेरिकेला पुरवठा करू लागणार आहोत. तुमच्या मनातलं वेळापत्रक काय आहे?"

"शक्य तितक्या लवकर." डॅनियल म्हणाला, "कदाचित हे बोलणं जरुरीपेक्षा जास्त आशावादी वाटेल. पण आम्ही एका महिन्यात रोपण करण्याच्या प्रयत्नात आहोत. आमच्याकडे वेळ फार थोडा आहे. आमच्या स्वयंसेवक रुग्णाला वेळ एवढा थोडा आहे की आम्हाला त्यात काम करायची संधी घ्यायची आहे."

"काहीच अडचण नाही." पॉल म्हणाला, "उद्या अंडपेशी मिळतील."

"खरंच?" डॅनियलला हे खरे वाटेना.

"तुम्हाला हवं त्या वेळी अंडपेशी आम्ही पुरवू शकू." पॉल म्हणाला आणि मग हसला, "अगदी सुट्टीच्या दिवशी देखील!"

"हे ऐकून मी प्रभावित झालोय. आणि चकितही." डॅनियल म्हणाला, "कारण अंडपेशी मिळतील का नाही ह्याची मला चिंता वाटत होती. असो. आपण आता खर्चाबद्दल बोलू या."

"अंडपेशी वगळता इतर सेवांसाठी किती घ्यावेत ह्याचा आम्हाला काहीच अनुभव नाही." स्पेन्सर म्हणाला, "खरं सांगायचं तर कोणी अशा प्रकारे आमचं क्लिनिक वापरेल याचा विचारच आम्ही कधी केला नव्हता. आपण असं करू या. ऑपरेशन रूम आणि तिथले कर्मचारी यांच्यासाठी वीस हजार आणि प्रयोगशाळा वापरायचे एकत्रितपणे वीस हजार हे कसं वाटतं?"

"उत्तम. बरं. अंडपेशीचं काय"

"प्रत्येकीसाठी पाचशे. आणि प्रत्येकीची पाच विभाजने होतील याची आम्ही गॅरंटी देतो. जर तसं झालं नाही तर आम्ही पेशी बदलून देऊ." पॉल म्हणाला.

"हे ठीकच आहे. पण अंडपेशी ताज्या असायला हव्यात."

"अगदी नुकत्याच उमललेल्या रानफुलासारख्या टवटवीत." पॉल म्हणाला, "बरं. तुम्ही केव्हा येणार आहात?"

"मी आज काही वेळानंतर किंवा रात्री परत तुमच्याशी संपर्क साधेन. फारफार तर उद्या सकाळी. ह्या बाबतीत वेगानं काम सुरू करायला हवंय."

"आम्ही त्यासाठी तत्पर आहोत." स्पेन्सर म्हणाला.

डॅनियलने सावकाश रिसिव्हर जागेवर ठेवला. मग त्याला ठसका लागला. सुरुवातीला काही धक्के बसले तरी क्युअर, एचटीएसआर आणि त्याच्या नशीबाची गाडी पुन्हा रुळावर आलीय असे त्याला वाटले.

डॉ. स्पेन्सर विनगेटने फोनचा रिसिव्हर जागेवर ठेवला तरी त्याचा हात त्यावर तसाच होता. डॉ. डॅनियल लॉवेलबरोबर नुकत्याच झालेल्या संभाषणात त्याचे मन गुंतून पडले होते. संभाषण त्याच्या अपेक्षेप्रमाणे झाले नसल्याने तो जरासा खिन्न होता. दोन आठवड्यापूर्वी हा प्रसिद्ध संशोधक विनगेट क्लिनिक वापरू इच्छितो ही गोष्ट अनपेक्षितपणाने पुढे आली होती. विनगेटला ती सुदैवी वाटली होती. कारण जवळजवळ आठ महिन्यांच्या गोंधळानंतरच्या उभारणीच्या काळानंतर त्यांचे क्लिनिक नुकतेच सुरू झाले होते. पॉल म्हणाला होता की कदाचित हा संशोधक पुढेमागे नोबेल सन्मानाचा मानकरी होईल. अशा माणसाबरोबर काम करून जगाला विनगेट क्लिनिक पुन्हा सुरू झालंय हे दाखवणे फारच छान झाले असते. मागच्या मे महिन्यात मॅसॅच्युसेट्समध्ये गाजावाजा झालेल्या त्या प्रकरणानंतर ही नांदी फारच उत्तम ठरली असती. पण अशा प्रकारे जाहीर घोषणा करणे शक्य दिसत नव्हते. चाळीस हजार डॉलर ही रक्कम बरी होती, पण क्लिनिक उभे करण्यात त्यांनी खर्च केलेल्या रकमेच्या तुलनेत ती अगदीच नगण्य होती.

स्पेन्सर पॉलला शोधून घाईघाईने आपल्या ऑफिसात आला होता तेव्हा दरवाजा किंचित उघडा राहिला होता. दरवाजा पूर्ण उघडला. दाराच्या चौकटीत ठेंगणा व चौरस बांध्याचा डॉ. पॉल सॉन्डर्स उभा होता. त्याच्या तशाच चौकोनी चेहेऱ्यावर रुंद हास्य चमकत होते. स्पेन्सरप्रमाणे तो निराश झालेला नव्हता हे उघड दिसत होते. "कल्पना तरी करता येते का?" पॉल बरळल्यासारखा म्हणाला, "आपला लेख न्यू इंग्लंड जर्नल ऑफ मेडिसीनमध्ये येणार!" पॉल स्पेन्सरच्या

डेस्कसमोरच्या खुर्चीत धाडकन् बसला. फार मोठी शर्यत जिंकल्याच्या अविर्भावात त्याने आपली मूठ हवेत उंचावली. "आणि लेख कोणता तर, विनगेट क्लिनिक, द श्राऊड ऑफ ट्युरीन आणि एचटीएसआर मिळून पार्किन्सन्स् विकारावरील पहिली उपचार पद्धती शोधतात. हे फारच धमाल आहे! लोक आपल्या दारापुढे रांगा लावून उभे राहतील!"

स्पेन्सर मागे रेलला. त्याने बोटे एकमेकांत गुंतवून डोक्यामागे हात नेले. पॉलला स्वत:ला संशोधक विभागाचा प्रमुख हे पद लावायला आवडत असे. स्पेन्सर त्याच्याकडे काहीशा तुच्छतेनेच पाहत असे. पॉल हा पुढे काय करायला हवं याची जाण असणारा मेहनती माणूस होता. पण तो काही वेळा नको तेवढा उत्साह दाखवत असे. शिवाय एखादा व्यवसाय नीट चालवण्यासाठी लागणारी व्यवहारी दृष्टी त्याच्यापाशी नव्हती. क्लिनिकचा मागचा अवतार मॅसॅच्युसेट्समध्ये होता. त्यावेळी त्याने क्लिनिक जवळजवळ डबघाईला आणले होते. जर स्पेन्सरने जवळपास सर्वकाही गहाण टाकलं नसतं आणि क्लिनिकची सगळी संपत्ती सफाईदारपणाने देशाबाहेर पाठवली नसती तर ते त्या तडाख्यातून वाचणे शक्य नव्हते.

"असा लेख लिहिला जाईल याची तुला खात्री आहे?"

पॉलच्या चेहेऱ्यावर गोंधळ दिसला, "म्हणजे? तुला काय म्हणायचं आहे? आपण आत्ता काही वेळापूर्वीच फोनवर लेखाचं शीर्षक वगैरे सगळी चर्चा केली. डॅनियलनं स्वत: तर ते शीर्षक सुचवलं होतं ना."

"त्यानं सुचवलं हे खरं. पण ते प्रत्यक्षात येईलच हे कशावरून? जर लेख तयार झाला तर तो जबरदस्त असेल हे मान्य. पण तो प्रकाशन अनिश्चित काळासाठी लांबवू शकेल."

"तसं त्यानं करायचं कारण काय?"

"कुणास ठाऊक? पण ह्या सगळ्यात त्याच्या दृष्टीने गुप्ततेला सर्वाधिक महत्त्व आहे. असा लेख त्यात बसत नाही. निश्चितच आपल्याला अपेक्षा आहे तेवढ्या लवकर तर तो लेख नक्कीच लिहीणार नाही. जर आपण त्याला बाजूला ठेवून तसं काही प्रकाशित केलं तर तो सरळ कानावर हात ठेवून मोकळा होईल तसं झालं तर कोणीच तो लेख प्रकाशित करणार नाही."

"तुझ्या मुद्द्यात तथ्य आहे." पॉलने कबुली दिली.

पॉल आणि स्पेन्सर एकमेकांकडे पाहत होते. नसाऊ आंतरराष्ट्रीय विमानतळावर उतरण्यासाठी एक विमान गडगडाट करत त्यांच्या डोक्यावरून गेले. क्लिनिक विमानतळाच्या अगदी जवळ पश्चिमेला कोरड्या, शुष्क झुडुपांनी भरलेल्या जमिनीवर बांधलेले होते. त्यांना त्यांच्या पैशात पुरेशी जागा तेथेच मिळाली होती नि त्या जागेला त्यांना कुंपण घालणे शक्य झाले होते.

"ते ट्युरीनचं कफन वापरण्याच्या बाबतीत तो आपल्याशी सरळपणे बोलला, असं तुला वाटतं का?" पॉलने विचारले.

"मला त्याची कल्पना नाही." स्पेन्सर म्हणाला, "पण लेखाप्रमाणेच ह्यात सुद्धा मला गडबडगुंडा दिसतोय. म्हणजे मला काय म्हणायचंय ते तुझ्या लक्षात आलं असेलच."

"उलट मला ती कल्पना विस्मयजनक वाटली."

"माझ्या म्हणण्याचा चुकीचा अर्थ घेऊ नकोस." स्पेन्सर म्हणाला, "ती कल्पना चांगली आहेच. शिवाय त्यातून उत्तम शास्त्रीय लेख नि एक दणकेबाज आंतरराष्ट्रीय स्टोरी तयार होईल हे खरंच आहे. पण एकंदरीत गुप्तता राखणं आणि इतर गोष्टींचा विचार केला तर त्यात नक्कीच काहीतरी शंकास्पद आहे. म्हणजे असं बघ. तू त्याला हे करण्याचं कारण विचारलंस तेव्हा त्यानं दिलेलं स्पष्टीकरण तुला खरोखरच पटलं का?"

"म्हणजे एचटीएसआर पद्धत सिद्ध करणं ह्याबद्दल म्हणतोस का?"

"बरोब्बर."

"मला पूर्णपणे पटलं नाही. अर्थात अमेरिकन काँग्रेस एचटीएसआरवर बंदी आणण्याच्या विचारात आहे हे खरं आहे. आता तू हे म्हणल्यानंतर माझ्या लक्षात येतंय, की आपण सांगितलेली रक्कम त्याने ताबडतोब मान्य केली. जणू काही खर्चाची बाब अजिबात महत्त्वाची नाही."

"मी हेच तर म्हणतोय." स्पेन्सर म्हणाला, "आपण किती आकडा सांगावा याची मला काहीच कल्पना नव्हती. मी अशीच हवेतून काहीतरी रक्कम त्याला सांगितली. त्यानं त्याची ऑफर देण्याची अपेक्षा होती. त्यानं लगेच ती मान्य केली. मी दुप्पट रक्कम सांगायला हवी होती."

"बरं. तुझा अंदाज काय आहे?"

"मला वाटतं, रुग्ण कोण आहे ते गुप्त ठेवणं हा खरा मुद्दा असावा."
स्पेन्सर म्हणाला, "मला तरी ती एकच शक्यता शहाणपणाची वाटते."

"कोण असेल रुग्ण?"

"कोण जाणे." स्पेन्सर म्हणाला, "पण अंदाजच बांधायचा तर पहिल्यांदा मी तो मोठ्या घरातला असावा असं म्हणेन. किंवा कोणीतरी खूप श्रीमंत व्यक्ती. कदाचित खूप श्रीमंत आणि प्रसिद्ध व्यक्ती असेल. मी ह्यावर पैजही लावायला तयार आहे!"

"श्रीमंत!" पॉलने हा शब्द पुन्हा उच्चारला. त्याचा चेहेरा जरासा हसरा झाला." म्हणजे उपचारांची किंमत लक्षावधीच्या घरात असेल."

"अगदी हेच तर मी म्हणतोय. आपण हा श्रीमंत व प्रसिद्ध व्यक्ती सिद्धांत

धरून पुढे जायला हवं. अखेर डॅनियल लॉवेल लक्षावधीची कमाई करताना आपण निव्वळ चाळीस हजारावर समाधान का मानायचं?''

''ह्याचा अर्थ, आपण त्या स्वयंसेवक रुग्णाची माहिती काढायची.''

''हं. तू माझ्या दृष्टीकोनातून ह्या सगळ्याकडे पाहशील असं वाटलं होतं. पण अशीही भीती होती की तू केवळ आपल्याला एका सुप्रसिद्ध संशोधकाबरोबर कामाची संधी मिळते यावर खूष होतोस की काय.''

''हॅट्. शक्य नाही ते! पॉल फटकारत म्हणाला, ''आपल्याला प्रगतीसाठी काही उपयोग होणार नसताना नाहीच तसं वाटणार मला. तो म्हणाला की पेशींसंबधी सगळं काम तो स्वत: करणार आहे. याचा अर्थ आपल्याला एचटीएसआर बाबतीत शिकण्याची संधी नाही. मला हे असं होणार याची अगोदरच कल्पना आली होती. पण अजूनही मला ती पद्धत शिकायची इच्छा आहे. त्याचा पुन्हा फोन येईल तेव्हा आपल्या पॅकेजमध्ये ते असायलाच हवं हे त्याला सांग.''

''मी आनंदानं सांगेन.'' स्पेन्सर म्हणाला, ''मी त्याला हे देखील सांगणार आहे की निम्मी रक्कम आपल्याला अगोदर दिली पाहिजे.''

''शिवाय त्याला सांग की भविष्यकाळात एचटीएसआरच्या परवान्याचा प्रश्न येईल तेव्हा आपल्याला खास सवलत मिळाली पाहिजे.''

''ही कल्पना चांगली आहे.'' स्पेन्सर म्हणाला, ''आपली फी न वाढवता त्याच्याशी वाटाघाटी करून आणखी काय पदरात पडेल ते मी पाहतो. पण मला त्याला घाबरवून टाकायचं नाही. नाहीतर तो येणारच नाही इथं. दरम्यान त्या रुग्णाची माहिती काढायची जबाबदारी तू घेतोस का? या असल्या कामात माझ्यापेक्षा तू जास्त हुशार आहेस.''

''मी ही माझी प्रशंसा आहे असं समजतो.''

''मला तेच म्हणायचं आहे! आहेच.''

पॉल उठून उभा राहिला. ''मी लगेचच कुर्ट हेरमानला त्यासाठी बोलावतो. त्याला असल्या कामगिरी पार पाडायला फार आवडतं.''

''त्या अपमानास्पद रीतीने हाकलून दिलेल्या ग्रीन बेरेट किंवा तो जो काही सैनिक होता, त्याला सांग. कमीत कमी माणसं मरायला हवीत. ही एवढी गुंतवणूक आणि कष्ट केल्यानंतर या बेटावरचं आपलं अस्तित्व धोक्यात यायला नको.''

पॉल हसला, ''तो फार काळजीपूर्वक आणि हात राखूनच काम करतो.''

''मला तसं वाटत नाही.'' त्याने ओकिनावातल्या दोन बाजारबसव्यांना उडवलं होतं. अर्थात त्या हे वर्णन मान्य करणार नाहीत. शिवाय आपल्या सेवेत असताना तो नको तितका उचापती करत होता. पण ह्या विषयावर आपण पूर्वी बोललो होतो. त्याच्या कामात तो तत्पर आहे हे मान्य. म्हणूनच तर तो अजून आपल्याकडं

नोकरीत आहे. फक्त त्याला माझं ऐकायला सांग. त्याला म्हणावं की जेवढं सफाईनं काम होईल तेवढं कर. माझी ही एवढीच अपेक्षा आहे.''

''मी त्याला सांगतो.'' पॉल उभा राहिला. ''पण एक लक्षात घे. कुर्टसकट आपल्यापैकी कोणीही अमेरिकेत परत जाऊ शकत नाही. तेव्हा डॅनियल, त्याचे सहकारी आणि रुग्ण प्रत्यक्ष इथं येईपर्यंत कुर्ट फारसं काही करू शकणार नाही.''

''मलाही चमत्काराची अपेक्षा नाही.'' स्पेन्सर म्हणाला.

◆

७

शुक्रवार, २२ फेब्रुवारी २००२
संध्याकाळचे ४ वाजून ४५ मिनिटे

ऐन हिवाळ्याच्या मध्यातील त्या संध्याकाळी मॅनहटन भागातल्या उत्तुंग इमारतींच्या मधून दिसणारे आकाश काळवंडून गेले होते. उतरण्यासाठी खाली झेपावून वॉशिंग्टन-न्यूयॉर्क शटल विमान ला ग्वार्दिया विमानतळावर उतरले. त्या खळखळत्या शहरामधले असंख्य दिवे हिऱ्यांप्रमाणे लखलख्त होते. अनेक पुलांना आधार देणाऱ्या खांबामधल्या दिव्यांमुळे मोत्याच्या झगमगत्या माळा लोंबत असल्याचा भास होत होता. एफ. डी. रुझवेल्ट महामार्गावरच्या गाड्यांचे दिवे हिऱ्यांच्या हारांप्रमाणे भासत होते, तर गाड्यांचे मागचे दिवे माणकांप्रमाणे चमचम करत होते. हडसन नदीत आरामात तरंगत जाणारे एक जहाज एखाद्या रत्नजडीत ब्रूचप्रमाणे वाटत होते.

बाहेरच्या ह्या सुंदर आणि उत्साहवर्धक दृष्यावरून कॅरोलने नजर काढली. तिने विमानातल्या आत नजर फिरवली. कोणीही बोलत नव्हते, की बाहेरचे ते विलक्षण दृष्य पाहत नव्हते. बहुतेक सर्वजण वर्तमानपत्रे वाचण्यात किंवा कामाची कागदपत्रे पाहण्यात अथवा आपल्या लॅपटॉपवर काम करण्यात मग्न होते. तिची नजर एक सीट सोडून पलीकडे बसलेल्या सिनेटरकडे गेली. इतरांप्रमाणेच तो देखील वाचनात गढून गेला होता. त्याच्या हातात कागदांचा गठ्ठा होता. त्यामध्ये दुसऱ्या दिवशीच्या कामाचे वेळापत्रक नि माहिती होती. साडेतीनची शटल फ्लाईट पकडण्यासाठी ऑफिसमधून अक्षरशः धावत निघताना सिनेटरने ते डॉन शॅकलटनच्या हातातून ओरबाडून घेतले होते. फ्लाईट निघायला अवघे काही सेकंद उरले असताना कॅरोल आणि सिनेटर विमानात कसेबसे चढले होते.

ॲशलेच्या सुचनेनुसार सकाळी कॅरोलने कार्डिनलच्या एका व्यक्तिगत सहाय्यकाला

फोन करून दुपारनंतरची ही अचानक भेट ठरवली होती. ह्या भेटीमागे तातडीचे कारण आहे, पण भेटीसाठी अवघी पंधरा मिनिटे पुरतील असे तिने सांगितले होते. अॅशलेची तशी सूचनाच होती. फादर मॅलोने म्हणाला होता की काय करता येईल ते तो पाहील, कारण कार्डिनलचा त्या दिवशीचा कार्यक्रम भरगच्च होता. पण लगेचच तासाभरात फादर मॅलोनेचा फोन आला. त्या दिवशी संध्याकाळी साडेपाच ते साडेसहाच्या दरम्यान कार्डिनलनी सिनेटर बटलरची भेट घ्यायचे मान्य केले होते. एका पाहुण्या इटालियन कार्डिनलचा औपचारिक स्वागत समारंभ आणि शहराच्या मेयरबरोबरचे जेवण यांच्या दरम्यान ही भेट होणार होती. आपण भेटीसाठी हजर राहू असे कॅरोलने सांगितले होते.

विमान पकडण्यासाठी करावी लागलेली धावपळ आणि न्यूयॉर्कमध्ये संध्याकाळी असू शकणाऱ्या प्रचंड रहदारीची कल्पना असल्याने मनावर येणारा ताण हे सगळे असूनदेखील अॅशलेच्या मनाचे संतुलन पाहून कॅरोल प्रभावित झाली. अर्थात काळजी करण्याचे सारे ओझे अॅशलेने कॅरोलच्या खांद्यावर टाकले होते हे खरे. पण जर त्याच्या जागी आपण असतो तर आपण एवढे शांत बसू शकलो असतो की नाही याबद्दल तिला स्वत:ला खात्री वाटत नव्हती. पण अॅशले! हात किंचित थरथरत असले तरी तो हातातले कागद भराभरा अगदी व्यवस्थित वाचत होता आणि पाने उलटत होता. वाचण्याच्या अफाट वेगाबद्दल त्याची ख्याती होती. आजारपण किंवा गेल्या चोवीस तासांमधल्या घटना यामुळे त्याच्या वाचनवेगावर कोणताही परिणाम झालेला जाणवत नव्हता.

कॅरोल घसा खाकरत म्हणाली, ''सिनेटर, ह्या सगळ्याबद्दल मी विचार करताना मला जास्तच जाणवू लागलंय की तुम्ही माझं मत विचारलेलं नाही. तुम्ही जवळजवळ इतर सर्व बाबतीत नेहमी माझं मत विचारता.''

अॅशलेने वळून चष्म्यावरून कॅरोलकडे पाहिले. चष्मा खाली घसरून नाकाच्या टोकावर येऊन अडकला होता. त्याच्या भव्य कपाळावर तुच्छतादर्शक आठ्या पडल्या. ''डियर कॅरोल, तू तुझं मत मला सांगायची गरज नाही. काल मी संध्याकाळी म्हणालो, त्याप्रमाणे मला ते अगोदरच चांगलं माहिती आहे.''

''तसं असेल तर तुम्हाला बहुधा हे देखील माहिती असावं की ह्या उपचारांमध्ये तुम्ही फार मोठी जोखीम स्वीकारता आहात असं मला वाटतं.''

''हेतू काहीही असला तरी तू दाखवलेली आस्था उत्तमच आहे. पण माझा निर्धार पक्का झालेला आहे.''

''तुम्ही स्वत:वर प्रयोग करून घेणार आहात. त्यातून काय घडू शकेल याची तुम्हाला कल्पना नाही.''

''त्यातून काय घडेल याची मला कल्पना नाही हे खरंच आहे. पण जर माझ्या

ह्या सतत हानी करणाऱ्या आणि बरा न होणाऱ्या मेंदूविकाराच्या बाबतीत मी काहीही केलं नाही, तर मात्र काय घडेल हे मला पक्कं माहिती आहे. माझे वडील उपदेश करत असत की जे स्वत: काहीतरी करतात, देव त्यांना मदत करतो. मी आयुष्यभर सतत लढत आलो आहे आणि आता मी लढणं थांबवणार नाही. मी उसासे टाकत या जगातून निघून जाणार नाही. मी पोत्यात घातलेल्या मांजरासारखा आरडाओरडा करत आणि लाथा झाडतच जाणार.''

''जर कार्डिनलनी तुमचा बेत अयोग्य आहे असं सांगितलं तर?''

''तसं होण्याची सुतराम शक्यता नाही. कारण मला नेमकं काय करायचं आहे याचा थांगपत्ताच मी त्याला लागू देणार नाही.''

''मग आपण इथं कशाला आलोय?'' कॅरोलच्या आवाजात रागाची छटा होती, ''मला आशा वाटत होती की मान्यवर कार्डिनल महोदय तुमच्या सद्सदविवेकबुद्धीला आवाहन करतील.''

''आपण उत्तर अमेरिका खंडातल्या या ताकदवान कॅथॉलिक सत्ताकेंद्राकडे काही यात्रेकरू म्हणून जात नाही. आपण तिथे जाऊन त्यांचा सल्ला घेणार नाही, तर माझ्या उपचारांमधल्या अनिश्चितपणाला थोडाफार लगाम घालण्यासाठी ट्युरीनच्या कफनाचा काही भाग मिळतो का ते पाहायला जातो आहोत.''

''पण त्यांना कारण स्पष्ट न करता तुम्ही त्याचा तुकडा कसा मिळवणार?''

सभागृहातील बेशिस्त श्रोत्यांना गप्प करण्याच्या अविर्भावात ॲशले म्हणाला, ''माय डियर कॅरोल, बस्स! तुझा उपयोग व्हायच्या ऐवजी नसती अडचणच होऊ नये मला.'' हे बोलून त्याने आपले लक्ष पुन्हा समोरच्या कागदाकडे वळवले.

अशा प्रकारे फटकारल्यामुळे कॅरोलचा चेहेरा लाल झाला. अलीकडे ॲशले वारंवार तिला अशा प्रकारे अपमानास्पद वागणूक देत होता. तिला त्याचा त्रास होत होता. आपल्या मनातले विचार चेहेऱ्यावर दिसतील म्हणून कॅरोलने पुन्हा खिडकीबाहेर पाहायला सुरुवात केली.

विमान आता धावपट्टीवर उतरून गेटपाशी जात होते. तिने खिडकीबाहेरच पाहण्याचे ठरवले. न्यूयॉर्क आता लखलखत्या हिऱ्यांचे शहर वाटत नव्हते. आजूबाजूला पडलेला कचरा आणि घाण रंगाच्या बर्फाचे ढीग दिसत होते. बाहेरच्या काळपट आणि उदासवाण्या दृश्याप्रमाणे तिचे विचारही तिला ग्रासून टाकत होते. ॲशलेच्या मनातल्या बेतासंबंधी तिला मध्येच अपराधी वाटत होते आणि मन क्षुब्ध होत होते. एकदा तिला वाटलं की हा प्रयोग असल्याने त्यातून काहीही अनर्थ घडू शकतो. पण नंतर तिला वाटू लागलं की कदाचित हा प्रयोग यशस्वीदेखील होईल. ॲशलेच्या रोगाचे निदान कळल्यावर तिला त्याच्याबद्दल योग्य ती सहानुभूती वाटली होती. पण गेल्या वर्षभराच्या काळात तिला ती एक संधी वाटू लागली होती.

आता त्यामधून निर्माण होणारी चांगली वा वाईट परिस्थिती या बाबतीत तिचे मन सतत दोलायमान होत होते. प्रयोग यशस्वी होईल याचीही आपल्याला भीती वाटते हे कबूल करायला तिच्या मनाची तयारी होत नव्हती. तिला आपण ॲशलेशी वागताना ब्रूटस जसा सीझरशी वागला तसे काहीसे वाटू लागले होते.

कॅरोलने अगोदर व्यवस्था केल्याप्रमाणे काहीही अडचण न येता ते लिमो गाडीत बसले. पण नंतर पाऊण तास उलटला तरी ते अजूनही एफ. डी. रुझवेल्ट महामार्गावरच्या गाड्यांच्या सागरातच अडकून पडले होते. ते वरून विमानातून या महामार्गावरून जात असल्यावेळेपासून महामार्गावरची रहदारी ठप्प झाली होती.

रहदारीत अडकून पडल्यामुळे वैतागलेल्या ॲशलेने हातातले कागद बाजूला ठेवले आणि वाचण्यासाठी लावलेला दिवा बंद केला. गाडीत अंधार पसरला, "ही संधी बहुधा आपल्या हातातून निसटणार." ॲशलेच्या आवाजात त्याचा खास लकबीचा लवलेशही नव्हता.

"आय ॲम सॉरी." कॅरोल म्हणाली. जणू काही दोष तिचाच होता. पण पाच मिनिटे एकाच जागी थांबून राहिल्यानंतर आश्चर्य म्हणजे रहदारी पुन्हा सुरू झाली. दरम्यान ॲशलेने अनेकदा निराशादर्शक उसासे व हुंकार दिले होते.

"अशा कृपादृष्टीसाठी देवाचे आभार मानले पाहिजेत." ॲशले गेंगाण्या आवाजात म्हणाला.

शहाण्णवाव्या रस्त्यावर बाहेर पडल्यावर ड्रायव्हरने कौशल्याने मागच्या रस्त्याने गाडी काढली. त्यामुळे मॅडिसन स्ट्रीट आणि पन्नासाव्या रस्त्याच्या चौकातल्या आर्च बिशपच्या घरासमोर ॲशले आणि कॅरोल भेटीच्या वेळेअगोदर चार मिनिटे पोहचू शकले. त्यांनी ड्रायव्हरला तेथेच चकरा मारत बसायला सांगितले. कारण तासाभरातच त्यांना परत विमानतळाकडे जायचे होते.

कॅरोल यापूर्वी कधीही अशी एखाद्या धर्मगुरुच्या निवासस्थानी आलेली नव्हती. गगनचुंबी इमारतींच्यामध्ये असलेली ती तीनमजली करड्या रंगाची साधीसुधी इमारत पाहून तिला आश्चर्य वाटले. रस्त्याच्या कडेला ती अगदी लागून होती. मध्ये हिरवळीचा एक छोटा तुकडाही नसल्याने इमारतीचा कठोरपणा उठून दिसत होता. तळमजल्यावर जाडजूड लोखंडी गजांचे दार होते आणि समोरच्या बाजूला खिडकीत बोजड एअर कंडिशनर लावलेले दिसत होते. या दारामुळे एखाद्या घरापेक्षा ती जागा तुरुंगासारखी भासत होती. याला अपवाद म्हणून एका खिडकीच्या मागचा बेल्जियम लेसचा पडदा दिसत होता.

ॲशले दगडी पायऱ्या चढून गेला आणि तेथे अडकवलेल्या चकचकीत पितळी घंटेची दोरी ओढली. त्यांना फार वेळ थांबावे लागले नाही. घराचे अवजड दार उघडले. दार उघडणाऱ्या उंच हडकुळ्या धर्मगुरुचे नाक अगदी खास रोमन

ठेवणीचे होते. त्याचे लाल केस बारीक कापलेले होते. त्याच्या अंगावर धर्मगुरुचा काळा पोशाख होता आणि त्याने विशिष्ट पांढरी कॉलर लावलेली दिसत होती.

"गुड आफ्टरनून सिनेटर."

"तुम्हालाही शुभेच्छा फादर मॅलोने." ॲशले दारातून आत शिरत म्हणाला, "आम्ही अगदी योग्य वेळी आलो आहोत, अशी आशा आहे."

"नक्कीच." फादर मॅलोनेने उत्तर दिले. "मी तुम्हाला मान्यवरांच्या खासगी स्टडीरूममध्ये घेऊन जाणार आहे. ते तेथे काही क्षणातच येतील."

पहिल्या मजल्यावरील स्टडीरूम हात राखून सजवलेली दिसत होती. सजावटीसाठी पोप जॉन पॉल दुसरा यांचा एक औपचारिक पेहेरावातला फोटो आणि पांढऱ्या 'करारा' संगमरवराची मदर मेरीची मूर्ती एवढ्याच गोष्टी तेथे होत्या. खालची कठीण लाकडी तक्तपोशी गालिचा नसल्याने उघडीच होती. त्या गुळगुळीत कठीण पृष्ठभागावर कॅरोलच्या बुटांचा टक् टक् असा मोठा आवाज येत होता. फादर मॅलोने अलगद मागे झाला आणि त्यांना तेथे सोडून एका दालनातून निघून गेला.

"इथं अगदी साधेपणा आहे." कॅरोल म्हणाली. त्या ठिकाणी फर्निचर असे फार काही नव्हते. फक्त एक जुना कातडी कोच, एक तशीच कातडी बांधणीची खुर्ची, प्रार्थनेसाठी वापरायचे छोटे स्टूल, एक छोटे डेस्क आणि एक सरळ पाठीची लाकडी खुर्ची एवढ्याच वस्तू तेथे होत्या.

"आपल्याला या भौतिक जगातल्या वस्तूंमध्ये रस नाही ही गोष्ट कार्डिनलला लोकांच्या मनावर ठसवायची आहे." ॲशले फाटक्या कातडी खुर्चीत बसत म्हणाला, "अर्थात माझं मत निराळं आहे."

कॅरोल कोचावर एका कोपऱ्यात पाय बाजूला घेऊन बसली. आपण एखाद्या नातेवाईकाच्या घरी आहोत अशा थाटात ॲशले आरामात मागे रेलून बसला होता. त्याने पायाची घडी घातली होती. त्यामुळे त्याचे काळे पायमोजे आणि त्यावरची त्याची निस्तेज पांढरी पोटरी दिसत होती.

काही क्षणानंतर दार उघडले. अत्यंत सन्माननीय कार्डिनल जेम्स ओरुर्क आत आला. पाठीमागून आलेल्या फादर मॅलोनेने दरवाजा बंद करून घेतला. कार्डिनलनी त्यांचा खास पोशाख केलेला होता. काळ्या पँटवर त्यांनी पांढरा शर्ट घातला होता. त्यावर लाल पट्टी असणारा काळा 'कॅसोक' हा अंगरखा होता. त्यावर समोरून उघडा असणारा केशरी रंगाचा खास कोट 'केप' होता. कंबरेभोवती रूंद केशरी रंगाचा 'सेस' हा शाही पट्टा होता. डोक्यावर फक्त कार्डिनल वापरतात ती खास 'झुक्केटो' टोपी होती. गळ्यामध्ये चांदीचा रत्नजडित क्रॉस होता.

कार्डिनलला पाहून ॲशले आणि कॅरोल उठून उभे राहिले. त्या कठोर वाटणाऱ्या खोलीच्या पार्श्वभूमीवर कार्डिनलचा भपकेबाज पोशाख पाहून कॅरोल चकित झाली.

तिला त्याची आकृती भव्य वाटली होती. पण उठून उभी राहिल्यावर मात्र तो ताकदवान दिसणारा धर्मगुरू तिच्यापेक्षा किंचित बुटका आहे हे तिच्या लक्षात आले. तिची उंची पाच फूट सहा इंच होती. ॲशले काही फार उंच नव्हता. पण त्याच्यापुढे तर कार्डिनल अगदीच लहानखुरा आणि लठ्ठ दिसला. अंगावर एवढा भरजरी भपकेबाज पोशाख असूनही तो तिला साधा आणि विनम्र धर्मगुरू वाटला. त्याचे गाल लालसर रंगाचे आणि चमक असणारे होते. चेहेरा गोलाई असणारा होता आणि त्वचा तुकतुकीत होती. कार्डिनल अत्यंत मधुर असे स्मित करत होता. पण डोळ्यामधली धार काही वेगळंच सांगत होती. ही धार त्याच्या उच्चपदाला साजेशी होती. त्याच्या डोळ्यामधून त्याची ताकद आणि धूर्त बुद्धिमत्ता स्पष्टपणाने जाणवत होती.

"सिनेटर..." कार्डिनलचा आवाज त्याच्या विनम्र स्वभावाच्या प्रतिमेला अनुरुप असा मधाळ होता. त्याने आपला हात पुढे केला.

"मान्यवर महोदय... " ॲशले आवाजात कमालीचे मार्दव आणण्याचा आटोकाट प्रयत्न करत म्हणाला. त्याने हात न हलवता नुसताच किंचित दाबला. ॲशलेने पुढे केलेल्या हातातल्या अंगठीचे चुंबन घ्यायचे जाणीवपूर्वक टाळले, "तुम्हाला भेटून अत्यंत आनंद होतोय. तुमच्याकडे कितीतरी कामे आहेत हे पूर्ण माहिती असल्यामुळेच तुम्ही या गावाकडच्या पोराला असं भेटायचं मान्य केलंत याबद्दल मला कृतज्ञता वाटते."

"ओह... सिनेटर." कार्डिनल उपरोधिक स्वरात म्हणाला, "तुम्हाला भेटणं ही नेहमीच एक आनंदाची पर्वणीच असते. कृपा करून खाली बसा."

ॲशले पूर्वीसारखा बसला. कॅरोलचा चेहेरा पुन्हा एकदा लाल झाला. तिची दखल न घेणे हे तिला अपमानास्पद होते. ॲशले आपली ओळख करून देईल असे तिला वाटले होते. विशेष म्हणजे कार्डिनलची नजर तिच्यावरून फिरली तेव्हा तिला त्याच्या डोळ्यांत प्रश्नार्थक भाव क्षणभर दिसले होते. ती आपल्या जागेवर बसली. कार्डिनलने डेस्कपुढची ओबडधोबड दिसणारी खुर्ची पुढे ओढून घेतली. फादर मॅलोने दरवाज्यापाशी उभा होता.

"आपल्याला वेळ फार कमी आहे हे लक्षात घेऊन मी थेट मुद्याला हात घालावा हे उत्तम." ॲशलेने सुरुवात केली.

आपण जणू अदृश्य आहोत असे वाटलेल्या कॅरोलने तिच्यासमोर बसलेल्या दोघांकडे पाहिले. दोघांच्या बाह्यरुपातला फरक अगदी ठळक असला तरी दोघांच्या स्वभावातले साम्य तिच्या तत्काळ ध्यानात आले. कामाचा प्रचंड झपाटा असणाऱ्या आणि लोकांकडून काम करवून घेण्याची हातोटी असणाऱ्या त्या दोघांमध्ये खूपच सारखेपणा होता. दोघांनाही त्यांच्या मतलबासाठी चर्च आणि राजसत्ता यांच्यातील

सीमारेषा ओलांडायची फिकीर वाटत नव्हती. दोघेही लोकांची स्तुती व भलावण करून आपल्या फायद्यासाठी संबंध वाढवण्यात प्रवीण होते. दोघेही आपला खरा कठोर आणि धूर्त व्यवहारी स्वभाव बाहेरच्या निराळ्या मुखवट्याखाली दडवत होते. विनम्र आणि साधासुधा धर्मगुरू आणि एक निष्कपट मनाचा गावाकडचा माणूस हे दोघांचे बाह्य मुखवटे होते. दोघांनाही सत्ता गाजवण्याची विलक्षण हौस होती आणि दोघांनाही सत्तेची झिंग येत होती.

"नेहमी सरळ बोलणंच ठीक असतं." जेम्स कार्डिनल म्हणाला, आपल्या टोपीभोवती हातांची ओंजळ धरून कार्डिनल खुर्चीत ताठ बसला होता. टोपी काढल्याने त्याचे बरेचसे टक्कल पडलेले डोके उघडे पडले होते.

कॅरोलला ते दोघे तलवारबाजीच्या मुकाबल्यासाठी सज्ज होऊन एकमेकांना आव्हान देणारे वीर वाटले.

"कॅथॉलिक चर्चच्या वाट्याला येणारा त्रास पाहून माझ्या दु:खाला पारावार राहिला नाही." ॲशले म्हणाला, "विशेषत: या नवीन सेक्स स्कॅन्डलमध्ये तर चर्चचे चांगलेच नुकसान झाले आहे. तिथे रोममध्ये असणाऱ्या म्हाताऱ्या व रोगीष्ट नेत्याच्या हाताखाली असणाऱ्या लोकांमध्ये सरळसरळ फूट पडली आहे. मी या परिस्थितीत काय मदत करू शकतो या विचाराने मी कित्येक रात्री झोपेविना तळमळत काढल्या आहेत."

कॅरोलला हे ऐकून डोळे फिरवण्याची इच्छा झाली. पण तिने ती कशीबशी दडपली. सिनेटरची कॅथॉलिक चर्चबद्दलची खरी मते तिला पक्की माहिती होती. सनातनीवृत्तीच्या ॲशलेला सत्तेच्या उतरंडीवर आधारित कोणत्याही धर्माबद्दल फारशी आस्था नव्हती. त्याच्या मते कॅथॉलिक चर्चची संघटना तर पूर्णत: सत्तेच्या उतरंडीवर आधारलेली होती.

"तुमच्या मनातील आपुलकी पाहून मला आनंद वाटतो." जेम्स म्हणाला, "आणि मी देखील अकरा सप्टेंबरच्या शोकात्म घटनेनंतर अमेरिकन काँग्रेसच्या विचाराने तेवढाच व्यथित झालो. आपण या परिस्थितीत जास्तीत जास्त मदत कशी करावी ह्या विचारात मी गढून गेलो होतो."

"तुमचे नैतिक नेतृत्त्व सतत आमच्या पाठीशी आहेच."

"मला आणखी काहीतरी करायची इच्छा आहे."

"माझ्या मनात चर्चबद्दल सतत काळजीची भावना आहे. लैंगिक भावना दडपल्यामुळे मानसिक परिणाम झालेल्या काही मुठभर धर्मगुरूंमुळे ह्या उदात्त संघटनेला मोठ्याच आर्थिक संकटांना तोंड द्यावे लागत आहे. आपल्या बाजूने मला एका छोट्या कृपेची गरज आहे. ह्या बदल्यात मी एक नवीन कायदा तयार करण्याचा प्रस्ताव ठेवीन. या कायद्यामुळे धार्मिक कार्यासाठी दाखवलेल्या औदार्याच्या

संदर्भातील किरकोळ चुकांची फार मोठी जबाबदारी चर्चवर असणार नाही.''

काही काळ खोलीत संपूर्ण शांतता पसरली. ह्या खोलीत शिरल्यापासून प्रथमच कॅरोलला डेस्कवरच्या घड्याळाची टिकटिक आणि मॅडिसन अव्हेन्यूमधल्या रहदारीचे आवाज जाणवले. कॅरोलने कार्डिनलच्या चेहेऱ्याकडे नजर टाकली. पण त्याच्या चेहेऱ्यावर काहीही बदल झालेला दिसला नाही.

''सध्याच्या अडचणीच्या काळात अशा कायद्याचा नक्कीच फार मोठा फायदा होईल.'' कार्डिनल जेम्स बऱ्याच वेळाने म्हणाला.

''जरी लैंगिक शोषणाचा अनुभव त्यात बळी पडणाऱ्या व्यक्तींसाठी अती भयंकर असला तरी त्यामुळे चर्चवर आरोग्य सेवा, शैक्षणिक मदत आणि अध्यात्मिक गरजांसाठी अवलंबून असणाऱ्या इतर सर्व जणांचा बळी घेण्याचं काहीही कारण नाही. माझी ममा नेहमी म्हणायची. अंघोळीच्या घाण पाण्याबरोबर कोणी टबामधलं मूल फेकून देता कामा नये.''

''असा कायदा संमत होण्याची शक्यता कितपत आहे?''

''माझा पाठिंबा असेल तर, म्हणजे मी भक्कम पाठिंबा देणारच आहे, हा कायदा संमत होण्याची शक्यता अर्ध्यापेक्षा जास्त आहे. आणि राष्ट्राध्यक्ष तर आनंदाने हा कायदा व्हावा म्हणून सही करतील. आपले राष्ट्राध्यक्ष श्रद्धावान माणूस आहेत. त्यांचा धार्मिक कारणांसाठी दाखवल्या जाणाऱ्या औदार्यावर पूर्ण विश्वास आहे.''

''तुमच्या पाठिंब्यासाठी होली फादर तुमचे ऋणी राहतील.''

''मी केवळ लोकसेवक आहे.'' ॲशले म्हणाला, ''सर्व वंशाच्या आणि सर्व धर्माच्या लोकांचा सेवक.''

''तुम्ही कोणत्यातरी छोट्या कृपेसंबंधी बोलला होतात.'' कार्डिनल जेम्स म्हणाला, ''मला ते समजू शकेल काय?''

''ओह. ती तर अगदीच किरकोळ बाब आहे.'' ॲशले म्हणाला, ''माझ्या आईच्या स्मृतीसाठी मला छोटी कृपा हवी आहे. माझी ममा कॅथॉलिक होती. मी त्याचा उल्लेख केला होता का?''

''मला वाटतं, नाही.''

क़ॅरोलला पुन्हा एकदा तलवारबाजीच्या रिंगणात एकमेकांवर डाव टाकत वेगाने हालचाली करणाऱ्या तलवारबाजांची आठवण आली. ''अगदी नखशिखान्त कॅथॉलिक.'' ॲशले म्हणाला, ''ती डब्लिनच्या बाहेरच्या जुन्या मुलखामधली अत्यंत धार्मिक वृत्तीची स्त्री होती.''

''तुमच्या बोलण्यावरून दिसतंय की त्या आपल्या पवित्र पित्याच्या छायेत गेल्या आहेत.''

"दुर्दैवाने, होय." ॲशले जणू गळा भरून आल्याप्रमाणे क्षणभर थबकला. "काही वर्षांपूर्वी ती गेली. देव तिच्या आत्म्याला शांती देवो. मी त्यावेळी तिच्या गुडघ्यापर्यंतही हात न पोहोचणारा छोटा पोरगा होतो."

ही कहाणी कॅरोलला माहिती होती. एका रात्री सिनेटची बैठक खूप वेळ चालल्यानंतर ती सिनेटर बरोबर कॅपिटॉल हिल बारमध्ये गेली होती. बूरबाँचे अनेक पेले रिचवल्यानंतर सिनेटरची जीभ सैल झाली होती. त्यावेळी त्याने आईविषयी करुण कहाणी कॅरोलला ऐकवली होती. ॲशले नऊ वर्षांचा असताना घरातल्या घरात केलेल्या गर्भपाताच्या वेळी सेप्टीक होऊन ती मरण पावली होती. दहावे मूल होऊ देण्यापेक्षा तिने गर्भपात करायचा धोका पत्करला होता. त्या अगोदर नवव्या मुलाच्या जन्माच्या वेळी झालेल्या गुंतागुंतीच्या परिस्थितीत खरे तर तिला ती मरणार असेच वाटले होते. ती गेल्यानंतर ॲशलेच्या आक्रस्ताळ्या बापाने घरात जन्मलेल्या सर्वांना ही बाई अनंतकाळपर्यंत नरकात जळत राहणार असे सांगितले होते.

"त्यांच्या आत्म्याला शांती मिळावी म्हणून मी प्रार्थना करू का?" जेम्स कार्डिनल म्हणाला.

"ती तुमची मोठीच कृपा होईल." ॲशले म्हणाला, "पण माझ्या मनात त्यापेक्षा निराळं काही आहे. आजही मला तिने आपल्या मांडीवर बसवून कॅथॉलिक चर्चविषयी सांगितलेल्या कितीतरी गोष्टी आठवतात. त्यातही तिने त्या जादुई ट्युरीनच्या कफनाबद्दल सांगितलेलं सारं आठवतंय. ते तिला अगदी प्राणप्रिय होतं."

प्रथमच कार्डिनलच्या चेहेऱ्यावरचे भाव बदलले. त्याच्या चेहेऱ्यात पडलेला फरक अगदी सूक्ष्म होता. पण तो कॅरोलच्या लक्षात आला. त्याला नक्कीच आश्चर्य वाटलेले होते.

"ते कफन हा अत्यंत पवित्र अवशेष आहे."

"मला त्याची पूर्ण कल्पना आहे." ॲशले म्हणाला.

"होली फादर स्वत: एकदा म्हणाले होते, हे वक्तव्य अधिकृत नोंदीसाठी नव्हतं. त्यांना ते कफन प्रत्यक्ष येशूचंच वाटतं."

"माझ्या आईच्या श्रद्धा योग्य होत्या हे ऐकून मला फार आनंद वाटतो." ॲशले म्हणाला, "आईने सतत मार्गदर्शन केल्यामुळे मी गेली अनेक वर्षे त्या कफनासंबंधी उत्सुकता बाळगणारा लहानसा विद्यार्थीच राहिलो आहे. त्याचे काही नमुने घेण्यात आले आणि त्यावर चाचण्या करण्यात आल्या याची मला माहिती आहे. मला हेसुद्धा माहिती आहे की ज्या नमुन्यांवर चाचण्या झाल्या नाहीत ते नमुने चर्चने परत मागवून घेतले. मला काय हवं आहे तर हा एवढासा–" ॲशलेने बोटांनी खूण केली, "रक्ताचा भाग असलेल्या तुकड्यातला हा एवढासा धागा."

कार्डिनल खुर्चीत मागे रेलून बसला. त्याची व फादर मॅलोनेची क्षणभर नजरानजर झाली. "ही विनंती फार वेगळ्या प्रकारची आहे. पण या संबंधात चर्चची भूमिका सुस्पष्ट आहे. त्या कफनाच्या बाबतीत यापुढे कोणतीही शास्त्रीय चाचणी केली जाणार नाही. फक्त ते सुरक्षित राखण्यासाठी जे करावं लागेल तेवढंच केलं जाईल."

"माझा त्यावर कोणतीही शास्त्रीय चाचणी करण्याचा विचार नाहीच." ॲशले रोखठोकपणे म्हणाला.

"तसं असेल तर मग तो अगदी छोटा नमुना कशाला हवा?"

"केवळ माझ्या ममासाठी." ॲशले साधेपणाने म्हणाला, "तिच्या राखेच्या कुंभामध्ये मी तो ठेवीन. म्हणजे मग तिच्या ऐहिक अवशेषांचे पवित्र पित्याच्यामध्ये विलीनीकरण होईल. आमच्या जुन्या घरात तिची रक्षा असणारा कुंभ माझ्या वडिलांच्या रक्षाघटाच्या बरोबरीने जपून ठेवलेला आहे."

कॅरोलने आपल्याला येणारे कडवट हसू महत्प्रयासाने दाबले. सिनेटर ॲशले किती सहजपणे खोटे बोलू शकतो हे पाहून ती चकित झाली होती. सिनेटर ॲशलेने तिला सांगितले होते की, त्याच्या वडिलांनी चर्चच्या आवारात तिचे दफन करू दिले नव्हते. त्यामुळे तिचे दफन गावातल्या एका मडकी बनवणाऱ्याच्या शेतात करणे भाग पडले होते. "माझा पक्का विश्वास आहे." ॲशले पुढे म्हणाला, "तिची जर काही इच्छा अपुरी राहिली असेल तर ती हीच असेल. त्यामुळे तिच्या आत्म्याला चिरंतन स्वर्गात प्रवेश मिळेल."

कार्डिनल जेम्सने फादर मॅलोनेकडे पाहिले, "त्या परत मागवलेल्या नमुन्यांबद्दल काहीही माहिती नाही. तुला आहे का?"

"नाही. मान्यवर कार्डिनल महोदय," फादर मॅलोने म्हणाला, "पण मी माहिती काढू शकतो. तुमच्या चांगले परिचयाचे असलेले आर्चबिशप मानफ्रेडी ट्युरीनमध्ये आहेत. शिवाय तेथे असलेले मॉन्सिनॉर गॅरिबाल्डी हे सुद्धा माझ्या परिचयाचे आहेत."

कार्डिनल जेम्सने पुन्हा ॲशलेकडे पाहिले, "अवघे काही धागे मिळाले तर तुमचे समाधान होईल का?"

"मला तेवढंच तर हवंय." ॲशले म्हणाला, "पण माझं असं म्हणणं आहे. मला ते धागे लवकरात लवकर हवे आहेत. कारण मी नजिकच्या काळातच गावाकडे जाणार आहे."

"जर हे धागे उपलब्ध झालेच तर ते आम्ही तुमच्यापर्यंत कसे पाठवायचे?"

"मी ताबडतोब माझा प्रतिनिधी ट्युरीनला रवाना करीन," ॲशले म्हणाला, "अशा कामात मी पोस्ट किंवा कोणत्याही व्यावसायिक वाहतूक करणाऱ्या कंपनीवर

विश्वास ठेवायला तयार नाही.''

''आम्हाला काय करता येईल ते मी पाहतो.'' जेम्स उठत म्हणाला, ''आणि माझी खात्री आहे की तुम्ही सुचवलेले बिल ताबडतोब पुढे येईल.'' ॲशलेदेखील उठून उभा राहिला, ''मान्यवर महोदय, ते सोमवारी सकाळी होईल. अर्थात मला तोपर्यंत तुमच्याकडून निरोप आला तर.''

पायऱ्या चढून वर जाणे कार्डिनल जेम्सला अवघड जात होते. अंगावरचा तो भरपूर थर असणारा पोशाख त्याला अडचणीचा ठरत होता. बऱ्याचदा त्याला आतून फार गरम होत असे. विशेषत: पायऱ्या चढून आपल्या खासगी खोलीकडे जाताना हा त्रास त्याला जाणवत असे. फादर मॅलोने त्याच्या मागोमाग येत होता. कार्डिनल थांबला की तो सुद्धा थांबत होता.

एका हाताने कठड्याचा आधार घेत कार्डिनलने दुसरा हात गुडघ्यावर ठेवला. त्याने गाल फुगवून घेत खोलवर श्वास घेतला नि मोठा उसासा टाकला. त्याने भुवयांवरून बोटे फिरवून घाम पुसला. त्या इमारतीत लिफ्ट होती. पण शरीराला मुद्दाम कष्ट देण्यासाठी म्हणून कार्डिनल ती वापरत नसे.

''मान्यवर. मी आपल्यासाठी काही आणून देऊ का?'' फादर मॅलोने म्हणाला, ''मी वरून घेऊन येतो. म्हणजे मग तुमचा वर चढून जायचा त्रास वाचेल. आज दुपारी आपल्याला खूप काम पडलेलं आहे.''

''धन्यवाद मायकेल.'' कार्डिनल म्हणाला, ''पण यानंतरचे डिनर आणि मेयर व पाहुण्या कार्डिनलबरोबरची भेट इथवर मला टिकाव धरायचा असल्याने मला थोडं ताजंतवानं होणं भाग आहे.''

''ट्युरीनला आपण फोन कधी करायचा?'' त्या क्षणाचा फायदा घेत फादर मॅलोनेने विचारले.

''आज मध्यरात्रीनंतर.'' धाप टाकता टाकता कार्डिनल म्हणाला, ''त्यावेळी तिथे सकाळचे सहा वाजलेले असतील. म्हणजे तुला ते मासला जायच्या अगोदर सापडतील.''

''ती विनंती आश्चर्यात टाकणारी आहे.''

''नक्कीच! आश्चर्य वाटण्याजोगी आणि कुतूहल निर्माण करणारी देखील कारण जर सिनेटरनं त्या कफनाच्या नमुन्याविषयी सांगितलेली माहिती बरोबर असली, तर काम सोपं आहे. अर्थात ती माहिती खरी नसली तरच मला आश्चर्य वाटेल, कारण मी त्याला चांगलाच ओळखतो. प्रत्यक्ष कफनाला हात लावायचा नसल्यानं सिनेटरची मागणी मान्य करणं अवघड जाणार नाही. पण तू जेव्हा

ट्युरीनमधल्या लोकांशी बोलशील तेव्हा हे सगळं संपूर्णपणे गुप्तच राहिलं पाहिजे हे नीट बजावून सांग. ह्या संदर्भात काहीही लेखी असणार नाही आणि कोणालाही बिलकुल कळता कामा नये. माझं म्हणणं कळलं ना?''

''होय मान्यवर.'' मायकेल म्हणाला, ''आपल्याला सिनेटर त्या नमुन्यांचा नेमका कसा वापर करणार याबद्दल काही शंका वाटते का?''

''तीच तर मुख्य चिंता आहे.'' कार्डिनल म्हणाला आणि त्याने पुन्हा एकदा खोल श्वास घेतला. मग तो पायऱ्या चढू लागला,'' वाटाघाटी व घासाघीस करण्यात सिनेटर तरबेज आहे. त्या नमुन्यांचा वापर तो अनाधिकृत चाचण्यांसाठी करू देईल असं मला वाटत नाही. पण अशा प्रकारे कोणाला तरी चाचणी करायची असावी आणि सिनेटर त्याच्याशी काहीतरी देवघेव करत असावा. द होली फादर यांनी स्वत:च्या अधिकारात सक्त हुकूम जारी केला आहे. त्या कफनावर आणखी शास्त्रीय चाचण्या करून त्याचा अपमान होता कामा नये. मी त्यांच्याशी पूर्ण सहमत आहे. पण त्या खेरीज मला वाटतं की चर्चला आर्थिक दृष्टीने टिकाव धरण्यासाठी त्यातले काही पवित्र धागे कुणाला द्यावे लागले तरी ते उदात्त कामच ठरेल. तुला काय वाटतं?''

''अगदी बरोबर आहे.''

जिना चढून वर गेल्यावर कार्डिनल पुन्हा श्वास घेण्यासाठी थांबला.

''त्या बिलाच्या संबंधात सिनेटर आपल्या शब्दाला जागेल का?'' फादर मॅलोनेने विचारले.

''निश्चित.'' कार्डिनल ठामपणाने ताबडतोब म्हणाला, ''सिनेटर नेहमीच वाटाघाटीत ठरलेल्या गोष्टींची पूर्तता करतो. उदाहरण म्हणून सांगतो. आपल्या छोट्या गावांमधल्या चर्चनी चालवलेल्या शाळांचं अस्तित्व टिकवण्यासाठी सुरू झालेल्या एका कार्यक्रमामागे सिनेटरचेच प्रयत्न कारणीभूत होते. त्या बदल्यात मी त्याला त्याच्या मागच्या निवडणुकीत कॅथॉलिकांची मते मिळवून दिली. म्हणजे म्हणतात ना की दोघांचाही फायदाच फायदा, तसं झालं. पण ह्या वेळी त्यानं समोर ठेवलेल्या प्रस्तावातील देवाणघेवाण पुरेशी स्पष्ट झालेली नाही. म्हणूनच ह्या वेळी जर कफनाचे नमुने मिळणार असतील, तर एक सुरक्षिततेचा उपाय म्हणून तू स्वत: ट्युरीनला जा आणि नमुने प्रत्यक्ष कोणाच्या हातात पडतात ते पाहा. मग त्या नमुन्याचा माग काढत राहा आणि शेवटी ते कोणाकडे जातात ते पाहून ये. त्यामुळं पुढील काळात काही अनर्थकारी घडणार असेल तर निदान आपल्याला काहीतरी अंदाज अगोदरच बांधता येईल.''

''मान्यवर. ही कामगिरी मी आनंदाने पार पाडेन.''

''फादर मॅलोने.'' कार्डिनल फटकारत म्हणाला, ''ही कामगिरी गंभीर स्वरुपाची

आहे. ती मौजेसाठी नाही. मला ह्यात संपूर्ण गुप्तता आणि कामाशी निष्ठा अपेक्षित आहे.''

''अर्थातच मान्यवर! मला त्या खेरीज इतर काही अभिप्रेत नाहीच.''

◆

८

शुक्रवार, २२ फेब्रुवारी २००२
संध्याकाळी ७ वाजून २५ मिनिटे

''ओह जीझस!'' स्टेफनी स्वत:शी पुटपुटली. तिने घड्याळावर नजर टाकली होती. जवळजवळ साडेसात वाजले होते. ती संपूर्ण दुपारभर कामात एवढी गुंगून गेली होती की वेळ कसा उडून गेला ते तिला कळले नाही. पुस्तकाच्या दुकानात गेल्यावर ती ट्युरीनच्या कफनाबद्दलच्या पुस्तकात रंगून गेली होती. त्यानंतरचा एक तास ती इंटरनेटवरून मिळणारी माहिती पाहत असताना तिची नजर अक्षरश: पडद्यावर खिळली होती.

पुस्तकाच्या दुकानातून ती साधारण सहा वाजता परतली तेव्हा ऑफिस रिकामे झालेले होते. डॅनियल घरी गेला असेल अशी तिची कल्पना झाली. ती प्रयोगशाळेच्या आपल्या कामचलाऊ डेस्कपाशी जाऊन बसली होती. इंटरनेट वापरून तिने विनगेट क्लिनिकच्या बाबतीत यापूर्वी काय घडले होते ते निरनिराळ्या वर्तमानपत्रांच्या मागच्या अंकाच्या साठ्यातून जाणून घ्यायचा प्रयत्न केला. साधारण एक वर्षापूर्वी घडलेल्या घटनांबद्दल वाचताना ती व्यथित होत गेली.

स्टेफनीने लॅपटॉप त्याच्या केसमध्ये सरकवला. पुस्तकाच्या दुकानातून आणलेली प्लॅस्टिक बॅग उचलली आणि अंगात कोट चढवला. प्रयोगशाळेच्या दारात उभी राहून तिने दिवे बंद केले, त्यामुळे तिला रिसेप्शनच्या भागातून अंधारात चाचपडत बाहेरच्या दारापर्यंत जावे लागले. इमारतीतून बाहेर पडल्यानंतर ती केन्डाल स्क्वेअरकडे वळली. बोचऱ्या वाऱ्याचा मारा कमी व्हावा म्हणून तिने डोके समोर झुकवले. न्यू इंग्लंडमध्ये हवा अशीच असते. दुपारनंतर हवेत कमालीचा फरक पडला होता. आता वारा पश्चिमेकडून येण्याऐवजी उत्तरेकडून येत असल्याने दुपारी बऱ्यापैकी सुखद वाटणाऱ्या तापमानात चांगलीच घट झाली होती. थंडी चांगलीच वाढली होती आणि बर्फाच्या वर्षावाने संपूर्ण शहरावर एखाद्या केकवरच्या आईसिंगप्रमाणे पांढरा थर साचला होता.

केन्डाल स्क्वेअरमध्ये रेड लाईन भुयारी रेल्वेने ती हार्वर्ड स्क्वेअरमध्ये आली.

विद्यापीठात अनेक वर्षे असल्याने हा भाग तिला परिचित होता. हवा अशी असूनही नेहमीप्रमाणे विद्यार्थ्यांच्यामुळे चौक चांगलाच गजबजून गेलेला दिसत होता. त्या ठिकाणी चैतन्य दिसत होते. तसल्या हवेतही रस्त्यावर काही वादक उभे होते. जाणाऱ्या येणाऱ्यांना उद्देशून वाजवताना त्यांची बोटे काळीनिळी पडलेली दिसत होती. स्टेफनीला त्यांच्याकडे पाहून दया आली. हार्वर्ड स्क्वेअरमधून इलियट स्क्वेअरकडे जाताना तिने, त्यातल्या काही जणांनी उलट्या करून ठेवलेल्या हॅटमध्ये काही नोटा टाकल्या.

स्टेफनी ब्रॅटल स्ट्रीटवर आली तेव्हा सगळा गोंगाट मागे पडला होता. दमल्यामुळे स्टेफनीची चाल मंदावली. ती रॅडक्लिफ कॉलेज आणि सुप्रसिद्ध लाँगफेलो हाऊससमोरून गेली. पण तिचे तिकडे अजिबात लक्ष नव्हते. गेल्या तीन चार तासात तिला जी माहिती कळली होती ती तिच्या मनात रुंजी घालत होती. तिला ती डॅनियलला सांगायची उत्सुकता होती. डॅनियलकडूनही काय काम झाले ते जाणून घ्यायला ती आतूर झाली होती.

डॅनियलच्या इमारतीच्या पायऱ्या चढत असताना आठ वाजून गेले होते. त्याचा फ्लॅट व्हिक्टोरियन काळातील एका तीन मजली इमारतीत सर्वात वरच्या मजल्यावर होता. त्या इमारतीत जुन्या काळातली वैशिष्ट्ये अजून टिकून होती. हार्वर्डला परत येण्याचा निर्णय घेतला तेव्हा १९८५मध्ये त्याने हा फ्लॅट विकत घेतला होता. ते वर्ष डॅनियलच्या जीवनात फार महत्त्वाचे ठरले होते. त्या वर्षी त्याने मर्क फार्मास्युटिकल्स मधली नोकरी सोडली होती, इतकेच नाही तर त्याने त्याची बायकोही सोडून दिली होती. पाच वर्षांपूर्वी त्यांचे लग्न झाले होते. त्याने स्टेफनीला सांगितले होते की नोकरी आणि बायको दोन्हीमुळे त्याला अवघडल्यासारखे होत होते. मेडिकल कॉलेजात रेसिडेन्ट म्हणून काम आणि त्याच वेळी पीएच.डी. करत असताना त्याला त्याची बायको भेटली होती. ती नर्स होती. स्टेफनीला डॅनियलने दोन्ही गोष्टी एकत्रित करणे हे लागोपाठ दोनदा मॅरेथॉन शर्यती पूर्ण करण्याइतकेच अचाट कृत्य वाटत होते. डॅनियलने स्टेफनीला सांगितले होते की त्याची बायको एक अपार कष्ट उपसणारी स्त्री होती. तिच्याबरोबर लग्न करून त्याला आपण **सिसीफस**प्रमाणे सतत एक शीळा डोंगरावर ढकलत वर नेतोय असे वाटत होते. त्याने असेही सांगितले होते की ती फार चांगल्या स्वभावाची होती आणि डॅनियलनेही तसेच वागावे अशी तिची इच्छा होती. यामधून नेमका काय अर्थ काढायचा ते स्टेफनीला कळत नव्हते. पण तिने त्यावर आणखी बोलणे टाळले होते. दोघांना मूलबाळ झाले नाही ही स्टेफनीला चांगली गोष्ट वाटत होती. डॅनियलच्या माजी बायकोला मूल व्हावे अशी फार इच्छा होती म्हणे.

"मी घरी आलीय!" स्टेफनी पार्श्वभागाने दरवाजा बंद करून घेत घरात शिरत

म्हणाली. हातातली लॅपटॉपची बॅग सावरत तिने पुस्तकांची बॅग छोट्या टेबलावर ठेवली. कोट उतरवून तो टांगण्यासाठी तिने कोटाचे कपाट उघडले.

"आत कोणी आहे का?" कपाटाचे दार उघडून बोलत असल्याने तिचा आवाज थोडा कमी झाला होता. कोट अडकवून झाल्यावर ती मागे वळली आणि ती पुन्हा हाक मारणार होती. एवढ्यात दरवाजात डॅनियलची आकृती पाहून ती दचकली. तिच्या तोंडून अस्पष्ट आवाज बाहेर पडला.

"कुठं तडमडायला गेली होतीस? किती वाजले, कल्पना आहे का?"

"आठ वाजले आहेत." स्टेफनी कशीबशी म्हणाली. छातीवर हात ठेवत ती पुढे म्हणाली, "मला असा गुपचूपपणे येऊन घाबरवू नकोस!"

"तू फोन का केला नाहीस? मी तर पोलिसांना फोन करणार होतो."

"चल काहीतरीच काय! पुस्तकाच्या दुकानात मी गेले की काय होतं ते तुला माहीत आहेच. मी अनेक दुकानांमध्ये फिरले आणि त्यातच अडकले. दोन दुकानांमध्ये मी एवढी पुस्तकं पसरवून ठेवली माझ्या आजूबाजूला की मग मला कोणतं पुस्तक घ्यावं ते कळेना. नंतर मी ऑफिसात परत आले नि मग इंटरनेटमध्ये गुंगून गेले."

"पण तुझा सेलफोन चालू का नव्हता? मी किमान डझनभर वेळा तुला फोन करायचा प्रयत्न केला."

"कारण मी पुस्तकांच्या दुकानात होते आणि नंतर ऑफिसमध्ये परत आल्यावर माझ्या लक्षातच आलं नाही ते. ए! डॅनियल. तुला माझ्याबद्दल खूप काळजी वाटली ना. मला माफ कर. ठीक आहे? बरं आता मी घरी सुरक्षित परत आलीय. तू रात्रीच्या जेवणासाठी काय बनवलं आहेस?"

"ही काय गंमत आहे..." डॅनियल गुरगुरला.

"शांत हो!" डॅनियलच्या हातावर खेळकरपणे थापटी मारत स्टेफनी म्हणाली, "तुला काळजी वाटणं मी समजू शकते. मला त्यामुळे खरंच बरं वाटलं. पण आत्ता मला खूप भूक लागलीय. तुलाही लागली असेलच. आपण चौकापर्यंत डिनरसाठी जायचं का? मी पटकन शॉवर घेऊन येईपर्यंत तू रिआल्टो रेस्टॉरंटला फोन करतोस का? आज शुक्रवारची रात्र आहे, पण आपण तिथं पोहोचेपर्यंत जागा मिळायला हरकत नाही."

"ठीक आहे." डॅनियल आपण काहीतरी प्रचंड काम स्वीकारतोय अशा तऱ्हेने अलिप्तपणाने म्हणाला.

ते रिआल्टो रेस्टॉरंटमध्ये शिरले तेव्हा नऊ वाजून वीस मिनिटे होऊन गेली होती. स्टेफनीच्या अपेक्षेप्रमाणे तिथे त्यांच्यासाठी टेबल तयार होते. दोघांनाही प्रचंड भूक लागली असल्याने त्यांनी मेन्यूकार्ड पाहून भराभरा ऑर्डर दिली. त्यांच्या सूचनेप्रमाणे वेटरने लगेचच वाईन आणि पाणी आणून दिले. त्यांच्या भुकेचा भर

थोडा कमी करण्यासाठी त्याने समोर ब्रेड आणून ठेवला. खुर्चीत मागे रेलून बसत स्टेफनी म्हणाली, "हं तर मग. कोण आधी बोलणार?"

"मी बोलतो आधी हवं तर." डॅनियल म्हणाला, "कारण माझ्यापाशी सांगण्याजोगं फार नाही. पण जे आहे ते मात्र उत्साह वाढवणारं आहे. मी त्या विनगेट क्लिनिकला फोन केला होता. आपल्याला हवं तसंच ते सुसज्ज वाटतंय. ते आपल्याला त्यांचे क्लिनिक वापरू देणार आहेत. खरं तर मी त्याची किंमतही ठरवली आहे. चाळीस हजार."

"ओहो!"

"होय. रक्कम जरा जास्त आहे खरी. पण मी घासाघीस करायला तयार नव्हतो. आपण त्यांच्या सुविधा वापरल्या या गोष्टीचा त्यांना प्रचारासाठी वापर करता येणार नाही हे मी त्यांना सांगितलं. त्यानंतर मला वाटलं होतं की सर्व खेळ खलास झाला. पण सुदैवाने त्यांनी ते मान्य केलं."

"हं... नाहीतरी पैसे आपले नाहीतच. आपल्याजवळ भरपूर आहेत. पण त्या मानवी अंडपेशींचं काय ठरलं?"

"तो भाग फारच छान आहे. त्यांनी सांगितलं की त्या बाबतीत कसलीही अडचण नाही. ते आपल्याला अंडपेशी पुरवू शकतील."

"केव्हा?"

"ते म्हणाले की केव्हाही. आपण म्हणू तेव्हा."

"बापरे!" स्टेफनी म्हणाली, "ही माहिती नक्कीच विचार करायला लावणारी आहे."

"भेट मिळालेल्या घोड्याचं तोंड आपण कशाला उघडून बघायचं."

"बरं. त्या न्यूरोसर्जनचं काय?"

"त्या बाबतीतही काही अडचण नाही. तिथं बेटावर अनेकजण कामाच्या शोधात फिरत आहेत म्हणे. तिथल्या स्थानिक हॉस्पिटलमध्ये स्टिरिओटॅक्सिक उपकरण-देखील आहे."

"हे उत्तमच आहे."

"मलाही तसंच वाटलं."

"माझ्याकडची माहिती दोन्ही प्रकारची आहे, चांगली नि वाईट. तुला आधी काय ऐकायची आहे?"

"वाईट म्हणजे किती वाईट आहे?"

"सर्व काही सापेक्ष आहे. वाईट बातमी आपल्याला मागे खेचण्याएवढी काही वाईट नाही. पण आपल्याला काळजीत पाडणारी मात्र नक्की आहे."

"चला. अगोदर वाईट गोष्ट ऐकून टाकू या."

"मला आठवत होतं त्यापेक्षा विनगेट क्लिनिकचे ते प्रमुख लोक जास्तच बदमाष आहेत. बरं. तू फोन केलास तेव्हा त्यांच्यापैकी कोण होतं फोनवर?"

"क्लिनिकचे दोन्ही प्रमुख प्रवर्तक होते. डॉ. स्पेन्सर विनगेट आणि त्याचा तो सहकारी पॉल सॉन्डर्स. मी तुला सांगतो. हे लोक अक्षरश: विदूषक आहेत. ह्याची कल्पना कर की हे लोक स्वत:चे तथाकथित शास्त्रीय जर्नल काढतात. ह्यात लेखन आणि संपादन कोण करतं तर फक्त तेच लोक!"

"म्हणजे संपादन करण्यासाठी वेगळं मंडळ नाही?"

"मला तरी तसं वाटतं."

"हे हास्यास्पद आहे. अर्थात कोणी त्या जर्नलची वर्गणी भरून त्यातला मजकूर हा पवित्र शब्द म्हणून स्वीकारत असतील तर गोष्ट वेगळी."

"मला नेमकं हेच वाटत होतं."

"नाही. ते लोक विदूषकांपेक्षा वाईट आहेत." स्टेफनी म्हणाली, "आणि केवळ अनैतिकपणे पुनरुत्पादनाशी संबंधित क्लोनिंग करण्यापेक्षाही भयंकर कामे करणारे. मी वर्तमानपत्रांचे जुने अंक वाचले. मुख्यत: त्यात 'द वोस्टन ग्लोब' होतं. अचानकपणे हे क्लिनिक वोस्टनमधून पळून गेलं नि बहामात का स्थायिक झालं हे मला जाणून घ्यायचं होतं. मी काल रात्री तुला वॉशिंग्टनमध्ये काय सांगितलं होतं ते आठवतंय का? हार्वर्डमधल्या काहीजणांच्या गायब होण्यात त्यांचा हात असल्याचं बोललं जात होतं. पण त्यापेक्षाही मामला गंभीर आहे. हार्वर्डमध्ये पीएच.डी. करणाऱ्या काहीजणांच्या मते वेगळं काहीतरी घडलं होतं. हे सूचना देणारे संशोधक कमालीचे विश्वसनीय होते. त्या गायब झालेल्या दोघींनी आपण दान केलेल्या अंडपेशींचं काय होतं ते जाणून घेण्यासाठी क्लिनिकमध्ये नोकरी मिळवली. नावे बदलून तिथे वावरत असताना त्यांना अपेक्षेपेक्षा निराळी भयंकर माहिती मिळाली. ग्रॅन्ड ज्युरीपुढे साक्ष देताना काहीजणांनी सांगितलं होतं की क्लिनिकमध्ये त्यांना नाहीशा झालेल्या बायकांचे अंडकोष आढळले होते."

"बापरे!" डॅनियल म्हणाला, "पण अशा साक्षीनंतर विनगेटच्या लोकांवर खटला का झाला नाही?"

"पुराव्याची कमतरता आणि भरपूर पैसा घेणाऱ्या वकिलांची बचावासाठी उभी राहिलेली फौज! पण विनगेटच्या प्रमुख लोकांजवळ निघून जाण्याचा बेत अगोदरच आखून तयार होता असं दिसतं. कारण त्यांनी ताबडतोब सगळं क्लिनिक, विशेषत: संशोधनासाठीच्या सुविधा नष्ट केल्या. सर्व काही आगीच्या भक्ष्यस्थानी पडलं आणि ते मुख्य लोक हेलिकॉप्टरमधून पळून गेले. त्यामुळे खटला चालवण्याचा प्रश्नच आला नाही. त्यातून दैवदुर्विलास म्हणजे आरोप ठेवलेच नसल्याने आग लागल्यामुळे झालेल्या नुकसानाची संपूर्ण विमा रक्कम त्यांना मिळाली."

''बरं. तुझा ह्या लोकांबद्दलचा अंदाज काय आहे?''

''हे लोक चांगले नाहीत. आपण त्यांच्याबरोबरचा संबंध कमीतकमी ठेवला पाहिजे. आता हे सारं वाचल्यानंतर आपल्याला ते ज्या अंडपेशी पुरवणार आहेत त्या कुठून आल्या हे शोधून काढायला मला आवडेल.''

''पण मला वाटतं तसं करणं योग्य होणार नाही. कारण नैतिकतेच्या उच्च मार्गावरून चालण्याची चैन करणं आपल्याला परवडणार नाही हे आपण या अगोदरच ठरवलेलं आहे. आत्ता या परिस्थितीत प्रश्न विचारणं नवीन अडचणी निर्माण करू शकेल. त्यांच्या सोयीसुविधा वापरायला न मिळणं हे मला नको आहे. मी तुला सांगितलं होतं की त्यांना आपल्या कामाचा प्रचारासाठी वापर करता येणार नाही हे मी सांगितल्यावर त्यांचा उत्साह कमी झाला होता.''

डॅनियलच्या बोलण्यावर विचार करता करता स्टेफनी हातातल्या नॅपकिनशी खेळत होती. विनगेट क्लिनिकशी संबंध ठेवणं हे मुळातच तिला आवडत नव्हतं. प्राप्त परिस्थितीत हाताशी वेळ पार थोडा असल्याने त्यांच्यासमोर काही इतर पर्याय नाही हे तिला कळत होते. शिवाय बटलरवर उपचार करायची तयारी दाखवून त्यांनी अगोदरच नैतिक तत्त्वाचा भंग केला होता याची तिला कल्पना होती.

''हं... तर मग यावर तुझं म्हणणं काय आहे?'' डॅनियल म्हणाला, ''तुला हे करायला जमेल ना?''

''तसं वाटतंय म्हणा.'' स्टेफनीच्या आवाजात उत्साह नव्हता,'' आपण ते उपचारांचं काम करून तिथून पसार होऊ.''

''तेच तर करायचा बेत आहे.'' डॅनियल म्हणाला, ''आता पुढे! तुझ्याजवळची चांगली बातमी काय आहे?''

''चांगली बातमी ट्युरीनच्या कफनासंबंधी आहे.''

''बोल पुढे. मी ऐकतोय.''

''दुपारी पुस्तकांच्या दुकानाकडे जाताना मी तुला म्हणाले होते ना की कफनाचा विषय रंगतदार आहे. पण प्रत्यक्षात त्या पेक्षा जास्त रंगत त्या विषयात आहे.''

''म्हणजे काय?''

'मला आत्ता असं वाटतंय की बटलर खरोखर आपण समजतो तसा चक्रम नाही. कारण ते कफन अगदी खरंखुरं असण्याची शक्यता आहे. मी प्रत्येक बाबतीत किती शंका काढते याची तुला कल्पना आहेच. तेव्हा माझ्या विचारातला हा फरक जबरदस्त आहे, हे बघ.''

''होय, माझ्याएवढीच तू शंकेखोर आहेस.''

स्टेफनीने आपल्या प्रियकराच्या चेहेऱ्याकडे नीट नीरखून पाहिले. त्यावर कुठे कुजकेपणा दिसतो का ते ती पाहत होती. पण त्याचा मागमूस नव्हता. ते बघून ती

वैतागली. कारण कुठलाही प्रसंग असला तरी डॅनियलने तसं असण्याची तिला अपेक्षा होती. आपले लक्ष पुन्हा मूळ विषयाकडे वळण्यासाठी स्टेफनीने वाईनचा एक घुटका घेतला, "बरं. ते काहीही असो. मी पुस्तकांच्या दुकानात त्या कफनासंबंधी वाचायला लागले आणि मग मला थांबणंच अशक्य झालं. मी विकत घेतलेलं पुस्तक नंतर वाचण्याइतकाही धीर मला धरवेना. ते पुस्तक ऑक्सफर्डच्या एका इयान विल्सन नावाच्या विद्वानाने लिहिलेलं आहे. मी आणखी काही पुस्तकं इंटरनेटवरून मागवली आहेत. बहुधा उद्या ती मिळतील."

त्यांचे जेवण आल्यामुळे स्टेफनीचे बोलणे मध्येच थांबले. वेटर त्यांना पदार्थ वाढेपर्यंत डॅनियल आणि स्टेफनी अस्वस्थपणे तो जाण्याची वाट पाहत होते. तो निघून जाईपर्यंत बोलू नये असे डॅनियलने खुणावले होते. वेटर जाताच तो म्हणाला, "तू आता माझी उत्सुकता चाळवली आहेस. तू एवढी मोठी कोलांटी मारण्याचं कारण काय ते तरी कळू दे."

"मी त्या कफनाबद्दल वाचायला सुरुवात केली. तीन स्वतंत्र प्रयोगशाळांनी रेडियोकार्बन पद्धतीनं ते कफन तेराव्या शतकातलं असल्याचं दाखवलं होतं. तेराव्या शतकातच पहिल्यांदा ते कफन अचानक उजेडात आलं होतं. रेडियोकार्बन कालमापन पद्धत अचूक असल्याचं मला माहिती असल्यानं ह्या निष्कर्षांना कोणी आव्हान देऊ शकेल असं मला वाटलं नव्हतं. पण तसं झालं होतं खरं आणि हे आव्हान लगेचच दिलं गेलं होतं. त्यामागचं कारण अगदी साधं होतं. कार्बन कालमापनाच्या निष्कर्षाप्रमाणे जर ते कफन तेराव्या शतकात तयार करण्यात आलं असेल, तर बनावट कफन करणारा कारागिर लिओनार्दो द विंचीपेक्षा कितीतरी पटीनं कल्पक असला पाहिजे."

खाता खाता मध्येच डॅनियल म्हणाला, "हे मला स्पष्ट करून सांग." स्टेफनी खाणे सुरू करण्यासाठी बोलायची थांबली. खायला सुरुवात केल्यावर ती पुढे सांगू लागली, "हा फसवणूक करणारा कारागीर अतिमानवी असला पाहिजे हे समजण्यासाठी सर्वात साधं कारण आपण आधी पाहू. त्या कारागीराला त्रिमिती दाखवण्याचं कलेमधील तंत्र अवगत असलं पाहिजे. पण हे तंत्र तर फार नंतरच्या काळात विकसित झालेलं आहे. कफनावर माणसाची आकृती अशी आहे की डोकं पुढे झुकलेलं आहे नि पाय वाकडे झालेले आहेत. माणूस मेल्यावर होणाऱ्या नैसर्गिक क्रियेमुळे जसं होतं तसंच हे वाटतंय."

"मला तरी हे कारण फारसं भक्कम वाटत नाही."

"बरं मग हे ऐक. बनावट कफन करणाऱ्याला प्राचीन काळी रोमन लोक क्रूसावर नेमके कसे चढवत याची पक्की माहिती असायला हवी. पण तेराव्या शतकात क्रूसावर चढवण्यासंबंधीची माहिती फार वेगळी होती. कारण त्या काळातील तशी चित्रणं हजारोंच्या संख्येनं उपलब्ध आहेत. प्रत्यक्षात रोमन काळात क्रूसावर

चढवलेल्या माणसाचे तळवे नव्हे तर त्याची मनगटं खिळ्यांनी आडव्या खांबाला ठोकली जात. खरं तर तळव्यात खिळे ठोकले तर त्या माणसाचे वजन ते पेलू शकत नाहीत. तसंच डोक्यावरचा काटेरी मुकुटही गोल पट्टीसारखा नसून डोक्यावर मध्यभागी असणाऱ्या छोट्या टोपीसारखा असायचा.''

डॅनियल विचार करत मान डोलवत होता.

''आता ह्यावर विचार कर.'' स्टेफनी पुढे सांगू लागली. ''कफनावरचे रक्ताचे डाग आणि आकृती पाहिली तर असं दिसतं की त्या हुशार कलाकाराने प्रथम रक्ताचे डाग दाखवले आणि मग आकृती रेखाटली. पण हे नेमकं कोणाही चित्रकाराच्या पद्धतीच्या अगदी विरुद्ध आहे. अगोदर आकृती तयार करायची किंवा निदान बाह्यरेखाटन करायचे आणि मग रक्त वगैरे तपशील योग्य जागी अचूकपणे भरायचे अशीच पद्धत असते.''

''हे विचार करण्याजोगं आहे. पण मी ह्याचा समावेश त्रिमित चित्रण तंत्राच्या पुराव्यासमवेतच करीन.''

''आपण आणखी पुढे जाऊ.'' स्टेफनी म्हणाली, ''सन १९७९ मध्ये अमेरिका, इटली आणि स्वित्झर्लंड येथील शास्त्रज्ञांच्या गटांनी पाच दिवस त्या कफनावर शास्त्रीय चाचण्या केल्या होत्या. त्यांनी एकमताने सांगितले होते की त्या कफनावरची आकृती चित्रित केलेली नाही. त्या ठिकाणी ब्रशचे फटकारे दिसत नाहीत आणि त्यावरच्या थरामध्ये अनंत छटा आहेत. ती आकृती फक्त पृष्ठभागावर आहे, म्हणजेच त्या ठिकाणी धाग्यांनी काहीही रंग किंवा तत्सम द्रवपदार्थ शोषलेला नाही. त्यांना फक्त एकच स्पष्टीकरण देता आलं. त्या ठिकाणी कापडाच्या धाग्यांमध्ये कोणत्यातरी प्रकारची ऑक्सिडेशन प्रक्रिया झाली असावी. अचानक त्या धाग्यांवर प्रखर प्रकाश किंवा कोणत्या तरी ताकदवान विद्युतचुंबकीय किरणांचा मारा झाल्यामुळे ही क्रिया घडून आली असावी, असं त्यांनी सुचवलं होतं. अर्थातच हे स्पष्टीकरण फारच धूसर आणि अंदाजांवर आधारित आहे.''

''ठीक आहे.'' डॅनियल म्हणाला, ''तू आता मात्र भक्कम पुराव्यांकडे आली आहेस हे मी कबूल करतो.''

''आणखी बरेच आहेत.'' स्टेफनी म्हणाली, ''त्या वर्षी म्हणजे १९७९ मध्ये ज्या शास्त्रज्ञांनी कफनाचा अभ्यास केला होता त्यात काहीजण नासामधले होते. त्यांनी त्यावेळी उपलब्ध असणाऱ्या सर्वात प्रगत तंत्रज्ञानाचा वापर चाचण्यांसाठी केला होता. त्यामध्ये एक 'व्ही.पी.८ इमेज ॲनलायझर' नावाचे अद्ययावत उपकरण होते. चंद्र आणि मंगळाच्या डिजिटल प्रतिमा वापरून त्यातून त्रिमिती चित्र तयार करण्यासाठी अवकाश संशोधनात वापरल्या जाणाऱ्या उपकरणासारखेच हे उपकरण होते. त्याचा वापर करून मिळालेली माहिती सगळ्यांनाच चकित करणारी ठरली.

कफनावरच्या आकृतीची घनता तो माणूस कफनापासून जितका जवळ होता त्याच्या प्रमाणात आहे. याचा अर्थ असा की देहाला अगदी चिकटून असलेल्या भागात आकृतीची घनता जास्त आहे. तेराव्या शतकात हे सगळं माहिती असणारा तो बनवाबनवी करणारा कलाकार किती जबरदस्त असायला हवा नाही?''

''ओहो!'' डॅनियल थक्क होत मान डोलावून म्हणाला.

''आणखी पुढे ऐक.'' स्टेफनी म्हणाली. ''परागकणांचा अभ्यास करणाऱ्या तज्ज्ञ जीवशास्त्रज्ञांना आढळलं की कफनामध्ये अडकलेले पराग इस्त्रायल आणि तुर्कस्थानातील वनस्पतींचे आहेत. म्हणजेच बनवाबनवी करणारा तो माणूस निव्वळ हुशारच नाही तर त्यापेक्षा कितीतरी जास्त प्रभावशाली असायला हवा.''

''पण मग रेडियोकार्बन कालमापन एवढं चुकीचं कसं असेल?''

''हा प्रश्न महत्त्वाचा आहे.'' स्टेफनी एक घास घेत म्हणाली. भराभरा घास चावून झाल्यावर ती पुढे सांगू लागली, ''कोणालाच नक्की सांगता येत नाही. पण असं सुचवण्यात आलं आहे की जुन्या कापडावर काही जीवाणू वाढत राहतात. त्यांच्यामुळे कापडावर जैविक पदार्थाचा एक अगदी पातळ व पारदर्शक थर तयार होतो. ह्या थरामुळे रेडियोकार्बन चाचणीचे निष्कर्ष चुकू शकतात. इजिप्तमधील ममींच्या अंगावर गुंडाळलेल्या कापडाच्या बाबतीत अशा प्रकारची समस्या निर्माण झालेली दिसते. कारण ममींचा काळ इतर मार्गांनी अगदी अचूकपणे ठरवण्यात आला आहे.''

''एका रशियन शास्त्रज्ञानं आणखी एक कल्पना मांडली आहे. सोळाव्या शतकात लागलेल्या आगीचा परिणाम त्या कफनाच्या कापडावर झाला असावा असं तो म्हणतो. पण मला त्यात अडचण दिसते. निष्कर्ष एकदम एक हजार वर्षे चुकीचे कसे काय येऊ शकतील.''

''बरं. त्या कफनाच्या इतिहासाचं काय?'' डॅनियलने विचारले. ''जर ते कफन खरं असेल तर ते एकदम तेराव्या शतकात फ्रान्समध्ये कसं काय प्रकाशात आलं. त्या आधी ते कुठं होतं?''

''हा प्रश्न देखील चांगला आहे.'' स्टेफनी म्हणाली, ''मी वाचायला सुरुवात केली तेव्हा मी त्या कफनाबद्दलची माहिती वाचण्यात मग्न झाले होते. आता नुकतीच मी त्याच्या ऐतिहासिकपणाबद्दल वाचायला सुरुवात केली आहे. इयान विल्सनने ह्या ट्युरीनच्या कफनाचा आणि आणखी एका तसल्याच अवशेषाचा संबंध अत्यंत हुशारीने लावला आहे. 'एडेसा क्लॉथ' ह्या नावाचा एक अवशेष बायझंटाईन काळातला होता. हा अवशेष जवळ जवळ तीनशे वर्षे कॉन्स्टंटिनोपल शहरात होता. आश्चर्याची गोष्ट म्हणजे क्रुसेडर्सनी हे शहर लुटलं तेव्हा १२०४ नंतर हे कापड गायब झालं होतं.''

“ट्युरीनचं कफन आणि हे एडेसाचं कापड एकच असल्याचा काही लेखी ऐतिहासिक पुरावा आहे का?”

“मी इथवरच वाचलं आहे.” स्टेफनी म्हणाली, “पण बहुधा तसा पुरावा उपलब्ध असावा. विल्सनच्या पुस्तकात त्यानं एका माणसानं ते कापड गायब होण्याअगोदर प्रत्यक्ष पाहिलं असल्याचा संदर्भ दिला आहे. ह्या फ्रेंच माणसानं ते कापड म्हणजे कफन असल्याचं व त्यावर येशूची गूढ पूर्ण आकृती असल्याचं आपल्या आठवणी लिहिताना नमूद केलं होतं. हा बायझंटाईन अवशेष ट्युरीनच्या कफनासारखाच दिसतो. म्हणजे जर ही दोन्ही कापडं एकच असतील तर ट्युरीनच्या कफनाचं ऐतिहासिकत्व किमान तीनशे वर्षे मागं म्हणजेच नवव्या शतकापर्यंत जातं.”

“तू ह्या विषयात गुंगून का गेलीस हे आता माझ्या लक्षात आलं.” डॅनियल म्हणाला, “हे सारं विस्मयजनक आहे. बरं पुन्हा विज्ञानाकडे वळू या. जर ती आकृती रंगवलेली नाही, तर मग ती तयार कशी झाली? त्याबद्दल काय सिद्धांत मांडलेले आहेत?”

“हा प्रश्न मात्र अवघड आहे. तशा प्रकारचे काही सिद्धांतच नाहीत.”

“तू १९७९ मधल्या चाचण्यांबद्दल सांगितलंस. पण त्या नंतर त्या कफनाच्या शास्त्रीय चाचण्या केल्या गेल्या आहेत का?”

“होय. भरपूर वेळा.”

“आणि तरीही त्याबद्दल काहीही प्रचलित सिद्धांत नाहीत?”

“कोणतीही कल्पना चाचण्यांच्या आधारे टिकू शकलेली नाही. अर्थात एक अगदी धूसर अशी कल्पना आहे. कोणत्यातरी चमत्कारिक किरणांचा प्रखर झोत पडला असावा...” स्टेफनीचा आवाज बोलता बोलता अशा प्रकारे हळू झाला की जणू ती कल्पनाच हवेत तरंगत जात असावी.

“जरा थांब!” डॅनियल म्हणाला, “तू मला कसल्यातरी दैवी किंवा अतिमानवी चमत्काराविषयी मूर्खपणाचं काही सांगणार तर नाहीस ना?”

स्टेफनीने दोन्ही हात उंचावले. खांदे उडवत ती हसली.

“आता मला वाटायला लागलंय. तू माझ्याशी खेळते आहेस.” डॅनियल च्यॅक असा आवाज काढत म्हणाला.

“मी तुला एखादा सिद्धांत मांडायची संधी देते आहे.”

“मी?”

स्टेफनीने मान डोलावली.

“प्रत्यक्ष माहिती हाताशी असल्याखेरीज मी काहीही सिद्धांतकल्पना मांडू शकणार नाही. त्या कफनावर चाचणी करणाऱ्या शास्त्रज्ञांनी नक्कीच इलेक्ट्रॉन

मायक्रोस्कोपी, स्पेक्ट्रोस्कोपी, अल्ट्राव्हायोलेट फ्ल्युरोसन्स आणि योग्य त्या इतर विश्लेषण तंत्रांबरोबर रसायनिक चाचण्याही केल्या असणारच.''

''ह्या सगळ्या आणि इतरही अनेक.'' स्टेफनी म्हणाली आणि मागे रेलून बसत ती डॅनियलला चिडवण्यासाठी हसली, ''आणि तरीही एकही मान्य होण्याजोगा सिद्धांत पुढे आला नाही. हे एक कोडंच आहे. पण ते जाऊ दे. तू जरा खेळकरपणानं बघ की! मी तुला ही एवढी माहिती दिली, त्यातून तुझ्या काहीच लक्षात येत नाही?''

''हे सगळं तू वाचलं आहेस. तेव्हा तूच काय ते सुचव.''

''मी सिद्धांत तयार केलाय.''

''तो कोणता असं मी विचारू शकतो का?''

''माझे विचार दैवी चमत्काराचा दिशेनेचे झुकलेले आहेत. त्याचं कारण हे असं आहे. जर ते कापड म्हणजे येशूच्या देहाभोवती गुंडाळलेलं कफन असेल आणि येशूचं **पुनरुत्थान** झालं असेल, तर त्याचा अर्थ असा की क्षणार्धात येशूच्या देहातील वस्तूचे अ-वस्तूमध्ये रुपांतर झाले. म्हणजेच त्या वेळी जी अ-वस्तुकरणाची ऊर्जा बाहेर पडली ती क्षणार्धच असल्याने त्या कापडावर येशूची प्रतिमा तयार झाली.''

''आता ही अ-वस्तूकरणाची उर्जा म्हणजे काय भानगड आहे?'' डॅनियल तडकून म्हणाला.

''मला नीट माहिती नाही.'' स्टेफनी हसत म्हणाली, ''पण असं दिसतंय की वस्तू नष्ट होताना अचानक ऊर्जा बाहेर पडते. अणुबॉम्बचा स्फोट होताना वस्तुमानाचा नाश होतो तेव्हा कशी एकदम प्रचंड ऊर्जा बाहेर पडते ना तशी.''

''तू अतिशय अशास्त्रीय स्पष्टीकरण देते आहेत हे मी तुला सांगायची गरज आहे असं मला वाटत नाही. तू त्या कफनावरची आकृती वापरून अ-वस्तूकरणाची प्रक्रिया खरी आहे असं म्हणतानाच अ-वस्तूकरणामुळे कफनावरची प्रतिमा तयार झाली हे सिद्ध करायचा प्रयत्न करते आहेस.''

''हे स्पष्टीकरण शास्त्रीय नाही, पण मला ते योग्य वाटतंय.'' स्टेफनी म्हणाली. ती हसली. ''इयान विल्सनालाही ते पटलेलं आहे. त्यानं ते कफन म्हणजे येशूच्या पुनरुत्थानाचा फोटो असं त्याचं वर्णन केलं आहे.''

''जरी ते काहीही असलं तरी तू मला ते पुस्तक वाचायला उद्युक्त केलं आहेस एवढं मात्र खरं.''

''अजून माझं वाचून पूर्ण व्हायचंय. नंतर तू वाच!'' स्टेफनी विनोदाने म्हणाली.

''कफनाबद्दलची ही सगळी माहिती वाचल्यावर बटलरच्या उपचारात त्या रक्ताच्या डागांचा वापर करण्याच्या कल्पनेवर तुझी प्रतिक्रिया काय झाली?'' ''माझं

तोंड मी संपूर्णपणे उलटया दिशेला फिरवलं आहे.'' स्टेफनीने कबूल केले, ''आत्ता ह्या क्षणी मला ते करावंस वाटतंय. म्हणजे मला वाटतं की आपल्यासाठी त्या संभाव्य पवित्र गोष्टीचा वापर करायला काय हरकत आहे? आणि तू वॉशिंग्टनमध्ये असताना म्हणाला होतास त्याप्रमाणे त्या कामात भरपूर आव्हान आणि गंमत असणार आहे. शिवाय त्यामुळे त्या माणसाच्या बाबतीत जबरदस्त प्लासिबो परिणाम होऊ शकेल.''

''बरं. गोड काही मागवायचं का?'' डॅनियल म्हणाला.

''मला तरी काही नको. पण जर तू मागवणार असलास तुझ्यासाठी तर मला डीकॅफ केलेली एस्प्रेसो सांग.''

''मला गोड काही नको आहे.'' डॅनियल मान हलवत म्हणाला, ''चल आपण घरी जाऊ. त्या भांडवलदारांकडून काही ई-मेल आलेत का ते मला पाहायचे आहेत.'' डॅनियलने वेटरला बिल आणायची खूण केली. ''आणि मला बटलरकडून काही ई-मेल आलीय का ते बघायचं आहे. त्या कफनाबद्दल वाचताना माझ्या आणखी एक गोष्ट लक्षात आली. नमुने मिळवण्याच्या बाबतीत आपल्याला त्याची मदत घ्यावीच लागणार आहे. आपल्याला स्वत:च्या बळावर ते करणं अशक्य आहे. चर्चने ते कफन खास सुरक्षा पेटीत अगदी कडेकोट बंदोबस्तात ठेवलंय. त्या पेटीत अर्गान वायू भरून ठेवलेला आहे. चर्चने स्पष्ट शब्दात हे सांगितलं आहे की त्यावर यापुढे कोणतीही चाचणी होणार नाही. पूर्वी रेडियोकार्बन चाचणीचा जो विचका झाला, त्यानंतर त्यांनी ही भूमिका घेणं समजण्यासारखं आहे.''

''त्या रक्ताचं कोणी विश्लेषण केलंय का?''

''होय.'' स्टेफनी म्हणाली, ''ते रक्त एबी रक्तगटाच्या माणसाचं होतं. आत्तापेक्षा पूर्वीच्या काळात मध्यपूर्वेकडील भागात त्या रक्तगटाचं प्रमाण कितीतरी जास्त होतं.''

''डी.एन.ए. चाचणीचं काय?''

''ते काम देखील झालंय.'' स्टेफनी म्हणाली, ''त्या रक्तातून अनेक जनुकांचे तुकडे वेगळे करण्यात आले होते. त्यामध्ये अकराव्या गुणसूत्रावर असणारे बीटा-ग्लोब्युलिन हे जनुक तर होतेच. शिवाय 'वाय' गुणसूत्रावर असणारे अमिलोजेनिन-वाय हे जनुक मिळाले होते.''

''हं. ही माहिती फार महत्त्वाची सांगितलीस बघ तू.'' डॅनियल म्हणाला,

''आपल्याला रक्ताचा नमुना मिळाला तर एचटीएसआरसाठी लागणारा नेमका तुकडा उचलून घेणं म्हणजे अक्षरश: पोरखेळ ठरेल.''

''पण कामाला सुरुवात लवकर व्हायला हवी.'' स्टेफनी इशारा देत म्हणाली, नाहीतर बटलर सुट्टीसाठी तिकडे जाईपर्यंत आपल्यापाशी आवश्यक त्या पेशी तयार

होणार नाहीत.

''मला त्याची चांगली कल्पना आहे.'' डॅनियल वेटरने आणलेले क्रेडिट कार्ड परत घेत म्हणाला. त्याने बिलावर सही केली, ''जर आपण ते कफन वापरणार असलो तर आपल्याला पुढच्या काही दिवसात ट्युरीनला जायला लागेल. तेव्हा आता बटलरकडूनच जोरदार हालचाली व्हायला हव्यात. आपल्या हातात नमुना पडला की आपण परस्पर तिकडूनच लंडनमार्गे ब्रिटिश एअरवेजने नसाऊला जाऊ शकतो. मी संध्याकाळी ही माहिती काढून ठेवलेली आहे.''

''म्हणजे आपण पेशींचं काम आपल्या प्रयोगशाळेत करायचं नाही?''

''दुर्दैवाने उत्तर नाही असं आहे. अंडपेशी तिकडे नसाऊत मिळणार आहेत, इथं नाही. मला त्या इथं पाठवण्यामधला धोका पत्करायचा नाही. मला अंडपेशी शिळ्या होऊन चालणार नाहीत. आपण सारं काम विनगेट क्लिनिकमध्येच करायचं आहे. त्यांनी सांगितल्याप्रमाणे त्यांच्या प्रयोगशाळा सुसज्ज असतील अशी आशा आहे.''

''त्याचा अर्थ असा की आपण काही दिवसात निघायचं आहे नि आपण साधारण महिनाभर बाहेर असणार.''

''बरोबर. पण काही अडचण आहे का?''

''नाही, काही नाही म्हणा.'' स्टेफनी म्हणाली, ''नसाऊत एक महिनाभर राहायला हा ऋतू वाईट नाही. प्रयोगशाळेतली कामं पीटर पुढे चालू ठेवू शकतो. पण मला उद्या किंवा रविवारी घरी जाऊन मॉमला भेटून येणं आवश्यक आहे. ती जराशी आजारी आहे.''

''तू जमेल तेवढ्या लवकरच गेलेली बरी.'' डॅनियल म्हणाला, ''कारण बटलरकडून निरोप येताच आपण निघणार आहोत.''

◆

९

शनिवार, २३ फेब्रुवारी २००२
दुपारी २ वाजून ४५ मिनिटे

सान फ्रान्सिस्कोमधल्या भांडवलदाराबरोबरचे आणखी एक संभाषण संपवून डॅनियलने फोन ठेवला तेव्हा त्याला नैराश्याचा झटका कसा असतो याची कल्पना येऊ लागली होती. हा फोन करण्याअगोदर त्याला आपण जगाचा राजा आहोत असे वाटू लागले होते. त्याने पुढच्या महिन्याचा कार्यक्रम कागदावर लिहून काढला होता. स्टेफनी आता पूर्णपणे त्याच्या बेतात सामील होती. बटलरवर उपचार

करताना ट्युरीनच्या कफनावरच्या रक्ताचा उपयोग करण्याच्या कल्पनेबाबतही ती उत्साही होती. आता सगळ्या गोष्टी सुरळीत होऊ लागल्या होत्या. सकाळी दोघांनी बसून बटलरने सही करायचे निवेदन तपशीलवारपणाने तयार केले होते. ते त्यांनी सिनेटरकडे ई-मेलवर पाठवून दिले होते. त्या निवेदनावर बटलरने सही करायची होती. कॅरोल मॅनिंग त्याला साक्षीदार असणार होती. हे निवेदन बटलरने त्यांच्याकडे फॅक्स करावे अशी सूचना त्यांनी केली होती.

स्टेफनी प्रयोगशाळेत बटलरच्या पेशींवर पुढचे काम करायला गेल्यानंतर डॅनियलची मनोमन खात्री झाली होती की सर्व काही व्यवस्थित पार पडणार आहे. आता त्या भांडवल पुरवणाऱ्यांना फोन करून निधी पुरवण्याबाबत त्यांचे मन वळवावे असा विचार त्याच्या मनात आला. पण फोनवरचे संभाषण त्याच्या अपेक्षेप्रमाणे झाले नव्हते. त्यांच्यापैकी महत्त्वाच्या माणसाने संभाषण संपवताना बजावले होते की एचटीएसआर वर बंदी येणार नाही या संबंधीचा लेखी पुरावा हातात असल्याशिवाय त्याने पुन्हा फोन करू नये. त्या बँकरने स्पष्ट सांगितले होते की सद्य परिस्थिती पाहता केवळ तोंडी अश्वासनावर काम भागणार नाही, लेखी पुरावा लवकर मिळाला नाही तर त्यांच्याकडचा निधी ते बौद्धिक स्वामित्व अधिकाराबद्दल वाद नसलेल्या एका उगवत्या बायोटेक कंपनीकडे वळवतील हे सांगायला तो बँकर विसरला नाही.

हे अत्यंत निराशाजनक संभाषण संपल्यावर डॅनियल खुर्चीत कोलमडून पडल्यासारखा बसला. त्याने डोके खुर्चीच्या मागे टेकले होते नि तो अर्धवट खुर्चीच्या बाहेर बसला होता. जरी संशोधनाच्या क्षेत्रात विद्यापीठात कूर्मगती असली आणि तेथे दरिद्री राहावे लागत असले तरी ते क्षेत्र स्थिर असल्याने डॅनियलला पुन्हा तिकडे वळण्याची इच्छा होत होती. प्रसिद्ध व्यक्ती होण्याची क्षमता असूनही त्यासाठी कराव्या लागणाऱ्या उपद्व्यापांची आणि त्यामधल्या अनिश्चिततेची त्याला घृणा वाटू लागली होती. सिनेमातल्या तारकांना केवळ काही ओळी पाठ कराव्या लागतात, तर प्रसिद्ध खेळाडूंना बॉल किंवा तत्सम साहित्याशी निव्वळ बिनडोकपणे कसरती करून भागते. एवढे असूनही त्यांना जी प्रसिद्धी मिळते आणि लोक त्यांच्यामागे धावतात ही गोष्ट डॅनियलच्या मनाला लागत असे. त्याची क्षमता आणि जवळ एक जबरदस्त शोध असताना अपार कष्ट आणि चिंतांशी सामना करावा लागणे हे त्याला फारच हास्यास्पद वाटत असे.

स्टेफनीने दाराच्या कोपऱ्यातून डोकावून पाहिले, ''मी काय सांगणार, कल्पना कर बरं?'' स्टेफनी उल्हसित स्वरात म्हणाली, ''बटलरच्या फायब्रोब्लास्ट पेशींचं संवर्धन जोरदार आहे. पाच टक्के कार्बन-डाय-ऑक्साईड असणाऱ्या वातावरणात पेशींनी आत्ताच एक थर तयार करायला सुरुवात केली आहे. माझ्या अपेक्षेपेक्षा

लवकरच पेशी तयार होणार.''

''उत्तम.'' डॅनियल विषण्णपणाने सपाट आवाजात म्हणाला.

''आता काय झालं?'' स्टेफनी आत आली आणि बसली. 'तू आता खाली फरशीवर ओघळून जाणार असं दिसतंय. चेहेरा असा चौकोनी कशासाठी करून घेतला आहेस?''

''काही विचारू नकोस. तीच जुनी कहाणी पैशाची. म्हणजे पैसा नसण्याची.''

''म्हणजे तू त्या भांडवलदारांना पुन्हा फोन केला होतास तर.''

''तुझी भविष्यवाणी फार छान आहे हं!'' डॅनियल उपरोधाने म्हणाला.

''झालं तुझं! तू स्वत:ला असा त्रास का करून घेतोस?''

''म्हणजे मी मुद्दाम हे करतोय असं तुला म्हणायचं आहे का?''

''तू त्यांना फोन करत राहिलास तर होणारच की त्रास. काल तू मला जे सांगितलं होतंस त्यावरून त्यांचे हेतू अगदी स्पष्ट होते.''

''पण बटलरचा बेत योग्य दिशेने पुढे जातोय. परिस्थिती चांगली होत चाललीय.''

स्टेफनीने क्षणभर डोळे मिटले आणि एक खोल श्वास घेतला, ''डॅनियल...'' स्टेफनी बोलू लागली. त्याला राग येणार नाही अशा प्रकारे त्याला आपले म्हणणे कसे पटवून द्यावे याचा ती विचार करत होती. ''लोकांनी जगाकडे तुझ्या नजरेने पाहावं हे कसं शक्य आहे. तू हुशार आहेस. कदाचित तुझ्या चलाखपणाचा फायदा तुला होऊ नये इतका चलाख आहेस. लोकांचा जगाकडे पाहण्याचा दृष्टीकोन तुझ्यासारखा नाही. म्हणजे असं बघ. ते तुझ्यासारखा विचार करू शकत नाहीत.''

''तू माझ्याशी वडीलकीचा आव आणून बोलते आहेस का?'' डॅनियले आपली प्रेमिका, सहकारी आणि व्यवसायातील भागीदार असणाऱ्या स्त्रीकडे नजर टाकली. अलीकडच्या काळात प्रेमिकेपेक्षा तिची भूमिका सहकारी व भागीदार म्हणून जास्त होत होती आणि व्यवसाय नीट चालत नव्हता.

''मुळीच नाही!'' स्टेफनी ठासून म्हणाली, स्टेफनी पुढे बोलणार होती पण अचानक फोन वाजू लागला. शांत वातावरणात अचानक झालेल्या त्या कर्कश्श आवाजाने दोघे दचकले. डॅनियलने फोन उचलण्यासाठी हात पुढे केला, पण मध्येच थबकून तो स्टेफनीला म्हणाला, ''तुला कोणाचा फोन येण्याची अपेक्षा आहे का?''

स्टेफनीने नकारार्थी मान हलवली.

''शनिवारी ऑफिसमध्ये कोण फोन करत असेल?''

''कदाचित पीटरसाठी असेल.'' स्टेफनीने सुचवले. ''तो प्रयोगशाळेत आज काम करतोय.''

डॅनियलने रिसिव्हर उचलला आणि कंपनीचे संक्षिप्त नाव सांगण्याऐवजी पूर्ण

नाव सांगितले. ''सेल्युलर रिप्लेसमेंट एंटरप्रायझेस.'' त्याचा स्वर औपचारिक होता.

''मी विनगेट क्लिनिकचा डॉ. स्पेन्सर विनगेट बोलतोय. नसाऊमधून. मला डॉ. डॅनियल लॉवेल यांच्याशी बोलायचं आहे.''

डॅनियलने स्टेफनीला रिसेप्शन डेस्कपाशी जाऊन व्हिकीचा फोन उचल अशी खूण केली. मग त्याने स्पेन्सरला आपली ओळख दिली.

''मला थेट आपल्याशी बोलता येण्याची अपेक्षा नव्हती डॉक्टर.'' स्पेन्सर म्हणाला.

''आमची रिसेप्शनिस्ट शनिवारी कामाला येत नाही.''

''खरंच की!'' स्पेन्सर हसत म्हणाला. ''आज शनिवार आहे हे माझ्या लक्षातच आलं नाही. आम्ही नव्यानंच क्लिनिक सुरू केलं असल्यानं आम्ही आठवड्याचे सातही दिवस नि चोवीस तास क्लिनिक चालू ठेवलं आहे. त्यामुळे थोडीफार घडी बसवता येते. मी तुमच्या कामात व्यत्यय आणला असेल तर माफ करा.''

''नाही. बिलकुल नाही.'' डॅनियल आश्वासक स्वरात म्हणाला, ''स्टेफनीने फोन उचलल्याचा अस्पष्ट क्लिक आवाज त्याला ऐकू आला, ''हं... आपल्या कालच्या बोलण्याच्या संदर्भात काही अडचण आहे का?''

''उलट मला वाटलं की तुमचाच विचार बदलला की काय. तुम्ही म्हणाला होतात की काल रात्री किंवा जास्तीत जास्त आज फोन कराल.''

''बरोबर आहे. मी तसं म्हणालो होतो.'' डॅनियल म्हणाला, ''माफ करा. पण मी त्या ट्युरीनच्या कफनासंबंधी पुढचं काम सुरू व्हायची वाट पाहत होतो. तुम्हाला फोन केला नाही म्हणून मी दिलगीर आहे.''

''त्याची काही आवश्यकता नाही. जरी मला तुमच्याकडून काही कळलं नसलं तरी मी ठरवलं की आपण काय काम केलं ते तुम्हाला कळवावं. मी एका डॉ. रशिद नवाझ नावाच्या न्यूरोसर्जनशी संपर्क केला आहे. त्याचं ऑफिस नसाऊमध्ये आहे. मूळचा पाकिस्तानी असलेल्या या सर्जनचं शिक्षण लंडनमध्ये झालेले आहे. हा सर्जन उत्तम असल्याचं मला समजलं आहे. गर्भाच्या पेशींच्या रोपणाचा त्याला थोडा बहुत अनुभवही आहे. तो तुम्हाला मदत करायला उत्सुक आहे. तसेच प्रिन्सेस मार्गारेट हॉस्पिटलमधून स्टिरिओटॅक्सिक उपकरण आणून देण्याची व्यवस्थाही तो करणार आहे.''

''तुम्ही हे सारं काम गुपचूप झालं पाहिजे हे सांगितलं ना?''

''होय तर. आणि त्याला ते मान्य आहे.''

''छान! बरं त्याच्या फी संबंधी काही विचारलं का?''

''विचारलं. माझ्या अपेक्षेपेक्षा त्याची फी जास्त आहे असं दिसतंय. कदाचित गुप्तता पाळायची म्हणूनही असेल. तो एक हजार डॉलर मागतोय.''

डॅनियलने क्षणभर मनातल्या मनात वाटाघाटी कराव्यात का नाही याचा विचार केला. मुळातल्या दोनशे-तीनशेच्या अंदाजापेक्षा ही फी निश्चितच कितीतरी जास्त होती. पण पैसे थोडेच त्याच्या खिशातून जाणार होते. अखेर त्याने स्पेन्सरला न्यूरोसर्जनला होकार देण्यास सांगितले.

"तुम्ही केव्हा येणार याबद्दल काही अंदाज करू शकतो का आम्ही?"

"आत्ता लगेच नाही." डॅनियल म्हणाला, "मी लवकरात लवकर तुम्हाला कळवीन."

"झकास." स्पेन्सर म्हणाला, "तुम्ही फोनवर बोलत आहात, तर काही गोष्टींची चर्चा मला करायची आहे."

"जरूर."

"पहिली गोष्ट म्हणजे ठरल्यापैकी अर्धी रक्कम आम्हाला अगोदर हवी. ती कशी पाठवायची याची माहिती मी फॅक्स करून देईन."

"तुम्हाला रक्कम ताबडतोब हवीय का?"

"तुमच्या येण्याची तारीख ठरली की मग लवकरात लवकर हवी. म्हणजे मग आम्हाला इथल्या व्यवस्थेची आखणी करता येईल. ह्यामध्ये काही अडचण आहे का?"

"तशी काही नाही."

"उत्तम." स्पेन्सर म्हणाला, "या खेरीज आमच्या स्टाफला तुमच्या एचटीएसआर संदर्भात आवश्यक सूचना पाठवाव्यात. विशेषत: त्यांची डॉ. पॉल सॉन्डर्सला जास्त आवश्यकता आहे. तसेच पुढील काळात एचटीएसआरच्या परवान्यासंबंधी आणि नंतर लागणाऱ्या प्रोब व विकरांच्या दरांविषयी चर्चा करायची आहे."

डॅनियल थबकला. त्याचे अंतर्मन त्याला सांगू लागले की आपण अगोदर त्यांच्या मागण्या चटकन मान्य केल्या म्हणून ते लोक आता मुद्दाम गैरफायदा घेण्याचा प्रयत्न करत आहेत. त्याने खाकरून घसा साफ केला. "डॉ. सॉन्डर्सनी माझं काम पाहायला माझी काही हरकत नाही. पण परवान्याबद्दल बोलायचं तर मला ती मागणी मान्य करायचं स्वातंत्र्य नाही. क्युअर ही कंपनी एक कार्पोरेशन आहे आणि त्याचे संचालक आहेत. अशा प्रकारच्या कोणत्याही व्यवस्थेला त्यांनी मान्यता देणं आवश्यक आहे. तसेच अशा निर्णयाला कंपनीच्या भागधारकांची संमती घ्यावी लागेल. पण कंपनीचा सध्याचा कार्यकारी प्रमुख म्हणून मी आश्वासन देतो की भविष्यकाळात तुम्ही केलेल्या मदतीचा विचार केला जाईल."

"बहुधा मी जरुरीपेक्षा जास्त मागत होतो." स्पेन्सर मोकळेपणाने मान्य करत म्हणाला. त्याने चॅक् असा आवाज काढला, "पण म्हणतात ना प्रयत्न करून पाहायला काय हरकत आहे."

डॅनियलने डोळे फिरवले. आपल्याला कसल्या कसल्या अपमानाला तोंड द्यावं लागतंय ह्या विचाराने त्याला वाईट वाटले.

''आणखी एक शेवटचा मुद्दा.'' स्पेन्सर म्हणाला, ''आम्हाला त्या पेशंटचं नाव कळायलां हवं. म्हणजे मग त्याला दाखल करून घेणं वगैरे नोंदीचं काम सुरू होईल. त्याच्या किंवा तिच्या येण्यापूर्वी आमची सगळी तयारी झालेली असेल.''

''कसल्याही प्रकारची नोंद तिथं असणार नाही.'' डॅनियल ठामपणाने म्हणाला, ''मी कालच हे स्पष्ट केलं होतं. उपचारांच्या बाबतीत संपूर्ण गुप्तता राखली गेली पाहिजे.''

''पण प्रयोगशाळांमधल्या चाचण्या वगैरेसाठी पेशंटला काहीतरी नाव द्यावं लागेल.''

''तुम्ही त्याला पेशंट एक्स किंवा जॉन स्मिथ म्हणा.'' डॅनियल म्हणाला, ''काहीही नाव दिलं तरी काही फरक पडत नाही. तो तुमच्या क्लिनिकमध्ये जास्तीत जास्त चोवीस तास असणार आहे. आम्ही कायम त्याच्याबरोबरच राहू. तसेच त्याच्या सगळ्या चाचण्या आम्ही स्वत:च करणार आहोत.''

''जर बहामाच्या अधिकाऱ्यांनी पेशंटबद्दल विचारलं तर?''

''तशी शक्यता आहे का?''

''नाही. मला तसं वाटत नाही. पण जर त्यांनी चौकशी केली तर आम्ही काय सांगणार?''

''अधिकाऱ्यांना योग्य तऱ्हेने हाताळण्याच्या कलेतल्या तुमच्या अनुभवावर मी हे सोडतो. तुम्ही कल्पकतेनं सहज हे करू शकता. आम्ही तुम्हाला चाळीस हजार डॉलर देण्याचं हे एक महत्त्वाचं कारण आहे. ते कसलेही प्रश्न विचारणार नाहीत हे तुम्ही बघायचं आहे.''

''आम्हाला एक दोघांना मलिदा चारावा लागेल. जर तुम्ही आमच्या फीमध्ये पाच हजारांची वाढ केलीत तर मी खात्री देतो की या बाबतीत कोणताही त्रास होणार नाही याची गॅरंटी मी देतो.''

डॅनियलने ताबडतोब यावर प्रतिसाद दिला नाही. तो राग आवरण्याचा प्रयत्न करत होता. कोणी आपला उपयोग करून घेणे त्याला अजिबात पसंत नव्हते. इथे तर विनगेटसारखा क्षुद्र विदूषक त्याच्याशी खेळत होता. ''ठीक आहे.'' डॅनियल अखेर म्हणाला, ''त्याने आपली चीड लपवण्याचा प्रयत्न केला नाही,'' आम्ही साडेबावीस हजारांची रक्कम पाठवू. पण हे काम यापुढे सुरळीत पार पडेल याबद्दल मला तुमचे वैयक्तिक आश्वासन हवे आहे. आणि यापुढे कोणत्याही मागण्या होता कामा नयेत.''

''विनगेटचा संस्थापक म्हणून मी तुम्हाला हमी देतो. आमच्याबरोबर काम

करताना तुमच्या ज्या अपेक्षा आहेत त्यांची तुमच्या मनाप्रमाणे पूर्तता केली जाईल.''

''तुम्हाला लवकरच आमच्याकडून कळेल.''

''आम्ही तयारच आहोत!''

स्पेन्सरच्या ऑफिसच्या भिंती किंचित थरथरल्या. उतरण्यासाठी आलेले बोईंग इंटरकॉन्टिनेन्टल ७६७ विमान इंजिनांचा प्रचंड आवाज करत विनगेट क्लिनिकच्या वरून पाचशे फूटाच्या आतील उंचीवरून जमिनीकडे झेपावले. क्लिनिकच्या भिंती भरपूर जाड असल्याने आवाज ऐकू आला नाही. पण त्यामुळे भिंती हादरल्या. ह्या हादऱ्यांमुळे भिंतीवर लावलेल्या स्पेन्सरच्या डिग्रीच्या फ्रेम थरथरल्या. स्पेन्सरला दररोज अधून-मधून होणाऱ्या या त्रासाची सवय झाली होती. तो फक्त त्यालाही नकळत कधीकधी फ्रेम जागच्या जागी सरळ करत असे इतकेच.

''माझं काम कसं झालं?'' स्पेन्सर उघड्या दाराकडे पाहत मोठ्या आवाजात म्हणाला, पॉल सॉन्डर्स दरवाज्यात येऊन उभा राहिला. तो पलीकडच्या खोलीतून डॅनियल व स्पेन्सरचे संभाषण ऐकत होता.

''आपण त्यामधला चांगला भाग पाहू या.'' पॉल म्हणाला, ''तुला पेशंटचं नाव कळू शकलं नाही. पण त्यामुळे जगातल्या श्रीमंत नि प्रसिद्ध लोकांपैकी निम्मे नक्कीच नाहीत एवढं मात्र काढून घेता आलं तुला. आपल्याला हे नक्की कळलं की तो पुरुष आहे.''

''विनोद चांगला केलास.'' स्पेन्सर म्हणाला, ''त्यांनी आपल्याला ते नाव सन्मानानं सादर करावं अशी आपली अपेक्षा नव्हतीच. पण मी त्याला फी वाढवायला लावली. तू त्याचं काम पाहू शकशील हे देखील मी त्याला मान्य करायला लावलं. हे देखील काही वाईट नाही.''

''पण तू त्याला परवाना मिळवताना सवलत देण्यासंबंधीचा मुद्दा पुढे रेटू शकला नाहीस. आपण स्कंधपेशी उपचारांची जी पद्धत तयार करतो आहोत त्यामध्ये त्यामुळे खूपच बचत झाली असती.''

''होय. पण त्याचं म्हणणं बरोबर होतं. तो एक कंपनी चालवतोय.''

''असेल. पण ती एक खासगी कंपनी आहे आणि काहीही झालं तरी सगळ्याच लहानमोठ्या बाबतीत तो कंपनीचा मुख्य भागीदार आहे.''

''हं... काहीतरी मिळवणं नि काहीतरी हातचं जाणं हे चालायचंच. असो. मी त्याला घाबरवून टाकलं नाही. लक्षात घे की आपल्याला त्याची जास्त काळजी वाटत होती. आपण जास्त रेटलं तर तो दुसरीकडे कुठेतरी जाऊ शकेल.''

''मी त्याबाबतीत विचार केला आहे. तो त्याच्यापाशी वेळ फार कमी आहे हे

जर खरं सांगत असेल तर मग काळजी नको. फक्त आपणच त्याला अत्युत्कृष्ट प्रयोगशाळा, हॉस्पिटलची सुविधा आणि कोणतेही प्रश्न न विचारता मानवी अंडपेशी पुरवू शकतो. अर्थात त्यामुळे फारसा फरक पडत नाही. पेशंटचं नाव कळल्यानंतरच आपल्याला खरं घबाड हाती लागण्याची शक्यता आहे. मला त्याबद्दल खात्री आहे तेव्हा जेवढ्या लवकर ते नाव कळेल तेवढं चांगलं.''

''मी पूर्ण सहमत आहे तुझ्याशी. हे बघ त्या बाबतीत मी काय करू शकलो ते. तो आज ऑफिसात आहे हे कळलं की नाही आपल्याला. हा फोन करण्याचा तोच तर खरा उद्देश होता.''

''खरं आहे! मी त्याबद्दल तुला श्रेय देतो. तू फोन बंद केल्याबरोबर मी लगेच कुर्ट हेरमानला फोन लावला. तो म्हणाला की तो ही माहिती त्याच्या एका देशबांधवाला ताबडतोब कळवेल. हा माणूस बोस्टनमध्ये आहे नि तो लॉवेलच्या घरात शिरण्याची सूचना मिळायची वाट पाहत थांबला आहे.'

''तू ज्याला देशबांधव असं म्हणतोस तो माणूस सफाईनं काम करेल अशी अपेक्षा आहे. कारण जर लॉवेल घाबरला किंवा वाईट म्हणजे जर त्याला इजा झाली तर सगळंच खलास होईल.''

''कुर्ट काही बाबतीत जरुरीपेक्षा बळ वापरतो ही तुझी चिंता मी त्याच्या कानावर घातली आहे.''

''त्यावर कुर्ट काय म्हणाला?''

''तुला माहिती आहेच. कुर्ट फारसा बोलत नाही. पण त्याला समजतं.''

''तुझं हे म्हणणं बरोबर असावं अशी आशा आहे. कारण आपण खरोखरच पैशाचा पाऊस पडण्याची अपेक्षा करतोय. हे क्लिनिक चालू करताना आणि ते सुरू ठेवताना झालेल्या खर्चामुळे आपली तिजोरी जवळजवळ रिकामी झालेली आहे. आणि स्कंधपेशींचं काम वगळता वंध्यत्वावरचं फारसं काम मिळण्याची शक्यता दृष्टिक्षेपात दिसत नाही.''

''हा डॉ.स्पेन्सर विनगेट मला वाटत होतं तसाच घाणेरडा असणार.'' स्टेफनी म्हणाली, फोनवरचं डॅनियलचे बोलणे ऐकून झाल्यावर ती पुन्हा त्याच्या ऑफिसात आली होती, हा माणूस लाच म्हणजे साधी दैनंदिन गोष्ट असल्यासारखा बोलत होता.''

''कदाचित बहामामध्ये तसं असेलही.''

''तो गिड्डा जाडगेला असणार नि त्याच्या नाकावर चामखीळ असणार.''

हे ऐकल्यावर डॅनियलने गोंधळून स्टेफनीकडे पाहिले.

"कदाचित तो चेनस्मोकर असेल आणि त्याच्या श्वासाला दुर्गंधी येत असणार."

"हे तू काय बोलतो आहेस?"

"जर त्याच्या बोलण्याइतकाच स्पेन्सर विनगेट दिसायला वाईट असेल तर वैद्यकीय व्यवसायाबाबत माझं मत मी बदलेन. मला माहिती आहे की माझं हे म्हणणं अगदीच अतार्किक आहे. पण तो माझ्या मनातल्या डॉक्टरच्या प्रतिमेसारखा असू नये. तो तसा नसावा असं मला वाटतं. आणि हे मत त्याच्या त्या भागीदाराच्या बाबतीतही खरं आहे."

"चल. काहीतरीच काय स्टेफनी!" एवढा भाबडेपणा दाखवू नकोस. वैद्यकीय व्यवसाय हा इतर कोणत्याही व्यवसायासारखाच आहे. परिपूर्ण नसलेला. या व्यवसायातही चांगले नि वाईट लोक आहेत. बहुतेक सर्वजण या मधल्या प्रकारचे असतात."

"मला वाटत होतं की स्वतःवर नियंत्रण ठेवणं हा या व्यवसायाचा मूलमंत्र आहे. असो. माझा आतला आवाज सांगत होता की या लोकांबरोबर काम करणं चांगलं नाही. ते खरं ठरलं."

"मी तुला अखेरचं सांगतो." डॅनियल हताशपणाने म्हणाला, "आपण त्या विदूषकांबरोबर काम करणार नाही. देव करो नि तशी वेळ न येवो! आपण फक्त त्यांच्याकडील सुविधा वापरणार आहोत. बस्स."

"हे एवढं साधं असलं तर किती बरं होईल."

डॅनियलने स्टेफनीच्या नजरेला नजर भिडवली. ते बराच काळ एकमेकांच्या बरोबर राहत होते. त्यामुळे तिला आपले म्हणणे पटलेले नाही हे त्याच्या सहज लक्षात आले. ती पुरेशी साथ देत नाही म्हणून तो त्रासला. खरं म्हणजे तिच्या शंकाकुशंकांमुळे त्याच्या मनातल्या चिंता बाहेर पडत होत्या आणि नेमके हेच तो टाळत होता. हा सगळा प्रकार लवकरात लवकर आणि सरळसोप्या पद्धतीने संपणार आहे असे तो स्वतःलाच बजावत होता. पण स्टेफनीचे नकारात्मक विचार त्याच्या आशेवर पाणी फिरवत होते.

रिसेप्शन डेस्कवरचा फॅक्स सुरू झाला.

"मी पाहते." स्टेफनी उठून खोलीबाहेर पडली.

डॅनियलने तिच्याकडे पाहिले. ती गेली हे पाहून त्याला बरे वाटले. तिच्या रोखून पाहणाऱ्या नजरेपासून सुटका झाली होती. त्याला लोकांचा अनेक प्रकारे त्रास होत असे. कधीकधी स्टेफनीचाही. आपण एकटे राहिलो तर जास्त बरे होईल की काय असा विचार त्याच्या मनात डोकावला.

"बटलरकडून निवेदन आलंय." स्टेफनी मोठ्या आवाजात म्हणाली,

"सही केलेलं आणि साक्षीदाराची सही असलेलं. प्रत्यक्ष निवेदन टपालाने येत

आहे. अशी चिठ्ठी सोबत आहे.''

''उत्तम!'' डॅनियलही ओरडून म्हणाला, निदान बटलरचे सहकार्य तरी त्याला उत्साह वाढवणारे वाटले.

''वरच्या चिठ्ठीत लिहिलंय की आपण आज ई-मेल उघडून पाहिली का?'' स्टेफनी दरवाज्यात उभी राहून विचारत होती. तिचा चेहेरा प्रश्नार्थक होता. ''मी उघडली नाही. तू?''

डॅनियलने नकारार्थी मान हलवली आणि खुर्चीत पुढे झुकून बसला. त्याने इंटरनेट सुरू केले. बटलरने दिलेल्या सूचनेप्रमाणे तयार केलेल्या खास ई-मेल अकाऊंटमध्ये त्याच्याकडून आलेला संदेश होता. स्टेफनी डॅनियलच्या मागे उभी राहून वाचू लागली.

''माझ्या प्रिय डॉक्टरांनो,

माझ्या उपचारासाठीच्या कामाच्या तयारीत तुम्ही गर्क असणार. मी देखील कामात आहे आणि त्याचा फायदा होतोय. तुम्हाला मला हे कळवायला आनंद होतो की ट्युरीनच्या कफनाचे विश्वस्त अतिशय उत्तम सहकार्य करत आहेत. हे एका सहकाऱ्याच्या मदतीमुळे शक्य झालं आहे. तुम्ही शक्य तेवढ्या लवकर ट्युरीनकडे प्रयाण करा. तिथे तुम्ही आर्चबशप यांच्या कार्यालयाला फोन करा. तुम्ही तिथे मॉन्सिनॉर मान्सोनी यांच्याशी बोलायचं आहे. तुम्ही माझे प्रतिनिधी आहात हे त्यांना कळवा. मला असं कळलं की त्यानंतर मॉन्सिनॉर योग्य त्या जागी तुमची भेट घेऊन तो पवित्र नमुना तुम्हाला देतील. हे सगळं अगदी गुप्तपणे आणि अजिबात गाजावाजा न होता झाले पाहिजे हे कृपया लक्षात घ्या. म्हणजे मग माझ्या अत्यंत सन्माननीय सहकाऱ्याला काहीही त्रास होणार नाही. मी तुमचा प्रिय मित्र आहे आणि असणार आहे.

ए.बी.

डॅनियलने लगोलग हा संदेश पुसून टाकला. त्यांनी ठरवले होते की बटलरकडचे सर्व ई-मेल संदेश पुसून टाकायचे. त्यांना ह्या सगळ्या प्रकरणाचा कमीतकमी पुरावा मागे ठेवायचा होता. संदेश पुसून टाकल्यानंतर त्याने स्टेफनीकडे वर पाहिले. ''सिनेटर त्याचं काम नीट करतोय असं दिसतंय.''

स्टेफनीने मान डोलावली. ''मी हे पाहून प्रभावित झाले आहे. मला आता उत्साहही वाटू लागलाय. ह्या प्रकरणाला आता आंतरराष्ट्रीय गूढवलय प्राप्त होऊ लागलं आहे.''

“तुझी केव्हा निघायची तयारी आहे? रोमसाठी दररोज अल-इटालियाची फ्लाईट आहे. ह्या फ्लाईटला जोडूनच ट्युरीनची फ्लाईट आहे. पण हे लक्षात ठेव. तुला एक महिन्यासाठीचं सामान घ्यावं लागणार आहे.”

“त्याची काही अडचण नाही.” स्टेफनी म्हणाली, “माझ्या दोन मुख्य समस्या आहेत. मॉमची भेट आणि बटलरच्या पेशी. मी म्हणाले होते त्याप्रमाणे मला मॉमबरोबर काही वेळ राहायचं आहे. तसेच बटलरच्या पेशी अशा अवस्थेत आणून ठेवायच्या आहेत की त्यानंतर पीटर त्यांची काळजी घेऊ शकेल.”

“पेशी संवर्धन नीट होण्यासाठी किती वेळ लागेल?”

“फार नाही. आज सकाळची स्थिती पाहता उद्या सकाळपर्यंत नीट व्हायला हरकत नाही. मला फक्त इतकंच पाहायचं आहे की खरोखरच पेशींचा एक थर तयार झाला आहे की नाही. एकदा का तसं झालं की मग पीटर त्यांना सांभाळेल, त्यांचे ‘पसाज’ करेल आणि मग त्यांना गोठवून ठेवेल. माझा बेत असा आहे की आपल्याला गरज लागेल तेव्हा पीटर द्रवरुप नायट्रोजनमध्ये ठेवून आपल्याकडे नसाऊला पेशींच्या संवर्धनाचा थोडा भाग पाठवेल. आपल्याला पुढंमागं गरज पडली तर उरलेलं संवर्धन इथंच राहील.”

“आपण निराशावादी असायला नको.” डॅनियल म्हणाला, “बरं. तुझ्या आईचं काय?”

“उद्या मी काही तास घरी जाऊन येईन. ती दर रविवारी खास जेवण तयार करत असल्यानं घरीच असणार.”

“म्हणजे मग उद्या रात्री निघण्याची तुझी तयारी आहे तर?”

“होय. पण मी आज संध्याकाळी पॅकिंग केलं तर.”

“तर मग आपण ताबडतोब घरी परत जाऊ या. मला जे काही फोन करायचे आहेत ते मी घरून करीन.”

स्टेफनी लॅपटॉप आणि कोट आणण्यासाठी प्रयोगशाळेत गेली. सकाळी पीटर प्रयोगशाळेत येईल अशी व्यवस्था करून ती रिसेप्शन डेस्कपाशी आली. डॅनियल उतावीळपणाने दरवाजा तिच्यासाठी उघडा धरून उभा होता.

“ओह! तू फारच घाईत दिसतोस.” स्टेफनीने शेरा मारला. खरे तर नेहमी स्टेफनीला डॅनियलसाठी वाट पाहत थांबायला लागायचे. कुठे जायचे असले की आयत्यावेळी डॅनियलला आणखी एक काम हमखास आठवायचे.

“आत्ता जवळजवळ चार वाजलेले आहेत. उद्या रात्री निघायची तयारी झाली नाही तर, त्यासाठी तुला काहीही पळवाट मला ठेवायची नाही. नुसतं वॉशिंग्टनला दोन दिवसांसाठी जाताना तुला पॅकिंगसाठी किती वेळ लागला ते मला माहिती आहे. आता तर एक महिन्यासाठी जायचं आहे. तेव्हा तुला भरपूर वेळ लागणारच ना.”

स्टेफनी हसली. डॅनियलचे बोलणे बरोबरच होते. इतर काही गोष्टींप्रमाणे तिला काही कपड्यांना इस्त्री करायची होती. काही छोट्यामोठ्या वस्तूंसाठी तिला ड्रगस्टोअरमध्येही जाणे भाग होते. गाडीत बसल्यावर डॅनियल किती वेगाने गाडी चालवू शकतो हे तिला माहिती नव्हते. तिने वेगाकडे नजर टाकली. मेमोरियल ड्राईव्हपाशी ते वेगाने जात असताना प्रत्यक्षात ताशी तीस मैलाची वेगमर्यादा असलेल्या भागात डॅनियलचा वेग जवळपास पन्नास मैल होता.

"ए... वेग कमी कर!" स्टेफनी कशीबशी म्हणाली, "तू त्या टॅक्सीड्रायव्हरबद्दल तक्रार करत होतास ना, आता तू त्यांच्यासारखाच गाडी चालवतो आहेस."

"माफ कर..." डॅनियलने वेग थोडा कमी केला.

"मी नक्की वेळेवर तयार होईन. तेवढ्यासाठी आपले जीव धोक्यात टाकायची गरज नाही." स्टेफनीने डॅनियलकडे चोरटा कटाक्ष टाकला. आपण हे गंमतीने म्हणतोय ते डॅनियलच्या लक्षात आले की नाही हे तिने पाहिले. त्याच्या चेहेऱ्यावरचे कठोर भाव बदलले नव्हते.

"मला हे सगळं दुर्दैवी प्रकरण लवकरात लवकर निकालात काढायचं आहे आणि आता आपलं काम खरोखरच सुरू झालंय." रस्त्यावरची नजर बाजूला न करता डॅनियल म्हणाला.

"मी आणखी एक गोष्ट करणार आहे." स्टेफनी म्हणाली, "मी अशी व्यवस्था करते की बटलरचे ई-मेल संदेश परस्पर माझ्या सेलफोनवर येतील. म्हणजे मग आपण तो लगोलग वाचू शकू."

"चांगली कल्पना आहे." डॅनियलने संमती दर्शवली.

डॅनियलने गाडी घरासमोर थांबवली. इंजिन बंद करून तो उडी मारून बाहेर पडला. स्टेफनी पाठीमागच्या सीटवरून लॅपटॉप घेईपर्यंत तो अर्ध्या पायऱ्या चढून वर गेलाही होता. स्टेफनीने खांदे उडवले. एखादी गोष्ट करायची मनात आली की तो एखाद्या विसरभोळ्या प्राध्यापकासारखा वागत असे. ती आपल्याबरोबर आहे हे तो पूर्णपणे विसरून जाई. आत्तादेखील तसेच घडत होते. पण ती ते मनावर घेणार नव्हती. तिला त्याचा स्वभाव चांगला माहिती होता.

एकदम दोन दोन पायऱ्या चढताना डॅनियल अगोदर विमानाचे बुकिंग करावे आणि मग विनगेटला फोन करावा असा विचार करत होता. ट्युरीनमध्ये एक रात्र राहणे पुरेसे ठरणार होते. स्पेन्सरला रक्कम पाठवायची आहे हे देखील काम त्याला आठवले.

तिसऱ्या मजल्यावरच्या आपल्या दारापाशी पोहोचल्यावर डॅनियल चाव्यांच्या जुडग्यात शोधाशोध करू लागला. अचानक त्याच्या लक्षात आले की दरवाजा किलकिला उघडा होता. क्षणभर त्याने सकाळी निघताना दार कोणी लावले, त्याने

की स्टेफनीने याचा विचार केला. मग त्याला आठवले की दार त्यानेच लावले होते कारण पाकीट विसरले म्हणून तो परत वर आला होता. त्यावेळी आपण दार लावले आणि कडीही पक्की लावली होती हे त्याला व्यवस्थित आठवत होते.

डॅनियलला इमारतीच्या जुन्या पायऱ्यांचा करकर आवाज ऐकू आला. स्टेफनी वर येत होती. पहिल्या मजल्यावरचा भाडेकरू कॅरोबियन बेटांवर सुट्टीसाठी गेला होता, तर दुसऱ्या मजल्यावरचा त्याचा शेजारी दिवसा कधीच घरी येत नसे. गणितज्ज्ञ असणारा हा माणूस एम.आय.टी.च्या संगणक विभागात एखाद्या भुतासारखा वावरत असे. तो घरी फक्त झोपण्यापुरताच येई.

डॅनियलने हलकेच दरवाजा उघडून पाहिला. त्याची बोटे थरथरत होती. त्याला आतला अंधार दिसला, पण अचानक काळ्या भिंतीवर फ्लॅशलाईटचा ठिपका चमकलेला दिसला. त्यावेळी त्याला त्याच्या ड्रॉवरचा क्लिक असा बंद करताना होणारा आवाज ऐकू आला.

"कोण आहे आत?" डॅनियल जीव खाऊन ओरडला, आपल्या घरात कोणीतरी शिरलेले आहे ह्याचा त्याला राग आला होता. त्याने विचार केला. घुसखोर जरी पुढच्या दाराने आत शिरला असला तरी त्याने इमारतीचा नीट अभ्यास केला असणार. तो स्टडीरूममधल्या फायर एक्झिटमधून बाहेर पडेल असा त्याने अंदाज केला.

डॅनियलने ९११ क्रमांकाला फोन करण्यासाठी सेलफोन बाहेर काढला असताना अचानक घुसखोर सरळ त्याच्या दिशेने आला. त्याच्या हातातल्या फ्लॅशलाईटमुळे डॅनियलचे डोळे दिपले. त्याने हात आडवा धरून पाहण्याचा प्रयत्न केला. त्याला काही कळायच्या आत वेगाने बाहेर धावत येणाऱ्या माणसाने डॅनियलला ग्लोव्ह घातलेल्या हाताने मागे ढकलले. डॅनियल मागे कोलमडला. त्याच्या कानात घंटा वाजली. पण आपला तोल लगेचच सांभाळत डॅनियलने घुसखोराकडे पाहिले. संपूर्ण काळा पोशाख आणि काळी टोपी घातलेला माणूस त्याला हलक्या पावलांनी पण वेगाने जिना उतरताना दिसला. स्टेफनीच्या किंचाळण्याचा आवाज आला आणि मग पाठोपाठ बाहेरचा दरवाजा धाडकन आवाज होत बंद झाला.

कठड्यापाशी धावत जात डॅनियलने खाली नजर टाकली. स्टेफनी गणितज्ज्ञाच्या दाराला चिकटून उभी होती. तिचा चेहेरा पांढराफटक पडला होता. "तू ठीक आहेस ना?" डॅनियलने विचारले

"कोण होता तो?"

"चोर." डॅनियल पुन्हा दरवाज्याकडे वळला. स्टेफनी चढून वर आली.

"त्यानं दरवाजा निदान फोडला तरी नाही. त्याच्याजवळ किल्ली असावी."

"दरवाजा बंद होता याबद्दल तुला खात्री आहे?" स्टेफनीने विचारले.

"नक्कीच. मला तर कडीही घातलेली स्पष्ट आठवतंय."

"आणखी कुणाजवळ किल्ली आहे?"

"कुणा जवळही नाही. फक्त दोन किल्ल्या आहेत. मी हा फ्लॅट विकत घेतला तेव्हा मी कुलपं बदलली होती."

"त्याने कुलुप तोडलं असणार."

"तसं असेल तर तो सराईत चोर असला पाहिजे. पण सराईत चोरानं माझ्या घरात घुसावं असं काही मौल्यवान माझ्याकडं अजिबात काहीही नाही."

"ओह... नाही!" स्टेफनी एकदम काहीतरी आठवल्याप्रमाणे म्हणाली, "मी माझे दागिने समोरच अगदी वर ठेवले होते, त्यातच माझ्या आजीचं रत्नजडित घड्याळ आहे." ती डॅनियलला बाजूला करून बेडरूमच्या दिशेने गेली.

डॅनियल तिच्या मागोमाग गेला, "आणि माझा मूर्खपणा बघ. मी काल रात्री एटीएमवरून काढून आणलेली सगळी रक्कम डेस्कमध्ये तशीच सोडली आहे."

डॅनियल स्टडीरूममध्ये शिरला. तिथे डेस्कवर रक्कम जागच्या जागी आहे हे पाहून त्याला आश्चर्य वाटले. पण ती रक्कम उचलताना त्याच्या लक्षात आले की डेस्कवरच्या इतर गोष्टी मात्र हललेल्या होत्या. डॅनियल काही नीटनेटका नव्हता. ते त्यालाही मान्य होते. पण डेस्कवर ठेवलेल्या कागदपत्रांच्या गठ्ठ्यांमध्ये, वैज्ञानिक जर्नलच्या चवडींमध्ये वगैरे जे काही ठेवलेले होते ते त्याचे त्याला नेमके सापडत असे. त्याने फाईल ठेवलेल्या ड्रॉवरकडे नजर टाकली. त्यांच्यामधेही सूक्ष्म फरक पडला होता. डॅनियलने नोटा हातात धरून त्या स्टेफनीला दाखवल्या. "हे बघ. त्यानं ही रक्कम नेलेली नाही. आणि तो नक्कीच इथं आलेला होता." स्टेफनी पोकळ हसली, "हा कसला चोर म्हणायचा?"

"ह्यात मला काहीही विनोदी दिसत नाही." डॅनियल म्हणाला. त्याने एकएक करून सगळ्या कपाटांचे ड्रॉवर उघडून पाहिले.

"मलाही त्यात काही विनोद दिसत नाहीच." स्टेफनी म्हणाली, "मी फक्त माझ्या खऱ्या भावनांपासून सुटका करून घ्यायचा प्रयत्न करते आहे."

डॅनियलने मान वर केली. "तू कशाबद्दल बोलते आहेस?"

स्टेफनीने डोकं हलवले आणि मोठा सुस्कारा टाकला. डोळ्यातून येणारे पाणी तिने प्रयासाने थोपवले होते, पण ती थरथरत होती, "मी हादरून गेलीय. कोणीतरी आपल्या खासगीपणावर आक्रमण केलंय ही कल्पना मला सहन होत नाही. ह्या मधून हे स्पष्ट दिसतंय. आपल्याला जरी तसं वाटत नसलं तरी आपण नेहमीच तलवारीच्या धारेवर चालत असतो."

"मी देखील हादरलोय खरा. पण मला ह्या प्रकाराचा उलगडा होत नाही म्हणून मला धक्का बसला आहे. माझ्या हे पक्कं लक्षात येतंय की हा भुरटा चोर नव्हता.

हा माणूस काहीतरी निश्चित शोधायलाच आत शिरला होता. पण तो काय शोधत होता ते कळत नाही. म्हणूनच मला मनस्ताप होतोय.''

"तुला असं नाही वाटत की त्याला चोरण्याची संधी मिळायच्या आत आपण अचानक आलो?''

"तो बराच वेळ इथं नक्कीच होता. मौल्यवान वस्तू उचलण्याचा अवसर मिळण्याइतका वेळ तर होताच, म्हणजे तो त्यासाठीच घरात शिरला असेल असं गृहित धरलं तर. त्याला डेस्क आणि फाईलचे ड्रॉवर पाहायला वेळ मिळाला होता.''

"हे तू कशावरून म्हणतोस?''

"मला तसं वाटतंय हे नक्की. हा माणूस व्यवसायिक घरफोड्या होता आणि तो काहीतरी शोधत होता.''

"म्हणजे पेटंट संबंधी काही...एचटीएसआर सारखं काही?''

"शक्यता आहे. पण मला तसं नाही वाटत. पेटंट असल्यानं तशी माहिती मिळून फारसा उपयोग नाही. शिवाय तसं असेल तर त्यानं ऑफिसात घुसायला हवं होतं.''

"मग आणखी काय कारण असेल?''

डॅनियलने खांदे उडवले. "कोणास ठाऊक.''

"तू पोलिसांना फोन केलास का?''

"मी करतच होतो पण त्याचवेळी तो एकदम अंगावर आला. पण आता मात्र मला वाटतं, आपण फोन करू नये.''

"का नको?'' स्टेफनी चकित होत म्हणाली.

"ते येऊन काय करणार? तो माणूस तर केव्हाच गायब झाला आहे. आपली काही मौल्यवान वस्तू गेलेली दिसत नाही. तेव्हा विम्याचाही प्रश्न उद्भवत नाही. शिवाय आपण अलीकडच्या काळात काय करतोय ह्याबद्दल त्यांनी प्रश्न विचारावेत असं मला वाटत नाही. उद्या आपण जाणार आहोत. मला त्याचा विचका व्हायला नको आहे.''

"एक सेकंद!'' स्टेफनी एकदम म्हणाली, "ह्या प्रकाराचा बटलरशी तर काही संबंध नाही ना?''

डॅनियल स्टेफनीकडे पाहत राहिला. "बटलरचा ह्यात काय संबंध?''

स्टेफनी डॅनियलच्या नजरेला नजर भिडवत म्हणाली, "मला त्याची कल्पना नाही. पण मी फक्त त्याचे हात एफबीआयपर्यंत पोहोचले आहेत यावर विचार करतेय. त्यानं अगोदर तुझ्याबाबत त्यांच्याकडून तपास करवला आहे हे लक्षात घे. कदाचित तपास अजून संपलेला नसेल.''

स्टेफनीच्या बोलण्यावर विचार करत डॅनियलने मान डोलावली. ही कल्पना

वरवर पाहता चमत्कारिक वाटली तरी ती सहजासहजी धुडकावून लावता येणार नाही हे त्याला जाणवले. अखेर दोन रात्रींपूर्वी बटलरशी भेट होणं हे देखील अत्यंत चमत्कारिकच होते.

"आपण सध्यापुरता हा प्रकार विसरून जाऊ." डॅनियल म्हणाला, "आपल्याला जायची तयारी करायची आहे. अजून बरंच काम बाकी आहे. चला कामाला लागू या!"

"ठीक आहे." स्टेफनी स्वत:ला सावरत म्हणाली, "पॅकिंग करायला लागले की मी हे विसरू शकेन कदाचित. पण माझ्या मते आपण पीटरला फोन करून सावध करायला हवं. न जाणो हा इसम तिकडेही घुसायला प्रयत्न करायचा."

"बरोबर आहे. पण आपण त्याला बटलरबद्दल काहीही सांगायचं नाही. म्हणजे तू त्याला काही सांगितलेलं नाहीस ना?"

"काहीही नाही."

"उत्तम." असे म्हणून डॅनियलने फोन उचलला.

◆

१०

रविवार, २४ फेब्रुवारी २००२
सकाळी ११ वाजून ४५ मिनिटे

न्यू इंग्लंडमधल्या सतत रंग बदलणाऱ्या हवेची स्टेफनीला सवय असूनही त्या दिवशी, रविवारी हवा इतकी प्रसन्न पाहून तिला आश्चर्य वाटल्यावाचून राहिले नाही. हिवाळा असल्याने सूर्यप्रकाश कोमल असला तरी हवा उबदार होती. जणू वसंत ऋतूचे आगमन जवळ आले आहे असे वाटत होते, कारण पक्षी चिवचिवाट करत फिरताना दिसत होते. शुक्रवारी रात्री घरी परत येताना असणारी गोठवून टाकणारी थंडी आणि ती सकाळ यात जमीनअस्मानाचा फरक होता.

स्टेफनीने डॅनियलची गाडी सरकारी गॅरेजमध्ये पार्क केली आणि ती पायी नॉर्थ एन्ड या बोस्टनच्या आगळ्यावेगळ्या भागाकडे निघाली. ह्या भागात आडव्यातिडव्या पसरलेल्या अरुंद गल्लीबोळांचे जाळे होते. तिथल्या इमारती तीनचार मजली असून त्या विटांनी बाधलेल्या होत्या. एकोणिसाव्या शतकात अमेरिकेत स्थलांतरित झालेल्या दक्षिण इटलीमधील लोकांनी ह्या भागाचे छोट्या इटलीत रुपांतर करून टाकले होते. अगदी तेथील दृश्य आणि वास यांच्यासकट हा भाग म्हणजे इटलीतील गावांची प्रतिकृती होती. रस्त्यामध्ये एकमेकांशी अगदी आपुलकीने

बोलणारी माणसे तेथे दिसत. हवेतही बोलोन्याच्या खास सॉसचा सुगंध दरवळत असायचा. शाळा सुटल्यावर सगळीकडे पोरांची एकच गर्दी उसळत असे.

हॅनोवर स्ट्रीटवरून चालताना स्टेफनीला हा सगळा तिचा परिचित भाग दिसू लागला होता. ह्या ठिकाणी साधारणत: लोक चांगले, एकमेकांच्यात मिसळणारे होते. तिच्या बालपणी एकंदरीत आजूबाजूचे वातावरण उत्तम होते. फक्त त्यांच्या कुटुंबामुळे काही विचित्र समस्या येत असत. तिने त्या नुकत्याच डॅनियलला सांगितल्या होत्या. त्यावेळी तिने पूर्वी दडपून टाकलेल्या भावना आणि विचार उफाळून वर आले होते. त्याचप्रमाणे अँथनीवरच्या आरोपामुळे तिच्या मनात खळबळ उडाली होती.

कॅफे कोसेन्झाच्या उघड्या दारापुढे स्टेफनी क्षणभर घुटमळली. हा कॅफे तिच्या कुटुंबाच्या मालकीच्या अनेक मालमत्तांपैकी एक होता. तिथे एस्प्रेसो व कापुचिनोबरोबरच खास इटालियन डिश व जिलाटो मिळत असे. आतमधून बोलण्याचा व हसण्याचा आवाज आणि एस्प्रेसो मशीनचा हिस्स-क्लँक असा आवाज ऐकू येत होता. ताज्या खरपूस भाजलेल्या कॉफीचा सुगंधही दरवळत येत होता. तिने ह्या ठिकाणी मैत्रीणींबरोबर कॅनोली आणि आईसक्रीम चाखत कितीतरी वेळ मजेत घालवला होता. कॅफेतल्या त्यांच्या गप्पा मारत बसण्याच्या खोलीत माऊंट वेसुनियस आणि नेपल्सच्या समुद्राचे अगदी भिकार चित्र लावलेले होते. स्टेफनीला हा मजेचा काळ जणू शंभर वर्षांपूर्वीचा असावा असे वाटत होते.

कॅफेच्या बाहेर उभे राहून आत पाहताना तिला आपण आणि ह्या भागात गेलेले आपले बालपण यात किती अंतर पडले आहे हे जाणवले. त्याला अपवाद तिची आई होती. आईला मात्र ती नेहमी फोन करत असे. तिचा लहान भाऊ धर्मगुरू झाला होता. त्या भावाचा म्हणजे कार्लोचा अपवाद वगळता त्यांच्या कुटुंबातले कोणी कॉलेजातही गेलेले नव्हते. मग पीएच.डी. करणं तर फार दूरची गोष्ट झाली. तिच्या शाळेतल्या बहुतेक सर्व मैत्रिणी नॉर्थ एन्ड किंवा बोस्टनच्या एखाद्या उपनगरात राहत होत्या आणि आपला नवरा व मुले ह्यांच्यात गुंतून गेल्या होत्या. उलट ती तिच्यापेक्षा सोळा वर्षे मोठ्या पुरुषाबरोबर राहत होती. आता एक बायोटेक कंपनी उभी करण्याच्या प्रयत्नात ती गुप्तपणे एका सिनेटरवर उपचार करण्यात त्याला सामील झाली होती.

हॅनोवर स्ट्रीटवरून जाताना आपला आणि अगोदरच्या वर्षांमधल्या आयुष्याचा संबंध तुटला आहे असा विचार तिच्या मनात पुन्हा पुन्हा येत होता. पण त्यामुळे आपल्याला वाईट वाटत नाही हे जाणवल्यावर ती स्वत:च चकित झाली होती. उलट आपल्या वडिलांचा व्यवसाय आणि तिच्या कुटुंबाचे समाजातील स्थान ह्यामुळे तिला वाटणाऱ्या नावडीची ती नैसर्गिक प्रतिक्रिया आहे असे तिला आता

मागे वळून पाहताना जाणवू लागले होते. जर आपल्या वडिलांनी आपल्या आयुष्यात जरा जास्त लक्ष घातले असते तर आपले आयुष्य ह्यापेक्षा वेगळे झाले असते की काय हा विचार तिच्या मनात डोकावला. लहानपणी तिने त्याच्या आत्मकेंद्री अहंकारामुळे उत्पन्न होणाऱ्या भावनिक अडथळ्यावर मात करण्याचा प्रयत्न केला होता. पण वडील जे काही करत होते त्यात ते प्रचंड गुंतलेले असल्याने तिला त्यांच्या जवळ जाण्यात अपयशच आले होते. त्यातूनच तिचा स्वभाव स्वतंत्र वृत्तीचा झाला आणि त्यामुळेच ती आज जी काही होती तशी बनली होती.

तिच्या मनात एक वेगळाच विचार आला. त्यामुळे ती थांबली. दोघांमध्ये उघड दिसणारा फरक लक्षात घेऊनही डॅनियल आणि तिचे वडील यांच्यात काही गोष्टी सारख्या होत्या. दोघेही आत्मकेंद्रित होते आणि दोघेही कधीकधी अतिशय उर्मटपणाने वागत असत. दोघेही आपापल्या क्षेत्रात अतिशय ईर्षेने स्पर्धा करत असत. डॅनियल तिच्या वडिलांएवढाच गर्विष्ठ होता. फक्त त्याचा गर्विष्ठपणा स्त्री-पुरुष बाबतीत नसून बौद्धिक पातळीवर होता. स्टेफनी मनातल्या मनात हसली. ह्या साम्याबद्दलचा विचार अगोदर आपल्या मनात कसा काय आला नाही याचेच तिला जास्त आश्चर्य वाटले. स्वत:च्या कामात गुंगून गेल्यामुळे तिला भावनिक आधार देण्यासाठी डॅनियल कधीच उपलब्ध नसायचा. विशेषत: क्युअर कंपनीवर आर्थिक संकट आल्यानंतर ही बाब तिला चांगलीच जाणवू लागली होती. जरी मानसशास्त्र हा तिच्या फार आवडीचा विषय नसला तरी तिला वाटू लागले की डॅनियलबद्दल तिला वाटणाऱ्या आकर्षणाचा ह्या साम्याशी काहीतरी संबंध असावा.

स्टेफनी पुन्हा चालू लागली. फुरसत मिळाल्यावर पुन्हा ह्या बाबतीत विचार करायचा हे तिने मनाशी पक्के केले. आत्ता ह्यावेळी ट्युरीनला जायचे असल्याने बरीच कामे उरकायची बाकी होती. पहाटेच उठून तिने पॅकिंग पूर्ण केले होते. सकाळचा बराचसा वेळ ती पीटरबरोबर होती. बटलरच्या पेशीसंवर्धनाचे नेमके काय करायचे हे तिने त्याला समजावून दिले. सुदैवाने पेशीसंवर्धनाची प्रगती फारच उत्तम होती. डॅनियल व स्पेन्सर विनगेट यांच्या संभाषणामधून धागा उचलून तिने ह्या पेशींच्या संवर्धनाला जॉन स्मिथच्या पेशी असे नाव दिले होते. ते नसाऊला का जात आहेत आणि जॉन स्मिथच्या पेशी तिकडे कशासाठी पाठवायच्या आहेत हे प्रश्न जरी पीटरच्या मनात आले असले तरी त्याने त्यांचा उच्चार केला नाही.

आता प्रिन्स स्ट्रीटवर वळल्यानंतर स्टेफनीने चालण्याचा वेग वाढवला. हा भाग तिच्या आणखी परिचयाचा होता. ती तिच्या शाळेसमोरून गेली. तिच्या आईवडिलांचे घर शाळेपासून अगदी जवळच होते.

नॉर्थ एन्ड हा भाग अतिशय सुरक्षित होता. त्याला कारण म्हणजे त्या भागात लोकांचा 'अनाधिकृत' पहारा असे. रस्त्यावर केव्हाही कमीतकमी अर्धाडझन लोक

दिसायचे. इतर लोक काय करताहेत हे जाणून घ्यायचे त्यांना जणू व्यसनच असावे. ह्याचा तोटा मात्र असा व्हायचा की कोणालाही गुपचूप काहीही करताच येत नसे. लहानपणी तिला त्याचा त्रास वाटे, पण आत्ता मात्र तिला आपण इथं सुरक्षित आहोत ही भावना आवडली. आदल्या दिवशी संध्याकाळी त्यांच्या घरात शिरलेल्या माणसाचा विषय डॅनियलने कमी महत्त्वाचा म्हणून सोडून दिला असला तरी स्टेफनी मात्र अजून त्या धक्क्यातून पूर्णपणे सावरलेली नव्हती. आपल्या घराजवळच्या वातावरणामुळे तिला आता बरे वाटू लागले होते. तरीही घरात घुसणाऱ्या माणसाचा विचार मनात येतानाच तिला बटलरच्या प्रकरणाबद्दल चिंता वाटू लागली होती. तिला ह्या चिंतेचे कारण कळत नव्हते.

स्टेफनी आपल्या घरासमोर येऊन थांबली. तिची नजर दारावरच्या पांढऱ्या अल्युमिनिअमच्या शेडकडे आणि त्याखाली भडक रंगाने रंगवलेल्या एका संताच्या मूर्तीकडे गेली. घरापुढची सजावट किती गावठीपणाची आहे हे कळायला आपल्याला खूप वेळ लागला म्हणून तिला मनोमन हसू आले. त्या अगोदर तिचे कधीही ह्या गोष्टींकडे लक्षही गेले नव्हते.

स्टेफनीकडे घराची किल्ली होती. तरीही तिने दारावर टक्टक् केली. ऑफिसमधून निघताना तिने फोन करून ती येणार असल्याचे कळवले होते. काही क्षणातच तिच्या आईने, थियाने दार उघडले आणि स्टेफनीचे हात पसरून मिठीत घेत स्वागत केले. थियाची आजी ग्रीक होती. त्यामुळे त्यांच्या घरात मुलींना ग्रीक वळणाची नावे देण्याची पद्धत होती. स्टेफनीही त्याला अपवाद नव्हती.

''तुला भूक लागली असणार.'' थिया स्टेफनीला आपल्यापासून दूर करत म्हणाली. खाणेपिणे हा तिच्या आईचा अत्यंत लाडका विषय होता.

''सॅन्डविच चालेल.'' स्टेफनी म्हणाली. नकार देणे अशक्य आहे याची तिला कल्पना होती. ती आईच्या पाठोपाठ किचनमध्ये आली. तिथे निरनिराळ्या पदार्थांचे खमंग वास दरवळत होते.

''कशाचा तरी छान वास येतोय.'' स्टेफनी म्हणाली.

''मी तुझ्या वडिलांची आवडती डिश, ओसो बुको बनवते आहे. तू जेवायला का थांबत नाहीस? आम्ही साधारण दोन वाजता जेवणार आहोत.''

''नाही, मॉम.''

''वडिलांना हॅलो म्हणून ये.''

स्टेफनी तत्परतेने किचनच्या बाजूलाच असणाऱ्या खोलीत डोकावली. स्टेफनीच्या आठवणीत त्या खोलीतील दृश्यामध्ये कणाचाही फरक पडलेला नव्हता. रविवारी दुपारच्या जेवणाआधी नेहमीप्रमाणेच तिचे वडील पेपरमध्ये तोंड खुपसून बसलेले होते. त्यांच्या आरामखुर्चीच्या एका हातावर गच्च भरलेला ॲशट्रे अगदी पडण्याच्या

बेतात आहे हे तिला दिसले.

"हाय डॅड!" स्टेफनी आनंदी स्वरात म्हणाली.

सिनियर अँथनी डी'अगोस्टिनोने पेपर थोडा खाली केला. त्याने आपल्या किंचित सुस्त डोळ्यांनी चष्म्यावरून स्टेफनीकडे नजर टाकली. त्याच्या डोक्याभोवती सिगारेटच्या धुराचे दाट वलय होते. तरुणपणी मैदानी खेळातला खेळाडू असूनही आता मात्र स्थूलपणामुळे तो फारशी हालचाल करू शकत नसे. गेल्या दहा वर्षांत त्याचे वजन खूपच वाढले होते. तीन वर्षांपूर्वी हार्ट ॲटॅक येऊन गेल्यावर त्याला डॉक्टरनी वजनाबाबत धोक्याची सूचनाही दिली होती. उलट स्टेफनीच्या आईचे वजन मात्र खूपच कमी झाले होते.

"तू आपल्या आईला नाराज केलेलं मला चालणार नाही. समजलं का? गेले काही दिवस तिला जरा बरं वाटतंय."

"मी प्रयत्न करते."

अँथनीने पुन्हा पेपर वर उचलला. काय पण संभाषण! स्टेफनीच्या मनात हा विचार आल्यावर तिने डोळे फिरवले नि खांदे उडवले. ती पुन्हा किचनमध्ये आली. थियाने चीझ, ब्रेड, पार्मा हॅम आणि फळे टेबलावर मांडली. आईला काम करताना स्टेफनी पाहत होती. तिच्या आईचे वजन मागच्या खेपेला पाहिल्यापेक्षा कमी झालेले दिसत होते. हे लक्षण चांगले नव्हते. हातपाय आणि चेहऱ्यावर मांस जवळपास नसल्याने हाडे वर आली होती. दोन वर्षांपूर्वी थियाला स्तनांचा कर्करोग असल्याचे निदान झाले होते. त्यानंतर शस्त्रक्रिया आणि रासायनिक उपचारांमुळे गेल्या तीन महिन्यांपर्यंत तिची प्रकृती ठीक होती. पण गेल्या तीन महिन्यात रोगाने पुन्हा उचल खाल्ली होती. तिच्या एका फुफ्फुसात ट्युमर आढळून आला होता. हे लक्षण अजिबात चांगले नव्हते.

स्टेफनीने बसून एक सॅन्डविच बनवले. थियाने थोडा चहा आणला आणि ती मुलीसमोरच्या खुर्चीत बसली.

"तू जेवायला का थांबत नाहीस? तुझा मोठा भाऊपण येणार आहे."

"एकटा की बायकोमुलांना घेऊन?"

"एकटाच. त्याचं आणि तुझ्या वडिलांचं काहीतरी काम आहे."

"हे मला परिचित आहे."

"पण मग का थांबत नाहीस? हल्ली आम्हाला तू फारशी भेटत नाहीस."

"मला आवडलं असतं, पण ते शक्य नाही. मी आज संध्याकाळी एक महिन्याकरता बाहेर जाते आहे. म्हणूनच तर मी आज इथं आले. मला अजून बरीच तयारी करायची आहे."

"तू त्या माणसाबरोबर जाणार आहेस का?"

“त्याचं नाव डॅनियल आहे. आणि होय. आम्ही बरोबर जाणार आहोत.”

“तुझं त्याच्याबरोबर राहणं योग्य नाही. शिवाय तो खूप मोठा आहे. तुझं एखाद्या छानशा तरुण मुलाबरोबर लग्न व्हायला हवं. तू आता काही फार तरुण राहिलेली नाहीस.”

“मॉम. आपण ह्या विषयावर पूर्वी बोललो आहोत.”

“आपल्या आईचं जरा ऐक.” सिनियर अँथनी त्याच्या खोलीतून गरजला, “ती म्हणते आहे ते बरोबरच आहे.”

स्टेफनीने जीभ आवरली.

“तुम्ही कुठं जाणार आहात?”

“बहामामध्ये. मुख्यत: नसाऊला. पण त्या अगोदर एकदोन दिवसांकरता आम्ही आणखी एका ठिकाणी जाणार आहोत.”

“सुट्टी म्हणून?”

“नाही.” स्टेफनी म्हणाली. तिने मग आईला ही ट्रीप कामासाठी आहे हे सांगितले. तिने जास्त तपशील दिले नाहीत आणि तिच्या आईने विचारलेही नाहीत. स्टेफनीने विषय बदलून आपल्या भाच्यांबद्दल बोलायला सुरुवात केली. नातवंडे हा थियाचा अत्यंत जिव्हाळ्याचा विषय होता. साधारण तासाभराने स्टेफनी जायला निघणार होती. एवढ्यात दार उघडून तिचा भाऊ ज्युनियर अँथनी आत आला.

“चमत्कार होत राहतात हेच खरं.” टोनी खोटे आश्चर्य दाखवत म्हणाला. त्याने प्रयत्नपूर्वक चांगले उच्चार करण्याची सवय लावून घेतली होती. “म्हणजे उच्चपदस्थ आणि मोठ्या असलेल्या हार्वर्डच्या डॉक्टरांनी आम्हा गरीब कामगारांची भेट घेण्याचं ठरवलं आहे तर.”

स्टेफनीने मनाला आवरून आपल्या मोठ्या भावाकडे पाहून स्मित केले. असल्या बोलण्याला बळी पडायचे नाही हे ती पूर्वीच अनुभवातून शिकली होती. टोनीने नेहमीच तिच्या वडिलांप्रमाणेच स्टेफनीच्या शिक्षणाकडे उपहासाने पाहिले होते. पण त्याचे कारण मात्र वेगळे होते. स्टेफनीला वाटत होते की टोनी तिच्यावर जळत असावा, कारण तो जेमतेम हायस्कूलचे शिक्षण पूर्ण करू शकला होता. टोनी हुशार नव्हता असे नाही. पण तरुणपणात त्याच्या अंगात काहीतरी मिळवण्याची जिद्द नव्हती. मोठेपणी आपण कॉलेजात गेलो नाही याबद्दल आपल्याला अजिबात वाईट वाटत नाही असे तो म्हणून दाखवी, पण खरी गोष्ट स्टेफनीला ठाऊक होती. “मॉम सांगत होती. तुझा पोरगा उत्तम हॉकी खेळतो म्हणून” स्टेफनी मुद्दाम वेगळा विषय काढत म्हणाली. टोनीला एक बारा वर्षांचा मुलगा आणि दहा वर्षांची मुलगी होती.

“होय. चांगला टणक आहे तो.” टोनी म्हणाला. टोनीची उंची नि रंग

साधारणतः स्टेफनीसारखाच होता. पण त्याची मान जाडजूड होती आणि हात वडिलांप्रमाणे धष्टपुष्ट होते. वडिलांप्रमाणेच टोनीदेखील रासवट पुरुषी अहंकारी स्वभावाचा होता. तिला त्याच्या स्वभावामुळे टोनीच्या बायकोबद्दल कणव वाटायची आणि त्याच्या मुलीबद्दल काळजी.

टोनीने आईच्या दोन्ही गालांचा मुका घेतला आणि तो बाजूच्या खोलीत गेला. स्टेफनीला पेपर बाजूला टाकल्याचा आवाज आला. मग तिला हातात हात मिळवल्याचा आणि 'कसं काय चाललंय? उत्तम.' 'आणि तुम्ही कसे आहात? –झक्कास!' हे संभाषण ऐकू आले. नंतर दोघांच्या संभाषणाची गाडी बोस्टनमधल्या खेळाविषयीच्या बातम्यांकडे गेल्यावर स्टेफनीने त्यांच्याकडचे लक्ष दुसरीकडे वळवले.

"मॉम. मला आता निघालं पाहिजे."

"तू थांबत का नाहीस? मी लगेच जेवण तयार करू शकते."

"नाही मॉम. मला शक्य नाही."

"डॅड आणि टोनीला वाईट वाटेल!"

"होय. ते बरोबरच आहे.!"

"ते त्यांच्या परीनं तुझ्यावर प्रेम करतात."

"नक्कीच मॉम." स्टेफनी हसत म्हणाली. तिलाही मनातून ते पटत होते. स्टेफनीने पुढे होत थियाचा हात हातात घेतला. तिचे मनगट अगदी नाजूक वाटत होते. जणू जरा जास्त दाब पडला तर हाडे मोडतील एवढी ती कृश झालेली होती. स्टेफनी उठून उभी राहिली. थियादेखील उठली आणि स्टेफनीला मिठीत घेतले.

"मी बहामाला पोहोचून स्थिरस्थावर झाले की लगेच फोन करीन. मी तुला फोन नंबर देईन." स्टेफनी म्हणाली आणि आईच्या गालावर ओठ टेकवून ती पुन्हा बाजूच्या खोलीत डोकावली. आत दोघेही सिगारेट ओढत असल्याने धूर आणखी दाटला होता. "गुडबाय... मी निघते आता."

टोनीने वर पाहिले, "हे काय? तू एवढ्यात निघालीस?"

"ती महिनाभरासाठी बाहेरगावी जाते आहे. तिला अजून तयारी करायची आहे." थिया पाठीमागून म्हणाली.

"नाही!" टोनी म्हणाला, "तू जाऊ नकोस. लगेच तर नाहीच! मला तुझ्याशी बोलायचं आहे. मी तुला फोन करणारच होतो. पण आता तू आलेली आहेसच. तेव्हा समोरासमोर बसून बोललेलं जास्त बरं."

"तर मग ताबडतोब इकडं ये." स्टेफनी म्हणाली, "मला खरोखरच लगेच निघायचं आहे."

"आमचे बोलणं पूर्ण होईपर्यंत तू थांबणार आहेस. मी टोनीबरोबर धंद्याबद्दल बोलतोय." सिनियर अँथनी म्हणाला,

“ठीक आहे पॉप.” वडिलांच्या गुडघ्यावर हलकेच हात दाबत टोनी म्हणाला, “स्टेफला मला जे सांगायचंय त्याला फार वेळ लागणार नाही.” फेकून दिलेले वर्तमानपत्र उचलत सिनियर अँथनीने काहीतरी कुरकूर केली.

टोनी किचनमध्ये आला नि एक खुर्ची उलटी करून त्याच्यावर बसला. त्याने स्टेफनीला खूण केली. अलीकडे आपल्या बापाची अनेक कामे करायला लागल्यापासून टोनी जास्तच प्रमाणात अधिकार गाजवू लागला होता. स्टेफनीला ते आवडत नव्हते. ती बसली, पण त्याला काय ते लवकर बोल असे बजावून मगच ती बसायला तयार झाली होती. त्याला तिने सिगारेटही विझवायला सांगितले. टोनीने गुरगुरत ती विझवली.

“मी तुला फोन अशासाठी करणार होतो की माझा अकाउंटंट माईकी ज्युलारिओने मला सांगितलं, तुमची क्युअर कंपनी बुडायच्या मार्गाला लागलीय म्हणे. मी त्याला हे अशक्य आहे असं म्हणालो. कारण माझ्या लहान बहिणीनं मला नक्कीच त्याबद्दल सांगितलं असतं. नाही का? पण तो म्हणाला की त्यानं ग्लोबमध्ये तशी बातमी वाचली. नेमकी काय भानगड आहे?”

“जरा आर्थिक अडचण आहे,” स्टेफनी कबुली देत म्हणाली, “राजकीय हस्तक्षेपामुळे आम्हाला निधी मिळायला अडथळा निर्माण झाला आहे.”

“म्हणजे ग्लोबची बातमी उगीचच नव्हती तर?”

“मी ती वाचलेली नाही. पण मी म्हणाले त्याप्रमाणे आम्ही जरासे कोंडीत सापडलो आहोत.”

टोनीचा चेहरा विचारात पडल्याने वेडावाकडा झाला. तो स्वत:शीच मान हलवत होता, “हं हं... बातमी काही चांगली नाही. तुला समजत असेलच. मला मी कर्ज म्हणून दिलेल्या दोन लाख डॉलरची काळजी वाटते.”

“चुकीची दुरुस्ती! ते कर्ज नव्हतं. ती गुंतवणूक होती.”

“एक मिनिट! तू रडत माझ्याकडे आली होतीस, मला पैशांची गरज आहे असं तू म्हणाली होतीस.”

“पुन्हा चुकीची दुरुस्ती! मी म्हणाले होते की आम्हाला पैसा उभारावा लागणार आहे. मी रडत वगैरे अजिबात नव्हते.”

“होय. पण तू म्हणाली होतीस की हे सुरक्षित असणार आहे.”

“मी म्हणाले होते की मला वाटतं ती गुंतवणूक चांगली आहे. कारण ती नव्यानं शोधलेल्या व पेटंटवर आधारित अत्यंत हुशारीच्या कल्पनेवर होती. ह्यामुळे वैद्यकीय क्षेत्रात मोठी प्रगती होणार होती. पण त्यात जोखीम नाही असं मी म्हणाले नव्हते. आणि मी तुला वाचायला कंपनीचं माहितीपत्रक दिलं होतं. तू ते वाचलं होतंस ना?”

"नाही. मी वाचलं नव्हतं. मला त्या घाणीतलं काही कळत नाही. पण जर गुंतवणूक चांगली होती तर मग आता काय अडचण आहे?"

"जे घडलं त्याची कोणीही कल्पना केली नव्हती. कंपनीच्या पद्धतीवर काँग्रेसनं बंदी आणण्याची तयारी केली आहे. पण मी तुला खात्रीनं सांगते की आम्ही त्यावर मात करण्यासाठी प्रयत्न करतो आहोत आणि परिस्थिती आमच्या नियंत्रणात आहे. हे सगळं आमच्यावर अचानक कोसळलं. आम्ही आमच्याकडची शेवटची पेनीही कंपनीसाठी वापरतो आहोत. अगदी त्यासाठी आम्ही डॅनियलचा फ्लॅटही गहाण ठेवला आहे. ह्यात काय ते समज. मला कल्पना आहे, आता गुंतवणूक फारशी स्थिर वाटत नाही. मला तुझे पैसे घेतले म्हणून वाईट वाटतंय."

"तुलाच नाही तर मलाही!"

"तुझ्यावर जे आरोप आहेत त्याचं पुढं काय होईल?"

टोनीने हवेत हात फिरवून हाकल्यासारखे केले, "त्याचं काय? काहीही होणार नाही. सगळा मूर्खपणा होता. पुन्हा निवडून येण्यासाठी केवळ प्रसिद्धी मिळावी म्हणून डिस्ट्रिक्ट ॲटर्नी ढोल वाजवतोय झालं. पण तू विषय बदलू नकोस.   तू म्हणालीस की ही राजकीय अडचण तुम्ही सोडवणार आहात."

"तसं आम्हाला वाटतंय."

"त्याचा तुझ्या ह्या एक महिन्याच्या ट्रिपशी काही संबंध आहे का?"

"आहे." स्टेफनी म्हणाली, "पण मी तुला त्याबद्दल आणखी काही सांगू शकत नाही."

"ओह! खरंच?" टोनी उपहासाने म्हणाला, "इथं माझे दोन लाख अडकले आहेत आणि तू मला काहीही सांगायला तयार नाहीस. ह्यात काहीतरी गडबड आहे."

"जर मी तुला आम्ही काय करतोय हे उघड करून सांगितलं तर त्या कामाच्या यशाला धोका निर्माण होईल."

"उघड करून, धोका, यश!" टोनी टिंगलीच्या स्वरात वेडावत म्हणाला,

"वाहवा! तुला काय वाटलं तुझ्या ह्या फडतूस शब्दांनी माझं समाधान होईल? शक्यच नाही! बरं तू कुठं चालली आहेस, वॉशिंग्टन?"

"ती नसाऊला चाललीय." अचानक स्टोव्हपाशी उभी असलेली थिया म्हणाली, "आणि आपल्या बहिणीशी असं बोललेलं मला चालणार नाही, ऐकू आलं का?"

टोनी एकदम जागच्या जागी ताठ बसला. त्याचे हात निर्जीवपणे बाजूला लोंबकळत होते. आश्चर्याने त्याने आ वासला होता. "नसाऊ!"

टोनी ओरडला, "हा काय वेडेपणा अं! राजकीय कारणामुळे जर क्युअर बुडायला लागलीय हे खरं असेल तर तुम्ही इथं राहून काहीतरी करायला नको का?"

"म्हणून तर आम्ही नसाऊला चाललो आहोत.''

"हा!'' टोनी मोठ्या आवाजात ओरडला, "म्हणजे अशा मार्गानं तुझा तो तथाकथित बॉयफ्रेन्ड लफड्यातून बाहेर पडायचा विचार करतोय?''

"तुझं म्हणणं जवळपास खरं आहे टोनी. मी तुला आणखी जास्त काही सांगू शकत नाही. महिनाभरात सर्वकाही व्यवस्थित होईल. त्यावेळी आम्हाला तुझी रक्कम कर्जाऊ होती हे मान्य करायला आवडेल. आम्ही सगळी रक्कम व्याजासह परत करू.''

"मी हे ऐकताना माझा श्वास रोखून धरलाय.'' टोनी नाक मुरडत म्हणाला, "तू म्हणालीस, मला तू आणखी काही सांगू शकत नाहीस. पण मी काहीतरी सांगतोय, ते ऐक. ते दोन लाख सगळे माझे नव्हते.''

"नाही, म्हणजे?'' संभाषण अत्यंत कटू होत चालले आहे हे स्टेफनीला जाणवले.

"तू माझ्यापुढं इतकं छान चित्र रंगवलं होतंस की मला वाटलं त्यात आणखी कोणाला तरी सहभागी करावं. अर्धी रक्कम कास्टिग्लिआनो बंधूंची आहे.''

"हे तू मला कधीच बोलला नाहीस!''

"आता सांगतोय ना.''

"हे कास्टिग्लिआनो बंधू कोण?''

"माझे व्यवसायिक भागीदार आहेत. आणि मी आणखी काहीतरी सांगणार आहे. त्यांना आपला पैसा असा वाऱ्यावर उडत जाण्याची बातमी आवडणार नाही. त्यांना असं काही ऐकायची सवय नाही. तुझा भाऊ म्हणून मी सांगतोय, बहामाला जाण्याची कल्पना अजिबात चांगली नाही.''

"पण आम्हाला जाणं भाग आहे.''

"ते तू सांगितलंस. पण त्याचं कारण नाही सांगितलंस. मला तू पुन्हा तेच सांगायला भाग पाडते आहेस. तू आणि तुझा तो हार्वर्डचा बॉयफ्रेन्ड, तुम्ही दोघांनी इथंच राहून आपलं दुकान सांभाळावं हे बरं. कारण तुम्ही आमच्या पैशांवर तिकडे सूर्यप्रकाशात मजा मारणार हे मला दिसतंय आणि आम्ही अडाणी माणसं इथं बोस्टनमध्ये आमची बुडं गारठ्यात ठेवून बसणार.''

"टोनी.'' स्टेफनी शांतपणाने अत्यंत आश्वासक स्वरात म्हणाली, "आम्ही नसाऊला अडचणीतून मार्ग काढण्यासाठीच जातो आहोत.''

टोनीने हताशपणे हात उंचावले, "मी प्रयत्न केला! मी प्रयत्न केला हे देवाला माहिती आहे!''

पॉवर स्टिअरिंग असल्याने अक्षरश: उजव्या हाताच्या एका बोटाने टोनी

आपली काळी कॅडिलॅक डिव्हिले गाडी चालवत होता. त्या संध्याकाळी हवा अतिशय सुखद असल्याने त्याने खिडकी उघडी ठेवली होती. त्याच्या खिडकीतून बाहेर काढलेल्या हातात सिगारेट होती. त्याची गाडी कास्टिग्लिआनो बंधूंच्या प्लंबिंग सप्लाय फर्मच्या इमारतीसमोरच्या खडीवर आल्यामुळे टायरच्या आवाजात रेडिओचा आवाज लपून गेला. ही इमारत एकमजली, सपाट छत असणारी असून तिच्या मागच्या बाजूला चिखलाने भरलेली सपाटी होती.

टोनीने गाडी थांबवली. तिथे त्याच्या गाडीसारख्या तीन गाड्या उभ्या होत्या. तिन्ही काळ्या रंगाच्याच होत्या. टोनीने बाजूच्या गंजणाऱ्या भंगार सामानात सिगारेट फेकली आणि इंजिन बंद केले. बाहेर पडताच त्याच्या नाकावर दलदलीचा खरा उग्र दर्प आला.

करड्या रंगाच्या त्या इमारतीच्या दर्शनी भागाला रंग देण्याची गरज होती. फर्मच्या काळ्या रंगातल्या नावाखेरीज भिंतीवर नाना प्रकारची वेडीवाकडी चित्रे होती. दरवाजा बंद नसल्याने टोनी सरळ टक्टक् न करता आत शिरला. ही त्याची नेहमीचीच पद्धत होती. आतल्या बाजूला मध्यभागी एक काउंटर होता आणि मागच्या बाजूला अगदी छतापर्यंत असणाऱ्या शेल्फांमध्ये प्लंबिंगचं सामान भरलेले होते. आतमध्ये टोनीला कोणीच दिसले नाही. काउंटरवर ठेवलेल्या रेडिओवर पन्नासच्या दशकातील संगीत चालू होते.

काउंटरला वळसा घालून टोनी आत गेला. मागच्या बाजूचे दार उघडल्यावर फर्मचे ऑफिस होते. बाहेरच्या भागाच्या तुलनेत आतला भाग चांगला सजवलेला होता. आत एक कातडी कव्हर घातलेला सोफा आणि दोन डेस्क होती. खिडकीतून बाहेरची दलदल दिसत होती. त्यामध्ये कॅटटेलची झुडपे आणि टायर वगैरे कचराही होता. आत तिघेजण बसलेले होते. दोन डेस्कपाशी दोघे आणि सोफ्यावर एकजण.

तुटकपणे अभिवादन केल्यावर टोनीने अगोदर डेस्कपाशी बसलेल्या आणि मग सोफ्यावरच्या माणसाशी भराभरा हस्तांदोलन केले. नंतर तो बसला. कास्टिग्लिआनो बंधू डेस्कपाशी बसले होते. त्या जुळ्या भावांची नावे साल आणि लुई अशी होती. टोनीच्या शाळेत ते असल्यामुळे तिसऱ्या इयत्तेपासून त्याला माहिती होते. तेव्हा त्यांची मैत्री नव्हती. शाळेमध्ये ह्या हडकुळ्या पोरांची सतत टिंगलटवाळी होत असे. मोठे झाले तरी ते तसेच हडकुळे राहिले होते. त्यांचे गाल बसलेले आणि निस्तेज दिसत होते आणि डोळे खोलवर गेलेले.

सोफ्यावर बसलेल्या माणसाचे नाव गेटानो बारेसी होते. तो न्यूयॉर्क शहरात वाढलेला होता. तो टोनीपेक्षाही धष्टपुष्ट होता. तो नेहमी काउंटरवर बसत असे. त्याचबरोबर तो जुळ्यांसाठी हाणामारीची कामेही करायचा. शाळेत असताना झालेल्या हेटाळणीची भरपाई करण्यासाठी गेटानोला जुळ्यांनी बाळगले होते असे अनेकांना

वाटे. पण टोनीला खरी गोष्ट माहिती होती. कास्टिग्लिआनो बंधूंच्या काही कायदेशीर, तर काही कमी कायदेशीर धंद्यांमध्ये अधून मधून त्याची गरज पडत असे. या व्यवसायांमुळेच तर टोनीची ह्या जुळ्या भावांशी ओळख झाली होती.

"सगळ्यात अगोदर, तुम्ही रविवारी इथं आलात म्हणून आभार." टोनी म्हणाला.

"ठीक आहे." टोनीच्या डावीकडच्या डेस्कपाशी बसलेला साल म्हणाला, "आम्ही गेटानोला बोलावलं म्हणून तुझी काही हरकत नाही ना?"

"जेव्हा तू फोन करून काहीतरी गडबड आहेस म्हणालास तेव्हा आम्हाला वाटलं की त्यालाही बोलावलेलं बरे." लुई म्हणाला.

"ठीक." टोनी म्हणाला, "आपण ह्या अगोदर भेटायला हवं होतं एवढंच मला आत्ता वाटतंय. मी ते नंतर सांगतो."

"आम्ही शक्य ते केलंय." साल म्हणाला.

"माझ्या सेलफोनची बॅटरी संपलीय. मी माझ्या मेव्हणीच्या घरी पूल खेळत होतो. त्यामुळे मी सापडणं अवघड गेलं." गेटानो म्हणाला.

टोनीने सिगारेट पेटवली आणि सगळ्यांना ऑफर केली. थोड्याच वेळात सगळेजण सिगारेट ओढू लागले.

दोनचार खोल झुरके मारल्यावर टोनीने सिगारेट खाली ठेवली. बोलताना त्याला हात मोकळे लागत असत. मग त्याने दुपारी स्टेफनीबरोबर झालेल्या संभाषणातला त्याला आठवणारा भाग अक्षरशः सविस्तर सांगितला. त्याने काहीही गाळले नाही की शब्दांची फेरफार केली नाही. आपल्याला आणि आपल्या अकाउंटंटला स्टेफनीची कंपनी उलथणार असे वाटत असल्याचे त्याने सांगितले.

टोनी बोलत असताना जुळे अधिकाधिक संत्रस्त होत होते. साल एका पेपर क्लिपशी खेळत होता. वाकवता वाकवता अखेर तिचे दोन तुकडे झाले. लुईने चिडून अर्धी सिगारेट चिरडून टाकली.

"मला हे खरं वाटत नाही!" साल म्हणाला.

"तुझ्या बहिणीचं त्या ठोंब्याशी लग्न झालंय का?" लुईने विचारले.

"नाही. ते तसेच एकत्र राहतात."

"हे ऐकून ठेव. तो हरामजादा सूर्यप्रकाशात मौजमजा करत असताना आम्ही गप्प बसून राहणार नाही" साल म्हणाला, "ते शक्य नाही!"

"आपली नाराजी त्याला कळायला हवी." लुई म्हणाला, "त्यानं इथं राहून सगळं ठीक करायला हवं नाहीतर... गेटानो तुझ्या लक्षात आलं का?"

"होय. कधी?"

लुईने सालकडे, तर सालने टोनीकडे पाहिले.

"आज आता फार उशीर झालाय." टोनी म्हणाला, "म्हणून तर मला त्या अगोदर तुमची भेट घ्यायची होती. ते नसाऊला जायच्या अगोदर दुसऱ्या कुठल्यातरी ठिकाणी जाण्यासाठी निघालेही असतील. पण बहामात गेल्यावर माझी बहीण ममाला फोन करणार आहे."

"तू आम्हाला कळवशील ना?" सालने विचारले.

"होय. पण ह्यातून माझी बहीण बाजूला राहायला हवी."

"आमचं तिच्याशी काहीच भांडण नाही." लुई म्हणाला, "म्हणजे निदान मला तरी तसं वाटतं."

"नक्कीच नाही." टोनी म्हणाला, "माझ्यावर विश्वास ठेवा! मला तिच्यामाझ्यात रक्तरंजित संबंध नको आहेत."

"आमचं भांडण त्याच्याशी आहे." साल म्हणाला.

लुईने गेटानोकडे नजर टाकली." तू नसाऊला जाणार आहेस."

गेटानोने हाताची बोटे मोडली. "उत्तम!"

◆

११

सोमवार, २५ फेब्रुवारी २००२
सकाळी ७ वाजता

"स्टेफनी!" डॅनियल मृद आवाजात स्टेफनीला हलवत म्हणाला, "लवकरच ब्रेकफास्ट येणार आहे तुला काही खायचं आहे का की तू झोपून राहणार आहेस?"

स्टेफनीने कसेबसे डोळे उघडले आणि डोळे चोळत जांभई दिली. नीट पाहण्यासाठी तिने डोळ्यांची उघडझाप केली. विमानाच्या आतल्या विरळ वातावरणामुळे तिचे डोळे कोरडे झाले होते.

"आपण कुठं आहोत?" स्टेफनीने घोगऱ्या आवाजात विचारले. तिचा घसाही कोरडा पडला होता. तिने हातपाय ताणून आळस झटकला आणि मग वाकून खिडकीतून पाहिले. अगदी अंधुक प्रकाश पसरू लागला असला तरी खाली अजून गडद अंधार होता. खाली गावा-शहरांमधल्या दिव्यांचे ठिपके दिसत होते.

"माझ्या अंदाजाने आपण फ्रान्सवर कुठेतरी आहोत." डॅनियल म्हणाला.

शेवटी गडबड उडू नये म्हणून प्रयत्नांची पराकाष्ठा करूनही आदल्या रात्री डॅनियलच्या घरातून बाहेर पडताना घाई झालीच होती. लोगान विमानतळावर जाऊन सुरक्षा तपासणीतून जाईपर्यंत उशीर झाला होता. पण अखेर विमान सुटायला दहा

मिनिटे असताना कसेबसे ते पोहोचले होते. बटलरच्या भरघोस पैशामुळे ते अल-इटालियाच्या 'मॅग्निफिका' क्लासने जात होते. बोईंग ७६७ मध्ये ते पहिल्या दोन अत्युत्तम सीटवर विराजमान झाले होते.

"तू टक्कं जागा कसा काय आहेस?" स्टेफनी खुर्ची सरळ करत म्हणाली.

"जराही डोळा लागला नाही." डॅनियल म्हणाला, "तू आणलेली ती ट्युरीनच्या कफनाबद्दलची पुस्तकं वाचायला सुरुवात केली. विशेषत: ते इयान विल्सनचं पुस्तकं वाचलं. तू त्यात एवढी का अडकून पडली होतीस ते मला समजतंय. पुस्तक खरोखरच फार छान आहे."

"तू वाचून दमला असशील."

"नाही." डॅनियल म्हणाला, "ते पुस्तक वाचताना माझी करमणूक झाली. मला आता बटलरच्या उपचारात कफनावरचे डी.एन.ए. वापरण्याची कल्पना आवडू लागली आहे. इतकंच नाही तर मला वाटतंय की बटलरवरचे उपचार झाले की मग आपण आणखी एखाद्या सुप्रसिद्ध व्यक्तीवर तेच डी.एन.ए. वापरून उपचार करावेत. माणूस असा हवा की त्याला प्रसिद्धी मिळाली तरी चालेल. एकदा का त्या उपचाराची स्टोरी सगळीकडे गाजू लागली की मग कोणीही राजकारणी ढवळाढवळ करायचं धाडस करणार नाही. एफडीएला देखील उपचारांच्या प्रोटोकॉलला मान्यता देणं भाग पडेल."

"हो हो...!" स्टेफनी त्याला थांबवत म्हणाली, "आपण फार उडी मारायला नको. आत्ता ह्या क्षणी तरी आपल्याला बटलरच्या उपचारांवर सगळं लक्ष केंद्रित करायला हवं. तो बरा होईलच याची अजून खात्री नाही."

"आणखी एका सुप्रसिद्ध व्यक्तीवर उपचार करायची कल्पना तुला पसंत नाही?"

"तसं नाही. पण त्यावर मला नीट विचार तर केला पाहिजे ना." स्टेफनी धोरणीपणाने म्हणाली, "मी आता मरगळून गेले आहे. मला टॉयलेटला जायचं आहे. मला भूकही लागलीय. जेव्हा मी पुन्हा ताजीतवानी होईन तेव्हा मग तू कफनाबद्दल काय वाचलंस ते मला ऐकव. तू काही सिद्धांत तयार केलास की नाही ते जाणून घ्यायला मला आवडेल."

तासाभराने विमान रोमच्या फ्युमिचिनो विमानतळावर उतरले. त्या वेळी अनेक आंतरराष्ट्रीय फ्लाईट येत असल्याने पासपोर्ट तपासणीला खूप गर्दी होती. त्या गर्दीतून बाहेर पडल्यावर ते ट्युरीनला जाणाऱ्या फ्लाईटच्या गेटपाशी आले. त्या ठिकाणी जवळच असणाऱ्या कॉफीबारकडे जाऊन डॅनियलने इटालियन एस्प्रेसो कॉफी घेतली आणि ती अस्सल इटालियन माणसाप्रमाणे एका घोटात संपवली.

ट्युरीनच्या फ्लाईटमध्ये मॅग्निफिको क्लास नव्हता. त्यामुळे त्यांना एका

छोट्या केबिनमध्ये अनेक उद्योगपतींच्या गर्दीत आखडून बसावे लागले. विशेषत: उंच असल्याने डॅनियलचे गुडघे पुढच्या सीटला अगदी खेटून बसले होते. ''वाहवा. फारच आरामशीर जागा आहे.''

''तुला आता कसं वाटतंय? दमल्यासारखं वाटतंय का?''

''नाही. आणि त्या कडक कॉफीनंतर तर नाहीच.''

''मग माझ्याशी त्या कफनाबद्दल बोल! मला ऐकायची उत्सुकता आहे.''

बोस्टन-रोम फ्लाईटमध्ये टॉयलेटसाठी मोठी रांग असल्याने त्यांना तिथे आणखी बोलायला वेळ मिळाला नव्हता.

''हं... सर्वात महत्त्वाचं म्हणजे मी सिद्धांत वगैरे काहीही तयार केलेला नाही. ती प्रतिमा कशी तयार झाली हे खरोखरच गूढ आहे, हे मी मान्य करतो. इयान विल्सननी त्या प्रतिमेचे फोटोची सुप्त नेगेटिव्ह असे जे काव्यात्म वर्णन केले आहे ते मला आवडले. ही नेगेटिव्ह फोटोग्राफी तंत्राचा शोध लागण्याच्या प्रतिक्षेत होती. पण त्याला नि तुला वाटतं त्याप्रमाणे ती येशूच्या पुनरुत्थानाची प्रतिमा नाही. मला ते पटत नाही. त्यामागचा युक्तिवाद अशास्त्रीय आहे. तुम्ही अ-वस्तुकरणाची अज्ञात संकल्पना समोर ठेऊन अज्ञात गोष्टींचे स्पष्टीकरण देऊ शकत नाही.''

''पण कृष्णविवरांचं काय?''

''तू कशाबद्दल बोलते आहेस?''

''अज्ञात गोष्टींचं स्पष्टीकरण देण्यासाठी कृष्णविवरांची संकल्पना मांडण्यात आली आहे. आपल्या वैज्ञानिक अनुभवाच्या दृष्टीने पाहता कृष्णविवरांची संकल्पना बुद्धीला न पटणारी आहे.''

काही वेळ डॅनियलदेखील गप्प बसून राहिला. तिथे फक्त आजूबाजूला पेपरची पाने उलटल्याचे व लॅपटॉपचे आवाज एकू येत होते. जेट इंजिनांचा आवाजही ऐकू येत होता. अखेर काही वेळाने डॅनियलने शांततेचा भंग केला. ''तुझा मुद्दा विचार करण्याजोगा आहे खरा.''

''हं तर पुढे बोल! तुला त्या पुस्तकात आणखी काय जाणवलं?''

''बरंच काही. एक गोष्ट म्हणजे त्या माणसाच्या प्रतिमेच्या पायाचे केलेले विश्लेषण. रिफ्लेक्टन्स स्पेक्ट्रोस्कोपी तंत्राने त्या ठिकाणी काही धुलीकण आढळले. मला सुरुवातीला ह्यात काही खास वाटलं नाही. पण ऑप्टिकल क्रिस्टलोग्राफी केल्यावर त्यामध्ये ट्रॅव्हरटीन अर्गोनाईट कण आहेत हे कळलं. हे कण आणि जेरुसलेमच्या थडग्यांमधून घेतलेल्या चुनखडीच्या कणांमध्ये साम्य आहे हे समजल्यावर आश्चर्य वाटलं.''

स्टेफनी हसली, ''तुला काय आवडेल ते तुझं तुलाच माहिती. तू त्या गूढ शास्त्रीय तपशीलानं प्रभावित झालास. माझ्या ती चिल्लर गोष्ट लक्षातही राहिली नाही.''

"अशा प्रकारची धूळ मुद्दाम आणून ती आपल्या बनावट कलाकृतीवर पसरणाऱ्या चौदाव्या शतकातल्या त्या फ्रेंच भामट्याविषयी कल्पना करताना बुद्धीला फारच ताण द्यावा लागतोय."

"मलाही तेच वाटतंय."

"आणखी एका गोष्टीनं माझं लक्ष वेधून घेतलंय. त्या कफनावर ज्या तीन वनस्पतींचे पराग मिळाले आहेत त्या कुठे आढळतात हे पाहिलं तर त्या कफनाचे मूळ हेब्रॉन आणि जेरुसलेममधल्या अवघ्या वीस मैलांच्या परिसरात असले पाहिजे."

"हे कुतुहलजनक आहे की नाही?"

"कुतुहल निर्माण करण्यापेक्षा जास्त महत्त्वाचं." डॅनियल म्हणाला, "ते कफन प्रत्यक्ष येशूच्या मृतदेहाभोवती गुंडाळलेलं होतं की नाही हे सिद्ध झालेलं नाही. इतकंच नाही तर मी असं म्हणेन की ते कधीच सिद्ध करता येणार नाही. पण हे मात्र नक्की की ते कापड जेरुसलेम इथून आलेलं होतं. प्राचीन रोमन पद्धतीने ठार केलेल्या कोणातरी माणसाच्या मृतदेहाला ते गुंडाळलेलं होतं. ह्या माणसाचं नाक मोडलेलं होतं नि त्याच्या डोक्यावर काट्यांनी केलेल्या जखमा होत्या. ह्या माणसाच्या छातीवर भाल्याचा घाव होता आणि त्याला क्रूसावर चढवलं गेलं होतं."

"ऐतिहासिक पुराव्यांबद्दल तुझं मत काय आहे?"

"हा पुरावाही अत्यंत उत्तमपणाने मांडला असल्याने मन वेधून घेणारा आहे. हे सगळं वाचल्यावर मी हे मान्य करायला तयार आहे की ट्युरीनचं कफन आणि एडेसाचं कापड एकच आहेत. हे कापड कॉन्स्टंटिनोपलमध्ये लोकांना पाहण्यासाठी ठेवलेलं असताना त्यावर पडलेल्या घड्यांचा अभ्यास ज्या पद्धतीनं केला गेला आहे तो थक्क करणारा आहे. त्या घड्यांचं वर्णन सर्वसाधारणपणे फक्त येशूचं डोकं असल्यानं झाल्याचं केलं जातं. पण एडेसा क्लॉथ गायब होण्याच्या अगोदर, सन १२०४मध्ये कॉन्स्टंटिनोपल शहर लुटलं जायच्या आधी रॉबर्ट डी क्लेरी नावाच्या क्रुसेडरनं ते पाहिलं होतं. त्यानं त्यावेळी येशूच्या सगळ्या शरीराचं वर्णन केलेलं आहे."

"ह्याचा अर्थ असा की रेडियोकार्बन चाचण्यांचे निष्कर्ष चुकीचे आहेत."

"होय. शास्त्रज्ञ म्हणून ते मान्य करणं कितीही अवघड असलं तरी ते खरं असावं."

त्यांनी ऑरेंज ज्यूस जेमतेम घेतला असतानाच सीटबेल्ट बांधण्याची सूचना मिळाली. विमान ट्युरीनच्या कासेल्ले विमानतळावर उतरत असल्याची घोषणा झाली. विमानात एवढी गर्दी होती की रोमहून यायला जेवढा वेळ लागला होता, जवळजवळ तेवढाच वेळ त्यांना विमानातून बाहेर पडून सामान शोधून काढायला लागला.

बॅगा येण्याची वाट पाहत उभे असताना स्टेफनीला सेलफोनच्या एका सवलतीच्या योजनेची जाहिरात दिसली. स्टेफनी तिकडे गेली. बोस्टनमध्ये तिला कळलं होतं की तिचा सेलफोन जरी नसाऊमध्ये चालला असता तरी युरोपमध्ये त्याचा काही उपयोग होणार नव्हता. बटलरकडून येणारे ई-मेल मिळण्यासाठी तिला युरोपमध्ये सेलफोनची गरज होती. तिने लवकरात लवकर त्याचे ई-मेल दोन्ही सेलफोन नंबरवर जातील याची व्यवस्था करून घ्यायचे ठरवले.

सामान घेऊन डॅनियल नि स्टेफनी टॅक्सीसाठी रांगेत उभे राहिले. त्यांना पिडमॉन्ट भागाचे पहिले दर्शन झाले. उत्तर आणि पश्चिमेला बर्फाच्छादित डोंगर दिसत होते तर दक्षिणेकडे शहराच्या औद्योगिक भागावर करड्या रंगाचे धुके पसरलेले दिसले. हवा थंड आणि साधारणतः बोस्टनसारखीच होती. दोन्ही शहरांचे भौगोलिक स्थान साधारण सारखेच असल्याने हे सहाजिकच होते.

"गाडी भाड्याने घेतली नाही म्हणून पश्चाताप करावा लागणार की काय." भरून वेगाने बाहेर उसळत जाणाऱ्या टॅक्सींकडे पाहत डॅनियल म्हणाला.

"शहरात पार्किंग करणं अशक्य आहे असं गाईडबुकमध्ये लिहिलंय."

स्टेफनीने त्याला आठवण करून दिली. "चांगला भाग असा आहे. जरी वेगाने चालवत असले तरी इटालियन ड्रायव्हर चांगले असतात म्हणे." टॅक्सीत बसल्यानंतर मात्र स्टेफनीचे म्हणणे खरे असल्याचे डॅनियलला पटले. तो जीव मुठीत धरून बसला होता. टॅक्सीमध्ये व्हॅन आणि आटोपशीर गाडीची एकत्रित वैशिष्ट्ये होती. डॅनियलच्या दुर्दैवाने या अत्याधुनिक फियाटचा ॲक्सलेटर फारच तेज होता.

स्टेफनी यापूर्वी अनेकदा इटलीत आलेली असल्याने शहर कसे असेल याची तिला चांगली कल्पना होती. पण सुरुवातीला तिची निराशा झाली. ट्युरीनमध्ये फ्लोरेन्स किंवा सिएना या मध्ययुगीन व प्रबोधनकाळातील गावांसारखा दिमाख नव्हता. उलट ते शहर मधूनमधून दिसणारी उपनगरे असलेले आधुनिक शहर वाटत होते. त्यावेळी सकाळची प्रचंड रहदारी दिसत होती. रस्त्यावरचे सगळे इटालियन ड्रायव्हर सारखेच आक्रमक स्वभावाचे असावेत. सगळीकडे ॲक्सलेटर दाबणे, अचानक करकचून ब्रेक लावणे आणि हॉर्न वाजवणे जोरदारपणे चालू होते. डॅनियलच्या दृष्टीने तो प्रवास धीर खचवणारा होता. स्टेफनीने बोलण्याचा प्रयत्न करून पाहिला. पण डॅनियलचे सारे लक्ष बाहेरच्या जीवघेण्या शर्यतीकडे लागलेले होते.

डॅनियलने गाईडबुकमध्ये पाहून शहरातल्या सर्वोत्कृष्ट ग्रॅन्ड बेलेव्हेदेरे या हॉटेलात एका रात्रीसाठी बुकिंग केले होते. हे हॉटेल शहराच्या जुन्या भागात होते. शहराच्या या मध्यभागात आल्यावर स्टेफनीचे ट्युरीनविषयीचे मत बदलू लागले. पण अद्यापही तिला अपेक्षा होती तशा बांधणीच्या इमारती मात्र दिसत नव्हत्या.

तरीही या गावाला स्वत:चा देखणा तोंडावळा आहे हे तिला मान्य करावे लागले. आता मोठमोठे चौक, कमानी आणि अत्यंत सुंदर अशा 'बरोक' इमारती दिसू लागल्या होत्या. हॉटेलच्या दारापाशी पोहोचेर्यंत तर स्टेफनीचे पहिले मत पूर्णपणे पालटले होते.

ग्रॅन्ड बेलेव्हेदेरे हा एकोणिसाव्या शतकातल्या छानछोकीचा सर्वोत्कृष्ट नमुना होता. स्टेफनीने इतरत्र कुठेही न पाहिलेल्या प्रमाणात तिथे चकचकीत धातूकामाची सजावट होती. संगमरवरी स्तंभ, चौकोनी खांब, सुंदर कमानी आणि ठिकठिकाणी असणारे बालकांच्या वेषातील देवदूतांचे, पंख असलेले पुतळे यामुळे ह्या इमारतीच्या सौंदर्यात प्रचंड दिमाख होता. त्यांच्याजवळ खूप सामान होते कारण त्यांना नसाऊला एक महिना राहायचे होते. गाडी दारापाशी जाताच उत्तम पोशाख केलेले डोअरमन त्यांचे सामान घेण्यासाठी धावत पुढे आले.

त्यांच्या खोलीचे छत खूप उंचावर होते आणि खोलीत मुरानो शँडेलियर होते. आतली एकूण सजावट बाहेरच्या लॉबीमधल्या सजावटीपेक्षा कमी होती, पण तरीही एकंदरीत खोली मनावर छाप पाडणारी होती. चारही कोपऱ्यात पंख असणारे देवदूत होते. मोठ्या आकाराच्या खिडकीतून हॉटेलच्या समोरचा पिआइझ्झा कार्लो अल्बर्टो चौक दिसत होता. खिडकीला लावलेल्या जाड जरतारी कापडाच्या पडद्यांना झालरींमुळे शोभा येत होती. खोलीतील सर्व फर्निचर गडद रंगाच्या लाकडाचे होते. खाली पौर्वात्य घाटणीचा गालिचा होता. बेलमन आणि पाठीमागे कट असणारा स्कर्ट घातलेल्या रिसेप्शनिस्टला टीप देऊन ते खोलीत शिरले. रिसेप्शनिस्ट त्यांच्याबरोबर खोलीपर्यंत आली होती. डॅनियलने खोलीत आल्यावर सगळीकडे नजर फिरवली. त्याच्या चेहेऱ्यावर समाधान दिसत होते, "हं... काही वाईट नाही!" त्याने एकदा संगमरवरी बाथरूमकडे नजर टाकली आणि मग वळून तो स्टेफनीला म्हणाला, "अखेर मी माझ्या दर्जाप्रमाणे जीवन जगू लागलो आहे."

"डॅनियल तू अती करतोस बघ!" स्टेफनी बॅगेतून प्रसाधनासाठी लागणाऱ्या वस्तू काढत तिरस्काराने म्हणाली.

"खरंच!" डॅनियल हसला, "मी दरिद्री विद्वान म्हणून आजवर कसा काय राहू शकलो तेच मला कळत नाही."

"राजा मिडास! चला आपण कामाला लागू या. मॉन्सिनॉर मान्सोनीशी संपर्क साधण्यासाठी आपण आर्चबिशपच्या कार्यालयाला फोन कसा करायचा हे पाहायला हवं." हे म्हणून स्टेफनी बाथरूममध्ये गेली. तिला सर्वात अगोदर दात घासायचे होते.

डॅनियल डेस्कपाशी जाऊन ड्रॉवर उघडून फोनची डिरेक्टरी शोधू लागला. तिथे मिळाली नाही म्हणून त्याने कपाटेही पाहिली.

"मला वाटतं आपण खाली जाऊन इथल्या लोकांची मदत घ्यावी."

स्टेफनी बाथरूममधून म्हणाली, "शिवाय आपण त्यांना रात्रीच्या जेवणाचं रिझर्वेशनही करायला सांगू."

"चालेल."

स्टेफनीच्या अपेक्षेप्रमाणे डेस्कपाशी असणारे हॉटेलचे कर्मचारी मदतीला तत्पर होते. नेमके कोणी बोलायचे हे ठरवण्याअगोदरच तिथल्या माणसाने आर्कडिओसेसेमध्ये फोन लावलाही होता. काही सेकंदांच्या आतच मॉन्सिनॉर मान्सोनी फोनवर आले होते. क्षणभर गोंधळात पडल्यावर डॅनियलने फोन घेतला. ॲशले बटलरने ई-मेलमध्ये सूचना केल्याप्रमाणे त्याने आपण सिनेटर बटलरचा प्रतिनिधी असून ट्युरीनला नमुना घेण्यासाठी आलोय हे सांगितले. संभाषण जास्तीतजास्त गुप्त राहावे म्हणून त्याने जास्त वर्णन केले नाही.

"मी तुमच्याच फोनची वाट पाहत होतो." मान्सोनीचे उच्चार इटालियन धाटणीचे होते, "जर तुम्हाला योग्य वाटत असेल तर माझी तुम्हाला आज सकाळी भेटायची तयारी आहे."

"जितक्या लवकर भेट होईल तेवढं आम्हाला बरंच आहे."

"आम्हाला?"

"मी आणि माझ्याबरोबर सहकारी, असे आहोत." डॅनियल म्हणाला, त्याने मुद्दामच सहकारी हा शब्द वापरला होता. एका रोमन कॅथॉलिक धर्मगुरुला तो आणि स्टेफनी यांच्यातील संबंधांबद्दल सांगणे त्याला स्वत:ला अचानक फार विचित्र वाटले.

"तुमची ही सहकारी स्त्री आहे हे मी गृहित धरावं काय?"

"होय." डॅनियल म्हणाला. सहकारी हा शब्द स्टेफनीला रुचला की नाही हे पाहण्यासाठी त्याने तिच्याकडे नजर टाकली. खरे तर हा शब्द वापरणे योग्य असले तरी पूर्वी कधी त्याने तसे म्हटलेले नव्हते. डॅनियलला होणारा त्रास पाहून स्टेफनी हसली.

"तुमची सहकारी आपल्या भेटीच्या वेळी हजर असेल काय?"

"नक्कीच." डॅनियल म्हणाला, "तुम्हाला कुठं भेटणं सोईचं होईल?"

"पिआइझा सान कार्लोमधले काफ्फे टोरिनो हे ठिकाण उत्तम आहे." तुम्ही आणि तुमची सहकारी शहरातल्या हॉटेलात राहता आहात काय?"

"मला वाटतं अगदी शहराच्या मध्यभागी आहोत आम्ही."

"छान." मॉन्सिनॉर म्हणाले. "हे ठिकाण तुमच्या हॉटेलच्या जवळ आहे. तेथील कर्मचारी तुम्हाला माहिती देतील, कसं यायचं त्याची."

"उत्तम. आम्ही तिथं किती वाजता यायचं?"

"एक तासाभरानं चालेल?"

"ठीक. आम्ही तासाने तेथे असू. पण आम्ही तुम्हाला कसं ओळखणार?"

"तिथं खूप धर्मगुरू असणार नाहीत. पण समजा असले तरी त्यांच्यात सर्वात जाड असेल तो मी. सध्याचं माझं काम बैठ्या स्वरुपाचं आहे. त्यामुळे माझं वजन खूप वाढलेलं आहे."

डॅनियलने स्टेफनीकडे पाहिले. तिला हे संभाषण ऐकू येतंय हे त्याला जाणवले. "आम्हालाही ओळखणं सहज शक्य आहे. आमच्या कपड्यांमुळे आम्ही अमेरिकन आहोत हे सहज कळून येईल. शिवाय माझी सहकारी चमकदार काळे केस असणारी सुंदरी आहे."

"ठीक आहे. आपण एकमेकांना ओळखू शकू. मी तिथं सव्वा अकराला हजर असेन."

"आम्ही भेटीसाठी उत्सुक आहोत." डॅनियल फोन परत डेस्कपाशी असलेल्या कर्मचाऱ्याच्या हातात देत म्हणाला.

"चमकदार काळे केस असणारी सुंदरी काय?" स्टेफनी दबक्या आवाजात म्हणाली. तिला ते शब्द ऐकून शरमल्यासारखे वाटत होते, "तू माझं कधी असं वर्णन केलेलं नव्हतंस. त्यापेक्षाही वाईट गोष्ट म्हणजे ते फारच चमत्कारिक पुरुषीपणाचं होतं."

"माफ कर." डॅनियल म्हणाला, "मी उगीचच थोडा अस्वस्थ झालो होतो. एका धर्मगुरूला भेटायचं आहे ना म्हणून."

लुईजी मान्सोनीने आपल्या डेस्कचा ड्रॉवर उघडला आणि त्यातली चपटी, चांदीची डबी काढून खिशात टाकली. त्याने शिवणीवर पाय पडणार नाही याची दक्षता घेत आपला कॅसॉक सावरला. मग तो घाईघाईने ऑफिसबाहेर पडला. जाताजाता त्याने मॉन्सिनॉर व्हॅलेरिओ गॅरिबाल्डीच्या दारावर टकटक केली. तो जेमतेम शंभर फूट चालला होता तरी त्याला धाप लागली होती. त्याने घड्याळावर नजर टाकली. आपण एक तास म्हणण्याऐवजी दीड तास म्हणायला हवं होतं की काय हा विचार त्याच्या मनात डोकावला. आतून व्हॅलिरिओचा गडगडाटी आवाज आला. तो त्याला आत बोलावत होता.

आत गेल्यावर इटालियन भाषेत लुईजीने त्याचा मित्र आणि अधिकाराने मोठा असणाऱ्या व्हॅलोरिओला डॅनियलबरोबर झालेल्या संभाषणाची कल्पना दिली.

"ओह!... नाही...." व्हॅलेरिओ गॅरिबाल्डीही इटालियनमध्येच म्हणाला, "फादर मॅलोनेनं सांगितल्यापेक्षा हे फारच लवकर होतंय. तो आपल्या खोलीत असला तर

बरं होईल.'' व्हॅलेरिओने फोन उचलला. फादर मॅलोनेने फोन उचललेला पाहून त्याला आनंद झाला. त्याने त्याला डॅनियलबरोबर ठरलेल्या भेटीची माहिती दिली. आपण व मान्सोनी त्याची वाट पाहत थांबलो आहोत हे त्याला सांगितले.

''हे सगळं फारच कुतुहलजनक आहे.'' व्हॅलेरिओ म्हणाला.

''होय.'' लुईजीने होकार दिला.'' ह्यामुळे मला वाटू लागलंय की आपण आर्चबिशपच्या एखाद्या सेक्रेटरीला या संबंधात कळवावं की काय. जर नंतर काही गडबड झाली तर खबरदारी म्हणून हे करावं की नाही... म्हणजे मग सगळा दोष त्यांच्यावर पडेल. मान्यवर महोदयांना याबद्दल काहीच माहिती नाही. प्रत्यक्षात त्या कफनाची जबाबदारी त्यांच्यावर आहे ना.''

''तुझ्या म्हणण्यात तथ्य आहे.'' व्हॅलेरिओ म्हणाला, ''मला वाटतं. तुझी सूचना स्वीकारावी.''

दारावर टकटक करून फादर मॅलोने आत आला. व्हॅलेरिओने त्याला बसण्यासाठी खूण केली. खरे तर चर्चच्या अधिकारश्रेणीत व्हॅलेरिओ आणि लुईजी दोघांचा दर्जा मायकेलपेक्षा कितीतरी वरचा होता. पण तो उत्तर अमेरिकेच्या रोमन कॅथॉलिक चर्चच्या सर्वात ताकदवान अधिकाऱ्याचा, कार्डिनल ओरुर्कचा प्रतिनिधी होता. शिवाय तो त्यांच्या आर्चबिशपचा वैयक्तिक मित्र असल्याने हे दोघे त्याला वेगळी वागणूक देत होते.

मायकेल बसला. त्या दोघांच्या तुलनेत त्याचा पोशाख साधा होता. त्याने त्याचा नेहमीचा काळा सूट घातला होता आणि 'क्लेरिकल' पांढरी कॉलर लावली होती. तसेच तो त्या दोघांपेक्षा चांगलाच हडकुळा होता. बाकदार नाक आणि चेहेरेपट्टीमुळे त्याच्यासमोरच्या दोघा इटालियन माणसांपेक्षा तोच खराखुरा इटालियन वाटत होता. शिवाय त्या दोघांचे केस करडे होते; आणि मायकेलचे लाल असल्याने तो उठून दिसत होता.

लुईजीने डॅनियलबरोबर झालेले आपले संभाषण पुन्हा एकदा त्या दोघांना सांगितले. नमुना घेण्यासाठी दोघेजण आलेले असून त्यातील एक स्त्री आहे हे देखील त्याने सांगितले.

''हे आश्चर्यच म्हणायचं. मला खरं तर असं चकित होणं आवडत नाही. पण असो. आपण ते मान्य करायलाच हवं. मला वाटतं, नमुना तयार असेल.''

''होय.'' लुईजी म्हणाला. मायकेलला बऱ्यापैकी इटालियन बोलता येत असूनही तो मायकेलसाठी मुद्दाम इंग्लिशमध्ये बोलत होता. रोममधल्या शिक्षणसंस्थेत तो ग्रॅज्युएशनसाठी शिकत होता तेव्हा त्याला इटालियन भाषा शिकावीच लागली होती.

लुईजीने कॅसॉकच्या आत हात घालून ती चांदीची चपटी डबी बाहेर काढली.

ती एखाद्या सिगारेट केससारखी वाटत होती, "ही पाहा." लुईजी म्हणाला, "हा नमुना प्रतिनिधिक व्हावा याची काळजी घेऊन प्रा. बल्लासारींनी स्वत: हे धागे निवडले आहेत. ते निश्चितच रक्ताचा डाग असणाऱ्या भागातले आहेत."

"बघू का मी?" मायकेलने हात पुढे केला. त्याने डबी ओंजळीत धरली. त्याच्या दृष्टीने तो एक मन हेलावून टाकणारा अनुभव होता. ते कफन खरंखुरं आहे ह्यावर त्याचा पक्का विश्वास होता. प्रतीक म्हणून वाईन हातात घेण्याऐवजी प्रत्यक्ष पवित्र येशूच्या रक्ताचा अवशेष हातात घेणे यामुळे त्याच्या भावना उचंबळून आल्या.

लुईजीने हात पुढे करून डबी परत घेतली. क्षणार्धात ती त्याच्या विशाल कॅसॉकच्या घोळात अदृश्य झाली. "काही विशेष सूचना आहेत का?"

"निश्चितच आहेत," मायकेल म्हणाला, "हा नमुना घेण्यासाठी आलेल्या लोकांबद्दल जास्तीत जास्त माहिती तुम्ही काढावी अशी आमची अपेक्षा आहे. त्यांची नावं, पत्ते वगैरे सगळं माहिती करून घ्यायचं आहे. खरं तर तुम्ही त्यांचे पासपोर्ट मागा आणि नंबर लिहून घ्या. मग नागरी प्रशासनातील तुमच्या ओळखींचा उपयोग करून आपण त्यांच्याबद्दल सारं काही सहज जाणून घेऊ शकतो."

"तुम्हाला नेमकं काय जाणून घ्यायचं आहे?" व्हॅलेरिओने विचारले.

"मलाही कल्पना नाही." मायकेलने कबूल केले, "मान्यवर जेम्स कार्डिनल ओरुर्क ह्या नमुन्याच्या बदल्यात चर्चसाठी मोठा राजकीय फायदा पदरात पाडून घेणार आहेत. त्याचवेळी ह्या कफनावर आणखी काही शास्त्रीय चाचण्या होणार नाहीत या 'होली फादर' यांच्या आदेशाचं उल्लंघन होणार नाही याचीही काळजी त्यांना घ्यायची आहे."

व्हॅलेरिओने त्याला सारं समजले आहे अशा अर्थाने मान डोलावली. प्रत्यक्षात त्याच्या काहीच लक्षात आलेले नव्हते. पवित्र अवशेषांचा छोटा भाग वापरून राजकीय लाभ उठवण्याची कल्पना समजणे त्याच्या अनुभवाच्या बाहेरची गोष्ट होती. विशेषत: कसलेही अधिकृत कागदपत्र तयार न करायची अट तर त्याच्या आकलनशक्तीच्या बाहेर होती. शिवाय त्याला त्यामुळे चिंता वाटू लागली. त्याला याची पूर्ण कल्पना होती की त्या चांदीच्या डबीमधील कफनाचे धागे कितीतरी वर्षांपूर्वी काढून घेण्यात आले होते. कफनाला अलीकडच्या काळात हात लावण्यात आलेला नव्हता. कफन सुरक्षित राखले पाहिजे ह्यावर पोपचा कटाक्ष होता. लुईजी उठून उभा राहिला. "मला भेटीसाठी आता निघायला हवं." मायकेलदेखील उठून उभा राहिला, "तुमची हरकत नसेल तर आपण बरोबरच जाऊ या. मी लांब अंतरावरून भेटीच्यावेळी होणारी देवाणघेवाण पाहीन. ही डबी दिली गेल्यावर मला त्या लोकांच्या मागावर राहायचं आहे. जर त्यांच्याविषयी काही चमत्कारिक कळलं तर ते कुठं राहत आहेत ते मला कळायला हवं."

व्हॅलेरिओ इतरांप्रमाणे उभा राहिला. पण त्याचा चेहेरा गोंधळलेला होता.

"पण म्हणजे तुम्ही नेमकं काय करणार?"

"मला काहीतरी करावं लागेल." मायकेल म्हणाला, "कारण त्यांच्याबद्दल काही चमत्कारिक समजलं तर काय करायचं याविषयी कार्डिनल महोदयांच्या सूचना अस्पष्ट आहेत."

"हे शहर चित्तवेधक आहे खरं." डॅनियल म्हणाला, तो आणि स्टेफनी पश्चिमेकडे जात होते. त्या रस्त्यावर दुतर्फा राजवाड्यांसारख्या इमारती होत्या.

"सुरवातीला मला तसं वाटलं नव्हतं."

"मलाही तसंच वाटत होतं." स्टेफनी म्हणाली.

काही चौक ओलांडल्यावर स्टेफनी आणि डॅनियल पिआइझा सान कार्लो या भव्य चौकात आले. चौक एखाद्या फुटबॉल मैदानाएवढा विस्तीर्ण असून त्याच्या सभोवती 'बरोक' पद्धतीच्या पिवळसर रंगाच्या इमारती होत्या. इमारतींच्या दर्शनी भागावर नेत्रसुखद सजावट होती. चौकाच्या मध्यभागी घोड्यावर स्वार झालेल्या योद्ध्याचा ब्राँझचा भव्य पुतळा होता. काप्फे टोरिनो पश्चिम बाजूला चौकाच्या मधल्या भागात होता.

कॅफेमध्ये शिरताच ते ताज्या दळलेल्या कॉफीच्या सुगंधात लपेटले गेले. चित्रांनी सजवलेल्या छताला अनेक मोठमोठी झुंबरे लावलेली असल्याने आतल्या बाजूला सर्वत्र उबदार मंद प्रकाश पसरला होता. मॉन्सिनॉर मान्सोनीला शोधणे त्यांना अवघड गेले नाही. कॅफेत शिरताच तो उठून उभा राहिला आणि त्यांना त्याच्या टेबलाकडे येण्याची खूण केली. ते लोकांच्यामधून वाट काढत जात असताना स्टेफनीने सगळीकडे नजर फिरवली. मान्सोनी म्हणाल्याप्रमाणे त्यावेळी कॅफेत फारसे इतर धर्मगुरु हजर नव्हते. फक्त एकच धर्मगुरु एकटा बसलेला दिसला, क्षणभर त्याने स्टेफनीकडे पाहिले असे तिला वाटले. त्यामुळे ती किंचित अस्वस्थ झाली.

"ट्युरीनमध्ये आपलं स्वागत." लुईजी म्हणाला, दोघांशी हस्तांदोलन करून त्याने त्यांना बसण्यासाठी खूण केली. त्याची नजर जरा जास्त वेळ स्टेफनीवर रेंगाळल्याने तिला किंचित अवघडल्यासारखे वाटले. डॅनियलने तिचे केलेले अप्रस्तुत वर्णन तिला आठवले.

मॉन्सिनॉर मान्सोनीने टेबलावर बोटांनी टकटक केल्यानंतर त्यांच्यासमोर पाणी आले. वेटरने त्यांच्याकडून ऑर्डर घेतली. डॅनियलने एक एस्प्रेसो कॉफी मागवली, तर स्टेफनीला फक्त पाणी हवे होते.

डॅनियलने समोर बसलेल्या धर्मगुरुकडे पाहिले. आपण जाडजूड आहोत हे त्याने स्वत:चे केलेले वर्णन अवाजवी नाही हे त्याच्या लक्षात आले. त्याच्या

गळ्यापाशी मोठी घडी लोंबत होती. डॉक्टर असल्याने ह्या माणसाची कोलेस्टेरॉल पातळी काय असेल असा विचार त्याच्या मनात आला.

"मला वाटतं, आपण एकमेकांची ओळख करून द्यावी. माझं नाव लुईजी मान्सोनी. मी इटलीतल्या व्हेरोना गावचा आहे, पण सध्या मात्र इथं ट्युरीनमध्ये राहतो."

स्टेफनी आणि डॅनियलने आपापली नावे सांगितली व आपण मॅसॅच्युसेट्स मधल्या केंब्रिजचे आहोत ही माहिती दिली. त्यानंतर कॉफी आणि पाणी आले.

डॅनियलने एक घुटका घेतला आणि कप इवल्याशा बशीत परत ठेवला, "मी उद्धटपणा करतोय असं नाही, पण मला थेट कामाचं बोलणं आवडेल. तुम्ही नमुना आणला असणार असं मी मानतो."

"अर्थातच." लुईजीने उत्तर दिले.

"ह्या नमुन्यातील धागे कफनावरच्या रक्ताच्या डागाच्या भागातले असणं गरजेचं आहे." डॅनियल म्हणाला.

"त्याबद्दल खात्री मी देतो. ह्या कफनाचा ताबा सध्या आर्चबिशप कार्डिनल मानफ्रेडी यांच्याकडे आहे. कफन सुरक्षित ठेवण्याची जबाबदारी असलेल्या प्राध्यापकांकडून मुद्दाम हे धागे निवडून घेण्यात आले आहेत."

"हं... आम्हाला नमुना मिळेल का?"

"एक सेकंद..." लुईजी म्हणाला, त्याने कॅसॉकमध्ये हात घालून पेन आणि पॅड बाहेर काढले, "हा नमुना तुमच्याकडे देण्याअगोदर मला तुमच्याबद्दल माहिती लिहून घेण्याची सूचना देण्यात आली आहे. वादविवाद होण्याची आणि प्रसारमाध्यमे तुटून पडण्याची शक्यता असल्याने हे नमुने नेमके कोणाच्या ताब्यात आहेत याची माहिती चर्चजवळ असणं गरजेचं आहे."

"हे नमुने सिनेटर ॲशले बटलर यांच्याकडे असतील."

"माझीही तशीच समजूत आहे. पण तोपर्यंत तुम्ही कोण ते कळण्यासाठी मला काहीतरी पुरावा लागेल. माफ करा. पण मला तशी सूचना देण्यात आली आहे."

डॅनियलने स्टेफनीकडे पाहिले, तिने खांदे उडवले. "तुम्हाला पुरावा म्हणजे काय हवंय?"

"पासपोर्ट आणि तुमचे सध्याचे पत्ते एवढं पुरेसं आहे."

"मला त्यात काही अडचण वाटत नाही." स्टेफनी म्हणाली, "आणि पासपोर्ट मधला पत्ताच माझा सध्याचा पत्ता आहे."

"मलाही काही अडचण वाटत नाही." डॅनियल म्हणाला.

डॅनियल आणि स्टेफनीने पासपोर्ट काढून टेबलावरून सरकवले.

लुईजीने दोन्ही पासपोर्ट उघडून त्यातून माहिती लिहून घेतली आणि ते पुन्हा

त्यांच्याकडे सरकवले. पेन आणि पॅड खिशात ठेवल्यावर त्याने चांदीची डबी बाहेर काढली. उघडपणे नाराजी दाखवत त्याने ती डॅनियलच्या दिशेने सरकवली.

"पाहू का?" डॅनियलने विचारले.

"अर्थातच."

डॅनियलने चांदीची डबी उचलली. डबीला एका बाजूला छोटी खिट्टी होती. त्याने खिट्टी सरकवली आणि काळजीपूर्वक झाकण उघडले. स्टेफनी पाहण्यासाठी पुढे वाकली. आतमध्ये एका अर्धपारदर्शक आवरणाच्या पाकिटात काही धागे दिसत होते. अगदी बारीक अशा त्या धाग्यांचा रंग ओळखता येत नव्हता.

"उत्तम दिसतंय." डॅनियल झाकण लावून खिट्टी पुन्हा नीट बंद करत म्हणाला, त्याने ती डबी स्टेफनीकडे सरकवली. तिने पासपोर्ट आणि ती डबी खांद्यावरच्या पर्समध्ये टाकली.

पंधरा मिनिटांनंतर ते पुन्हा हिवाळ्यातल्या उबदार सूर्यप्रकाशात आले होते. पिआझ्झा सान कार्लोमधून ते हॉटेलकडे परतू लागले. जेट लॅग असूनही त्यांच्या चालण्यात उत्साह होता. दोघांनाही छान वाटत होते.

"हे सगळं इतकं सहज झालं. ह्यापेक्षा आणखी सहज होणं शक्यच नाही."

"मलाही तसंच वाटतंय." स्टेफनी म्हणाली.

"तू पूर्वी ह्या बाबतीत किती नकारात्मक विचार करत होतीस याची आठवण मी तुला करून देणार नाही." डॅनियल चेष्टा करत म्हणाला, "खरंच मी कधीही ती आठवण करून देणार नाही."

"एक सेकंद..." स्टेफनी किंचित रागावून म्हणाली, "आपल्याजवळ त्या कफनाचा नमुना सहजगत्या आलाय हे खरं. पण बटलरवरचे उपचार पूर्ण व्हायला अजून बराच काळ जायचाय. माझ्या मनात त्या सगळ्याबद्दल चिंता वाटते."

"पण आजचा हा प्रसंग म्हणजे पुढील काळातील चांगल्या घटनांची नांदी आहे."

"तुझं म्हणणं बरोबर ठरो."

"आता आज उरलेला वेळ आपण काय करायचं? लंडनला जायची आपली फ्लाईट तर उद्या सकाळी सातनंतर आहे."

"मला एक छोटीसी डुलकी घ्यायची आहे." स्टेफनी म्हणाली. "मला वाटतं तुलाही त्याची गरज आहे. आपण असं केलं तर? आपण हॉटेलवर परत जाऊन खाऊन घेऊ. मग अर्धातास झोप काढून झाली की बाहेर पडू. आपण इथं आहोत तर मला ते कफन ज्या ठिकाणी ठेवलेलं आहे ते चर्च पाहायला आवडेल."

"हा बेत मला उत्तमच वाटतोय." डॅनियल सहमती दर्शवत म्हणाला.

डॅनियल आणि स्टेफनीला नजरेआड होऊ न देता मायकेल मॅलोने त्यांच्या मागोमाग जात होता. त्यांचा चालण्याचा वेग पाहून तो चकित झाला. त्याला त्यांच्याएवढ्या वेगाने जावे लागत होते. ते कॅफेतून बाहेर पडताना सुदैवाने त्याच्या नजरेस पडले होते. ते निघत असताना मायकेलने घाईघाईने लुईजीशी कानगोष्ट केली होती. त्यांची माहिती नागरी कार्यालयाकडून काढावी आणि ती मिळताच त्याला सेलफोनवर ती कळवावी असे त्याने लुईजीला पटवून दिले होते.

चौकातून एका कोपऱ्यावरून डॅनियल आणि स्टेफनी वळलेले पाहताच मायकेल त्यांच्या पाठीमागे धावत गेला होता. आता ते पुन्हा त्याला दिसत होते. त्याला त्यांचा माग हरवून द्यायचा नव्हता. आपल्या बॉसपासून, कार्डिनल जेम्स ओरुर्ककडून स्फूर्ती घेऊन मायकेल त्याची ही कामगिरी अत्यंत गंभीरपणाने पार पाडत होता. चर्चच्या अधिकारश्रेणीत त्याला वर जाण्याची इच्छा होती. आणि त्यावेळेपर्यंत तरी सगळ्या गोष्टी ठरवल्याप्रमाणे घडत होत्या. पहिल्यांदा त्याला रोममध्ये अभ्यासासाठी राहण्याची संधी मिळाली होती. नंतर तेव्हा बिशप असणाऱ्या जेम्स ओरुर्कच्या नजरेत त्याची हुशारी भरली होती. त्याची पावती म्हणजे त्याने मायकेलला त्याच्या स्टाफमध्ये येण्याचे निमंत्रण दिले होते. मग जेम्स बिशप पदावरून आर्चबिशप झाला होता. आपली प्रगती व्हायची असेल तर आपण आपल्या बॉसला खूष करायला हवे हे त्याला कळत होते. आणि आत्ताची ही कामगिरी म्हणजे मायकेलच्या दृष्टीने सुवर्णसंधीच होती. हे काम कार्डिनलच्या दृष्टीने आत्यंतिक महत्त्वाचे असल्याने मायकेलला त्याची अविचल निष्ठा, त्याची समर्पणाची वृत्ती आणि शिवाय त्याच्यामधली वेळप्रसंग पाहून काम पार पाडण्याची धमक ह्या सगळ्यांची जाणीव कार्डिनलला करून देण्याची हीच वेळ आहे हे जाणवले.

पिआइझ्झा सान कार्लोमधून जाताना डॅनियल व स्टेफनी ही जोडी हॉटेलवर परत निघाली आहे हे त्याच्या लक्षात आले. ते दोघे हॉटेलमध्ये शिरत असताना त्यांना गाठण्यासाठी मायकेलला अक्षरश: धावत जावे लागले. ते लिफ्टपाशी गेल्यावर तो मागे थांबला. ते लिफ्टमध्ये शिरताच तो तिथे आला आणि त्याने बटणापाशी पाहिले. लिफ्ट चौथ्या मजल्याकडे जात होती. ते पाहून मायकेल हॉटेलच्या लॉबीत परतला. तिथल्या वेल्वेटच्या कोचमध्ये बसून त्याने बाजूची कोरीरे डेल्लासेराची प्रत उचलली. एक डोळा लिफ्टकडे ठेवून तो वाचू लागला. अजून तरी सर्वकाही उत्तम चालले आहे हा विचार त्याच्या मनात आला.

त्याला फार वेळ वाट पाहावी लागली नाही. थोड्याच वेळात जोडी लिफ्टमधून बाहेर पडली आणि डायनिंग रूमकडे गेली. मायकेल उठून दुसऱ्या कोचावर जाऊन बसला. इथून त्याला डायनिंगरूमचे दार नीट दिसत होते. आपल्याकडे कोणाचेही अजिबात लक्ष गेलेले नाही हे त्याच्या ध्यानात आले. इटलीत रोमन कॅथॉलिक

धर्मगुरुचे कपडे परिधान केलेल्या माणसाला अनामिक राहून कुठेही सहजगत्या वावरता येते हे त्याला माहिती होते.

अर्ध्या तासाने जोडी डायनिंगरूममधून बाहेर पडली. ते पाहून त्याला हसू आले. फक्त अमेरिकनच एवढ्या कमी वेळात जेवण घेऊन बाहेर पडू शकतात. कारण आत बसलेले इटालियन कमीतकमी दोन तासांची बैठक मारून बसले आहेत हे त्याला माहिती होते. जोडी पुन्हा लिफ्टमधून वर निघून गेली.

या वेळी मात्र मायकेलला बराच वेळ वाट पाहत बसावे लागले. वर्तमानपत्र वाचून झाल्यावर त्याने वाचायला काही मिळते का ते पाहिले. त्याला वाचण्यासाठी आजूबाजूला काहीच मिळाले नाही. तिथून थोडाही वेळ निघून काहीतरी विकत आणणे त्याला परवडणार नव्हते. जर लुईजीकडून मिळालेली माहिती अयोग्य असेल तर तो काय करणार होता? ह्या दोघांपैकी एकजण तरी सिनेटर बटलरच्या स्टाफमधले असेल किंवा त्याचा बटलरच्या एखाद्या संघटनेशी संबंध असेल अशी अपेक्षा तो करत होता. आपण नमुना आणण्यासाठी आपला प्रतिनिधी पाठवू हे बटलर म्हणाल्याचे त्याला आठवले. त्याच्या म्हणण्यातल्या त्या 'प्रतिनिधी' शब्दाचा नेमका काय अर्थ आहे ह्याचाच त्याला छडा लावायचा होता.

मायकेलने आळस दिला आणि घड्याळाकडे नजर टाकली. आता दुपारचे तीन वाजले होते. त्याच्या पोटात कावळे कोकलू लागले होते. कॅफे टोरिनोमध्ये खाल्लेला केकचा छोटा तुकडा वगळता त्याने काही खाल्लेले नव्हते. त्याच्या मनात आवडत्या पास्ताचे विचार येत असल्याने भूक आणखीनच खवळली होती. अचानक सेलफोन थरथरला त्याने मुद्दामच फोनचा आवाज बंद करून ठेवला होता. कॉल चुकू नये म्हणून त्याने घाईघाईने फोन बाहेर काढला. लुईजीने फोन केला होता. "इमिग्रेशन विभागातल्या माझ्या परिचितांनी मला आत्ताच माहिती कळवली आहे," लुईजी म्हणाला, "तुला ती माहिती नक्कीच फारशी रुचणारी नाही."

"ओह!" मायकेल शांत राहण्याचा प्रयत्न करत म्हणाला. हे बोलत असतानाच अचानक अमेरिकन जोडी लिफ्टमधून बाहेर पडली. त्यांच्या अंगावर कोट होते आणि हातात गाईडबुक दिसत होते. ते कुठेतरी फिरायला निघालेत हे उघड होते. ते दोघे टॅक्सी करून गेले तर आणखी अडचण होईल हे लक्षात घेऊन त्याने फोन कानाशी धरलेला असतानाच कसाबसा कोट अंगावर चढवला. अगोदरप्रमाणेच अमेरिकन जोडी भराभरा चालत होती, "लुईजी... जरा थांब!" मायकेल फोनवर म्हणाला, "मी निघालोय..." हे म्हणतानाच त्याने एका बाहीत हात अडकवला होता आणि दुसऱ्या मोकळ्या हाताने तो हलत्या दरवाज्यात अडकलेली बाही सोडवू लागला.

"प्रेगो!" दरवानाने त्याला मदत केली.

"मी स्कुझी." मायकेल दिलगिरी दाखवत म्हणाला, बाही सुटल्यामुळे तो मोकळा होऊन वेगाने बाहेर आला. त्याला अमेरिकन जोडी टॅक्सी स्टॅन्डकडे जाताना दिसली. आता तो वेग कमी करून जोरात चालू लागला.

"माफ कर, लुईजी," मायकेल फोनवर म्हणाला, "तुझा फोन आला असतानाच त्या दोघांनी बाहेर जायचं ठरवलं. बरं, तू काय म्हणत होतास?"

"मी म्हणत होतो की ते दोघे शास्त्रज्ञ आहेत."

मायकेलच्या हृदयाची धडधड वाढली, "ही बातमी चांगली नाही!"

"माझं मत त्यापेक्षा वेगळं नाही. इटालियन अधिकाऱ्यांनी अमेरिकनांना माहिती विचारताच त्यांची नावे सहज कळली. दोघेही रेणूजीवशास्त्रातले पीएच.डी. आहेत. त्यातही डॅनियल लॉवेल मुख्यत: रसायनशास्त्रज्ञ, तर स्टेफनी डी'अगोस्टिनो जीवशास्त्रज्ञ आहे. दोघेही, त्यातल्यात्यात डॅनियल, त्यांच्या क्षेत्रात बऱ्यापैकी प्रसिद्ध आहेत. दोघांचा पत्ता एकच आहे. याचा अर्थ ते एकत्रच राहतात."

"ओह!" मायकेल म्हणाला.

"हे कोणी साधे कुरियरवाले नाहीत तर."

"हा सगळा प्रकार भयंकर आहे."

"बरोबर. त्यांची पार्श्वभूमी लक्षात घेता ते कसली तरी चाचणी करण्याच्या तयारीने आले असणार. आता तुम्ही काय करणार?"

"कोणास ठाऊक." मायकेल म्हणाला, "मला विचार करायला हवा."

"माझी काही मदत हवी असेल तर जरूर सांग!"

"मी तुम्हा लोकांच्या संपर्कात राहीन." असे म्हणून मायकेलने फोन बंद केला.

मायकेल जरी लुईजीला काय करणार हे ठरलेले नाही असे म्हणाला असला तरी ते खरे नव्हते. कसं करणार हे नक्की झाले नसले तरी कफनाचा तो नमुना परत मिळवायचा हे त्याने मनोमन नक्की केले होते. हे काम तो एकटा करणार होता. म्हणजे मग नंतर कार्डिनल ओरुर्ककडे सगळा अहवाल देताना यशाचे संपूर्ण श्रेय त्यालाच मिळणार होते. पवित्र येशूच्या रक्तावर आणखी चाचणी होण्याची मानहानी तो टाळणार होता.

अमेरिकन जोडी विस्तीर्ण अशा पिआइझ्झा कास्टेल्लोमध्ये आली. पण त्यांचा चालण्याचा वेग कमी झाला नाही. मायकेलला अगोदर वाटले की ते सव्हॉय राजघराण्याच्या प्रासादाकडे पलाइझ्झो रिआलेकडे जात असावेत. पण अमेरिकन जोडी पिआइझ्झेटा रिआलेमधून बाहेर पडून पिआइझ्झा जिओव्हान्नीमध्ये आली.

"ओ हो! खरंच की." मायकेल स्वत:शी मोठ्याने म्हणाला, ड्युओमो डी सान जिओन्हान्नी त्या चौकात आहे आणि तिथल्या चर्चमध्ये ट्युरीनचे कफन ठेवलेले आहे हे त्याला माहिती होते. सन १९९७मध्ये तिथल्या चॅपेलमध्ये लागलेल्या

आगीनंतर हा बदल झालेला होता. मायकेल त्यांच्या मागोमाग जात होता. ते नेमके कुठे जात आहेत हे त्याला पाहायचे होते. दोघे अमेरिकन कॅथ्रीड्रलच्या पायऱ्या चढू लागताच तो मागे वळला. आता बराच वेळ तरी ती जोडी परत येणार नाही हे लक्षात आल्यावर त्याने हॉटेलवर जाऊन कफनाचा नमुना परत मिळवण्याची ही संधी साधायचे ठरवले. त्याला खोलीत कसे घुसावे याची माहिती नव्हती. पण तो ते करणार होता.

"आपण पाहतोय तेच ते कफन आहे का?" डॅनियलने हलक्या आवाजात विचारले. त्यावेळी कॅथीड्रलमध्ये बरेचजण होते. पण त्यातले बहुतेकजण बाकांवर बसून प्रार्थना करत होते किंवा मेणबत्त्या लावत होते. लोक चालण्यामुळे संगमरवरी फरशीवर मधूनमधून होणारा आवाज वगळता सर्वत्र शांतता होती.

"नाही. ते कफन नाही." स्टेफनीनेही हलक्या आवाजात उत्तर दिले, "ती त्या कफनाची पूर्णाकृती फोटो प्रतिकृती आहे." स्टेफनीने हातात धरलेल्या गाईडबुकमधले नेमके पान उघडले होते. डॅनियल आणि स्टेफनी एका काचेची दारे असणाऱ्या मोकळ्या जागेत उभे होते. चर्चच्या एका बाजूचा वरचा मजला त्यांना दिसत होता. त्यात पडदे लावलेला बॉक्स होता. पूर्वी त्यात सव्हॉयचे राजपुरुष आणि राजस्त्रिया बसून खाली चालणारा 'मास' पाहत असत.

कफनाचा तो मोठा फोटो आडवा ठेवलेला होता. क्रूसावर चढवलेल्या त्या माणसाच्या डोक्याचा पुढचा आणि मागचा भाग एकमेकांना चिकटलेले होते, कारण तो माणूस पाठीवर उताणा झोपवलेला होता. मग कापड त्याच्या अंगाभोवती लपेटलेले होते. टेबलावर चुण्या असणारे निळे कापड जमिनीपर्यंत लागेल अशा बेताने टाकलेले होते.

"हा फोटो आहे त्याच्याखाली कफन सुरक्षित ठेवणारी पेटी आहे." स्टेफनी सांगू लागली, "त्यामध्ये अशी यंत्रणा बसवलेली आहे की जेव्हा प्रत्यक्ष कफन पाहण्यासाठी उघडं करायचं असेल तेव्हा वरचा भाग फिरवता येतो. मग बुलेटप्रूफ काचेतून प्रत्यक्ष कफन पाहता येतं."

"हे मला वाचलेलं आठवतंय." डॅनियल म्हणाला, "ही यंत्रणा नि व्यवस्था जोरदार आहे. कफनाच्या दीर्घ आयुष्यात कफन पहिल्यांदाच आडव्या अवस्थेत आणि नियंत्रित वातावरणात पहुडलेलं असावं."

"कफन कशाकशातून गेलंय हे पाहता ती प्रतिमा अजून टिकून राहणं हा खरोखरच चमत्कारच आहे."

"पण हा पूर्णाकृती फोटो पाहून मी कल्पना केली होती तसं मला काही दिसत नाही. खरं सांगायचं तर प्रत्यक्ष कफन असं दिसत असेल तर माझा चांगलाच

भ्रमनिरास होईल, त्या पुस्तकातच उलट ते जास्त चांगलं दिसतंय.''

"नेगेटिव्हमध्ये प्रतिमा जास्त उठून दिसते.''

"ही प्रतिमा पुसट झालेली नाही असं दिसतंय. मागचा भाग पिवळा पडल्याने स्पष्टपणा थोडा कमी झालेला आहे.''

"आता ह्या नवीन पेटीत ठेवल्यावर कफन आणखी पिवळं पडणार नाही अशी आशा आहे.'' स्टेफनी म्हणाली, "हं... आणि आता कफन आहे तिथं राहावं.'' स्टेफनीने कॅथीड्रलच्या आतल्या भागावर नजर फिरवली. "आपण आणखी इथं फिरायचं का? इटालियन प्रबोधनकाळातलं असूनही हे चर्च फार साधं आहे.''

"मी देखील तसाच विचार करत होतो,'' डॅनियल म्हणाला, "चल, आपण निघू या. आपण राजप्रसादाकडे नजर टाकून यायची का? त्याची आतली सजावट हा 'रोकोको' ह्या एकोणिसाव्या शतकातल्या वास्तूरचनेचा उत्कृष्ट नमुना आहे.''

स्टेफनीने चकित होऊन डॅनियलकडे पाहिले, "तू वास्तूरचना आणि अंतर्गत सजावटीच्या बाबतीत तज्ज्ञ कधीपासून झालास?''

डॅनियल हसला, "मी मघाशी ते गाईडबुकमध्ये वाचलं होतं.''

"मला तो राजप्रसाद पाहायला आवडेल, पण एक अडचण आहे.''

"कसली अडचण?''

स्टेफनीने स्वतःच्या पायाकडे पाहिले, "मी चालण्यासाठी उत्तम असे बूट घालायला विसरले. आपण यानंतर अशी पायपीट करणार असू. तर माझ्या पायांचं काही खरं नाही. माफ कर. पण हॉटेलवर जाऊन पटकन मी बूट बदलले तर चालेल का?''

"माझ्या दृष्टीने कफनाचा नमुना मिळवण्याचं काम झालेलं आहे. आता आपण निव्वळ वेळ घालवतोय. तेव्हा मला काही फरक पडत नाही.''

"धन्यवाद.'' स्टेफनीला सुटल्यासारखं झालं. अशा चुका डॅनियलला अजिबात चालत नसत, "डॅनियल, मला खरंच माफ कर. मला अगोदर हे कळायला हवं होतं. शिवाय हॉटेलवर परत गेलो की मी आणखी एक स्वेटर अंगात चढवणार आहे. माझ्या कल्पनेपेक्षा इथं जास्त थंडी आहे.''

कॉलेजात असताना निरुपद्रवी खोड्या वगळता फादर मायकेल मॅलोनेने कधीही जाणीवपूर्वक कायदा मोडलेला नव्हता. त्यामुळे आता आपण काय करणार आहोत या विचाराने त्याला चिंता लागली होती. त्याला घाम येत होताच. शिवाय पोटात आग पडल्यासारखे वाटत होते. आपण ॲन्टॅसिड औषध घ्यायला हवे होते हा विचार त्याच्या मनात येऊन गेला. वेळ कमी असल्याने त्याच्या मनावर आणखी

ओझे आले होते. गुन्हा करताना अमेरिकन जोडीने त्याला रंगेहाथ पकडणे हे परवडणारे नव्हते. ते दोघे किमान दोन तास तरी हॉटेलवर परतणार नाहीत असे त्याला वाटत असले तरी तो काम एकाच तासात उरकणार होता. आपण पकडले गेलो आहोत त्याचा नुसता विचार मनात आल्याने त्याचे पाय थरथरू लागले होते.

हॉटेलकडे जात असतानाही आपण नेमके काय करावे हे त्याला कळत नव्हते. पण हॉटेलच्या चौकातच त्याला फुलांचे दुकान दिसले. आत शिरून त्याने एखादी तयार पुष्परचना ताबडतोब हॉटेलवर पाठवता येईल का हे विचारून घेतले. होकारार्थी उत्तर मिळाल्यावर त्याने एक तयार पुष्परचना निवडली. त्यावर अमेरिकन माणसांची नावे लिहिली आणि कार्डवर 'हॉटेलच्या व्यवस्थापनाकडून स्वागत' असे लिहिले. त्यानंतर पाच मिनिटांनी मायकेल पुन्हा लॉबीमधल्या त्याच सोफ्यावर जाऊन बसला. पुष्परचना घेऊन दुकानातली बाई आली होती. मायकेलने आपला चेहरा पेपरच्या मागे दडवला. डेस्कपाशी असणाऱ्या एका बेलमॅनने पुष्परचना स्वीकारली. मग ती बाई निघून गेली. पुढची दहा मिनिटे काहीच घडले नाही. पुष्परचना तशीच डेस्कवर होती. बेलमॅन आपापसात काहीतरी जोरजोरात बोलत होते. मायकेल दात आवळून त्यांनी काहीतरी करावं म्हणून बसला होता. त्याला काहीच करता येत नव्हते. स्वत: जाऊन सांगणेही शक्य नव्हते. तो आपल्या धर्मगुरुच्या पेहेरावाचा फायदा घेऊन तेथे वेळ काढत बसला असल्याने त्याला गप्प राहणे भाग होते.

अखेर काही वेळाने एका बेलमॅनने पुष्परचेवरचे पाकिट पाहिले. तो डेस्कच्या मागे गेला. बहुदा त्याने नावे पाहून ते कोणत्या खोलीत आहेत ते पाहिले असावे. तो पुष्परचना घेऊन लिफ्टकडे गेला. ते पाहताच मायकेल पेपर बाजूला टाकून त्याच्या मागोमाग लिफ्टमध्ये शिरला.

बेलमॅनने त्याला पाहून हसून अभिवादन केले. मायकेलनेही हसून प्रतिसाद दिला. चौथ्या मजल्यावर लिफ्ट थांबताच बेलमॅनच्या पाठोपाठ मायकेल बाहेर पडला. बेलमॅन ४०८ नंबरच्या खोलीसमोर थांबला. ते पाहून मायकेल तसाच पुढे गेला. बेलमॅन पुन्हा हसला. मायकेलही स्मित करून पुढे निघून गेला.

कोपऱ्यावरून वळल्यानंतर मायकेलने हळूच मागे पाहिले. बेलमॅन पुन्हा दारावर टकटक करत होता. मग त्याने किल्ल्यांचा जुडगा काढला. बेलमॅन काही क्षणात आत शिरून बाहेर पडला आणि हलकेच शीळ वाजवत लिफ्टकडे निघून गेला.

बेलमॅन गेल्याची खात्री झाल्यावर मायकेल ४०८ नंबरच्या खोलीपाशी आला. दार उघडे नव्हतेच. कॉरिडॉरमध्ये त्याला साफसफाईच्या वेळी वापरायची ट्रॉली दिसली. दीर्घ श्वास घेत धैर्य एकवटून त्या ट्रॉलीच्या जवळ उघड्या ठेवलेल्या

दारापाशी आला.

दारावर टकटक करत तो "स्कुझी!" म्हणत आत शिरला. आतमध्ये टी.व्ही.चा आवाज येत होता. मध्यम वयाच्या तपकिरी रंगाचा गणवेष घातलेल्या दोन बायका पलंग ठाकठीक करत होत्या. त्यांना पाहून मायकेल मोठ्या आवाजात पुन्हा "स्कुझी!" म्हणाला. त्याच्या आवाजाने दचकून गेलेल्या त्या दोघींचे चेहेरे पांढरे फटक पडले. पण त्यातल्या एकीने सावरून टी.व्ही. बंद केला.

इटालियन बोलण्याचे सारे कौशल्य पणाला लावून मायकेलने त्यांना 'मदत हवी' म्हणून सांगितले. त्याने सांगितले की आपण ४०८ नंबरच्या खोलीची किल्ली आतच विसरलो आहोत. आता ताबडतोब त्याला फोन करायचा आहे. त्यांनी जर मदत केली तर त्याचा डेस्कपाशी जायचा त्रास वाचेल.

दोघींनी एकमेकींकडे गोंधळून पाहिले. मग मायकेलच्या लक्षात आले की त्यांना इटालियन भाषा नीट येत नसावी. मायकेलने मग आपली अडचण सावकाशपणे समजून दिली. आता मात्र त्या दोघींपैकी एकीच्या डोक्यात प्रकाश पडला असावा. कारण त्यांच्या मधली एकजण काहीही न बोलता कॉरिडॉरमधून धावत सुटली. मायकेल कसाबसा तिच्या मागोमाग गेला. तिने ४०८ नंबरच्या खोलीचे दार उघडून दिले. मायकेलने तिचे आभार मानले आणि आत शिरून दार लावून घेतले.

आत गेल्यावर त्याने मोठा निश्वास टाकला. आपण श्वास रोखून धरला आहे हे त्याला तेव्हा कळले. दाराला पाठ लावून उभा असलेल्या मायकेलने खोलीमध्ये सर्वत्र नजर फिरवली. पडदे उघडे असल्याने खोलीत भरपूर प्रकाश होता.

मायकेलला सामान पाहून आश्चर्य वाटले. बऱ्याचशा बॅगा बंदच होत्या. फक्त दोनच बॅगा उघडलेल्या अवस्थेत होत्या. डेस्क, टेबल किंवा पलंगापाशी असणाऱ्या छोट्या टेबलावर कुठेही चांदीची डबी नव्हती.

मायकेलच्या हृदयाची धडधड वाढली. त्याला घामही येऊ लागला. 'आपण असल्या कामात हुशार नाही' हे त्याने मनाशी कबूल केले. चांदीची डबी कोणत्याही परिस्थितीत हवीच होती. मायकेलने सारे मनोधैर्य एकवटून तिथे शोधण्याचे ठरवले.

मायकेल प्रथम डेस्कपाशी आला. लॅपटॉपच्या दोन बॅगांच्यामध्ये त्याला ४०८ नंबरची किल्ली दिसली. क्षणभर विचार केल्यावर त्याने ती खिशात टाकली. त्याने भराभरा दोन्ही बॅगा पाहिल्या. चांदीची डबी नव्हती. मग त्याने भराभरा ड्रॉवर उघडून पाहिले. त्यात हॉटेलमधली स्टेशनरी, लाँड्रीसाठी वापरायच्या प्लॅस्टिक पिशव्या आणि फॉर्म वगळता त्यात काहीही नव्हते. बाथरूममध्ये सगळीकडे पाहूनही त्याला ती चांदीची डबी मिळाली नाही. कपाटात आणि डॅनियलच्या जाकिटाच्या खिशातही कुठे डबीचा पत्ता नव्हता.

सामान ठेवायच्या स्टॅन्डवरच्या उघड्या बॅगांकडे तो आला. त्या दोन्ही त्याने

कडेकडेला हात फिरवून तपासून पाहिल्या. मग त्याने काळजीपूर्वक कपडे उचलून खाली पाहिले. कुठेही ती चांदीची डबी नव्हती.

मायकेलचा अचानक थरकाप उडाला. कारण बाहेरून त्याला अमेरिकन धाटणीच्या बोलण्याचा आवाज ऐकू आला. क्षणभर तो जागच्या जागी खिळून बसला.

कुलुपात किल्ली फिरवल्याचा भीषण आवाज त्याला जाणवला!

◆

१२

सोमवार, २५ फेब्रुवारी २००२
दुपारी ३ वाजून ४५ मिनिटे

"हे काय आहे?" खोलीच्या दारापाशी उभी राहून स्टेफनी म्हणाली.

डॅनियलने तिच्या खांद्यावरून वाकून पाहिले, "काय झालं?"

"टेबलावर फुलं ठेवलेली दिसत आहेत, आपल्याला कोणी पाठवली असतील बरं?"

"बटलरने?"

"तू त्याला ई-मेल केली नसलीस तर आपण इथं ट्युरीनमध्ये आहोत हे त्याला माहिती नाही."

"मी ई-मेल केली नव्हती." डॅनियलने जणू ते सर्वथा अशक्य कोटीतले असल्याच्या अविर्भावात म्हणाला, "पण गुप्तचर संस्थांमधली त्याची ओळख पाहता कदाचित त्याला ते माहिती असेल. माझी चौकशी करून घेतली असल्याने मी त्याला ह्यातून वजा करू शकत नाही. कदाचित त्या मॉन्सिनॉर मान्सोनीनं त्याला नमुना दिला गेला असल्याचं कळवलं असेल."

स्टेफनी त्या फुलांच्या गुच्छाकडे गेली आणि त्याबरोबरचं पाकीट उघडलं.

"ओह... नाही. हा गुच्छ हॉटेलच्या व्यवस्थापनानंच पाठवलेला आहे."

"उत्तम." डॅनियल फारसे लक्ष न देता म्हणाला आणि तो टॉयलेटकडे गेला. स्टेफनी सामान ठेवण्याच्या स्टँडपाशी गेली आणि त्यावर ठेवलेली तिची सूटकेस पाहू लागली. तिने सूटकेसमध्ये डाव्या बाजूला तिचे बूट खुपसून ठेवलेले होते. पण सुटकेसचे वरचे झाकण तसेच उघडे धरून ती क्षणभर थबकली. तिने कष्टाने व्यवस्थित पॅक करून ठेवलेला कॉटनचा शर्ट जरासा हललेला होता. त्यावर एक सुरकुतीही पडलेली होती. तिने बोटाने ती सुरकुती साफ करायचा प्रयत्न केला. पण ती तशीच राहिलेली पाहून स्टेफनीने तिची एक शेलकी शिवी हासडली. ती बूट

काढायला हात पुढे करणार होती, एवढ्यात तिला बोस्टनमध्ये काळजीपूर्वक पॅक केलेल्या तिच्या अंर्तवस्त्रांपैकी एक सरकलेले दिसले. ती ताठ उभी राहिली आणि सूटकेसकडे पाहत ओरडली, ''डॅनियल! इकडे ये!''

बाथरूममधून टॉयलेटमध्ये पाणी सोडल्याचा आवाज आला. डॅनियल बाथरूमच्या दारातून बाहेर डोकावला. त्याच्या हातात टॉवेल होता, ''हं... काय झालं आता,'' भुवया उंचावत डॅनियल म्हणाला, तिचा आवाज ऐकून तिचं काहीतरी बिनसले आहे हे त्याच्या लक्षात आले होते.

''आपल्या खोलीत कोणीतरी शिरलं होतं!''

''तो गुच्छ पाहिला तेव्हाच ते आपल्या लक्षात आलं होतं की.''

''इथं ये!''

खांद्यावर टॉवेल टाकून डॅनियल स्टेफनी उभी होती त्या जागी आला. तोदेखील उघड्या सूटकेसकडे पाहू लागला.

''कोणीतरी माझी बॅग उचकली होती.''

''कशावरून?''

स्टेफनीने त्याला कारण समजावून दिले.

''पण हे बदल फारच साधे आहेत.'' स्टेफनीच्या पाठीवर थाप मारत डॅनियल म्हणाला, ''आपण बाहेर पडायच्या अगोदर तूच तर बॅग उघडली होतीस. केंब्रिजला झालेल्या प्रकारामुळे तू उगीचच घाबरली तर नाहीस ना?''

''कोणीतरी माझी बॅग उचकली होती!'' स्टेफनी रागाने पुन्हा म्हणाली. त्याचा हात तिने हिसडून टाकला. जेटलॅग आणि दमल्यामुळे डॅनियलच्या बोलण्याचा तिला चटकन राग आला, ''तू तुझी सूटकेस पाहा!''

डोळे फिरवत डॅनियलने शेजारी ठेवलेली त्याची सूटकेस उघडली, ''ठीक आहे. मी पाहतो.''

''काही दिसतंय का?''

डॅनियलने खांदे उडवले. मुळात तो पॅकिंग नीट न करणारा होता. त्यातच अगोदर त्याने स्वच्छ अंडरवेअर शोधण्यासाठी बॅगेत उलथापालथ केली होती. मग अचानक तो जागच्या जागी स्तब्ध झाला. स्टेफनीकडे पाहत तो म्हणाला, ''माय गॉड! काहीतरी वस्तू गेलेली आहे.''

''कोणती?'' डॅनियलच्या दंडाला धरत स्टेफनी म्हणाली.

''कोणीतरी माझी प्लुटोनिअमची कुपी चोरलीय!''

''मी गंभीरपणे बोलते आहे.'' स्टेफनीचा आवाज कर्कश्य होता. ती पुन्हा आपल्या बॅगेत पाहू लागली. हातात घेतलेला हेअरब्रश नीट पाहत ती म्हणाली,''हे आणखी बघ! हा ब्रश मी कपड्यांवर नीट ठेवलेला होता. मला ते चांगलं

आठवतंय, कारण मी तो बाथरूममध्ये नेणार होते. आणि तो असा कपड्यांच्या मध्यभागी पडलेला होता आत्ता. मी तुला खात्रीपूर्वक सांगते. कोणीतरी बॅगेत हात घातलेला आहे!''

''ठीक आहे... ठीक आहे. शांतपणानं घे!''

स्टेफनीने सूटकेसच्या बाजूच्या कप्प्यात हात घालून वेल्वेटचे छोटे पाकीट काढले. ''हं... निदान माझे दागिने तरी आहेत. मी त्यात नेहमी थोडी रोख रक्कम ठेवते. ती पण तशीच आहे. मी खरोखरच फार किंमती वस्तू बरोबर आणल्या नाहीत हे बरंच झालं म्हणायचं.''

''कदाचित खोली साफ करणाऱ्यांनी बॅगा हलवल्या असतील.''

''काहीतरीच काय बोलतोस.'' स्टेफनी त्याचे म्हणणे उडवून देत म्हणाली, ''माझी किल्ली गेलेली आहे! मी ती तिथंच ठेवली होती.''

''तुझी खात्री आहे?''

''तुला आठवत नाही का? निघायच्या वेळी आपण बोललो होतो त्यावर ते. दोन किल्ल्या कशाला हव्यात एवढंही आपण बोललो.''

''साधारण आठवतंय.''

स्टेफनी ताडताड बाथरूमकडे गेली. डॅनियलने खोलीभर नजर फिरवली. स्टेफनीचा घाबरटपणा आणखी विचार करण्याजोगा आहे की काय ह्यावर त्याला मत बनवता येईना. पण बोस्टनमधल्या प्रसंगाने स्टेफनी अस्वस्थ झाली होती. हॉटेलमधले सफाई कर्मचारी, बारमधील बाटल्या आणून ठेवणारे लोक आणि बेलमॅन नेहमीच खोल्यांमध्ये ये-जा करतात हे त्याला माहिती होते. कदाचित त्यातल्या एखाद्याने बॅगेत हात घातला असेल. काहीजणांना मोह आवरता येत नाही.

''कोणीतरी माझ्या प्रसाधनाच्या बॅगेतही हात घातला आहे.'' स्टेफनी बाथरूममधून म्हणाली.

डॅनियल बाथरूमच्या दारापाशी उभा राहिला, ''काही गेलंय का त्यातलं?''

''नाही. तसं काहीच नाही!'' स्टेफनी वैतागली होती.

''ए... तू माझ्यावर ओरडू नकोस!'' डॅनियल म्हणाला.

स्टेफनी ताठ उभी राहिली. डोळे मिटून खोलवर श्वास घेत तिने स्वत:शी मान अनेकदा हलवली, ''तुझं म्हणणं बरोबर आहे. मला माफ कर. मी तुझ्यावर रागावलेली नाही. फक्त तू माझ्याएवढा ह्या प्रकाराकडे गंभीरपणे पाहत नाहीस म्हणून वैतागले मात्र आहे.''

''जर काही चोरीला गेलं असतं तर मग पाहिलं असतं.''

स्टेफनीने तिच्या मेकअपच्या सामानाची बॅग बंद केली. ती पुढे झाली आणि डॅनियलच्या गळ्यात हात टाकले. डॅनियलनेही तिला मिठीत घेतले.

"कोणी माझ्या सामानात उचकापाचक केलेली मला सहन झाली नाही. विशेषत: आपण निघण्याच्या आदल्या दिवशी घडलेल्या प्रकारामुळे मी फार अस्वस्थ झाले."

"मी ते समजू शकतो."

"काहीही वस्तू गेलेली नाही. अगदी रोख रक्कमही. हे जरा चमत्कारिक आहे. त्यामुळे हा प्रकार मला त्या दिवशीच्या त्या केंब्रिजच्या प्रकारासारखाच वाटतोय. निदान तिथे व्यवसायिक कारणासाठी कोणी हेरगिरी करत असेल असं आपण मानू शकतो, पण तेदेखील तितकसं संभवनीय नाहीच. जर रोख रक्कम किंवा इतर मौल्यवान काही नको असेल तर कोणीतरी इथं काय शोधत असेल?"

"मला फक्त एकच शक्यता वाटते. आपल्या जवळचा नमुना."

स्टेफनी मागे सरकली आणि त्याच्याकडे पाहत म्हणाली, "कशासाठी?"

"कोण जाणे. पण आपल्याजवळ इथं तेवढीच एक वेगळी गोष्ट आहे."

पण ती वस्तू आपल्याकडे आहे हे फक्त ती आपल्याला देणाऱ्या माणसालाच माहिती आहे. "स्टेफनीच्या चेहेऱ्यावर चिंता दिसू लागली होती. तिच्या भुवया आक्रसल्या होत्या.

"शांत हो!" डॅनियल म्हणाला, "मी फक्त मनातला विचार मोठ्यानं बोलून दाखवला इतकंच. कोणी त्या नमुन्यासाठी आत शिरलं असेल असं मला वाटत नाही. बरं ती डबी कुठं आहे?"

"अजूनही माझ्या पर्समध्ये आहे."

"आण ती ताबडतोब! आपण परत एकदा बघून खात्री करून घेऊ." स्टेफनीने पलंगावर फेकलेली पर्स घेतली आणि ती चांदीची डबी बाहेर काढली. डबी उघडल्यावर डॅनियलने ते पारदर्शक पाकीट उचलले आणि उजेडाच्या समोर धरले. आतमधले धागे स्पष्ट दिसत होते. पण त्यांचा रंग अजूनही ओळखता येण्याजोगा नव्हता. "माय गॉड!" डॅनियल डोके हलवत म्हणाला, "ह्या पृथ्वीतलावर वावरलेल्या एका जगप्रसिद्ध माणसाचे रक्त ह्यात असण्याची शक्यता असणं हेच किती थरारक आहे, त्यामधला दैवी भाग बाजूला ठेवला तरी."

स्टेफनीने डबी बाजूला ठेऊन ते छोटे पाकीट हातात घेतले. तिनेही ते उजेडात नीट धरून पाहिले, "तो डाग नक्कीच रक्ताचा आहे. बहुधा माझ्या मनाची कॅथॉलिक म्हणून झालेली जडणघडण मला सांगते आहे, हे येशू ख्रिस्ताचेच रक्त आहे."

फादर मॅलोनेला स्टेफनी दिसत नसली तरी तो तिच्या श्वासाचा आवाज ऐकू

येण्याएवढा जवळ होता. त्याचं हृदय फार वेगाने धडधडत होते. आपला घाम खाली पडून त्याचा आवाज आला तर काय होईल ह्या विचाराने त्याचा थरकाप उडाला होता.

दारात किल्ली फिरल्याचा आवाज आल्यावर मायकेल जीव खाऊन वेगाने एका पडद्यामागे धावला होता. आपण एखाद्या भुरट्या चोरासारखे वागलो ही जाणीव त्याचं मन कुरतडत होती. आपण जागच्या जागी उभे राहून धैर्याने आल्या परिस्थितीचा सामना करायला हवा होता असे त्याला आता वाटत होते. त्या कफनाच्या नमुन्यावर अनधिकृत चाचण्या घेण्यासाठी कोणी काही करू नये म्हणून आपण हे करतोय असा उलट प्रहार करणे योग्य झाले असते असेही मायकेलला वाटू लागले होते. पण नेमक्या त्या क्षणी त्याच्या मनाने पलायन हाच योग्य मार्ग असल्याचे ठरवले होते. त्याला काही कळायच्या आत प्रतिक्षिप्त क्रियेमुळे तो पडद्यामागे दडला होता. आता आपण सापडू नये एवढीच प्रार्थना करत राहणे इतकेच तो करू शकत होता.

स्टेफनीचा आत आल्यावरचा चकित स्वर ऐकून त्याला वाटले होते की सगळा खेळ संपला. पण डेस्कवरची फुले पाहून ती चकित झाली आहे हे कळल्यावर त्याचा जीव भांड्यात पडला होता. नंतर त्याला स्टेफनीने त्याचे काम किती सहजपणे शोधून काढले हे पाहावे लागले होते. आता जर तिने खोलीत शोधाशोध सुरू केली असती तर तो तात्काळ सापडला असता. असे सापडणे म्हणजे काय याची कल्पनाही त्याला करवत नव्हती. आपल्या प्रगतीची संधी म्हणून सुरू केलेला हा सगळा प्रकार त्याच्या अंगाशी येण्याची शक्यता दिसत होती.

"आपल्याला त्या कफनाबद्दल काय वाटतं ह्यापेक्षा बटलरला काय वाटतं ते जास्त महत्त्वाचं आहे." डॅनियल म्हणाला.

"मला तुझं म्हणणं सगळंच पटतंय असं नाही." स्टेफनी म्हणाली,

"पण त्या विषयावर नंतर बोलू कधीतरी."

स्टेफनी पडद्याच्या अगदी जवळून गेली तेव्हा मायकेल एकदम ताठ उभा राहिला. सुदैवाने ते जरतारी इटालियन पडदे जाड कापडाचे होते. जाताजाता स्टेफनीला मायकेलच्या हाताचा पुसट स्पर्श झाला होता. पण तिच्या ते लक्षात आले नव्हते. मायकेलला पुन्हा जोराचा घाम फुटला. त्याच्या घामाचे थेंब जमिनीवर टपटप आवाज करत पडू लागले. ह्या आवाजाने नक्की आपण सापडणार हे त्याच्या लक्षात आल्याने त्याला आणखीनच जास्त घाम येऊ लागला.

"ह्या नमुन्याचं काय करायचं आहे?" स्टेफनी पडद्यापासून दूर जात म्हणाली.

"माझ्याकडे दे." डॅनियल खोलीत कुठे तरी उभा होता, तेथून म्हणाला. मायकेलने एक खोलवर श्वास घेतला. तो पडद्यामागे जास्तीजास्त ताठ उभा होता. त्याला डबी बंद केल्याचा आवाज आला. मग आणखी काही आवाज आले, पण

ते त्याला ओळखता आले नाहीत.

"मला वाटतं, आपण खोली बदलावी." डॅनियल म्हणाला, "हवं असेल तर सरळ दुसऱ्या हॉटेलात जाऊ या."

"तुला काय वाटतं नेमकं?" डॅनियल काही क्षणांनंतर पुन्हा म्हणाला.

"मला वाटतं. आपण इथंच राहावं. सगळ्याच हॉटेलमध्ये खोलीच्या अनेक किल्ल्या असतात. रात्री झोपताना आपण दाराचा बोल्ट लावून घेऊ."

मायकेलला दरवाज्याची सुरक्षा यंत्रणा सुरू केल्याचा आवाज आला.

"काय पण कुलुप आहे!" डॅनियल म्हणाला, "मला तुला विनाकारण घाबरवायचं नाही. पण तुझं काय मत आहे?"

"मला तरी ते ठीक वाटतंय." स्टेफनी म्हणाली, मायकेलला त्या आधी दरवाजा हलवून पाहिल्याचा मोठा आवाज ऐकू आला होता.

"आता हा बोल्ट लावून घेतल्यावर कोणीही मोठा ओंडका आणून धडक मारल्याशिवाय आत येऊ शकणार नाही."

"ठीक आहे." स्टेफनी म्हणाली, "आपण इथंच राहू. एकच रात्र काढायची आहे. शिवाय सकाळी सातनंतर लगेचची फ्लाईट असल्यामुळे पहाटे लवकर उठावं लागणारच आहे. तेव्हा काही तासांचा तर प्रश्न आहे. बरं, आपण पॅरिसकडून का चाललो आहोत?"

"काही पर्यायच नव्हता. ब्रिटिश एअरवेजची ट्युरीनला फ्लाईट नाही. एकतर एअर फ्रान्सने पॅरिसला जायचं किंवा लुफ्तांसाने फ्रॅन्कफुर्ट. मला वाटलं की पुन्हा फ्रॅन्कफुर्टला उलटं कशाला जा."

"लंडनला थेट फ्लाईट नाही हे किती हास्यास्पद आहे. म्हणजे, खरं तर ट्युरीन हे इटलीतलं प्रमुख औद्योगिक शहर आहे."

"मी काय सांगू?" डॅनियल खांदे उडवत म्हणाला. "बरं. आता तुला बूट की काय आणि जे काही हवंय ते घेतलंस तर बरं होईल. मग आपण परत बाहेर पडू या."

"ओह! प्लीज तसं करा!" मायकेल मनातल्या मनात म्हणाला.

"माझा विचार आता बदलला आहे." स्टेफनी म्हणाली. ते शब्द ऐकून मायकेल मुळापासून हादरला.

"आत्ता चार वाजले आहेत. लवकरच अंधार पडू लागेल. आपण डिनरपर्यंत बाहेर नाहीच पडलो तर? काल रात्री तुला जागरण झालं होतं, त्यामुळे तू दमला असशील."

"दमलोय." डॅनियलने कबूल केले.

"तर मग कपडे काढून जरा पडू या आपण. मी तुझी पाठ दाबून देते. मग पुढे

कसं काय घडेल ते तू किती दमलेला आहेस यावर अवलंबून राहील. तुझा काय विचार आहे?''

डॅनियल हसला, ''मनापासून सांगतो. इतकी चांगली कल्पना मी माझ्या अख्ख्या आयुष्यात ऐकलेली नव्हती. मला ठिकाणं पाहायला जाण्यात बिलकुल रस नाही. मी ते तुझ्यासाठी करत होतो इतकंच.''

''तर मग लाडक्या, त्याची आता गरज नाही.''

उत्कट प्रेमाचे कूजन, हसणेखिदळणे आणि कपडे काढल्याचे आवाज ऐकून मायकेलने अंग चोरून घेतले. त्याला ते दोघेजण पलंगावर झोपल्याचा आवाज ऐकू आला. बाटलीतून लोशन बाहेर काढल्याचा आणि ते त्वचेवर घासले गेल्याचा आवाजही त्याला स्पष्ट ऐकू आला. डॅनियलच्या तोंडातून बाहेर पडणारे आनंदाचे आवाज त्याच्या कानाने टिपले.

''हं. ठीक आहे. आता तुझी पाळी.'' डॅनियल म्हणाला. त्यांच्या देहांच्या हालचालीमुळे पलंगाची करकर झाली.

आता बराच वेळ झाला होता. उभा राहून त्याचे पाय दुखू लागले होते. पायात गोळा आला तर आपण सापडू हे त्याला जाणवले. त्याने एका पायावरचा भार दुसऱ्या पायावर घेतला. आपल्या हालचालीमुळे आवाज झाला की काय ह्या भीतीने त्याने श्वास रोखून धरला. कोणालाही त्याची चाहूल लागली नव्हती. पण पायातली वेदना पुन्हा ठसठसू लागली होती. शारीरिक त्रासापेक्षा त्या दोघांच्या प्रणयाचे आवाज ऐकत उभे राहण्याची शिक्षा फार वेदनादायक होती. मायकेलला ते आवाज टाळताच येत नव्हते. मनातल्या मनात तो रोजच्या प्रार्थनेमधल्या ओळी म्हणू लागला. असे असूनही सुखद उत्तेजना वाटल्याने आपली ब्रह्मचर्य पालनाची प्रतिज्ञा धोक्यात आली आहे हे त्याला जाणवले.

सुखाने कण्हण्याचे काही चित्कार ऐकू आल्यावर खोलीत शांतता पसरली. नंतर त्याला कुजबूज ऐकू आली, पण त्यातला शब्दही त्याला कळला नाही. त्यानंतर हसण्याचे आणि खिदळण्याचे आवाज आले. अखेर मायकेलची त्यातून सुटका झाली, कारण दोघेजण आता बाथरूममध्ये गेले होते. त्याला शॉवरच्या पाण्याचा आवाज ऐकू आला.

मायकेलने आता आखडलेले सांधे जरा मोकळे केले. डोके जरा फिरवून आळस झटकला. त्याने दोनचार पावलेही टाकली आणि मिनिटभरात तो पुन्हा होता त्या जागी स्तब्ध उभा राहिला. कारण कोणत्याही क्षणी दोघांपैकी एकजण खोलीत परतण्याची शक्यता होती.

मायकेलच्या दुर्दैवाने कपडे घालून तयार व्हायला डॅनियल आणि स्टेफनीने पाऊण तास घेतला. अखेर त्यांच्याजवळ होती ती किल्ली घेऊन दोघे जेवणासाठी

बाहेर पडले. खोलीत आता पूर्ण शांतता होती. मायकेलने कान देऊन ऐकण्याचा प्रयत्न केला. ते परत आले तर नाहीत ना याची खात्री करून घेतली. मग तो हलकेच पडद्यामागून पुढे आला. बाथरूममधला दिवा चालू असल्याने तेथून खोलीत प्रकाश पडला होता. मायकेलने दाराकडे पाहिले. तेथून बाहेर पडायला किती वेळ लागेल याचा अंदाज केला. दारातून बाहेर पडताना कोणी पाहील ही भीती त्याच्या मनात होती.

दाराकडे जाण्यासाठी धैर्य एकवटत असताना त्याची नजर डेस्कवर ठेवलेल्या चमकणाऱ्या वस्तूकडे गेली. आपण पाहतोय त्यावर त्याचा विश्वास बसेना. त्याने डोळे मिचकावून खात्री करून घेतली.

"देवाची कृपा!" तो स्वतःशी पुटपुटला. डेस्कवर चांदीची डबी होती.

मायकेलने एक खोल श्वास घेतला. बाहेर आल्यावर क्षणभर त्याने कानोसा घेतला आणि मग डेस्कवरची डबी खिशात टाकून तो वेगाने दरवाज्याबाहेर पडला. त्याच्या सुदैवाने कॉरिडॉर रिकामा होता. मागे वळून न पाहता तो सरळ लिफ्टकडे गेला. मग मात्र त्याने वळून पाहण्याचे धाडस केले. कॉरिडॉर अजूनही रिकामाच होता.

त्यानंतर काही मिनिटांनी मायकेल हॉटेलच्या मुख्य दारातून बाहेर पडला. ऐन हिवाळ्यातल्या त्या संध्याकाळची थंडी त्याला त्या क्षणी फार सुखद वाटली. तो झपाट्याने दारापासून दूर गेला.

खिशातली चांदीची डबी त्याने चाचपून पाहिली. त्यामुळे त्याच्या मनात उल्हासाची एक लहर पसरली. हा आनंद वेगळाच होता. क्वचित प्रसंगी कन्फेशन ऐकल्यानंतर त्याला सुटका झाल्यासारखे वाटे. आत्ताचा सुटकेचा आनंद त्यापेक्षा कितीतरी पटीने जास्त होता.

पवित्र येशूच्या रक्ताचा नमुना परत मिळवताना सोसावा लागणाऱ्या कष्टांचा हा अनुभव त्याच्या मनावर खोल ठसा उमटवणारा होता.

मायकेलने टॅक्सी केली आणि टॅक्सी ड्रायव्हरला आर्चबिशपच्या कार्यालयाचा पत्ता सांगितला. मागे रेलून बसत त्याने निवांतपणा अनुभवण्याचा प्रयत्न केला. त्याने घड्याळाकडे नजर टाकली. जवळजवळ साडेसहा वाजले होते. म्हणजे तो पडद्यामागे दोन तास उभा होता! शेवट चांगला झाला असला तरी तो अनुभव भयंकर होता, हे खिशातल्या चांदीच्या डबीच्या स्पर्शाने त्याला जाणवले.

मायकेलने डोळे मिटून घेतले. कार्डिनल ओरुर्कला फोन करण्यासाठी कोणती वेळ चांगली ठरेल याचा तो विचार करू लागला. त्याला घडलेला सारा प्रकार आणि अखेर त्याने प्रश्न यशस्वीपणे कसा सोडवला याची माहिती देणे आवश्यक होते. आता तो सुरक्षित बसलेला असताना आपण कोणत्या भयंकर प्रसंगातून बाहेर

पडलो हे आठवून हसू आले. पडद्यामागे तो उभा राहून कोणाच्या तरी प्रणयाचा साक्षीदार झाला आहे हे चित्र त्यालाही अविश्वसनीय वाटत होते. आपण हे कार्डिनलच्या कानावर घालावे असे त्याला वाटले खरे. पण ते शक्य नाही हे देखील त्याला कळत होते. आपण फक्त कन्फेशन देताना ह्याबद्दल सांगू शकतो, पण ते देखील सोपे नाही हे त्याच्या लक्षात आले.

कार्डिनलचा रोजचा कार्यक्रम माहिती असल्याने मायकेलने स्थानिक इटालियन वेळेनुसार रात्री साडेदहाला फोन करायचा असे ठरवले. रात्रीच्या जेवणापूर्वीच्या त्या वेळेत कार्डिनलला गाठणे सहज शक्य आहे हे त्याला माहिती होते. चर्चच्या दृष्टीने विलक्षण मानहानी होण्याचा प्रसंग त्याने एकट्याने स्वतःच्या बुद्धिचातुर्याने टाळण्यात यश मिळवले, हे तो अप्रत्यक्षपणे खुबीने कार्डिनलच्या कानावर घालणार होता.

टॅक्सी आर्चबिशपच्या कार्यालयाच्या दारात थांबली, तेव्हा मायकेल सावरला होता. अजून त्याचे हृदय धडधडत असले तरी घाम येणे बंद झाले होते. त्याचा श्वासोश्वासही पूर्वपदावर आला होता. घामामुळे ओल्या झालेल्या कपड्यांमुळे त्याला चांगलीच थंडी वाजत होती.

मायकेल प्रथम व्हॅलेरिओ गॅरिबाल्डीला भेटायला गेला. रोममध्ये नॉर्थ अमेरिकन कॉलेजमध्ये शिकत असताना त्याची आणि व्हॅलेरिओची मैत्री झाली होती. पण व्हॅलेरिओ काहीतरी कामानिमित्त बाहेर गेल्याचे मायकेलला कळले. मग तो मान्सोनीकडे गेला. मॉन्सिनॉर मान्सोनीने त्याला बसण्यासाठी खूण केली. तो फोनवर बोलत होता. त्याने फोनवरचे संभाषण आटोपते घेतले आणि मग आपले लक्ष मायकेलकडे वळवले. आता तो इंग्लिशमध्ये बोलू लागला होता. त्याने मायकेलच्या कामाबद्दल चोकशी केली. त्याच्या रोखून पाहण्यातून हे स्पष्ट दिसत होते की त्याला त्या विषयात चांगलाच रस वाटत होता.

"काम चांगलं झालं. परिस्थितीचा विचार करता...."

"कसली परिस्थिती?"

"मला ज्या प्रसंगातून जावं लागलं ती परिस्थिती" मायकेल विजयी स्वरात म्हणाला आणि त्याने ती चांदीची डबी बाहेर काढली. त्याने ती काळजीपूर्वक लुईजीच्या समोर सरकवली. त्याच्या चेहेऱ्यावर स्वतःवर खूष झाल्याचे अर्धस्फुट स्मितहास्य होते.

लुईजीच्या भुवया आक्रसल्या. त्याने हात पुढे करून काळजीपूर्वक चांदीची ती डबी उचलली आणि ओंजळीत धरली. "त्यांनी ही परत दिली हे आश्चर्यच आहे. ते मला उत्कट भावनाप्रधान वाटले होते."

"तुमचा अंदाज तुमच्या अपेक्षेपेक्षाही अगदी जास्त अचूक आहे. पण हा नमुना त्यांनी गमावला आहे याची त्यांना कल्पना नाही. त्यांच्याकडून तो परत चर्चकडे

आला आहे. खरं सांगायचं तर मी त्यांच्याशी बोललोही नाही.''

लुईजीच्या फोफशा फुगीर गालांवर खळी पडली, ''बहुधा मी हे कसं साध्य झालं हे विचारणं बरं नाही.''

''नकोच विचारू.''

''ठीक आहे. माझ्या बाबतीत म्हणायचं तर मी नमुना प्राध्यापक बल्लासारींकडे परत दिला की माझं काम संपलं.'' लुईजीने खिट्टी सरकावून डबी उघडली. मग त्याने डबीत आणि मायकेलकडे आळीपाळीने पाहिले,'' हा काय प्रकार आहे... त्यात नमुना नाही!''

''नाही! तसं होणं शक्य नाही.'' मायकेल जागच्याजागी ताठ बसला.

''तसं आहे खरं.'' लुईजीने डबी फिरवून मायकेलसमोर धरली.

''ओह!... नाही... नाही!'' मायकेल किंचाळला. हातात डोके धरून तो खाली झुकला, ''माझा विश्वास बसत नाही!''

''त्यांनी तो नमुना काढून घेतला असणार.''

''उघडच आहे ते.'' मायकेल सुस्कारा टाकत म्हणाला. त्याचा आवाज अतिशय खिन्न झाला होता.

''तुला फार त्रास होतोय हे दिसतंय.''

''तुला वाटतोय त्यापेक्षा जास्तच.''

''पण अजून वेळ गेलेली नाही. तू आता सरळ त्यांच्याकडे जाऊन नमुना परत मागू शकतोस.''

मायकेलने जोरजोरात चेहेऱ्यावरून हात फिरवत पुन्हा एक नि:श्वास टाकला, ''हा पर्याय आपल्याजवळ नाही. विशेषत: ती डबी आणण्यासाठी मी जे काय केलंय ते पाहता तर नाहीच. आणि तसं केलं तर काय होऊ शकेल ते तुला त्यांच्या स्वभावावरून माहिती आहेच. ते सरळसरळ नकार देतील. माझ्या अंदाजानुसार त्यांचा काहीतरी बेत ठरलेला आहे. ते तो पार पाडण्याचा निश्चय करून आले आहेत.''

''ते केव्हा इथून जाणार आहेत याची कल्पना आहे का?''

''सकाळी सात वाजून पाच मिनिटांची एअर फ्रान्सची पॅरिस फ्लाईट.''

''तर मग आणखी एक पर्याय आहे.'' लुईजी बोटे एकमेकात अडकवत म्हणाला, ''नमुना परत मिळवण्याचा एक निश्चित मार्ग आहे. माझ्या आईकडून माझा एक नातेवाईक आहे. त्या सद्गृहस्थाचे नाव कार्लो रिक्कीआर्डी आहे. हा माझा मावसभाऊ सोप्रिटेंडेंटे आर्किओलोगिसिओ डेल पिडमॉन्ट ह्या पदावर आहे. ह्याचा अर्थ पिडमॉन्टचा पुरातत्त्व खात्याचा अधीक्षक. तो एन.पी.पी.ए. ह्या सरकारी खात्याचा प्रांतीय प्रमुख आहे. एन.पी.पी.ए. म्हणजे 'न्युक्लिओ प्रोटोझिओने आर्टिस्टिको

ए आर्किओलोगिसिओ.''

"मी कधी हे नाव ऐकलेलं नाही.''

"त्याचं आश्चर्य वाटायला नको. कारण त्यांचे काम साधारणपणे गुप्तपणे चालते. तो कारबिनेरीचाच एक खास विभाग आहे. इटलीमधला प्रचंड ऐतिहासिक वारसा ह्या सदरामध्ये त्या कफनाचाही समावेश असल्याने तो विषय त्या विभागाच्या अधिकारात येतो.''

"पण तू त्यांना काय सांगशील? म्हणजे तू स्वत:च तो नमुना त्या अमेरिकनांना दिलास. त्यांनी तो चोरला नाही. खरं तर तू तो त्यांना सार्वजनिक ठिकाणी सुपूर्त केला होतास. एखादा चतुर इटालियन वकील तसं सांगणारा साक्षीदारही हजर करू शकेल.''

"त्या नमुन्याची चोरी झाली होती असं मी मुळीच सुचवणार नाही. मी एवढंच म्हणेन की खोटेपणा करून तो नमुना हस्तगत करण्यात आला आहे. खरंही तेच आहे म्हणा. पण त्यापेक्षा महत्त्वाचं मी त्यांना सांगेन. हा नमुना इटलीबाहेर नेण्यासाठी त्यांच्याकडे अधिकृत परवाना नाही. मी हेसुद्धा सांगेन की हा नमुना इटलीबाहेर नेणे बेकायेदशीर आहे. मला खबर मिळाली आहे, ते अमेरिकन उद्या सकाळी नमुना इटलीबाहेर नेण्याच्या प्रयत्नात आहेत.''

"आणि त्या पुरातत्त्व खात्याच्या पोलिसांना तो नमुना जप्त करण्याचा अधिकार आहे का?''

"आहेच! त्यांचं खातं अत्यंत प्रभावशाली आहे नि त्यांना पूर्ण स्वातंत्र्य आहे. मी तुला एक उदाहरणच देतो. काही वर्षांपूर्वी तुमच्या त्या अध्यक्ष रेगन यांनी विचारणा केली होती की रेग्गिओ डी कालाब्रियापाशी समुद्रात मिळालेल्या ब्रॉन्झच्या वस्तू लॉस एंजलीस ऑलिंपिकसाठी बोधचिन्ह म्हणून वापरायला अमेरिकेला नेता येतील का? इटलीच्या अध्यक्षांनी त्याला होकार दिला. पण प्रांतीय अधीक्षक नाही म्हणाला. आणि ब्रॉन्झचे पुतळे इटलीतच राहिले.''

"ठीक आहे. मला त्यांची ताकद कळली.'' मायकेल म्हणाला,"पण ह्या विभागाकडे युनिफॉर्म घालणारी पोलिस तुकडी आहे का?''

"त्यांच्याकडे स्वत:चे इस्पेत्तोरी नावाचे साध्या कपड्यातले अधिकारी आहेत. इस्पेत्तोरी म्हणजे इन्स्पेक्टर. पण ते सर्वसाधारपणे अशा कामांसाठी कारबिनेरी किंवा ग्वार्दिया डी फिनांन्झाच्या अधिकाऱ्यांची मदत घेतात. बहुधा विमानतळावर ग्वार्दिया डी फिनांन्झाची तुकडी असेल. आणि जरी कारबिनेरींना कार्लो थेट हुकूम देऊ शकत नसला तरी त्यांनाही ह्यात भाग घ्यायला नक्कीच आवडेल.''

"त्यांना खबर दिली तर त्या अमेरिकनांचं काय होईल?''

"उद्या सकाळी विमानतळावर फ्लाईट पकडायला आल्यावर त्यांना अटक

होईल आणि मग तुरुंगात रवानगी. नंतर त्यांच्यावर खटला भरला जाईल. इटलीमध्ये अशा प्रकारच्या आरोपांकडे फार गंभीरपणाने पाहिले जाते. पण खटला लगेचच होईल असे नाही. कारण अशा प्रकारचे खटले फार सावकाश चालतात. अर्थात कफनाचा नमुना थेट आमच्याकडे परत येईल. बस्स. सगळा प्रश्न संपून जाईल.''

"ठीक तर मग. कर फोन!'' मायकेल म्हणाला. त्याची थोडी निराशा झाली होती. पण सर्वकाही संपलेले नव्हते. एकाहाती हा प्रश्न निकालात काढण्याचे श्रेय तो घेऊ शकणार नाही हे उघड दिसत होते. पण ह्या सगळ्यात आपली भूमिका अविभाज्य होती हे तो कार्डिनलला पटवून देऊ शकत होता.

डॅनियलच्या पोटातून तृप्तीचा ढेकर बाहेर पडला. त्याने चेहेऱ्यावर दिसणारे खोडकर हास्य लपवण्यासाठी तोंडावर हात धरला.

स्टेफनीने त्याच्याकडे तिच्या दृष्टीने रागीट दृष्टी टाकली. डॅनियलच्या व्यक्तिमत्त्वाची ही बालिशपणाची बाजू तिला अजिबात गंमतीची वाटत नव्हती.

डॅनियल हसला. "ए स्टेफनी. जरा शांत हो. जेवण फार मस्त झालं आहे नि बारोलोची बाटलीही झकास होती. ह्या मजेचा विचका व्हायला नको!''

"आपण खोली सोडली म्हणजेच मी शांत होईन.'' स्टेफनी म्हणाली.

"कोणीतरी माझ्या बॅगेत उचकापाचक केलीय, तेव्हा मला अस्वस्थ होण्याचा हक्क आहे.''

डॅनियलने किल्ली फिरवून दार उघडले. स्टेफनी आत शिरली आणि तिथेच उभी राहून तिने सगळीकडे नजर फिरवली, डॅनियल आत शिरू लागला. पण स्टेफनीने त्याला अडवले.

"मला टॉयलेटला जायचंय.'' डॅनियलने तक्रार केली.

"आपल्याकडे पाहुणे आले होते!''

"ओ हो! हे तू कशावरून म्हणतेस?''

स्टेफनीने डेस्ककडे बोट दाखवले. "चांदीची डबी गायब आहे.''

"गेली? म्हणजे तुझं म्हणणं बरोबर होतं.''

"होतंच.'' स्टेफनी म्हणाली. ती डेस्कपाशी गेली आणि डबी होती त्या जागी हात फिरवला. जणू तिला त्याबद्दल खात्री करून घ्यायची होती.

"आणि तुझं म्हणणंही बरोबर होतं. ते कफनाच्या नमुन्याच्या मागावरच होते.''

"नमुना बाहेर काढून फक्त डबी इथं ठेवण्याच्या कल्पनेचं सगळं श्रेय तुला दिलंच पाहिजे.''

"धन्यवाद.'' स्टेफनी म्हणाली. "पण मला ते लोक मौल्यवान वस्तूंच्या

मागावर नव्हते ना त्याची मला खात्री करून घेऊ दे.'' स्टेफनीने जाऊन सूटकेसमधले दागिने गेलेले नाहीत ना ते पाहिले. दागिने नि रोख रक्कमही जागच्या जागी होती.

डॅनियलने जाऊन आपली बॅग तपासून पाहिली. सर्वकाही जागच्या जागी होते. तो सरळ उभा राहिला, ''आपण आता काय करायचं?''

''इटलीतून चालतं व्हायचं. असं कधी वाटेल ह्याची मी लक्षावधी वर्षात कल्पनाही केली नसती.'' स्टेफनी अंगावर कोट वगैरे तसाच ठेऊन पलंगावर पडली आणि रंगीबेरंगी काचेच्या झुंबराकडे पाहू लागली.

''मी आज रात्रीचं विचारतोय.''

''म्हणजे खोली किंवा हे हॉटेल सोडायचं का ते विचारतो आहेस का तू?''

''होय.''

''आपण इथंच राहू आणि बोल्ट लावून घेऊ म्हणजे झालं.''

''मलाही त्याचीच अपेक्षा होती.'' डॅनियल पॅन्ट उतरवत म्हणाला, त्याने इस्त्री नीट राहावी म्हणून पॅन्ट सरळ धरली. ती कपाटात अडकवून तो पलंगाकडे आला. त्याने पायातून बूट काढून टाकले. स्टेफनी पलंगावर पसरली होती.

''आत्ता निघायचं तर त्यासाठी अमानवी प्रयत्न करावा लागेल. आणि मी तर खलास झाले आहे.'' स्टेफनी महत्प्रयासाने उभी राहिली आणि कोट काढून टाकला. ''शिवाय जे कोणी आपल्या मागावर आहेत त्यांना आपण कुठंही गेलो तरी ते शोधून काढणं अजिबात अवघड नाही. तेव्हा आपण उद्या सकाळपर्यंत इथून कुठेही जाणार नाही.'' ती डॅनियलला बाजूला करून कपाटापाशी आली आणि आपला कोट हँगरवर अडकवला.

''मला चालेल.'' शर्टची बटणे काढत डॅनियल म्हणाला,

''सकाळी आपण इथं हॉटेलवर काहीतरी खाण्याचा विचार सोडून देऊ. त्याऐवजी आपण विमानतळावरच काहीतरी खाऊ या. हॉटेलचे कर्मचारी म्हणाले की आपण सहा वाजता इथून बाहेर पडायला हवं. म्हणजेच आपल्याला पहाटे फार लवकर उठावं लागणार आहे.''

''हं. ठीक आहे. कल्पना चांगली आहे.'' स्टेफनी म्हणाली, ''विमानात कधी एकदा पाय ठेवते असं मला झालंय.''

◆

१३

मंगळवार, २६ फेब्रुवारी २००२
दुपारी ४ वाजून ४५ मिनिटे

दरवाजा चांगला बंद असूनही स्टेफनीला झोप नीट लागली नव्हती. बाहेर जरा खुट्ट आवाज झाला की घाबरून जात होती. मध्यरात्रीनंतर शेजारच्या खोलीत कोणीतरी आले तेव्हा स्टेफनी एकदम उठून बसली. तिने वेगाने पांघरुण काढून डॅनियलला उठवण्याचा प्रयत्न केला. डॅनियलने रागाने पुन्हा पांघरुण ओढून घेतले होते. रात्री दोन नंतर मात्र तिला झोप लागली. अखेर सकाळी डॅनियलने तिचे खांदे हलवून तिला जागी करेपर्यंत जराशी विश्रांती झाली होती. पण तिला आपण पंधरा मिनिटेच झोपलो असे वाटत होते.

"किती वाजले?" कोपरावर उठून बसत स्टेफनीने क्षीण स्वरात विचारले.

"पाच वाजलेत. पहाटे उठतो तो चमकतो!... अर्ध्या तासात आपण टॅक्सीत असायला हवं आहे."

'पहाटे उठतो तो चमकतो' हा वाक्प्रचार स्टेफनीची आई तिला उठवताना वापरत असे. अर्थात ती ऑलिंपिक दर्जाची झोपाळू असल्याने ती ह्या वाक्प्रचाराने वैतागत असे.

डॅनियलने पुन्हा तिला हलवताच ती त्रासली, "मी जागी झाले आहे." वैतागून स्टेफनीने डॅनियलकडे पाहिले. त्याने त्यावर स्मितहास्य करत तिचे केस थोडे विस्कटले. तिला हा प्रकार अजिबात आवडत नसे. तसे तिने डॅनियलला अनेकवेळा सांगितले होते. त्यामुळे तिला आपल्याला लहान मुलीप्रमाणे किंवा त्यापेक्षा वाईट म्हणजे एखाद्या पाळीव प्राण्याप्रमाणे वागवल्यासारखे वाटत असे.

डॅनियल बाथरूमकडे गेलेला पाहून स्टेफनी उताणी झाली आणि प्रकाशाकडे डोळे किलकिले करून वर पाहिले. वरच्या काचेच्या झुंबरातून प्रखर प्रकाश पडत होता. बाहेर अजून गडद अंधार होता. स्टेफनीने एक दीर्घ श्वास घेतला. त्या क्षणी तिला झोपी जायची अनिवार इच्छा झाली. पण लगेचच मनातील जाळे मोकळे होऊ लागले. इटलीतून कफनाचा नमुना घेऊन बाहेर पडायचे आहे ही जाणीव तिला झाली होती.

"उठलीस का?" डॅनियल बाथरूममधून ओरडला.

"होय!" स्टेफनीने ओरडून उत्तर दिले. त्याने ज्या प्रकारे तिला गदागदा हलवून जागे केले होते ते पाहता स्टेफनीची आणखी टाळाटाळ करायची तयारी नव्हती. जांभया देत हायपाय ताणून ती उठून बसली. उठायचे नाही हा मनातला विचार

प्रयत्नाने बाजूला करत ती पलंगावरून खाली उतरली.

शॉवर घेतल्यावर मात्र दोघांनाही उत्साह वाटू लागला. गजर वाजला तेव्हा डॅनियललाही उठावेसे वाटत नव्हते. पण आता अंघोळीनंतर ताजेतवाने झाल्यावर मात्र त्यांनी भराभरा सगळे आवरले. पावणेसहा वाजता डॅनियलने डेस्कपाशी फोन करून टॅक्सी मागवली आणि कोणालातरी सामान नेण्यासाठी पाठवायला सांगितले.

"आपण आज दुपारी नसाऊत असणार हे किती अविश्वसनीय वाटतंय." डॅनियल म्हणाला. त्या दिवशी ते एअर फ्रान्सच्या पॅरिसहून जाणाऱ्या फ्लाईटने लंडनला जाणार होते आणि मग तेथून थेट फ्लाईटने न्यू प्रॉव्हिडन्स बेटावर पोहोचणार होते.

"आपण एकदम थंडीमधून उन्हाळी वातावरणात एकाच दिवसात जाणार. छान मोकळे कपडे घालून मला युग लोटलं असावं. मला ह्या विचारानेच वेड लावलंय."

बेलमॅनने त्यांचे सामान नेले. डॅनियलने त्याला ते टॅक्सीत ठेवायची सूचना दिली. स्टेफनी केस वाळवत असताना डॅनियल बाथरूमच्या दारात उभा होता.

"मला वाटतं. आपण आपल्या खोलीत घुसलेल्या माणसाबद्दल हॉटेलच्या मॅनेजरला सांगावं." स्टेफनी केस वाळवत असताना म्हणाली.

"त्यानं काय होईल?"

"कदाचित काही नाही. पण मला वाटतं की त्यांना ते कळायला हवं."

डॅनियलने घड्याळाकडे नजर टाकली, "तुझा मुद्दा चर्चा करण्याजोगा आहे खरा. पण आपल्यापाशी वेळ नाही. साडेपाच होत आलेत. आपण आता निघायलाच हवं."

"तू खाली जाऊन चेक-आउट का करत नाहीस? मी दोन मिनिटांत आलेच."

"नसाऊ, आम्ही येत आहोत!" डॅनियल खाली जाताना म्हणाला.

फोनच्या आवाजाने मायकेल गाढ झोपेतून खडबडून जागा झाला. पूर्णपणे जाग यायच्या अगोदर त्याने फोन कानाला लावला होता. फोनवर फादर पीटर फ्लेक हा कार्डिनल ओरुर्कचा दुसरा सेक्रेटरी होता.

"जागा झालास का?" पीटर म्हणाला. त्याने धडपडत बाजूचा दिवा लावून घड्याळात किती वाजलेत ते पाहायचा प्रयत्न केला.

"इथं न्यूयॉर्कमध्ये रात्रीचे बारा वाजायला पंचवीस मिनिटे बाकी आहेत. तिथं किती वाजलेत?"

"सकाळचे पाच वाजून पस्तीस मिनिटे."

"माफ कर. पण दुपारी तू फोन करून म्हणाला होतास की कार्डिनलशी तुला लवकरात लवकर बोलायचं आहे. आणि मान्यवर महोदय आत्ताच परत आले

आहेत. मी फोन जोडून देतो.''

मायकेलने तोंडावर हात फिरवला आणि नीट जाग येण्यासाठी गालावर थपडा मारून घेतल्या. काही क्षणातच फोनवरून कार्डिनल ओरुर्कचा सौम्य आवाज ऐकू आला. त्यानेही अशा वेळी फोन केल्याबद्दल दिलगिरी व्यक्त केली. आपण गव्हर्नरबरोबर एका प्रदीर्घ कार्यक्रमात अडकलो. हा कार्यक्रम जरा उशीरा सुरू झाला हे त्याने सांगितले.

''तुमच्या कामात आणखी भर टाकल्याबद्दल माफ करा.'' मायकेल काहीसा चिंतेच्या स्वरात म्हणाला. कार्डिनलच्या नम्र व मृदू स्वभावामुळे तो फसणारा नव्हता. त्या वरकरणी सौम्य प्रेमळ व्यक्तिमत्त्वाच्या मागे काय होते ते मायकेलला माहिती होते. वेळप्रसंगी तो किती निष्ठूर होऊ शकतो आणि विशेषत: त्याला नाराज करणाऱ्या किंवा मूर्खपणाने वागणाऱ्या आपल्या हाताखालच्या माणसांना तो कसा वागवतो याची मायकेलला पूर्ण कल्पना होती. त्याचवेळी त्याला खूष करू शकणाऱ्यांच्या बाबतीत तो अतिशय दयाळूपणाने पाहिजे ते द्यायला तयार असे.

''ट्युरीनमध्ये काही गडबड तर नाही ना?''

''दुर्दैवाने आहे.'' मायकेल म्हणाला, ''नमुना घेण्यासाठी सिनेटर बटलरनी पाठवलेल्या दोन्ही व्यक्ती रेणूजीवशास्त्रज्ञ आहेत.''

''अस्सं.''

''त्यांची नावे डॉ. डॅनियल लॉवेल आणि डॉ. स्टेफनी डी'अगोस्टिनो अशी आहेत.''

''अस्सं.''

''तुम्ही सूचना दिल्या होत्यात त्यावरून मी ताडलं की ह्या माहितीमुळे तुम्हाला त्रास होईल. कारण त्यातून अनाधिकृत चाचणी होण्याची शक्यता आहे. पण चांगली बातमी अशी आहे की मॉन्सिनॉर मान्सोनी यांच्या मदतीने वेगाने हालचाल करून मी तो नमुना तत्काळ परत मिळवण्याची व्यवस्था केली आहे.''

''ओह.'' कार्डिनल जेम्स इतकेच बोलून थांबला, फोनवर अवघडल्याप्रमाणे शांतता पसरली. मायकेलला कार्डिनलचा हा प्रतिसाद सर्वस्वी अनपेक्षित होता. त्याला कार्डिनलकडून प्रोत्साहन मिळण्याची आशा वाटत होती.

''अर्थातच, कफनावर आणखी शास्त्रीय चाचण्या होण्याची मानहानी टाळणे हाच माझा हेतू आहे.'' मायकेलने घाईघाईने आणखी स्पष्टीकरण दिले. हे बोलताना त्याच्या मणक्यातून शिरशिरी निघून गेली. हे संभाषण आता अप्रिय वळण घेणार आहे असे त्याला मनोमन वाटू लागले होते.

''डॉ. लॉवेल आणि डी'अगोस्टिनो यांनी स्वत: नमुना परत देण्याचं मान्य केलं आहे काय?''

“नेमकं तसं म्हणता येणार नाही.” मायकेलने कबूल केले. आज सकाळी ते पॅरिसला जाणाऱ्या फ्लाईटसाठी विमानतळावर येतील तेव्हा इटालियन अधिकारी नमुना जप्त करणार आहेत.”

“आणि त्या शास्त्रज्ञांचं काय होईल?”

“त्यांना थांबवून ठेवण्यात येईल.”

“सिनेटर बटलर म्हणाला होता त्याप्रमाणे हा नमुना देण्यासाठी प्रत्यक्ष कफनाला हात लावावा लागला नाही, हे खरं आहे काय?”

“होय. अनेक वर्षांपूर्वी कफनाचा एक लहानसा भाग कापून काढण्यात आला होता त्याचाच हा नमुना आहे.”

“हा नमुना कोणतीही अधिकृत कागदपत्रे तयार न करता त्या शास्त्रज्ञांना संपूर्ण गुप्तपणे देण्यात आला होता हे खरे आहे का?”

“माझ्या माहितीप्रमाणे हे खरं आहे.” मायकेल म्हणाला, “मी तुमची ही इच्छा महत्त्वाची आहे असं इथल्या लोकांना मुद्दाम सांगितलं होतं.” मायकेलला आता घाम येऊ लागला होता. घाम आदल्या संध्याकाळी खोलीत लपला असताना येत होता तेवढा नसला तरी भीती मात्र तेवढीच वाटत होती. आपल्या पोटात खड्डा पडू लागल्याची त्याला जाणीव झाली. कार्डिनलच्या प्रश्नांमधली इतरांना कधीच न जाणवणारी धार मायकेलच्या लक्षात आली होती. कार्डिनलला राग येतोय हे त्याच्या लक्षात आले.

“फादर मॅलोने! तुझ्या माहितीसाठी सांगतोय. धर्मदाय संस्थांची जबाबदारी कमी करण्यासाठीचे टॉर्ट बिल सिनेटर बटलरने अगोदरच मांडलेले आहे. त्याने शुक्रवारी ती कल्पना मांडली तेव्हा त्याला वाटलं होतं त्यापेक्षा ते बिल अधिक सुलभपणाने संमत होण्याची शक्यता आहे. हे बिल चर्चच्या दृष्टीने किती महत्त्वाचे आहे मी तुला सांगायची गरज नाही. त्या कफनाच्या नमुन्याबद्दल बोलायचं तर जरी त्यावर कसली चाचणी झालीच तरी कोणतीही अधिकृत नोंदच नसल्याने त्या निष्कर्षांना काहीच अर्थ राहत नाही. शिवाय त्या बाबतीत हात झटकून मोकळं होणं सहजशक्य आहे.”

“मला माफ करा.” मायकेल कसाबसा पुटपुटला. “मला वाटलं की मान्यवर महोदयांची नमुना परत मिळावा अशी इच्छा असावी.”

“फादर मॅलोने. तुला दिलेल्या सूचना अगदी स्पष्ट होत्या. तुला तिथं विचार करायला पाठवलेलं नाही. तो नमुना कोण घेतं आहे एवढंच तुला माहिती करून घ्यायचं होतं. नमुना परत मिळवून अशा प्रकारे चर्चसाठी अत्यंत महत्त्वाची असणारी वैधानिक प्रक्रिया धोक्यात आणण्यासाठी तुला तिकडे पाठवलेलं नाही.”

“मला काय बोलावं ते कळत नाही.”

“बोलूच नकोस.” कार्डिनल म्हणाला, “जर तू जे काय ठरवलं आहेस ते ह्या अगोदर घडलेलं नसेल तर तू ताबडतोब ते थांबण्यासाठी प्रयत्न सुरू कर असा माझा तुला मोलाचा सल्ला आहे. अर्थात तुला तिकडे कॅट्सकिल माऊंटनमधल्या एखाद्या छोट्या पॅरिश चर्चमध्ये जायचं असेल तर गोष्ट वेगळी. तो नमुना जप्त होणं किंवा अमेरिकन शास्त्रज्ञांना अटक होणं मला चालणार नाही. जरी तू त्यासाठी सौम्य शब्द वापरला होतास तरी अटक हा शब्दच अधिक समर्पक आहे. सगळ्यात महत्त्वाचं म्हणजे सिनेटर बटलरनं फोन करून आपण बिल परत घेतोय हे कळवलेलं मला खपणार नाही. जर तू जे काही म्हणालास तसं घडलं तर सिनेटर बटलर हेच करणार हे नक्की. मी काय म्हणतोय ते नीट कळलं का फादर?”

“होय.” मायकेल अडखळत म्हणाला. पुढच्या क्षणी तो बंद फोनकडे पाहत होता. कार्डिनलने अचानक संभाषण बंद केले होते. मायकेलने कसाबसा आवंढा गिळला आणि फोन जागेवर ठेवला. न्यूयॉर्कच्या डोंगराळ भागात छोट्या पॅरिश चर्चमध्ये पाठवणे हे चर्चच्या संदर्भात सैबेरियात पाठवण्यासारखे होते.

मायकेलने एकदम फोनचा रिसिव्हर हातात घेतला. अमेरिकन शास्त्रज्ञांचे विमान सातनंतर निघणार होते. याचा अर्थ संकट टाळण्याची अजून एक संधी उपलब्ध होती. त्याने अगोदर हॉटेलला फोन केला. पण अमेरिकन जोडी आधीच बाहेर पडल्याचे कळले. मग त्याने मॉन्सिनॉर मान्सोनीच्या घरी फोन केला. पण तो अर्ध्या तासापूर्वीच चर्चच्या कामासाठी विमानतळावर गेला असल्याची माहिती मिळाली. हे ऐकल्यावर मात्र मायकेलचा थरकाप उडाला. त्याने खुर्चीवर टाकलेले कपडे घाईघाईने अंगावर चढवले. अंघोळ किंवा दाढी करणे सोडाच. तो टॉयलेटलाही न जाता बाहेर पडला. लिफ्टसाठी न थांबता तो पायऱ्यांवरून उतरून खाली आला. काही मिनिटात तो त्याने भाड्याने घेतलेल्या गाडीतून बाहेर पडलाही होता. घड्याळाकडे नजर टाकल्यावर त्याच्या लक्षात आले की सहानंतर थोड्याच वेळात तो विमानतळावर पोहोचू शकतो. पण तिथे गेल्यावर आपण काय करायचे हे त्याला कळत नव्हते.

“तू त्याला भरघोस टिप देणार की काय?” स्टेफनी डॅनियलला डिवचत म्हणाली. टॅक्सी आता ट्युरीन विमानतळावर येत होती. डॅनियलला टॅक्सीत वाटणारी भीती आता शिगेला पोहोचली होती. त्याने वारंवार वेग कमी करण्याची विनंती करूनही टॅक्सी ड्रायव्हरने त्याच्याकडे पूर्ण दुर्लक्ष केले होते. प्रत्येक वेळी टॅक्सी ड्रायव्हरने फक्त खांदे उडवत ‘इंग्लिश... नाही’ एवढेच शब्द उच्चारले होते. अर्थात त्याचा वेग हायवेवरच्या टॅक्सींपेक्षा मात्र जास्त नव्हता.

“मी त्याला टॅक्सीभाडं दिलं तर ते त्याचं नशीब!” डॅनियल फटकारत

म्हणाला. टॅक्सी आता विमानतळावरच्या इतर गाड्यांच्या गर्दीत येऊन थांबली होती. विमानतळावर भरपूर गर्दी होती. तिघांनी मिळून त्यांचे सामान बाहेर काढले आणि बाजूला ढीग केला. चडफडत डॅनियलने टॅक्सी ड्रायव्हरला पैसे दिले. तो ते घेऊन निघून गेला.

"ह्याचं काय करायचं आपण?" स्टेफनी म्हणाली. ते दोघे तेवढे सामान नेऊ शकत नव्हते. स्टेफनीने आजूबाजूला नजर टाकली.

"आपण सामान तसंच सोडून बिलकूल जाता कामा नये." डॅनियल म्हणाला.

"ठीक आहे. मग आपल्यापैकी एकानं जाऊन ट्रॉली आणायची नि दुसऱ्यानं सामानापाशी थांबायचं."

"उत्तम. ह्यातलं तू काय करशील."

"तिकीटं आणि पासपोर्ट तुझ्याजवळ आहेत. तेव्हा तू ते बाहेर काढून तयार ठेव. तोपर्यंत मी ट्रॉली मिळते का ते पाहते."

स्टेफनी गर्दीतून वाट काढत ट्रॉली दिसते का ते पाहत निघातली. पण एकही ट्रॉली रिकामी नव्हती. अखेर तिला टर्मिनलच्या आतल्या बाजूला, बाहेर जाण्याच्या दरवाज्यापाशी एक ट्रॉली मिळाली. ती घेऊन स्टेफनी परत बाहेर आली.

सामानाच्या ढिगावरच्या मोठ्यात मोठ्या सूटकेसवर बसून अस्वस्थपणाने डॅनियल पाय हलवत बसलेला दिसला. "तुला फार वेळ लागला." त्याने तक्रारीच्या स्वरात विचारले.

"माफ कर. पण मी मला शक्य ते सर्व केलंय. इथं फारच गर्दी आहे. बहुधा एकाच वेळी बऱ्याच फ्लाईट जात असणार."

दोघांनी मिळून लॅपटॉपच्या बॅगा सोडून सगळे सामान ट्रॉलीवर भरले. त्याचा मोठा ढिगारा झाला. डॅनियल ट्रॉली ढकलत असताना बाजूने चालत स्टेफनी वरच्या बॅगा पडू नयेत म्हणून आधार देत होती.

"मला सगळीकडे खूप पोलीस फिरताना दिसले." टर्मिनलमध्ये शिरताना स्टेफनी म्हणाली, "मी एवढे पोलीस कधीच बघितले नव्हते. अर्थात झगझगीत पोशाखामुळे इटालियन कारबिनेरी उठून दिसतात म्हणा."

स्टेफनी आणि डॅनियल दारातून आत गेल्यावर थोड्याच अंतरावर थांबले, त्यांच्या बाजूने लोकांचा लोंढा एखाद्या नदीसारखा वाहत होता. त्यात जणू त्यांनी मध्येच एक बेट तयार केल्यासारखे वाटत होते.

"आपण कुठं जायचं?" डॅनियल म्हणाला. अनेकजण त्यांना घासून जात होते. "मला कुठे एअर फ्रान्सची पाटी दिसत नाही."

"चेक-इन काउंटरच्या रांगेपाशी स्क्रीनवर प्रत्येक फ्लाईटची माहिती दिसते आहे. थांब! मी पाहून येते."

काही मिनिटातच नेमका काउंटर शोधून स्टेफनी परत आली. दरम्यान दारातून येणाऱ्या लोंढ्यामधून डॅनियल बाजूला सरकून उभा होता. कुठे जायचे आहे त्याकडे बोट दाखवल्यावर दोघे काउंटरच्या दिशेने निघाले.

"तू पोलिसांबद्दल काय म्हणत होतीस ते आत्ता लक्षात आलं." डॅनियल म्हणाला, "तू गेली होतीस तेवढ्यात किमान अर्धा डझन इथून आत गेले. माझ्या लक्षात काय आलं असेल? त्यांच्याजवळ मशीनगन होत्या. आपण त्या काउंटरवर चेक-इन करणार आहोत त्याच्या मागेही काही जण दिसत आहेत."

ते पॅरिसला जाण्यासाठी फ्लाईटच्या रांगेत आले. रांग चांगलीच मोठी होती. पाच मिनिटे गेली तरी रांग जेमतेमच पुढे सरकली होती. "तिथं काय चाललंय त्यांचं?" डॅनियल चवड्यांवर उभा राहत काउंटरच्या दिशेने पाहण्याचा प्रयत्न करत म्हणाला, "एवढा वेळ का लागावा? पोलिसांमुळे तर एवढा उशीर लागत नाही ना?"

"नंतर सुरक्षा तपासणीपाशी गर्दी झाली नाही म्हणजे झालं." स्टेफनी घड्याळाकडे पाहत म्हणाली. सहा वाजून वीस मिनिटे झाली होती.

"हा काउंटर एकाच फ्लाईटसाठी असल्याने आपण सगळे एकाच ठिकाणी जाणार आहोत." डॅनियल अजूनही लोकांच्या डोक्यावरून पुढे काय चाललंय ते पाहण्याचा प्रयत्न करत होता.

"तुझं म्हणणं बरोबर आहे."

"माय गॉड! डॅनियलचे हे उद्‌गार ऐकून स्टेफनी चकित झाली.

"आता काय झालं?" ती चिडक्या स्वरात म्हणाली, तिने समोर पाहण्याचा प्रयत्न केला. पण तिला काहीच दिसत नव्हते.

"मॉन्सिनॉर मान्सोनी. तो धर्मगुरु. आपल्याला नमुना देणारा तो माणूस पोलिसांबरोबर चेक-इन काउंटरमागे उभा आहे."

"तुला खात्री वाटते?" स्टेफनीला त्या योगायोगाबद्दल शंका वाटली. तिने पुन्हा काही दिसते का ते पाहण्यासाठी निष्फळ प्रयत्न केला. डॅनियलने खांदे उडवले. मग पुन्हा काउंटरकडे पाहिले आणि तो स्टेफनीकडे वळला, "होय. नक्कीच तो आहे. त्याच्या एवढे लठ्ठ धर्मगुरु फार नसतात."

"त्याचा आपल्याशी तर काही संबंध नाही ना?"

"कोण जाणे. पण कोणीतरी आपल्याकडून नमुना नेण्याचा प्रयत्न करणं आणि हा माणूस इथं दिसणं ह्यामुळे मला अस्वस्थ वाटतंय."

"काहीतरी गडबड आहे." स्टेफनी म्हणाली, "नक्कीच काहीतरी गडबड आहे."

रांग थोडी पुढे सरकली. आपण काय करावे ते डॅनियलला कळेना. पण त्याच्या

मागच्या माणसाने त्याला उतावीळपणे पुढे ढोसल्यावर डॅनियलने ट्रॉली पुढे ढकलली. तो सामानाच्या ढिगामागे मुद्दाम उभा राहिला. त्यांच्यापुढे आता फक्त चार जण होते. स्टेफनी दोन पावले बाजूला सरकली आणि तिने काउंटरच्या दिशेने चोरटा कटाक्ष टाकला. तत्काळ ती डॅनियलप्रमाणे सामानाच्या मागे लपली.

''तो नक्कीच मान्सोनी आहे.''

डॅनियल आणि स्टेफनीने एकमेकांकडे पाहिले.

''आपण काय करायचं आता?''

''कोण जाणे.'' स्टेफनी म्हणाली, ''मला त्या धर्मगुरुपेक्षा पोलिसांबद्दल जास्त काळजी वाटतेय.''

''अर्थातच!'' डॅनियल रागावून म्हणाला.

''नमुना कुठे आहे?''

''मी तुला मघाशीच सांगितलं. माझ्या लॅपटॉपच्या बॅगेत.''

''माझ्यावर कशाला ओरडतोस?''

रांग आणखी पुढे सरकली. मागचा माणूस डॅनियलच्या इतका जवळ होता की त्याचा श्वास त्याच्या मानेला जाणवत होता. डॅनियलला ट्रॉली पुढे ढकलणे भाग पडले. काउंटरच्या आणखी जवळ आल्याने त्यांच्या काळजीत भर पडली.

''कदाचित आपणच अतिरंजीत कल्पना करून घेत असू.'' स्टेफनी आशा निर्माण करण्यासाठी म्हणाली.

''नाही. हा योगायोग निव्वळ आपल्या मनाचा खेळ म्हणून सोडून देण्यासारखा नाही.'' डॅनियल म्हणाला, ''केवळ पोलीस किंवा फक्त तो धर्मगुरु असणं ह्यात काहीच नवल नाही. पण दोघेही एकाच वेळी नेमक्या आपल्याच काउंटरमागे कशासाठी असावेत. आता आपण काहीतरी निर्णय घेतला पाहिजे. कारण अवघ्या काही मिनिटातच आपण काउंटरसमोर असू. मग जे काय घडायचं आहे ते घडेल.''

''आत्ता ह्या क्षणी आपण काय करू शकतो? आपण इथं लोकांच्या गर्दीत दाटीवाटीने प्रचंड सामान बरोबर घेऊन उभे आहोत. फार फार तर त्यांना हवा असेल तर आपण तो नमुना देऊन टाकू.''

''निव्वळ नमुनाच जप्त करायचा असता तर एवढे पोलीस इथं असण्याची काही गरज नव्हती.''

''माफ करा.'' त्यांच्या मागून कोणीतरी धापा टाकत म्हणाले. त्याची बोलण्याची ढब निश्चितच अमेरिकन धाटणीची होती.

स्टेफनी आणि डॅनियलच्या मनावर एवढा ताण होता की त्यांनी एका झटक्यात मान मागे फिरवली. त्यांना डोळे विस्फारून त्यांच्याकडे पाहणारा धर्मगुरु दिसला. बहुधा धावत आल्यामुळे त्याची छाती वरखाली होत होती. त्याच्या कपाळावर घाम

चमकत होता. त्याचे अस्ताव्यस्त लाल केस आणि खुरटी वाढलेली दाढी ह्या दोन्ही गोष्टी त्याच्या कडक इस्त्रीच्या कपड्यांशी विसंगत होत्या. आजूबाजूच्या प्रवाशांच्या चेहेऱ्यावरून स्पष्ट दिसत होते की तो गर्दीतून जबरदस्तीने वाट काढत त्यांच्यापर्यंत आला होता.

"डॉ. लॉवेल आणि डॉ. डी'अगोस्टिनो! आपण बोलणं गरजेचं आहे.'' मायकेल धापा टाकत म्हणाला.

"स्कुझी!'' डॅनियलच्या मागचा माणूस त्रासिकपणे त्याला पुढे जाण्याची खूण करत होता. मायकेलकडे पाहत असताना डॅनियलला पुढे सरकण्याखेरीज पर्याय नव्हता. पण त्याने मागच्या माणसाला पुढे जा अशी खूण केली. तो माणूस आनंदाने पुढे गेला.

मायकेलने एकदा ट्रॉलीवरून काउंटरकडे पाहिले. त्याला मॉन्सिनॉर मान्सोनी आणि पोलीस दिसताच त्याने डोके पुन्हा खाली घेतले.

"आपल्याकडे वेळ फार थोडा आहे. तुम्ही फ्लाईटसाठी चेक-इन करू नका.'' मायकेल दबक्या स्वरात म्हणाला.

"तुम्हाला आमची नावे कशी कळली?''

"ते सांगायला आत्ता वेळ नाही.''

"तुम्ही कोण आहात?'' स्टेफनीने विचारले. तिला त्याच्या चेहेऱ्यात काहीतरी परिचित वाटत होते. पण काय ते तिच्या नेमके लक्षात येत नव्हते.

"मी कोणीही असलो तरी त्यामुळे काही फरक पडत नाही. महत्त्वाचं काय आहे तर तुम्हाला लवकरच अटक होणार आहे नि तो नमुना जप्त करण्यात येईल.''

"आता माझ्या लक्षात आलं. आम्हाला कफनाचा तो नमुना मिळाला तेव्हा त्यावेळी कॅफेत तुम्ही होतात.''

"प्लीज!'' मायकेल विनवणी करत म्हणाला, "तुम्ही इथून बाहेर पडायला हवं. माझ्याजवळ गाडी आहे. मी तुम्हाला इटलीतून बाहेर नेऊ शकतो.''

"गाडीनं?'' डॅनियल जणू त्याची सूचना हास्यास्पद आहे अशाप्रकारे म्हणाला.

"तोच एक मार्ग आहे. विमानतळ, रेल्वे वगैरे सर्व ठिकाणी नजर ठेवलेली असेल. विशेषत: पॅरिसची ही फ्लाईट. मी गंभीरपणानं सांगतोय. तुम्हाला पकडून तुरुंगात टाकण्यात येईल. माझ्यावर विश्वास ठेवा!''

डॅनियल आणि स्टेफनीने एकमेकांकडे पाहिले. दोघांच्याही मनात येणारे विचार सारखेच होते. त्यांच्या मनामध्ये आलेल्या शंकेला ह्या अचानक आलेल्या धर्मगुरूच्या म्हणण्याने पुष्टी मिळाली होती. ते पॅरिसच्या त्या फ्लाईटने जाणार नव्हते.

डॅनियलने ट्रॉली उलट फिरवण्यासाठी हात पुढे केला. मायकेलने त्याला थांबवले, "हे सामान नेण्याएवढा वेळ नाही.''

"म्हणजे काय?"

मायकेलने मान पुढे करून काउंटरकडे एक हळूच नजर टाकली. पण लगेच परत कासवाप्रमाणे मान आत घेतली. "डॅम! त्यांनी मला बघितलंय. म्हणजे आता आपल्यापाशी अवघे काही सेकंद आहेत. तुम्हाला जर तुरुंगात जायचं नसेल तर ताबडतोब पळायला हवं. तुम्हाला सामान इथंच ठेवावं लागेल. सामान महत्त्वाचं की स्वातंत्र्य हा निर्णय तुम्हीच करायचा आहे."

"माझे सगळे उन्हाळी कपडे त्यात आहेत." स्टेफनीने कुरकुर केली.

"सिन्योरे!" डॅनियलच्या मागचा माणूस वैतागून त्याला पुढे होण्यासाठी खूण करत म्हणाला, "व्हा! व्ही व्हिया!" मागून अनेक जण ओरडले. रांग आता आणखी पुढे सरकली होती आणि डॅनियल-स्टेफनीमुळे सगळेजण वैतागले होते.

"कफनाचा नमुना कुठे आहे?" मायकेल म्हणाला, "आणि पासपोर्ट?"

"माझ्या खांद्यावरच्या बॅगेत." डॅनियलने उत्तर दिले.

"उत्तम." मायकेल त्रोटकपणे म्हणाला, "खांद्यावरच्या बॅग असू देत. पण बाकीचं सारं राहू द्यात! नंतर मी अमेरिकन वकिलातीकडून तुमचं सामान लंडनच्या पुढे तुम्ही कुठं जाता तिथे पाठवता येतं का ते पाहीन. आता चला!" त्याने डॅनियलचा दंड धरला आणि त्याचे लक्ष काउंटरकडे वेधले.

डॅनियलने काउंटरच्या दिशेने कटाक्ष टाकला. मॉन्सिनॉर मान्सोनी एका पोलिसाला त्यांच्या दिशेने बोट दाखवताना त्याला दिसला. डॅनियलने विद्युतवेगाने स्टेफनीकडे पाहिले, "आपण त्याच्या म्हणण्याप्रमाणे करावं."

"ठीक!" स्टेफनी शरणागती पत्करल्यासारखी हात उंचावत म्हणाली.

"माझ्या मागे या!" मायकेल ओरडला. त्याने शक्य तितक्या वेगाने ट्रॉलीपासून बाहेर जायच्या मार्गाकडे वाट काढायचा प्रयत्न केला. प्रवासी विस्कळितपणे ठेवलेल्या सामानाबरोबर दाटीवाटीने उभे होते. पुन्हा पुन्हा 'स्कुझी' म्हणत मायकेल त्यांच्यामधून कसाबसा पुढे जात होता. मध्येच वाटेत खाली ठेवलेल्या सामानाला त्याची ठोकर बसत होती. डॅनियल आणि स्टेफनी त्याच्या मागोमाग धावत होते. पाठीमागून 'आल्ट!' अशी आज्ञा वारंवार ऐकू येत होती. शेवटी लोकांच्या मधून बाहेर पडल्यावर पुढे जाणे सोपे झाले होते. तरीही मायकेलने त्यांना धावू नका अशी सूचना केली.

"आपण टर्मिनलकडे धावत असतो तर गोष्ट वेगळी होती," मायकेलने स्पष्टीकरण दिले, "उलट दिशेनं जाताना धावल्यास आपण लोकांचं लक्ष वेधून घेऊ. फक्त वेगानं चालत राहा."

अचानक त्यांच्या समोरून दोन तरुण पोलीस येताना दिसले. त्यांनी मशीनगन हातात धरल्या होत्या.

“ओह! नाही... नाही.” डॅनियल वेग कमी करत म्हणाला.

“चालत राहा!” दातावर दात रोखून मायकेल दबक्या आवाजात म्हणाला, त्यांच्यामागे आता गोंधळ गडबडीचा आवाज मोठा होत चालला होता. आपण आता सापडलो असे वाटत असताना त्यांच्याकडे न पाहता ते पोलीस चेक-इन काउंटरच्या भागात काय चाललंय ते पाहायला धावले. बरेच प्रवासी पोलिसांकडे पाहत राहिले होते. अकरा सप्टेंबरच्या न्यूयॉर्कवरच्या हल्ल्यानंतर जगात कुठल्याही विमानतळावर गडबड उडाली की प्रवासी भीतीने अस्वस्थ होतात.

“माझी गाडी. खाली अरायव्हलच्या गेटपाशी आहे.” मायकेल म्हणाला. त्याने त्यांना जिन्याकडे नेले, “मला ती डिपार्चर गेटपाशी एक क्षणही उभी करणं शक्यच नव्हतं.”

जिन्यावरून भराभरा खाली आल्यावर त्यांना तो भाग शांत दिसला. अजून फ्लाईट आलेल्या नसल्याने तिथे फक्त विमानतळावरचे मूठभर कर्मचारी होते. त्यांनी क्षणभर तिघांकडे पाहिले आणि आपआपली कामे करत राहिले. तिघेजण मुख्य दारातून बाहेर आले. मायकेल एकदम जागच्याजागी उभा राहिला. स्टेफनी आणि डॅनियलही थांबले.

“हे लक्षण चांगलं नाही.” मायकेल म्हणाला, “माझी भाड्यानं घेतलेली गाडी तिथं आहे.”

पन्नास फुटांवर फियाट व्हॅन बाजूला उभी केलेली दिसत होती. तिचे ब्लिंकर चालू होते. पुढच्या सीटपाशी दोन अधिकाऱ्यांची डोकी दिसत होती.

“आता काय करायचं?” डॅनियल घाईघाईने म्हणाला, “आपण आणखी एखादी गाडी भाड्यानं घ्यायची का?”

“गाड्या भाड्याने मिळण्याचा काउंटर अजून सुरू झालेला नाही. त्याला बराच वेळ लागेल.”

“टॅक्सी केली तर?” स्टेफनीने विचारले, “आपण विमानतळापासून दूर जायला हवं. शहरात गेल्यावर आपण गाडी भाड्यानं घेऊ शकू.”

“हा विचार चांगला आहे खरा.” मायकेलने टॅक्सी स्टँडकडे नजर टाकली. तिथे एकही टॅक्सी नव्हती. “अडचण अशी आहे की फ्लाईट येईपर्यंत इथं टॅक्सी नसणार. टॅक्सीसाठी आपल्याला पुन्हा डिपार्चर गेटकडे वर जावं लागेल. ते योग्य होणार नाही. माझीच गाडी मिळवण्याची जोखीम पत्करायला हवी. गाडीपाशी असलेले लोक व्हिग्ली उर्बानी म्हणजे शहरातले वाहतूक पोलीस आहेत. मला वाटतं, ते अद्याप तरी आपला शोध घेत नसावेत. बहुधा ते गाडी उचलून नेणाऱ्या ट्रकची वाट पाहत आहेत.”

“तुम्ही त्यांना काय सांगणार?”

“कोणास ठाऊक?” मायकेलने कबूल केले, “मला विचार करून काही कल्पना लढवण्याएवढा वेळ नाही. मी धर्मगुरु म्हणून माझ्या स्थानाचा फायदा घेण्याचा प्रयत्न करून पाहतो.” त्याने धैर्य एकवटण्यासाठी एक खोल श्वास घेतला, “चला! तुम्ही फक्त झटकन गाडीत शिरा. बोलायचं काम मी करतो.”

“मला हे काही खरं वाटत नाही.” स्टेफनी म्हणाली.

“मलाही.” मायकेल म्हणाला आणि त्याने त्यांना निघण्याची खूण केली.

“मला वाटतं, ही आपली सर्वोत्तम संधी आहे. काही मिनिटात इथं प्रत्येक दगडाझुडपाखाली आपला कसून शोध सुरू होईल. मॉन्सिनॉर मान्सोनीने आपल्याला पाहिलेलं आहे.”

“तुमची दोघांची ओळख आहे?” स्टेफनीने विचारले.

“आम्ही एकमेकांना पाहिलेलं आहे असं म्हणता येईल.”

त्यानंतर तिघेजण काही न बोलता मायकेलच्या फियाट युलीसी गाडीजवळ आले. मायकेल पोलिसांच्या गाडीमागून पुढे झाला आणि जणू आपण काही पाहिलंच नाही असे दाखवत त्याने गाडीचे दार उघडले. डॅनियल आणि स्टेफनी वेगाने मागच्या सीटवर बसले.

“पाद्रे!” मायकेलला पाहून पोलिसांच्या गाडीतून एकजण उतरून ओरडला. दुसरा मात्र गाडीतच बसून होता. मायकेल गाडीत बसलेला होता, पण त्याने अद्याप दार बंद केले नव्हते. तो बाहेर पडून उभा राहिला. डॅनियल आणि स्टेफनी आतून पाहत होते.

पोलीस मायकेलपाशी आला. त्याने निळ्या रंगाच्या दोन छटांचा गणवेष घातला होता. कमरेच्या पांढऱ्या बेल्टला पिस्तुलाची पांढरी केबल अडकवलेली होती. मध्यम चणीचा तो पोलीस मायकेल प्रमाणेच भराभर तुटक तुटक वाक्ये बोलत होता. मायकेल आणि त्याच्या संभाषणात बरेच हातवारे चालू होते. अखेर पोलिसाने हात फिरवून समोर कुठेतरी बोट दाखवले. मग मायकेल पुन्हा गाडीत बसला, त्याने गाडी सुरू केली आणि काही क्षणातच ती विमानतळाच्या बाहेर पडली.

“काय झालं?” स्टेफनी अत्यंत नर्व्हस झाली होती. आपला पाठलाग होत नाही ना, हे तिने मागे वळून पाहिले.

“सुदैवाने मी धर्मगुरु आहे हे पाहून तो दबला.”

“तुम्ही काय सांगितलंत?” डॅनियलने विचारले.

“मी फक्त दिलगिरी व्यक्त केली आणि आणीबाणीची परिस्थिती होती असं सांगितलं. मग मी जवळचं हॉस्पिटल कुठं आहे ते विचारलं. ते त्याला पटलं. मग तो मला तिकडे कसं जायचं ते समजावून सांगत होता.”

"तुम्ही चांगलं इटालियन बोलता का?" स्टेफनीने विचारले.

"फार वाईट नक्कीच नाही. मी रोममध्ये सेमिनारीत शिकायला होतो."

शक्य तेवढ्या लवकर मायकेलने मुख्य रस्ता सोडून गाडी छोट्या गावांमधून जाणाऱ्या रस्त्यावर घेतली.

"आपण कुठं जातो आहोत?" डॅनियलने विचारले. तो बाहेर पाहत चिंताग्रस्त होत म्हणाला.

"आपण ऑटोस्ट्राडपासून दूर राहणार आहोत." मायकेल म्हणाला.

"तसं करणं सुरक्षित ठरेल ते तुमचा शोध कोणत्या पातळीवर घेतील याची मला कल्पना नाही, पण टोल बूथपाशी जाणं धोकादायक ठरू शकेल."

त्यानंतर मायकेलने गाडी रस्त्याच्या कडेला घेऊन थांबवली. इंजिन तसेच चालू ठेऊन तो झुडुपांमध्ये काही मिनिटे अदृश्य झाला. अजून सूर्य वर आला नव्हता. पण चांगले उजाडलेले होते.

"काय चाललंय?" स्टेफनीने विचारले.

"मला कल्पना नाही. पण अंदाज करायचा तर, बहुधा तो स्वत:वरचा ताण हलका करत असावा."

काही मिनिटांनी मायकेल परत येऊन गाडीत बसला, "माफ करा..." एवढे बोलून मग त्याने ग्लोव्ह कंपार्टमेंटमधून काही नकाशे बाहेर काढले.

"मला दिशा दाखवण्यासाठी कोणीतरी लागेल." मायकेल म्हणाला,

"तुमच्यापैकी कोणाला नकाशा पाहणं चांगलं जमतं?"

डॅनियल व स्टेफनीने एकमेकांकडे पाहिले.

"माझ्यापेक्षा ती चांगली नकाशा पाहते." डॅनियलने कबूल केले. मायकेलने एक नकाशा उलगडला आणि स्टेफनीकडे पाहिले, "ह्या इथं पुढे येणार का? आपण क्युनिओच्या पुढे गेलो की मदत लागेल."

स्टेफनीने खांदे उडवले आणि ती पुढच्या सीटवर येऊन बसली.

"आपण ह्या इथं आहोत." गाडीतला दिवा लावून नकाशावर एका ठिकाणी बोट दाखवत मायकेल म्हणाला, "आणि आपण या इकडे जातो आहोत." त्याने नकाशावरून बोट फिरवून मेडिटरेनियन समुद्राच्या किनारी भागाची दिशा दाखवली.

"नीस. फ्रान्स?" स्टेफनी म्हणाली.

"होय. इटलीच्या बाहेर सर्वात जवळचा विमानतळ तिथंच आहे. आपण दक्षिणेकडे जावं असं मला वाटतं. कारण आपण छोट्या रस्त्यांवरून प्रवास करू शकतो. आपण इथून सरळ उत्तरेकडे जिनिव्हा गाठू शकतो, पण त्यासाठी आपल्याला मोठ्या रस्त्यांचा वापर करावा लागेल. शिवाय महत्त्वाची सरहद्दही पार करावी लागेल. मला वाटतं, दक्षिणेकडे जाणं सुरक्षित होईल. तुमचं मत काय आहे? मान्य

आहे का?'' डॅनियल आणि स्टेफनीने खांदे उडवले. ''ठीक आहे.'' डॅनियल म्हणाला. ''ठीक तर मग.'' मायकेल म्हणाला, ''आपण असे जाणार आहोत.'' त्याने पुन्हा नकाशावर बोट फिरवत सांगायला सुरुवात केली, ''आपण आता ट्युरीनमधून क्युनिओकडे जाऊ. तेथून आपण कोल्ले डी टेंडा गाठू. इकडच्या सरहद्दीवर कोणी तपासणी करत नाही. एकदा सरहद्द ओलांडली की आपण फ्रान्समधूनच प्रवास करू. या ठिकाणाहून दक्षिणेकडे जाणारा मुख्य रस्ता पुन्हा इटलीत जातो. किनाऱ्यावर असलेल्या मेन्टन या ठिकाणी आपण टोल असलेल्या रस्त्याला लागलो की थोड्या वेळात नीसला पोहोचू. माझ्या अंदाजानुसार ह्या सगळ्या प्रवासाला पाचसहा तास लागतील. अर्थात हा अंदाज आहे. हे सगळे तुम्हाला मान्य आहे का?''

डॅनियल आणि स्टेफनीने एकमेकांकडे पाहून पुन्हा खांदे उडवले. घटना एवढ्या वेगाने आणि अतर्क्य घडल्या होत्या की त्यांना काहीच सुचत नव्हते. मग बोलणे तर बाजूलाच राहिले.

''गप्प बसण्याचा अर्थ मी होय असा धरतो.'' मायकेल म्हणाला, ''मला तुमच्या मनस्थितीची कल्पना आहे. आजची सकाळ सर्वस्वी अनपेक्षित आहे. असो. तर आपण प्रथम ट्युरीनमधून पलीकडे जाणार आहोत. रहदारीचा फारसा त्रास होणार नाही अशी आशा आहे.'' त्याने दुसरा नकाशा उघडला. हा ट्युरीन आणि आजूबाजूच्या गावांचा होता. त्याने स्टेफनीला ते त्यावेळी कुठे आहेत ते दाखवले आणि कुठे जायचे आहे ते दाखवले. स्टेफनीने मान डोलावली.

''हे काम अवघड जाणार नाही.'' मायकेल म्हणाला, ''इटालियन लोक रस्त्यावरच्या खुणांच्या बाबतीत फार पुढे आहेत. आपण अगोदर टेन्ट्रो चित्ता ह्या दिशेच्या खुणा पाहणार आहोत. मग आपण दक्षिणेकडे जाणाऱ्या एस-ट्वेन्टी या रस्त्याच्या खुणा बघायच्या आहेत. ठीक आहे?'' स्टेफनीने पुन्हा मान डोलावली.

''चला!'' मायकेल म्हणाला आणि त्याने गाडी गिअरमध्ये टाकली.

सुरुवातीला रहदारी फारशी नव्हती. पण शहराच्या जवळ जाताच रहदारी जास्त वाईट होत गेली. त्यामुळे त्यांना जास्त वेळ लागत होता. ते शहराच्या मध्यभागात शिरत असताना लख्ख उजेड झाला होता. फिक्कट निळे आकाश स्वच्छ दिसू लागले होते. स्टेफनी रस्त्यावरच्या खुणा पाहून आवश्यक त्या सूचना देत होती. एवढे वगळता ते गप्प राहून जात होते. डॅनियलला जरासा दिलासा मिळाला होता. कारण मायकेल काळजीपूर्वक गाडी चालवत होता.

ते एस-ट्वेन्टी या मुख्य रस्त्यावरून वेगाने जाऊ लागले तेव्हा जवळजवळ नऊ वाजले होते. ट्युरीनमधली रोजची प्रचंड रहदारी आता मागे पडली होती. आता स्टेफनी आणि डॅनियल यांची अस्वस्थता थोडी कमी झाली होती. दोघांच्या मनात

घडलेल्या घटनांचे विचार आता घोळत होते.

स्टेफनीने नकाशांच्या काळजीपूर्वक घड्या घातल्या आणि ते समोर ठेवले. तिने मायकेलच्या ससाण्यासारख्या चेहेऱ्याकडे नजर टाकली.

"हं. आता तुम्ही कोण ते विचारण्याची वेळ आली आहे."

"मी एक साध्या मनाचा धर्मगुरु आहे." मायकेल फिक्कट हसत म्हणाला, त्याला हे प्रश्न येणार याची कल्पना होती. पण आपण काय उत्तर द्यावे हे समजत नव्हते.

"आम्हाला आणखी माहिती मिळायला हवी." स्टेफनी म्हणाली.

"माझं नाव मायकेल मॅलोने. मी सध्या न्यूयॉर्कच्या आर्चबिशपांच्या सेवेत आहे. पण मी इथं इटलीत चर्चच्या कामासाठी आलो आहे."

"आमची नावे कशी समजली?" डॅनियलने विचारले.

"तुम्हाला माझ्याबद्दल जाणून घ्यायची इच्छा आहे हे मला माहिती आहे. ते बरोबरच आहे. पण माझ्या सहभागाविषयी मी आणखी तपशीलात जाऊन सांगू इच्छित नाही. सर्वांच्या दृष्टीने ते फायदेशीर ठरेल. मी तुम्हाला अटक होण्यापासून वाचवलं हे तुम्हाला मान्य असेल तर तुम्ही मला आणखी प्रश्न विचारू नयेत, ही माझी विनंती आहे. हवं तर मी पवित्र येशूचा सेवक आहे हे लक्षात घेऊन माझी मदत हा दैवी हस्तक्षेप समजा."

स्टेफनीने डॅनियलकडे कटाक्ष टाकून मग पुन्हा मायकेलकडे नजर टाकली,

"तुम्ही दैवी हस्तक्षेप हा शब्द वापरलात, ते जरा रोचक वाटतंय. कारण आम्ही इथं इटलीत येण्याच्या संदर्भात हाच शब्द योगायोगाने ऐकला आहे. तो संदर्भ म्हणजे ट्युरीनच्या कफनाचा नमुना मिळवणे हा आहे."

"ओहो?" मायकेल सहजरित्या म्हणाला, तो विषय बदलण्याचा विचार करत होता. पण त्याला ते करण्याची युक्ती सुचेना.

"आम्हाला अटक का करण्यात येणार होती? त्याचा तुमच्या सहभागाशी काय संबंध आहे?" डॅनियलने विचारले.

"कारण तुम्ही जीवशास्त्रज्ञ आहात हे कळलं. ते अनपेक्षित आणि न आवडणारं होतं. कफनाच्या खरेपणाविषयी आता कोणतीही चाचणी होऊ नये अशी चर्चची भूमिका आहे. तुमची पार्श्वभूमी कळल्यानंतर सहाजिकच तुम्ही शास्त्रीय चाचण्या करणार आहात अशी चिंता वाटू लागली. अगोदर चर्चला फक्त तो नमुना परत हवा होता. पण ते शक्य झालं नाही म्हणून तो जप्त करण्याचं ठरलं."

"आता काही गोष्टी स्पष्ट होत आहेत." स्टेफनी म्हणाली, "पण तुम्ही आम्हाला मदत करण्याचं कारण कळत नाही. आम्ही त्या नमुन्याचा वापर चाचणीसाठी करणार नाही याबद्दल तुम्हाला खात्री वाटते का?"

"कृपा करून त्याबद्दल मला सांगायला लावू नका."

"आम्ही पॅरिसच्या फ्लाईटसाठी चेक-इन करत होतो. पण आम्ही लंडनला जाणार हे तुम्हाला कसं कळलं?" डॅनियल म्हणाला आणि पुढे झुकला. त्याला मायकेलचा आवाज नीट ऐकू येत नव्हता.

"ह्या प्रश्नाचं उत्तर देणं मला शरमेचं होईल." आदल्या दिवशी संध्याकाळी पडद्याआड उभे राहण्याचा प्रसंग आठवून मायकेलचा चेहेरा लाल झाला.

"मी पुन्हा कळकळीची विनंती करतो. तुम्ही हे एवढ्यावरच सोडून देऊ शकाल का? मी जे काही केलंय ते एका अमेरिकनाने आपल्या देशबांधवांना केलेली मदत इतकंच समजून विसरून जा."

ह्यानंतर बराच वेळ कोणीच कोणाशी बोलले नाही. मग बऱ्याच वेळाने स्टेफनी म्हणाली, "हं... आम्हाला केलेल्या मदतीबद्दल आभार. आणि त्यामागे जे काही कारण असेल ते असो. आम्ही ह्या नमुन्याचा वापर कफनाचा खरेपणा तपासण्यासाठी करणार नाही."

"मी हे योग्य त्या चर्च अधिकाऱ्यांच्या कानावर घालेन. हे ऐकून त्यांना सुटल्यासारखं वाटेल हे नक्की."

"आमच्या सामानाचं काय?" स्टेफनी म्हणाली, "तुमच्या मदतीनं ते परत मिळण्याची थोडीफार शक्यता आहे का?"

"मी ह्या बाबतीत शक्य ते सर्व करण्याचा प्रयत्न करेन. मला त्यात यश येईल असं वाटतंय. विशेषत: तुम्ही चाचणी करणार नाही हे कळल्यावर आता काम सोपे होईल. जर सर्व काही ठीक झालं तर मी तुमचं सामान तुमच्या मॅसॅच्युसेट्समधल्या घरी पाठवण्याची व्यवस्था करीन."

"आम्ही एक महिना घरी जाणार नाही." स्टेफनी म्हणाली.

"मी तुम्हाला माझं कार्ड देतो. तुमचा पत्ता नक्की झाला की मला कळवा."

"आमचा पत्ता आम्हाला ठाऊक आहे." डॅनियल म्हणाला.

"आणखी एक प्रश्न आहे." स्टेफनी म्हणाली, "यानंतर आम्ही इटलीत अस्वीकारार्ह व्यक्ती झालो का?"

"मी म्हणालो त्याप्रमाणे मी तुमच्या पाट्या कोऱ्या करण्यात यशस्वी होऊ शकेन. तुम्हाला त्याबद्दल काळजी वाटत असेल, पण भविष्यकाळात तुम्हाला इटलीत प्रवेश करायला काही अडचण येणार नाही."

स्टेफनी मागे वळली, "मला वाटतं ह्या सगळ्यातले घाणेरडे तपशील कळले नाहीत तरी चालेल. तुला काय वाटतं?"

"मलाही तसंच वाटतंय." डॅनियल म्हणाला, "पण आमच्या हॉटेलमधल्या खोलीत कोण आलं होतं हे मला कळायला हवं."

“मला त्याबद्दल बोलणं टाळायचं आहे.” मायकेल घाईघाईने म्हणाला, “अर्थात मला त्याबद्दल माहिती आहे असा मात्र ह्या म्हणण्याचा अर्थ नाही.”

“मग मला एवढंच सांगा. तो किंवा ती व्यक्ती चर्चमधली होती, व्यावसायिक भाडोत्री चोरटा की हॉटेलमधली कोणी?”

“माफ करा. मी ते सांगू शकत नाही.”

आपण ह्या सगळ्यात का पडलो हे मायकेल सांगणार नाही हे एकदा लक्षात आल्यावर डॅनियल आणि स्टेफनीच्या मनावरचा ताण कमी झाला. ते आता त्या प्रवासाचा आनंद घेऊ लागले. आता त्यांची फियाट गाडी कोणताही अडथळा न देता फ्रान्सच्या हद्दीत आली होती. ते आता हळूहळू बर्फाच्छादित शिखरांनी नटलेल्या आल्प्समधून जात होते. आजूबाजूची दृश्ये फारच सुंदर होती.

त्यांनी लिमोने पिमॉन्टे हे स्कीईंगसाठी प्रसिद्ध असलेले गाव मागे टाकले. खिंडीतून पलीकडे फ्रान्सच्या बाजूला ते गॉर्ज डी साओर्ज या अत्यंत अरुंद अशा रस्त्याने उतरले. हा रस्ता अक्षरश: खडकांमधून सरळ कापून काढल्यासारखा होता. सोस्पेल या फ्रेन्च गावात ते लंचसाठी थांबले. त्यानंतर नीसच्या विमानतळावर ते पोहोचले तेव्हा दोन वाजून गेले होते.

मायकेलने त्यांना त्याचे कार्ड दिले आणि त्यांच्या नसाऊतल्या ओशन क्लब हॉटेलचा पत्ता लिहून घेतला. त्याने दोघांशी हस्तांदोलन केले, ट्युरीनला परत जाताच आपण त्यांच्या सामानाबद्दल काय करता येईल ते पाहू असे म्हणून तो निघून गेला. मायकेलची गाडी दिसेनाशी होईपर्यंत स्टेफनी व डॅनियल एकमेकांकडे पाहत होते. मग ते वळून एकमेकांकडे पाहू लागले.

स्टेफनी जोरजोराने मान हलवत होती. “काय चमत्कारिक अनुभव!”

“हे म्हणणं फार सौम्यपणाचं आहे.” डॅनियल मान डोलावत म्हणाला. स्टेफनीच्या ओठावर उपहास दिसला. “मला कठोर व्हायचं नाही. पण तू काल नमुना मिळवणं किती सोपं आहे हे गर्वाने म्हणाला होतास ते पुन्हा पुन्हा आठवतंय. तुला ते शब्द मागे घ्यावेसे वाटतात का?”

“कदाचित मी थोडा बालिशपणाने बोललो असेन.” डॅनियलने कबूल केले. “पण तरीही अखेर सगळं ठीक झालंय. फार तर आपला एखाददुसरा दिवस वाया गेलाय इतकंच. आता इथून पुढे काही अडचण येणार नाही. सगळं सुरळीत होईल.”

“मी तशी आशा करू शकते फक्त.” स्टेफनी खांद्यावरची बॅग नीट सावरत म्हणाली, “चल आपण आत जाऊ. लंडनची फ्लाईट कधी आहे ते बघायला हवं.

ही आपल्यासाठी पहिली कसोटी असणार आहे.''

आत शिरून त्यांनी भल्यामोठ्या इलेक्ट्रॉनिक बोर्डावरची माहिती पाहिली दोघांना तत्काळ सव्वातीनची लंडनला जाणारी ब्रिटीश एअरवेजची थेट फ्लाईट एकदमच दिसली.

''बघ. मी काय म्हणालो होतो? ह्यापेक्षा अधिक सोईस्कर काहीतरी असू शकेल का?'' डॅनियल म्हणाला.

◆

१४

गुरुवार २८ फेब्रुवारी २००२
दुपारी ३ वाजून ५५ मिनिटे

''होली क्रॅप!'' डॅनियल ओरडला, ''हे काय चाललंय? आम्हाला ठार मारायचा विचार आहे का तुझा?''

डॅनियल पुढच्या सीटच्या पाठीवर हात घट्ट धरून पट्टा ओढलेल्या स्थितीत बसलेला होता. टॅक्सी म्हणजे जुनीपुराणी कॅडिलॅक होती. डॅनियल आणि स्टेफनी नुकतेच बहामातल्या न्यू प्रॉव्हिडन्स बेटावर उतरले होते. जवळ काहीच सामान नसल्याने पासपोर्ट तपासणी आणि कस्टम तपासणीतून बाहेर पडणे ही निव्वळ औपचारिकता होती. लंडनमध्ये छत्तीस तासांचा मुक्काम करावा लागल्याने त्यांनी ज्या काही छोट्या वस्तू खरेदी केल्या होत्या त्या तिसऱ्या कॅरीबॅगमध्ये होत्या. विमानातून बाहेर पडून ते सगळ्यात आधी टॅक्सीसाठी आले होते. त्यांना रांगेतली पहिलीच टॅक्सी मिळाली होती.

''माय गॉड!'' डॅनियल घाबरून ओरडला. उजव्या बाजूने एक गाडी वेगाने जवळून निघून गेली होती.

टॅक्सी ड्रायव्हर आरश्यातून मागे पाहत होता. मागच्या माणसाचा आवाज ऐकून तो म्हणाला, ''हे मॅन! काय झालं?''

डॅनियल पुन्हा पुढे पाहू लागला आणि समोरून येणाऱ्या गाड्या पाहून पुन्हा घाबरला. त्याचा चेहेरा पांढराफटक पडला होता. नेहमीप्रमाणे डॅनियल अस्वस्थ होऊन रहदारी पाहत होता. विमानतळावरून बाहेर पडणारा रस्ता अरुंद आणि केवळ दोन लेन असणारा होता. डॅनियल स्वत:शीच काहीतरी बडबडत होता. त्याला दिसले की ड्रायव्हर डावीकडून चाललेला आहे. त्याला वाटले की ड्रायव्हरच्या चूक लक्षात येईल. पण आता उशीर झाला होता. आता समोरून येणाऱ्या गाडीची धडक

बसणार म्हणून डॅनियल किंचाळला होता.

"डॅनियल, शांत हो!" स्टेफनी डॅनियलच्या मांडीवर हात ठेवत म्हणाली, "सर्वकाही ठीक आहे. इथे नसाऊत गाड्या डावीकडून चालवतात."

"हे मला तू आधी का सांगितलं नाहीस?"

"मलाही माहिती नव्हतं. काही गाड्या उजवीकडून गेल्या तेव्हा माझ्या ते लक्षात आलं. आणि ते बरोबरच आहे. ह्या ठिकाणी ब्रिटिशांची वसाहत शेकडो वर्षे होती."

"मग गाडीचं स्टिअरिंग व्हील डाव्या बाजूला कसं?" डॅनियल म्हणाला. तो काहीही ऐकून घेण्याच्या मनस्थितीत नाही हे लक्षात येताच स्टेफनीने विषय बदलण्याचा प्रयत्न केला, "मी विमानातून पाहिलं तेव्हापासून मला समुद्राच्या रंगाबद्दल कुतुहल वाटतंय. मी अशा प्रकारचा गडद निळा रंग कधीच पाहिलेला नाही. कदाचित इथं समुद्रकिनारा उथळ आहे म्हणून असेल कदाचित."

डॅनियलने केवळ हुंकार दिला. त्याचे लक्ष अजूनही समोरून येणाऱ्या गाड्यांकडेच लागलेले होते. स्टेफनीने आता आपले लक्ष बाहेर दिसणाऱ्या दृश्याकडे वळवले. एअर कंडिशनर चालू असूनही तिने खिडकीची काच खाली घेतली. निर्जीव अशा हिवाळी वातावरणातून उष्ण कटीबंधात असणाऱ्या हिरव्यागार वनराईने सजलेल्या त्या बेटावरचा निसर्ग पाहणे आनंददायक होते. भडक नारिंगी आणि जांभळ्या रंगाच्या बोगनवेली तर सगळीकडे पसरलेल्या दिसत होत्या. बाजूला मागे पडणारी छोटी घरे आणि इमारती त्यांना न्यू इंग्लंडची आठवण करून देत होत्या. फरक एवढाच होता की इथे स्वच्छ सूर्यप्रकाशामुळे सर्वत्र झगझगीत रंगांची उधळण झालेली होती. फिक्कट पांढऱ्या रंगाची ते गडद तपकिरी रंगाची त्वचा असणारे लोक निवांत दिसत होते. इतक्या अंतरावरूनही त्यांचे हसरे चेहेरे आणि आनंदी जीवन स्पष्ट कळत होते. स्टेफनीला ते पाहून बरे वाटले. ती आणि डॅनियल जे काही करायला जात होते त्यासाठी तिला हा शुभशकून वाटला.

आपली राहण्याची जागा कशी असेल याविषयी स्टेफनी काहीच अंदाज करू शकत नव्हती, कारण त्या विषयाची कधीच चर्चा झालेली नव्हती. ती बटलरच्या पेशींचे संवर्धन करण्याच्या कामात मग्न होती तेव्हा डॅनियलनेच इटलीला प्रयाण करण्यापूर्वी नसाऊमधली राहण्याची व्यवस्था केली होती. बावीस मार्चला ते नेमके कुठे राहणार आहेत हे तिला माहिती होते. बटलरने केलेल्या बुकिंगनुसार ते त्या दिवसानंतर बरोब्बर तीन आठवड्यांनी भव्य अशा अटलांटिस हॉटेलात राहायला जाणार होते. स्टेफनीने स्वत:शी काहीतरी विचार करून डोके हलवले. सिनेटर बटलर तिथे येण्याअगोदर काय काय करायचे आहे हा विचार तिच्या मनात डोकावला होता. बटलरच्या पेशींचे संवर्धन तिकडे बोस्टनमध्ये नीट असेल अशी

तिला आशा होती. पण जर नसेल तर मात्र त्यांना तीन आठवड्यांनंतरचे कामाचे वेळापत्रक पाळणे अशक्य होणार होते.

अर्धा तासांच्या प्रवासानंतर त्यांना डावीकडे काही हॉटेल्स दिसू लागली. ड्रायव्हरने ह्या जागेचे नाव 'केबल बीच' असे सांगितले. त्या ठिकाणी बऱ्याचशा इमारती खूप उंच होत्या. स्टेफनीला ते दृश्य फारसे आवडले नाही. मग ते नसाऊ गावात शिरले. स्टेफनीच्या अपेक्षेपेक्षा तिथे गाड्या, ट्रक, मोपेड आणि पायी चालणाऱ्यांची फार जास्त गर्दी दिसली. पण मधूनमधून दिसणारा उत्कृष्ट किनारा आणि वसाहतीच्या काळातल्या औपचारिकपणा दाखवणाऱ्या इमारती ह्यांच्यातूनही तिला सगळीकडे अगोदर जाणवलेली मजेची भावना इथे जाणवली इतकंच नाही तर रहदारीत अडकल्यावरही लोक फारसे वैतागत नसून हसून त्याचीही मजा लुटत आहेत हे तिला दिसले.

टॅक्सी आता उंचावरून जाणाऱ्या अनेक कमानी असणाऱ्या पुलावरून पलीकडे असणाऱ्या पॅरेडाईज नावाच्या बेटावर आली. पूर्वी वसाहतीच्या या बेटाला हॉग आयलंड म्हणत असत अशी माहिती ड्रायव्हरने दिली. त्याने सांगितले की बेटाचा व्यावसायिक विकास करणाऱ्या हंटिंग्टन हार्टफोर्ड याला हॉग आयलंड हे नाव आकर्षक वाटले नाही. स्टेफनी आणि डॅनियललाही ते पटले. पूल संपताना ड्रायव्हरने त्यांना उजवीकडे असणारी अत्याधुनिक शॉपिंग प्लाझाची इमारत आणि डावीकडे असणारी अटलांटिस रिसॉर्टची भव्य इमारत दाखवली.

"शॉपिंग भागात कपड्यांची दुकाने आहेत का?" स्टेफनीने विचारले. तिने मागे पडणाऱ्या शॉपिंग प्लाझाकडे नजर टाकली. तिथली सारी दुकाने अपेक्षेपेक्षा फारच महागडी वाटत होती.

"होय मॅम. पण इथली दुकाने फार महागडी आहेत. तुम्ही जर खास बेटावरच्या पोशाखांसाठी म्हणत असाल तर मी तुम्हाला गावामधला ले स्ट्रीट हा भाग चांगला आहे असं सुचवतो."

पूर्वेकडे थोडा वेळ गेल्यावर टॅक्सी उत्तरेकडे वळली. रस्ता आता वळसे घेत गर्द झाडीतून जात होता. थोडा वेळ नागमोडी रस्त्याने गेल्यावर त्यांना हॉटेलचे दार दिसले. त्यावर 'ओशन क्लब. फक्त पाहुण्यांसाठी' अशी पाटी होती. अखेरचे वळण घेईपर्यंत हॉटेल दिसले नाही ही गोष्ट स्टेफनीला विशेष आवडली.

"हे हॉटेल स्वर्गभूमीसारखं वाटतंय." स्टेफनी टॅक्सीतून उतरताना म्हणाली. टॅक्सी पोर्चमध्ये येताच पांढरा स्वच्छ शर्ट आणि बर्मुडा विजार घातलेला डोअरमन तत्परतेने पुढे आला होता.

"हे हॉटेल इथल्या सर्वोत्कृष्ट हॉटेलांपैकी आहे म्हणे." डॅनियल म्हणाला.

"अगदी बरोब्बर बोललास मॅन!" टॅक्सी ड्रायव्हर म्हणाला.

तो रिसोर्ट स्टेफनीच्या अपेक्षेपेक्षा जास्त चांगला निघाला. भव्य अर्धचंद्राकार बीचच्या समोर दोन मजली इमारती विखरून बांधलेल्या दिसत होत्या. फुलझाडांमुळे ह्या इमारती फारशा नजरेस पडत नव्हत्या. डॅनियलने तळमजल्यावरचा स्यूट राखून ठेवलेला होता. त्यामुळे एक पाऊल बाहेर टाकले की सुरू होणाऱ्या उत्तम हिरवळीपुढे लगेचच पांढऱ्या स्वच्छ वाळूचा किनारा होता.

स्यूटमध्ये शिरल्यावर त्यांच्याजवळ होते ते थोडेफार सामान लावून झाल्यावर डॅनियल स्टेफनीकडे वळला, ''आत्ता साडेपाच वाजत आहेत आपण काय करायचं आता?''

''विशेष काही नाही.'' स्टेफनी म्हणाली, ''युरोपच्या वेळेनुसार आपली आता मध्यरात्र झालेली आहे. मी तर खलास झाले आहे.''

''विनगेट क्लिनिकला फोन करून आपण आलो आहोत असं सांगायचं का?''

''काहीच हरकत नाही. पण त्यानं काय साध्य होणार ते मला कळत नाही. कारण नाहीतरी आपण तिकडे उद्या सकाळीच जाणार म्हणा. त्यापेक्षा तू परत हॉटेलच्या लॉबीकडे जाऊन गाडी भाड्याने मिळते का ते पाहिलंस तर बरं होईल. मला पीटरला फोन करून बटलरच्या फायब्रोब्लास्ट पेशी तो पाठवण्याच्या तयारीत आहे का ते पाहायचं आहे. ते मला जास्त महत्त्वाचं वाटतं. त्या पेशी मिळेपर्यंत आपण इथं जवळपास काहीच करू शकणार नाही. पीटरला फोन करून झाला की मग मला माझ्या आईला फोन करायचा आहे. मी नसाऊला आल्यावर फोन करण्याचं तिला वचन दिलं आहे.''

''आपल्याला आणखी काही कपड्यांची गरज आहे.'' डॅनियल म्हणाला.

''आपण असं केलं तर, मी जाऊन गाडी भाड्याने मिळवतो. तुझे फोन करून झाले की आपण शॉपिंग प्लाझामध्ये जाऊ. तिथं काही चांगली कपड्याची दुकानं आहेत का ते पाहू.''

''नको. नुसती गाडी भाड्यानं मिळवली तर नाही का चालणार? मी शॉवर घेते. मग आपण काहीतरी खाऊन सरळ पलंगावर पडलो तर... कपडे घ्यायला उद्या जाता येईल.''

''तुझं म्हणणं बरोबर आहे.'' डॅनियल कबूल करत म्हणाला. ''इथं नसाऊला पोहोचण्याच्या आनंदामुळे मी एकदम उत्साहात सगळं म्हणतोय खरा. पण मी देखील आत्यंतिक दमलोय.''

डॅनियल बाहेर पडताच स्टेफनी डेस्कपाशी जाऊन बसली. सेलफोनमध्ये व्यवस्थित सिग्नल मिळत आहेत हे पाहून ती खूष झाली. डॅनियलला सांगितल्याप्रमाणे तिने पहिल्या प्रथम पीटरला फोन केला. तिच्या अपेक्षेप्रमाणे तो अजून प्रयोगशाळेतच होता.

"जॉन स्मिथच्या पेशींचं संवर्धन उत्तम आहे." पीटर म्हणाला, "तुम्हाला अतीशीत करून त्या संवर्धनाचा एक भाग पाठवण्याची माझी गेले काही दिवस आधीच तयारी झाली आहे. मी तुमच्या फोनची वाट मंगळवार पासूनच पाहतोय."

"थोडी अडचण निर्माण झाल्याने मला तुला फोन करता आला नाही." स्टेफनी फारशी तपशीलात न जाता म्हणाली. अटक टाळण्यासाठी त्यांना इटलीतून गाडी वापरून अक्षरश: पळून यावे लागले होते. हे आठवून तिला स्वत:लाच आंबट हसू आले.

"तुमच्याकडं संवर्धन पाठवू का?"

"होय. अगदी लगेच." स्टेफनी म्हणाली, "त्याच्याबरोबर नेहमीचं एचटीएसआर रिएजंट पाठव. त्याचप्रमाणे 'डोपामिनेर्जिक जीन प्रोब' आणि 'ग्रोथ फॅक्टर्स' मी एकत्र करून ठेवलेले आहेत. ते पाठव. आणखी एक गोष्ट मला आत्ता बोलता बोलता सुचली. आपण आपल्या उंदरांवरच्या प्रयोगांमध्ये टायरोसीन हायड्रोक्सिलेज प्रमोटरसहित जे 'इक्डायसोन कन्स्ट्रक्ट' तयार केले होते ना, ते देखील पाठव."

"माय गॉड!" पीटर म्हणाला, "तुमचा नेमका बेत तरी काय आहे अं?"

"मी स्पष्टीकरण न देणं जास्त योग्य होईल." स्टेफनी म्हणाली, "बरं. तू हे सगळं आजच्या आज पाठवण्याची शक्यता कितपत आहे?"

"भरपूर. मला ते सहज करता येईल, फार तर मला स्वत: लोगानपर्यंत गाडी चालवत जावं लागेल. पण त्यात काही विशेष नाही. बरं मी पार्सल कुठल्या पत्त्यावर पाठवू.?"

स्टेफनीने क्षणभर विचार केला. अगोदर तिचा विचार पार्सल हॉटेलवर मागवावे हा होता. पण त्यातील द्रवरूप पेशी क्लिनिककडे येणे जास्त योग्य होते. तिने पीटरला थांबायला सांगितले. हॉटेलमधला फोन वापरून तिने डेस्कपाशी बसलेल्या कर्मचाऱ्याकडून विनगेट क्लिनिकचा पत्ता विचारून घेतला. तो '१२०० विंडसर फील्ड रोड' असा होता. तो आणि क्लिनिकचा फोन नंबर तिने पीटरला सांगितला.

"मी आज रात्रीच फेडएक्स कुरियरने पाठवतो." पीटर म्हणाला, "तुम्ही लोक केव्हा परत येणार आहात?"

"साधारण एक महिन्याने. कदाचित थोडं अगोदरच."

"तुम्ही जे काही करता आहात त्याला माझ्या शुभेच्छा."

"आभार. आम्हाला शुभेच्छांची गरज आहेच."

स्टेफनीने गुलाबी आणि चंदेरी छटांच्या मिश्रणातून तयार झालेल्या सागराच्या रंगाकडे नजर टाकली. क्षितिजावर ढगांचे पुंजके जमा झालेले दिसले. त्यांच्या कडा मावळत्या सूर्याच्या प्रकाशामुळे गडद लाल जांभळ्या झाल्या होत्या. खोलीचे काचेचे सरकदार उघडे असल्याने त्यातून मंद वारा आत येत होता. वाऱ्यावर

कोणत्या तरी निराळ्याच फुलाचा सुवास येऊन तिच्या चेहेऱ्यावर हलकेच पसरला होता. धावपळीचा प्रवास आणि दगदग यानंतर हा निवांतपणा फारच सुखद भासत होता. ह्या शांत वातावरणामध्ये तिच्या मनावरचा ताण हळूहळू दूर होऊ लागला होता. त्यातच बटलरच्या पेशींचे संवर्धन उत्तम स्थितीत असल्याची बातमी उत्साहवर्धक होती. प्रवासाला निघाल्यापासून तिच्या मनाच्या कोपऱ्यात सतत त्या संवर्धनाची चिंता पोखरत होती. ट्युरीनला झालेला त्रास आणि तिच्या मनातला आवाज सांगत होता त्यापेक्षा वेगळी अशी भावना तिला जाणवू लागली होती. कदाचित बटलरवर उपचार करण्यामागील डॅनियलचा उत्साह योग्यच होता असे तिला वाटू लागले होते.

सूर्य अस्ताला गेल्यावर एकदम रात्र झाली. किनाऱ्यावर कडेला लावलेल्या मशाली वाऱ्यावर फडफडत होत्या. स्टेफनीने आपला सेलफोन उचलून पुन्हा घरचा नंबर डायल केला. आईची प्रकृती अचानक खराब झाली तर घरच्यांना आपण कुठे आहोत हे माहिति असावे म्हणून ती तिचा पत्ता व फोन नंबर देणार होती. फोन लागला. फोन वडिलांनी उचलू नये असे तिला मनोमन वाटत होते. त्यांच्याशी बोलणे तिला नेहमीच कठीण जात असे. आईचा आवाज ऐकू आल्यावर स्टेफनीला आनंद झाला.

आपली कंपनी गाळात चाललेली असतानाही आपली आठमुठी बहीण बहामात आराम करण्याचा बेत पुरा करणारच नाही याबद्दल टोनीला खात्री देता येत नव्हती. आपण जे काही सांगितले त्यामुळे डोक्यात प्रकाश पडून ती बहामाची ट्रीप रद्द करेल व इथं जे काही करणे गरजेचे आहे ते करेल अशी त्याला आशा वाटत होती. पण हे घडणार नव्हते. तिचा नुकताच आईला आलेला फोन त्याचीच ग्वाही देत होता. ती कुत्री तिच्या त्या चमत्कारिक बॉयफ्रेंडबरोबर नसाऊतल्या एखाद्या पॉश रिसॉर्टमध्ये मजा मारत होती. हे सहन होण्यापलीकडचे होते.

टोनीने तिच्यामधली ही बेदरकार वृत्ती पाहून स्वत:शी नकारार्थी मान हलवली. ती हार्वर्डला शिकायला गेली तेव्हापासून ती त्याच्याकडे पाहून खिजवत होती. ती लहान बहीण होती म्हणून टोनी ते सहन करत होता. पण आता मात्र त्या बॉयफ्रेंडबरोबर जाण्याने तिने तिची मर्यादा ओलांडली होती. काहीही झाले तरी शंभर हजार डॉलर ही मोठी रक्कम होती. त्यातही कास्टिग्लिआनो बंधूंची रक्कम वेगळीच होती. सगळी परिस्थितीच वाईट होती. त्यातच ती त्याची बहीण असल्याने काही बाबी स्वच्छ होत नव्हत्या.

टोनीची कॅडिलॅक कास्टिग्लिआनो बंधूंच्या फर्मसमोर कचकर्र आवाज करत

थांबली. इंजिन बंद केले तरी टोनी लगेच बाहेर पडला नाही. तो क्षणभर स्वत:ला शांत करण्यासाठी तसाच बसून राहिला. फोन करून साल किंवा लुईला माहिती देता आली असती. पण स्टेफनीच्या बाबतीत त्यांच्या मनात काय चाललंय हे त्याला जाणून घ्यायचे होते. ते दोघे देखील त्याच्या प्रमाणेच चिडले आहेत याची त्याला कल्पना होती. पण इथे त्याच्या घरातल्या व्यक्तीचा प्रश्न होता. स्टेफनीच्या बॉयफ्रेंडला त्यांनी काहीही केले तरी त्याला त्याची पर्वा नव्हती. उलट त्याला दोनचार दणके मारायला त्यालाही आवडले असते. जर स्टेफनीला धडा शिकवायची वेळ आली तर टोनी त्याबद्दल स्वत: काय तो निर्णय घेणार होता.

टोनीने दार उघडताच खाऱ्या दलदलीचा दर्प त्याच्या नाकावर आदळला. वाऱ्याची दिशा बदलली की नासक्या अंड्यांसारखा वास तिथे येई. आकाशात चंद्र नसल्याने अंधार होता. त्यामुळे टोनी अत्यंत काळजीपूर्वक पावले टाकत होता. त्याला तेथील भंगाराला अडखळून पडायची इच्छा नव्हती.

कामाचे तास संपून गेले असल्यामुळे एवढ्या उशिरा त्या ठिकाणी कोणी नव्हते. फर्म बंद झाली असल्याची पाटी दारावर लावलेली होती, पण दार उघडे होते. गेटानो कॅश काउंटरपाशी बसून त्या दिवशीच्या उलाढालीचा हिशेब करत होता. त्याने त्याच्या मोठ्या डोक्यावर विचित्र वाटणाऱ्या छोट्या कानामागे पेन्सिलीचा पिवळा तुकडा अडकवलेला होता.

"साल? लुई?" टोनीने विचारले.

आपले काम न थांबवता गेटानोने त्याला मानेनेच मागे जाण्याची खूण केली. जुळे आपापल्या डेस्कपाशी बसलेले होते. नेहमीप्रमाणे हातावर टाळ्या देऊन एकमेकांना अभिवादन करून झाल्यावर टोनी सोफ्यावर बसला. त्यावेळी खोलीत येणारा प्रकाश फक्त त्यांच्या डेस्कवरच्या आवरण घातलेल्या दिव्यांचा होता. त्यामुळे दोघांचे चेहेरे जास्तच निस्तेज वाटत होते. जुळ्यांनी टोनीकडे अपेक्षेने पाहिले. टोनीला त्यांच्या डोळ्यांच्या जागी फक्त काळी वर्तुळे दिसत होती.

"हं. ते दोघं नसाऊमध्ये आहेत." टोनीने सांगायला सुरुवात केली, "मला तुम्हाला यापेक्षा वेगळं काही सांगायला नक्कीच आवडलं असतं. पण तसं मी करू शकत नाही, ते नुकतेच एका भपकेबाज रिसॉर्टमध्ये राहायला गेले आहेत. त्याचं नाव द ओशन क्लब. ते १०८ नंबरच्या स्यूटमध्ये आहेत. माझ्याकडे त्यांचा फोन नंबरही आहे."

टोनीने पुढे होऊन जवळ बसलेल्या लुईच्या डेस्कवर एक कागदाचा चिठोरा सरकवला.

दरवाजा उघडला. गेटानो आत डोकावला. "मी आत यायला हवा आहे का की....?"

"होय. ये." कागदाच्या चिठोऱ्याकडे नजर टाकत लुई म्हणाला. गेटानोने आत येऊन दार लावून घेतले.

"कंपनीच्या भवितव्यासंबधात काही आशादायक बदल आहे का?" सालने विचारले.

"माझ्या माहितीप्रमाणे तरी नाही." टोनी म्हणाला. "जर तसं काही असतं तर माझ्या अकाउंटंटनं मला नक्कीच कळवलं असतं."

"म्हणजे तो ठोंब्या आपल्याला खेळवतोय की काय." लुई म्हणाला आणि भकासपणाने हसला, नसाऊ! माझा अजून विश्वास बसत नाही. आपण त्याला ठोकून काढायला तो उद्युक्त करतोय असं दिसतंय."

"तुम्ही हेच करणार आहात का?" टोनीने विचारले.

लुईने आपल्या जुळ्या भावाकडे पाहिले, "आम्हाला त्यानं इथं यायला हवं आहे. त्यानं इथं येऊन कंपनी आणि आमचा पैसा वाचवावा. होय की नाही ब्रदर?"

"अगदी बरोब्बर." साल म्हणाला, "त्याला हे कळायला हवं. त्याची गाठ कोणाशी पडलीय. काय वाट्टेल ते होवो, आमचा पैसा आम्हाला परत मिळाला पाहिजे हे त्याला पक्कं समजवायचं आहे. त्यानं जर ह्या सूचनेकडं दुर्लक्ष केलं तर काय परिणाम होईल हे त्याला स्पष्ट कळलं पाहिजे. जर दिवाळखोरी जाहीर करून किंवा तसल्याच कोणत्यातरी कायदेबाज गाढवपणामागं तो दडून बसणार असेल तर मग त्याला चांगलंच सरळ करावं लागेल."

"काहीच हरकत नाही." टोनी म्हणाला, "माझ्या बहिणीचं काय? ह्यात तिचा काहीच दोष नाही असं नाही. पण जर तिलाही सरळ करायचं असेल, तर ते काम मी स्वत: करीन."

"चालेल." लुई म्हणाला, त्याने कागदाचा फोन नंबर लिहिलेला तुकडा डेस्कवर टाकला. "मी रविवारी म्हणालो होतो त्याप्रमाणे आमचं भांडण तिच्याशी नाही."

"गेटानो, नसाऊला जायला तयार आहेस ना?" सालने विचारले.

"मी तर सकाळीही निघू शकतो." गेटानो म्हणाला, "बरं. मी निरोप दिला की मग काय करायचं आहे? मी तिथंच थांबायचं की काय. म्हणजे त्याला आपला निरोप नीट समजला नाही तर?"

"त्याला निरोप नीट समजेल हे तू पाहा." साल म्हणाला, "दुसऱ्याच्या पैशानं आपल्याला मजा करायला मिळेल असं तुला काही वाटत असेल तर ते विसर. शिवाय तुझी इथं गरज आहेच. त्याला निरोप पोहचवला की लगेच तुझं बूड इथं बोस्टनला परत आलं पाहिजे."

"गेटानोच्या बोलण्यात तथ्य आहे." टोनी म्हणाला, "जर त्या हरामखोरानं

निरोपाकडे दुर्लक्ष केलं तर?''

सालने भावाकडे पाहिले. त्यांच्या मनातले विचार बहुधा जुळले असावेत. कारण दोघांनी माना डोलावल्या. सालने पुन्हा टोनीकडे नजर टाकली, ''जर तो बावळट बरोबर नसला, तरी तुझी बहीण कंपनी चालवू शकेल का?''

टोनीने खांदे उडवले, ''ते मला कसं माहीत असणार?''

''ती तुझी बहीण आहे. तिनंही पीएच.डी. केलीय ना?''

''तिनं हार्वर्डहून पीएच.डी. घेतलीय. हॅट! त्यामुळं तिच्याशी जमवून घेणं फार अवघड होतंय. ती स्वत:ला फार मोठी समजते. अर्थात मला हे नक्की माहिती आहे की तिला ते जंतू वगैरे आणि तसली काहीतरी कचरा माहिती आहे. पण ती कंपनी चालवू शकते की नाही ते मात्र बिलकूल माहिती नाही.''

''हं. त्या मद्दड माणसाकडेही पीएच.डी. आहे.'' लुई म्हणाला, ''तेव्हा तुझ्या बहिणीनं कंपनी चालवली तर आणखी फार काही बिघडणार नाही आणि जर ती तसं करत असेल तर तुला त्यासंदर्भात बरंच काही करता येईल.''

''बरं. तुझं म्हणणं काय आहे?'' टोनीने विचारले.

''मी इथं इंग्लिश बोलत नाही की काय?'' लुई म्हणाला.

''अर्थातच तू इंग्लिशमध्येच बोलतो आहेस.'' साल म्हणाला.

''हे पाहा. जर गेटानोने त्याला दिलेला निरोप कंपनीच्या त्या मुख्य माणसाला नीट समजला नाही तर आपण त्याला उडवायचं. हे एवढं साधं आहे. त्या प्राध्यापकाची कहाणी खतम. इतर काही नाही तरी तुझ्या बहिणीला तरी ते नीट कळेल, की तिनं तिचं काम नीट करायला हवं.''

''तुझं म्हणणं योग्य आहे.'' टोनी म्हणाला.

''गेटानो तुला हे कळलं ना व्यवस्थित?'' सालने विचारले.

''होय. व्यवस्थित.'' गेटानोने उत्तर दिले, पण माझा थोडा गोंधळ उडालाय. त्याला सरळ केल्यावर त्याची प्रतिक्रिया काय आहे पाहायला मी तिथं थांबायचं आहे की नाही?''

''हे मी शेवटचं सांगतोय.'' साल धमकावणीच्या स्वरात म्हणाला, ''तू निरोप देऊन इथं परतणार आहेस. जर सगळं ठीक झालं आणि तुला सगळ्या फ्लाईट वेळेवर मिळत गेल्या तर तू एका दिवसात काम पूर्ण करू शकशील. काम झालं की तसाच इथं आला पाहिजेस. जर त्याला उडवायचं ठरलं तर तू परत तिकडे जाशील. कळलं?''

गेटानोने मान डोलावली. पण त्याची निराशा झाली होती. पहिल्यांदा त्याला ह्या कामगिरीबद्दल कळलं तेव्हा आपल्याला एक आठवडा तरी मजेत उबदार हवेत काढता येईल असे वाटले होते.

"मला एक सूचना करायची आहे." टोनी म्हणाला, "नंतर पुन्हा गेटानोला तिकडं जावं लागणार असेल तर त्यानं त्याचं काम त्यांच्या हॉटेलवर करू नये असं मला वाटतं. जर तो प्राध्यापक आडमुठा निघाला आणि घाबरला, तर तो हॉटेलवरून पळून जाईल. एकट्या बहामात अक्षरश: शेकडो बेटं आहेत."

"तुझं म्हणणं योग्य आहे." साल म्हणाला, "त्यानं गायब होऊन चालणार नाही. आपला पैसा बुडवून तर नाहीच नाही."

"तर मग मी तिथंच थांबून त्याच्यावर नजर ठेवली तर," गेटानो आशेने म्हणाला.

"मी काय सांगतोय तुला मूर्खा." साल गेटानोकडे जळजळीतपणाने बघत थुंकला, "हे अखेरचं सांगतोय. तू तिकडे सुट्टीसाठी जात नाहीस. तू काम संपवून इथं परतणार आहेस, हा प्राध्यापक ही काही आपली एकमेव समस्या नाही."

"ठीक आहे! ठीक आहे!" गेटानो शरणागतीच्या स्वरात म्हणाला, "मी त्याला हॉटेलवर गाठणार नाही. मी फक्त त्याला तिथं पाहीन. मला त्यासाठी काही फोटो लागतील."

"मी त्याबद्दल विचार केलाय." टोनी म्हणाला. त्याने जाकिटाच्या खिशात हात घालून काही फोटो बाहेर काढले. "हे त्या लव्हबर्डचे फोटो गेल्या ख्रिसमसमधले आहेत." टोनीने दरवाज्यात उभ्या असलेल्या गेटानोच्या हातात ते फोटो ठेवले. गेटानोने फोटोवर नजर टाकली.

"ते ठीक आहेत ना?" लुईने विचारले.

"वाईट नक्कीच नाहीत." गेटानो म्हणाला. मग त्याने टोनीकडे नजर टाकली, "तुझी बहीण चिकणी आहे हे मात्र मान्य करायला हवं."

"होय. पण ते विसर." टोनी म्हणाला, "ती तुझ्या कक्षेबाहेर आहे."

"अरेरे." गेटानो कपटीपणाने हसला.

"आणि आणखी एक गोष्ट," टोनी म्हणाला, "सध्या विमानतळांवर जो सुरक्षेच्या नावाखाली मूर्खपणा चाललाय ना तो पाहता सूटकेसमधूनही पिस्तूल नेणं योग्य ठरणार नाही. गेटानोला जर त्याची गरज भासली तर ते आपल्याला मायामीमधून मिळण्याची व्यवस्था करावी लागेल. मायामीत आपले काही संबंध आहेत. होय ना?"

"होय." साल म्हणाला. "ही कल्पनादेखील छान आहे. बरं, आणखी काही?"

"मला वाटतं. एवढंच पुरे." टोनीने सिगारेट चुरगाळली आणि तो उभा राहिला.

◆

१५

शुक्रवार, १ मार्च २००२
सकाळी ९ वाजून १५ मिनिटे

ती सकाळ अत्यंत सुखद आणि मन ताजेतवाने करणारी होती. युरोपात छोटी
सहल झाल्यामुळे त्यांच्या शरीरातील घड्याळानुसार स्टेफनी व डॅनियल दोघेही
सूर्योदयापूर्वीच जागे झाले होते. परत झोप येत नाही हे पाहून दोघांनी आवरून शॉवर
घेऊन हॉटेलच्या आवारात आरामशीर फेरफटका मारला. ते कॅबेज बीचवर देखील
थोडा वेळ फिरले. त्या भागात नेहमी असते तशी ढगविरहीत स्वच्छ सकाळ त्यांनी
अनुभवली. मग ते ब्रेकफास्ट करण्यासाठी गेले. तिथे जाणारे ते पहिलेच होते.
बटलरवर उपचार करण्यासाठी काय काय करावे ह्यावर त्यांनी तेथेच, रेंगाळत कॉफी
घेत घेत चर्चा केली. तीन आठवड्यात बटलर तेथे येणार असल्याने आपल्याला
कमी वेळेत कसरत करायची आहे याची त्यांना कल्पना होती. त्यांना कामाची
सुरुवात करण्याची घाई झाली होती, पण पीटरकडून पाकीट आल्याशिवाय काहीच
करता येत नव्हते. ह्याचीही त्यांना जाणीव होती.

आठ वाजता त्यांनी विनगेट क्लिनिकला फोन केला. आपण नसाऊत आलो
आहोत आणि सव्वानऊला क्लिनिकमध्ये येऊ असा निरोप त्यांनी रिसेप्शनिस्टजवळ
दिला. आपण हा निरोप डॉक्टर मंडळींना देऊ असे रिसेप्शनिस्ट म्हणाली.

"बेटाचा हा पश्चिमेकडचा भाग पूर्वेकडच्या भागापेक्षा वेगळा वाटतोय.''
डॅनियल म्हणाला. ते विंडसर फील्ड नावाच्या रस्त्यावरून पश्चिमेकडे जात होते,
"हा भाग जास्त सपाट आहे.''

"शिवाय हा भाग कमी विकसित वाटतोय आणि जास्त कोरडा.'' स्टेफनी
म्हणाली. ते अर्धशुष्क अशा पाईन वृक्षांच्या झाडीमधून जात होते. त्यात अधूनमधून
पामेटोची झाडे होती. गडद निळ्या रंगाच्या आकाशात पांढऱ्या, विरळ ढगांचे पुंजके
दिसत होते.

डॅनियलने आपणच गाडी चालवणार असा आग्रह धरला होता. स्टेफनीने
त्याला हरकत घेतली नाही. पण नंतर मात्र तो म्हणाला होता की तिला डावीकडून
गाडी चालवायला त्याच्यापेक्षा जास्त त्रास होईल. हे ऐकून तिला त्याच्या ह्या
अनावश्यक पुरुषी विधानावर जोरदार प्रतिक्रिया द्यावी असे वाटले होते. पण मग
तिने तो विचार सोडून दिला. वाद वाढवण्याएवढा तो विषय तिला महत्त्वाचा
वाटला नाही. ती गाडीत बसून, इटलीत नकाशा बघत होती त्याप्रमाणे मार्गदर्शकाची
भूमिका करू लागली होती.

डॅनियल सावकाश गाडी चालवत होता. स्टेफनीला ते ठीक वाटत होते. कारण उजवीकडून जाताना किंवा उजव्या बाजूने येणाऱ्या रहदारीची काळजी घेताना थोडी अडचण येणे स्वाभाविक होते. ते बेटाच्या उत्तरेकडील किनाऱ्याने जात होते. वाटेत त्यांना अगोदर केबल बीच जवळच्या उंच इमारती दिसल्या. अतीप्राचीन काळात समुद्राने निर्माण केलेल्या चुनखडीच्या खडकातल्या काही गुहांजवळून गेल्यानंतर ते बेटाच्या आतल्या बाजूला वळले. विंडसर फील्ड रस्ता सुरू होत असलेल्या चौकापाशी त्यांना विमानतळाचेही दर्शन झाले. पश्चिमेकडे थोडे गेल्यावर त्यांना विनगेट क्लिनिककडे जाणारा फाटा दिसला. तिथे खूप मोठी पाटी होती. स्टेफनी ती पाटी पाहण्यासाठी थोडी खिडकीपाशी झुकली, ‘‘ओहो! ती पाटी पाहिलीस का?’’

‘‘ती एवढी प्रचंड आहे की कोणी इथं चुकणंच शक्य नाही.’’

डॅनियल वळला तो रस्ता नव्याने व्यवस्थित तयार केलेला दिसत होता.

‘‘त्यांच्याजवळ बरीच मोठी जमीन दिसते आहे.’’ स्टेफनी मागे रेलून बसत म्हणाली, ‘‘अजून क्लिनिकची इमारत दिसत नाही.’’

घनदाट सदाहरित वृक्षराजीतून काढलेल्या नागमोडी रस्त्याने थोडे गेल्यावर अचानक त्यांच्यासमोर क्लिनिकचे गेट आले. त्याच्या बाजूचे तारेचे कुंपण दिसत होते. त्यावर उंचापर्यंत धारदार काटेरी तारा लावलेल्या दिसत होत्या. दोन्ही बाजूला तारेचे कुंपण पाईन वृक्षांच्या दाट जंगलात दिसेनासे झाले होते.

स्टेफनीच्या बाजूला गेटपाशी एक छोटा बूथ होता. त्यातून पहारेकरी बाहेर आला. त्याचा गणवेश लष्करी पद्धतीचा होता. कमरेला पिस्तूल अडकवलेले दिसले. त्या पहारेकऱ्याच्या हातात एक पॅड होते. डॅनियलने गाडी थांबवली. स्टेफनीने खिडकी खाली घेतली.

पहारेकऱ्याने स्टेफनीच्या पलीकडे बसलेल्या डॅनियलकडे पाहिले, ‘‘सर मी काही मदत करू शकतो का?’’ त्याचा आवाज भावनारहित होता.

‘‘आम्ही, डॉ. डी’अगोस्टिनो आणि डॉ. लॉवेल, डॉ. विनगेटना भेटायला आलो आहोत.’’

पहारेकऱ्याने हातातल्या पॅडकडे नजर टाकली. काही क्षणांनंतर गेट उघडले. त्याची पद्धत एखादे पोटदार उघडते तशी होती. डॅनियलने गाडी आत घेतली. प्रत्यक्ष क्लिनिक दिसायला आणखी काही मिनिटे लागली. काळजीपूर्वक जोपासलेल्या फुलांच्या झाडाझुडपांच्यामध्ये इंग्रजी ‘यू’ अक्षराच्या आकाराची अत्याधुनिक दोन मजली इमारत त्यांना दिसली. इथे प्रत्यक्षात तीन इमारती होत्या आणि त्यांना जोडणाऱ्या पायरस्त्यांवर आच्छादन घातलेले दिसत होते. तिन्ही इमारती पांढऱ्या चुनखडीच्या दगडाच्या होत्या. वर सिमेंटच्या टाईल्स लावलेले छप्पर होते. समोरच्या

बाजूने त्रिकोणी शीर्ष असणारे खांब असल्याने त्या इमारतीची धाटणी प्राचीन ग्रीक मंदिरासारखी भासत होती. खिडक्यांचीही सजावट वैशिष्ट्यपूर्ण जाळीदार रचनेने युक्त होती. खाली लावलेल्या अनेकरंगी बोगनवेली, जाळीवरून वरच्या दिशेने चढत जाताना दिसत होत्या.

"ओहो! हे मला सर्वस्वी अनपेक्षित आहे. फारच सुंदर जागा आहे. हे वंध्यत्व उपचारांचे क्लिनिक वाटत नसून एखादा आरोग्यवर्धक 'स्पा' वाटतोय."

गेटमधून जाणारा रस्ता मुख्य इमारतीच्या पोर्चपाशी जात होता. त्या इमारतीचे दार मोठे खांब असणाऱ्या पोर्टिकोमध्ये होते. खांब रुंद आणि वक्राकार वाटावे असे होते. खांबावरची शीर्षे साधी पण ठळक आणि रुंद होती.

"ह्या लोकांनी प्रयोगशाळांसाठीही काही पैसा राखून ठेवला असावा अशी आशा आहे." डॅनियल त्याची भाड्याने घेतलेली मर्क्युरी मार्क्विस गाडी, अनेक नवीन बी.एम.डब्ल्यू. कन्व्हर्टिबलसारख्या महागड्या गाड्यांमध्ये थांबवत म्हणाला. तिथेच दोन लिमोझीन गाड्या दिसल्या. भपकेबाज गणवेश घातलेले त्यांचे ड्रायव्हर आपापल्या गाड्यांच्या पुढच्या भागाला टेकून सिगारेट ओढत गप्पा मारताना दिसत होते.

डॅनियल आणि स्टेफनी गाडीतून उतरून त्या इमारतींकडे पाहू लागले. स्वच्छ सूर्यप्रकाशात त्या झगझगत होत्या, "वंध्यत्वाचे उपचार करण्याचा उद्योग भरपूर पैसा मिळवून देणारा आहे. हे मी ऐकलं होतं. पण इतका जबरदस्त पैसा मिळवून देणारा असेल ह्याची मात्र मला कल्पना नव्हती." डॅनियल म्हणाला.

"मलाही नव्हती." स्टेफनी म्हणाली, "पण मॅसॅच्युसेट्समधून पळून आल्यावरही जे विम्याचे घबाड मिळाले त्याचा ह्यात किती वाटा आहे ते मात्र आपल्याला माहिती नाही. अर्थात पैसा कुठूनही आला असला आरोग्यसेवा आणि उधळपट्टी यांची ही शय्यासोबत नक्कीच हिडीस आहे. ह्या चित्रामध्ये काहीतरी चमत्कारिक आहे. अशा लोकांच्या बरोबर काम करण्याबद्दलच्या माझ्या मनातल्या शंका पुन्हा माझ्या मनात डोकावू लागल्या आहेत."

"आपले पूर्वग्रह आणि बाणेदारपणा यामुळे सगळ्याचा विचका व्हायला नको आहे." डॅनियल इशारा देत म्हणाला, "आपण इथं समाजसुधारणेच्या मोहिमेवर आलेलो नाही. आपण फक्त बटलरवर उपचारांसाठी इथं आलोय, बस्स."

पितळी पट्ट्यांची सजावट असलेले मोठे दार उघडले. त्यातून रापलेल्या चेहऱ्याचा आणि करडे केस असणारा उंच माणूस बाहेर आला. त्याच्या अंगावर डॉक्टर लोक घालतात तसा लांब पांढरा कोट होता. त्याने हात हलवला आणि लयबद्ध आवाजात त्यांचे स्वागत केले.

"निदान आपलं स्वागत तरी व्यक्तिगत पातळीवर होतंय." डॅनियल म्हणाला,

"चला! आणि आता तुझी मतं तुझ्याजवळच ठेव."

डॅनियल आणि स्टेफनी एकत्र दाराच्या दिशेने चालू लागले, "हा माणूस स्पेन्सर विनगेट नसावा म्हणजे झालं." स्टेफनी हलक्या आवाजात म्हणाली.

"का?"

"कारण तो टी.व्ही.वरच्या फालतू मालिकांच्यामध्ये डॉक्टर म्हणून शोभण्याएवढा सुंदर आहे."

"ओह! मी विसरलोच होतो. तुझ्या मते तो गिड्डा नि जाडगेला असायला हवा. आणि त्याच्या नाकावर चामखीळही असणार."

"होय."

"अजूनही तो चेनस्मोकर आणि श्वासाला दुर्गंधी येणारा असेल अशी आशा करायला हरकत नाही."

"ओह... शट अप!"

डॅनियल आणि स्टेफनी पोर्टिकोकडे जाणाऱ्या तीन पायऱ्या चढून वर जाताच स्पेन्सरने त्यांच्या स्वागतासाठी हात पुढे केला. त्याने दरवाजा बंद होऊ नये म्हणून पाय आडवा ठेवला होता. त्याने भरघोस हसत जोरदार हस्तांदोलन केले. मग त्याने अत्यंत रुबाबात त्यांना आत येण्यासाठी आमंत्रित केले.

बाहेरच्याप्रमाणेच आतली सजावट साधी पण उच्च अभिरुची दर्शवणारी होती. आतले खांब, खांबांच्या खालील चौकोनी भाग हे साधे होते. फरशी चकचकीत होती आणि त्यावर अधूनमधून गालिच्यांचे तुकडे पसरलेले दिसत होते. भिंतींना फिक्कट लव्हेंडर रंग दिलेला होता. प्रथमदर्शनी तो फिक्कट करडा वाटत होता. चकचकीत पॉलिश केलेल्या लाकडी फर्निचरवर हिरव्या रंगाच्या कापडाच्या गिर्द्या होत्या आणि त्यामध्येही उच्च अभिरुची प्रतीत होत होती. क्लिनिक नव्यानेच बांधले गेले असल्यामुळे एअर कंडिशनर चालू असूनही हवेत रंगाचा सूक्ष्म गंध जाणवत होता. बाहेर सकाळपासून दमट उकाडा वाढत गेला असल्याने स्टेफनीला आतली कोरडी थंड हवा अतिशय सुखद वाटली.

"ही आमची मुख्य वेटिंग रूम आहे." स्पेन्सर प्रशस्त दालनात सर्वत्र नजर फिरवत म्हणाला. दोन मध्यमवयाची आणि उत्तम पोशाख केलेली जोडपी वेगवेगळ्या सोफ्यांवर बसलेली होती. ते लोक नर्व्हसपणे तेथे ठेवलेल्या मॅगेझिनमध्ये बोट फिरवत नि चाळत होते. त्यांनी क्षणभर वर पाहिले. त्या दालनात अर्धवर्तुळाकार डेस्कच्या मागे एक रिसेप्शनिस्ट बसलेली होती. तिने नखांना भडक लाल पॉलिश लावलेले होते.

"या इमारतीचा वापर आम्ही नवीन पेशंटना दाखल करून घेण्यासाठी करतो." स्पेन्सर सांगू लागला, "तसेच ह्याच इमारतीत आमचा प्रशासकीय विभाग आहे.

आम्हाला आमच्या क्लिनिकबद्दल फार अभिमान वाटतो. आम्ही म्हणूनच तुम्हाला सगळं क्लिनिक दाखवायला उत्सुक आहोत. पण तुम्हाला आमच्या प्रयोगशाळा पाहण्यात जास्त रस असेल असं वाटतंय.''

''आणि तुमची ऑपरेशन रूम.'' डॅनियल म्हणाला.

''अर्थातच. ऑपरेशन रूमही. पण अगोदर माझ्या ऑफिसमध्ये येऊन कॉफी घ्या आणि इतरांना भेटा.''

स्पेन्सरने त्यांना चांगल्या प्रशस्त आकाराच्या लिफ्टकडे नेले. ते खरे तर अवघा एकच मजला वर जात होते. तेवढ्या अवधीत स्पेन्सरने अगत्यशील यजमानाच्या थाटात त्यांचा प्रवास कसा झाला वगैरे चौकशी केली. स्टेफनीने त्याला सर्वकाही व्यवस्थित असल्याचे सांगितले.

दुसऱ्या मजल्यावर ते एका सेक्रेटरीजवळून गेले. हातातले काम क्षणभर थांबवून तिने त्यांच्याकडे पाहून प्रसन्न स्मित केले. स्पेन्सरचे भलेमोठे ऑफिस इमारतीच्या ईशान्य भागात कोपऱ्यावर होते. पूर्वेकडे विमानतळ आणि उत्तरेकडे सागराची निळी रेघ दिसत होती. टेबलावर ठेवलेल्या कॉफीच्या सामग्रीकडे बोट दाखवत स्पेन्सर म्हणाला. 'आपल्याला हवी तशी करून घ्या.'' मी आमच्या दोन विभागप्रमुखांना घेऊन येतो.''

काही वेळ डॅनियल आणि स्टेफनी दोघेच तिथे होते.

''हे तर एखाद्या गब्बर कंपनीच्या प्रमुखाचं ऑफिस वाटतंय.'' स्टेफनी म्हणाली, ''मला सांगितल्याशिवाय राहवत नाही. मला हा भपका हिडीस वाटतोय.''

''आपण प्रयोगशाळा बघेपर्यंत आपली मते राखून ठेवू या.''

''खाली मॅगेझिन वाचत बसलेली ती जोडपी पेशंट आहेत असं तुला वाटतं का?''

''मला कल्पना नाही आणि मला ते माहिती असायचीही गरज वाटत नाही.''

''वंध्यत्वावरच्या उपचारांच्या दृष्टीने मला ते फार वयस्कर वाटतात.''

''आपल्याला काय करायचंय त्यांच्याशी.''

''तो एक बंडखोर इटालियन डॉक्टर करतोय तसं इथं हे लोक त्या वयस्कर बायकांना गरोदर तर करत नसतील?''

डॅनियलने स्टेफनीकडे एक त्रासिक नजर टाकली. स्पेन्सर परत आला होता. त्याच्याबरोबर त्याच्यासारखाच पांढरा लांब कोट घातलेला एक माणूस आणि एक स्त्री येत होती. स्पेन्सरने अगोदर बुटक्या आणि आडव्या बांध्याच्या माणसाची डॉ. पॉल सॉन्डर्स अशी ओळख करून दिली. त्याची जाड मान पाहून स्टेफनीला पोर्टिकोला असणाऱ्या खांबांची आठवण आली. त्याच्या शरीराप्रमाणेच त्याचा चेहरा गोल, फिक्कट आणि गुबगुबीत होता. उलट स्पेन्सरच्या चेहेऱ्याच्या साऱ्या रेषा

अतिशय रेखीव होत्या. अस्ताव्यस्त असणारे गडद केस आणि कपाळावर आलेली करड्या रंगाची झुलपे पॉलची प्रतिमा पूर्ण करत होती. तो एककल्ली आहे हे त्याच्याकडे पाहून कळत होते.

जोरजोरात हंस्तादोलन करत पॉल रुंद घसघशीत हसला. त्याचे मोठे आणि फटी असणारे पिवळे दात स्पष्ट दिसले, "डॉक्टर लोकहो, विनगेट क्लिनिकमध्ये तुमचे स्वागत असो. तुम्ही इथं आल्याने आमचा सन्मान झाला आहे. तुमच्या बरोबर काम करायला मी किती उत्सुक आहे हे मी सांगूच शकत नाही."

पॉल स्टेफनीकडे वळताच ती क्षीणपणे हसली. तिची नजर त्याच्या डोळ्यांमुळे बांधल्यासारखी झाली होती. बसक्या नाकामुळे त्याचे डोळे एकमेकांच्या जवळ वाटत होते. शिवाय तिने त्या अगोदर दोन वेगळ्या रंगाची बुबुळे असणारा माणूस कधीच पाहिलेला नव्हता.

"पॉल आमच्या संशोधन विभागाचा प्रमुख आहे." स्पेन्सर घोषणा केल्याप्रमाणे म्हणाला, त्याने पॉलच्या पाठीवर थाप मारली. "तो तुमच्या बरोबर प्रयोगशाळेत काम करायची अगदी उत्सुकतेने वाट पाहतोय." स्पेन्सरने मग बरोबरच्या स्त्रीच्या खांद्यांवर हात ठेवला. ती त्याच्या इतकीच उंच होती, "आणि ही आहे डॉ. शीला डोनाल्डसन. ती वैद्यकीय सेवा विभागाची प्रमुख आहे. तुम्हाला जी ऑपरेशन रूम लागणार आहे त्याची व्यवस्था हीच करणार आहे. शिवाय आमच्या इनपेशंट सुविधेची जबाबदारी तिच्याकडे आहे. तुम्ही बहुधा ही सुविधा वापरणार असाल."

"तुमच्याकडे इनपेशंट सुविधा आहे याची मला कल्पना नव्हती." डॅनियल म्हणाला.

"आमच्याकडे सर्व तऱ्हेची सुसज्ज व्यवस्था असणारे क्लिनिक आहे." स्पेन्सर अभिमानाने म्हणाला. "अर्थात आम्ही पेशंटना दीर्घकालीन सेवा पुरवत नाही. तशी आमच्याकडून अपेक्षाही नसते. आम्ही पेशंटना गावातल्या डॉक्टरांच्या हॉस्पिटलमध्ये पाठवतो. आमची सुविधा क्वचित प्रसंगी एखाद्या रात्रीपुरती मर्यादित आहे. माझ्या मते तुम्हाला तेवढी पुरेशी होईल."

स्टेफनीने आपले लक्ष सॉन्डर्सकडून काढून शीला डोनाल्डसनकडे दिले. तिचा चेहेरा बारीक असून तिचे केस चेस्टनटच्या रंगाचे होते. बोलघेवड्या वाटणाऱ्या दोघा पुरुषांच्या तुलनेत ती काहीशी अंतर्मुख आणि बुजऱ्या स्वभावाची वाटली. ती आपल्या नजरेला नजर देणे आणि हस्तांदोलन करणे टाळत असावी असे स्टेफनीला वाटले.

"तुम्हाला कॉफी नको आहे?" स्पेन्सरने विचारले.

डॅनियल आणि स्टेफनी दोघांनी मानेने नकार दिला. "आम्ही आज खूपच कॉफी घेतलीय." डॅनियल म्हणाला, "आमची शरीरं अजूनही युरोपच्या वेळेप्रमाणे काम

करत आहेत. आम्ही कितीतरी आधी उठलोय.''

''युरोप?'' पॉल उत्साहाने म्हणाला, ''तुमच्या युरोपच्या ट्रीपचा ट्युरीनच्या कफनाशी काही संबंध आहे की काय?''

''होय,आहे.'' डॅनियलने उत्तर दिले.

''तुमची ट्रीप यशस्वी झाली असणारच म्हणा.'' पॉल कारस्थानी स्वरात डोळा मारत म्हणाला.

''खूप थकवणारी, पण यशस्वी.'' डॅनियल म्हणाला, ''आम्ही...'' मग तो विचार करत असल्यासारखा थांबला.

स्टेफनीने श्वास रोखून धरला. डॅनियल आता काय सांगणार ते तिला कळेना. डॅनियलने ह्या लोकांपासून अंतर राखून वागावे अशी तिची अपेक्षा होती. डॅनियलने ठराविक मर्यादेच्या बाहेर जाऊन काही सांगणे तिला आवडणार नव्हते.

''आम्हाला त्या कफनाचा रक्ताचा डागाचा छोटा तुकडा मिळवण्यात यश आले.'' डॅनियल म्हणाला, ''खरं म्हणजे माझ्याजवळ तो आत्ता या क्षणी आहे. मला त्यामधले डी.एन.ए. तुकडे स्थिर होण्यासाठी बफर सलाईन वापरावं असं वाटतंय. मला हे काम लवकरात लवकर करायचं आहे.''

''मला करायला आवडेल.'' पॉल म्हणाला, ''चला. आपण थेट प्रयोगशाळेकडे जाऊ या.''

''क्लिनिकचा फेरफटका इथूनच सुरू करायला मला काहीच हरकत दिसत नाही.'' स्पेन्सर म्हणाला.

डॅनियलने बोलताना योग्य ते अंतर राखले म्हणून स्टेफनीला बरे वाटले. तिने स्पेन्सरच्या ऑफिसमधून बाहेर पडताना रोखून धरलेला श्वास सोडला.

आपण अगोदरच काही पेशंटना बोलावलं आहे असे सांगून लिफ्टपाशी शीलाने त्यांचा निरोप घेतला आणि ती सर्वांना सोडून पायऱ्यांवरून निघून गेली.

प्रयोगशाळा मुख्य इमारतीच्या बाजूला डावीकडे असणाऱ्या इमारतीत होती. ते अत्यंत सुबकपणे बनवलेल्या पायरस्त्यावरून तिकडे गेले. ते आत शिरले ती जागा लाऊंज आणि लायब्ररी मिळून वापरात असावी, ''आम्ही क्लिनिक बांधताना मुद्दाम निरनिराळ्या इमारती बांधल्या. त्यामुळेच जरी आम्ही सतत काम करत असलो तरी थोडावेळ तरी बाहेर पडतो. ते चांगलं असतं.'' पॉल म्हणाला.

''मी पॉलपेक्षा थोडा जास्तच बाहेर फिरतो.'' स्पेन्सर हसला. ''अर्थात माझा रापलेला चेहेरा बघून तुमच्या लक्षात आलं असेलच. मी त्याच्याएवढा कामसू नाही.''

''ह्या इमारतीत फक्त प्रयोगशाळा आहे का?'' स्पेन्सरने उघडलेले दार पाहून डॅनियलने विचारले.

"नाही." पॉल म्हणाला. तो पुढे झाला आणि काही जर्नल ठेवलेल्या रॅकपाशी थांबला. त्याने गठ्ठ्यातून एक झगझगीत कव्हर असणारे जर्नल उचलले. "ह्या ठिकाणी आम्ही जर्नल ठेवतो. आमच्या जर्नल ऑफ ट्वेंटीफर्स्ट सेंचुरी रिप्रॉडक्टिव्ह टेक्नॉलॉजीचा ताजा अंक बघा." पॉलने अभिमानाने डॅनियलच्या हातात ते जर्नल दिले, "ह्यातले काही लेख तुम्हाला नक्कीच आवडतील."

"मी यासाठी तुमचा आभारी आहे." डॅनियल प्रयत्नपूर्वक म्हणाला. त्याने अनुक्रमणिकेवर एक नजर टाकून जर्नल स्टेफनीकडे दिले.

"या इमारतीत प्रयोगशाळेखेरीज राहण्याची सोय आहे." पॉल म्हणाला. "त्यामध्ये पाहुण्यांसाठी काही अपार्टमेंट आहेत. अर्थात ती फार चांगली नसली तरी पुरेशी सोय असणारी आहेत. जर तुम्हाला कामाच्या जागेजवळ राहायचं असेल तर तुम्ही अवश्य त्यांचा उपयोग करू शकता. आमच्या इथे कॅफेटेरियाही आहे. त्यात तीन वेळी जेवणाखाण्याची सोय आहे.

कॅफेटेरिया क्लिनिकच्या इमारतीत बागेच्या पलीकडेच आहे. त्यामुळे तुम्हाला वाटलं तर या आवारातून बाहेर पडायचीही गरज नाही. आमचे अनेक कर्मचारी इथंच आवारात राहतात. त्यांची अपार्टमेंटदेखील याच इमारतीत आहेत."

"तुमच्या ह्या ऑफरबद्दल आभार." स्टेफनी चटकन म्हणाली, "तुम्ही अगत्यानं बोलावता आहात. पण आम्ही गावात राहतोय ते ठिकाण छान आहे."

"तुम्ही कुठं राहता आहात असं मी विचारलं तर चालेल का?" पॉल म्हणाला.

"द ओशन क्लब."

"तुमची निवड चांगलीच आहे." पॉल म्हणाला. "पण जर नंतर विचार बदलला तरी आमची ऑफर कायमच आहे."

"चला, आपण फेरफटका पुढे चालू ठेवू या." स्पेन्सरने सूचना केली.

"जरूर." पॉल म्हणाला. त्याने सर्वांना इमारतीच्या आतल्या भागाकडे जाणाऱ्या दुहेरी दाराच्या दिशेने चलण्यासाठी खूण केली, "या इमारतीत प्रयोगशाळा व राहण्याची सोय या खेरीज निदानासाठी लागणारी 'पेट स्कॅनर' सारखी उपकरणे आहेत. आम्ही ती इथं बसवली कारण आम्हाला त्यांचा उपयोग वैद्यकीय कामांपेक्षा संशोधनात जास्त प्रमाणात करायचा आहे."

"तुमच्याकडे पेट स्कॅनर आहे याची मला कल्पना नव्हती." डॅनियल स्टेफनीकडे भुवया उंचावून पाहत म्हणाला. स्टेफनीच्या नकारात्मक भूमिकेच्या पार्श्वभूमीवर आपल्याला सुखद आश्चर्य वाटले आहे हे त्याला मुद्दाम दाखवायचे होते. गॅमा किरणांचा वापर करणारे हे उपकरण जर बटलरच्या बाबतीत उपचारांनंतर काही अडचण आली तर वापरायला हाताशी असणे चांगले आहे याची त्याला जाणीव होती.

“आम्ही हे क्लिनिक संशोधन आणि वैद्यकीय सोयींनी सुसज्ज व्हावे अशा तऱ्हेने बेत आखला आहे.” पॉल अभिमानाने म्हणाला, “आम्ही नाहीतरी सी.टी. स्कॅनर आणि एम.आर.आय. बसवणार होतोच. त्याचबरोबर आम्ही पेट स्कॅनरही बसवून टाकला.”

“हे उत्तमच आहे.” डॅनियलने कबूल केले.

“आणि एचटीएसआर तंत्रांचा शोध लावणारा ह्या नात्यानं तुम्हाला हे ऐकून नक्कीच आनंद होईल की वंध्यत्व चिकित्सा आणि स्कंधपेशी उपचार ह्यात आम्ही जबरदस्त ठसा उमटवणार आहोत.”

“हे दोन विषय एकत्र असणं छानच आहे.” डॅनियल म्हणाला, पण आपण नेमके काय बोलावे हे त्याला कळलेले नव्हते. विनगेट क्लिनिकबद्दल बऱ्याच काही गोष्टी माहिती असल्याने त्यांना स्कंधपेशी उपचारात रस आहे. ही बातमी त्याला थक्क करणारी होती.

“आम्हाला वाटतं की आम्ही आत्ता जे काम करतोय, त्याचाच हा पुढचा नैसर्गिक टप्पा आहे,” पॉल म्हणाला, कारण आमच्याकडे मानवी अंडपेशी सहज उपलब्ध आहेत आणि केंद्रक हस्तांतरण तंत्राचा आम्हाला चांगला अनुभव आहे. ह्यातला विरोधाभास असा आहे की आम्हाला वाटलं होतं, स्कंधपेशी उपचार हे दुय्यम असतील. पण उलट आम्ही क्लिनिक सुरू केल्यापासून वंध्यत्व उपचारांपेक्षा आम्ही यातच गुंतून पडलो आहोत.”

“होय. हे खरं आहे.” स्पेन्सर म्हणाला, “मघाशी तुम्ही वेटिंग रूममध्ये बसलेले काही पेशंट पाहिले असतीलच. ते स्कंधपेशी उपचारांसाठीच आलेले आहेत.

“आम्ही अजिबात जाहिरात केलेली नाही. पण बहुधा तोंडी जाहिरातच खूप चांगली होत असावी.”

डॅनियल आणि स्टेफनी, दोघांच्याही चेहेऱ्यावर नाराजी व आश्चर्य दिसले.

“तुम्ही कोणत्या रोगांवर उपचार करता?” डॅनियलने विचारले.

पॉल हसला. “कोणत्याही आणि कसल्याही! अनेकजणांना कितीतरी रोगांच्या बाबतीत स्कंधपेशी उपचार करून घ्यायचे असतात. अगदी शेवटच्या टप्प्यातला कॅन्सर, मेंदूचा ऱ्हास होण्याचे विकार किंवा वृद्धत्व अशा अनेक रोगांवर ज्यांना अमेरिकेत स्कंधपेशी उपचार करता येत नाहीत ते इथं येतात.”

“पण हे हास्यास्पद आहे.” स्टेफनी फारच चिडली होती, “स्कंधपेशींचा कोणत्याही रोगावरच्या उपचारांसाठी वापर करण्यासाठी पद्धत अद्याप प्रमाणित झालेली नाही.”

“आम्ही नवीन वाटा शोधतोय हे सांगायला आम्हाला काहीच हरकत वाटत

नाही.'' स्पेन्सर म्हणाला, ''हे सारं प्रयोगाच्या पातळीवर आहे. म्हणजे तुम्ही तुमच्या पेशंटवर जसं करणार आहात ना तसंच.''

''आम्ही आवश्यक ते संशोधन व्हावे म्हणून लागणारा निधी लोकांच्याकडून मिळवतो.'' पॉल स्पष्टीकरण देत म्हणाला, ''अमेरिकन सरकार अशा कामाला निधी देत नाही आणि तुमच्यासारख्या संशोधकांना काम करू देत नाही हे पाहता आम्ही जे करतो ते समर्पकच आहे.''

''तुम्ही कोणत्या प्रकारच्या पेशी वापरता?'' डॅनियलने विचारले.

''सर्वक्षम स्कंधपेशी.''

''तुम्ही पेशींचे विभेदन होऊ देत नाही?'' डॅनियलने विचारले. कारण विभेदन न झालेल्या स्कंधपेशींचा उपचारांसाठी कसलाही उपयोग होत नाही हे त्याला माहिती होते. म्हणूनच तो पॉलचे उत्तर ऐकून स्तंभित झाला होता.

''अजिबात नाही.'' पॉल म्हणाला, ''अर्थात आम्ही भविष्यकाळात त्याचा वापर करून पाहू. सध्या आम्ही केंद्रक हस्तांतरण करून घेतो. त्या स्कंधपेशींची वाढ होऊ देतो आणि मग त्या पेशंटच्या शरीरात सोडून देतो. पेशंटचं शरीर त्यांचा आपापल्या परीने वापर करते. आम्हाला काही फार रंजक निष्कर्ष मिळाले आहेत. अर्थात सगळ्यांच्या बाबतीत उपयोग झाला नाही हे खरं. पण काय करणार. संशोधनाच्या क्षेत्रात हे असं चालणारच.''

''तुम्ही हे जे काही करता त्याला तुम्ही संशोधन कसं म्हणता?'' स्टेफनी रागावून म्हणाली, ''मी तुमच्या मताशी सहमत नाही. आम्ही जे काही करणार आहोत आणि तुम्ही हे जे काही करता आहात त्याची तुलना होऊच शकत नाही.''

डॅनियलने स्टेफनीचा दंड धरला आणि तिला पॉलपासून दूर केले.

''डॉ. डी'अगोस्टिनो यांच्या म्हणण्याचा अर्थ एवढाच की आम्ही मात्र विभेदन झालेल्या पेशींचा वापर करणार आहोत.''

स्टेफनीने तिचा दंड सोडवून घेण्याचा प्रयत्न केला, ''माझा मुद्दा ह्यापेक्षा प्रचंड वेगळा आणि महत्त्वाचा आहे. तुम्ही स्कंधपेशींच्या बाबतीत जे काही बोलता आहात ना ती निव्वळ वैदूगिरी आहे!''

डॅनियलने स्टेफनीच्या दंडावरची पकड जास्त घट्ट केली, ''एक मिनिट. आम्हाला जरा माफ करा.'' डॅनियल पॉल आणि स्पेन्सरला म्हणाला. त्यांच्या चेहेऱ्यावरचे भाव चमत्कारिक झालेले होते. डॅनियलने स्टेफनीला जोरात बाजूला खेचले आणि दबक्या आवाजात रागाने म्हणाला, ''हे तुझं काय चाललंय? तू आपला सगळा बेत खड्ड्यात घालणार आहेस की काय आणि त्यांनी आपल्याला इथून उचलून फेकून द्यावं अशी तुझी इच्छा आहे की काय?''

''माझं काय चाललंय म्हणजे?'' स्टेफनी तेवढ्याच आवेशाने दबक्या स्वरात

म्हणाली, "तुला संताप कसा येत नाही? हे लोक म्हणजे अक्षरश: सापाचं तेल वगैरे विकणारे भोंदू डॉक्टर आहेत."

"शट अप!" डॅनियल प्रक्षुब्ध होऊन फुसफुसत म्हणाला. त्याने स्टेफनीला जरासे हलवले. "मला तुला ह्याची पुन्हापुन्हा आठवण करून द्यायला पाहिजे का? आपण इथे एका आणि एकाच कामासाठी आलोय. बटलरवर उपचार करणे! तुला स्वत:वर ताबा ठेवता येत नाही का? क्युअर आणि एचटीएसआर ह्यांचं भवितव्य टांगणीला लागलेलं आहे. हे लोक काही संत नाहीत आणि हे आपल्याला पहिल्यापासूनच माहिती आहे. म्हणूनच तर ते मॅसॅच्युसेट्समध्ये नाहीत तर इथं आहेत. तेव्हा आपल्या न्यायबुद्धीच्या संतापामुळे प्रत्येक गोष्टीची टिंगल करणं योग्य नाही!"

काही वेळ स्टेफनी आणि डॅनियल एकमेकांकडे जळजळीत नजरेने पाहत होते. अखेर स्टेफनी बाजूला होत म्हणाली, "माझा दंड दुखतोय."

"माफ कर." डॅनियल म्हणाला आणि त्याने तिचा दंड सोडला. ती आपला दंड चोळू लागली. डॅनियलने रागावर नियंत्रण ठेवण्यासाठी एक खोल श्वास घेतला. त्याने पुन्हा स्पेन्सर आणि पॉलकडे पाहिले. ते दोघे त्यांच्याकडे चेष्टेने पाहत होते. डॅनियल पुन्हा स्टेफनीकडे वळला, "आपण आपल्या हातातल्या कामावर लक्ष द्यायचं का? हे लोक अत्यंत अप्रामाणिक आणि अनैतिक प्रवृत्तीचे आहेत हे मान्य करून आपण पुढे जायला काय हरकत आहे?"

"मला वाटतं ती उक्ती आहे ना, काचेच्या घरात राहणाऱ्यांनी दुसऱ्यांच्या घरांवर दगड मारू नयेत. आपल्याला नैतिकतेची सीमारेषा ओलांडायला भाग पडलं आहे. आता हे सारं कळल्यावर निदान आपण इथून जाईपर्यंत तुझ्या विनगेट क्लिनिकबद्दलच्या आणि आपल्या कामाविषयीच्या सर्व प्रतिक्रिया तू तुझ्याजवळ ठेवशील असं मी समजू का?"

"मी जास्तीत जास्त प्रयत्न करीन."

"उत्तम." डॅनियलने पुन्हा एकदा दीर्घ श्वास घेतला आणि मग तो पॉल व स्पेन्सरजवळ आला. स्टेफनी काही पावले अंतर राखून आली.

"आम्हाला थोडाफार जेट लॅगचा त्रास जाणवतोय बहुतेक." डॅनियल म्हणाला. "आम्ही दमलोय आणि म्हणून संवेदनशील झालोय. शिवाय आपला मुद्दा पटवण्यासाठी थोडी अतिशयोक्ती डॉ. डी'अगोस्टिनो करतात. स्कंधपेशींचा जास्त चांगला वापर विभेदन झालेल्या पेशी वापरून होऊ शकेल असं त्यांना वाटतं."

"आमचे काही निष्कर्ष फारच चांगले आहेत." पॉल म्हणाला, "डॉ. डी'अगोस्टिनो, कदाचित अशा प्रकारे एकदम मत बनवण्यापूर्वी तुम्ही ते पाहिलेत तर बरं होईल."

"मला ते फारच उद्बोधक ठरेल." स्टेफनी कशीबशी म्हणाली.

''चला. पुढे जायला हवं.'' स्पेन्सर म्हणाला, ''तुम्ही सगळं क्लिनिक लंचपूर्वी पाहावं अशी माझी इच्छा आहे आणि अजून बरंच पाहायचं बाकी आहे.''

काही न बोलता स्टेफनी आणि डॅनियल दुहेरी दरवाज्यांमधून आतल्या विस्तीर्ण प्रयोगशाळेत आले. पुन्हा एकदा त्यांना आश्चर्याचा धक्का बसला होता. प्रयोगशाळेचा आकार, त्यामधली साध्या पेशी संवर्धनाला लागणाऱ्या इनक्युबेटरपासून ते डी.एन.ए. सिक्वेन्सरपर्यंतची उपकरणे हे सारे त्यांच्या कल्पनेपलीकडचे होते. मात्र ह्या चित्रात एकच गोष्ट कमी होती. तिथे काम करणारी माणसे नव्हती. दूर अंतरावर फक्त एक तंत्रज्ञ मायक्रोस्कोपपाशी काम करताना त्यांना दिसली.

''आमच्याकडे सध्या माणसांची कमतरता आहे.'' जणू डॅनियलच्या मनातले विचार वाचत असल्याप्रमाणे स्पेन्सर म्हणाला, ''पण लवकरच पेशंटची संख्या वाढली की त्यात फरक पडेल.''

''मी आमच्या प्रयोगशाळा प्रमुखाला घेऊन येतो.'' पॉल असे म्हणून बाजूच्या एका ऑफिसमध्ये अदृश्य झाला.

''सहा महिन्यांत आमचे काम पूर्ण क्षमतेने सुरू होईल असा आमचा अंदाज आहे.'' स्पेन्सर म्हणाला.

''साधारण किती तंत्रज्ञ तुमच्याकडे असतील?'' स्टेफनीने विचारले.

''अंदाजे तीस.'' स्पेन्सरने उत्तर दिले, ''निदान सध्याची परिस्थिती पाहता किमान तेवढे लागतील. पण जर आताच्या प्रमाणे स्कंधपेशी उपचारांची मागणी वाढली तर आम्हाला कदाचित जास्त लागतील.''

पॉल बाहेर आला. त्याच्याबरोबर जणू उपासमारीने खंगलीय अशी वाटणारी किरकोळ शरीरयष्टीची स्त्री होती. तिची सगळी हाडे, विशेषत: गालाची हाडे ठळकपणाने वर आलेली दिसत होती. तिचे केस उंदराच्या रंगाचे आणि अधूनमधून पांढऱ्या बटा असणारे होते. तिच्या घट्ट मिटलेल्या ओठांवर सुरीसारखे धारदार नाक उद्‌गारवाचक चिन्हाप्रमाणे भासले. पॉलने तिची ओळख करून दिली. तिच्या पांढऱ्या कोटावर लावलेल्या छोट्या बॅजवर तिचे नाव लिहिलेले होते. तिचे नाव मेगन फिनीगन होते.

एकमेकांची ओळख पूर्ण झाल्यावर मेगन म्हणाली, ''आम्ही सगळी तयारी करून तुमची वाट पाहत आहोत.'' मेगनचे उच्चार मृदू आणि बोस्टनमधल्या धाटणीचे होते. तिने प्रयोगशाळेतल्या एका जवळच्या बेंचकडे बोट दाखवले, ''तुम्हाला वापरण्यासाठी म्हणून आम्ही हा भाग तयार केला आहे. त्याशिवाय तुम्हाला काही हवं असेल तर माझ्याकडे मागा. माझ्या ऑफिसचं दार नेहमीच उघडं असतं.''

''डॉ. लॉवेलना बफर सलाईन लागेल.'' पॉल म्हणाला, ''त्यांच्याजवळ

कापडाला लागलेलं रक्त आहे. त्यांना त्यामधले डी.एन.ए. रेणू नीट ठेवायचे आहेत.''

''त्याची काही अडचण नाही.'' मेगन म्हणाली. तिने तिथे असलेल्या एकमेव प्रयोगशाळा तंत्रज्ञाला हाक मारली. दूरवर बसलेली ती तंत्रज्ञ हातातले काम बाजूला सारून मेगनने सांगितलेल्या कामाला लागली. ''तुम्हाला कामाला सुरुवात केव्हा करायची आहे?'' मेगनने विचारले.

डॅनियल अणि स्टेफनी त्यांच्यासाठी राखून ठेवलेल्या भागाची पाहणी करू लागले. ''जेवढ्या लवकर शक्य होईल तेवढ्या लवकर.'' डॅनियलने मेगनच्या प्रश्नाला उत्तर दिले. ''बरं त्या मानवी अंडपेशींचं काय? आम्हाला पाहिजे तेव्हा त्या मिळतील ना?''

''नक्कीच.'' पॉल म्हणाला, ''आम्हाला फक्त बारा तास अगोदर कळवा म्हणजे झालं.''

''आश्चर्यच आहे.'' डॅनियल म्हणाला, ''ते कसं काय शक्य होतं तुम्हाला?'' पॉल हसला, ''हे आमचं खास धंद्याचं गुपित समजा. आपण एकत्र काम केल्यानंतर आपण अशी गुपितं एकमेकांना सांगू. मलाही तुमच्या एचटीएसआरमध्ये रस आहेच.''

''म्हणजे तुम्ही आजच कामाला सुरुवात करणार का?'' मेगनने विचारले.

''नाही. दुर्दैवाने ते शक्य होणार नाही, कारण आम्ही एका फेडएक्स पार्सलची वाट पाहतोय. हा कापडाचा नमुना सलाईनमध्ये ठेवल्याखेरीज आम्ही काहीच करू शकत नाही.'' डॅनियल स्पेन्सरकडे वळला. ''सकाळी आमच्यासाठी काही पार्सल आलेलं नाही ना?''

''ते कधी पाठवलेलं होतं.?''

''काल रात्री. बोस्टनहून.'' स्टेफनीने उत्तर दिले.

''त्याचं वजन किती असेल?'' स्पेन्सरने विचारले, ''कारण त्यामुळे ते कधी पोहोचणार ते ठरतं. नसाऊला बोस्टनहून आंतरराष्ट्रीय मालवाहतूक चालते. जर ते छोटं पाकीट किंवा कमी वजनाचं लहान पार्सल असेल तर ते एका रात्रीत येऊ शकतं. तेव्हा आज दुपारी केव्हाही येईल.''

''पण जर मोठं असेल तर? म्हणजे त्यात अतीशीत केलेले पेशीसंवर्धन आणि काही रिएजंट असतील.''

''तर मग ते उद्या सकाळी येऊ शकतं.'' स्पेन्सर म्हणाला, ''कारण कस्टममधून बाहेर पडायला त्याला एक जादा दिवस लागणार.''

''पेशी पुन्हा काम करायला लागायच्या आत ते संवर्धन फ्रीजरमध्ये ठेवले जाणे गरजेचे आहे.'' स्टेफनी म्हणाली.

"मी कस्टममध्ये फोन करून ते लवकर सुटायची व्यवस्था करतो." स्पेन्सर म्हणाला, "आम्ही हे क्लिनिक बांधत असताना आमचा त्या लोकांशी जवळजवळ दररोज संबंध येत होता."

एक तंत्रज्ञ बूच लावलेला बफर सलाईनचा फ्लास्क घेऊन आली. उजळ वर्णाची ती आफ्रिकन-अमेरिकन पोरगी विशीतली होती. तिने केसांचा गच्च बुचडा बांधला होता. तिच्या टोचलेल्या कानांमध्ये चमकदार दागिने होते. तिच्या नाकावर अनेक ठिपके होते. "ही आहे मॉरिन जेफर्सन." पॉलने तिची ओळख करून दिली. "आम्ही तिला मारी या नावाने हाक मारतो. मला तिला अवघडल्यासारखं वाटायला नको आहे. पण तिच्या हाताला जादुई स्पर्श आहे. विशेषत: मायक्रोपिपेट आणि केंद्रक हस्तांतरणाच्या बाबतीत ती निष्णात आहे. तेव्हा तुम्हाला गरज भासली तर ती तत्पर असेल. होय ना मारी?" मारी गंभीरपणे हसली आणि तिने सलाईनचा फ्लास्क डॅनियलच्या हातात सोपवला.

"तुमचा हा मनाचा मोठेपणा आहे." स्टेफनी म्हणाली, "पण पेशींबद्दलच्या कामाला आमचे आम्ही पुरेसे आहोत."

डॅनियलने खिशातून पारदर्शक पाकीट बाहेर काढले. सर्वजण त्याची कृती पाहत होते. त्याने मेगनकडून कात्री घेऊन पाकीटाच्या कडेला कापून ते उघडले. मग त्याने आतला मळकट लालसर रंगाचा छोटा तुकडा त्याला अजिबात स्पर्श न करता काळजीपूर्वक त्या फ्लास्कमधल्या द्रावणात टाकला. तो द्रवाच्या पृष्ठभागावर तरंगला. मग त्याने फ्लास्कचे रबरी बूच घट्ट लावून घेतले. मेगनकडून मागून घेतलेल्या, काचेवर लिहिण्याच्या खास पेन्सिलने त्याने फ्लास्कवर एस.टी. अशी अक्षरे लिहिली.

"रक्तामधले भाग विरघळेपर्यंत हा फ्लास्क कुठे सुरक्षित ठेवता येईल?" डॅनियलने विचारले.

"त्याची काळजी नको. सगळी प्रयोगशाळाच सुरक्षित आहे. आमच्याकडे सुरक्षेची काळजी घेणारे व्यावसायिक विभाग आहेत." पॉल म्हणाला.

"हे क्लिनिक म्हणजे नसाऊमधला फोर्ट नॉक्स आहे असं समजा." स्पेन्सर म्हणाला.

"मी हा फ्लास्क माझ्या ऑफिसात बंद करून ठेवू शकते. माझ्याकडे तर छोटी तिजोरीसुद्धा आहे." मेगन म्हणाली.

"तसं केलं तर बरंच होईल." डॅनियल म्हणाला, "कारण हा नमुना पुन्हा मिळण्याजोगा नाही."

"काही काळजी करू नका. माझ्यावर विश्वास ठेवा!" पॉल म्हणाला, "बरं, मी एक मिनिटभर हा नमुना हातात धरला तर हरकत नाही ना?"

“अर्थातच नाही.” डॅनियले फ्लास्क त्याच्या हातात दिला.

पॉलने फ्लास्क उजेडाच्या दिशेने उंच धरून पाहिला, “ह्याची कोणी कल्पना तरी करू शकतं का? आपल्याजवळ प्रत्यक्ष ख्रिस्ताच्या डी.एन.ए.चा अंश आहे! नुसत्या ह्या कल्पनेनेच माझ्या अंगावर रोमांच येत आहेत.”

“आपण जरुरीपेक्षा जास्त नाटकीपणा करायची गरज नाही.” स्पेन्सर म्हणाला.

“हे तुम्हाला कसं काय मिळवता आलं?” स्पेन्सरच्या शेऱ्याकडे दुर्लक्ष करून पॉल म्हणाला.

“आम्हाला चर्चमधल्या उच्च अधिकाऱ्यांची मदत झाली.” डॅनियल फारसा तपशील न सांगता म्हणाला.

“आणि ती मदत तुम्हाला कशी मिळवता आली?” पॉल फ्लास्कमधला द्रव हळूहळू फिरेल अशा प्रकारे फ्लास्क फिरवत म्हणाला.

“खरं तर ती आम्ही मिळवली नाहीच. आमचा पेशंटनंच ती व्यवस्था केली.”

“ओहो! खरंच?....” पॉल फ्लास्क खाली घेत स्पेन्सरकडे कटाक्ष टाकत म्हणाला, “तुमच्या पेशंटचा कॅथॉलिक चर्चशी काही संबंध आहे का?”

“आमच्या माहितीत तरी नसावा.” डॅनियल म्हणाला.

“पण निदान त्याचे चांगलेच लागेबांधे तर असतीलच की.” स्पेन्सरने सुचवले.

“कदाचित असतील. पण आम्हाला माहिती नाही.” डॅनियल म्हणाला.

“बरं तुम्ही स्वत: इटलीत जाऊन आला आहात.” स्पेन्सर म्हणाला. “तुम्हाला त्या ट्युरीनच्या कफनाच्या खरेपणाविषयी काय वाटतं?”

“मी तुम्हाला फोनवर सांगितलं तेच.” डॅनियलला आपला संताप लपवण्याचा आटोकाट प्रयत्न करावा लागला, “आम्ही त्या कफनासंबंधीच्या वादविवादात पडू इच्छित नाही. आम्ही फक्त एचटीएसआरसाठी लागणारा डी.एन.ए.चा तुकडा मिळवण्यासाठी केवळ आमच्या पेशंटच्या मागणीवरून त्याचा वापर करतो आहोत.” डॅनियलला त्या विदुषकांबरोबर कफनाबद्दल चर्चा करण्याची बिलकुल इच्छा नव्हती.

“मला तुमच्या ह्या पेशंटला भेटायची उत्सुकता वाटत आहे.” पॉल म्हणाला, “कारण आमच्या दोघांच्या बाबातीत एक गोष्ट समान आहे. आम्हाला दोघांनाही कफनाचा खरेपणा पटलेला आहे.” पॉलने फ्लास्क मेगनच्या हातात ठेवला. “आपण नेहमीपेक्षा जास्त काळजी घ्यायला हवी. हा किरकोळ भासणारा तुकडा बहुधा इतिहास घडवणार आहे.”

मेगनने फ्लास्क दोन्ही हातात नीट धरला. मग ती डॅनियलला म्हणाली, “ह्याचं पुढं काय करायचं आहे? तो प्राचीन कापडाचा तुकडा ह्या द्रावणात विरघळावा अशी तुमची अपेक्षा आहे का?”

“अजिबात नाही.” डॅनियल म्हणाला, “मला फक्त तो तुकडा सलाईनच्या

द्रावणात नुसता राहायला हवा आहे. म्हणजे मग त्यातल्या लिम्फोसाईटचे डी.एन.ए. रेणू द्रावणात मिसळतील. त्यानंतर साधारण चोवीस तासांनंतर मी त्यातला थोडा अंश बाहेर काढून तो पी.सी.आर.मध्ये टाकीन. योग्य ते प्रमाणित तुकडे वापरून इलेक्ट्रोफोरेसिस केल्यास त्यात काय आहे याची आपल्याला बऱ्यापैकी कल्पना येईल. जर त्यात पुरेसे डी.एन.ए. तुकडे आहेत असं वाटलं तर मला एचटीएसआरसाठी लागणारे नेमके तुकडे आपल्या प्रोबनी उचलून घेऊ. मला ते पुरेसे मिळतील असं खात्रीपूर्वक वाटतं. अर्थात हे सगळं पुन्हापुन्हा करून डी.एन.ए. रेणूमध्ये काही रिकाम्या जागा असतील तर आपल्याला भराव्या लागतील. सहाजिकच आपल्याला काय हवं ते मिळेपर्यंत तो कापडाचा छोटा तुकडा सलाईनमध्ये तसाच ठेवायचा आहे.''

"ठीक आहे.'' मेगन म्हणाली, "मी म्हणाले त्याप्रमाणे हा फ्लास्क माझ्या छोट्या तिजोरीत ठेवते. उद्या तुम्हाला जेव्हा लागेल तेव्हा सांगा.''

"झकास.'' डॅनियल म्हणाला.

"आपलं इथलं काम संपलं असेल तर आपण क्लिनिकच्या इमारतीत परत जायला हरकत नाही.'' स्पेन्सर घड्याळाकडे नजर टाकत म्हणाला, तुम्ही आमची ऑपरेशन रूम आणि इनपेशंट सुविधा पाहावी असं मला वाटतं. तुम्ही तिथल्या कर्मचाऱ्यांनाही भेटू शकाल. नंतर मी तुम्हाला आमचा कॅफेटेरिया दाखवतो. आम्ही आज तुमच्यासाठी भोजनाची खास व्यवस्था केली आहे. त्यासाठी आम्ही डॉ. रशीद नवाझ यांना आमंत्रण दिलंय. मला वाटतं तुम्हाला त्यांची भेट घ्यायला आवडेल.''

"जरूर आवडेल.'' डॅनियल म्हणाला.

अखेर नसाऊ आंतरराष्ट्रीय विमानतळावरच्या भाड्याने गाडी मिळवण्याच्या रांगेत उभे राहिलेल्या गेटानोचा नंबर आला होता. त्याला मात्र ही रांग कधीच संपणार नाही असे वाटत होते. केवळ एखाद्या फालतू फॉर्मवर सही मारून मोकळे व्हायचे असताना रांगेतल्या लोकांना साधी गाडी भाड्याने घ्यायला एवढा वेळ का लागावा हे त्याला समजत नव्हते. आता दुपारचे साडेबारा वाजले होते. उजाडण्यापूर्वी भल्या पहाटे सहा वाजता लोगान विमानतळ सोडूनही वीस मिनिटांपूर्वी तो नसाऊला उतरला होता. कारण नसाऊला येणारी थेट फ्लाईट नसल्याने त्याला ओर्लांडोत विमाने बदलत यावे लागले होते.

गेटानोने आपल्या एका पायावरचा भार दुसऱ्या पायावर घेतला. साल आणि लुईने त्याला एका दिवसात काम उरकून बोस्टनला परत आलेच पाहिजे अशी सक्त ताकीद दिली होती. ते कोणतीही आलतू फालतू सबब खपवून घेणार नव्हते. अर्थात

गेटानोला डॉ. लॉवेल सापडणे ही गोष्ट वाटते तेवढी सोपी नाही हे त्यांनी मोठ्या मनाने मान्य केले होते. गेटानोनेही आपण काम लवकरात लवकर संपण्यासाठी प्रयत्नांची पराकाष्ठा करू असे सांगितले होते. साहजिकच गेटानोला शक्य तेवढ्या लवकर ओशन क्लब हॉटेलवर जायची निकड होती.

गेटानोचा बेत अगदी साधा होता. तो हॉटेलवर जाणार होता. त्याचे सावज तिथेच असणार होते. तो डॉक्टर बीचवर आराम करत पहुडला असणार याबद्दल साल आणि लुईला खात्रीच होती. त्याने काहीतरी निमित्त काढून सावजाला बीचपासून दूर नेणे आणि मग त्याला बॉसचा निरोप सांगणे हे ठरलेले होते. मग निरोपाकडे त्याने गंभीरपणाने पाहावे यासाठी त्याला दोनचार तडाखे हाणायचे आणि तत्काळ विमान पकडून मायामीला यायचे. तसे झाल्यास त्याला मायामीहून बोस्टनला येणारी शेवटची फ्लाईट गाठता येणार होती. जर काही कारणाने हे सगळे जमले नाही तर गेटानोने काम संध्याकाळी करायचे होते. काम झाले की त्याने कुठल्यातरी स्वस्त हॉटेलात रात्र काढून सकाळी बोस्टनची वाट धरायची होती. ह्या दुसऱ्या पर्यायी बेतात एकच मुख्य अडचण होती. जर सावज संध्याकाळी हॉटेलबाहेर पडलेच नाही, तर सगळा बेत दुसऱ्या दिवसावर जाणार होता. अशा वेळी गेटानोने काहीही सांगितले तरी साल आणि लुई संतापाने वेडे होणार हे नक्की होते. त्यामुळेच गेटानोला इकडे आड, तिकडे विहीर अशा परिस्थितीचा सामना करावा लागणार होता. ह्या सगळ्यात महत्त्वाची गोष्ट अशी होती की त्याच्या बॉसनी म्हटल्याप्रमाणे खरोखरच त्याची बोस्टनमध्ये नितांत गरज होती. अलीकडच्या काळात बरेच जण कर्ज चुकवण्याची किंवा जुगारात घेतलेल्या हातउसन्या रकमा परत करण्याची खळखळ करत होते.

गेटानोने आपल्या विस्तृत कपाळावर केसांच्या रेषेपाशी आलेला घाम पुसला. त्याने व्यवस्थित इस्त्री केलेली पॅन्ट, फुलाफुलांचे डिझाईन असणारा हाफ शर्ट आणि निळे स्पोर्ट जाकीट घातले होते. ओशन क्लबमध्ये फिरताना कोणी हटकू नये म्हणून पोशाख उंची दर्जाचा असण्याची गरज होती. रांगेत उभा असताना त्याने जाकीट खांद्यावर अडकवले होते. त्याच्या गुडघ्याच्या मागे घामामुळे सुरकुत्या पडल्या होत्या. त्याच्या भरगच्च बांध्यामुळे त्याला नसाऊच्या दमट हवेत खूप घाम येत होता.

पंधरा मिनिटांनंतर गेटानो पार्किंग लॉटमध्ये आला तेव्हा तेथे भाजून काढणारी उष्णता होती. आता जणू त्याचे शरीर आतून उकळत होते. एका हातात एजंटकडून घेतलेली गाडीची कागदपत्रे आणि नकाशा होता, तर दुसऱ्या हातात एक छोटी बॅग घेऊन गेटानो पांढऱ्या रंगाची चेरोकी जीप शोधत होता. उजव्या बाजूला स्टिअरिंग असल्याची एजंटनी सांगितलेली माहिती ऐकून अगोदर त्याला अवघड वाटले होते.

पण मग आपल्याला ड्रायव्हिंग करायला फारशी अडचण येणार नाही असेही त्याला वाटले. बहामातले लोक उलट दिशेने गाडी चालवतात हा त्याला त्यांच्या मूर्खपणाचा कळस वाटला.

गेटानोला त्याची गाडी लगेचच सापडली. तो अजिबात वेळ न घालवता त्यात बसला आणि त्याने ती सुरू केली. सर्वात अगोदर त्याने एअर कंडिशनर जोरात लावून हवेचे सर्व झोत आपल्या दिशेला वळवून घेतले. नकाशा बाजूला ठेवून तो पार्किंग लॉटच्या बाहेर पडला. सुरुवातीला पिस्तूल मिळवण्यासंबंधी चर्चा झाली होती. पण मग नंतर ती कल्पना मागे पडली होती. एकतर पिस्तूल मिळवण्यात बराच वेळ जाणार होता आणि दुसरी गोष्ट म्हणजे त्या शेंदाड प्राध्यापकासाठी त्याला पिस्तुलाची गरज पडणार नव्हती.

गेटानोने पुन्हा एकदा नकाशा पाहिला. रस्ता सरळ होता. पॅरडाईझ आयलंडमध्ये जाणाऱ्या पुलावरून गेल्यावर त्याला ओशन क्लब सापडणे कठीण नव्हते. गाडी चालवता चालवता गेटानो स्वत:च्या नशीबावर खूश होऊन मनोमन हसला. अशा प्रकारे उत्तम पोशाख करून आपण बहामात गाडी चालवत कामगिरीवर जातोय ही कल्पना कोणी कधी केली असती का? कामगिरीची आठवण येताच त्याच्या पाठीवर रोमांच आले. गेटानोला कुठल्याही प्रकारची हिंसा प्रिय होती. त्याला तसे जवळपास व्यसनच होते. त्यामुळेच तो अगदी शाळकरी वयापासूनच अडचणीत येत होता. त्याला हिंसाचार आणि जबरदस्त ॲक्शन असणारे चित्रपट आणि कम्प्युटर गेम्स फार मनापासून आवडत असत. पण त्यापेक्षा त्याला खरीखुरी ॲक्शन अधिक प्रिय होती. लहान वयातच बळकट शरीरयष्टी झाल्यामुळे हाणामारीत नेहमी त्याचीच सरशी होत असे.

सन २०००मध्ये मात्र त्याला सर्वात गंभीर समस्येला तोंड द्यावे लागले होते. आत्ताप्रमाणे तो आणि त्याचा मोठा भाऊ व्हिटो 'अंमलबजावणी' करणारे म्हणून काम करत होते. पण हे काम साधेसुधे नसून त्यांचा संबंध न्यूयॉर्कमधल्या क्वीन्स भागातल्या एका मोठ्या गुन्हेगारी फॅमिलीशी होता. त्यांच्याकडे एक कामगिरी सोपवण्यात आली होती. एक पोलिस हप्ता खाऊनही त्याचे काम नीट करत नव्हता. त्याला गेटानो आणि व्हिटो यांनी धडा शिकवायचा होता. काम तसे साधे वाटले होते. पण अचानक त्या पोलिसाने दडवलेले पिस्तूल काढून व्हिटोला गंभीर जखमी केले होते.

त्यावेळी दुर्दैवाने गेटानो भानावर नव्हता. त्याने त्या पोलिसाला तर ठार केलेच होते. पण त्याने मधे पडण्याचा प्रयत्न करणाऱ्या पोलिसाच्या बायकोला गोळी घालून, नंतर त्याच्या विशीतल्या तरुण पोराला बेसबॉलच्या बॅटने हाणून खलास केले होते. त्यामुळे सगळीकडे रान पेटले होते. न्यूयॉर्कचे सारे पोलिस डिपार्टमेंट

तो पोलिस जणू कोणी हिरो असावा अशा प्रकारे चवताळून थैमान घालत होते. सुरुवातीला गेटानोला वाटले की फॅमिलीमधले लोक आपल्याला खलास करतील किंवा पोलिसांच्या स्वाधीन केले जाईल. पण अचानक त्याला बोस्टनला जाऊन अदृश्य होण्याची संधी मिळाली होती. गेटानो व व्हिटो ज्या फॅमिलीसाठी काम करत होते त्या लोकांचा आणि कास्टिग्लिआनो बंधूंचा काहीतरी संबंध होता. प्रथम गेटानोला जायचे नव्हते. त्याला बोस्टन आवडत नव्हते. त्याला न्यूयॉर्कच्या तुलनेत ते बुळचट वाटे. तसेच एखाद्या प्लंबिंग कंपनीत कारकून म्हणून राहणे त्याला अपमानास्पद वाटले होते. पण नंतर मात्र त्याला त्याची सवय झाली होती.

"होली क्रॅप!" गेटानो ओरडला. त्याने बहामातला तो निळाशार समुद्र याआधी कधीच पाहिलेला नव्हता. त्याने गाडीचा वेग कमी केला आणि तो बाहेरच्या दृश्याची मजा चाखू लागला. त्याला वाटले होते त्याहीपेक्षा डाव्या बाजूने ड्रायव्हिंग करणे जास्त सोपे गेले होते. दुपारचे काम व्यवस्थित होणार अशी त्याला आशा वाटू लागली. पण नसाऊ गावात शिरल्यावर मात्र रहदारी एवढी होती की त्याचा वेग जवळजवळ शून्यावर आला होता. त्यातच एका बसच्या मागे तो अडकून पडला होता. त्याने हातातल्या घड्याळाकडे नजर टाकली. त्याचा प्रारंभीचा उत्साह आता झपाट्याने ओसरला होता. काम संपवून तो साडेचारच्या सुमारास विमानतळावर पोहोचला तर त्याला मायामी-बोस्टन फ्लाईट गाठता येणार होती आणि तसं घडण्याची शक्यता क्षणोक्षणी कमी होत चालली होती.

"स्क्रू इट!" गेटानोने संतापून शिवी हासडली. त्याने आपला दिवस वाया जाणार नाही असे स्वतःला बजावले. एक खोल श्वास घेऊन त्याने खिडकीतून बाहेर पाहिले. बाजूने जाणाऱ्या एका सुंदर काळ्या बाईकडे पाहून तो हसला देखील. त्या बाईनेही त्याला हसून प्रतिसाद दिला. रात्री मुक्काम करणे तसे रंगतदार होईल असा विचार त्याच्या मनात आला. त्याने खिडकीची काच खाली घेतली. पण तेवढ्यात ती बाई दिसेनाशी झाली होती. काही क्षणांनंतर त्याच्या समोरची बस हलली.

अखेर रहदारीतून सुटल्यावर गेटानो न्यू प्रॉव्हिडन्स आयलंड आणि पॅरडाईझ आयलंड यांना जोडणाऱ्या सुंदर रस्त्यावरून ओशन क्लब हॉटेलच्या पार्किंग लॉटमध्ये आला. जाकीट आणि बॅग चेरोकीतच ठेवून गेटानो हॉटेलच्या दोन्ही बाजूला फुलझाडे असणाऱ्या पायवाटेने हॉटेलच्या इमारतीकडे निघाला. काही वेळातच तो हॉटेल आणि बीच यांच्यामधल्या लॉनवर आला. मग तो हॉटेलच्या मुख्य इमारतीकडे वळला. हॉटेल पाहून तो फारच खूष झाला होता.

बीचच्या वरच्या भागात उंचावर रेस्टॉरंट होते. गवताने शाकारलेल्या त्या रेस्टॉरंटमध्ये मध्यभागी बार होता. दुपारचा दीड वाजला असल्याने त्यावेळी तिथे प्रचंड गर्दी होती. काहीजण टेबल रिकामी होण्याची किंवा बारपाशी स्टूल मोकळे

मिळण्याची वाट पाहत उभे होते. गेटानोने खिशातून फोटो बाहेर काढले. त्याची नजर टोनीच्या बहिणीच्या फोटोवर जरावेळ रेंगाळली. तिलाच जर 'निरोप' पोहचवायचा असता तर आपण काय काय करू शकलो असतो हा विचार त्याच्या मनात येऊन त्याला हसू फुटले. गेटानोने बार आणि रेस्टॉरंटमधल्या लोकांकडे नजर फिरवली. तेथे सर्व वयाचे आणि आकाराचे कमी कपड्यातले स्त्री-पुरुष दिसत होते. गेटानो सगळीकडे फिरून आला तरी त्याला हवी ती जोडी दिसली नाही.

गेटानो तेथून बाहेर पडून पायऱ्या उतरून बीचवर आला. जवळच काही शॉवरही होते. पायऱ्या संपत होत्या तिथे हॉटेलचा काऊंटर होता. तिथे टॉवेल, छत्र्या आणि खुर्च्या ठेवलेल्या दिसत होत्या. गेटानोने तिथे बूट काढून ठेवले. पॅन्टची खालची बाजू गुंडाळून तो हलक्या पावलांनी पाण्याजवळ आला. पाण्यात पाय घातल्यावर त्याला वाटले की आपण आपला पोहण्याचा पोशाख आणायला हवा होता. पाणी सुखद उबदार होते आणि ते अगदी स्वच्छ होते.

गेटानो ओल्या वाळूमधून प्रथम पूर्वेच्या दिशेने चालत निघाला. बीचवरच्या सगळ्यांकडे पाहत तो दूरवर गेला. आता कोणी माणसे नाहीत हे पाहून तो मागे वळून पश्चिमेकडे निघाला. बीचवर त्यावेळी गर्दी नव्हतीच. बहुतेक लोक जेवणासाठी गेलेले होते. पश्चिमेकडे जाऊन पुन्हा सगळी माणसे संपली तरी त्याला अपेक्षित लोक दिसले नाहीत. तो प्राध्यापक आणि टोनीची बहीण बीचवर नाही हे त्याच्या लक्षात आले. ते बीचवर असतील ही कल्पना केल्याबद्दल त्याला मजा वाटली.

परत येऊन गेटानोने बूट घेतले. एक टॉवेल उचलून तो पायऱ्यांवरून शॉवरपाशी आला. पाय धुवून, पायात बूट चढवून तो लॉनच्या मागे असणाऱ्या हॉटेलच्या मुख्य इमारतीत आला. ही इमारत जुन्या नमळा संस्कृतीच्या कालखंडातील होती. आतली बाजू एखाद्या मोठ्या घराच्या प्रशस्त दिवाणखान्यासारखी वाटत होती. एका कोपऱ्यात समोर सहा स्टूल असलेला बार होता. त्यावेळी तिथे कोणीच नसल्याने बार टेंडर ग्लास साफ करत बसला होता.

डेस्कपाशी असणारा हॉटेलचा अंतर्गत फोन वापरून त्याने हॉटेलच्या ऑपरेटरला फोन केला. गेटानोच्या सांगण्यावरून तिने त्याला १०८ नंबरच्या खोलीचा फोन जोडून दिला. फोन लागत असताना गेटानोने तेथे ठेवलेल्या फळांच्या डिशमधून काही उचलून त्यांचा अस्वाद घेतला. फोनची रिंग दहावेळा वाजल्यावर पुन्हा ऑपरेटरचा आवाज आला. काही निरोप द्यायचा का असे तिने विचारले. पण आपण नंतर परत फोन करू असे सांगून गेटानोने फोन बंद केला.

अचानक गेटानोच्या मनात विचार आला. हॉटेलमध्ये पोहोण्याचा तलाव असण्याची शक्यता होती. त्याला तो जरी दिसला नसला तरी तो आहे का हे पाहणे जरूर होते. गेटानोने रिसेप्शन डेस्कपाशी तलावाकडे जायची माहिती विचारली.

त्याला ती मिळाली.

तलाव पूर्व बाजूला होता. तलावाच्या वरच्या बाजूला पायऱ्यापायऱ्यांची रचना असणारी सुंदर बाग होती. ती पाहून तो खूष झाला. पण अजून त्याला अपेक्षित माणसे दिसली नाहीत. प्राध्यापक आणि टोनीची बहीण जवळच्या टेनीस कोर्टवरही नव्हती.

''क्रॅप!'' गेटानोने पुटपुटत शिवी हासडली. त्याचे सावज हॉटेलच्या आवारात नाही हे त्याच्या आता लक्षात आले होते, आता दोन वाजून गेले होते. आता रात्री मुक्काम करावा लागणार हे लक्षात येताच त्याने डोके हलवले. त्याचा शोध ज्या प्रकारे चालू होता तो पाहता आपल्याला इथे किती रात्री मुक्काम करावा लागेल हा विचार त्याच्या मनात येऊन गेला.

गेटानो पुन्हा रिसेप्शन डेस्कपाशी आला. तिथे त्याला एक आरामशीर कोच रिकामा दिसला. समोरच फळांची डिश आणि अनेक चकचकीत मॅगेझीन पडलेली होती. ही जागा वाट पाहायला अगदी योग्य होती. तिथून कमानीच्या बाहेरचे हॉटेलचे मुख्य दार दिसत होते.

गेटानोने वाट पाहण्याखेरीज इलाज नाही हे लक्षात घेऊन कोचावर आरामशीर बैठक मारली.

◆

१६

शुक्रवार, १ मार्च २००२
दुपारी २ वाजून ७ मिनिटे

पाहुण्यांचा निरोप घेतल्यानंतर स्पेन्सर आपल्या ऑफिसकडे गेला, तर पॉल पायऱ्यांवरून खाली उतरून तळघरात आला. स्पेन्सरची ऑफिसची खोली पॉलच्या ऑफिसपेक्षा चारपट मोठी आणि दसपट भपकेबाज होती. स्पेन्सर त्या एवढ्या मोठ्या खोलीत दिवसभर काय करतो हे पॉलला समजत नव्हते. पॉलला स्पेन्सरच्या ऑफिसमुळे असूया वाटत नसे. नवीन क्लिनिक उभारताना स्पेन्सरची फक्त तेवढीच एक मागणी होती, बाकी प्रयोगशाळा, उपकरणे आणि इतर सर्व बाबतीत स्पेन्सरने पॉलला पाहिजे ते करायची मुभा दिली होती. मुख्य इमारतीतल्या ऑफिसखेरीज प्रयोगशाळेच्या इमारतीत पॉलचे छोटे ऑफिस होते. ह्या ऑफिसचा तो जास्त वापर करत असे.

पॉल खाली उतरताना मजेत शीळ वाजवत होता. खूष व्हायला कारण होतेच.

पुढेमागे नोबेल मिळवू शकणाऱ्या शास्त्रज्ञाबरोबर काम करण्याने स्कंधपेशी उपचारातला तज्ज्ञ म्हणून त्याला अधिकृत मान्यता तर मिळणार होतीच, पण शिवाय त्याला ह्या सगळ्यातून पैशांचा पाऊस पडण्याची शक्यता दिसू लागली होती. पुराणकथांमधल्या फिनिक्स पक्ष्याप्रमाणे पॉलही राखेतून पुन्हा वर आला होता. ह्या वेळी तर हे शब्द अक्षरश: खरे होते. साधारण एक वर्षापूर्वी तो आणि क्लिनिकच्या मुख्य प्रवर्तकांना दारात 'रानटी' लोक आल्याने मॅसॅच्युसेट्समधून पळून जावे लागले होते. हे 'रानटी' लोक म्हणजे फेडरल मार्शल होते. सुदैवाने पॉलला असे काही होईल ह्याचा खूप अगोदर अंदाज आला होता. त्याने क्लिनिक हलवण्याचा सगळा बेत व्यवस्थित आखला होता. कायद्याच्या हाताबाहेर क्लिनिक नेण्यासाठी पॉल स्पेन्सरच्या नकळत बराच पैसा गुपचूप बाहेर पाठवत होता. ते करणे सोपेही होते, कारण स्पेन्सर त्यावेळी फ्लोरिडात जवळपास निवृत्त होऊन आराम करत होता. पॉलने त्या पैशातून बहामात जमीन खरेदी केली होती. पण काही उचापतखोर लोकांच्या कारवायांमुळे अचानक न्यायखात्याची धाड पडली आणि क्लिनिकचे काम पूर्ण व्हायच्या आतच पॉलला इतरांबरोबर पळून जावे लागले होते. त्याचबरोबर त्यांनी अगोदर ठरवल्याप्रमाणे सगळा पुरावा नष्ट करण्यासाठी त्यांना त्यांचे मॅसॅच्युसेट्समधले क्लिनिक जाळून राख करून टाकणे भाग पडले होते.

पॉलच्या बाबतीत राखेतून पुन्हा उठण्याची किमया दुसऱ्यांदा होत होती. अवघ्या सात वर्षांपूर्वी त्याचे सारे भवितव्य अंधकारमय झालेले होते. स्त्रीरोग विषयात रेसिडेन्सी पूर्ण केल्यानंतर अवघ्या दोन वर्षात इलिनॉय राज्यात त्याला हॉस्पिटलमध्ये काम करण्यावर बंदी आली होती. त्याचा वैद्यकीय व्यवसाय करण्याचा परवाना रद्द व्हायच्या बेतात होता. त्याने त्याच्या काही सहकाऱ्यांकडून मेडिकेड अथवा मेडिकेअर कंपन्यांच्या बिलांमध्ये घोटाळे करण्याची युक्ती आत्मसात केली होती. त्यात तो सापडला होता. पण निव्वळ योगायोगाने त्याला मॅसॅच्युसेट्समध्ये निसटून जाण्याची संधी मिळाली होती. मॅसॅच्युसेट्स मेडिकल बोर्डाला आपण इलिनॉयमध्ये काय भानगडी केल्यात ते कळू नये म्हणून पॉलने वंध्यत्व उपचार ह्या विषयात शिष्यवृत्ती घेतली होती. त्याचे दैव जोरावर होते. कारण त्याच्या मार्गदर्शकांपैकी एकजण स्पेन्सर विनगेट होता आणि तो निवृत्त होण्याच्या मनस्थितीत होता. पुढचे सगळे सहज घडून आले होते.

"आता माझ्या मित्रांनी मला पाहायला हवं होतं खरं!" पॉल स्वत:शी पुटपुटला. तो त्याचा फावल्या वेळातला चाळा होता. पॉलने जरी मित्र हा शब्द वापरला असला तरी त्याला फारसे मित्र नव्हते. तरुणवयात तो नेहमीच एक कुचेष्टेचा विषय असायचा. त्यामुळे जवळपास सारे आयुष्य त्याने एकाकीपणाने काढलेले होते. पॉल कष्टाळू होता, पण तरीही समाजाच्या अपेक्षेत तो नेहमीच कमी पडायचा. त्यामुळे

त्याचे हात कायम रिकामेच राहत. याला अपवाद फक्त वैद्यकीय पदवीचा होता. पण आता हाताशी अत्यंत सुसज्ज प्रयोगशाळा आणि एफ.डी.ए.ची नजर पडण्याची भीती नसणे ह्याकडे पाहता आपण या वर्षीचा किंवा कदाचित या दशकाचा... ह्यापेक्षा ह्या शतकाचा सर्वात महान जीवशास्त्रज्ञ होणार ह्याची पॉलला खात्री वाटत होती. अर्थात पॉलच्या बाबतीत प्रसिद्ध संशोधक होणे हा मोठाच विरोधाभास होता, कारण त्याने कधीच त्यासाठी प्रयत्न केले नव्हते. त्यापेक्षा महत्त्वाचे म्हणजे त्याला त्यासाठी योग्य शिक्षणही मिळालेले नव्हते. उलटपक्षी पॉल मेडिकल कॉलेजमध्ये सर्वात शेवटी येणे ह्या चमत्कारिक सन्मानाचा मानकरी ठरला होता. पॉल मनातल्या मनात हसला. आपण आज जे काही मिळवलं आहे त्यात दैवाखेरीज अमेरिकन राजकीय पुढाऱ्यांनी गर्भपाताच्या विषयात गुंतून पडण्याचा वाटा मोठा आहे याची पॉलला कल्पना होती. त्यामुळेच वंध्यत्व उपचार आणि स्कंधपेशींच्या संशोधनात चाललेल्या आडवळणांकडे कोणाचेही फारसे लक्ष जात नव्हते. जर तसे नसते, तर अमेरिकेतले सगळे संशोधक सध्या पॉल होता तिथेच गोळा झाले असते.

पॉलने कुर्ट हेरमानच्या दारावर थाप मारली. कुर्ट हा क्लिनिकच्या सुरक्षाव्यवस्थेचा प्रमुख होता. त्याला पॉलनेच कामावर घेतले होते. विनगेट क्लिनिकमध्ये आल्यानंतर ह्या क्षेत्राकडे होणारे दुर्लक्ष आणि फारशी भिती न बाळगण्याची तयारी ठेवली तर भरपूर कमाई करता येईल हे पॉलच्या ताबडतोब लक्षात आले होते. म्हणूनच सुरक्षा व्यवस्थित असणे गरजेचे आहे हे त्याने ठरवून टाकले होते. पॉलने नोकरीवर घेतलेल्या पहिल्या काही लोकांमध्ये कुर्टचा समावेश होता. पॉलला क्लिनिकच्या सुरक्षेसाठी फारसा विधीनिषेध न बाळगणारा माणूस हवा होता. तसेच जर कधी हाणामारीची कामे करावी लागली तर त्यासाठी ह्या माणसाला चांगला अनुभव असणे गरजेचे होते. कुर्ट हेरमान पॉलच्या अपेक्षेनुसारच होता. ओकिनाका बेटावर वेश्यांच्या खुनाचे काही प्रसंग घडल्यानंतर कुर्टला अपमानास्पद परिस्थितीत अमेरिकन सैन्याच्या खास पथकांतून घालवून देण्यात आले होते. पॉलला ह्या गोष्टीबद्दल काहीच वाटत नसे. उलट त्याला तो कुर्टचा एक जमेचा मुद्दा वाटायचा.

आतून 'या' असा आवाज आल्यावर पॉलने दार उघडले. तळघरातल्या ह्या ऑफिसचा आराखडा कुर्टने स्वत: बनवला होता. त्यातल्या मुख्य खोलीत काही टेबलखुर्च्या होत्याच. शिवाय त्यात पाचसहा निरनिराळ्या प्रकारची व्यायामाची साधने असणारे छोटे जिमदेखील होते. बाजूला व्हिडियोरूम होती. त्यातल्या भिंतीवर लावलेल्या अनेक पडद्यांवर सतत क्लिनिकमध्ये जागोजागी लावलेल्या कॅमेऱ्यांकडून येणारी चित्रे दिसत असत. कॉरिडॉरच्या टोकापाशी एक बेडरूम आणि बाथरूम होती. कुर्टचे अपार्टमेंट प्रयोगशाळेच्या इमारतीत होते. पण अनेकदा तो दिवसचे दिवस तळघरातल्या ऑफिसमध्ये राहत असे. बेडरूमच्या समोरच एक

कोठडी होती. त्यामध्ये एक सिंक, एक टॉयलेट आणि लोखंडी कॉट होती.

वजने एकमेकांवर आपटल्याचा आवाज आल्यामुळे पॉलचे लक्ष जिमकडे वेधले गेले. कुर्ट उठून बसला. त्याने त्याचा नेहमीचा टाईट बसणारा काळा टी-शर्ट, काळी पॅन्ट आणि काळे बूट असा नेहमीचा पोशाख केला होता. हे त्याच्या बारीक केलेल्या घाणेरड्या भासणाऱ्या सोनेरी केसांशी विजोड भासत होते. बहामात फार उष्णता असतानाही कुर्ट काळे कपडे का घालतो याबद्दल पॉलने सहजच एकदा कुर्टला विचारले होते. त्यावर कुर्टचा प्रतिसाद खांदे किंचित उडवणे आणि भुवया उंचावणे एवढाच होता. कुर्ट हा अतिशय कमी बोलणारा माणूस होता.

"मला तुझ्याशी बोलायचं आहे." पॉल म्हणाला.

कुर्टने उत्तर दिले नाही. त्याने मनगटाला बांधलेल्या पट्ट्या सोडल्या. कपाळावर टॉवेल फिरवला आणि तो आपल्या डेस्कपाशी जाऊन बसला. त्याने डेस्कवर हात ठेवताच त्याच्या दंडामधले कमावलेले स्नायू तट्ट फुगले. बसल्यानंतर कुर्ट अजिबात हलला नाही. पॉलला ते पाहून दबा धरून बसलेल्या मांजराची आठवण आली.

पॉलने एक खुर्ची ओढून ती डेस्कसमोर घेतली. तो त्यावर बसला.

"तो डॉक्टर आणि त्याची गर्लफ्रेंड इथं आलेले आहेत." पॉल म्हणाला.

"माहिती आहे." कुर्ट तुटकपणाने म्हणाला. त्याने मागे वळून डेस्कवरच्या मॉनिटरकडे नजर टाकली. त्यावर मुख्य इमारतीत प्रवेश करणाऱ्या डॅनियल आणि स्टेफनीची प्रतिमा होती. सूर्यप्रकाशाकडे किंचित किलकिल्या डोळ्यांनी बघणाऱ्या त्या दोघांचे चेहेरे अगदी स्पष्ट दिसत होते.

"शॉट चांगला आहे." पॉल म्हणाला, "ती बाई फारच सुंदर आहे हे त्यात चांगलं कळतंय."

कुर्टने यावर मॉनिटर पुन्हा आपल्या बाजूला वळवला, पण स्वत: काही बोलला मात्र नाही.

"आपलं मागचं बोलणं झालं त्यानंतर पेशंटबद्दल काही नवीन माहिती कळली का?"

कुर्टने नकारार्थी मान हलवली.

"म्हणजे त्यांच्या केंब्रिजमधल्या घरी पुन्हा जाऊनही आणि त्यांच्या ऑफिसात शिरूनही काही सुगावा लागला नाही तर?"

कुर्टने पुन्हा मान हलवली, "काही नाही!"

"मला एकच गोष्ट पुन्हापुन्हा उगाळत बसायला आवडत नाही." पॉल म्हणाला, "पण आपल्याला पेशंट कोण ते लवकरात लवकर समजायला हवं. जेवढा जास्त वेळ लागेल तेवढी आपल्याला घबाड मिळायची संधी कमी होत जाईल. आणि आपल्याला पैशांची गरज आहेच."

"ते आता इथं नसाऊत आल्याने काम सोपं होईल."

"तू नेमकं काय करणार आहेस?"

"ते क्लिनिकमध्ये कामाला सुरुवात कधी करणार आहेत."

"जर फेडएक्सकडून आज पार्सल आलं तर उद्याच. ते त्याची वाट पाहत आहेत."

"मला काही मिनिटं त्यांचे लॅपटॉप आणि सेलफोन मिळायला हवेत." कुर्ट म्हणाला, "त्यासाठी मला प्रयोगशाळेतल्या लोकांची मदत लागेल."

"ओहो?" पॉलने चकित होत विचारले, कारण कुर्ट सहसा कोणाकडून मदत मागत नसे, "जरूर....जरूर. मी मिस फिनीगनची मदत घेऊ शकतो. तिनं काय काम करायचं आहे?"

"ते एकदा इथं काम करायला लागले की ते त्यांचे लॅपटॉप आणि जमल्यास फोन कुठं ठेवतात ते मला कळायला हवं. ते कॅफेटेरियात जातील तेव्हा."

"हं... हे काम सहज जमू शकेल." पॉल म्हणाला, "मेगन त्यांना त्यांच्या वस्तू ठेवायला एखादं कुलुप लावता येईल असं कपाट किंवा काहीतरी देईल. पण तुला त्यांचे सेलफोन कशाला हवेत? म्हणजे लॅपटॉपबद्दल मी समजू शकतो, पण फोन कशासाठी?"

"त्यांच्यावरचे कॉलर आय.डी. पाहायला." कुर्ट म्हणाला, "ते आतापर्यंत जेवढी खबरदारी घेत आहेत ती पाहता त्यातून फारसं काही कळेल असं मला वाटत नाही. तसंच लॅपटॉपमधूनही फारसं हाती लागण्याची आशा नाही. हे प्राध्यापकी करणारे लोक काही तेवढे मूर्ख नाहीत. मला त्यांच्या फोनमध्ये बग बसवायचे आहेत. म्हणजे मग मला त्यांचं सगळं संभाषण कळू शकेल. अर्थात त्यानंतर मला स्वतःला किंवा ब्रूनोला त्यांच्या आसपास शंभर फुटांमध्ये वावरावे लागेल."

"हं. हे मात्र जरा गडबडीचं ठरेल!" पॉल म्हणाला, "ह्या सगळ्यात आपल्याला इथं कसलाही तमाशा होऊन चालणार नाही. नाहीतर डॉ. विनगेट सगळं जागच्याजागी ठप्प करून टाकेल."

कुर्टने नेहमीप्रमाणे गूढ शैलीत खांदे उडवले.

"ते पॅरेडाईझ बेटावर ओशन क्लब हॉटेलात राहत आहेत हे आपल्याला कळलंय." पॉल म्हणाला.

"कुर्टने किंचितशी मान डोलावली."

"आज मला जे काही कळलंय, त्याचा कदाचित उपयोग होईल." पॉल म्हणाला, "हा अज्ञात पेशंट कदाचित कॅथॉलिक चर्चमध्ये खूप उच्च पदावरची व्यक्ती असू शकेल. चर्चची स्कंधपेशी संशोधनावरची भूमिका लक्षात घेता ते आपल्या फायद्याचंच ठरेल. गुपित राखणं हे अत्यंत मोलाचं होईल."

या बोलण्यावर कुर्टने काहीच प्रतिसाद दिला नाही.

"बरं. हे एवढंच होतं." पॉलने उठण्याच्या अगोदर गुडघ्यावर चापट्या मारल्या. "मी पुन्हा एकदा सांगतो. आपल्याला पेशंटचं नाव हवंय."

"मी ते मिळवणार आहेच." कुर्ट म्हणाला, "माझ्यावर विश्वास ठेव!"

"हे काय चाललं आहे अं?" डॅनियलच्या प्रश्नाला धार होती, "तू माझ्याशी अबोला धरला आहेस की काय? आपण वीसएक मिनिटांपूर्वी क्लिनिकमधून बाहेर पडल्यापासून तू तोंडातून चकार शब्दही काढलेला नाहीस."

"तू देखील फारसा काही बोलला नाहीसच." स्टेफनी म्हणाली. ती विचारात गढून गेलेली होती आणि बाहेर नजर लावून बसली होती. तिने डॅनियलकडे मान वळवली नाही.

"मी गाडीत बसताना म्हणालो होतो, दिवस किती सुंदर आहे."

"ओहो!" स्टेफनी उपहासाने म्हणाली, "आज सकाळच्या पार्श्वभूमीवर संभाषण सुरू करण्याचा हा प्रयत्न स्तुत्य आहे."

डॅनियलने स्टेफनीकडे वैतागून नजर टाकली आणि मग पुन्हा आपले लक्ष गाडी चालवण्यावर केंद्रित केले. ते उत्तर किनाऱ्याच्या कडेने जाणाऱ्या रस्त्याने हॉटेलकडे परतत होते.

"स्टेफनी, तू नीट विचार करत नाहीस आणि मला तू हे परत कधीही केलेलं आवडणार नाही. आता आपण दोघंच असताना तू उंदरासारखी गप्प बसलेली आहेस. तू असं वागते आहेस की जणू माझंच काहीतरी चुकलं असावं."

"होय की, पण विनगेट क्लिनिकमध्ये जे काही चाललंय ते पाहून तुला राग कसा येत नाही हेच मला समजत नाही."

"म्हणजे तू त्यांच्या त्या स्कंधपेशी उपचारांबद्दल म्हणते आहेस का?"

"त्याला उपचार म्हणणं हे देखील अयोग्य आहे. हा सगळा प्रकार म्हणजे शुद्ध वैद्यकीय बनवाबनवी आहे. हे लोक गरजू लोकांना तर नागवत आहेतच. शिवाय अशा चुकीच्या उपचारांमुळे स्कंधपेशींच्या संशोधनाला बदनामी सहन करावी लागेल. कारण ह्या असल्या उपचारांनी जे आपोआप बरे होतील ते वगळता कोणाचाही अजिबात फायदा होणार नाही."

"कोणालाही राग येईल तसाच मलाही आलाय." डॅनियल म्हणाला,

"पण हे घडायला कारणीभूत ठरणाऱ्या राजकारणी लोकांचा मला तेवढाच राग येतो. हे लोकच सगळं घडू देतात आणि त्याचवेळी आपल्याला असल्या लोकांच्या बरोबर काम करायला भाग पाडतात."

"आणि त्यांच्या त्या खास धंद्याच्या गुपिताचं काय? त्यांना अवघ्या बारा तासांच्या अवधीत मानवी अंडपेशी पुरवणे शक्य कसं काय होतं?"

"मला ते नैतिकदृष्ट्या तेवढंच काळजी करण्यासारखं वाटतं, हे मी मान्य करतो."

"काळजी करण्यासारखं!" स्टेफनी रागावून म्हणाली. "हे सारं त्यापेक्षा आणखी काहीतरी आहे. त्यांनी आपल्याला जे जर्नल दिलं त्यातला हा लेख बघितलास का?" स्टेफनीने हातातल्या जर्नलमधल्या एका पानाकडे बोट दाखवले. "ह्या तिसऱ्या लेखाचं शीर्षक पाहा. 'मानवी गर्भामधल्या अंडपेशींना इन-व्हिट्रो परिपक्व करण्याच्या कामातील आमचा दीर्घ अनुभव.' ह्याचा अर्थ काय असेल?"

"ते गर्भपात केलेल्या गर्भांमधून अंडपेशी मिळवतात असं तुला वाटतं का?"

"आपल्याला जे काही माहिती आहे त्यानुसार असं समजणं अजिबात अतिशयोक्त होणार नाही. तुझ्या एक गोष्ट लक्षात आली का? तिथं कॅफेटेरियात काम करणाऱ्या त्या अनेक तरुण बहामियन बायकांपैकी कोणाच्याकडेही लग्न झाल्याचं सूचित करणारं एकही चिन्ह नव्हतं. आणि पॉलने आपल्याला केंद्रक हस्तांतरणाचा अनुभव असण्याची बढाई मारली होती ती आठवते का? बहुधा ह्या सगळ्याखेरीज ते लोक पुनरुत्पादनासाठी क्लोनिंग करत असावेत."

स्टेफनीने डोके हलवत एक दीर्घ सुस्कारा टाकला. डॅनियलकडे न पाहता ती पुन्हा खिडकीतून बाहेर पाहू लागली. तिने हाताची घडी घातली होती, "तिथं काम करणं तर बाजूलाच राहिलं, पण निव्वळ तिथं जाणं आणि त्या लोकांशी बोलणं यामुळे मला आपण गुन्हेगारांचे साक्षीदार आहोत असं वाटू लागलंय." काही मिनिटे दोघेही गप्प बसून राहिले. नसाऊच्या बाहेरच्या भागात शिरत असताना त्यांचा वेग कमी झाला होता. त्यावेळी डॅनियल बोलू लागला, "तू जे म्हणते आहेस ते सगळं बरोबरच आहे. पण हे देखील बरोबर आहे की आपण इथं यायच्या अगोदर हे लोक कसे आहेत याची आपल्याला पूर्ण कल्पना होती. तूच त्यांच्याबद्दलची माहिती इंटरनेटवरून जमा केली होतीस. आणि तुझेच शब्द वापरायचे तर, हे लोक चांगले नाहीत आणि आपण त्यांच्याबरोबर फार संबंध ठेवता कामा नयेत असं तूच म्हणाली होतीस. आठवतंय का?"

"अर्थातच. आठवतंय." स्टेफनीने फटकारले. "आपण रिआल्टो रेस्टॉरंटमध्ये होतो. अवघ्या एका आठवड्यापूर्वी." स्टेफनीने उसासा टाकला, "बापरे! गेल्या सहा दिवसात एवढं काही घडून गेलंय की मला तर एक वर्ष उलटून गेल्यासारखं वाटतंय."

"पण तुला मी काय म्हणतोय ते कळलं का?"

"होय. पण मी असंही म्हणाले होते की ह्या लोकांच्या क्लिनिकमध्ये काम

करून आपण आपल्या सदसद्विवेकाच्या विरोधात काहीही करता कामा नये.''

"मी पुन्हा तेच ते सांगतोय. हे हास्यास्पद वाटेल कदाचित, पण आपण इथं फक्त बटलरवर उपचार करायला आलो आहोत. बस्स. आणखी काही नाही. आपण इथं विनगेट क्लिनिकच्या विरोधात सामाजिक चळवळ उभारायला आलो नाही. आत्ता नाही आणि बटलरवरचे उपचार झाल्यावरही नाही. कारण इथं काय घडलं ते एफ.डी.ए.च्या लोकांना कळलं तर घोटाळा होईल.''

स्टेफनीने डॅनियलकडे नजर वळवली, "मी सुरुवातीला बटलरवरच्या उपचारात सामील व्हायला तयारी दाखवली तेव्हा मला वाटलं होतं की आपल्याला फक्त प्रयोगांमधल्या नैतिकतेच्या बाबतीत तडजोड करावी लागेल. पण आपण बहुधा निसरड्या उतारावरून जातो आहोत. यातून आपण कुठं जाऊन पडणार कोणास ठाऊक.''

"तू घरी परत जाऊ शकतेस.'' डॅनियल म्हणाला, "पेशींच्या संदर्भात तुझं काम नक्कीच चांगलं आहे. पण मी ते कसंही करून उरकू शकतो.''

"तू हे मनापासून म्हणतो आहेस?''

"होय. माझ्यापेक्षा केंद्रक हस्तांतरणात तुझा हात जास्त चांगला आहे.''

"नाही. मी विचारते आहे. मी जर निघून गेले तर तुला चालेल.''

"आपण इथं जी काही तडजोड करणार आहोत त्यामुळे तू दु:खी कष्टी, खिन्न आणि कटू होणार असशील तर तू गेलेली मला चालेल.''

"मी जाण्यानं तुला रितेपणा जाणवेल का?''

"ह्या प्रश्नात काहीतरी खोच आहे का? मी मघाशीच सांगितलं. तू इथं राहावीस असं मला वाटतं. अंडपेशी आणि ब्लास्टोसिस्टवर काम करताना तू असणं म्हणजे एका हाताला दोन अंगठे असण्यासारखं आहे.''

"नाही. म्हणजे मी जाण्यानं तुला मनापासून काय वाटेल? माझी आठवण येईल का?''

"अर्थातच. ते तर उघडच आहे.''

"तसं काहीच उघड नाही. विशेष म्हणजे तू याआधी असं कधीच म्हणालेला नाहीस. गैरसमज करून घेऊ नकोस. आत्ता तू म्हणालास हे देखील कमी नाही. तू मला जा म्हणालास हे देखील मला आवडलं. माझ्या दृष्टीनं ते खूप मोठं आहे.''

स्टेफनीने उसासा टाकला, "मला जरी ह्या विदूषकांबरोबर काम करणं पसंत नसलं तरी तुला एकट्याला इथं सोडून जायची माझी तयारी नाही. मी विचार करीन. पण आपल्यापुढे जाण्याचा पर्याय खुला आहे हे माहिती असण्याची भावना सुखावणारी आहे. अगदी पहिल्यापासूनच माझ्या मनाला हे सारं पटत नव्हतंच आणि आज सकाळच्या प्रसंगाची त्यात भर पडली.''

"मला तुझ्या मनातल्या शंकांची कल्पना आहे." डॅनियल म्हणाला, "आणि म्हणूनच तू मदत करायला तयार असणं मला जास्तच महत्त्वाचं वाटतंय. पण आता हे सारं पुरे! हे लोक वाईट आहेत हे आपल्याला माहिती होतं. आज आपण त्याचा अनुभव घेतलाच. परंतु आता आपण वेगळ्या विषयावर बोलू या! तुला पाकिस्तानी न्यूरोसर्जनबद्दल काय वाटलं?"

"मी काय सांगणार? मला त्याची इंग्लिश उच्चाराची धाटणी आवडली. तो जरासा ठेंगणा आहे, पण चिकणा आहे हे नक्की."

"मी गंभीरपणानं बोलतोय." डॅनियलचा आवाज पुन्हा धारदार झाला होता.

"आणि मी थोडी गंमत करायचा प्रयत्न करते आहे. म्हणजे हे बघ. एखाद्या तज्ज्ञ माणसाला नुसतं पाहून त्याच्याबद्दल मत कसं बनवणार? त्यानं लंडनमधल्या उत्तम संस्थांमध्ये शिक्षण घेतलंय, पण तो चांगला सर्जन आहे की नाही हे कसं कळणार? तो वागायला चांगला आहे हे मात्र खरं." स्टेफनीने खांदे उडवले, "बरं, तुझं काय मत आहे त्याच्याबद्दल."

"मला तो फारच छान वाटला. आणि तो आपल्याबरोबर काम करतोय हे आपलं सुदैवच आहे. रेसिडेन्सी करताना त्याला पार्किन्सन्स् विकाराच्या संदर्भात गर्भपेशी रोपणाचा अनुभव घेता आला ही त्याची जमेची फार मोठी बाजू आहे. म्हणजे आपल्या दृष्टीने हे फारच महत्त्वाचे आहे. कारण तो जवळजवळ तशाच पद्धतीने, आपण क्लोनिंग केलेल्या पेशी रोपण करणार आहे. फरक एवढाच असेल की ह्यावेळी रोपणाचा उपयोग होणार आहे. त्याने जे प्रयोग केले होते त्यात आलेल्या अपयशामुळे होणारे अपेक्षाभंगाचे दुःख मी समजू शकतो."

"होय. तो उत्साही आहे. स्टेफनी म्हणाली, "मी त्याबद्दल त्याला श्रेय द्यायला तयार आहे. पण त्याला कामाची गरज आहे हे मात्र अजिबात पटलेलं नाही. आणखी एका गोष्टीचं मला आश्चर्य वाटलं. त्याच्या मते सगळी प्रक्रिया पूर्ण करायला जेमतेम तासभर लागेल."

"मला आश्चर्य वाटलं नाही." डॅनियल म्हणाला, "स्टिरिओटॅक्सिक उपकरण डोक्यावर बसवायलाच जास्त वेळ लागेल. भोक पाडणं आणि त्यातून इंजेक्शन देणं ह्याला फार वेळ लागणार नाही."

"म्हणजे तो आपल्याला मिळाला हे चांगलंच झालं म्हणायचं." डॅनियलने मान डोलावली.

"तू आज सकाळी एवढी उखडलीस ह्याचं आणखी एक कारण मला ठाऊक आहे." बराच वेळ शांततेत गेल्यानंतर डॅनियल अचानक म्हणाला.

"ओह?" स्टेफनी म्हणाली. तिला थोडं मोकळं वाटत होतं. पण एकदम पुन्हा ती अस्वस्थ झाली. तिला आता आणखी काहीतरी वाईट ऐकायची इच्छा नव्हती.

"तुझ्या वैद्यकीय व्यवसायावरील विश्वासाला नव्याने उजाळा मिळाला असेल."

"म्हणजे काय?"

"स्पेन्सर विनगेट गिड्डा, जाडगेला आणि चामखीळ असणारा नाही. आणि मी म्हणालो त्याप्रमाणे तो अजून चेनस्मोकर आणि दुर्गंधीयुक्त श्वास असणारा असू शकतो."

स्टेफनीने डॅनियलला खांद्यावर खेळकरपणे दोनचार चापट्या मारल्या

"मी अलीकडे बरंच काही बोललो तरी तुला त्यातलं फक्त एवढंच आठवतंय."

डॅनियलने तेवढ्याच खेळकरपणाने आपण भेदरलोय असं भासवलं आणि तिच्या हाताच्या कक्षेबाहेर जायचा प्रयत्न केला. त्यावेळी ते पॅरेडाईझ आयलंडकडे जाणाऱ्या पुलाच्या अलीकडच्या सिग्नलपाशी थांबले होते.

"हं. पॉल सॉन्डर्स ही आगळीच गोष्ट आहे." डॅनियल सरळ बसत म्हणाला,

"स्पेन्सर विनगेटला पाहून तुझी निराशा झाली असली तरी त्याची थोडीफार भरपाई या माणसानं केली असणार. स्पेन्सरच्या एखाद्या चॉकलेट हिरोच्या प्रतिमेच्या पार्श्वभूमीवर तर नक्कीच."

"पॉल काही दिसायला एवढा वाईट नाही." स्टेफनी म्हणाली, "त्याचे केस आणि विशेषत: कपाळावरचं पांढरं झुलूप छान आहे."

"तुला कोणाहीबद्दल वाईट बोलणं जमत नाही हे मला माहिती आहे. त्यातही ह्या लोकांबद्दल तुझं मत चांगलं नाही हे माहिती असल्यानं मला आश्चर्य वाटतंय. पण काहीही झालं तरी तो चमत्कारिक बदकासारखा आहे हे मात्र मान्य करायला हवं."

"माणूस चेहेरेपट्टी आणि शरीर घेऊन जन्माला येतो. त्याला ते निवडता येत नाही. मी म्हणेन की पॉल सॉन्डर्स खूप वेगळा आहे. मी दोन्ही डोळ्यांचा वेगळा रंग असलेला माणूस यापूर्वी कधी पाहिलेला नाही."

"त्याच्यामध्ये एक अत्यंत दुर्मिळ अशा प्रकारचा आनुवंशिक गुणधर्म आहे." डॅनियल म्हणाला, "पण मला त्याचं नाव मात्र आठवत नाही. पूर्वी वैद्यकीय शिक्षण घेताना चर्चेत कधीतरी असल्या दुर्मिळ विकारांची नावे समोर येत असत."

"हा आनुवंशिक विकार आहे!" स्टेफनी म्हणाली, "आणि याच कारणासाठी मला कोणाच्याही रूपावर टीका करायला आवडत नाही. ह्या विकारामुळे आरोग्याच्या काही गंभीर समस्या उद्‌भवतात का?"

"ते मला आठवत नाही."

सिग्नल मिळाल्यावर गाडी पुलावर जाऊ लागली. त्यावरून दिसणारे नसाऊ बंदराचे दृश्य एवढे विलक्षण होते की दोघे पूल ओलांडून जाईपर्यंत काही बोलले नाहीत.

"ए! आपण कपडे खरेदीसाठी या शॉपिंग प्लाझात गेलो तर कसं होईल.?" स्टेफनी म्हणाली. डॅनियल उजवीकडे वळण्यासाठी बाजूच्या रस्त्याने येऊन मुख्य रस्त्यापाशी थांबला होता, "किमान आपल्याला पोहण्याचे पोशाख तरी लागतील, म्हणजे मग आपण बीचवर जाऊ शकू. नाहीतरी एकदा का फेडएक्स पार्सल आलं की नसाऊमधल्या ह्या सुखसोईंचा वापर आपल्याला करणं शक्यच होणार नाही."

"आपण अगोदर हॉटेलवर परत जाऊ या." स्टेफनी म्हणाली, "फादर मॅलोनेला फोन करायला हवा. तो आता न्यूयॉर्कला परत गेला असेल. आपलं सामान परत मिळेल का नाही ते कळलं म्हणजे मग काय कपडे घ्यायचे ते ठरवता येईल."

"मुद्दा बरोबर आहे." डॅनियल म्हणाला. त्याने गाडी वळवून पूर्वेच्या दिशेने घेतली. काही मिनिटांनंतर त्यांची गाडी हॉटेलच्या दारासमोर आली होती. गाडी थांबताच डोअरमेननी पुढे होऊन दोन्ही दारे एकदमच उघडली.

"तू गाडी पार्किंग लॉटमध्ये लावणार नाहीस का?"

"नाही. इथंच राहू दे. आपण फादर मॅलोनेला फोन करून पाहू, पण काहीही झालं तरी मला पोहण्याचा पोशाख तर हवाच आहे."

"उत्तम." स्टेफनी म्हणाली. सकाळपासूनच्या ताणानंतर थोडीफार खरेदी आणि नंतर बीचवर जायची कल्पना तिला सुखावत होती.

एकदम मादक द्रव्याचा डोस मिळाल्याप्रमाणे गेटोनोचे हृदय धडधडू लागले. त्याच्या मानेवरचे केस उभे राहिले. बऱ्याच वेळा फसवणूक झाल्यानंतर अखेर त्याला हव्या होत्या त्या दोन्ही व्यक्ती हॉटेलच्या दारातून आत शिरताना दिसल्या. त्याने खिशातून फोटो काढून खात्री करून घेतली. मग त्याने घड्याळावर नजर टाकत खांदे उडवले. पावणेतीन वाजत होते. जर त्या प्राध्यापकाने योग्य संधी दिली तर तो बोस्टनला जाणारी फ्लाईट वेळेवर गाठू शकणार होता. जोडी गेटानोच्या उजव्या बाजूने निघून गेली. अजिबात गडबड न करता गेटानोने सोफ्याच्या पाठीवर टाकलेले जाकीट उचलले. हॉटेलच्या सुरक्षा रक्षकांना संशय आला नव्हता. कारण तेथील बार टेंडर त्याच्याशी गप्पा मारत होता. गेटानोने उठताना त्याच्याकडे पाहून स्मितहास्य केले. मग तो कोणालाही संशय येणार नाही अशा प्रकारे त्या जोडीच्या मागे निघाला.

नागमोडी पायवाटेने जाताना उंच झाडांमुळे त्याला ती जोडी दिसत नव्हती. पण त्यामुळे त्याला काही फरक पडत नव्हता. ते त्यांच्या १०८ नंबरच्या खोलीकडे जात आहेत हे माहिती होते. त्याला सावजाला हॉटेलातच गाठणे आवडले असते. ते करणे सोपे झाले असते. पण तसे न करण्याबद्दल त्याला मुद्दाम बजावण्यात

आले होते.

गेटानोला जोडी त्यांच्या इमारतीत शिरताना दिसली. गेटानो बीचच्या बाजूला गेला. तिथे त्याला अगदी पाहिजे होता त्या जागी टांगलेला एक हॅमॉक दिसला. तो कसाबसा त्यावर चढून बसला. त्यावरून त्याला त्या दोघांवर उत्तम लक्ष ठेवता येत होते. आता फक्त वाट पाहत बसणे त्याच्या हातात होते. ते दोघे बाहेर पडतील अशी त्याला आशा होती.

मिनिटामागून मिनिटे उलटत चालली होती. उशीवर डोके ठेवून एक पाय खाली सोडून गेटानो झोका घेत आरामात बसला होता. वरच्या झावळ्यांमुळे तोंडावर अगदी मधूनमधून एखादा कवडसा येत होता. गेटानोला ही देवाची कृपा वाटली, नाहीतर उन्हामुळे त्याचा चेहेरा खरपूस भाजून निघाला असता.

बिकिनी घातलेली एक बाई त्याच्याजवळून जाताना हसली. त्यानेही हात हलवून प्रतिसाद दिला. गेटानोला ह्यामुळे फार मजा वाटली. ह्या पूर्वी तो कधीही अशा प्रकारे हॅमॉकमध्ये मजेत झुलत पडलेला नव्हता. गेटानो एकदा घड्याळाकडे नजर टाकणार होता. एवढ्यात त्याला त्याची सावजे येताना दिसली. त्यांच्या अंगावरचे कपडे पूर्वीचेच होते. त्याचा अर्थ ते पोहोण्याच्या तलावाकडे किंवा बीचवर जात नाहीत हे उघड होते. हॅमॉकमधून एकदम उठण्याच्या प्रयत्नात हॅमॉक उलटला आणि गेटानो एकदम तोंडावर खाली आपटला. उठून उभा राहताना त्याला दिसले की तिथे खेळणारी दोन पोरे आणि त्यांच्या आईने त्याला पडताना पाहिले होते.

कपड्याला चिकटलेली गवताची पाती झटकून टाकत गेटानोने आपला गॉगल उचलला. दोन्ही पोरटी त्याच्याकडे पाहून हसत होती. पोरांना मोठ्यांबद्दल आदर दाखवायला शिकवण्याची त्याला इच्छा झाली. पण तेवढ्यात ती पोरे आणि त्यांची आई तिथून निघून गेले होते. त्यांच्याकडे पाहून गेटानोने बोट रोखून अश्लील खूण केली आणि मग जाकीट उचलून तो त्याच्या सावजांच्या मागे निघाला.

या प्रसंगी गेटानोला पळत जावे लागले. मुख्य इमारतीपाशी येताच त्याने पळणे थांबवून वेगाने चालायला सुरुवात केली. लवकरच तो त्यांच्या अगदी मागे जाऊन पोहोचला. स्टेफनी फोटोत वाटत होती त्यापेक्षा खूपच मादक दिसत होती.

"तू त्यांना गाडी आणायला सांग. तोपर्यंत मी आलेच. रात्रीच्या जेवणासाठी आपल्याला टेबल राखून ठेवायला लागेल का ते मी विचारून येते." स्टेफनी म्हणाली.

"ठीक आहे." डॅनियल म्हणाला. हे ऐकताच गेटानो खूष होऊन मागे वळला. धावत जाऊन त्याने आपल्या चेरोकी गाडीत उडी घेतली आणि तो हॉटेलच्या दारापाशी आला. दारापाशी इंजिन सुरू असलेली निळी मर्क्युरी मार्क्विस गाडी उभी होती. स्टेफनी आतून बाहेर आली आणि त्यात चढून बसली.

गेटानोने घड्याळावर नजर टाकली. सव्वातीन वाजले होते. अचानक सर्व काही मनासारखे घडत होते. गेटानोने स्वत:वर खूष होऊन 'वाहवा!' असा उद्‌गार काढला. मर्क्युरी मार्क्विस हॉटेलच्या गेटमधून बाहेर रडली. गेटानोने त्या गाडीचा नंबर लक्षात ठेवण्यासाठी नीट वाचला आणि त्याने आपली गाडी मागोमाग बाहेर काढली.

डॅनियलने गाडी शॉपिंग मॉलच्या पार्किंग लॉटमध्ये घेतली आणि तो दुकानांच्या समोरून जाऊ लागला. त्याला एक पुरुषांसाठीचे कपड्यांचे दुकान दिसले. बाजूलाच स्त्रियांसाठीचे दुकान होते.

"हे उत्तमच आहे." डॅनियल गाडी पार्क करत म्हणाला. त्याने घड्याळावर नजर टाकली. "आपण अर्धा तासाने इथंच भेटू."

"चालेल." स्टेफनी गाडीतून उतरताना म्हणाली.

हॉटेलपासून पाठलाग करत आलेल्या गेटानोने त्याच्या गाडीतून डॅनियल आणि स्टेफनीला बाहेर पडून वेगवेगळ्या दुकानांमध्ये शिरताना पाहिले. गेटानोचा स्वत:च्या भाग्यावर विश्वास बसेना. स्टेफनी सतत डॅनियलच्या बरोबर असल्याने तिचे काय करायचे हा प्रश्न त्याला कायम सतावत होता. आता मात्र तो प्राध्यापक एकटा असण्याची संधी चालून आली होती. पण किती काळ तो तसा एकटा सापडेल याची खात्री नसल्यामुळे गेटानोने चेरोकीमधून बाहेर उडी मारली. डॅनियलच्या मागे जाताना त्याचे हृदय वेगाने धडधड करू लागले. त्याच्या दृष्टीने सावजाला गाठताना करण्याच्या हालचाली म्हणजे प्रणयापूर्वीच्या क्रीडा होत्या आणि प्रत्यक्ष सावज टिपताना होणाऱ्या हिंसेमुळे त्याला लैंगिक तृप्ती मिळाल्याप्रमाणे वाटत असे.

डॅनियलला आपण एकटे आहोत म्हणून बरे वाटले. जरी त्याला अर्धा तासच मोकळा मिळणार असला तरी तेवढा वेळ तरी स्टेफनीची भुणभुण नाही ह्याचा त्याला आनंद होत होता. जरी इंटरनेटवर विनगेट आणि त्याच्या सहकाऱ्यांबद्दल संशय घेण्याजोगी माहिती मिळाली असली तरी स्टेफनीच्या वागण्याने सगळा बेत फिसकटणार अशी त्याला भीती वाटत होती.

डॅनियलला खरेदी हा प्रकार फारसा आवडत नसे. त्यावेळीही आपण लवकरात लवकर खरेदी उरकून गाडीत जाऊन स्वस्थपणाने बसावे असा त्याचा विचार होता. त्याला दोनचार अंडरवेअर आणि कामासाठी जाताना वापरण्याजोगे हाफशर्ट वगैरे

किरकोळ वस्तू हव्या होत्या. लंडनच्या मुक्कामात स्टेफनीने त्याला चांगले शर्ट आणि एक ट्विडचे जाकीट घ्यायला लावले होते.

दुकान बाहेरून वाटले त्यापेक्षा आतून चांगलेच मोठे होते. दारापाशी गोल्फ आणि टेनिसच्या कपड्यांचा छोटा विभाग होता. आतली हवा थंड होती. हवेत कलोनचा मंद सुवास आणि नव्या कपड्यांचा वास यांचे मिश्रण होते. दुकानाची आतली सजावट उत्तम होती. गोल्फच्या विभागापाशी पाच-सहाजण खरेदी करत होते. काही सेल्समन त्यांना मदत करत होते. डॅनियल आत शिरला तेव्हा त्याचे स्वागत करायला कोणीही आले नव्हते. हे पाहून डॅनियलला आनंद वाटला. त्याला अशा प्रकारे जणू आपल्याला सर्वकाही कळते असे भासवणारे सेल्समन अंगावर येणारी दुकाने अजिबात पसंत नव्हते. मुळात त्याची आवडनिवड फार साधी होती. तो कॉलेजमध्ये होता तेव्हासारखेच कपडे तो आजही घालत होता.

डॅनियल दुकानाच्या आत आणखी खोलवर शिरला. प्रथम त्याने पोहोण्याचा पोशाख निवडला. बाजूलाच अंडरवेअरचा विभाग होता. तेथेही त्याला पाहिजे तशा अंडरवेअर लगेचच मिळाल्या. त्याच्या अर्धा तासातली अवघी काही मिनिटेच खर्च झाली होती. तो मग शर्टच्या विभागात शिरला. त्याने भडक रंगांचे आणि फुलाफुलांचे डिझाईन असलेले शर्ट मागे टाकले आणि मग साधे अर्ध्या बाह्यांचे शर्ट निवडले. हातात शर्ट घेऊन तो पॅन्टच्या विभागात आला. त्याला हव्या तशा प्रकारच्या पॅन्ट तिथे होत्या पण त्याला आकाराबद्दल खात्री वाटेना. दोनतीन वेगवेगळ्या पॅन्ट घेऊन तो कपडे घालून बघण्यासाठीच्या क्युबिकल कुठे आहेत हे पाहू लागला.

क्युबिकल सगळ्यात मागच्या बाजूला होता. त्याला तीन क्युबिकल दिसल्या. त्यामधली एक इतरांपेक्षा दुप्पट आकाराची होती. डॅनियल दार उघडून आत शिरला. आतमध्ये एक खुर्ची होती. तिन्ही बाजूला संपूर्ण उंचीचे आरसे लावलेले होते. त्याने हातातल्या वस्तू खुर्चीत टाकल्या आणि पॅन्ट हुकवर अडकवल्या, बूट काढून टाकले आणि मग त्याने कंबरेचा पट्टा सोडून अंगातली पॅन्ट काढून खाली टाकली.

अचानक दारावर जोराचा आवाज झाला. कोणीतरी लाथेने दार एवढ्या जोरात उघडले होते की दाराची कडी खिळखिळी झाली होती. पॅन्ट खाली पडलेली असताना डॅनियल दारातल्या प्रचंड आकाराच्या माणसाकडे पाहत राहिला. त्या माणसाने आत येऊन दार बंद करून घेतले. मग तो थक्क होऊन पाहणाऱ्या डॅनियलकडे आला. त्याला त्या माणसाचे काळे डोळे चकाकताना दिसले आणि काही कळायच्या आत त्याच्या हातातल्या पॅन्ट्स हिसकावून घेतल्या गेल्या होत्या. डॅनियल काही बोलणार होता, एवढ्यात त्याच्या दिशेने आलेल्या मुठीने त्याच्या गालावर जबरदस्त प्रहार केला होता. त्या आघाताने डॅनियल मागच्या आरश्यापाशी कोलमडून पडला. त्याच्या समोरच्या माणसाची प्रतिमा गर्रकन त्याच्यासमोर फिरली

होती. डॅनियलला हे काय चालले आहे हे ते कळायच्या आतच त्या माणसाने त्याला उचलून खुर्चीत भिरकावून दिले होते. आपल्या नाकामधून रक्त ओघळत आहे हे त्याला जाणवले. त्याला उजव्या डोळ्याने जेमतेम दिसत होते.

"ए डुकरा. ऐक!" गेटानो गुरगुरला. त्याने आपले डोके डॅनियलच्या चेहेऱ्याजवळ आणले. "मी फार वेळ लावणार नाही. माझ्या बॉस लोकांनी म्हणजे कास्टिग्लिआनो बंधूंनी सांगितलंय की तू इथून सुटायचं. तू तुझी ती भिकार कंपनी सावरायचा उद्योग करायचा आहे. ऐकू आलं का?"

डॅनियलने बोलण्याचा प्रयत्न केला. पण घशातून आवाज फुटेना. त्याने फक्त मान डोलावली.

"हा निरोप साधा आहे." गेटानो म्हणाला, "त्यांचे शंभर हजार डॉलर बुडण्याच्या बेतात असताना तू इथं मौजमजा करणं त्यांना अनादराने वागवल्यासारखं वाटतंय."

"आम्ही प्रयत्न करतोय...." डॅनियल कसाबसा म्हणाला. पण त्याचा आवाज कर्कश्य झाला होता.

"होय. तुम्ही प्रयत्न करत आहात. तू आणि तुझी ती मस्त गर्लफ्रेंड! पण माझ्या बॉस लोकांना मात्र तसं वाटत नाही. त्यांना तू जे काय प्रयत्न करायचे आहेत ते तिथे उत्तरेत बोस्टनमध्ये करायला हवे आहेत. आणि कंपनी गाळात जाते की आणखी काही याबद्दल त्यांना काहीही देणंघेणं नाही. तुम्ही कसलेही वकील कामाला लावले तरी त्यांना त्याची फिकीर नाही. त्यांना कोणत्याही परिस्थितीत त्यांची रक्कम परत हवीय. कळलं?"

"होय. पण... "

"पण बिण काहीही नाही." गेटानोने त्याला मधेच थांबवले, "मी हे स्पष्ट शब्दात सांगतोय. मला फक्त एवढंच हवंय. कळलं? होय की नाही?"

"होय." डॅनियल चिरक्या आवाजात म्हणाला.

"छान." गेटानो म्हणाला. "पण माझी खात्री पटण्यासाठी तू ह्यावर जरा विचार करून ठेव." यानंतर काहीही कळायच्या आत गेटानोने त्याला डाव्या बाजूला तडाखा लगावला होता. या खेपेस गेटानोने उघड्या हाताने तडाखा मारला असला तरी त्यामुळे एखाद्या कापडी बाहुलीसारखा डॅनियल उचलला जाऊन जमिनीवर कोसळला.

डॅनियलच्या चेहेऱ्यावर सुया टोचल्यासारखी वेदना होत होती. कानात अनेक घंटांचा ठणठणाट ऐकू येत होता. गेटानोने पायाने त्याला ढोसले आणि केसांना हिसडा मारून त्याने डोके वर उचलले. डॅनियलने किलकिल्या डोळ्याने आपल्याला मारणाऱ्याकडे पाहिले.

"तुला निरोप कळला हे नक्की समजू का?" गेटानो म्हणाला, "तुला हे

कळत असेलच की मी तुला वाईट प्रकारे जखमी करू शकत होतो. मला वाटतं तुला हे नीट समजलंय. आत्ता तरी तुला आम्ही एवढं जखमी करू इच्छित नाही की तुला तिकडे जाऊन तुझी कंपनी पुन्हा नीट उभी करता येऊ नये. पण जर मला बोस्टनहून पुन्हा इकडं यावं लागलं तर मात्र ह्यात फरक पडू शकेल. माझ्या म्हणण्याचा अर्थ कळला ना?''

''मला निरोप नीट समजलाय.'' डॅनियलचा आवाज चिरकला होता. गेटानोने डॅनियलचे डोके सोडून दिले. ते पुन्हा खालच्या गालिच्यावर आदळले. डॅनियलने आपले डोळे बंद करून घेतले.

''आत्तापुरतं एवढं ठीक आहे.'' गेटानो म्हणाला, ''आणि मला पुन्हा तुझी भेट घ्यायला यायला लागायला नको.''

यानंतर क्षणभराने क्युबिकलच्या दाराचा करकर आवाज आला आणि ते पुन्हा बंद झाले. त्यानंतर तिथे शांतता पसरली.

◆

१७

शुक्रवार, १ मार्च २००२
दुपारी ३ वाजून २० मिनिटे

काही मिनिटे अजिबात हालचाल न करता पडलेल्या डॅनियलचे डोळे उघडले. कपडे बदलण्याच्या त्या छोट्या खोलीत तो एकटाच आहे हे त्याला कळले. पण दाराबाहेर मात्र त्याला काही अस्पष्ट आवाज ऐकू येत होते. बहुदा एखाद्या नवीन ग्राहकाला कोणीतरी विक्रेता दुसऱ्या खोलीची दिशा दाखवत होता. डॅनियल कसाबसा उठून बसला. त्याने आरशात नजर टाकली. त्याच्या चेहेऱ्याचा डावा भाग बीटासारखा लाल-काळा पडला होता. नाकातून रक्ताचा एक ओघळ वाहत ओठांच्या कोपऱ्यांवरून खाली जबड्यापर्यंत उतरलेला दिसत होता. त्याचा उजवा डोळा आता सुजून बंद व्हायच्या मार्गावर होता.

थरथरत्या हाताने डॅनियलने नाकाला आणि उजव्या गालाला स्पर्श केला. सगळीकडे वेदना होत होती. पण विशिष्ट जागीच खूप मार लागला असावा किंवा हाड मोडले असावे असे मात्र त्याला जाणवले नाही. तो उठून उभा राहिला. सुरुवातीला पाय थोडे थरथरले. पण डोके सुन्न होणे आणि जणू एकामागोमाग एक कॉफीचे पाच कप रिचवल्यानंतर येते तशी अस्वस्थता वगळता बाकी आपण ठीक आहोत हे त्याच्या लक्षात आले. विलक्षण भीतीमुळे तो सुन्न झाला होता.

जरासा तोल जात असूनही डॅनियलने कशीबशी पॅन्ट वर चढवली. पालथ्या मुठीने त्याने चेहेऱ्यावरचा रक्ताचा ओघळ पुसून टाकला. त्यावेळी त्याच्या लक्षात आले की गालाच्या आतल्या बाजूला जखम झाली आहे. काळजीपूर्वक जीभ फिरवून त्याने अंदाज घेतला. सुदैवाने टाके घालावे लागतील एवढी ती मोठी नाही हे त्याला जाणवले. मग डोक्यावरच्या विरळ केसांमध्ये बोटे फिरवून ते जरा ठाकठीक करत त्याने दरवाजा उघडला.

"गुड आफ्टरनून." एक काळा बहामियन सेल्समन त्याला म्हणाला. त्याच्या इंग्लिश उच्चारात किंचित बोबडेपणा होता. अतिशय चमकदार पोशाख केलेला हा माणूस भिंतीला टेकून हाताची घडी घालून उभा होता. तो त्याने आणलेला ग्राहक बाहेर पडण्याची वाट पाहत होता. त्याने डॅनियलला पाहून आश्चर्याने भुवया उंचावल्या, पण तो आणखी काही म्हणाला नाही.

आपला आवाज कसा येईल हे कळत नसल्याने डॅनियलने फक्त मान डोलावली आणि कसाबसा हसला. मग त्याने अडखळत चालायला सुरुवात केली. आपण दारू प्यायलो आहोत असे लोकांना नक्की वाटणार असा विचार त्याच्या मनात आला. पण एकदा चालायला सुरुवात केल्यानंतर मात्र पावले बघताबघता स्थिर पडू लागली. दारापर्यंत जाताना तर आपले चालणे पहिल्यासारखे झाले आहे हे त्याच्या लक्षात आले.

दार उघडून त्याने पार्किंगच्या जागेत सर्वत्र नजर फिरवली. आपल्यावर हल्ला करणारा माणूस तिथून निघून गेला आहे हे कळल्यावर त्याने स्त्रियांच्या विभागात डोकावून पाहिले. खिडकीतून पाहताना त्याला स्टेफनी निवांतपणे मजेत खरेदी करताना दिसली. ती ठीक आहे हे दिसल्यावर तो आपल्या मार्क्विस मर्क्युरी गाडीकडे निघाला.

गाडीत बसल्यावर डॅनियलने काचा खाली केल्या. तो आत गेला होता तेवढ्या वेळात गाडीतली हवा चांगलीच गरम झाली होती. आरसा थोडा फिरवून त्याने पुन्हा एकदा आपल्याला झालेल्या दुखापतीचा अंदाज घेतला. त्याला आपल्या उजव्या डोळ्याबद्दल विशेष काळजी वाटत होती. कारण तो आता जवळपास बंद झाला होता. डोक्याच्या पुढच्या भागात रक्तस्राव झालेला नाही हे त्याच्या लक्षात आले होते. फक्त काही प्रमाणात सूक्ष्म रक्तवाहिन्यांमधून रक्त आले होते. रेसिडेन्ट म्हणून इमर्जन्सी विभागात काम करत असताना त्याला चेहेऱ्यावरच्या जखमांबद्दल बराच अनुभव मिळाला होता. त्यातही त्याला डोळ्याच्या खोबणीचे हाड मोडल्याने होणाऱ्या गंभीर दुखापतीची कल्पना होती. ही इजा झालेली नाही हे तपासून बघण्यासाठी त्याने आपल्याला दोन दोन प्रतिमा दिसत नाहीत ना हे नीट पाहून घेतले. सुदैवाने असे काही झालेले नव्हते. ते पाहिल्यावर मग आरसा पुन्हा ठाकठीक

केला आणि मागे रेलून बसला.

पंधरा मिनिटांनंतर हातात अनेक पिशव्या घेतलेली स्टेफनी बाहेर पडली. उन्हापासून बचाव होण्यासाठी डोळ्यावर हात धरत तिने डॅनियलच्या दिशेने नजर टाकली. डॅनियलने हात बाहेर काढून तिला प्रतिसाद दिला. स्टेफनी त्याच्या दिशेने येऊ लागली.

डॅनियलला आता घडल्या प्रसंगाविषयी विचार करायला काहीच मिनिटे मिळाली असल्याने त्याच्या मनातील चिंतेची जागा आता रागाने घेतली होती. त्याच्या रागाचे मुख्य कारण स्टेफनी आणि तिच्या त्या बेकार घराण्याशी संबंधित होते. या प्रसंगात जरी त्याचे गुडघे फोडलेले नसले तरी एकूण सारा प्रकार पाहता त्याला त्यात माफियांचा हात असल्याचा वास येत होता. त्याच्या मनात स्टेफनीच्या आरोप ठेवण्यात आलेल्या भावाची आठवण जागी झाली. हे कास्टिग्लिआनो कोण आहेत ह्याची त्याला कल्पना नव्हती. पण तो ते शोधून काढणार होता.

स्टेफनीने पलीकडच्या बाजूने दार उघडले. हातातल्या पिशव्या मागच्या सीटवर फेकल्या. "तुला मी बाहेर आलेली कशी काय दिसले?" स्टेफनीने खूष होत विचारले. "माझी खरेदी अपेक्षेपेक्षा छान झाली." तिने मागचे दार बंद केले आणि ती पुढच्या सीटवर येऊन बसली. बेल्ट लावून घेतल्यावर तिने डॅनियलकडे नजर टाकली आणि ती बोलता बोलता मध्येच गप्प झाली. "माय गॉड! तुझ्या डोळ्याला काय झालं?"

"तुझ्या लक्षात आलं हे बरं झालं." डॅनियल रागाने म्हणाला, "अर्थातच मी मार खाल्ला आहे. पण त्या अप्रिय घटनेच्या तपशिलात शिरण्याअगोदर मला एक प्रश्न विचारायचा आहे. हे कास्टिग्लिआनो बंधू कोण आहेत?"

स्टेफनी डॅनियलकडे रोखून पाहू लागली. तिला आता त्याच्या नाकापाशी साकळलेले रक्त आणि सुजलेला चेहेरा दिसला. तिला हात पुढे करून जखम पाहण्याची इच्छा झाली. पण तिने स्वतःला आवर घातला. तिला त्याच्या डोळ्यात विलक्षण राग दिसत होता. डॅनियलच्या आवाजाला असणारी धार तिला जाणवली होती. शिवाय कास्टिग्लिआनो हे नाव आणि त्याचे महत्त्व माहिती असल्याने ती क्षणभर गोठून गेली होती. तिचे हात निर्जीवपणाने मांडीपाशी लोंबकळत होते.

"तुला मला न सांगावी अशी वाटलेली ही आणखी एखादी क्षुल्लक बाब आहे का?" डॅनियलच्या आवाजात उपरोध होता, "म्हणजे तुझा भाऊ गुंतवणूकदार झाल्यानंतर एका आरोपात अडकला आहे ही गोष्ट कशी होती वा तसंच काही? मी पुन्हा विचारतो. हे कास्टिग्लिआनो कोण?"

स्टेफनीच्या मनात असंख्य विचारांची गर्दी झाली होती. आपल्या भावाने आणलेली अर्धी गुंतवणूक त्यांची होती ही गोष्ट तिने डॅनियलला सांगितलेली

नव्हती. तिला आपण लपवलेल्या ह्या गोष्टीमुळे एकच गुन्हा दोनदा करताना पकडल्या गेलेल्या चोरासारखे वाटत होते.

"मला निदान संभाषणाची अपेक्षा होती." स्टेफनी काहीच बोलत नाही हे पाहून डॅनियल म्हणाला,

"आपण बोलणार आहोत," स्टेफनी अचानक म्हणाली. तिने डॅनियलकडे पाहिले. तिला आयुष्यात अशा प्रकारे अपराधी वाटलेले नव्हते. डॅनियल जखमी झाला होता आणि त्याची बरीच जबाबदारी तिची होती.

"पण अगोदर मला सांग. तू ठीक आहेस ना?"

"अशा परिस्थितीत जेवढा ठीक असायला हवा तेवढा ठीक आहे." डॅनियलने गाडी चालू करून पार्किंग लॉटच्या बाहेर काढली.

"आपण हॉस्पिटलमध्ये किंवा एखाद्या डॉक्टरकडे जायचं का?"

"नको! त्याची गरज नाही. मी वाचणार आहे! मी काही मरत नाही."

"बरं. पोलिसांकडे जायचं का?'

"नाही! अजिबात नाही. पोलिसांकडे गेलो तर ते तपास करतील. त्यामुळं आपला बटलरवरचा उपचार करण्याचा बेत रखडण्याची शक्यता आहे."

"कदाचित हा आपल्या कामाला झालेला दुसरा अपशकून असेल. तू तुझे हे **फाऊस्टसारखे** प्रयत्न सोडून देणार नाहीस का?"

डॅनियलने स्टेफनीकडे रागावून पाहिले, "तू हे मला सुचवते आहेस यावर माझा विश्वास बसत नाही. अजिबात नाही! मी अशा प्रकारे माझं काम बिलकुल सोडणार नाही. कोणीतरी हलक्या दर्जाचे लोक आणि मला निरोप पाठवणाऱ्या त्या रानटी मारेकऱ्यांमुळे तर नाहीच नाही."

"तो तुझ्याशी बोलला?"

"दोन दणक्यांच्या मधल्या काळात."

"निरोप नेमका काय आहे?"

मी त्याचे शब्द सांगतो. मी इथून बोस्टनला जाऊन कंपनीची स्थिती सुधारायची आहे. आपल्या काही गुंतवणूकदारांना वाटतंय की आपण इथं नसाऊत सुट्टीची मजा लुटायला आलो आहोत."

"आपण आता परत हॉटेलवर जायचं का?"

"आता आणखी काही खरेदी करायला मला अजिबात उत्साह नाही. परत जाऊन मला ह्या जखमांवर बर्फ लावायला हवा."

"आपण डॉक्टरकडे जायची गरज नक्की नाही ना? तुझ्या डोळ्याची अवस्था फार वाईट दिसतेय."

"कदाचित मी आठवण करून दिली म्हणून तुला आश्चर्य वाटेल. पण मी

स्वत: एक डॉक्टर आहे!''

"म्हणजे मला प्रत्यक्ष प्रॅक्टिस करणारा डॉक्टर असं म्हणायचं आहे.''

"हे गंमतशीर आहे खरं. पण मी हसलो नाही म्हणून माफ कर!''

यानंतर बराच वेळ कोणी कोणाशी बोलले नाही. डॅनियलने गाडी पार्किंग लॉटमध्ये लावली. स्टेफनीने मागच्या सीटवर ठेवलेली पाकीटे व पिशव्या गोळा केल्या. तिला काय बोलावे ते कळत नव्हते.

"कास्टिग्लिआनो बंधू हे माझा भाऊ टोनीच्या ओळखीचे आहेत.'' स्टेफनी त्याच्या रूमकडे जाताना म्हणाली. तिचा स्वर कबुली दिल्यासारखा होता.

"मला हे ऐकून आश्चर्य कसं काय वाटलं नाही?''

"ह्या खेरीज मला त्यांच्याबद्दल आणखी काही माहिती नाही. मी त्यांना कधी भेटलेली नाही.''

खोलीत शिरल्यावर स्टेफनीने हातातल्या पिशव्या एका बाजूला ठेवल्या. तिला अतिशय अपराधी वाटत होते आणि डॅनियलचा रागही वाजवी आहे हे कळत होते. "तू आत जाऊन बसत का नाहीस. मी बर्फ आणते.''

डॅनियल सिटींग रूममधल्या कोचावर आडवा झाला. पण लगेच उठून ताठ बसला. आडवे झाल्यावर त्याच्या डोक्यात ठसठसल्याची वेदना झाली होती. मिनीबारसमोर ठेवलेल्या बकेटमधून तिने बर्फ आणून तो टॉवेलमध्ये गुंडाळला आणि टॉवेल डॅनियलच्या हातात दिला. त्याने तो सुजलेल्या डोळ्याला हळूवारपणे लावला.

"थोडं आयब्युप्रोफेन देऊ का?''

डॅनियलने मान डोलावली. स्टेफनीने त्याला काही गोळ्या आणि पाण्याचा ग्लास आणून दिला. डॅनियल त्या वेदनाशामक गोळ्या घेत असताना स्टेफनी कोचावर पाय मुडपून बसली. तिने मग ट्युरीनच्या जायला निघायच्या आदल्या दिवशी टोनीबरोबर झालेल्या संभाषणाची तपशीलवार माहिती दिली. आपण हे सारे सांगितले नाही म्हणून अखेर तिने भीतभीत डॅनियलची माफी मागितली. इतके सारे घडत असताना तिला त्यावेळी ती गोष्ट महत्त्वाची वाटली नव्हती असे स्पष्टीकरण तिने दिले, "आपण नसाऊहून परत गेलो आणि भरपूर निधी मिळायला सुरुवात झाली की मी हे सांगणारच होते. माझ्या भावाने दिलेले दोनशे लाख डॉलर कर्जाऊ आहेत असं मानायचं आणि त्याची रक्कम व्याजासहित परत करायची असं मला वाटतंय. मला भविष्यकाळात त्याचा क्युअर कंपनीशी काहीही संबंध नको आहे.''

"चला! म्हणजे आपलं कशावर तरी एकमत झालं म्हणायचं.''

"तू मला माफ करणार आहेस का?''

"बहुतेक होय.'' डॅनियलच्या आवाजात उत्साहाचा लवलेश नव्हता. "म्हणजे

तुझ्या भावानं आपण इथं येऊ नये याबद्दल बजावलं होतं तर.''

''होय.'' स्टेफनीने कबूल केले, ''कारण मी त्याला आपल्या येण्याचा उद्देश सांगू शकले नाही. पण ती एक सर्वसाधारण स्वरुपाची सूचना होती. मला ती धमकी वाटली नव्हती. मला अजूनही वाटतं. म्हणजे त्याचा ह्या हल्ल्याशी काही संबंध असेल हे मला अजूनही पटत नाही.''

''अस्सं.... खरंच?'' डॅनियल खवचटपणाने म्हणाला, ''मग आता त्यावर विश्वास ठेव. कारण त्याचा संबंध असणारच! तुझ्या भावानं त्या कास्टिग्लिआनोंना सांगितलं नसेल तर त्यांना कसं कळलं की आपण इथं नसाऊत आहोत ते? आपण इथं येऊन पोहोचल्यावर दुसऱ्याच दिवशी तो गुंड इथं येणं हा निव्वळ योगायोग नाही. काल संध्याकाळी तू तुझ्या मॉमला फोन केल्यावर तिनं तुझ्या भावाला फोन केला असणार आणि मग त्यानं आपला ह्या मित्रांना फोन केला असेल. आता मी तुला आठवण करून द्यायला नको. पण असल्या माणसांच्या संबंधात होणाऱ्या हिंसाचाराचा विषय मी काढला होता तेव्हा तू किती भडकली होतीस ते जरा आठव.''

स्टेफनीला ते संभाषण आठवून स्वत:ची लाज वाटली. ती तेव्हा रागाने बेभान झाली होती हे खरेच होते. अचानक काहीतरी निश्चय केल्याप्रमाणे तिने सेलफोन घेतला आणि तो उघडून डायल करू लागली. डॅनियलने तिचा दंड धरला. ''तू कोणाला फोन करते आहेस?''

''माझ्या भावाला.'' स्टेफनी रागातच म्हणाली. तिने ओठ घट्ट मिटून घेतले होते.

डॅनियलने फोन काढून घेतला. रागाने धुमसत उसूनही स्टेफनीने त्याला विरोध केला नाही. डॅनियलने फोन कॉफी टेबलावर ठेवला, ''आत्ता ह्या क्षणी तर तुझ्या भावाला फोन करणं सगळ्यात चुकीचं ठरेल.''

''पण मला त्याला जाब विचारायचा आहे. तो जर खरोखर ह्या प्रकाराला जबाबदार असला तर मी त्याला तसा सोडणार नाही. मला माझ्या घरच्यांनीच फसवल्यासारखं वाटतंय.''

''तू रागावली आहेस?''

''अर्थातच.'' स्टेफनीने प्रत्युत्तर दिले.

''मी सुद्धा रागावलोय.'' डॅनियल टोला लगावत म्हणाला, ''पण मार मी खाल्लाय, तू नाही.''

स्टेफनीने नजर खाली वळवली. ''होय. तुझं म्हणणं बरोबर आहे. तू रागावणं साहाजिकच आहे.''

''मला एक प्रश्न विचारायचा आहे.'' बर्फाचा टॉवेल नीट बसवत डॅनियल

म्हणाला, ''एक तासाभरापूर्वी तू म्हणत होतीस की पॉल सॉन्डर्स आणि स्पेन्सर विनगेट असल्यांच्याबरोबर काम करणं तुला जमणार नाही. तुझ्या सद्सद्विवेक बुद्धीचा मान राखण्यासाठी तू परत जाशील, आता हे घडल्यानंतर तुझा निर्णय काय आहे ते मला हवंय.''

स्टेफनीने डॅनियलच्या नजरेला नजर दिली. डोके हलवत ती कशीनुशी हसली, ''मला आता इतकं अपराधी वाटतंय की मी निघून जाण्याचा प्रश्नच उद्भवत नाही.''

''चला. एवढं तरी झालं.'' डॅनियल म्हणाला, ''प्रत्येक गोष्टीत काहीतरी चांगलं असतंच. अगदी लोळागोळा होण्याइतका मार खाण्यातही.''

''तुला मार बसला म्हणून मला खरोखरच वाईट वाटतंय. खरंच. कदाचित तुला त्याची कल्पना नसेल इतकं.''

''ठीक आहे. ठीक आहे.'' डॅनियलने तिला थोडा भरोसा वाटावा म्हणून स्टेफनीचा गुडघा दाबला. ''तू आता इथंच राहणार आहेस. मला असं वाटतं की आपण आता मी मार खाल्ल्याचा प्रसंग घडलाच नाही असं समजून वागू या. म्हणजेच तू भावाला किंवा आईला फोन करून काहीही वेडवाकडं बोलायचं नाही. उलट तू पुन्हा जेव्हा जेव्हा तुझ्या आईला फोन करशील तेव्हा तू स्पष्टपणाने सांगायचं की आपण इथं मौजमजा करायला आलेलो नसून कंपनी वाचवण्यासाठीच प्रयत्न करत आहोत. तिला सांग की ह्या कामाला तीन आठवडे लागतील. मग आपण परत येऊ.''

''तुला मारणाऱ्या त्या गुंडाचं काय? तो परत तर येणार नाही ना?''

''तशी शक्यता आहे. पण आपल्याला तो धोका पत्करावा लागेल. तो इथला स्थानिक नाही. माझ्या अंदाजाप्रमाणे तो परतीच्या प्रवासातही असेल. कारण तो म्हणाला होता की मला परत बोस्टनहून इथं यायला लावू नकोस. नाहीतर मग तो मला गंभीर जखमी करेल. त्याचवेळी तो असंही म्हणाला होता की कंपनी ठीक करणं अशक्य होईल एवढं तो मला मारणार नाही. तेव्हा याचा अर्थ, त्या लोकांना माझ्या आरोग्याची वेगळ्या कारणासाठी काळजी वाटते. असो. पण तुझ्या आईशी तू बोललीस की ते तुझ्या भावाकरवी कास्टिग्लिआनोंच्या कानावर नक्कीच जाईल आणि तीन आठवडे थांबण्यात फायदा आहे हे त्या लोकांना कळेल.''

''मी माझ्या आईला आपण इथं राहतोय हे सांगितलंय. तेव्हा आपण हॉटेल बदलायचं का?''

''मी गाडीत बसलो होतो तेव्हा ह्यावर विचार केला. मी पॉलने दिलेली विनगेट क्लिनिकमध्ये राहायची ऑफर स्वीकारण्यावरही विचार केला.''

''ओह गॉड! ते तर आगीतून फुफाट्यात पडण्यासारखं होईल.''

''मलाही तिथं राहणं आवडणार नाही. मला त्या भोंदू लोकांबरोबर जमवून घेता

येणार नाही. तेव्हा मला वाटतं, आपण इथंच राहावं. अर्थात तुला त्यामुळं त्रास होणार नसेल तरच, आपल्याला ट्युरीनमधल्या रात्रीचा अनुभव पुन्हा नकोय. तेव्हा आपण इथंच राहायचं. नाहीतरी आपण उद्या काम सुरू केलं की आपला बराचसा वेळ विनगेट क्लिनिकमध्येच जाणार आहे. मान्य?''

डॅनियलच्या म्हणण्याचा अर्थ समजून घेत स्टेफनीने बऱ्याच वेळा मान डोलावून होकार दिला.

''तुला हे मान्य आहे की नाही? तू सांगितलं नाहीस.''

स्टेफनीने अचानक भावनेचा उद्रेक झाल्याने हात हवेत उंचावले. ''ओह गॉड! मला ह्या बटलर प्रकरणाबद्दल वाटणाऱ्या अस्वस्थतेमध्ये तुझ्यावरच्या हल्ल्याने भरच पडली आहे. आपल्याला अजिबात माहिती नसलेल्या लोकांबद्दल आपल्याला अंदाज बांधून काम करावं लागतंय.''

''एक सेकंद!'' डॅनियलल गुरगुरला. त्याचा अगोदरच लाल झालेला चेहेरा आणखी लालभडक झाला. त्याच्या आवाजाची पट्टीही वाढली, ''आपण बटलरवर उपचार करायचे की नाही यावर नव्याने वाद सुरू करायचा नाही. ते आता ठरलेलंच आहे. आपण आता या पुढे काय काय करायचंय यावर चर्चा करतोय. बस्स!''

''ठीक आहे. ठीक आहे!'' स्टेफनीने पुढे होत त्याच्या दंडावर हात ठेवला. ''शांत हो! ठीक आहे. आपण इथंच राहू. आणि सर्वकाही चांगलं होईल अशी आशा करू.''

डॅनियलने अनेकदा दीर्घ श्वास घेतला आणि मग म्हणला, ''आपण दोघांनी एकत्र राहावं असं मला वाटतं.''

''म्हणजे. तुला काय म्हणायचं आहे?''

''मी एकटा असताना त्या दांडगटाने माझ्यावर हल्ला केला ही बाब मला अपघातानं घडलेली वाटत नाही. तुझ्या भावाला तुला इजा करावयाची नाही. नाहीतर आपल्या दोघांना मार पडला असता. किमान मला जरी एकट्याला मारलं असतं तरी तुला ते पाहावं लागलं असतं. मला वाटतं, तो माणूस मी एकटा असल्याची संधी शोधत वाट पाहत होता. तेव्हा खोलीतून बाहेर पडल्यावर आपण सतत एकत्र असल्यानं निदान काही प्रमाणात धोका कमी होईल.''

''बहुधा तुझं म्हणणं बरोबर आहे.'' स्टेफनी पुटपुटत म्हणाला, तिच्या डोक्यात गुंता झाला होता. एका बाजूला आपण बरोबर राहू म्हणाला म्हणून तिला बरं वाटत होते. पण त्याच वेळी डॅनियलला होणाऱ्या मारहाणीत आपल्या भावाचा हात असेल ही कल्पना तिला मनोमन पटत नव्हती.

''मला आणखी थोडा बर्फ आणून देतेस का? हा आता जवळजवळ वितळून गेलाय.''

"होय. देते की." काहीतरी करायची संधी मिळाली म्हणून स्टेफनीला सुटल्यासारखे झाले. स्टेफनीने बर्फाचे तुकडे पुन्हा आणून ते टॉवेलात गुंडाळून डॅनियलच्या हातात दिले असताना अचानक फोन वाजला. दोघेही त्या फोनकडे पाहतच राहिले.

"आता कोणाचा फोन असेल हा?" टॉवेल डोळ्याजवळ नीट बसवत डॅनियलने विचारले.

"आपण इथं आहोत हे फार लोकांना माहिती नाही. मी फोन घेऊ का?"

"घे. पण जर तो तुझ्या भावाचा किंवा आईचा असेल तर मी काय म्हणालो ते लक्षात ठेव."

"जर तो तुझ्यावर हल्ला करणाऱ्याचा असला तर?"

"तसं घडणं अशक्य आहे. फोन घे. पण उत्तेजित न होता! जर तो गुंड असला तर फोन बंद कर. त्याच्याशी काहीही बोलत बसायचं नाही."

स्टेफनीने फोन उचलला आणि तिने नैसर्गिकपणे हॅलो म्हणायचा प्रयत्न केला. तिच्या भुवया किंचित उंचावलेल्या दिसल्या. काही क्षणानंतर डॅनियल म्हणाला, "कोण?"

स्टेफनीने त्याला थांबण्याची खूण केली आणि मग फोनवर म्हणाली, "उत्तम! आणि आभार." मग स्टेफनी काहीवेळ फोनवरचे बोलणे ऐकत होती. ऐकताना ती फोनच्या वायरशी चाळा करत होती. काही वेळाने ती म्हणाली, "तुम्ही हे म्हटल्याबद्दल आभार. पण आज रात्री ते शक्य होणार नाही." त्यानंतर गुडबाय म्हणून तिने फोन ठेवला. तिने डॅनियलकडे पाहिले. पण ती क्षणभर काही बोलली नाही.

"हं. कोणाचा फोन होता?" डॅनियलला आता उत्सुकता आवरेना.

"स्पेन्सर विनगेट." स्टेफनीच्या स्वरात आश्चर्य होते.

"कशासाठी फोन केला होता?"

"त्यानं फेडएक्स पार्सल आलंय हे सांगण्यासाठी फोन केला होता. त्यानं ते उद्या सकाळी मिळेल अशी व्यवस्था केलीय."

"चला हे छानच झालं! म्हणजे आपण उद्याच बटलरवरच्या उपचारांना लागणाऱ्या पेशींचं काम सुरू करू शकू. पण ह्या एवढ्या निरोपापेक्षा तुमचं बोलणं जास्तवेळ होतं. त्याला आणखी काय हवं होतं.?"

स्टेफनी हसली. पण त्यात आनंदाचा लवलेश नव्हता. "त्यानं मला आपल्या लायफर्ड के मरीना येथील घरी जेवणासाठी बोलावलं. चमत्कारिक भाग म्हणजे हे आमंत्रण फक्त माझ्या एकटीसाठी आहे हे त्यानं स्पष्ट सांगितलं. माझा ह्यावर विश्वास बसत नाही. तो माझ्यावर दबाव आणायचा प्रयत्न करत होता."

"चला, आपण ह्याची चांगली बाजू पाहू या. निदान तो चांगला चोखंदळ तरी दिसतोय."

"मला अजिबात हे ऐकून मजा वाटली नाही." स्टेफनी फटकारत म्हणाली.

"ते तर दिसतंच आहे" डॅनियल म्हणाला, "पण आपण आपल्यासमोरचं मोठं ध्येय डोळ्यासमोर ठेवायला हवं."

◆

१८

सोमवार, ११ मार्च २००२
सकाळी ११ वाजून ३० मिनिटे

कधी कधी डॅनियल दुसऱ्या माणसाला श्रेय देत असे. पेशींना हाताळण्यात स्टेफनी त्याच्यापेक्षा जास्त कुशल होती हे त्याला माहिती होतेच. आत्ताही दोघांनी एकदम पाहण्याची सोय असलेल्या डिसेक्टिंग मायक्रोस्कोपच्या आयपीस मधून पाहताना त्याला आपले मत बरोबरच आहे याची पुन्हा एकदा खात्री पटली. त्यांनी विनगेट प्रयोगशाळेतल्या बेंचच्या एका कोपऱ्यावर मायक्रोस्कोप ठेवला होता. त्यामुळे स्टेफनी काम करताना डॅनियलला ते पाहता येत होते. स्टेफनी आत ज्याला 'उपचारा'साठी करण्याचे क्लोनिंग म्हणतात, ती केंद्रक हस्तांतरणाची प्रक्रिया सुरू करण्याच्या बेतात होती. एका परिपक्व अंडपेशीच्या केंद्रकातल्या डी.एन.ए. रेणूंना रंग यावा म्हणून फ्लुरोसंट स्टेनचा वापर करण्यात आला होता. स्टेफनी आता ह्या अंडपेशीचे केंद्रक काढून घेणार होती. तिने ती मानवी अंडपेशी एका बोथट टोकाच्या पिपेटमध्ये योग्य जागी स्थिर राहील अशी पकडून ठेवली होती.

"तुझं काम पाहून ते किती सोपं आहे असं वाटतं." डॅनियल म्हणाला.

"तसं आहेच ते." स्टेफनी म्हणाली. तिने मायक्रोमॅनिप्युलेटरचा वापर करून दुसरी पिपेट पहिल्या पिपेटच्या जवळ आणली. ही पिपेट मात्र बोथट नसून तिचे टोक एखाद्या अणुकुचीदार सुईसारखे होते. ही पिपेट तर एवढी छोटी होती की तिचा व्यास एका मिलीमीटरचा पंचवीस हजारावा भाग एवढाच होता.

"तुला हे सोपं वाटत असेल. पण मला नाही."

"ह्यातली मेख अशी आहे की काम करताना अजिबात घाई-गडबड करायची नाही. सर्वकाही अतिशय सावकाश आणि धक्के न बसता झालं पाहिजे."

स्टेफनी म्हणल्याप्रमाणे खरोखरच पिपेट हळूहळू अंडपेशीकडे सरकली आणि पेशीचे बाह्य आवरण न छेदता त्या पिपेटने आवरणाला स्पर्श केला.

"मला हेच नेमकं नीट जमत नाही. मी निम्म्या वेळेस सरळ पेशीला भोक पाडून पलीकडे जातो."

“बहुधा तुझ्या उतावीळ स्वभावामुळे असं होत असतं. एकदा का अशा प्रकारे टोक आवरणात किंचित शिरलं की मायक्रोमॅनिप्युलेटरच्या वरच्या टोकापाशी हलका दाब दिला तरी काम होतं.”

“म्हणजे तू प्रत्यक्ष भोक पाडण्यासाठी मायक्रोमॅनिप्युलेटर वापरत नाहीस?”

“कधीच नाही.”

स्टेफनीने सांगितल्याप्रमाणे बोटाने हलका दाब देताच पिपेटचे टोक अलगदपणे त्या अंडपेशीच्या पेशीद्रव्यात शिरताना दिसले.

“हं... हे शिकण्यासारखं आहे. हे मात्र नक्की की मी ह्या क्षेत्रात अगदी नवखा आहे.”

स्टेफनीने आयपीसवरून नजर काढून डॅनियलकडे पाहिले. डॅनियल सहसा अशा प्रकारे स्वत:बद्दल नापसंती दाखवणाऱ्यातला नव्हता. “त्याबद्दल स्वत:ला एवढा दोष देण्याची गरज नाही. हे काम करण्यासाठी कुशल तंत्रज्ञ कधीही हाताशी असतात. मी ग्रॅज्युएट विद्यार्थी असताना हे शिकून घेतलं.”

“होय. कदाचित बरोबर आहे.” डॅनियल नजर वर न घेता म्हणाला. स्टेफनीने खांदे उडवले आणि नजर पुन्हा आपल्या आयपीसकडे वळवली.

“आता मी मायक्रोमॅनिप्युलेटरची दिशा फ्लुरोसंट डी.एन.ए.कडे ठेवणार आहे.” स्टेफनीने पिपेटचा रोख चमकणाऱ्या केंद्रकाकडे वळवला. त्याच्या अगदी जवळ गेल्यावर स्टेफनीने हवा थोडीशी खेचून घेताच रंगीत डी.एन.ए. पिपेटमध्ये शिरून दिसेनासे झाले.

“मला हे कामही नीट जमत नाही.” डॅनियल म्हणाला, “मी जास्त प्रमाणात पेशीद्रव्यही शोषून घेतो बहुतेक.”

“फक्त डी.एन.ए.चा भागच बाहेर निघणं फार महत्त्वाचं आहे.”

“मी इतक्या वेळा हे काम पाहतो. प्रत्येक वेळी मला ते पाहून फार आश्चर्य वाटतं. हे कसं काय होतं ते मला कधीच कळत नाही. पेशीच्या अंतरंगाबद्दलची माझ्या मनातली प्रतिमा एखाद्या काचेच्या घरासारखी आहे. आपण तेथील अख्खं केंद्रक मुळांपासून उखडून काढतो आणि त्या जागी विभेदन झालेल्या पक्व पेशीतलं नवीन केंद्रक घुसवतो आणि तरीही पेशी आपलं काम चालू ठेवते. मला ह्याचं फार फार नवलं वाटतं.”

“नुसतं काम चालू राहतं असं नाही तर आपण आत सोडलेले ते केंद्रक पुन्हा तरुण होतं.”

“ते देखील आहेच.” डॅनियल म्हणाला, “मी तुला सांगतो, ही सगळी केंद्रक हस्तांतरणाची प्रक्रियाच अविश्वसनीय आहे.”

“अगदी बरोबर.” स्टेफनी म्हणाली, “हे सारे अविश्वसनीय असूनही घडतं हा

माझ्या दृष्टीने देवाच्या अस्तित्वाचा पुरावा आहे. आपण ट्युरीनच्या कफनाबद्दल जी काही माहिती मिळवली, त्यापेक्षाही ह्यामुळे माझ्या अज्ञेयवादी भूमिकेला मोठा धक्का बसला आहे.'' बोलत असतानाच तिने सूक्ष्मदर्शकाच्या फील्डमध्ये तिसरी पिपेट आणली. ह्या तिसऱ्या पिपेटमध्ये बटलरच्या फायब्रोब्लास्ट संवर्धनातून मिळालेली एकमेव फायब्रोब्लास्ट पेशी होती. ह्या पेशीच्या केंद्रकात डॅनियलने अत्यंत कष्टाने खूपच बदल घडवून आणले होते. अगोदर बटलरच्या पार्किन्सन्स् विकाराला कारणीभूत असणाऱ्या जनुकांच्या जागी त्याने एचटीएसआर तंत्र वापरून दुसरे जनुक बसवले होते. हे जनुक त्याने कफनावरच्या रक्ताच्या सूक्ष्म डागातून मिळवले होते. या जनुकांखेरीज त्यात स्टेफनीच्या सूचनेनुसार त्याने विशिष्ट 'पृष्ठभाग-प्रतिजन' निर्माण करणारे जनुक सामील केले होते. स्टेफनीने काढून टाकलेल्या अंडपेशीतील डी.एन.ए. रेणूंच्या जागी ह्या फायब्रोब्लास्टमधील डी.एन.ए. रेणू येणार होते.

स्टेफनी तिचे काम करत असताना त्याने व स्टेफनीने दीड आठवड्यात किती प्रगती केली याबद्दल त्याला स्वत:लाच आश्चर्य वाटले. बोस्टनहून आलेल्या गुंडाने मारहाण केल्यानंतर लवकरच त्याच्या जखमा भरून आल्या होत्या. फक्त किंचित दुखणारे उजव्या गालापाशीचे हाड आणि काळानिळा भाग एवढेच काय ते शिल्लक होते. पण दुर्दैवाने अजूनही डॅनियल त्या मारहाणीच्या मानसिक धक्क्यातून सावरलेला नव्हता. अजूनही त्याला वाईट स्वप्ने पडत होती. त्यात मोठ्या डोक्याच्या आणि बारीक कानांच्या हल्लेखोराची प्रतिमा वारंवार दिसायची. त्या माणसाच्या चेहेऱ्यावरचे क्रूर हास्य आणि त्याचे मण्यासारखे थंडगार डोळे अकरा दिवसांनंतरही त्याला सतत घाबरवत होते.

दिवसा डॅनियलला फारसा त्रास होत नव्हता. तो प्रकार घडून गेल्यावर त्याने आणि स्टेफनीने ठरवल्याप्रमाणे ते दोघे सयामी जुळ्यांप्रमाणे कायम एकमेकांच्या बरोबर राहत होते. फक्त विनगेट क्लिनिक सोडून ते हॉटेलमधून अजिबात बाहेर पडत नव्हते. अर्थात हे घडणे जवळपास नैसर्गिक होते. कारण सकाळी सूर्योदयापासून सूर्यास्तापर्यंत सगळा वेळ ते प्रयोगशाळेतच असायचे. प्रयोगशाळेत मेगन फिनीगन हिने त्यांना मदत केली होती. एका बेंचखेरीज तिने त्यांना त्यांची कागदपत्रे पसरायला छोटी ऑफिसची खोली दिली होती. सांगितल्याप्रमाणे पॉल सॉन्डर्सने मागणी केल्यावर बारा तासांनी दहा नुकत्याच तयार झालेल्या अंडपेशी तत्परतेने पुरवल्या होत्या.

त्यांनी सुरुवातीपासूनच कामाची वाटणी करून घेतली होती. पीटरने पाठवलेल्या फायब्रोब्लास्ट संवर्धनाला पुन्हा नेहमीच्या तापमानात आणून स्टेफनीने वाढवायला सुरुवात केली होती. किरकोळ अडचणी वगळता हे संवर्धनाचे काम सुरळीत पार

पडले होते. डॅनियलने बफरमध्ये ठेवलेल्या कफनाच्या नमुन्यावर काम करायला प्रारंभ केला होता. प्रथम त्याने तो नमुना पीसीआरमधून एकदा 'पास' केला. त्याच्या लक्षात आले की कफनावरचे रक्त निश्चितपणे प्रायमेट वर्गातल्या प्राण्याचे आहे. ते कदाचित मानवी असण्याचीही शक्यता त्याला दिसत होती. अर्थात अपेक्षेनुसार त्यामधील डी.एन.ए. रेणू खंडीत स्वरुपात होते. डॅनियलने मग काचेचे अतीसूक्ष्म मणी वापरून द्रावणातून कफनाचे डी.एन.ए. रेणू शुद्ध स्वरुपात वेगळे काढले. ह्या तुकड्यांना पीसीआर मधून अनेकदा जाऊ दिल्यानंतर मग त्याने डोपामाईन निर्माण करणाऱ्या जनुकांचा शोध घेण्यासाठी योग्य ते प्रोब वापरले. त्याच्या ताबडतोब लक्षात आले की त्याला नेमकी जनुक मालिका शोधण्यात यश आले आहे. पण ह्यामधले काही जनुक तुटक स्वरुपात होते. त्यामुळे त्यांच्यामधल्या रिकाम्या जागा भरून घेणे गरजेचे होते. दिवसाचे सोळासोळा तास मेहनत करून त्याने काही दिवसात रेणूंमध्ये ठिकठिकाणी चिकटवण्याचे काम करत जनुक पूर्ण स्वरुपात आणले. आता तो ॲशले बटलरच्या फायब्रोब्लास्टमध्ये ह्या जनुकांचा वापर करणार होता आणि त्याचवेळी स्टेफनीच्या कामामुळे ह्या पेशीही नेमक्या तयार झालेल्या होत्याच.

ह्यानंतरची पायरी म्हणजे एचटीएसआर ही होती. ती देखील व्यवस्थित पार पडली. ही पद्धत त्यानेच शोधून काढलेली असल्याने त्यामधल्या काही अडचणींची व अनिश्चिततेची कल्पना होती. पण त्याच्या अनुभवामुळे ह्या वेळेसही सर्व विकर आणि विषाणू वाहकांचे कार्य अगदी व्यवस्थित झाले. लवकरच त्याच्याशी अनेक फायब्रोब्लास्ट पेशी तयार होत्या. फक्त पॉल सॉन्डर्सचीच अडचण झाली होती. त्याला डॅनियलची प्रत्येक बारीकसारीक कृती नीट पाहायची होती. अनेकदा तो मधेमधे उगीच लुडबुडत होता. आपण भविष्यकाळात विनगेट क्लिनिकच्या स्कंधपेशी उपचारात या पद्धतीचा समावेश करू इच्छितो हे त्याने निर्लज्जपणाने डॅनियलला सांगूनही टाकले. आणि आपण त्यासाठी भरपूर फी लावणार असेही तो म्हणाला होता. डॅनियलने निर्धाराने त्याच्याकडे सतत दुर्लक्ष केले. अनेकदा त्या भोंदू डॉक्टरला त्याच्याच प्रयोगशाळेतून हाकलून देण्यासाठी ओठावर आलेले शब्द त्याने प्रयत्नपूर्वक परतवले होते.

एचटीएसआर करून झाल्यावर केंद्रक हस्तांतरण करण्याची तयारी करत असताना स्टेफनीने चकित करणारी सूचना केली होती. एचटीएसआर केलेल्या पेशीत 'इकडायसोन कंस्ट्रक्ट' घुसवावे असे तिचे म्हणणे होते. त्याचा अर्थ की विशिष्ट पृष्ठभाग-प्रतिजने तयार करू शकणारे काही जनुक त्या पेशीत मुद्दाम मिसळायचे. जर कधी उपचार केल्यानंतर बटलरच्या शरीरात रोपण केलेल्या पेशी पाहण्याची गरज भासली तर ही युक्ती उपयोगी पडणार होती. कारण ह्या कंस्ट्रक्टमुळे

ह्या पेशी ज्या विविक्षित प्रतिजनांची निर्मिती करणार होत्या त्यांची निर्मिती बटलरच्या शरीरातील मूळच्या अब्जावधी पेशी करू शकणार नव्हत्या. डॅनियलला ही कल्पना आवडल्याने त्याने ती वापरायला संमती दिली होती. स्टेफनीने अगोदरच ह्यावर विचार करून पीटरला केंब्रिजहून ते कंस्ट्रक्ट आणि त्यांचे विषाणू वाहक पाठवायला सांगितले होते. डॅनियल आणि स्टेफनीने उंदरांवरच्या प्रयोगात हे कंस्ट्रक्ट वापरलेले असल्यामुळे डॅनियल ह्यावेळी तयार झाला होता.

"मी ह्या कामासाठी नेहमीच मायक्रोमॅनिप्युलेटर वापरते." स्टेफनीच्या ह्या शब्दांमुळे डॅनियलची विचारांची तंद्री भंगली. बटलरची डी.एन.ए. बदल घडवलेली पेशी असणाऱ्या पिपेटचे टोक आतले पेशीपटल न फाडता अलगदपणे अंडपेशीच्या बाह्य आवरणात शिरले होते.

"मला हे करायलाही नीट जमत नाही."डॅनियल कबूली देत म्हणाला.

"ह्यामधली युक्ती अशी आहे की अंडपेशीच्या बाह्य आवरणाच्या जवळ जाताना काटकोनाची दिशा ठेवायची. नाहीतर पेशीच्या आत टोक खोलवर शिरण्याची शक्यता खूपच वाढते." स्टेफनी म्हणाली.

"होय. ते योग्यच आहे."

"हं... काम तर अगदी फक्कड झालंय असं वाटतं." स्टेफनी म्हणाली, अंडपेशीच्या बाह्य आवरणाच्या आतमध्ये आता केंद्रक नसलेली अंडपेशी आणि त्यापेक्षा कितीतरी लहान आकाराची फायब्रोब्लास्ट पेशी एकत्र होत्या.

"आता पेशींचं संमीलन होऊ देण्याची वेळ झाली आहे. मग त्यांना कार्यान्वित करायचं आहे." स्टेफनीने मायक्रोस्कोपच्या स्टेजवरची पेट्रीडिश घेतली आणि ती फ्युजन चेंबरकडे गेली. त्यामध्ये ठेवून ती त्या दोन पेशींना थोडासा विद्युतप्रवाह सोडून धक्का देणार होती. त्यामुळे त्या दोन पेशींचे संमीलन घडून येणार होते.

डॅनियलने स्टेफनीला पेट्रीडिश उचलून जाताना पाहिले. त्याच्या मनात पुन्हा जुने विचार घोळू लागले. मार बसल्यानंतर सुरुवातीला काही दिवस डॅनियलला सतत तो माणूस पुन्हा परत येईल अशी भीती वाटत होती. त्याने हॉटेलच्या व्यवस्थापनाला जे झाले त्याबद्दल माहिती दिल्यानंतर त्यांनी आपणहून डॅनियल व स्टेफनी राहत असलेल्या इमारतीत एक रक्षक पूर्ण आठवडा ठेवला होता. रोज रात्री जेवण झाल्यावर तो माणूस त्यांच्या खोलीपर्यंत पोहोचवायला येत असे. तसेच सकाळी ते दोघे विनगेट क्लिनिककडे जायला निघेपर्यंत तो दांडगा सुरक्षा कर्मचारी हॉलमध्ये हजर असे.

हळूहळू डॅनियलच्या मनातली भीती कमी होत गेली. आता त्या जागी राग येत होता आणि त्या रागाची दिशा स्टेफनीकडे होती. हे एवढं सगळं होऊनही स्टेफनीला आपल्या कुटुंबाचा त्यात सहभाग नाही असे वाटत असल्याने त्याचा तीळपापड होत

होता. कुटुंबाची पार्श्वभूमी अशी शंकास्पद असल्याने दीर्घकालीन बेतांचा विचार करता स्टेफनी आपल्याला अडगळ तर ठरणार नाही ना असे त्याला वाटू लागले होते.

आडमुठेपणा ही स्टेफनीच्या बाबतीत असणारी मोठीच समस्या होती. जरी आपण तसे करणार नाही असे म्हणाली असली तरी स्टेफनी सतत विनगेट क्लिनिकच्या माणसांबद्दल अयोग्य शेरेबाजी करत होती. ती तिथे काम करणाऱ्या तरुण बहामियन स्त्रियांनाही नको ते प्रश्न विचारत असे. पॉल सॉन्डर्सला ते बिलकुल आवडणारे नव्हते. ह्यावर कडी म्हणजे ती स्पेन्सर विनगेटला उघडउघड तिरस्काराने वागवत होती. तो देखील स्टेफनीमध्ये हळूहळू रस असल्याचे दाखवतोय हे डॅनियलच्या लक्षात आले होते. विशेषत: स्पेन्सरच्या सूचक अश्लील शेरेबाजीवर डॅनियल गप्प राहत होता हे पाहून बहुदा स्पेन्सरचा ह्या बाबतीतला उत्साह वाढला होता. स्टेफनी स्पेन्सरच्या संदर्भात जरूरीपेक्षा जास्त फटकळपणाने वागत होती. आपल्या अशा उद्धट वागण्याने सगळ्या बेतावर पाणी पडेल हे तिला कळत कसे नाही म्हणून डॅनियल चडफडत होता.

स्टेफनीला काम करताना पाहून डॅनियलने सुस्कारा सोडला. जरी दीर्घकालीन परिणामांचा विचार काहीही असला तरी त्या वेळेस तरी स्टेफनीची गरज होती. ॲशले बटलर तिथे येऊन दाखल व्हायला अवघे अकरा दिवस उरले होते. दरम्यान त्यांच्यापाशी डोपामाईन्स तयार करू शकणाऱ्या चेतापेशी तयार असणे आवश्यक होते. अशा वेळी स्टेफनीला पर्याय शोधणे सर्वथा अशक्य होते.

डॅनियल आपल्याकडेच पाहतोय हे स्टेफनीला मागे न वळून पाहताही जाणवत होते. आपल्या कुटुंबाचा डॅनियलच्या मारहाणीत काहीतरी संबंध आहे हे कळत असल्याने तिला अपराधी वाटत होते. डॅनियलच्या वागण्यात सूक्ष्म पण तिला जाणवणारा फरक पडला होता. ते जरी एकाच बिछान्यात झोपत असले तरी त्यांच्यात जवळीक अजिबात उरलेली नव्हती. अशा वेळी स्टेफनीला फार पूर्वीपासून वाटणारी चिंता पोखरत होती. दोष कोणाचाही का असेना, पण तिला जेव्हा भावनिक आधाराची गरज असायची तेव्हा ती पुरवण्यासाठी तो असमर्थ होता किंवा तो ते टाळत होता.

स्टेफनीने डॅनियलच्या सर्व सूचना अक्षरश: पाळल्या होत्या. तेव्हा ते काही त्याच्यामधल्या फरकाचे कारण होऊ शकत नव्हते. फोन करून भावाला फैलावर घेण्याची अनिवार इच्छा तिने दडपून टाकली होती. आईशी बोलताना प्रत्येकवेळी ती तिला आपण कामासाठी इथं राहतो आहोत हे आवर्जून सांगत होती. आपण खूप

काम करतोय हे तिने सांगितले होते. ते खरेही होते. आल्यापासून आपण एकदाही बीचवर गेलो नसल्याचे तिने नमूद केले होते. हे देखील खरेच होते. आपण पंचवीस मार्चच्या सुमारास परतू तेव्हा कंपनीची स्थिती सुधारलेली असेल असे स्टेफनीने सांगितले होते. तिने प्रयत्नपूर्वक भावाचा विषय टाळला होता. पण आदल्या दिवशी मात्र तिला तो मोह आवरला नाही. तिने जास्तीजास्त सहज स्वरात विचारले होते, ''टोनीनं माझी चौकशी केली का?''

''अर्थातच.'' थिया म्हणाली, ''तुझ्या भावाला नेहमीच तुझी काळजी वाटते. तो तुझी चौकशी कायमच करतो.''

''तो नेमकं काय म्हणतो?''

''ते मला आठवत नाही. पण त्याला तुझी आठवण येते. तू परत कधी येणार हे तो सतत विचारत असतो.''

''आणि तू त्याला काय सांगतेस?''

''तू जे सांगतेस तेच. का बरं? मी काही वेगळं सांगायचं आहे का?''

''छे! अजिबात नाही. आम्ही दोन आठवड्यात परतणार आहोत. मला त्याला कधी भेटते असं झालंय. आमचं काम अगदी उत्तम चालू आहे हे देखील त्याला सांग.''

प्रचंड काम आहे म्हणून स्टेफनीला आनंदच होत होता. त्यामुळे तिला विचार करायला फुरसतच मिळत नव्हती. त्यामुळे विनगेटमधल्या सगळ्या गैरप्रकारांबद्दलही विचार करणे टाळता येत होते. पॉल सॉन्डर्स हा तेथील सर्वात वाईट नमुना होता. तिला तो विधिनिषेधशून्य, किमान नैतिकताही नसणारा आणि मूर्ख वाटत होता. त्याच्या स्कंधपेशी उपचारांच्या प्रयोगाचे तथाकथित निष्कर्ष म्हणजे एक वाईट विनोद होता. कसल्याही वैज्ञानिक तत्त्वाचा अंशही नसताना पॉल त्याची बढाई मारत होता. एकतर त्याला त्याची पर्वा नव्हती किंवा त्याला ते कळतच नव्हते.

स्पेन्सर विनगेट हे निराळेच प्रकरण होते. पण त्याचा वैताग जास्त येत होता. अनेकदा गळ घालूनही स्टेफनीला त्याच्या घरी एकटीने जाण्याची इच्छा नव्हती. वारंवार झिडकारूनदेखील स्पेन्सरचा लाळघोटेपणा थांबत नव्हता. बहुधा त्याचा अहंकार त्याला तसं करायला भाग पाडत होता. प्रारंभी स्टेफनी नम्रपणाने सांगून नकार देत होती. पण नंतर मात्र डॅनियल अलिप्तपणा दाखवतोय हे बघितल्यावर तिने स्पष्ट शब्दात स्पेन्सरला धुडकावून लावायला सुरुवात केली होती. काही वेळा तर स्पेन्सरने बेशरमपणे आपल्या मनातली वासना स्पष्ट करूनही डॅनियल मख्खपणे बघत राहिला होता.

विनगेट क्लिनिकमध्ये काम करण्यामधील योग्यायोग्यता अशा भयंकर डॉक्टरांमुळे शंकास्पद ठरत होतीच. शिवाय मानवी अंडपेशी कुठून मिळतात हा प्रश्नही सुटलेला

नव्हता. तिने आडून आडून चौकशी केली होती, पण त्यांच्या प्रयोगशाळेतील तंत्रज्ञ मारी वगळता इतरांनी तिच्याशी बोलताना हा विषय उडवून लावला होता. मारीनेही फारसे काही सांगितले नव्हते. पण ह्या अंडपेशी तळघरातील 'एग रूम' नावाच्या ठिकाणाहून येतात आणि त्याचे काम सिंडी ड्रेक्सलर पाहते एवढं मात्र तिच्याकडून कळले होते. एग रूम म्हणजे काय हे विचारल्यावर मारीने हात वर केले होते आणि तिला मेगन फिनीगनला विचारायला सांगितले होते. मेगनने अगोदर पॉलच्या बोलण्याचा प्रतिध्वनी असल्याप्रमाणे ही गोष्ट खास व्यावसायिक गुपित आहे असे सांगितले होते. स्टेफनी सिंडी ड्रेक्सलरकडे गेली असता 'एग' बद्दलची सर्व माहिती पॉलकडून मिळेल असे तिला नम्रपणाने सांगण्यात आले होते.

स्टेफनीने मग आपला रोख बदलला आणि कॅफेटरियात काम करणाऱ्या तरुण स्त्रियांशी बोलण्याचा प्रयत्न केला. त्या मैत्रीपूर्ण आणि मोकळेपणाने बोलत असत. पण कुठपर्यंत, तर त्यांच्या विवाहाबद्दल काही विचारेपर्यंतच. मग मात्र त्या बोलणे आटोपते घेत असत. स्टेफनीने त्यांच्या गरोदरपणाबद्दल चौकशी सुरू करताच त्या गप्प होत आणि तिच्याशी बोलणे टाळू लागत. त्यामुळे स्टेफनीचे कुतुहल आणखीनच वाढत होते. अर्थात नेमके काय चालू आहे हे कळण्यासाठी काही फार मोठी शास्त्रज्ञ असण्याची गरज नव्हती. डॅनियलने स्पष्टपणाने मनाई करूनही ती ते सिद्ध करून दाखवणार होती. बटलरवरचे उपचार झाले आणि ते सगळे तिथून निघून गेले की एक निनावी पत्र लिहून बहामाच्या अधिकाऱ्यांना सगळे काही कळवण्याचा तिचा बेत होता.

स्टेफनीला काहीही करून त्या एग रूममध्ये प्रवेश मिळवण्याची गरज होती. दुर्दैवाने तिला खूप काम असल्याने फुरसतच मिळाली नव्हती. पण आता पुढच्या काही तासात तसे होण्याची शक्यता दिसत होती. ती त्या वेळी ज्या अंडपेशीचे बटलरच्या फायब्रोब्लास्टशी संमीलन घडवत होती ती पेशी अकरावी होती. पॉलने अगोदर पुरवलेल्या दहा अंडपेशीपैकी एका पेशीचे केंद्रक हस्तांतरणानंतर विभाजन झाले नव्हते. उरलेल्या नऊ अंडपेशींची नवीन केंद्रक मिळाल्यानंतर व्यवस्थित प्रगती चालू होती. त्यातल्या काही पाच दिवसांच्या टप्प्यावर होत्या आणि आता त्यांच्यातून ब्लास्टोसिस्ट तयार होणार होते.

डॅनियल आणि स्टेफनीने दहा स्वतंत्र पेशी-मालिका तयार करण्याचा बेत आखला होता. या सर्व पेशी-मालिका ॲशले बटलरच्या एकाच फायब्रोब्लास्टपासून बनवलेल्या असल्यामुळे एकासारख्या एक असणार होत्या. या सगळ्यांमधून डोपामाईन बनवणाऱ्या विभेदित चेतापेशी निर्माण होणार होत्या. ही अतिरिक्त काळजी घेण्याची सर्वसामान्य पद्धत होती. अखेर त्यामधली एकच पेशी-मालिका बटलरच्या उपचारात प्रत्यक्ष वापरली जाणार होती. त्याच दिवशी उशीरा किंवा

दुसऱ्या दिवशी सकाळी स्टेफनी बहुक्षमता असणाऱ्या स्कंधपेशी मिळवण्याची प्रक्रिया सुरू करणार होती. ह्या बहुक्षमता असलेल्या पेशी ब्लास्टोसिस्ट मधून मिळणार होत्या. ह्या कामाला सुरुवात होईपर्यंत स्टेफनीला मोकळा वेळ होता खरा. पण तिची खरी समस्या डॅनियलपासून दूर राहण्याची होती. पण अलीकडच्या काळात डॅनियल तिच्याशी इतक्या तुटकपणे वागत होता की क्लिनिकच्या आवारात ती काही वेळ दिसली नाही तरी त्याला फारसे काही वाटणार नाही हे तिच्या लक्षात आले.

"पेशींचं संमीलन कसं काय झालं?" डॅनियलने बसल्या जागेवरून विचारले.

"चांगलं झालं असावं." स्टेफनी मायक्रोस्कोपच्या आयपीसमधून पाहत होती. अंडपेशीला आता संपूर्ण नवीन केंद्रक मिळालेले होते. नव्या केंद्रकात गुणसूत्रे तयार होऊ लागली होती. आता केंद्रक मूळच्या त्वचेतील पेशीतील विशिष्ट कामे करण्याचे विसरून आपल्या आदिम स्थितीकडे जाणार होते. ही प्रक्रिया नेमकी कशी होते हे कोणालाही अद्याप कळलेले नाही. काही तासांमध्ये ही अंडपेशी फलित अंडपेशीप्रमाणे वागू लागणार होती. हे सुरू करण्यासाठी स्टेफनीने आता त्या बदल घडवलेल्या अंडपेशीला काळजीपूर्वक पहिल्या ॲक्टिव्हेशन मिडियममध्ये ठेवले.

"मला भूक लागलीय. तुला?" डॅनियलने विचारले.

"होय. तसं वाटतंय खरं." स्टेफनी घड्याळाकडे नजर टाकत म्हणाली. जवळजवळ बारा वाजले होते. तिने सकाळी सहाला टोस्ट आणि कॉफी एवढाच कॉन्टिनेन्टल ब्रेकफास्ट केला होता. "मी ही अंडपेशी इनक्युबेटरमध्ये ठेवली की मग आपण कॅफेटेरियात जाऊ. ह्या मिडियममध्ये ह्या अंडपेशीला अजून चार मिनिटं ठेवायचं आहे."

"ठीक आहे." डॅनियल उठला आणि कोट काढून ठेवण्यासाठी त्यांना दिलेल्या ऑफिसकडे गेला.

पुढचे ॲक्टिव्हेशन मिडियम तयार करताना स्टेफनी विचार करू लागली. लंचच्या मध्येच काहीतरी निमित्त काढून प्रयोगशाळेत परतणे शक्य होते. एग रूममधली तंत्रज्ञ सिंडी ड्रेक्सलरसकट सर्वजण बारा ते एक या वेळात कॅफेटेरीयात लंचसाठी जमत असत. या वेळात क्लिनिकमधले कर्मचारी एकमेकाशी गप्पा टप्पा करत असत. अगोदर स्टेफनीने अकराव्या अंडपेशीचे कारण सांगावे असा विचार केला. पण डॅनियलला संशय आला असता, कारण एकदा का अंडपेशी दुसऱ्या ॲक्टिव्हेशन मिडियममध्ये ठेवली की ती सहा तास इनक्युबेटरमध्येच राहणे गरजेचे असते हे डॅनियलला माहिती होते. स्टेफनीने मग सेलफोनचे निमित्त काढून जाण्याचा विचार केला. डॅनियलला मारहाण झाल्यापासून ती न चुकता तो कायम स्वत:जवळ बाळगत असे. आईला तिने हॉटेलच्या फोन ऐवजी सेलफोनवरच फोन करायला

सांगितले होते. पण सकाळीच आईशी बोलणे झाल्याने आता कोणाचा फोन येण्याची शक्यता नव्हती. त्यामुळे पुढचा अर्धा तास फोन जवळ नसला तरी चालण्यासारखे होते. डॅनियलचे लक्ष नाही हे पाहून स्टेफनीने मोटोरोलाचा सेलफोन बाहेर काढला आणि बेंचवरच्या शेल्फमध्ये ठेवून दिला.

मनातला बेत पक्का झाल्यावर स्टेफनीने आपले लक्ष हातातल्या कामावर केंद्रित केले. यानंतर तीस सेकंदांनी अंडपेशी पहिल्या मिडियममधून काढून दुसऱ्या मिडियममध्ये ठेवायची होती.

"हं. तुझी तयारी झाली का?" डॅनियलने विचारले.

"अजून दोनचार मिनिटे लागतील."

"ठीक आहे." डॅनियल म्हणाला आणि तिथल्या इनक्युबेटरमध्ये ठेवलेल्या काही संवर्धनांकडे पाहू लागला. "ह्यातल्या काहींमधून आज दुपारी स्कंधपेशी मिळू लागतील."

"होय. मी देखील तोच विचार करत होते." स्टेफनी म्हणाली. तिने काळजीपूर्वक नव्याने मिडियममध्ये सोडलेली अंडपेशी इनक्युबेटरमध्ये नेऊन ठेवली.

कुर्ट हेरमानने एकदम टेबलावरून पाय खाली घेतले. तो व्हिडिओ रूममधल्या टेबलावर बराच वेळ पाय टाकून बसला होता. तो एकदम ताठ बसला आणि गेला तासभर तो पाहत होता त्या पडद्याच्या अगदी जवळ जाऊन पाहू लागला. त्याचा त्याच्या डोळ्यांवर विश्वास बसेना. कुर्ट गेला दीड आठवडा स्टेफनीच्या फोनपर्यंत पोहचण्याचा प्रयत्न करत होता. अचानक तिने मुद्दाम फोन शेल्फवर ठेवलेला त्याला दिसला होता. तिने तो एका बाटलीमागे ठेवला हे पाहून ती तो लपवते आहे हे त्याच्या लक्षात आले.

कुर्टने कॅमेरा झूम-इन करून तिने नक्की सेलफोन काढून ठेवला का ते पाहिले. होय! हायड्रोक्लोरिक ॲसिडच्या बाटलीमागे असणारी ती काळी वस्तू म्हणजे तिचा सेलफोनच होता. हे त्याला सर्वस्वी अनपेक्षित होते. त्याने पटकन पुन्हा झूम-आऊट करून स्टेफनी कुठे आहे ते पाहण्याचा प्रयत्न केला. पण ती अगोदरच कॅमेऱ्याच्या फोकस बाहेर गेली होती. त्याने जॉयस्टिक वापरून स्टेफनीचा शोध घेतला. त्याला डॅनियल आणि स्टेफनी लंचसाठी जाण्याबद्दल बोलताना दिसले. काही मिनिटांनंतर ते प्रयोगशाळेच्या बाहेर पडताना दिसले.

कुर्टने वरच्या पडद्याकडे नजर टाकली. त्याला डॅनियल आणि स्टेफनी तिसऱ्या इमारतीच्या दिशेने जाताना दिसले. ह्या क्लिनिकची उभारणी करताना पॉल सॉन्डर्सने कुर्टला हवी ती व्यवस्था करून घेण्याची संपूर्ण मुभा दिली होती. मॅसॅच्युसेट्समध्ये

जे घडले त्याची पुनरावृत्ती टाळण्यासाठी हे करणे आवश्यक होते. त्यावेळी त्या दोन पोरींना सर्व्हर असलेल्या खोलीत घुसणे शक्य झाले होते. कुर्टने ह्या ठिकाणी जागोजागी कॅमेरे आणि मायक्रोफोन बसवून घेतले होते. अत्याधुनिक अशा संगणक तंत्रज्ञानावर चालणारी ही सगळी व्यवस्था कोणालाही कळणार नाही इतकी बेमालूमपणे दडवण्यात आलेली होती. पॉललाही माहिती नव्हते की अगदी टॉयलेट, पाहुण्यांसाठीच्या खोल्या आणि कर्मचाऱ्यांच्या निवासांमध्येही ही नजर ठेवणारी यंत्रणा बसवलेली होती. व्हिडिओ रूममध्ये ठेवलेल्या पडद्यांवर त्याला सगळ्या क्लिनिकमध्ये चालणाऱ्या सगळ्या गोष्टी दिसत असत. संध्याकाळी काही दृश्ये पाहून त्याचे मनोरंजन होत असे. अर्थात त्याचा सुरक्षा प्रश्नाशी काही संबंध नसला तरी कुर्ट म्हणू शकत होता की कोण कोणाबरोबर झोपत आहे हे कळणे विनगेट क्लिनिकच्या दृष्टीने महत्त्वाचेच होते.

डॅनियल आणि स्टेफनी तीन नंबरच्या इमारतीत शिरेपर्यंत कुर्ट त्यांच्याकडे पाहत होता. अर्थात त्याची नजर मुख्यत: स्टेफनीवरच होती. गेला दीड आठवडा तिच्याकडे पाहत राहण्याचे त्याला जणू व्यसनच जडले होते. ती जरी तुटकपणाने वागत असली तरी तिच्या मादकपणामुळे तो तिच्याकडे ओढला जात होता आणि त्याच वेळी तिचा तिरस्कारही करत होता. इतर स्त्रियांप्रमाणेच तिला तिच्या सौंदर्याची जाणीव होती. त्याने तिला फोनवर बोलताना ऐकले होते. पण पलीकडे कोण आहे ते न कळल्याने तो अद्याप पेशंटचे नाव सॉन्डर्सला सांगू शकत नव्हता.

स्त्रियांच्या बाबतीत कुर्टची मते ठरवायला कारणीभूत ठरली होती ती त्याची आई. आणि तीच त्याचा सर्वात मोठा विश्वासघात करणारी व्यक्ती होती. त्याचा बाप कडक शिस्तीचा होता आणि त्याला आपल्या बायकोपोराकडून सारे काही व्यवस्थितच व्हायला हवे असायचे. परंतु त्याला फक्त त्यांनी केलेल्या चुकाच ठळकपणाने दिसायच्या. कुर्टने बापाप्रमाणेच लष्करात प्रवेश केला होता. त्याचा बाप घरी फार कमी असल्याने त्याच्यात आणि त्याच्या आईमध्ये आत्यंतिक जिव्हाळ्याचे नाते होते.

कुर्टचा बाप सैन्यात स्पेशल फोर्समध्ये होता आणि त्याला छुप्या कारवायांमध्ये माणसांना ठार मारण्याचे खास प्रशिक्षण मिळाले होते. कुर्टनेही त्याच्याच पावलांवर पाऊल टाकले होते. कुर्ट तेरा वर्षांचा होता तेव्हा त्याचा बाप कंबोडियातल्या एका गुप्त कारवाईच्या दरम्यान ठार झाला होता. कुर्टच्या आईला एखादा पक्षी पिंजऱ्यातून सुटावा तसे झाले होते. कुर्टच्या मनातील बापाच्या मृत्यूचे दु:ख आणि पोरवयातील त्याच्या डोक्यातला सुटकेच्या आनंदाचा गोंधळ यांची काहीएक पर्वा न करता त्याच्या आईने एकामागोमाग एक अनेक लफडी केली. सैन्यतळावर असणाऱ्या त्यांच्या घरात असणाऱ्या कमी जाडीच्या भिंतीमधून त्याला ही लफडी 'ऐकण्याची'

शिक्षा सहन करावी लागली होती. काही महिन्यांत कुर्टच्या आईने त्याला न आवडणाऱ्या एका विमा एजंटशी लग्न केले. कुर्टच्या मनात स्त्रियांबद्दल चमत्कारिक ग्रह झाला होता. सगळ्याच बायका, विशेषतः सुंदर बायका त्याच्या आईसारख्या असतात. त्या तुम्हाला भुलवतात, तुमचा सगळा जीवनरस शोषून घेतात आणि मग झिडकारून टाकतात.

डॅनियल आणि स्टेफनी तीन नंबरच्या इमारतीत शिरताच कुर्टची नजर आपोआप बारा नंबरच्या पडद्याकडे वळली. ते दोघे आता कॅफेटेरियात शिरले होते. डॅनियल आणि स्टेफनी जेवणासाठीच्या रांगेत उभे राहताच तो तेथून बाहेर पडला. ऑफिसमध्ये जाऊन त्याने तेथील काळे जाकीट घेतले आणि ते काळ्या टी-शर्टवर चढवले. तो नेहमीच जवळ पिस्तूल बाळगत असे. ते दडवण्यासाठी ह्या जाकिटाचा उपयोग होई. त्याने डेस्कवरचा अगदी छोटा फोन 'बग' उचलला. त्याचप्रमाणे त्याने त्याची आवश्यक हत्यारे म्हणजे छोटी सोल्डर गन आणि घड्याळजीचे भिंग असणारे पाकीट उचलून घेतले.

एखाद्या मांजराप्रमाणे तो हलक्या पावलांनी वेगाने त्याच्या तळघरात असणाऱ्या ऑफिसमधून बाहेर पडला. काही मिनिटातच तो प्रयोगशाळेत डॅनियल आणि स्टेफनीला दिलेल्या बेंचपाशी पोहोचला होता. सगळीकडे पटकन नजर फिरवून त्याने कामाला सुरुवात केली. अवघ्या काही मिनिटातच बग फोनमध्ये बसवून, तपासूनही झाला होता. तो फोन प्लॅस्टिकच्या आवरणात ठेवत असतानाच त्याला दार उघडल्याचा आवाज आला. त्याला त्यावेळी तिथे प्रयोगशाळेतील कोणी कर्मचारी किंवा पॉल सॉन्डर्स आला असावा असे वाटले. पण पुढच्याच क्षणी त्याला धक्का बसला. स्टेफनी भराभरा त्याच्या दिशेने येत होती. क्षणभरच कुर्टला काय करावे ते कळेना. पण त्याच्या प्रशिक्षित मनाने त्याला हात दिला. त्याने चटकन फोन जागच्या जागी ठेवला. आपला चेहेरा नेहमीसारखा केला. त्याने बरोबर आणलेली हत्यारे एका ड्रॉवरमध्ये टाकली आणि पार्श्वभागाचा वापर करून ड्रॉवर बंद करून टाकला. स्टेफनी आता अवघ्या वीस फुटांवर आली होती. मागे सरकून तो बेंचच्या मागे खाली लपला. त्या ठिकाणी आडोसा पुरेसा नव्हता. पण दुसरा काहीच पर्याय नव्हता.

खरे तर छान लंचला मुकावे लागल्यामुळे टोनीचे डोके फिरले होते. लंच हा त्याच्या दैनंदिन कार्यक्रमातला फार महत्त्वाचा भाग असायचा. त्याला पुन्हा एकदा कास्टिग्लिआनो बंधूची भेट घेणे भाग पडत होते. नासक्या अंड्यांसारखा दलदलीचा उग्र वास काही टाळणे शक्य नव्हते. पण निदान त्यांच्या कंपनीत अंधारात धडपडत

जाण्यापेक्षा भर दिवसा जाणे जरा सुखावह होते. आपली क्युअर कंपनीच्या संदर्भातील ही अखेरचीच भेट असावी अशी त्याची अपेक्षा होती.

टोनी आतल्या बाजूला गेला. गेटानो बाहेरच्या काऊंटरपाशी काही गिऱ्हाइकांना माल देत होता. त्याने टोनीकडे पाहून मान डोलावली. पण टोनीने तिकडे दुर्लक्ष केले. गेटानोने त्याचे काम नीट केले असते तर टोनीला त्यावेळी तिथे नाकात घाणेरडा वास घेत शेल्फमधून वाट काढत जावे लागले नसते. खरे तर ह्यावेळी टोनी हॅनोवर स्ट्रीटवरच्या त्याच्या आवडत्या ब्ल्यू ग्रोट्टो रेस्टॉरंटमध्ये कोणता पास्ता निवडावा याचा विचार करत नाईन्टीसेव्हन चिआंटीचा आस्वाद घेत बसलेला असायला हवा होता. जेव्हा हाताखालचे लोक विचका करून टाकायचे तेव्हा टोनीला टोकाचा राग येत असे. कारण त्याचा त्याच्या आयुष्यावर काही ना काही परिणाम होत असायचा. जसा टोनी वयाने वाढत गेला तसा त्याचा जुन्या वाक्प्रचारावरचा विश्वास वाढत गेला. "स्वत: मेल्याखेरीज स्वर्ग दिसत नाही." "तुम्हाला सर्वकाही नीट व्हायला हवे असेल तर स्वत: कष्ट उपसलेच पाहिजेत."

टोनीने आतल्या खोलीत शिरून पाठीमागे दार धाडकन बंद करून घेतले. लुई आणि साल आपापल्या डेस्कपाशी बसून पिझ्झा खात होते. त्यावर लावलेल्या माशाच्या सॉसचा वास आला. टोनीला त्या वासाने मळमळून आले.

"तुम्हा लोकांसाठी एक प्रॉब्लेम आहे." टोनी ओठ घट्ट मिटून घेत डोके वरखाली हलवत म्हणाला. त्याच्या चेहेऱ्यावर वैताग आणि चिडकेपणा स्पष्ट दिसत होता. पण आपण अपमान करतोय असे त्यांना पुसटसेही वाटू न देण्यासाठी टोनीने दोघांच्या हातावर नेहमीप्रमाणे टाळ्या देत मधल्या कोचावर बसकण मारली. त्याने कोटाच्या गुंड्या सोडल्या, पण कोट अंगावरच ठेवला. त्याला हे सारे काही मिनिटात उरकायची इच्छा होती. त्याला जे काही सांगायचे होते ते अगदी साधे होते.

"आता काय बिघडलं?" लुई तोंडात पिझ्झा भरलेला असतानाच म्हणाला.

"गेटानोनं सगळं बोंबलवलंय. त्यानं नसाऊत जाऊन जे काही केलंय त्याचा कितपत परिणाम झालाय माहिती आहे. शून्य!"

"हा काय विनोद आहे?"

"मी विनोद करतोय असं वाटतंय?" कपाळाला आठ्या घालत हात वैतागून पसरत टोनी म्हणाला.

"म्हणजे तुझी बहीण आणि तो प्राध्यापक परत आले नाहीत म्हणतोस?"

"त्यापेक्षाही आणखी ऐक." टोनी चिडून म्हणाला, "ते परत तर आलेच नाहीत. पण गेटानोनं तिकडं जाऊन जो काय मूर्खपणा केला असेल त्याबद्दल माझ्या बहिणीने, ती माझ्या आईबरोबर जवळजवळ रोज बोलत असताना चकार शब्द काढलेला नाही."

“एक सेकंद!” साल म्हणाला, “तुझं म्हणणं आहे. तुझ्या बहिणीकडून तिच्या बॉयफ्रेंडला मारहाण झाली किंवा काही प्रॉब्लेम आला वगैरे काहीही कळलं नाही तुझ्या आईला?”

“अजिबात नाही! उलट तिथल्या स्वर्गीय वातावरणात सर्वकाही उत्तम चाललंय हेच मला ऐकायला मिळालं.”

“हे गेटानोनं सांगितलं त्याच्याशी जुळत नाही.” लुई म्हणाला, “माझा ह्यावर विश्वास बसत नाही. कारण गेटानोला उलट नको तितका धसमुसळेपणा करायची सवय आहे.”

“निदान ह्यावेळी तरी त्यानं तसं केलेलं दिसत नाही.” टोनी म्हणाला.

“ती प्रेमिकांची जोडी मजेत तिथे राहते आहे. आणि माझ्या आईच्या सांगण्यानुसार ते तीन आठवडे तिथे राहणारच आहेत. माझ्या अकाऊंटंटनं सांगितलं की कंपनीच्या परिस्थितीत काहीही फरक पडलेला नाही. एका महिन्याभरात ती खलास होईल. तेव्हा आपण आपले दोन लाख विसरून गेलेलं बरं.”

साल आणि लुईने अविश्वासाने एकमेकांकडे नजर टाकली. ते चिडले होते आणि त्यांचा गोंधळही उडालेला होता.

“गेटानोनं काय सांगितलं?” टोनीने विचारले. “त्या प्राध्यापकाच्या हातावर टाळी देऊन त्याला सांगितलं की तो वाईट वागणार आहे? की तो म्हणाला तरी प्रत्यक्षात नसाऊला गेलाच नाही?”

“काहीतरी मोठा घोटाळा आहे.” लुई म्हणाला. त्याने हातातला पिझ्झाचा तुकडा खाली ठेवला. तोंडातल्या आतल्या बाजूला जीभ फिरवून दातांमध्ये अडकलेले कण साफ करून ते गिळून टाकले. मग त्याने पुढे होऊन टेबलावरचे एक बटण दाबले. स्टोअरच्या बाहेरच्या भागात बेल वाजली.

“गेटानो नसाऊला गेला होता हे नक्की!” साल म्हणाला.

टोनीने मान डोलावली पण त्याच्या चेहेऱ्यावर अविश्वास स्पष्ट दिसत होता. टोनीला आपण त्या दोघांच्या मर्मावर बोट ठेवलंय हे व्यवस्थित कळत होते. त्या दोघांना आपण सर्वकाही शिस्तीत चालवतो याचा अभिमान होता. टोनीने नेमक्या त्यांच्या ह्या स्वभावाचा फायदा घेऊन त्यांना पेटवले होते. आणि ते नेमके जमले होते.

गेटानोने दारातून डोके आत घातले.

“ताबडतोब आत ये आणि दार लावून घे.” सालने फटकारले.

“बाहेर काही गिऱ्हाईकं वाट पाहत आहेत.” गेटानोने खांदे उडवून तक्रार केली.

“बाहेर अमेरिकेचा राष्ट्राध्यक्ष वाट पाहत असला तरी मला त्याची पर्वा नाही.

कळलं का मूर्खा!" साल ओरडला. "आत ये!" आपले म्हणणे त्याने गंभीरपणाने घ्यावे म्हणून सालने डेस्कच्या ड्रॉवरमधून पॉईंट अडतीस रिव्हॉल्वर काढून ते टेबलावर टाकले.

गेटानोच्या भुवया उंचावल्या होत्या, पण त्याने आज्ञेचे पालन केले. त्याने टेबलावरचे रिव्हॉल्वर पाहिले नव्हते असे नाही. ती सालची एक युक्ती होती. त्याला ती माहिती असल्याने घाबरायचे काही कारण नव्हते. साल प्रचंड चिडला आहे एवढाच त्याचा अर्थ होता. लुईदेखील फारसा खूष दिसत नाही हे त्याच्या लक्षात आले. गेटानोने सोफ्याकडे पाहिले. पण त्यावर टोनी बसलेला असल्याने त्याने होता त्या ठिकाणीच उभा राहायचे ठरवले. "काय प्रॉब्लेम आहे?"

"तू नसाऊमध्ये नेमकं काय केलंस ते आम्हाला हवंय." साल गुरगुरला.

"मी तुम्हाला सांगितलं आहे तसंच. तुम्ही मला जे काही करायला सांगितलं होतंत तेच मी केलंय. मी तर एका दिवसात काम उरकलं आणि ते सोपं नव्हतं. माझ्या गोट्या शेकल्या."

"हं. कदाचित तू आणखी एक दिवस राहायला हवं होतं." साल हेटाळणी करत म्हणाला, "आम्हाला त्या प्राध्यापकाला जो निरोप द्यायला होता तो त्याला नीट मिळालेला दिसत नाही."

"तू त्या हरामखोराला काय सांगितलंस नेमकं?" लुईचा स्वर तितकाच विषारी होता.

"त्यानं इथं यायचं आणि कंपनी सुधारायची," गेटानो म्हणाला, "हं आणि त्यात काहीही गुंतागुंत नव्हतीच. तेव्हा मी त्यात काही गडबड करण्याची शक्यताच नाही."

"तू त्याला धक्काबुक्की केलीस की नाही?" सालने विचारले.

"त्यापेक्षा जास्त काहीतरी. सुरुवातीलाच मी त्याला एक तडाखा दिला. त्यामुळे एखाद्या चिंधीच्या बाहुलीसारखा कोलमडला. मला त्याला उचलून बसवावं लागलं. कदाचित पहिल्या तडाख्यानं त्याचं नाक मोडलं असेल. पण मला नक्की सांगता येणार नाही. त्याचा डोळा मात्र काळानिळा झाला होता. मग त्याच्याशी बोलल्यानंतर त्याला अक्षरशः खुर्चीतून उचकटून काढावं लागलं होतं."

"आणि त्याला द्यायच्या इशाऱ्याचं काय?" सालने विचारले, "जर कंपनी नीट करायला तो बोस्टनला परतला नाहीतर तुला परत तिकडं यावं लागेल हे तू त्याला सांगितलंस का नाही?"

"होय तर! मी परत आलो तर परिणाम फार वाईट होईल हे बजावलं होतं. त्याला नक्कीच निरोपाचा अर्थ नीट समजला आहे."

लुई आणि सालने टोनीकडे पाहिले आणि त्यांनी एकदमच खांदे उडवले.

"गेटानो असल्या बाबतीत खोटं बोलणार नाही.'' साल म्हणाला. त्याला मान डोलावून लुईने सहमती दर्शवली.

"तर मग तो प्राध्यापक आपल्याला धुडकावून लावण्याची ही आणखी एक खेप दिसते आहे. त्याने गेटानोनं दिलेला इशारा नक्कीच गंभीरपणाने घेतलेला नाही. त्याला आपल्या पैशांची काहीही पर्वा नाही हे उघड दिसतंय.''

काही मिनिटे खोलीत शांतता पसरली होती. चौघेजण आळीपाळीने एकमेकांकडे बघत होते. सगळ्यांच्या मनात येणारे विचार सारखेच होते.

"हे सारं तो स्वत: ओढवून घेतोय. म्हणजे मला असं म्हणायचं आहे, जर तो सरळ झाला नाही तर आपण त्याला उडवायचं आणि कंपनीची सूत्रं टोनीच्या बहिणीनं हातात घ्यायची हे आपण अगोदरच ठरवलं आहे.''

"गेटानो. तू बहामाला जाणार आहेस.'' लुई म्हणाला.

"पण कधी?'' गेटानोने विचारले, "मला न्यूटनमधल्या त्या हरामी, डोळ्याच्या डॉक्टरला थोडं सरळ करायचं आहे, उद्या संध्याकाळी, ते विसरू नका.''

"मी ते विसरलेलो नाही.'' लुई म्हणाला. त्याने घड्याळाकडे नजर टाकली. "आत्ता फक्त साडेबारा वाजले आहेत. तू मायामी मार्गे आजच लगेच तिकडे जा. त्या प्राध्यापकाचा निकाल लाव आणि उद्या परत ये.''

गेटानोने डोळे फिरवले.

"आता काय झालं?'' लुई वेडावत म्हणाला, "आणखी काही काम राहिलंय?''

"कधी कधी एखाद्याला उडवणं वाटतं तितकं सरळ नसतं. मला अगोदर तो सापडायला हवा की नाही.''

लुईने टोनीकडे पाहिले. "तुझी बहीण आणि तिचा तो बॉयफ्रेंड सध्या कुठं राहत आहेत ते तुला माहिती आहे का?''

"होय. ते त्याच हॉटेलात आहेत.'' टोनी कुजकट हसला, "बघा. त्यांनी गेटानोचा मुळमुळीत इशारा किती गंभीरपणानं घेतलाय पाहा.''

"मी तुला सांगतो पुन्हा एकदा.'' गेटानो म्हणाला, "मी दिलेला इशारा मुळमुळीत नव्हता. मी त्याला चांगले दणके हाणले होते.''

"ते अजून त्याच हॉटेलमध्ये आहेत हे तुला कसं काय माहिती?''

"माझ्या आईकडून.'' टोनी म्हणाला, "ती प्रामुख्यानं माझ्या बहिणीला सेलफोनवरच फोन करते खरी. पण एकदा तिनं हॉटेलवर फोन केला होता. ती प्रेमिकांची जोडी त्याच हॉटेलात आहे इतकंच नाही, तर त्याच खोलीत राहते आहे.''

"ठीक तर मग. तू जा.'' लुई गेटानोला म्हणाला.

"मी त्याला हॉटेलवर गाठलं तर चालेल का?'' गेटानोने विचारले, "म्हणजे मला काम करणं खूप सोपं जाईल.''

लुईने सालकडे पाहिले. सालने टोनीकडे पाहिले.

"न चालायला काहीही कारण नाही." टोनी खांदे उडवत म्हणाला, "माझी बहीण त्यात अडकली नाही म्हणजे झालं. काम मात्र काहीही गाजावाजा न होता चटकन उरकलं पाहिजे."

"हे सांगायची गरज नाही." गेटानो म्हणाला. त्याला आता नसाऊला जाण्याच्या कल्पनेने उत्साह आला होता. प्रवास खूप करावा लागणार होता. पण नंतर मजाही येणार होती. "हं. पण पिस्तूलाचं काय? त्याला सायलेन्सर असायला हवा."

"आपले मायामीमधले कोलंबियन मित्र त्याची व्यवस्था करतील." लुई म्हणाला, "आपण त्यांची इतकी ड्रग्ज इथं न्यू इंग्लंडपर्यंत आणण्यासाठी मदत करतो की ते नकार देणारच नाहीत."

"मला ते कसं मिळेल?"

"तू नसाऊत पोहोचलास की कोणीतरी आणून देईल कदाचित." लुई म्हणाला, "मी तशी व्यवस्था करतो. तुझ्या फ्लाईटचा नंबर कळला की लगेच मला सांग."

"पण जर काही घोटाळा झाला तर? आणि पिस्तूल मिळालं नाही तर? जर मी उद्या इथं परत यायला हवा असेल तर सर्वकाही सुरळीत होणं आवश्यक आहे."

"तू पोहोचल्यावर जर कोणी भेटायला आलं नाही तर मला फोन कर."

"ओके." गेटानो म्हणाला, "मला ताबडतोब कामाला लागलं पाहिजे."

◆

१९

सोमवार, ११ मार्च २००२
दुपारी १२ वाजून ११ मिनिटे

दारावरची पाटी अगदी स्वच्छ होती. ह्यापुढे फक्त अधिकृत व्यक्तींनाच प्रवेश आहे आणि बंदीची सक्त अंमलबजावणी होईल असं तिथे लिहिलं होतं. स्टेफनीने फ्रेममध्ये लावलेल्या त्या पाटीकडे क्षणभर पाहिले. ती पाटी मालवाहक लिफ्टच्या दाराच्या शेजारी असणाऱ्या दारावर लावलेली होती. ह्याच दारातून सिंडी ड्रेक्सलर स्टेफनी व डॅनियलला लागणाऱ्या अंडपेशी आणून देत असे. तेव्हा त्या दोघांनी दुरून ही पाटी पाहिली होती. पण ह्या अगोदर वाचली मात्र नव्हती. बंदीची सक्त अंमलबजावणी म्हणजे काय याचा स्टेफनी विचार करू लागली. सुरक्षेच्या बाबतीत विनगेटचे लोक फार काळजी घेत आहेत हे पाहता ह्या शब्दांचा नेमका अर्थ कसा काढायचा ते तिला कळेना. पण काहीही असले तरी ती आता इतकी पुढे आली होती

की अशा छापील सूचनेमुळे तिला परत फिरणे शक्य नव्हते. तिने दार ढकलले तर ते सहज उघडले. आत तिला खाली उतरण्यासाठी पायऱ्या दिसल्या. तिथे, दाराला कुलुप नाही ह्याचा अर्थ त्यांना एग रूममध्ये कोणीही घुसू नये म्हणून फार काळजी वाटत नसावी असा विचार तिने केला.

एकदा सगळीकडे नजर टाकून स्टेफनी दारातून आत गेली. आतली हवा जास्त गरम आणि दमट होती. पायात सपाट बूट असल्याने ती भराभरा पायऱ्या उतरून खाली गेली. तिला सारे काम पंधरा मिनिटात, फारफार तर वीस मिनिटात पूर्ण करायचे होते. पाच मिनिटे तर कॅफेटेरियातून इथपर्यंत येण्यात खर्च झाली होती. त्यातच तिला सेलफोन आणण्यासाठी जावे लागले होते. आपण काय करणार आहोत हे डॅनियलला कळले तर तो चिडेल याची तिला कल्पना होती.

स्टेफनी आता तळापाशी असणाऱ्या एका कॉरिडॉरमध्ये उभी होती. त्याच्या टोकापाशी स्टेनलेस स्टीलचे दार होते. दाराला हॅन्डल किंवा मूठ वगैरे काहीही नव्हते. तिने दार ढकलून पाहिले. पण ते हलले नाही. तिने दाराच्या सर्व कोपऱ्यांची पाहणी केली. ते अगदी घट्ट बसलेले होते. तिने दाराची जाडी कळण्यासाठी त्यावर हलकेच धक्का देऊन पाहिला. दाराची जाडी भरपूर होती. ते हाताला गरमही लागत होते. दाराचा भक्कमपणा पाहून तिची उत्सुकता आणखी ताणली गेली. पण दार उघडण्यासाठी काहीही मार्ग दिसेना हे पाहून ती मागे वळली. एक सुस्कारा टाकून ती एक पायरी चढली आणि अचानक तिला मालवाहक लिफ्टच्या दाराच्या भिंतीला असणारी कार्ड स्वाईपची खाच दिसली. त्या अगोदर कॉरिडॉरमधल्या अंधुक प्रकाशात तिला ती दिसली नव्हती.

मेगन फिनीनगने स्टेफनी आणि डॅनियलला विनगेट क्लिनिकची ओळखपत्रे म्हणजे छोटी कार्ड दिली होती. त्यावर त्यांचे पोलोरॉईड फोटो होते आणि मागच्या बाजूला मॅग्नेटिक पट्टी होती. क्लिनिकमध्ये आणखी कर्मचारी आले की मग त्या कार्डांचा उपयोग होईल असे मेगन म्हणाली होती. सध्या प्रयोगशाळेत लागणाऱ्या वस्तू स्टोअरमधून आणायच्या असतील तर ही कार्डे लागतील असेही तिने सांगितले होते. हे कार्ड ह्या ठिकाणी उपयोगी पडण्याची शक्यता अगदी थोडी होती, पण स्टेफनीने प्रयत्न करून पाहायचे ठरवले. आणि खरोखरच कार्ड स्वाईप करताच दार उघडले. दाबाखालील हवेचा वूशऽऽ असा आवाज आला.

स्टेफनीला आतल्या बाजूला झगझगीत प्रकाश आणि अल्ट्राव्हायोलेट दिवे लावलेले दिसले. आतली हवा गरम होती. आतले तापमान साधारण शरीराच्या तापमानाएवढे ९८.६ डिग्री फॅरनहाईट आहे आणि आर्द्रता शंभर टक्के आहे हे तिच्या लक्षात आले. तिला किंचित घाम येऊ लागला होता. तरी तिने स्लीव्हलेस ब्लाऊज घातला होता म्हणून बरे असे तिला वाटले. सिंडी नेहमी हलके सुती कपडे

का वापरते ह्याचे कारण तिला कळले.

आतल्या बाजूला ग्रंथालयात असतात त्याप्रमाणे अल्युमिनिअमची अगदी छतापर्यंत पोहोचणारी शेल्फ होती. त्यांवर पेशी संवर्धनाच्या डिश ठेवलेल्या तिला दिसल्या. आपण एका प्रचंड इनक्युबेटरमध्ये उभे आहोत आणि त्याचा आकार पाहता विनगेट क्लिनिक किती मोठ्या प्रमाणावर काम करायच्या तयारीत आहे हे तिला जाणवले.

स्टेफनीने पुढे चालायला सुरुवात केली. पहिल्या शेल्फमधल्या डिश जरी रिकाम्या असल्या तरी तिला काही ठिकाणी प्रत्यक्ष संवर्धन सुरू असलेल्या डिश दिसल्या. तिने एक उचलून पाहिली. त्यावर ग्रीन पेन्सिलने 'अूगोनिया संवर्धन' असे लिहिलेले होते. त्यावर एक तारीख आणि काही सांकेतिक अक्षरे लिहिलेली होती.

स्टेफनीने आणखी काही डिश उचलून पाहिल्या. त्यावर इतर काही तारखा आणि सांकेतिक माहिती होती. प्राथमिक अवस्थेतील लैंगिक पेशींचे संवर्धन करण्यात विनगेटच्या लोकांना यश आलेले आहे हे पाहून तिला एकाच वेळी आश्चर्य वाटले आणि तिरस्कारही वाटला. तिला त्या अंडपेशी कुठून मिळतात हे शोधायचे होते. तिने घड्याळाकडे पाहिले. आठ मिनिटे उलटली होती.

वेळ कमी आहे हे लक्षात येताच ती घाईघाईने दोन्ही बाजूला पाहत पुढे निघाली. पण खरी अडचण होती की काय शोधायचे हेच तिला नेमके माहिती नव्हते. त्यातच तिला आपले डोके किंचित जड झाल्यासारखे वाटू लागले होते. पेशी संवर्धनांसाठी त्या ठिकाणी मुद्दाम कार्बन-डाय-ऑक्साईडची पातळी जास्त राखण्यात आली आहे हे तिच्या लक्षात आले. काही पावले पुढे गेल्यावर स्टेफनी पुन्हा थांबली. शेल्फवरच्या डिश मुद्दाम अगदी निराळ्या आकाराच्या बनवून घेतल्या होत्या. स्टेफनीने ह्या अगोदर तसले काही पाहिलेले नव्हते. जास्त खोल असणाऱ्या त्या डिशमध्ये काही पेशींना वाढण्यासाठी मुद्दाम आधार तयार केलेला दिसत होता. शिवाय त्या डिश सतत हलणाऱ्या बेल्टवर ठेवलेल्या होत्या. संवर्धन माध्यम सतत फिरत राहण्यासाठी बहुधा ती व्यवस्था केलेली होती. स्टेफनीने पुढे होऊन एक डिश उचलून घेतली. त्यावर 'गर्भ-अंडाशय' एकवीस दिवस. प्रोफेजच्या डिप्लोटीन टप्प्यावर रोखलेल्या 'अंडपेशी' असे लिहिलेले होते. स्टेफनीने इतर काही डिश उचलून पाहिल्या. त्यावरही निरनिराळ्या तारखा आणि सांकेतिक अक्षरे लिहिलेली दिसली.

पुढच्या काही शेल्फमधल्या डिश आणखीनच निराळ्या होत्या. काही रिकाम्या होत्या. पण ज्यात संवर्धन माध्यम होते, त्यांना जोडलेल्या छोट्या नळ्या होत्या. ह्या नळ्यांना किडनी डायलिसिससारखी यंत्रणा जोडलेली तिला दिसली. त्या यंत्रणेची घरघर तिला दाराबाहेरही ऐकू आली होती. स्टेफनीने एका डिशमध्ये काय

आहे ते जवळ जाऊन पाहिले. त्यात एक छोटा उतीचा तुकडा होता. त्या तुकड्याला असणाऱ्या अगदी छोट्या रक्तवाहिन्यांना सूक्ष्म प्लॅस्टिकच्या नळ्या जोडलेल्या दिसल्या. त्याचा अर्थ स्टेफनीच्या लक्षात आला. त्या उतीला सतत बाहेरून माध्यमाचा पुरवठा केला जात होता आणि त्याचे अभिसरण होण्याची व्यवस्था केलेली होती. स्टेफनीने डिश हलणार नाही अशा बेताने डिशच्या जवळ जाऊन त्यावर काय लिहिले आहे ते पाहिले. त्यावर 'गर्भावस्थेतील अंडाशय, एकवीस आठवडे पूर्ण' अशी अक्षरे आणि तारीख होती. तिला हे पाहून अतिशय आश्चर्य झाल्यावाचून राहवले नाही. पॉल सॉन्डर्स आणि त्याचे सहकारी गर्भावस्थेतील अंडाशयाला निदान काही दिवस तरी जिवंत ठेवण्यात यशस्वी झाले होते.

विद्यार्थी असताना गर्भविज्ञानाचा अभ्यास केलेला असल्याने सामान्य लोकांना माहिती नसलेली महत्त्वाची गोष्ट तिला माहिती असल्यानेच स्टेफनी चकित झाली होती. एकवीस आठवडे पूर्ण झालेल्या गर्भाच्या अंडाशयात सत्तर लक्ष पेशी अशा असतात की त्यांच्यापासून अंडपेशी तयार होऊ शकतात. ह्या मधल्या बऱ्याचशा अंडपेशी जन्मापूर्वीच किंवा मुलगी बाल्यावस्थेत असताना नष्ट होतात. तसे ठरलेलेच असते. जेव्हा मुलगी वयात येते तेव्हा तिच्या अंडाशयातील पेशींची संख्या सुमारे तीन लक्ष एवढीच झालेली असते. म्हणूनच मानवी अंडपेशी हव्या असतील तर गर्भावस्थेतील अंडाशय हा अक्षरशः खजिना ठरतो. दुर्दैवाने ह्याची पॉल सॉन्डर्सला फारच चांगली कल्पना होती हे स्टेफनीला दिसले. तिने अत्यंत तिरस्काराने जोरजोरात डोके हलवले. अंडपेशी मिळवण्यासाठी गर्भपात करवून घेण्यामधली अनैतिकता तिला सहन होत नव्हती. पॉल सॉन्डर्स पुनरुत्पादनासाठीचे क्लोनिंगही करत असावा असा तिला संशय येत होता. अशा प्रकारच्या भानगडी विनगेट सारखी क्लिनिक करतात म्हणूनच तर जैवतंत्रज्ञानाच्या क्षेत्राकडे लोक संशयाने पाहतात. याखेरीज असल्या लोकांकडे दुर्लक्ष करायला डॅनियल तयार झाला ह्याचाही तिला विषाद वाटला. एकदा का हे काम पूर्ण झाले आणि आपण केंब्रिजला परतलो की आपण आपला वेगळा मार्ग शोधायचा हे तिने मनोमन ठरवून टाकले.

स्टेफनीने घड्याळाकडे नजर टाकली. अकरा मिनिटे संपली होती. आता फक्त चार मिनिटे हाताशी होती. तिने एकदा इथे परत येण्याबद्दल विचार केला. पण ते अवघड गेले असते आणि तिला सॉन्डर्सच्या ह्या भानगडींबद्दल आणखी भक्कम पुरावा हवा होता. चार मिनिटे तशी पुरेशी नव्हतीच. त्यामुळे तिने भराभरा काम उरकून परत जायचे ठरवले. तिला एका बाजूला वेगळी खोली दिसली. त्यातून झगझगीत प्रकाश बाहेर पडत होता. ती वेगळी प्रयोगशाळा किंवा सिंडीचे ऑफिस असावे असे तिला वाटले. ती भराभरा तिकडे गेली.

आपली कल्पना बरोबर आहे हे स्टेफनीच्या लक्षात आले. त्या खोलीत एका

बाजूला अनेक ड्रॉवर असलेले टेबल होते. मध्यभागी एक मोठे टेबल होते. त्यामध्येच एक सिंक होते. टेबलाच्या पृष्ठभागावर निळसर-पांढरा प्रकाश पडलेला होता.

टेबलावर पेशी संवर्धनासाठीच्या अनेक डिश, विविध उपकरणे आणि प्रयोगशाळेत लागणाऱ्या नाना वस्तू पसरलेल्या होत्या. स्टेफनीचे तिकडे अजिबात लक्ष नव्हते. तिला ड्रॉवर असणाऱ्या टेबलावर एक मोठे लेजर दिसले. वेळ थोडा आहे याची कल्पना असल्याने स्टेफनीने भराभरा सगळीकडे नजर फिरवून दरवाजा कुठे आहे ते पाहिले. तिला लगेचच दरवाजा सापडला. तिने हँडल फिरवून पाहिले. खरे तर तिला दरवाजा बंद असेल असे वाटले होते, पण हँडल सहजरित्या फिरले. आत शिरताच स्टेफनी झर्रकन लेजरपाशी गेली आणि वाचण्यात गढून गेली. आपण जे शोधत होतो ते मिळाले आहे याची तिला जाणीव झाली. ते लेजरच होते, पण त्यात आर्थिक व्यवहाराच्या नोंदी नव्हत्या. त्यात गर्भधारणा करवलेल्या आणि मग गर्भपात घडवलेल्या बायकांची यादी तारखांसह होती. मागची काही पाने चाळून पाहताच स्टेफनीच्या लक्षात आले की क्लिनिक प्रत्यक्ष सुरू व्हायच्या अगोदरच हा कार्यक्रम सुरू झाला होता. तिने काही विशिष्ट केसची अधिक माहिती वाचली. तिच्या हे ध्यानात आले की या बायकांमध्ये कृत्रिम गर्भधारणा करण्यात आली होती. हे करताना शरीराबाहेर फलन घडवणे योग्यच होते कारण फक्त स्त्री गर्भांचीच आवश्यकता होती. नोंदींमधून तिला दिसले की या कामी लागणारे 'क्ष' गुणसूत्र पुरवण्यासाठी पॉल सॉन्डर्सच्या वीर्यामधील शुक्रजंतू सगळ्या केसमध्ये वापरलेले होते. पॉल सॉन्डर्स कसलाही विवेक नसलेला बढाईखोर माणूस आहे याचा हा तो ढळढळीत पुरावा होता.

लेजरमधल्या नोंदी पाहून स्टेफनी थक्क झाली. त्यात सर्वकाही स्पष्ट आणि तपशीलवारपणाने नोंदवलेले होते. काही गर्भामधील संपूर्ण अंडाशयांचे संवर्धन करण्यात आले होते, तर काहीमधील पेशींना सुटे करून त्यांचा संवर्धनात वापर करण्यात आला होता. हे सारे करणे आणि प्रत्येक गोष्टीची निर्लज्जपणाने नोंद ठेवण्याचे धाडस करणे ही बाब तिला चमत्कारिक वाटली. आता स्टेफनीचे काम सोपे झाले होते. बहामाच्या अधिकाऱ्यांना कळवून ह्या नोंदी असणारे लेजर ताब्यात घेणे हा मार्ग तिला मोकळा झाला होता.

स्टेफनी पहिल्या पानापासून नोंदी पाहत जाऊ लागली. किती बायकांचा या कामात वापर केला हे ती मोजत होती. तिने मोजायला नुकतीच सुरुवात केलेली असतानाच अचानक ती जागच्या जागी गोठून गेली. तिच्या मानेला थंड धातूचा स्पर्श झाला होता. ह्या क्षणी तिच्या लक्षात आले की ती पिस्तुलाची नळी होती.

"हालचाल नको. तळवे टेबलावर!" कोणीतरी आज्ञा फर्मावली. स्टेफनीला

आपल्या पायातील अवसान गेल्यासारखे वाटले. विलक्षण भीतीमुळे ती जागच्या जागी खिळून बसली होती.

"तळवे टेबलावर ठेव!" कुर्ट राग न लपवता परत म्हणाला. अशा प्रकारे घुसण्याचा उद्दामपणा करणाऱ्या बाईला पिस्तुलाचा तडाखा देण्याचा मोह त्याने प्रयत्नपूर्वक आवरला.

पिस्तुलाची नळी आता मानेत रुतल्याने स्टेफनीला वेदना होऊ लागली. तिचे पाय थरथरत होते. तिने दोन्ही हात टेबलावर ठेवले. पिस्तुलाची नळी मागे सरकली. स्टेफनीने पुन्हा रोखून धरलेला श्वास घ्यायला सुरुवात केली. तिला आपल्या खिशात फिरून तपासणी करणारे हात जाणवले. ती किंचित सावरत होती. एवढ्यात तिच्या अंगावर असणाऱ्या प्रयोगशाळेतल्या कोटाखालून हात वर आलेले जाणवले. त्या हातांनी तिच्या छातीवर किंचित चाळा केला.

"हे काय चाललंय?" स्टेफनी कशीबशी, रागाने म्हणाली.

"शट अप!" कुर्ट गुरगुरला. त्याचे हात तिच्या गळ्यापाशी फिरले आणि मग पाठीवरून खाली येऊन क्षणभर तिच्या पार्श्वभागावर थबकून खाली सरकले.

स्टेफनीने श्वास रोखून धरला. भीती आणि शरमेने ती जागच्या जागी खिळून बसली होती. हात आता तिच्या पार्श्वभागावर विसावलेले होते. आता तिच्या मनात भीतीच्या जागी संताप दाटून आला होता. ती मागे वळण्याचा विचार करत असतानाच कुर्ट पुन्हा ओरडला, "शट अप!" त्याने तिच्या पाठीवर धक्का देऊन तिला टेबलावर दाबून धरले. तिचे हात दोन्ही बाजूला लोंबकळू लागले. मानेला पुन्हा पिस्तुलाची नळी टेकली आहे हे स्टेफनीला जाणवले.

"जराही हालचाल केलीस तर जागच्या जागी गोळी घालीन."

"मी... मी डॉ. डी'अगोस्टिनो आहे. मी इथं काम करते." पाठीवरचा दाब असह्य होऊनही स्टेफनी कशीबशी म्हणाली.

"तू कोण आहेस ते मला माहीत आहे." कुर्टने फटकारले. "आणि मला हे देखील माहिती आहे की तू इथं एग रूममध्ये काम करत नाहीस. इथं यायला मनाई आहे." स्टेफनीला कुर्टचा गरम श्वास जाणवत होता. त्याने तिला टेबलावर गच्च दाबून धरले असल्याने तिला श्वास घेणे मुश्कील झाले होते.

"तू हललीस तर पुन्हा गोळी घालीन."

'ओके.' स्टेफनी चिरक्या आवाजात किंचाळली. आता पाठीवरचा दाब किंचित कमी झाला म्हणून स्टेफनीला जरा हायसे वाटत असतानाच एक हात तिच्या दोन पायांमधून आत शिरला आणि चाळा करू लागला. स्टेफनीने संतापाने दातावर दात रोवले.

आता पाठीवर पुन्हा दाब वाढला. कुर्टने लालसेने तिच्या कानापाशी ओठ नेले

आणि तो कुजबुजत म्हणाला, "तुझ्यासारख्या बायकांसाठी हेच योग्य आहे."

स्टेफनीने प्रतिकार करण्याचा किंवा जोरात ओरडण्याचा विचार केला खरा; पण ती ओरडू शकली नाही. आपण क्लिनिकमध्ये आहोत आणि कदाचित सिंडी ड्रेक्सलर किंवा कोणीतरी तिथे येईल अशी तिला आशा वाटत होती.

"कुत्रे! तुझ्याजवळ कॅमेरा किंवा शस्त्र नाही ना याची मी खात्री करून घेत होतो. तू कुठंही काही लपवलेलं असू शकतं."

स्टेफनी काहीही न बोलता तशीच खिळून बसली होती. आता पाठीवरचा दाब कमी झाला होता. तो माणूस बहुधा सरळ उभा राहिला होता असे स्टेफनीला वाटले.

"हात मागे घे!"

स्टेफनीने आज्ञेचे पालन केले. तिला काही कळायच्या आत तिचे हात हातकडीत अडकले होते. हातकडी बंद होण्याचा आवाज आला तेव्हा कुठे काय झाले ते स्टेफनीच्या लक्षात आले. हातकडी हातात रुतत होती आणि आपण आता काहीच करू शकत नाही हे लक्षात आल्याने ती हताश झाली.

स्टेफनीच्या मानेला धरून कुर्टने तिला गर्रकन वळवले. तिला पकडणारा माणूस तिला प्रथमच दिसला. त्याचे पातळ ओठ क्रूरपणाने मुरडलेले तिला दिसले. त्याला पाहताच स्टेफनीने त्याला ओळखले. तो तिला कॅफेटेरिया आणि क्लिनिकच्या आवारात अनेकदा दिसला होता. त्यांची ओळखपत्रे बनवली तेव्हा डॅनियल आणि ती त्याच्याच ऑफिसमध्ये गेले होते. त्यावेळी स्टेफनीने त्याच्या मण्यासारख्या डोळ्यांकडे पाहणे टाळले होते.

कुर्टने मागे सरकून तिला दरवाज्याकडे चलण्याची खूण केली. त्याने तिचा दंड धरला. स्टेफनीने आलेल्या मार्गाने परत जाण्याची तयारी करताच कुर्टने फटकारले. "चुकीची दिशा आहे." त्याने तिला विरुद्ध दिशेने चलण्यासाठी खूण केली.

"मला परत प्रयोगशाळेत जायचंय." स्टेफनी आवाजात अधिकार आणण्याचा प्रयत्न करत म्हणाली. पण ते तिला शक्य झाले नाही.

"तुला कुठं जायचंय ह्याच्याशी मला देणंघेणं नाही. निघ!"

कुर्टने तिला जोरात ढकलले. ती जवळजवळ पडलीच होती. पण एका शेल्फमुळे ती बचावली. कुर्टने तिला पुन्हा धक्का दिला.

"ह्या साध्या गोष्टीचा एवढा मोठा बाऊ कशासाठी?" स्टेफनी स्वत:ला सावरण्याचा प्रयत्न करत म्हणाली, "मी फक्त उत्सुकता म्हणून इथं आलीय. डॉ. सॉन्डर्सनी पुरवलेल्या अंडपेशी कुठून येतात ते फक्त मला जाणून घ्यायचे होते." स्टेफनीच्या मनात निरनिराळे विचार गर्दी करत होते. आपण कुर्टच्या आज्ञा पाळाव्यात की जमिनीवर लोळण घेऊन प्रतिकार करावा ह्याचा ती विचार करत होती. आपण जर आणखी काही वेळ इथे राहिलो तर सिंडी ड्रेक्सलर आपल्या

ऑफिसात परत येईल अशी तिला आशा वाटत होती. पण कुर्ट म्हणाल्याप्रमाणे खरोखरच गोळी घालायला मागे पुढे पाहणार नाही हे जाणवल्याने ती चालत राहिली होती.

"एग रूममध्ये घुसखोरी करणं ही साधी गोष्ट आहे?" जणू काही तिचे विचार कळल्याप्रमाणे कुर्ट चिडून म्हणाला.

सिंडीच्या ऑफिसमधून बाहेर पडल्यावर ते एका पॅसेजमधून चालत गेले. काटकोनात वळल्यानंतर ते एका दारापाशी आले. कुर्टने एक बटण दाबल्यावर एखाद्या भक्कम तिजोरीसारखे जाडजूड दार उघडले. कुर्टने तिला जोराने आत ढकलेले. आपण एका अंधार असणाऱ्या अरुंद कॉरिडॉरमध्ये आहोत हे स्टेफनीच्या लक्षात आले. तिने मागे वळून बोलण्याचा प्रयत्न करताच कुर्टने तिला एवढ्या जोरात पुढे ढकलले की ती कोलमडून पडली. पुढच्याच क्षणी त्याने तिला एखाद्या चिंधीच्या बाहुलीप्रमाणे कोट आणि ब्लाऊज धरून वर उचलले आणि उभे केले. आता चालायला सुरुवात केली नाही तर परिणाम गंभीर होतील याची जाणीव झाल्यामुळे स्टेफनीने धडपडत चालायला सुरुवात केली.

"मला डॉ. विनगेट आणि डॉ. सॉन्डर्स यांच्याशी बोलायचं आहे." स्टेफनीने पुन्हा एकदा अधिकारवाणीने बोलण्याचा प्रयत्न केला. आपल्याला कुठे नेले जात आहे हे तिला कळत नव्हते. त्यामुळे ती मनोमन भेदरली होती.

"लवकरच ती व्यवस्था होईल." कुर्टचे वासनेने बरबटलेले हास्य पाहून स्टेफनी शहारली.

तळघरातून जाणाऱ्या मार्गाने ते मुख्य इमारतीच्या खाली आले. आपल्या ऑफिसात येताच कुर्टने आज्ञा सोडली, "हॉलमधून पुढे जा!" तो स्वत: तिच्या मागून येत होता. कॉरिडॉरच्या शेवटी स्टेफनी थांबली.

"हे पाहा. डावीकडे कोठडी आहे नि उजवीकडे बेडरूम. तुला काय हवं ते तू निवडू शकतेस." कुर्ट टवाळीच्या स्वरात म्हणाला.

स्टेफनीने उत्तर दिले नाही. ती कोठडीच्या उघड्या दारातून आत शिरली. कुर्टने जोरात दार ढकलताच ते क्लिक आवाज करत बंद झाले. त्याचा प्रतिध्वनी आला.

"ह्या हातकड्यांचं काय?" स्टेफनी म्हणाली.

"त्या तशाच राहतील." कुर्टच्या चेहेऱ्यावर पुन्हा क्रूर हास्य दिसू लागले होते, "त्या सुरक्षिततेसाठी आहेत. कैद्यांनी आपलं काही बरंवाईट करून घेणं व्यवस्थापनाला नापसंत आहे." कुर्टला आता ह्या सगळ्याची मजा वाटू लागली होती. तो जाण्यासाठी वळला, पण लगेचच विचार बदलून परत कोठडीतल्या स्टेफनीकडे रोखून पाहत म्हणला, "आत टॉयलेट आहे. त्याचा खुशाल वापर कर. मला त्रास देऊ नकोस."

स्टेफनीने टॉयलेटकडे नजर टाकली. ते अगदी समोर तर होतेच, पण त्यावर सीटही नव्हती. ती वळली आणि कुर्टकडे जळजळीत नजरेने पाहत म्हणाली, "मला डॉ. विनगेट आणि डॉ. सॉन्डर्सना ताबडतोब भेटायचं आहे."

"मला वाटतं. तू इथं आज्ञा सोडायच्या परिस्थितीत नाहीस." कुर्ट टिंगल करत म्हणाला. त्याने एकदा तिच्याकडे रोखून पाहिले आणि तो कॉरिडॉरमधून पलीकडे निघून गेला.

कुर्ट दिसेनासा झाल्यानंतर स्टेफनीने एक नि:श्वास टाकला, ती घड्याळ पाहू शकत नव्हती. त्यामुळे किती वाजले आहेत याचा तिला काही अंदाज येईना. डॅनियलने कदाचित तिचा शोध घ्यायला सुरुवात केली असेल असे तिला वाटले. पण अचानक तिच्या मनात नवीन विचार आला आणि ती हादरली. डॅनियलने आपण काय केलं हे कळून आल्यावर तो रागावला असला आणि तिला पकडले म्हणून त्याला काहीच वाटले नाही तर?

टेबलावर हात पसरून कुर्ट हेरमान बसला होता. त्याचे हात थरथरत होते. वासना उद्दिपित झाल्याने तो बेभान झाला होता. स्टेफनीने त्याला जबरदस्त उद्दिपित केले होते. दुर्दैवाने तिच्या अंगावर हात फिरवण्याचे सुख त्याला फारच अल्पकाळ मिळाले होते. त्याला पुन्हा ते करायची अनिवार इच्छा होत होती. हात फिरवताना स्टेफनीने ते आवडत नसल्याचा आव आणला होता असे त्याला वाटले. बायका अशाच असतात. त्या चाळवतात आणि पुढच्याच क्षणी ह्यातून काय घडेल याची आपल्याला जणू जाणीवच नाही असे भासवतात. हा सगळा खेळ असतो असे कुर्टला वाटत असे.

काही मिनिटे कुर्टने पॉल सॉन्डर्सला कळवले नाही तर काय होईल याचा विचार करण्यात घालवली. पॉलला काहीही कळणारच नाही आणि डी'अगोस्टिनो फक्त कायमची अदृश्य होईल असे त्याला करायचे होते. पण ते शक्य नाही हे कुर्टच्या लक्षात आले. कुर्ट हा तिथला प्रमुख सुरक्षा अधिकारी असल्याने ही बाई नाहीशी झाली तर त्यात कुर्टचा हात आहे किंवा निदान त्याला माहिती आहे हे सॉन्डर्सला कळणारच होते.

मार्शल आर्टसचे प्रशिक्षण आठवून कुर्टने स्वत:वर ताबा मिळवला. त्याचे ताणलेले स्नायू पूर्ववत झाले. हाताची थरथर आणि हृदयाची जास्तीची धडधड थांबली. आपण आता पूर्ववत झालो आहोत हे लक्षात आल्यानंतर कुर्ट उठून व्हिडिओ रूममध्ये आला. त्याने घड्याळावर नजर टाकली. बारा वाजून एक्केचाळीस मिनिटे झाली होती. याचा अर्थ पॉल आणि स्पेन्सर अजूनही कॅफेटेरियात असणार

हे लक्षात घेऊन त्याने कॅमेरा झूम करून कॅफेटेरियात सगळीकडे टेहळणी केली. त्याला एका टेबलावर बसलेला डॅनियल दिसला. तो काहीतरी वैज्ञानिक जर्नल वाचत होता. आजूबाजूला काय चाललेय याकडे त्याचे अजिबात लक्ष नव्हते. टेबलावर स्टेफनीचा जेवणाचा ट्रे तसाच पडलेला होता.

कुर्टने कॅमेरा फिरवून पॉल आणि स्पेन्सरचा शोध घेतला. त्याच्या अपेक्षेप्रमाणे ते दोघे त्यांच्या नेहमीच्या टेबलापाशी अनेक बायकांच्या घोळक्यात बसलेले होते. ते दोघे आणि त्यातल्या त्यात पॉल क्लिनिकच्या आवारात राहत असल्याने ते दोघे कोणाबरोबर झोपतात हे कुर्टला माहिती होते. पॉल आणि सॉन्डर्सच नव्हे तर बहुतेक सर्वच पुरुष लंपट असतात असे कुर्टचे मत होते. त्याने सैन्यात असताना आपल्या अधिकाऱ्यांचा लंपटपणा पाहिलेला होता.

कुर्टने कॅफेटेरियाला फोन केला. तिथल्या बाईला त्याने फोन करून स्पेन्सर आणि पॉलला निरोप द्यायला सांगितले, ''फार मोठी समस्या उद्भवली आहे असं त्यांना सांग.'' कुर्ट म्हणाला आणि त्याने फोन ठेवला. त्याने पुन्हा पडद्याकडे नजर टाकली. कॅफेटेरिया सांभाळणारी ती बाई पॉल आणि स्पेन्सरकडे गेलेली दिसली. तिने त्यांच्या कानात काहीतरी सांगताच ते दोघे एकदम उठले आणि दाराकडे घाईगडबडीने निघाले.

कुर्टने आता पडद्यावर कोठडीतली प्रतिमा आणली. पिंजऱ्यात अडकलेल्या मांजरीसारखी स्टेफनी येरझाऱ्या घालत होती. तिच्याकडे पाहून पुन्हा त्याची वासना चाळवली. त्याला आणखी एक सेकंद तिच्याकडे पाहवेना. तो उठून उभा राहिला आणि स्वत:ला शांत करण्याचा प्रयत्न करू लागला. पॉल आणि स्पेन्सर धापा टाकत येत होते तोपर्यंत कुर्ट शांत झाला होता आणि त्याच्या नेहमीच्या जागी निश्चल बसला होता.

''फार मोठी समस्या म्हणजे काय?'' स्पेन्सरने विचारणा केली. स्पेन्सर आणि पॉलचे चेहेरे लालसर झाले होते. तिसऱ्या इमारतीपासून ते दोघे अक्षरश: धावत आले होते. मॅसॅच्युसेट्समध्ये फेडरल मार्शल दाराशी आले होते तेव्हा कुर्टने नेमके हेच शब्द वापरले होते. त्यामुळे दोघांची घाबरगुंडी उडाली होती. त्यांच्याकडे पाहून कुर्टला मजा वाटली. तो क्लिनिकच्या सुरक्षेसाठी एवढे काम करत असूनही ते दोघे आपल्या कामाची दखल घेत नाहीत ही गोष्ट कुर्टला बोचत असे. कुर्टने आपल्या ह्या दोन्ही बॉसना उद्देशून गप्प राहण्याची खूण केली. मग तो त्यांना व्हिडिओ रूममध्ये घेऊन आला. त्याने त्यांना खुर्चीत बसायला खूण केली पण स्वत: गप्पच उभा राहिला.

''समस्या म्हणजे काय झालंय?'' स्पेन्सरने पुन्हा विचारले. त्याचा संयम सुटत चालला होता, ''काय ते सांगून टाक.''

"आपल्या एग रूममध्ये घुसखोरी झाली आहे." कुर्ट म्हणाला, "आपल्या इथं हेरगिरीचा हा प्रयत्न होता."

"नाही!" पॉल चकित होत म्हणाला आणि खुर्चीत पुढे झुकून बसला. क्लिनिकच्या भविष्यकाळातील भरभराटीसाठीच्या आराखड्यात अंडपेशींच्या उत्पादनाला फार महत्त्वाचे स्थान होते.

कुर्टने मान डोलावली. त्याला ह्या सगळ्याची मजा वाटत होती.

"कोणी केलं? कोणी आतली व्यक्ती होती का?" पॉलने विचारले.

"होय आणि नाही." कुर्ट मुद्दाम धूसरपणा राखत म्हणाला.

"बोल! हा काही कसला मनातलं ओळखण्याचा खेळ नाही." स्पेन्सर म्हणाला. घुसखोराला अंडाशय निर्मिती कार्यक्रमाचे रजिस्टर पाहताना पकडण्यात आलं आहे." कुर्ट म्हणाला.

"गुड गॉड!" पॉल बडबडला. "ही व्यक्ती रजिस्टर पाहत होती म्हणतोस?"

कुर्टने मॉनिटरकडे बोट दाखवले. स्टेफनी आता लोखंडी कॉटवर बसली होती. अनावधानाने ती सरळ कॅमेऱ्याकडे पाहत होती. ती अत्यंत अस्वस्थ आहे हे स्पष्ट दिसत होते.

काही काळ व्हिडिओ रूममध्ये शांतता होती. सर्वजण स्टेफनीकडे पाहत होते.

"ती हालचाल का करत नाही? ती ठीक आहे ना?" स्पेन्सरने विचारले.

"होय. ती ठीक आहे." कुर्ट म्हणाला.

"तिच्या गालावर रक्त का आहे?"

"ती इकडे येताना पडली होती."

"गुड लॉर्ड!" स्पेन्सर उद्गारला. ही समस्या त्याच्या अपेक्षेएवढी नसली तरी बऱ्यापैकी गंभीर होती आणि परिस्थिती आणीबाणीची मात्र नक्कीच नव्हती.

"तिचे हात मागे का आहेत?" स्पेन्सरने विचारले.

"तिच्या हातात हातकड्या आहेत म्हणून."

"हातकड्या? हे जरा जास्तच होत नाही का? अर्थात तुझा इतिहास पाहता तू तिला जागीच गोळी घातली नाहीस म्हणून तुझे आभारच मानायला हवेत."

"स्पेन्सर..." पॉल म्हणाला, "कुर्टच्या सावधगिरीबद्दल आपण त्याचे आभार मानले पाहिजेत. त्याच्यावर टीका करायचं कारण नाही."

"एखाद्याला पकडलं की हातकड्या घालणं ही सर्वसामान्य पद्धत आहे." कुर्ट फटकारत म्हणाला.

"पण ती आता कोठडीत आहे ना. मग हातकड्या काढून टाकायला हव्या होत्या." स्पेन्सर म्हणाला,

"त्या हातकड्यांचं जरा बाजूला राहू देत." पॉलने सूचना केली, "तिच्या ह्या

कृत्याचा परिणाम काय होईल ह्याचा विचार करणं जरूरी आहे. ती एग रूममध्ये शिरली हीच गोष्ट मला खटकते आहे. मग रजिस्टर पाहणं ही आणखी पुढची गोष्ट झाली.''

''ती आगाऊ आहे हे खरं.'' स्पेन्सर म्हणाला.

''तिच्यामुळे आपल्या अंडाशय निर्मितीच्या कार्यक्रमाचा विचका व्हायला नको आहे. अर्थात इथं बहामात ती फारसं काही बिघडवू शकणार नाही म्हणा,'' पॉल म्हणाला. ''आपण काही अमेरिकेत नाही. पण तरीही ती थोडीफार खळबळ उडवू शकते आणि त्यामुळे आपली वाईट प्रसिद्धी होण्याची शक्यता आहे. त्याचा परिणाम आपल्या गर्भाशय भाड्याने देण्याच्या कार्यक्रमावर होऊन चालणार नाही.''

''कदाचित ह्यासाठीच लॉवेल आणि ती इथं आले असावेत.'' स्पेन्सर म्हणाला, ही उपचार वगैरे करण्याची कल्पना निव्वळ धूळफेक करण्यासाठी असावी. ते हेरगिरी करून आपले गुपित चोरून नेण्यासाठीच आले असतील.''

''नाही. त्यांचा उद्देश खरा आहे.'' पॉल म्हणाला.

''हे तू कशावरून म्हणतोस?'' स्पेन्सर मॉनिटरवरून नजर बाजूला घेत पॉलकडे पाहत म्हणाला, ''खऱ्या संशोधकांच्या बाबतीत तुझी सहज फसवणूक होते.''

''काय म्हणालास?'' पॉल फटकारत म्हणाला.

''ओह! एवढं मनावर घ्यायची गरज नाही. मला काय म्हणायचंय ते तुला बरोब्बर कळलंय. हे लोक खरोखरचे डॉक्टरेट आहेत.''

''म्हणूनच कदाचित ते चतुर नाहीत. प्रचंड क्रांतिकारक शोध लावायला पीएच.डी.ची गरज नसते. ते काहीही असो. हे दोघं जे काही करत आहेत ती बनवेगिरी नाही. मी माझ्या डोळ्यांनी त्यांचं एचटीएसआर संबंधीचं काम पाहिलं आहे. ते फारच उत्तम आहे.''

''पण ते तुला फसवत असतील हाच तर माझा मुद्दा आहे. कारण ते व्यावसायिक संशोधक आहेत आणि तू नाहीस.''

स्वत:वरचा ताबा सुटू नये म्हणून पॉलने क्षणभर नजर बाजूला घेतली. संशोधक कोण आहे आणि कोण नाही हे सांगण्यासाठी स्पेन्सर हा सर्वात जगात अयोग्य माणूस होता. स्पेन्सर हा संशोधनाच्या बाबतीत पूर्णपणे अनाभिज्ञ होता. तो केवळ डॉक्टरचे कपडे घालणारा धंदेवाईक माणूस होता आणि त्याला धंदा कसा करावा हे देखील नीट कळत नव्हते.

किंचित शांत झाल्यावर एक खोल श्वास घेत पॉल आपल्या नामधारी बॉसकडे पुन्हा पाहत म्हणाला, ''ते पेशींमध्ये बदल घडवण्याचं काम उत्तम रितीने आणि प्रामाणिकपणाने करत आहेत ह्याची मला खात्री आहे. त्यांनी ज्या पेशींमध्ये येशू

ख्रिस्ताच्या डी.एन.ए. रेणूचे तुकडे बसवले आहेत त्यामधल्या काही मी स्वत: तपासून पाहिल्या आहेत. त्या उत्तम रितीने जगत आहेत.''

''एक सेकंद थांब.'' स्पेन्सर म्हणाला, ''तू मला हे सांगू नकोस की तू त्या पेशीत ख्रिस्ताच्या डी.एन.ए.चे तुकडे आहेत हे सिद्ध करत बसला आहेस.'' पॉलने स्वत:वर प्रयत्नपूर्वक ताबा मिळवला. ''अर्थातच नाही.'' स्पेन्सरशी रेणूजीवशास्त्राची चर्चा करणे काहीवेळा पाच वर्षांच्या पोराशी बोलण्यासारखे असे, ''ख्रिस्तपणा तपासण्यासाठी काहीही चाचणी नसते. मी तुला हे सांगायचा प्रयत्न करतोय की त्यांनी पार्किन्सन्स् विकार झालेल्या माणसाच्या फायब्रोप्लास्ट पेशी आपल्या बरोबर आणल्या. त्यात असणारा विकारग्रस्त डी.एन.ए. रेणू त्यांनी दुरुस्त केला आणि हे सगळं काम त्यांनी पुरे करून टाकले आहे. ते आता ह्या पेशी उपचारात वापरणार आहेत. ते जे काही करत आहेत ते अगदी व्यवस्थित आहे. शंभर टक्के व्यवस्थित. माझ्यावर विश्वास ठेवा!''

''ठीक आहे. ठीक आहे.'' स्पेन्सर म्हणाला, ''तू प्रयोगशाळेत त्यांच्या बरोबर असतोस. तेव्हा तुझं म्हणणं मला मान्य करायला हवं. पण तरीही तो पेशंट कोण हे अजून कळलेलं नाहीच. त्या बाबतीतही मी तुझं म्हणणं मान्य केलंच होतं. पण काय झालं? तो पेशंट यायला अवघा एक आठवडा उरला आहे आणि अजून आपण पूर्णपणे अंधारात आहोत.''

''होय. तो आणखी एक प्रॉब्लेम आहे खरा.''

''आहे ना? आणि हे दोन्ही प्रॉब्लेम एकमेकांशी निगडीत आहेत. आपल्याला लवकर नाव कळलं नाही तर आपल्याला काहीही मिळणार नाही. आपल्याला अजून ते नाव का कळलं नाही?'' पॉलने कुर्टकडे पाहिले.

कुर्टने घसा साफ केला, ''माझ्या कल्पनेपेक्षा हे काम अवघड निघालं. ते नसाऊला येण्याअगोदर मी त्यांच्या घराची आणि ऑफिसची झडती घेण्याची व्यवस्था केली होती. इथं आल्यावर मी एका तज्ज्ञाकडून त्यांचे लॅपटॉपही तपासून घेतले. पण काहीही हाताला लागलं नाही. फक्त चांगली बातमी एवढीच आहे की आजच मी तिच्या सेलफोनमध्ये बग बसवला आहे. मी इतके दिवस प्रयत्न करत होतो, पण तिने तो आजवर कधीही नजरेआड ठेवला नव्हता.''

''ती कोठडीत असताना तू बग बसवलास?'' स्पेन्सर म्हणाला, ''तिला त्याबद्दल संशय येणार नाही का?''

''नाही. तिला पकडायच्या अगोदर मी ते काम पूर्ण केलं होतं. त्यानंतर मला ती एग रूममध्ये घुसताना दिसली.''

''पण मग तू तिला अडवलं का नाहीस?'' स्पेन्सरने विचारले.

''मला तिला रंगेहाथ पकडायचं होतं.'' कुर्टच्या ओठांना मुरड पडली. त्याच्या

चेहेऱ्यावर वासना स्पष्ट दिसत होती.

"मलाही तिला रंगेहाथ पकडायला आवडणार नाही असं नाही." स्पेन्सरही कुर्टसारखाच हसत हसत म्हणाला.

"कुर्टने आता सेलफोनमध्ये बग बसवला आहे. तेव्हा आपल्याला पेशंट कोण ते कळू शकेल." पॉल म्हणाला.

"होय का?" स्पेन्सरने विचारले.

"होय." कुर्ट म्हणाला, "पण आपल्यापुढे आणखी एक पर्याय आहे. ती आपल्या ताब्यात आहे. तेव्हा आपण तिला पेशंटचं नाव सांगायला भाग पाडू शकतो."

पॉल आणि स्पेन्सरने एकमेकांकडे पाहिले. ते दोघे विचार करत होते. काही वेळानंतर स्पेन्सर डोके हलवत म्हणाला, "मला ही कल्पना पसंत नाही."

"का?" पॉलने विचारले.

"कारण ते नाव सांगतील असं मला वाटत नाही. शिवाय त्यामुळे आपण पेशंटचं नाव कळण्यासाठी आतुर झालोय हे उघड होईल. पेशंटचं नाव गुप्त राखणं त्यांच्या दृष्टीने फार महत्त्वाचं आहे. हे तर स्पष्टच आहे, अन्यथा आपल्याला ते अगोदरच कळले असते. आता त्यांच्या कामात बरीच प्रगती झालीय हे तूच म्हणालास. तेव्हा ते सरळ गाशा गुंडाळून उपचार करण्यासाठी दुसरीकडे कुठेतरी जातील. मला त्यांच्याकडून येणारे साडेबावीस हजार बुडायला नको आहेत. ही रक्कम फार मोठी नाही हे खरं, पण तशी बरीच आहेच की. आपण स्टेफनीला कोठडीत ठेवू शकत नाही. अर्थात, नाहीतर त्यालाही पकडून आत टाकावं लागेल. ते आपण करू शकत नाही. तिला आपण कसं वागवतोय हे कळलं की तो सारं जग डोक्यावर घेईल."

"तुझे मुद्दे बरोबरच आहेत." पॉल म्हणाला, "मी तुझ्याशी सहमत आहे. पण तिला सोडायचं असेल तर आपण गुप्तपणा राखण्याची अट घालायला हवी. तिची जी काही मतं असतील ती तिनं स्वतःजवळ ठेवावीत हे उत्तम. मला वाटतं, डॉ. लॉवेल याला नकार देईल. तो पहिल्यापासून तिच्या उद्धटपणाची धार कमी करायचा प्रयत्न करतोय असं मला वाटतं."

"स्पेन्सरने कुर्टकडे पाहिले," बरं. तू त्या बगमुळे पेशंटचं नाव मिळवू शकशील का?"

कुर्टने मान डोलावली.

"आपण हे असंच करायला हवं." स्पेन्सर म्हणाला, "आणि आपण गुप्तता राखण्याच्या बाबतीत आग्रह धरायला हवा."

"मान्य." पॉल म्हणाला, "आणि डॉ. लॉवेल आत्ता कुठे आहे?"

"कॅफेटेरियात." कुर्ट बारा नंबरच्या मॉनिटरकडे पाहत म्हणाला, "म्हणजे

निदान काही मिनिटांपूर्वी तरी तिथं होता.''

''एग रूममध्ये डी'अगोस्टिनो एकटी घुसली हे लक्षणीय आहे.'' पॉल म्हणाला.

''म्हणजे काय?'' स्पेन्सरने विचारले.

''माझ्या अंदाजानुसार ती काय करते आहे याची त्याला बिलकुल कल्पना नसावी.''

''होय. तसं असू शकेल.'' स्पेन्सर म्हणाला.

''डॉ. लॉवेल प्रयोगशाळेकडे परत निघाला आहे.'' कुर्ट म्हणाला, सर्वजण मॉनिटरकडे पाहू लागले. डॅनियल भराभरा चालत पहिल्या इमारतीच्या दरवाज्यापाशी आला आणि आत शिरून दिसेनासा झाला.

''प्रयोगशाळेतली दृश्यं कशावर दिसतात?'' पॉलने विचारले.

कुर्टने बोटाने दाखवलेल्या मॉनिटरवरची प्रतिमा सर्वजण पाहू लागले. डॅनियल बहुदा स्टेफनीच्या शोधात होता हे त्यांच्या लक्षात आले. प्रयोगशाळेत सगळीकडे फिरून पाहिल्यावर डॅनियलने त्यांच्या ऑफिसात जाऊन पाहिले. नंतर तो लेडिज रूममध्येही डोकावला. त्यानंतर तो घाईघाईने मेगन फिनीगनच्या ऑफिसकडे जाताना दिसला.

''जर ती काय करणार आहे हे त्याला माहिती असतं तर तो एग रूमकडे गेला असता.'' पॉल म्हणाला.

''तुझा हा मुद्दा अगदी योग्य आहे.'' स्पेन्सर म्हणाला.

पॉलने फोन उचलला आणि मेगनच्या ऑफिसचा नंबर लावायला सुरुवात केली, ''मी मेगनला कळवतो की त्याची सहकारी कुठे सापडेल ते त्याला सांग.''

''किंवा त्याचा काय संबंध असेल तो असो. मला तरी अजून त्याचा अंदाज येत नाही.'' स्पेन्सर म्हणाला, ''बरं... पण ती एग रूममध्ये कशी काय शिरली?''

''तिनं तिचं विनगेट क्लिनिकचं ओळखपत्र वापरलं.'' कुर्ट म्हणाला,

''मी एक महिन्यापूर्वी यादी देऊनही प्रशासनानं अजूनही कोणाला कुठं प्रवेश नाकारायचा हे ठरवलेलं नाही.''

''ह्याचा दोष माझ्याकडे येतो.'' पॉल म्हणाला. त्याने मेगनशी त्रोटक बोलणे पुरे केले होते. ''क्लिनिक चालू करण्याच्या गडबडीत मी ते काम करायला विसरलो. शिवाय अशा प्रकारे बाहेरची कोणी माणसं आपल्या इथं काम करतील याची मी कल्पनाच केलेली नव्हती.'' स्पेन्सर उठला. ''हं. चला आपण त्या मोहक डी'अगोस्टिनोशी थोड्या गप्पा मारू या. डॉ. लॉवेल इथं येण्याअगोदर हे केलं तर बोलणी करणं जास्त सोपं जाईल. कुर्ट तू काही वेळ या पासून दूर राहणार आहेस.''

पॉल आणि स्पेन्सर कोठडीच्या दिशेने निघाले.

◆

२०

सोमवार, ११ मार्च २००२
संध्याकाळी ७ वाजून ५५ मिनिटे

जेव्हा एखाद्याला उडवायची वेळ येई तेव्हा गेटोनो अगदी वास्तववादी बनत असे. आपले मागच्या भेटीच्या वेळी अर्धवट राहिलेले काम पुरे करण्यासाठी नसाऊला जाताना गेटानो नर्व्हस झाला होता. त्याला मुख्य काळजी पिस्तुलाची वाटत होती. पिस्तूल चांगलेच असायला हवे होते, नाहीतर त्यातून गडबड उडू शकत होती. तो या वेळी सावजाला ठोकून किंवा बडवून मारू शकत नव्हता. तसेच गळा आवळून मारणेही शक्य नव्हते. चित्रपटांमध्ये अनेकदा दाखवतात त्याप्रमाणे एखाद्याला उडवणे हे तेवढे सोपे नसते. त्यासाठी नियोजनाची गरज असते. मारण्याची पद्धत निश्चित करून ती वेगाने वापरावी लागते. काम उरकण्याची जागा आडबाजूला असूनही चालत नाही, कारण काम झाल्यावर तेथून वेगाने निसटणेही तेवढेच महत्त्वाचे असते. हे सगळे पाहता पिस्तूल वापरणे हाच सर्वोत्तम मार्ग होता. चांगले आणि आवाज न करणारे पिस्तूल.

गेटानोपुढची मुख्य अडचण होती की तो इतरांवर अवलंबून होता आणि ह्या लोकांना तो किंवा त्याला ते कोण हे अजिबात माहिती नसताना तो बेटावर उतरला की कोणीतरी त्याला भेटणार होता. हा माणूस भेटेलच याची खात्री नव्हती. त्याची ही कामगिरी अचानक ठरल्याने कोणतीही पर्यायी व्यवस्था तयार नव्हती. तो माणूस जर आला नाही तर बोस्टनला लुईलाच थेट फोन करण्यावाचून काही मार्ग नव्हता. कामाचे तास संपल्यावर लुईला गाठणे अतिशय अवघड होते. ह्या माणसाची नि गेटानोची भेट होण्यामध्ये काही ना काही गडबड उडण्याची दाट शक्यता होती, कारण त्या दोघांनीही एकमेकांना कधी पाहिलेले नव्हते. शिवाय गेटानोला काम संपवून उद्याच बोस्टनला परतायचे असल्याने हाताशी वेळ फार थोडा होता.

गेटानोला छोटी विमाने आवडत नसत. मोठ्या विमानात बसल्यावर निदान आपण हवेत उंचावर आहोत ही भावना सुखावणारी असायची. त्या दिवशी गेटानोचे विमान तर त्याने आजवर पाहिलेले सर्वात छोटे विमान होते. हे विमान सगळ्या दिशांनी गदागदा हलत होते आणि मध्येच चेंडूप्रमाणे उसळी मारत होते. गेटानो दोन सीटमध्ये गच्च बसला होता आणि समोरच्या सीटच्या पाठीखेरीज आधारासाठी काहीही नव्हते.

गेटानो अमेरिकन फ्लाईटने मायामीपर्यंत आला होता. सूर्यास्ताच्या सुमारास त्याला ही पुढची फ्लाईट मिळाली होती. खाली काय आहे हे माहिती असूनही

गेटानो त्याचा विचार टाळत होता. त्याच्या मनात खालच्या काळ्या विस्तीर्ण महासागराची प्रतिमा सतत डोकावत होती. त्यामुळे त्याच्या काळजीत सतत भर पडत होती. गेटानोला पोहता येत नव्हते.

गेटानोने विमानातल्या सहप्रवाशांकडे नजर टाकली. कोणीही कोणाशी बोलत नव्हते. जणू ते त्याच्याप्रमाणेच भेदरले असावेत असे गेटानोला वाटले. काहीजण समोर पाहत बसले होते, तर काही लोक प्रकाशाच्या अरुंद झोतात वाचत बसले होते. फ्लाईट अटेंडंट सीटबेल्ट अडकवून प्रवाश्यांकडे पाहत बसली होती. तिच्या चेहेऱ्यावरचा कंटाळा स्पष्ट दिसत होता.

अचानक विमानाने एखाद्या वस्तूला धडक दिली असे वाटावे अशा प्रकारे विमानाने उसळी मारली. क्षणभर गेटानोचा श्वास थांबला. पण काहीही झाले नाही. त्याने आवंढा गिळला आणि तो डोळे मिटून मागे टेकून बसला. एवढ्यात विमान उतरण्याच्या तयारीत आहे अशी घोषणा पायलटने केली. काही वेळाने विमान जमिनीवर उतरताना धड् असा आवाज झाला. इंजिनांची घरघर वाढली आणि ब्रेक लावल्याचा आवाज ऐकू आला. अखेर आपण सुरक्षित जमिनीवर आलो म्हणून गेटानोला बरे वाटले. त्या आनंदाच्या भरात त्याने उजवीकडे बसलेल्या माणसाकडे बघून स्मित केले. त्या माणसानेही त्याला हसून प्रतिसाद दिला.

विमानात फार जण नसल्याने उतरायला वेळ लागला नाही. गेटानो तर सर्वात अगोदर बाहेर पडला होता. खाली उतरल्यावर त्याने गरम हवा छातीत भरून घेतली. आपण घट्ट जमिनीवर आहोत ही भावना त्याला सुखावत होती. सगळेजण उतरल्यावर सर्व प्रवासी टर्मिनलकडे गेले.

गेटानो दारापाशी थोडा अगोदर थबकला. काय करावे ते त्याला कळत नव्हते. त्याने मागच्या वेळेस वापरलेलेच उत्तम कपडे परिधान केले होते. गेटानो लोकांच्या घोळक्यातून पासपोर्ट तपासणीच्या डेस्कपाशी आला. तपासणी करणारा माणूस गेटानोच्या पासपोर्टवर शिक्का मारणार होता एवढ्यात त्याला गेटानो नुकताच येऊन गेला असल्याची नोंद दिसली, ते देखील एक दिवसाकरता. ते पाहून त्याने गेटानोला उद्देशून प्रश्नार्थक चेहेरा केला.

"मी तेव्हा फक्त सहज पाहणी करायला आलो होतो. मला ही जागा आवडली, म्हणून पुन्हा सुट्टीसाठी आलोय." गेटानोने स्पष्टीकरण दिले. त्या माणसाने काहीही उत्तर दिले नाही. त्याने शिक्का मारून गेटानोचा पासपोर्ट त्याच्याकडे सरकवला आणि पुढच्या माणसाचा पासपोर्ट हातात घेतला.

गेटानो गर्दीमधून कस्टमच्या तपासणीसाठी निघाला. त्याच्या हातात अमेरिकन पासपोर्ट होता आणि एक कॅरीबॅग होती. ते पाहून अनेक एजंट त्याच्या दिशेने हातवारे करून त्याचे लक्ष वेधण्याचा प्रयत्न करत होते. गेटानो एका दुहेरी दारातून

बाहेर पडला. दोन्ही बाजूंना आपल्या लोकांची वाट पाहत असलेले लोक रेलिंगमध्ये उभे होते. गेटानोकडे कोणीही लक्ष दिले नव्हते. काय करावे हे न कळल्याने गेटानो तसाच चालत राहिला. थोडा वेळ चालल्यावर तो थांबला आणि त्याने सगळीकडे नजर फिरवली. कोणीही त्याच्याकडे पाहतही नव्हते. त्याने डोके खाजवले आणि आणखी काही करणे शक्य नसल्यामुळे तो गाड्या भाड्याने मिळण्याच्या काऊंटरच्या दिशेने निघाला. रांगेत उभा राहिल्यानंतर पंधरा मिनिटांनी त्याच्या हातात चेरोकी जीपच्या किल्ल्या पडल्या होत्या. ही गाडी हिरवी असणार होती. किल्ल्या हातात पडल्यावर गेटानो पुन्हा अरायव्हल गेटच्या दिशेने निघाला. आपण आता लुईला फोन करायला हवा असा विचार त्याच्या मनात आला. तेवढ्यात कोणीतरी त्याच्या खांद्यावर टक् टक् केले.

गेटानो एकदम सवयीनुसार गर्रकन वळून लढायला सज्ज झाला. एक काळा आणि टक्कल पडलेला माणूस त्याच्याकडे पाहत होता. त्याच्या गळ्यात सोन्याच्या अनेक जाड साखळ्या होत्या. त्याच्या टकलावरून परावर्तित होणाऱ्या प्रकाशामुळे गेटानोला डोळे किलकिले करावे लागले. गेटानोचा जरुरीपेक्षा जास्त आक्रमक प्रतिसाद पाहून तो माणूस दोन पावले मागे सरकला. त्याने तडाखा चुकवण्यासाठी दोन्ही हात उंच धरले होते. त्याच्या एका हातात खाकी कागदाची पिशवी होती.

"इझी मॅन!" तो माणूस म्हणाला. त्याचे उच्चार बहामातल्या इतर माणसांप्रमाणेच होते, "इजा करायचा माझा इरादा नाही!"

गेटानोला आपल्या आक्रमकपणामुळे जरा शरमल्यासारखे वाटले, त्याने दिलगिरी व्यक्त करण्याचा प्रयत्न केला.

"ठीक आहे. मॅन." ह्या माणसाचा आवाज चांगलाच लयबद्ध होता.

"बोस्टनहून आलेला गेटानो बारेसी तूच का?"

"होय." गेटानोला आता हायसे वाटले. त्याला क्षणभर त्या अनोळखी माणसाला मिठी मारावी असे वाटून गेले. जणू त्याला एखादा हरवलेला नातेवाईक भेटावा असा आनंद झाला होता, "माझ्यासाठी तुझ्यापाशी काही वस्तू आहे का?"

"जर तूच गेटानो बारेसी असशील तर आहे. माझं नाव रॉबर्ट. मी तुला ती वस्तू दाखवतो." त्याने खाकी पिशवीत हात घातला.

"ए! ती वस्तू इथं काढू नकोस." गेटानो दबक्या आवाजात म्हणाला. तो हादरून गेला होता, "काय वेड लागलंय का?" हे म्हणताना गेटानोने आजूबाजूला नजर फिरवली. तिथे काही सशस्त्र पोलिस होते खरे पण ते कंटाळवाण्या चेहेऱ्यांनी इकडेतिकडे पाहत बसले होते. त्यांच्याकडे पोलिसांचे लक्ष नव्हते.

"तुला पाहायचं नाही का?" रॉबर्टने विचारले.

"होय. पण इथं असं उघड्यावर नाही. तू गाडीतून आला आहेस का?"

"होय. गाडीतून आलोय."

"चल."

रॉबर्टने एकदा खांदे उडवले आणि तो टर्मिनलच्या बाहेर जाण्यासाठी चालू लागला. काही वेळातच दोघे जुन्या कॅडिलॅक गाडीत चढून बसले. त्या माणसाने छतावरचा दिवा लावला आणि पिशवी गेटानोच्या हातात दिली. त्याने पिशवीत हात घालून आतली वस्तू बाहेर काढली. ती पाहून गेटानो चकित झाला. त्याच्या हातात लेसरमॅक्स आणि सीएससी नाईन सायलेन्सर लावलेले नऊ मिलीमीटरचे एसडब्ल्यू नाईंटीनाईन रिव्हॉल्वर होते.

"ठीक आहे. खूष?" रॉबर्टने विचारले.

"खूष? त्यापेक्षाही जास्त आनंद झालाय मला." गेटानोने कौतुकाने हातातल्या त्या काळ्या रंगाच्या उत्कृष्ट हत्यारावर हात फिरवला. हे हत्यार कोरे करकरीत आहे हे उघड दिसत होते. त्याची नळी जरी चारच इंच लांब असली तरी सायलेन्सरमुळे ती दहा इंच लांब झालेली दिसत होती.

कारच्या आसपास कोणीही नाही याची खात्री करून घेत गेटानोने जवळच्या गाडीच्या दिशेने नळी रोखली आणि क्षणभर लेसर झोत टाकणारे बटन दाबले. पन्नास फूट अंतरावर असणाऱ्या गाडीच्या मागच्या बंपरवर लाल ठिपका चमकताना दिसला. हत्यार पाहून गेटानो फारच खुशीत आला. पण अचानक त्याच्या लक्षात आले की दस्त्यामध्ये मॅगझीन नव्हते.

"मॅगझीन कुठंय?" गेटानोने विचारले. मॅगझीन शिवाय हत्याराचा काही उपयोग नव्हता.

रॉबर्ट गाडीतल्या अंधुक प्रकाशात हसलेला दिसला. त्याचे दात मोत्यांप्रमाणे चमकले. त्याने डाव्या खिशावर थोपटले. "हे इथं आहे मॅन. सगळं काही व्यवस्थित आहे. इतकंच नाही तर एक जास्तीचं देखील."

"उत्तम." गेटानोला सुटल्यासारखे वाटले. त्याने हात पुढे केला.

"इतक्या घाईनं नाही." रॉबर्ट म्हणाला, "ह्या गोष्टीचा मला स्वत:ला काहीतरी फायदा व्हायला हवा. घरात बसून थंड बियर घेणं सोडून मी उगाच इथं आलो नाही. मला काय म्हणायचं आहे ते समजतंय ना?"

काही क्षण गेटानो त्या माणसाकडे रोखून पाहत होता. अंधारात त्याचे डोळे एखाद्या घाणेरड्या ब्लँकेटमध्ये गोळीमुळे पडलेल्या दोन भोकांसारखे दिसत होते. गेटानोला त्याची युक्ती लक्षात आली. कदाचित ती कल्पना त्याच माणसाची होती. गेटानोला एक क्षणभर त्याचे डोके पकडून स्टिअरिंग व्हीलवर आपटावे असे वाटले. त्यामुळे आपली गाठ कोणाशी आहे ते त्याला कळले असते. पण त्याने तो विचार दूर सारला. त्या माणसाकडे आणखी एखादे पिस्तूल असण्याची शक्यता

होती आणि त्यामुळे गोंधळ उडू शकत होता. त्याला आपल्या ह्या ट्रिपच्या सुरुवातीस असे घडणे परवडणारे नव्हते. त्यापेक्षाही महत्त्वाचे म्हणजे ह्या माणसाचे मायामीमधील कोलंबियन लोकांशी काय संबंध होते त्याची गेटानोला कल्पना नव्हती. लुईने ह्याच कोलंबियन लोकांमार्फत पिस्तूल मिळवण्याची व्यवस्था केली होती. तो कामगिरीवर असताना कोणीतरी माणसांनी विशेषत: कोलंबियन लोकांनी त्याच्या मागे लागावे हे त्याला अजिबात परवडणारे नव्हते.

गेटानोने घसा खाकरून साफ केला. त्याच्या जवळ भरपूर रोख रक्कम होती. अशा कामामध्ये रोख रक्कमच जवळ बाळगावी लागते. ''रॉबर्ट, मला वाटतं, तुला तुझ्या कामासाठी थोडाफार मोबदला मिळायला हवाच. तुझी काय अपेक्षा आहे?''

''शंभराची नोट चालेल.''

गेटानोने काहीही न बोलता आपला मोकळा हात उजव्या खिशात घातला. आपली रॉबर्टवरची नजर हलू न देता त्याने आतल्या आत गड्डयातून एक नोट मोकळी केली आणि ती रॉबर्टपुढे धरली. रॉबर्टने मग त्याला मॅगझीन्स दिली. त्यामधले एक त्याने दस्त्यामध्ये योग्य जागी बसवले. त्याचा क्लिक असा आवाज झाला. रॉबर्टवरच त्या रिव्हॉल्वरची चाचणी घेण्याचा अनिवार होणारा मोह आवरून गेटानो गाडीतून बाहेर पडला. त्याने राखीव मॅगझीन जाकीटाच्या खिशात सरकवले.

''हे मॅन! तुला शहरात जायला लिफ्ट हवी का?''

''थँक्स. पण माझ्याकडे माझी गाडी आहे.'' गेटानो गाडीत डोकावत म्हणाला. त्याने रिव्हॉल्वर डाव्या खिशात सरकवले. सायलेन्सरची नळी नीट बसवण्यासाठी त्याने पॅन्टच्या खिशाला खाली मुद्दाम भोक पाडून घेतलेले होते. ही युक्ती त्याने न्यूयॉर्कच्या एका फॅमिलीसाठी काम सुरू केले तेव्हा शिकून घेतली होती. पॅन्टच्या खिशाला अशा प्रकारचे कायमचे भोक ठेवण्याचा तोटा एवढाच होता की त्या खिशात काहीही ठेवायचे नाही हे मुद्दाम शिकावे लागले होते. आपल्या भाड्याने घेतलेल्या गाडीच्या दिशेने जाताना सायलेन्सरची नळी त्याच्या मांडीला घासत होती. त्याच्या दृष्टीने तो स्पर्श एखाद्या सुंदरीच्या हस्तस्पर्शासारखा होता.

वीस मिनिटांनंतर गेटानोची चेरोकी गाडी ओशन क्लब हॉटेलच्या पार्किंग लॉटमध्ये शिरली. ह्या दरम्यान रॉबर्टने मध्येच पैसे उकळण्याच्या केलेल्या प्रयत्नांमुळे आलेला राग शांत झाला होता. गेटानोने खिडकी उघडी ठेवून एअर कंडिशनर बंद केला होता. संध्याकाळची उबदार हवा त्याला सुखद वाटत होती. पार्किंग लॉटमध्ये शिरल्यावर त्याने गिरकी मारून योग्य जागा शोधली. सावज टिपल्यानंतर त्याला ताबडतोब तिथून निघून जाण्याची तरतूद करणे आवश्यक होते.

गाडीतून उतरण्याअगोदर गेटानोने आरशात पाहून भुवईचे केस ठाकठीक केले. जाकिटाच्या कडा साफसूफ केल्या. आपण हॉटेलात वावरताना व्यवस्थित दिसलो

पाहिजे याची त्याला जाणीव होती. स्वत:चे समाधान झाल्यावर तो गाडीतून बाहेर पडला आणि किल्ल्या उजव्या खिशात टाकल्या. लगेचच चाचपून त्या तिथेच असल्याची पुन्हा खात्री करून घेतली. काम उरकल्यावर किल्ल्या शोधत बसणे त्याला परवडणारे नव्हते.

गेटानो १०८ नंबरचा स्यूट असणाऱ्या इमारतीकडे आला. रात्रीचे साडेआठ वाजले होते. प्राध्यापक आणि टोनीची बहीण जेवणासाठी गेले असणार याची त्याला कल्पना होती. तरीदेखील त्याने अगोदर ते त्यांच्या स्यूटमध्ये नाहीत ना याची खात्री करून घ्यायचे ठरवले होते.

गेटानो १०८ नंबरच्या स्यूटपाशी आला. त्याला आता आतले दृश्य स्पष्ट दिसत होते. ते पाहून तो थक्क झाला. आतले सगळे दिवे चालू होते. पडदे सरकवलेले होते. इतकेच नव्हे तर प्राध्यापक आणि त्याची गर्लफ्रेंड चक्क तिथे होते. आपले काम इतक्या सहजासहजी संपून जाण्याची शक्यता त्याला वाटत नव्हती. त्याचा आपल्या सुदैवावर विश्वास बसेना. त्याच्या हृदयाची धडधड वाढली. त्याने एकदोनदा डोळे मिचकावून पाहिले. आणखी खात्री करून घेण्यासाठी तो लॉनवरून आणखी पुढे सरकला. त्याचा हात डाव्या खिशातील रिव्हॉल्वरवर गेला. अचानक त्या दृश्यात काहीतरी चमत्कारिक आहे याची त्याला जाणीव झाली. टी.व्ही. चालू होता आणि प्राध्यापक व त्याची गर्लफ्रेंड इकडेतिकडे वावरत होते. मध्येच त्यांनी एक ब्लॅंकेट झटकले. मग मात्र गेटानोला त्या दृश्यातला विचित्रपणा लक्षात आला. ते दोघे त्याची सावजे नसून साफसफाई करणारे कर्मचारी होते. गेटानोने एक शिवी हासडली आणि वैतागून डोके हालवत सुस्कारा टाकला.

काही मिनिटे गेटानो अंधारात उभा राहिला. झाले ते चांगलेच झाले असा विचार त्याच्या मनात आला. इतक्या सहजपणे सावज टिपून झाले असते तर सावजाचा माग काढण्यामधला थरार त्याला अनुभवता आला नसता. गेटानो वळला आणि हॉटेलच्या रेस्टॉरंटच्या दिशेने निघाला. जर प्राध्यापक आणि त्याची गर्लफ्रेंड जेवणासाठी हॉटेलच्या बाहेर गेले नसतील तर ते तिथेच असण्याची शक्यता होती.

गेटानो पहिल्या रेस्टॉरंटपाशी आला. ह्या रेस्टॉरंटची फ्रेंच पद्धतीची दारे महासागराच्या दिशेने उघडत होती. तो आता इतका जवळ पोहोचला होता की त्याला आपले आवाज स्पष्ट ऐकू येत होते. गेटानो भराभरा समोरून चालत पुढे गेला. प्राध्यापकाने त्याला ओळखले तर हॉटेलच्या सुरक्षा यंत्रणेला आणि कदाचित पोलिसांनाही तो कळवण्याची शक्यता होती. तो आत शिरला आणि दारापाशी टेबल मिळण्याची वाट पाहणाऱ्या जोडप्यांच्या घोळक्यात उभा राहून त्याने भराभरा आत नजर फिरवली. आपल्याला हवे ते दोघे आत नाहीत याची खात्री पटताच तो आला तसाच वेगाने बाहेर पडला.

दुसरे रेस्टॉरंट जरासे वेगळे होते. त्यात मध्यभागी बार होता. गेटानो पहिल्या ट्रिपच्यावेळी इथे येऊन गेला होता. गेटानोने काळजीपूर्वक बार आणि टेबलांच्या मधल्या जागेतून चक्कर मारली, प्राध्यापक तिथेही नव्हता. गेटानोने आता मुख्य रिसेप्शन विभागाजवळच्या त्याच कोचावर बसायचे ठरवले. त्या जागी फळे असावीत असा विचार त्याच्या मनात आला. दोन रेस्टॉरंटमध्ये फिरताना आलेल्या खमंग वासांनी त्याची भूक खवळली होती.

गेटानो रिसेप्शन डेस्कच्या भागात आला. कोचावर काही जण दुर्दैवाने त्याअगोदरच बसले होते. गेटानो मग बारपाशी आला. योगायोगाने त्या ठिकाणी आदल्या वेळेचाच बार टेंडर उभा होता.

"हे!" बार टेंडर हात पुढे करत म्हणाला, "बरेच दिवस दिसला नाही!"

रोज किती लोकांना पाहत असूनही त्या बार टेंडरने आपल्याला ओळखले म्हणून गेटानो किंचित वैतागला. गेटानो फिक्कट हसला. त्याने त्या बार टेंडरशी हस्तांदोलन केले आणि टेबलावरच्या बशीतून थोडे शेंगदाणे घेतले. तो बार टेंडर पूर्वी न्यूयॉर्कला राहत होता. त्यामुळे मागच्या भेटीच्या वेळी दोघांमध्ये त्या विषयावर गप्पा झाल्या होत्या.

"मी काही आणू का तुमच्यासाठी?"

गेटानोला रिसेप्शन विभागाच्या दारापाशी एकजण आलेला दिसला. गडद रंगाचा साधा सूट घातलेला तो माणूस सुरक्षा कर्मचारी आहे हे गेटानोच्या लक्षात आले. कारण त्याच्या डाव्या कानात इयरपीस होता.

"कोक दिलास तर उत्तम." गेटानो आपण निवांत आहोत असे भासवत म्हणाला. तो सायलेन्सरची नळी विचित्रपणाने पुढे येणार नाही याची काळजी घेत एका स्टूलावर अर्धवट बसला आणि पुढे म्हणाला.

"बर्फ आणि थोडे लेमन मिसळले तर फारच मजा येईल."

"आत्ता आणतो बघा." बार टेंडरने कोकमध्ये लिंबू पिळले आणि त्याने ग्लास गेटानोपुढे सरकवला, "तुमचे मित्र अजून हॉटेलमध्ये आहेत का?" गेटानोने मान डोलावली, "ते मला आज रात्री इथं भेटणार होते. पण ते त्यांच्या खोलीत नि रेस्टॉरंटमध्येही दिसत नाहीत."

"तुम्ही कोर्टयार्डमध्ये पाहिलंत का?"

"म्हणजे काय?" गेटानोने विचारले. त्याला सुरक्षा कर्मचारी बाहेर निघून जाताना दिसला.

"कोर्टयार्ड हे आमचे सर्वात चांगले रेस्टॉरंट आहे. ते फक्त रात्रीच्या जेवणासाठीच उघडे असते."

"ते कुठं आहे?"

“रिसेप्शन डेस्कच्या पुढे जा आणि डावीकडे वळा. हा भाग खरोखरच जुन्या हॉटेलचे मागचे आवार होता.”

“मी तिकडे जाऊन बघतो.” गेटानो म्हणाला. त्याने खिशातून एक नोट काढून ती काऊंटरवर ठेवली. त्यावर हलकेच थोपटत तो म्हणाला, “थँक्स बडी!”

“नो प्रॉब्लेम.” नोट खिशात सरकवत बार टेंडर म्हणाला.

बार टेंडरने सांगितल्याप्रमाणे गेटानो एका दरवाज्यातून बाहेरच्या एअर कंडिशन नसलेल्या उघड्या रेस्टॉरंटमध्ये आला. त्या मोकळ्या जागेत मध्यभागी एक कारंजे होते आणि पामची अनेक झाडे होती.

“काही मदत हवी का?” गेटानोला पाहून तिथल्या एका होस्टेसने विचारले. तिने झगझगीत प्रिंट असलेल्या कापडाचा तंग पोशाख घातला होता. गुडघ्यापर्यंत असणारा तो पोशाख इतका तंग होता की चालताना तो कमरेपर्यंत वर सरकत असावा असे गेटानोला वाटले.

“मी फक्त पाहतोय.” गेटानो स्मितहास्य करत म्हणाला, “ही जागा फारच सुंदर आहे.”

त्या रेस्टॉरंटमध्ये बराचसा प्रकाश हॉटेलच्या मुख्य इमारतीमधून येत होता. पण अनेक टेबलावर ठेवलेल्या मोठ्या मेणबत्या आणि चंद्रप्रकाशात तो भाग खरोखरच सुंदर दिसत होता.

“जर तुम्हाला इथं एखाद्या संध्याकाळी यायची इच्छा असेल तर अगोदर रिझर्वेशन करावे लागेल. आज संध्याकाळी अजिबात जागा शिल्लक नाही.”

“ठीक आहे. मी हे लक्षात ठेवीन. पण मी जरा थोडं पाहिलं तर काही हरकत नाही ना?”

“जरूर पाहा.” त्या होस्टेसने गेटानोला पुढे जाण्यासाठी खूण केली. गेटानोला वरच्या मजल्याकडे जाणारा जिना दिसला. तेथून खालचे दृश्य चांगले दिसेल असा अंदाज बांधून गेटानो पहिल्या मजल्यावर आला. खाली काही होस्टेस उभ्या होत्या. त्या जागेच्या अगदी वरच्या बाजूला फर्निचर बाजूला करून तयार केलेल्या मोकळ्या जागेत काही वादक बसलेले दिसले. गेटानो बाल्कनीच्या कठड्यावरून हात फिरवत सावकाश चालत निघाला. आता त्याला खाली बसलेल्या लोकांचे चेहेरे व्यवस्थित दिसत होते. त्याने फेरी मारून येण्याचा विचार केला होता. एवढ्यात तो जागच्या जागी उभा राहिला. पूर्वीप्रमाणेच त्याच्या अंगावर रोमांच येऊन केस ताठ झाले. अवघ्या पन्नास फुटांवर एका फुलांनी बहरलेल्या ओलँडरच्या झुडपामागे एका टेबलाशी प्राध्यापक बसलेला त्याला दिसला. तो जोरजोरात काहीतरी बोलत होता. त्याच्याकडे पाठ असल्याने गेटानोला स्टेफनीचा चेहेरा दिसत नव्हता. गेटानो ताबडतोब मागे झाला. आता खेळाला खरी सुरुवात झाली होती.

गेटानोला आता त्याचे सावज दिसले होते. त्याच्या हातात रायफल नव्हती, नाहीतर तो त्या प्राध्यापकाला सहज तिथूनच उडवू शकत होता. पण अगदी लेसरने सज्ज असूनही त्याच्या हातातल्या रिव्हॉल्वरने तेवढ्या अंतरावरून नेम साधणे ही फार कठीण गोष्ट आहे ह्याची त्याला कल्पना होती.

गेटानोने वाट पाहण्याचे ठरवले. जेवण पूर्ण झाले की प्रेमिकांची ती जोडी अंधारातून चालत जाताना त्याला सहज सापडणार होती. त्याने वादक बसले होते ती जागा निवडली, कारण तेथून त्याला ती जोडी उठून उभी राहिल्यावर सहज दिसणार होती. शिवाय सुरक्षा कर्मचाऱ्यांपैकी कोणी आलेच तर त्यांना तो संगीत ऐकत बसला आहे असेच वाटणार होते.

स्वत:वर ताबा मिळवण्यासाठी डॅनियलने डोळे चोळले. त्याच्या चेहेऱ्यावर अत्यंतिक चीड होती. स्टेफनीचा चेहेराही क्रुद्ध झालेला दिसत होता. "मी एवढंच म्हणतोय की तो सुरक्षा कर्मचारी किंवा त्याचं काय नाव असेल तो, त्याने तुझी झडती घेतली असं मला सांगितलं, तू मनाई असलेल्या भागात शिरली होतीस, तेव्हा हे होणं अपेक्षितच होतं."

"त्याचं नाव कुर्ट हेरमान आहे!" स्टेफी तिरस्काराने म्हणाली, "आणि मी तुला सांगते की त्यानं मला अतिशय वाईटपणे वागवलं. मी अतिशय घाबरले होते."

"बरं. त्यानं तुझ्या अंगाला हात लावला आणि तुझी झडती घेतली. ह्या दोन्हीमध्ये फरक कुठं करणार ते मला समजत नाही. पण मुळातच तू त्या एग रूममध्ये जायला नको होतं. तू स्वत:हून हे ओढवून घेतलंस!"

स्टेफनीने आ वासून डॅनियलकडे पाहिले. डॅनियल असे काही बोलेल याची अपेक्षा नसल्याने ती गांगरून गेली होती. तो ह्या अगोदर कधीही इतक्या वाईट तऱ्हेने बोललेला नव्हता. अचानक स्टेफनी खुर्ची मागे सरकवत उठून उभी राहिली. खालच्या काँक्रीटवर त्या लोखंडी खुर्चीचा मोठा आवाज झाला. डॅनियलने तात्काळ पुढे होत तिचा दंड धरला.

"कुठं निघालीस?"

"माहिती नाही!" स्टेफनी फटकारत म्हणाली, "मला आत्ता इथून जायचंय."

काही क्षण दोघे एकमेकांकडे रागाने पाहत होते. डॅनियलने स्टेफनीचा दंड धरून ठेवला होता आणि स्टेफनीनेही तो सोडवून घेण्याचा प्रयत्न केला नाही. आजूबाजूच्या टेबलावरचे लोक गप्प झाले असल्याची जाणीव दोघांना झाली. त्यांनी इकडेतिकडे नजर टाकली तर सर्वजण त्यांच्याकडेच बघत आहेत हे त्यांना दिसले.

काही वेटर तर मध्येच थबकून त्यांच्याकडे पाहत होते.

मनात प्रचंड खळबळ असूनही स्टेफनी खाली बसली. डॅनियलने अजूनही तिचा दंड सोडलेला नव्हता. फक्त त्याने पकड सैल केली होती.

"मला मी शेवटी म्हणालो ते म्हणायचं नव्हतं. मी चिडलोय त्यामुळे असं म्हणालो, म्हणजे माझ्या तोंडून तसं चुकून निघालं. तुझा विनयभंग व्हावा असं तू काही वागली नाहीस.''

स्टेफनीचे डोळे रागाने जळत होते, "तुझं म्हणणं मला त्या लोकांसारखं वाटलं, जे म्हणतात की विशिष्ट पेहेराव केल्यामुळे किंवा वागण्याने बलात्काराच्या शिकार झालेल्या स्त्रिया ते ओढवून घेत असतात.''

"मुळीच नाही.'' डॅनियल म्हणाला, "मी चुकून ते बोलून गेलो इतकंच. तू एग रूममध्ये गेल्यामुळे हा एवढा मोठा घोटाळा झाला म्हणून मला राग आला. आपण काही चमत्कारिक वागून घोटाळा करणार नाही असं तू वचन दिलं होतंस.''

"मी वचन वगैरे काही दिलं नव्हतं.'' स्टेफनीने तात्काळ प्रत्युत्तर दिले. पण तिच्या आवाजाची धार चांगली कमी झाली होती, "मी म्हणाले होते की मी प्रयत्न करीन. आता माझी सद्सद्विवेकबुद्धी सतत माझं मन कुरतडत आहे. माझ्या मनात जी शंका होती ती सिद्ध करण्यासाठी मी एग रूममध्ये शिरले होते. मला वाटलं तसंच आहे. हे लोक स्त्रियांना गरोदर करून निश्चितपणे गर्भातल्या अंडाशयांसाठी गर्भपात घडवून आणतात.''

"तू हे ठामपणे कसं म्हणू शकतेस?''

"मी पक्का पुरावा पाहिला आहे.''

"ठीक आहे. पण हे आपण एकमेकांवर न ओरडता बोलू शकणार नाही का?'' डॅनियल आजूबाजूच्या टेबलांकडे पाहत म्हणाला. लोक पुन्हा आपापल्या संभाषणात गर्क झाले होते.

"तू एक सेकंदापूर्वी जे काही बोललास ते थांबवलं नाहीस तर शक्य नाही.''

"मी प्रयत्न करतो.''

स्टेफनीने डॅनियलकडे रोखून पाहिले. त्याचे अखेरचे वाक्य मुद्दामच पडते घेतल्यासारखे भासवण्यापुरते आहे की काय हे ती ताडायचा प्रयत्न करत होती. जाणीवपूर्वक तो तिची टर उडवण्यासाठी तिचेच शब्द वापरतो आहे असे तिला वाटले. तिला ह्या दोन्हीपैकी एक गोष्ट असणार असे निश्चित वाटू लागले होते.

"कम ऑन!'' डॅनियल म्हणाला, "तुझा हा पक्का पुरावा काय आहे ते सांग.''

स्टेफनी अजून डॅनियलकडे रोखून पाहत होती. गेल्या सहा महिन्यात डॅनियलमध्ये बदल झाला आहे की काय हे तिला कळेना. की मुळातच स्वत:चे काम सोडून त्याला कशाबद्दल काही वाटत नाही. असा विचार तिच्या मनात डोकावला.

स्वत:वर ताबा मिळवण्यासाठी तिने क्षणभर नजर बाजूला वळवली. तिथे तसे भांडत बसून किंवा तिने आपला मुद्दा सोडल्याने काहीही साध्य होणार नव्हते. एक खोलवर श्वास घेऊन ती डॅनियलकडे वळली आणि मग त्याला सर्वकाही सांगितले. तिने लेजरमधील नोंदीविषयी सविस्तर माहिती दिली. तिचे सांगून झाल्यावर दोघे एकमेकांकडे पाहत होते. त्यांचे जेवण समोर तसेच अर्धवट पडले होते. अखेर डॅनियलने शांततेचा भंग केला.

"बरं, तर तुझं म्हणणे बरोबर आहे. आपली भूमिका योग्य आहे हे कळल्यामुळे तुला थोडंफार समाधान मिळालं का?"

"बिलकुल नाही!" स्टेफनी उपहासाने हसत म्हणाली. "प्रश्न असा आहे की आपल्या जवळची माहिती वापरून आपण पुढं काय करू शकतो." डॅनियल टेबलाकडे नजर लावून हातातल्या काट्याचमच्यांशी चाळा करू लागला, "मी ह्या कडे असं पाहतोय, अंडपेशी कुठून येतात हे कळण्याअगोदरच आपण त्या आपल्या कामासाठी वापरायच्या असं ठरवलं होतं."

"हा!" स्टेफनी टर उडवत म्हणाली, "ही सबब फार सोईस्कर आहे. आणि वारा येईल तशी पाठ फिरवण्याचं नमुनेदार उदाहरण!"

डॅनियलने वर पाहिले, "आपण आपलं काम पूर्ण करण्याच्या अगदी जवळ आलो आहोत." डॅनियल प्रत्येक शब्द सावकाश उच्चारत म्हणाला, "आपण उद्या पेशींच्या विभेदनाला सुरुवात करणार आहोत. विनगेट क्लिनिकमध्ये जे काही चाललं आहे त्यामुळे मी माझं काम थांबवणार नाही. तुला अपमानास्पद वागणूक मिळाली याचं मला वाईट वाटतं. मला मारहाण झाली म्हणूनही मला वाईट वाटतं. ही काही सहल नाही हे खरं. पण बटलरवर उपचार करणं सोपं नाही हे आपल्याला पहिल्यापासून माहिती होतं. विनगेट चालवणारे लोक अनैतिक आणि हीन प्रवृत्तीचे बदमाष आहे हे देखील आपल्याला माहिती होतं. असं असूनही आपण पुढे जायचं ठरवलं. तेव्हा प्रश्न असा आहे की तू या नंतर माझ्याबरोबर असशील की नाही?"

"मी तुला एक प्रश्न विचारते." स्टेफनी डॅनियलकडे झुकत आवाज कमी करत म्हणाली, "बटलरचे उपचार पूर्ण होऊन आपण परत गेलो आणि क्युअर कंपनी वाचली म्हणजे सर्वकाही छानछान होईल. मग आपण गुप्तपणाने विनगेट क्लिनिकमध्ये काय चाललंय ते बहामाच्या अधिकाऱ्यांना कळवायचं का?"

"ते अवघड ठरेल." डॅनियल म्हणाला, "तुला कुर्ट हेरमानच्या खासगी कोठडीतून सोडवण्यासाठी मी एका गुप्तता राखण्याच्या करारावर सही केली आहे. त्यामुळे तू सुचवतेस ते करणं अशक्य आहे. मला तुझी ताबडतोब सुटका करणं सर्वात महत्त्वाचं वाटलं. आपण ज्यांच्याबरोबर काम करतोय ते चमत्कारिक असले तरी मूर्ख नाहीत. त्या करारात आपण विनगेटमध्ये नेमकं काय करतोय ते त्यांनी

लिहून घेतलं आहे. म्हणजेच आपण त्यांचं गुपित फोडलं तर ते आपलं गुपित फोडतील. त्यामुळे बटलरवर उपचार करून आपण जे काही साध्य करायचा प्रयत्न करतोय त्या सगळ्यावर पाणी पडेल.''

स्टेफनीने अद्याप स्पर्श न केलेल्या वाईनचा ग्लास हळूहळू फिरवला.

''आपण असं केलं तर? बटलर बरा झाला की कदाचित त्याला हे सारे गुप्त राखण्याची गरज भासणार नाही.''

''हे घडण्याची शक्यता आहे.''

''त्यावेळी निदान आपण एवढं म्हणू शकू की आपण त्या महत्त्वाच्या विषयावरील चर्चा सुरू केली आहे.''

''शक्य आहे.'' डॅनियल पुन्हा म्हणाला. ''कदाचित आपण कल्पना न केलेल्या गोष्टी घडून येऊ शकतात.''

''आत्तापर्यंत घडलेल्या सर्व प्रकरणाचे हे वर्णन अगदी योग्य आहे म्हणा. आपण जे ठरवलं तसं काही अजिबात घडत गेलं नाही.''

''हे म्हणणं मात्र बरोबर नाही. आपण ठरवल्याप्रमाणे तुझ्यामुळे पेशींचं काम अगदी व्यवस्थित झालं. बटलर इथं येईल तेव्हा जरी एकाच पेशी-मालिकेची गरज असली तरी आपल्याजवळ दहा तशा मालिका तयार असतील. मला आता तुझ्याकडून एवढंच हवं आहे की तू उरलेलं काम पूर्ण करून नसाऊमधून निघून जाण्यासाठी माझ्याबरोबर तू राहणार आहेस की नाही?''

''माझी अजून एक मागणी आहे.''

''अच्छा?''

''तू स्पेन्सर विनगेटला हे स्पष्टपणाने सांगायला हवंस, की माझ्याकडे वाईट नजरेने त्यानं पाहू नये. तो मला भलतंसलतं सुचवत असताना तू गप्प का बसतोस? मला त्याची लाज वाटते. तू हा विषय देखील कधी काढला नाहीस.''

''मी फक्त गाजावाजा होऊ नये एवढाच प्रयत्न करतोय.''

''गाजावाजा? ह्याचा अर्थच मला समजत नाही! तुझ्या बाबतीत शीला डोनाल्डसन असं करत असती तर मी तुझ्या पाठीशी उभी राहिलीच असते.''

''स्पेन्सर विनगेट हा एक अत्यंत अहंकारी आत्मकेंद्रित महामूर्ख आहे. आपण म्हणजे स्त्री जातीला मिळालेले वरदान आहोत अशी त्याची पक्की समजूत आहे. कोणताही कटु प्रसंग न उद्भवतादेखील तू त्याचा योग्य तो बंदोबस्त करू शकतेस असं मला वाटलं.''

''कटू प्रसंग तर अगोदरच घडलेला आहे आता. तो सतत आक्रमकपणे माझ्या मागे लागलेला आहे. आता तर त्याची मला स्पर्श करण्याइतकी मजल गेली आहे. कदाचित आजच्या ह्या प्रसंगानंतर ते कमी होईल. मला ह्या स्पेन्सरच्या बाबतीत तुझा

पाठिंबा हवा आहे. ओके?''

"ओके! ओके! ठीक आहे.'' डॅनियल म्हणाला, "झालं का तुझं सगळं बोलून? आपण आता बटलरवरचे हे उपचार पूर्ण करायचे का?''

स्टेफनीने मान डोलावली, "होय.'' स्टेफनीच्या स्वरात उत्साहाचा लवलेश दिसत नव्हता.

डॅनियलने केसातून अनेकदा बोटे फिरवली. त्याने गाल फुगवून छातीत हवा भरून घेतली आणि फुग्यातून हवा सोडल्याप्रमाणे त्याने मोठा निश्वास टाकला. तो फिक्कटपणे हसला, "मी मघाशी जे काही बोललो त्याबद्दल मी दिलगिरी व्यक्त करतो. तुला कोठडीत अडकवून ठेवलंय हे कळल्यापासून माझं मन थाऱ्यावर नव्हतं. तुझ्या तशा नाक खुपसण्यामुळे आपल्याला विनगेटमधून हाकलून देणार असंच मला वाटू लागलं होतं. आणि आपण यशाच्या अगदी जवळ आलो असताना.''

स्टेफनी विचार करू लागली. आपण स्वत: किती आत्मकेंद्रित आहोत याचा विचार कधीतरी डॅनियलच्या मनात डोकावतो का असा तिला प्रश्न पडला होता, "तू मुळात असं सुचवतो आहेस का की मी एग रूममध्ये जायला नको होतं?''

"अजिबात नाही.'' डॅनियलने कबूल केले, "तुला जे हवं ते तू केलंस असं मी समजतो. अखेर आपला हा प्रकल्प रेंगाळणार नाही याचं मला समाधान वाटतंय. पण ह्या प्रसंगाने मला आणखी एक गोष्ट जाणवली. आपण आपल्या कामात एवढे बुडून गेलो होतो की जेवणाखेरीज आपण एकही क्षण इतर काही करण्यासाठी दवडला नाही.'' डॅनियलने खुर्चीच्या पाठीवर डोके टेकले आणि ओंजळीच्या फटीतून आकाशातल्या ताऱ्यांकडे पाहत म्हणाला, "आपण ऐन हिवाळ्यात इथं बहामात आहोत आणि आपण अजून त्याचा कसलाही फायदा घेतलेला नाही.''

"तुला नेमकं कशाबद्दल तरी सुचवायचं आहे का?'' स्टेफनी डॅनियलच्या बोलण्याने कधीतरी अशी चकित होत असे.

"होय.'' डॅनियल म्हणाला आणि हातातला नॅपकिन डिशमध्ये टाकत म्हणाला, "आपल्या दोघांनाही फारशी भूक दिसत नाही. आपण दोघेही कंटाळून गेलो आहोत. आपण चंद्रप्रकाशात जरा भटकलो तर कसं होईल? हॉटेलची बाग आहेच. शिवाय आपण दूरून पाहिलेला तो मध्ययुगीन मठ देखील पाहता येईल. ते पाहणं फारच संयुक्तिक ठरेल कारण मध्ययुगात खऱ्या जगातल्या संकटांपासून वाचण्यासाठी लोक अशाच मठांमध्ये आश्रय घेत असत.''

स्टेफनीने आपला नॅपकिनही टेबलावर ठेवला. जरी ती त्यावेळी डॅनियलच्या बोलण्यामुळे क्षुब्ध झाली असली आणि त्यांच्या पुढील काळातील संबंधांविषयी तिच्या मनात काही प्रश्न उद्भवत असले तरी तिला त्याच्या धारदार बुद्धीमुळे हसू आले. त्याच्या बुद्धिमत्तेमुळेच तर स्टेफनी त्याच्याकडे आकर्षित झाली होती. ती उभी

राहिली, ''तुझी ही सूचना गेल्या सहा महिन्यांमधली सर्वोत्तम आहे.''

''हे फारच छान झालं!'' गेटानो स्टेफनी आणि डॅनियलला उठलेले पाहून स्वत:शी म्हणाला. त्याला ती जोडी होस्टेसच्या डेस्कपासून जाईल असे वाटत होते, पण त्या दोघांनी नेमकी विरुद्ध दिशा पकडली. गेटानोने एक शेलकी शिवी हासडली. जेव्हा सर्वकाही नियंत्रणात आहे असे वाटत असतानाच अचानक काहीतरी उलटेपालटे होत असे. गेटानोने वादकांच्या प्रमुखाकडे पाहिले. त्यालाही गेटानो फार मन लावून ऐकत बसला आहे म्हणून आनंद वाटत होता. गेटानोने त्याच्याकडे पाहून स्मितहास्य केले आणि तो उठून उभा राहिला.

सुरुवातीला बाल्कनीतून जाताना आपण घाईत नाही हे दाखवण्यासाठी गेटानो नेहमीच्या वेगाने चालत गेला. पण वादकांपासून जरा दूर झाल्यावर मात्र तो वेगाने पायऱ्यांवरून खाली आला. प्राध्यापक आणि त्याची गर्लफ्रेंड पोहण्याच्या तलावाकडे असणार हे ओळखून तो त्या दिशेने गेला. तो आला होता तो भाग अर्धवट अंधारात होता. त्या भागात असलेल्या व्हिलांच्या दारांमधून प्रकाशाचे काही झोत पडत होते. बऱ्याच भागात पाम झाडांची सावली पडलेली होती.

गेटानोला मागच्या वेळी या भागात आल्याने रस्ता माहिती होता. तो भराभरा चालत पुढे जात होता. तलाव आणि बाजूचा स्नॅकबार आता बंद झाला असणार हे लक्षात येताच तो खूश झाला. आता त्याचे सावज त्याला हव्या त्या ठिकाणी गाठता येणार होते.

गेटानोला प्राध्यापक आणि टोनीची बहीण ओझरती दिसली. गेटानो वेगाने पुढे झाला आणि त्याने कठड्यापाशी जात खाली पाहिले. त्याच्या अपेक्षेप्रमाणे तलाव बंद होता. पण पाचूसारख्या दिसणाऱ्या तलावाच्या बाजूने त्याला हवी असणारी जोडी चालत जाताना दिसली. ते आता अंधार असलेल्या बागेकडे जात होते. गेटानो ते पाहून खूष झाला. ''माझा ह्यावर विश्वासच बसत नाही.'' तो मनाशी म्हणाला. प्राध्यापक आणि ती पोरगी आता दूरवर दिसणाऱ्या मध्ययुगीन मठाच्या दिशेने निघाले आहेत हे त्याच्या लक्षात आले. चंद्रप्रकाशात ते मठाचे अवशेष उंचावर स्पष्ट दिसत होते. गेटानोने खिशातल्या थंड रिव्हॉल्वरच्या मुठीवर हात ठेवला. त्याच्या मनामध्ये प्राध्यापकाच्या कपाळावर चमकणाऱ्या लेसरच्या लालबिंदूची प्रतिमा तरळली. आपण लवकरच ट्रिगर दाबणार आहोत ह्या भावनेने गेटानो शहारला.

◆

२१

सोमवार, ११ मार्च २००२
रात्री ९ वाजून ३७ मिनिटे

''मला हा पुतळा साधारणपणे ओळखता येतोय.'' डॅनियल म्हणाला,

''हा प्रसिद्ध आहे का?''

डॅनियल आणि स्टेफनी उत्तम निगा राखलेल्या हिरवळीवर उभे होते आणि एका संगमरवरी नग्न पुतळ्याकडे पाहत होते. व्हर्सायच्या बागांपासून स्फूर्ती घेतली आहे असे वाटणाऱ्या हॉटेलच्या त्या किंचित अंधार असलेल्या बागेतला तो पुतळा चांगलाच चमकत होता. तिथे पडणाऱ्या निळसर चंदेरी प्रकाशात गडद जांभळ्या रंगाच्या सावल्या पडत होत्या.

''मला वाटतं हा पुतळा कानोव्हाच्या अनेक कलाकृतींपैकी एका कलाकृतीची प्रतिकृती आहे.'' स्टेफनी म्हणाली, ''तेव्हा तसं बघितलं तर हा पुतळा प्रसिद्धच म्हणायला हवा. माझा अंदाज बरोबर असेल तर ही मूळ कलाकृती रोमच्या बोर्गीज म्युझियममध्ये आहे.''

डॅनियलने तिच्याकडे चकित नजरेने पाहिले. पण स्टेफनीचे त्याच्याकडे लक्ष नव्हते. ती त्या नग्न स्त्री प्रतिमेच्या मांडीवर हळुवारपणे बोट लावून पाहत होती. ''त्या चंद्रप्रकाशात संगमरवर अगदी खऱ्याखुऱ्या त्वचेसारखा वाटतोय हे किती विलक्षण आहे.''

''पण तुला हा कानोव्हा का कोण जो असेल त्याच्या पुतळ्याची ही प्रतिकृती आहे हे कळलं तरी कसं?''

''अॅन्टोनियो कानोव्हा हा अठराव्या शतकामधला नवअभिजात परंपरेतला सुप्रसिद्ध इटालियन शिल्पकार होता.''

''मी हे ऐकून थक्क झालोय.'' डॅनियल अविश्वासाने म्हणाला, ''तुला ह्या असल्या तपशिलांची माहिती कशी काय असते? की ही माहिती तू हॉटेलच्या ब्रोशरमधून वाचली आहेस आणि निव्वळ माझी मस्करी करण्यासाठी हे सांगते आहेस?''

''मी ते ब्रोशर वाचलेलं नाही. उलट तूच ते वाचत होतास, तेव्हा तूच ह्या बागेतल्या गोष्टींची माहिती सांगायला हवीस.''

''शक्यच नाही! मी फक्त वर दिसणाऱ्या त्या मठाविषयीचा भाग नीट वाचला. खरोखरच सांग, तुला त्या कानोव्हाबद्दल एवढी माहिती कशी काय आहे?''

''मी कॉलेजमध्ये असताना इतिहास हा एक विषय घेतला होता. त्यामध्ये कलेच्या इतिहासाचाही भाग होता. मला इतर गोष्टींपेक्षा हा भाग चांगला आठवतोय.''

“तू मला कधीकधी चकित करतेस.” डॅनियल म्हणाला, स्टेफनीप्रमाणेच त्याने त्या स्त्रीने डोके टेकवलेल्या उशीवर बोटे फिरवली,” ह्या लोकांच्या अशा विलक्षण कारागिरीमुळे संगमरवर एवढा मृदू वाटू शकतो हे खरंच आश्चर्यजनक आहे. पाहा तिच्या शरीराभोवती लपेटलेलं वस्त्र किती खरं वाटतंय.”

“डॅनियल!” स्टेफनी एकदम म्हणाली.

डॅनियल सरळ उभा होत तिच्याकडे पाहू लागला. अंधारामुळे त्याला तिच्या चेहेऱ्यावरचे भाव नीट दिसत नव्हते. ती तलावाच्या बाजूला कशाकडे तरी पाहत होती. डॅनियलने तिकडे नजर टाकली. पण चांदणे आणि सावल्या ह्याखेरीज त्याला काहीच दिसले नाही, “काय झालं? तुला काही विशेष दिसलं का?”

“होय.” स्टेफनी म्हणाली, “मला डोळ्याच्या कोपऱ्यातून काहीतरी हालचाल झालेली जाणवली. त्या कठड्याच्या मागे कोणीतरी आहे.”

“एवढंच!” डॅनियल म्हणाला, “ह्या सुंदर जागेत अशा वेळी कोणीतरी असणारच. ही सगळी बाग केवळ आपल्याकरता आहे की काय. अं.”

“हे बरोबर आहे. पण मला वाटलं की माझी नजर तिकडे जाताच कोणीतरी त्या तिथं दडून बसलं. जो कोणी तिथं आहे त्याला आपण दृष्टीस पडू नये असं वाटत असावं.”

“तुला काय म्हणायचं आहे? डॅनियल तुच्छता दाखवत म्हणाला, “कोणीतरी आपल्यावर पाळत ठेवली आहे की काय?”

“हं... तसंच काहीसं.”

“चल, काहीतरीच काय. मी हे गंमतीने सुचवलं. गंभीरपणानं नाही.”

“पण मी गंभीरपणानंच सांगतेय. मी खरोखरच कोणाला तरी पाहिलं,” तिने टाचांवर उभे राहत अंधाराकडे नजर टाकली. “आणि तिथं आणखी कोणीतरी आहे!” ती उत्तेजित स्वरात म्हणाली.

“कुठं? मला तर कोणीच दिसत नाही.”

“तिकडं तलावाच्या पाठीमागं कोणीतरी तिकडं स्नॅकबारच्या मागे दडलंय.”

डॅनियलने पुढे होऊन स्टेफनीचे दोन्ही खांदे धरले. तिने त्याला विरोध करण्याचा प्रयत्न केला. “स्टेफनी चल हे सगळं सोडून दे! आपण इथं जरा निवांतपणा मिळवण्यासाठी आलोय. आपल्या दोघांचाही आजचा दिवस चांगला नव्हता, विशेषत: तुझा.”

“आपण बीचवर फिरलो तर जास्त बरं होईल. तिथं लोक असतात. ही बाग फार मोठी आणि अंधारी आहे. मला अशा तऱ्हेने आडबाजूला फिरणं आत्ता ह्या क्षणी पसंत नाही.”

“आपण त्या मठाच्या अवशेषांपर्यंत जाणार आहोत.” डॅनियल अधिकार

गाजवण्याच्या स्वरात टेकडीवरच्या एका जागेकडे बोट दाखवत म्हणाला, ''आपल्या दोघांनाही त्याच्याविषयी कुतुहल आहे. मी म्हणालो त्या प्रमाणे खरोखरच आपण तिथं जाणं सर्वथा उचित ठरणार आहे. आपल्याला सध्याच्या ह्या वादळापासून थोडासा निवारा हवा आहे. जुने अवशेष रात्रीच्या वेळेस पाहण्यातच खरी गंमत असते. तेव्हा आता तू धैर्य एकवटून चल!''

''पण खरोखरच मला वाटलं तसं तिथं कोणीतरी असलं तर?'' स्टेफनी मान उंच करून बोगनवेलीवरून पलीकडे पाहण्याचा प्रयत्न करत म्हणाली.

''मी तिकडे जाऊन पाहून येऊ का? तू म्हणत असशील तर जातो. म्हणजे मग निदान तुझं समाधान तरी होईल. पण तू विनाकारण फार घाबरली आहेस. आपण हॉटेलच्या परिसरात आहोत आणि इथं सुरक्षाव्यवस्था किती कडक आहे ते माहिती आहे ना तुला?''

''तुझं म्हणणं बरोबर असेल कदाचित.'' स्टेफनी अनिच्छेनेच कबूल करत म्हणाली, तिच्या मनात कुर्ट हेरमानने तिला कसे वागवले होते त्याची प्रतिमा तरळली.

''मग तुझं काय म्हणणं आहे? मी मागे जाऊन बघून येऊ का?''

''नको. तू इथून जाऊ नकोस.''

''तर मग चल! आपण त्या मठापर्यंत जाऊन येऊ.'' डॅनियलने स्टेफनीचा हात धरला आणि मग ते पायऱ्यांवरून वर जाऊ लागले. थोड्या पायऱ्या संपल्या की मध्येच सपाट जागा लागत होती. त्यांना आता वरच्या बाजूला असणारी मठाची इमारत दिसत होती. जमिनीपाशी लावलेल्या दिव्यांमुळे त्या मठाच्या गॉथिक पद्धतीच्या कमानी उठून दिसत होत्या.

ते पायऱ्यांवरून जात असताना त्यांना बाजूला असणारी कारंजी किंवा मधूनमधून उत्कृष्ट पुतळे दिसत होते. पण त्यांनी तिकडे जाण्याचे टाळले.

''इथं इतक्या कलाकृती असतील याची मला कल्पना नव्हती.'' स्टेफनी म्हणाली.

''इथं हॉटेल व्हायच्याआधी ही जागा खासगी मालकीची होती.''

डॅनियल म्हणाला, ''म्हणजे निदान ब्रोशरमध्ये तरी तसं लिहिलंय.''

''त्यात ह्या मठाबद्दल काय माहिती आहे?''

''मला एवढंच आठवतंय की हा मठ फ्रेंच असून तो बाराव्या शतकातला आहे.''

स्टेफनीने चकित होऊन शीळ वाजवली, ''फ्रान्सच्या बाहेर अशा प्रकारचे मठ जवळपास नव्हतेच. मला तसा एक माहिती आहे, पण तो तेवढा जुना नाही.''

अखेरच्या पायऱ्या चढून गेल्यावर त्यांना एक रस्ता दिसला. ह्या रस्त्यामुळे मठाचे अवशेष आणि खालची बाग ह्यांच्यात अंतर पडले होते.

''हे एक आश्चर्यच आहे.'' डॅनियल रस्त्याच्या दोन्ही बाजूंना नजर टाकत म्हणाला.

"माझ्या मते ही प्रगतीसाठी मोजलेली किंमत आहे.'' स्टेफनी म्हणाली, "हा रस्ता नक्कीच गोल्फ कोर्सकडे जात असणार. ह्यावर मी पैज लावायलाही तयार आहे.''

ते रस्त्यावर उभे असताना त्यांना काळ्या पृष्ठभागात अजूनही उरलेली धग जाणवली. तिथून थोड्या पायऱ्या चढून ते टेकडीच्या माथ्यावर असणाऱ्या मठाच्या अवशेषांजवळ आले. हे अवशेष म्हणजे एक चौकोनी छप्पर नसलेली कमानींची मालिका होती. गॉथिक शैलीच्या स्तंभांच्या दोन रांगा त्यात होत्या.

डॅनियल आणि स्टेफनी त्या वास्तूपाशी आले. त्यांना पावले फार सावधपणे टाकावी लागत होती, कारण त्या जागी ठिकठिकाणी दगडगोटे आणि शिंपले पसरलेले होते.

"मला आता वाटू लागलंय की काही ठिकाणं दूर अंतरावरूनच साजरी दिसतात, त्यापैकीच हा नमुना आहे.'' स्टेफनी म्हणाली.

"म्हणूनच तर असे अवशेष रात्री बघणं जास्त उत्तम असतं.''

ते आता दोन स्तंभांच्या मधल्या मोकळ्या जागेतून चालत होते. आता त्यांच्या डोळ्यांना तिथल्या अंधुक प्रकाशाचा थोडा सराव झाला होता.

"पूर्वी ह्या ठिकाणी वर छप्पर असणार.'' स्टेफनी म्हणाली.

डॅनियलने वर बघून मान डोलावली.

ते आता आतल्या बाजूच्या चुनखडीच्या दगडात बांधलेल्या कठड्यापाशी येऊन मधली मोकळी जागा पाहत होते. मधली जागा साधारण पन्नास फूट लांब आणि पन्नास फूट रुंद होती. त्या जागेत दगड माती आणि शंखशिंपल्यांचे छोटे छोटे ढिगारे पडलेले दिसले. वर आलेल्या प्रकाशझोतांमुळे त्या ठिकाणी चित्रविचित्र सावल्या पसरलेल्या होत्या.

"हे फार खेदजनक आहे.'' स्टेफनी मान हलवत म्हणाली, "पूर्वी ह्या ठिकाणी एखादी विहीर, कारंजे आणि कदाचित छोटी बागही असणार.''

"मला वाईट ह्या गोष्टींचं वाटतं की फ्रान्समध्ये ही मठाची मूळ रचना जवळपास एक हजार वर्ष टिकून राहिली खरी. पण इथं ह्या उन्हात आणि असल्या हवेत ती फार काळ टिकणार नाही.''

डॅनियल आणि स्टेफनी परत सरळ उभे राहिले, "इथं येऊन अखेर निराशाच झाली म्हणायची.'' डॅनियल म्हणाला, "चल. तू सुचवल्याप्रमाणे आपण जरा बीचवरच फिरू या.''

हातात हात घालून खाली पडलेले अडथळे चुकवत ते फिरू लागले. एका ठिकाणाहून त्यांना नसाऊ बंदराचे अप्रतिम दृश्य दिसले. पण प्रकाशझोतामुळे त्यांना त्याची मजा घेता आली नाही.

गेटानो अत्यंत खुशीत होता. ह्यापेक्षा उत्तम बेत आखूनही जमला नसावा. गेटानो स्वत: अंधारात होता आणि उलट प्राध्यापक आणि टोनीची बहीण हे दोघे प्रकाशात होते. तो आता त्यांना टिपण्याएवढ्या जवळ उभा होता. तो प्राध्यापकाला बागेमध्ये असतानाच सहज उडवू शकत होता. पण त्याला मुद्दामच टोनीच्या बहिणीला याची जाणीव करून द्यायची होती की प्राध्यापकावरचा हल्ला उगीचच चुकून झालेला नव्हता. तो मेल्यावर प्राध्यापकाच्या जागी ती कंपनी चालवणार असल्याने तिला हे कळणे आवश्यक आहे असे गेटानोने ठरवले. म्हणजे मग कास्टिग्लिआनो बंधूंना आपल्या रकमेविषयी काय वाटते ते तिला व्यवस्थित कळणार होते.

प्राध्यापक आणि त्याच्या गर्लफ्रेंडची जोडी बाजूच्या कठड्यांजवळून वळून फिरू लागली हे त्याने पाहिले. ते वळून त्याच्या दिशेने येऊ लागताच त्याच्या हृदयाची धडधड वाढली. त्याने रिव्हॉल्वर बाहेर काढले. त्यात गोळ्या जागच्या जागी आहेत की नाही हे तपासले आणि तो त्याच्या अत्यंत आवडत्या कामगिरीला सज्ज झाला.

''माझ्या मते आपण हा विषय पुन्हा काढू नये.'' स्टेफनी म्हणाली, ''आता नाही आणि कधीच नाही.''

''मी रेस्टॉरंटमध्ये असताना जे काही बोललो त्याबद्दल मी खेद व्यक्त करतो. मी एवढंच म्हणतोय की कोणी मारहाण करण्यापेक्षा कोणी अंगचटीला आलं तरी चालेल. म्हणजे अंगचटीला येणं हा काही फार सुखद अनुभव आहे असं मला म्हणायचं नाही.''

''हे काय चाललंय?'' स्टेफनी उपहासाने म्हणाली, ''उत्तर देऊ नकोस! मला ह्या विषयावर आणखी काहीही बोलायची इच्छा नाही.''

डॅनियल काहीतरी बोलणार होता, पण मध्येच त्याने आ वासला. त्याची स्टेफनीच्या हातावरची पकड घट्ट झाली. ती एका मोठ्या धोंड्याला चुकवता कसे येईल हे पाहत खाली बघत होती. तिने वर पाहिले आणि तिचा श्वास जागच्याजागी अडकला.

एका धिप्पाड आकाराच्या आकृतीने त्यांच्यासमोर उडी मारून त्यांचा मार्ग अडवला होता. त्याच्या हातात लांबलचक बंदूक होती. त्याने ती त्यांच्याच दिशेने रोखलेली होती. डॅनियलला नळीच्या खाली असणारा लाल बिंदू दिसला. डॅनियल आणि स्टेफनी दोघेही जागचे हलले नव्हते. ती आकृती हळूहळू पुढे आली. डॅनियलला त्या माणसाचा चेहेरा स्पष्ट दिसला. ते पाहून त्याच्या अंगावर काटा आला. त्याच्या बंदुकीचा रोख सरळसरळ डॅनियलच्या कपाळावर होता.

"हरामखोरा. तू मला पुन्हा यायला भाग पाडलंस." गेटानो गुरगुरला. "भयंकर वाईट निर्णय! तू त्यांच्या कर्जाची काळजी घेण्यासाठी बोस्टनला परत गेला नाहीस म्हणून कास्टिग्लिआनो बंधू कमालीचे निराश झाले आहेत. मी तुला अगोदर सांगितलं त्याचा अर्थ तुला नीट कळला असेल असं मला वाटलं होतं. पण नाही. मीच काम नीट करत नाही असं त्यामुळे वाटलं. तेव्हा आता गुडबाय!"

त्या रात्रीच्या नीरव शांततेच्या गोळीचा आवाज चांगलाच मोठा आला. गेटानोचा हातात रिव्हॉल्वर घेतलेला हात खाली पडला. डॅनियल धडपडत मागे झाला. त्याने स्टेफनीलाही आपल्याबरोबर ओढले होते. गेटानोचा धिप्पाड देह खाली कोसळलेला पाहून स्टेफनी किंचाळली. क्षणभर त्याचे हातपाय थोडेसे हलले आणि मग तो निश्चल झाला. गेटानोच्या डोक्यावर मागच्या बाजूला झालेल्या जखमेमधून त्याच्या मेंदूचा भाग आणि रक्त बाहेर पडत होते.

◆

२२

सोमवार, ११ मार्च २००२
रात्रीचे ९ वाजून ४८ मिनिटे

बराचवेळ स्टेफनी आणि डॅनियल जागचे हलले नव्हते. त्यांची नजर पायापाशी पसरलेल्या मृतदेहावर खिळून बसली होती. त्यांना एवढा प्रचंड धक्का बसला होता की त्यांचा श्वासही रोखलेला होता. त्यांनी भीती आणि गोंधळ उडाल्याने आ वासला होता. हे जे काय घडले त्याचा अर्थ त्यांना समजत नव्हता. पण अखेर भीती जरा कमी झाल्यावर त्यांनी एकमेकांकडे पाहिले आणि मग ते डावीकडच्या कमी उंचीच्या भिंतीवरून उडी मारून परत हॉटेलच्या दिशेने धडपडत निघाले. जरी सुरुवातीला जमिनीवर लावलेले दिवे होते तरी आणखी पुढे गेल्यावर मात्र अंधार होता. त्यामुळे त्यांचा वेग कमी झाला होता. आंधळ्याप्रमाणे ते मधल्या अनेक अडथळ्यांना धडकत-धडकत पुढे जात होते.

एका छोट्या झुडपात पाय अडकून डॅनियल प्रथम आपटला. स्टेफनीने त्याला उठून उभे राहण्यात मदत केली खरी, पण लगेचच ती पडली. दोघांनाही जरासे खरटचले, पण त्यांना त्याची जाणीवही झाली नव्हती.

सगळी इच्छाशक्ती एकवटून स्टेफनी आणि डॅनियल पुढे जाऊ लागले. मेंदू सतत पळा पळा असे सांगत असतानाही आणखी धडपडू नये म्हणून ते आता चालत होते. काही मिनिटातच ते रस्त्याकडे जाणाऱ्या पायऱ्यांपाशी आले. आता त्यांचे

डोळे चंद्रप्रकाशाला सरावले असल्याने त्यांनी चालण्याचा वेग वाढवला होता.

"कुठून जायचं?" रस्त्यावर आल्यानंतर धापा टाकत स्टेफनीने विचारले.

"आपल्याला जो रस्ता माहिती आहे त्यावरूनच." डॅनियल कुजबुजत म्हणाला.

हातात हात अडकवून दोघे बागेच्या पायऱ्या उतरू लागले. पायातले बूट साधे असल्याने आणि पायऱ्या सपाट नसल्याने त्यांचा उतरण्याचा वेग खूपच मंदावला होता. तलावापाशी असणाऱ्या प्रकाशात ते आले तेव्हा त्यांना धाप लागली होती. डॅनियल स्टेफनीपेक्षा जास्त दमला होता. त्याला नीट श्वास घेता येत नव्हता. गुडघ्यावर हात ठेवत तो धापा टाकत उभा राहिला. त्याला बोलता येत नव्हते एवढा त्याचा श्वासोश्वास जोरजोराने होत होता.

धापा टाकतच स्टेफनीने अनिच्छेने मागे वळून पाहिले. घडलेल्या प्रसंगाचा धक्का एवढा जोरदार होता की तिच्या मनात नाना तऱ्हेच्या भीतीची पिशाच्चे पिंगा घालू लागली होती. परंतु चंद्रप्रकाशात बाग अतिशय शांत आणि सुंदर दिसत होती. थोडीफार सावरल्यानंतर स्टेफनीने डॅनियलकडे नजर वळवली, "तू ठीक आहेस ना?"

डॅनियलने मान डोलावली. त्याला अजूनही बोलता येत नव्हते.

"आपण हॉटेलवर परत जाऊ." स्टेफनी म्हणाली.

डॅनियलने पुन्हा मान डोलावली. त्याने एकदा मागे वळून पाहिले आणि मग स्टेफनीने पुढे केलेला हात धरला.

"कपड्यांच्या दुकानात तुझ्यावर हल्ला करणाराच माणूस होता का तो?" स्टेफनी म्हणाली, तिचा श्वास अजूनही नियमित झालेला नव्हता.

"होय!" डॅनियलच्या तोंडातून आता आवाज फुटला.

ते व्हिला असणाऱ्या भागातून आता कोर्टयार्ड रेस्टॉरंटमध्ये परत आले होते. तिथे जेवणारे लोक, संगीताचा ठेका आणि उत्तम पोशाख केलेसे वेटर्स हे सारे पाहून त्यांना काही मिनिटापूर्वी आलेला अनुभव दुसऱ्या कुठल्या तरी विश्वामधला वाटत होता. कोणाशी काही न बोलता ते दोघे हॉटेलच्या मुख्य भागात आले. रिसेप्शन डेस्कच्या जवळ आल्यावर स्टेफनीने डॅनियलला थांबवले.

"आपण कोणाला काही सांगायचं?"

"कोण जाणे! मला जरा त्यावर विचार करू दे."

"आपण रात्रीपाळीच्या मॅनेजरशी बोललो तर?"

डॅनियल काही उत्तर देण्याच्या अगोदरच एक डोअरमन आत आला आणि स्टेफनीला म्हणाला, "तुम्ही ठीक आहात ना?"

"होय."

डोअरमनने बोट दाखवले, "तुमच्या डाव्या पायातून रक्त येतंय हे माहिती

आहे का?''

स्टेफनीने खाली पाहिले. पहिल्यांदाच तिला आपण कसे दिसतोय ह्याची जाणीव झाली. अंधारात ठेचकाळत आल्याने तिचे कपडे मळले होते आणि कपडे किंचित फाटले होते. तिची ट्राऊझर डाव्या गुडघ्याजवळ चांगलीच फाटली होती आणि तिथून रक्ताचे बारीक ओघळ खाली गेलेले दिसत होते. आपल्या उजव्या तळव्यालाही खरचटलेले आहे हे तिला त्याचवेळी लक्षात आले. तळव्याला शिंपल्यांचे बारीक तुकडेही चिकटलेले दिसले.

डॅनियलची परिस्थितीही फारशी वेगळी नव्हती. त्याच्याही उजव्या गुडघ्याखाली त्याची ट्राऊझर फाटली होती. त्यालाही खरचटलेले होतेच. त्याच्या जाकिटामध्ये शिंपल्यांचे तुकडे चिकटलेले होते. त्याच्या जाकिटाचा उजवा खिसाही फाटून गेलेला होता.

"ठीक आहे. विशेष काही नाही.'' स्टेफनी डोअरमनला म्हणाली, "मला लागलंय याची जाणीवही झाली नव्हती. आम्ही तलावाच्या जवळ अडखळून पडलो इतकंच.''

"आमची गोल्फ कार्ट बाहेरच आहे. मी तुम्हाला खोलीवर सोडून देऊ का?''

"नको. आम्ही जाऊ. पण आमच्याबद्दल काळजीनं चौकशी केल्याबद्दल धन्यवाद.'' डॅनियल म्हणाला. त्याने स्टेफनीचा हात धरला आणि तिला दाराकडे चलण्याची खूण केली. सुरुवातीला स्टेफनी दोनचार पावले त्याच्याबरोबर पुढे गेली. पण मग दारापाशी जाताच तिने आपला दंड सोडवून घेतला, "जरा थांब! आपण कोणाशी तरी बोलणार आहोत ना?''

"आवाज खाली कर! आणि इथून निघ. आपण खोलीत जाऊन साफसूफ झालो की मग बोलू.''

डॅनियलच्या वागण्यामुळे स्टेफनी गोंधळून गेली होती. ती दारातून बाहेर पडली आणि दोनचार पावले पुढे गेल्यावर थांबली. तिने पुन्हा आपला दंड सोडवून घेतला आणि मान हलवत म्हणाली, "मला हे समजत नाही. आपण एका माणसाला गोळी घातली गेलेली पाहिली. तो माणूस कदाचित गंभीर जखमी झाला आहे. पोलीस आणि ॲम्ब्युलन्स यांना बोलावलं पाहिजे.''

"तुझा आवाज खाली ठेव!'' डॅनियल पुन्हा म्हणाला, त्याने इकडे तिकडे नजर फिरवली. सुदैवाने कोणाचेही त्यांच्या बोलण्याकडे लक्ष नव्हते. "तो गुंड मेला आहे. त्याच्या डोक्याची मागची बाजू बघितली होतीस ना तू. अशा जखमेतून कोणीही वाचत नाही.''

"तर मग पोलिसांना कळवणं जास्तच गरजेचं आहे. आपण आपल्या डोळ्यादेखत एक खून होताना बघितला आहे.''

"होय. पण तो कोणी केला हे आपण पाहिलेलं नाही. इतकंच नव्हे तर कोणी केला असावा याची किंचितही कल्पना नाही. गोळी घातल्याचा आवाज आला आणि तो माणूस खाली कोसळला. आपण त्या माणसाशिवाय इतर काहीही पाहिलं नाही, कोणी माणूस नाही किंवा वाहनही! आपण फक्त त्या माणसाला गोळी लागलेली पाहिली. आणि ही गोष्ट आपण न सांगतादेखील पोलिसांना कळू शकेलच."

"तरीही आपण एक खून होताना पाहिला आहेच."

"होय. पण आपण ह्या खेरीज त्यात आणखी कोणत्याही माहितीची भर घालू शकत नाही. हाच तर माझा मुद्दा आहे. जरा विचार कर!"

"थांब!" स्टेफनीचा गोंधळ उडाला होता. ती स्वत:ला सावरत म्हणाली,

"तू म्हणतो आहेस ते कदाचित खरं असेल, पण एखादा गुन्हा घडलेला पाहून त्याची माहिती न देणं हा देखील एक गुन्हाच आहे."

"इथं बहामात तसं समजतात की नाही कोणास ठाऊक. पण जरी हा इथं गुन्हा असला तरी तो करण्याची जोखीम आपण पत्करायलाच हवी. कारण ह्या क्षणी आपण पोलिसांच्या लफड्यात अडकणं परवडणारं नाही. त्या खेरीज जो मेला त्या माणसाबद्दल मला किंचितही सहानुभूती नाही. मला वाटतं. तुलाही नसेल. त्यानंच मला अगोदर मारहाण केली होती आणि आज तो मला ठार करायला आला होता. पण आपण पोलिसांकडे गेलो तर ते चौकशी सुरू करतील. त्याचा आपल्याला काही फायदा तर होणार नाहीच, शिवाय विनाकारण आपलं काम मात्र अर्धवट पडेल. आपण आता शेवटच्या टप्प्यात आलो असताना कामाचा विचका होईल."

स्टेफनीने अनेकदा मान डोलावली आणि अस्वस्थपणे केसांमधून हात फिरवला "मला तुझ्या म्हणण्यातला मुद्दा कळतोय. पण मी तुला एक प्रश्न विचारते. मागच्या खेपेस मारहाणीच्या प्रसंगात तुझ्या मते माझ्या भावाचा हात होता. आजच्या प्रकाराबद्दलही तुला तसंच वाटतं का?"

"मागच्या प्रसंगात तर त्याचा हात नक्कीच होता. पण ह्या खेपेस मात्र ह्या गुंडानं तुला वेगळं पाडून गाठण्याचा प्रयत्न केलेला नव्हता. अर्थात नक्की काही सांगणं शक्य तरी आहे का?"

स्टेफनीने दूरवर नजर रोखली. तिच्या मनात भावनांचा उद्रेक होत होता. काय करावे हे तिला समजत नव्हते. अखेर अपराधीपणाची भावना जास्त प्रबळ झाली. आपण आपल्या भावाला कंपनीच्या कामात सहभागी करून घेतले म्हणूनच तर ते कास्टिग्लिआनो माफिया ह्यात पडले हा विचार तिच्या मनात आला.

"चल! आत जाऊन आपण जरा स्वच्छ होऊ मग तुला हवं असेल तर आपण आणखी चर्चा करू या. पण मी एकच सांगतो की माझा निर्णय आता पक्का झाला आहे."

स्टेफनी अनिच्छेने डॅनियलबरोबर स्यूटकडे निघाली. तिचे मन जवळजवळ बधीर झाले होते. तिने अगोदर कधीही कायदा मोडलेला नव्हता. आपण गुन्हा पाहूनही त्याची माहिती देत नाही यामुळे तिला फारच चमत्कारिक वाटत होते. तसेच खून करू शकणाऱ्या लोकांबरोबर आपल्या भावाचे संबंध आहेत ही जाणीवही तिला बोचत होती. शिवाय तिच्या पोटात सतत खड्डा पडत होता. तिने कधीही खूनच काय पण कोणी मेलेला माणूसही पाहिलेला नव्हता. मरून पडलेल्या माणसाची प्रतिमा मनात तरळताच तिला उमळून आल्यासारखे झाले. आपण मुळातच ह्या सगळ्यात पडायला नको होते असा विचार तिच्या मनात आला. बटलरवर उपचार करायला आपण तयार झालो तेव्हापासून आपण दलदलीत फसलेल्या माणसाप्रमाणे दरक्षणी खालीखाली जात आहोत असे तिला आता वाटू लागले होते.

डॅनियलला मात्र आपल्या निर्णयाबद्दल वाढता आत्मविश्वास वाटू लागला होता. सुरुवातीला प्रा. हाईनरिच वोल्थाईमने उच्चारलेली भविष्यवाणी आठवली होती. पण मग त्याने मनोमन निश्चय केला होता. तो अपयशी होणार नव्हता आणि अपयश टाळण्यासाठी बटलरवर उपचार करणे गरजेचे होते. अर्थात त्यासाठी पोलिसांना दूर ठेवावेच लागणार होते. जरी स्टेफनी आणि त्याच्यावर खुनाच्या संदर्भात संशय घेतला जाणे अवघड असले तरी जर चौकशी झाली तर ते नसाऊत कशासाठी आले होते असे प्रश्न उदभवणारच होते. त्यामुळे बटलरलाही ह्या सगळ्याची कल्पना द्यावी लागणार होती. त्यामधून प्रसारमाध्यमांना हातात कोलीत मिळण्याची शक्यता होती. अर्थात ह्या सगळ्यामुळे बटलर त्याचे येणे रद्द करण्याचा मोठा धोका डॅनियलला दिसत होता.

स्यूटमध्ये शिरल्यावर स्टेफनीने दिवे चालू केले. खोली उत्तम प्रकारे साफ करून हॉटेलचे कर्मचारी निघून गेले होते. डॅनियलने दरवाजा बंद करून घेतला आणि कुलपे पक्की लावून घेतली.

स्टेफनीने आपल्या गुडघ्यावर नजर टाकली. रक्ताचे ओघळ पाहून वाटली होती तेवढी जखम गंभीर नाही हे पाहून तिला बरे वाटले. डॅनियलने पॅन्ट उतरवून आपल्याला किती लागले आहे ते पाहिले. त्याला गोल्फ बॉल एवढ्या जागेवर खरचटलेले होते. जखमांमध्ये काही जागी शंखशिंपल्यांचे तुकडे चिकटलेले होते. हे तुकडे जखमांमधून बाहेर काढले नाहीत तर संसर्ग होईल याची दोघांनाही कल्पना होती.

''मला फारच थरथरल्यासारखं वाटतंय.'' डॅनियल म्हणाला. त्याने पॅन्टमधून आपले पाय काढून घेतले. मग त्याने हात पुढे केला. जणू थंडी भरली असावी असा त्याचा हात थरथरत होता. ''अचानक रक्तात ॲडरिनॅलिन भरपूर प्रमाणात आलं असणार. आपण वाईनची एक बाटली उघडू यात. मग आपण अंघोळ करू या. ह्या

जखमा नीट धुवून टाकायला हव्यात. वाईन आणि अंघोळ या दोन्हीच्या एकत्रित परिणामामुळे आपण दोघेही ठीक होऊ.''

''ओके.'' स्टेफनी म्हणाली, ''मी टबमध्ये पाणी सोडते. तू वाईन आण!'' स्टेफनीने बाथटबमध्ये अंघोळीसाठी लागणारे काही क्षार टाकले आणि गरम पाण्याचा नळ पूर्ण सोडला. खोलीत लगेचच वाफ भरून गेली. काही मिनिटातच पाण्याचा सुगंध आणि वाहाणाऱ्या पाण्याने तिला बरे वाटू लागले. बाथरोब अंगावर चढवून स्टेफनी बाहेर आली तेव्हा डॅनियल कोचावर बसून टेलिफोन डिरेक्टरीमधली यलो पेजेस पाहत बसला होता. बाजूच्या कॉफी टेबलावर लाल वाईनचे दोन ग्लास भरून ठेवलेले होते. स्टेफनीने एक ग्लास उचलून एक घोट घेतला.

''माझ्या मनात आणखी एक विचार आला.'' डॅनियल म्हणाला, ''तू तुझ्या आईला फोनवर जे काही सांगत होतीस त्याचा ह्या कास्टिग्लिआनो मंडळींवर काही प्रभाव पडलेला नाही हे उघडच आहे.''

''आपल्याला जे काही सांगायची अपेक्षा होती त्या गोष्टी माझा भाऊ त्या कास्टिग्लिआनोंच्या कानावर घालत होता की नाही हे आपल्याला कसं कळणार.''

''काहीही असो.'' डॅनियल हात झाडत म्हणाला, ''मुद्दा हा आहे की त्यांनी त्या गुंडाला मला मारण्यासाठी इथं पाठवलं होतं, कदाचित माझ्याबरोबर तुलाही. ते नाराज आहेत हे खरंच. पण त्यांना आपण पाठवलेला मारेकरी परत येणार नाही हे कळायला किती वेळ लागेल कोण जाणे.

शिवाय हे कळल्यावर त्यांची प्रतिक्रिया काय होईल ते देखील आपल्याला माहिती नाही, पण एवढं मात्र नक्की की त्यांना वाटेल, आपणच त्याला ठार केलं.''

''तुला काय सुचवायचं आहे?''

''आपण बटलरच्या पैशातून आपल्यासाठी चोवीस तास संरक्षण पुरवणारा सशस्त्र माणूस नेमायचा. माझ्या मते हा खर्च योग्य आहे. शिवाय तो दीड आठवडा किंवा फार फार तर दोन आठवडे एवढाच असणार आहे.'' स्टेफनीने नाईलाजाने सुस्कारा टाकला, ''बरं. डिरेक्टरीत काही पत्ते आहेत का?''

''होय. थोडे आहेत. बरं तुला काय वाटतं?''

''मला काहीही सुचत नाही.''

''मला वाटतं, आपल्याला व्यावसायिक दर्जाचे संरक्षण मिळवण्याची गरज आहे.''

''तू म्हणत असशील तर ठीक आहे. पण आपण आता अधिक सावधगिरी बाळगायला हवी. म्हणजे अंधारात फिरायचं वगैरे नाही. आपण काय विचार करत होतो?''

''मागे वळून पाहता तो मूर्खपणा होता आपला. विशेषत: मला मारहाण होऊन

इशारा मिळूनही आपण ही काळजी घेतली नाही.''

"अंघोळीचं काय? टब तयार आहे. तू आधी जाणार का?''

"नको. तूच जा अगोदर. मी एकदोन एजन्सींना फोन करतो. जितक्या लवकर एखादा माणूस मिळेल तितकं मला जास्त सुरक्षित वाटेल.''

दहा मिनिटांनंतर डॅनियल बाथरूममध्ये आला आणि टबाच्या कडेवर बसला. त्याच्या हातात वाईनचा ग्लास होताच. स्टेफनी गळ्यापर्यंत पाण्यात बुडालेली होती. तिने तिचा ग्लास केव्हाच रिकामा केला होता.

"तुला आता बरं वाटतंय का?''

"खूपच बरं वाटतंय. बरं फोनवर काम झालं का?''

"व्यवस्थित झालं. अर्ध्या तासात एकजण इथं येईल. आपण त्याच्याशी बोलून ठरवू. ह्या कंपनीचे नाव फर्स्ट सिक्युरिटी आहे. हॉटेलनेच त्यांची शिफारस केली.''

"त्या माणसाला कोणी गोळी घातली यावर मी विचार करत होते. आपण तसं बोलून दाखवलं नाही, पण त्याने आपला जीव वाचवला.'' स्टेफनी उठून उभी राहिली आणि टॉवेल गुंडाळून बाहेर येत म्हणाली, "जो कोणी होता तो चांगलाच नेमबाज असला पाहिजे. आणि तो नेमक्या वेळेस आपल्या मदतीसाठी कसा काय आला? हे म्हणजे ट्युरीन विमानतळावर फादर मॅलोनोने येण्यासारखं झालं अगदी. अर्थात त्यापेक्षा दसपटीने जास्त मोलाचं होतं ते.''

"तुझा काही अंदाज आहे का?''

"एक आहे. पण तो फारच अशक्य कोटीतला आहे.''

"हं सांग.'' डॅनियलने पाण्यात हात घालून पाहिले आणि मग तो आणखी गरम पाणी सोडू लागला.

"बटलर. कदाचित आपल्याला संरक्षण देण्यासाठी त्याने एफ.बी.आय.चा वापर करून घेतला असेल.''

टबामध्ये उतरत डॅनियल हसला, "हे फारच चमत्कारिक होईल.''

"तुझा काही निराळा अंदाज आहे का?''

"अजिबात नाही.'' डॅनियल म्हणाला, "हं एक शक्यता आहे. कदाचित तुझ्यावर पाळत ठेवण्यासाठी तुझ्या भावानं कोणाला तरी पाठवलं असेल.''

मनात नसूनदेखील स्टेफनी हसली, "ही कल्पना तर माझ्या कल्पनेपेक्षाही असंभवनीय आहे!''

रात्रपाळीचा सुरक्षा पर्यवेक्षक म्हणून काम करणाऱ्या ब्रूनो डी बियांकोला आपला बॉस कुर्ट हेरमानकडून कधीही फोन येण्याची सवय होती. कुर्टला इतर काहीच

उद्योग नव्हता आणि तो क्लिनिकच्या आवारातच राहत होता. त्यामुळे तो अनेक लहानमोठ्या कारणांसाठी ब्रूनोला आज्ञा देत असायचा. काही वेळा त्याच्या आज्ञा अनपेक्षित आणि हास्यास्पद असत. पण आजची ही आज्ञा सर्वांवर कडी करणारी होती. कुर्टने ब्रूनोला फोन करून विनगेट क्लिनिकची एक काळी व्हॅन पॅरडाईज आयलंडवर आणायला सांगितले होते. त्याने हंटिग्टन हार्टफोर्ड मठापाशी पोहोचणे अपेक्षित होते. जर रस्ता मोकळा असेल तरच ब्रूनोने गाडी थांबवायची होती. जर रस्ता मोकळा दिसला तर वेग कमी करण्याआधी त्याने दिवे बंद करायचे होते. गाडी थांबवल्यानंतर त्याने प्रकाशात येणे टाळून मठाच्या जवळ जायचे होते. कुर्ट त्याला तिथे गाठणार होता.

सिग्नल मिळताच ब्रूनोने पॅरडाईज आयलंडकडे जाणाऱ्या पुलावरून वेगाने गाडी नेण्यास सुरुवात केली. तो अशा प्रकारे गूढ कामासाठी प्रथमच विनगेट क्लिनिकच्या बाहेर पडत होता. ह्या कामामधला चमत्कारिकपणा असा होता की त्याला बॉडी बॅग आणायला सांगण्यात आले होते. काय झालं असेल याचा ब्रूनो विचार करू लागला. कदाचित कुर्ट जसा ओकिनावामध्ये असताना अडचणीत आला होता तसंच काहीतरी घडलं असावे असे त्याला वाटले. ब्रूनोदेखील कुर्ट बरोबरच सैन्यात होता आणि कुर्ट वेश्यांबरोबर कसा वागतो ह्याची त्याला कल्पना होती. जपानमधल्या त्या बेटावर अचानक कुर्टच्या मनाचा उद्रेक झाला होता. जणू तो कसलातरी वैयक्तिक सूड उगवत होता. ब्रूनोला ते कधीच नीट कळले नव्हते. आत्तादेखील तसेच काही पुन्हा झाले की काय हा विचार ब्रूनोच्या मनात आला. त्याचे विनगेट क्लिनिकमध्ये चांगले बस्तान बसले होते आणि त्याला तिथून हाकलले जायला नको होते. पण जर कुर्टने पुन्हा आपले जुने धंदे सुरू केले असले तर मात्र गंभीर पेचप्रसंग निर्माण होणार होता.

मठाच्या जवळ आल्यानंतर कुर्टने दिलेल्या हुकमाप्रमाणे ब्रूनोने गाडीचे दिवे बंद केले. चंद्रप्रकाश असल्याने आणि रस्त्याच्या मधोमध चमकणारी पांढरी पट्टी असल्याने त्याला गाडी चालवणे अवघड गेले नाही. अखेर मठाचे प्रकाश झोतात असणारे अवशेष जवळ आले. त्याने गाडी बाजूच्या पट्टीवर घेतली. इंजिन बंद केले आणि तो बाहेर पडला. मागे जाऊन त्याने व्हॅनच्या डिकीत ठेवलेली घडी घातलेली बॉडी बॅग काढली आणि ती काखेत मारून तो पायऱ्या चढू लागला. पण प्रकाश असणाऱ्या भागात येण्याअगोदरच ब्रूनो थांबला. त्याने आजूबाजूला नजर टाकली. तेथे कोणीही नव्हते. तो हाक मारण्याच्या बेतात होता, एवढ्यात त्याच्याप्रमाणेच काळे कपडे घातलेली एक आकृती सावलीमधून बाहेर आली. त्या माणसाने ब्रूनोला हात हलवून खूण केली, "हलव ते." चंद्रप्रकाशात जरी ब्रूनोला चालण्याएवढे दिसत असले तरी सावलीत मात्र त्याला काही नीट दिसेना. "मला काहीच दिसत नाही."

"त्याची गरज नाही. बरं तू बॅग आणली आहेस ना?" कुर्ट म्हणाला.

"होय."

"मग ती उघड आणि हे धूड त्यात घालायला मदत कर!"

ब्रूनोने आज्ञेचे पालन केले. त्याचे डोळे आता सरावले होते. त्याला आता जमिनीवर पडलेल्या माणसाची आकृती दिसली. दोघांनी मिळून त्या प्रेताला हलवून बॅगेवर सरकवले.

"बापरे! हा माणूस आहे की आणखी काही!" ब्रूनो कुरकुरत म्हणाला. कुर्टने त्याच्या बोलण्यावर काहीच उत्तर दिले नाही. दोघांनी मिळून ते धूड बॅगेत नीट बसल्यावर कुर्टने पायाकडून चेन ओढली आणि बॅग बंद करून टाकली.

"ह्या दोन टनी माणसाला तिथं व्हॅनपर्यंत न्यायचं की काय?"

"आपण इथं त्याला टाकून जाणार नाही. खाली धावत जा आणि व्हॅनचं मागचं दार उघड. मला त्याला ताबडतोब आत टाकायचा आहे."

काही मिनिटांनंतर दोघांनी बॉडी बॅग व्हॅनमध्ये अर्धवट सरकवली. मग ब्रूनो आत चढला आणि त्याने ओढून ते धूड आत घेतले. कुर्ट बाहेरून ढकलत होता. अखेर काम पूर्ण झाले तेव्हा दोघांचे हातपाय गळून गेले होते.

"निदान इथवर तरी ठीक झालं." कुर्ट दार बंद करत म्हणाला, "चल आपलं दैव आपल्यावर रुसायच्या आत निघून जाऊ. नाहीतर कोणीतरी मध्येच टपकायचा."

"कुठं जायचं?" ब्रूनो इंजिन सुरू करत म्हणाला.

"ओशन क्लब हॉटेलच्या पार्किंग लॉटकडे. ह्या माणसाच्या खिशात मला भाड्याने घेतलेल्या जीपच्या किल्ल्या सापडल्या. मला ती जीप शोधून काढायची आहे."

ब्रूनोने यू-टर्न मारला आणि मग व्हॅनचे दिवे सुरू केले. ब्रूनो नंतर काही बोलला नाही. खरे तर त्याला व्हॅनमध्ये असणारा माणूस कोण हे विचारायची घाई झाली होती. पण त्याला कुर्टचा स्वभाव चांगला माहिती होता. ब्रूनोला जेवढे कळणे आवश्यक आहे तेवढेच कुर्ट त्याला सांगत असे. ब्रूनोने काही विचारले तर तो पिसाळायचा. ब्रूनो त्याला ओळखत होता. तो नेहमी रागावलेला असे आणि कधीही त्याच्या संतापाचा उद्रेक होईल असे वाटे.

काही मिनिटातच व्हॅन ओशन क्लबच्या पार्किंग लॉटमध्ये आली. त्यानंतर काही मिनिटातच जीप सापडली. तिथे एकच जीप होती आणि ती अगदी बाहेर पडण्याच्या मार्गावर लावून ठेवलेली होती. कुर्टने जवळच्या किल्ल्या चालतात का ते पाहिले. किल्ल्या त्या जीपच्याच होत्या. जीपच्या ग्लोव्ह कंपार्टमेंटमध्ये गाडीचे कागदपत्र होते आणि मागच्या सीटवर गेटानोची कॅरी बॅग होती. कुर्ट परत व्हॅनपाशी आला, "तू माझ्या मागोमाग विमानतळाकडे येणार आहेस. काळजीपूर्वक गाडी चालव हे

सांगायला नकोच. कोणी अडवून गाडीची तपासणी केलेली चालणार नाही.''

''होय. ते फार चमत्कारिक होईल. विशेष म्हणजे मला काहीच माहिती नसताना.'' ब्रूनोला कुर्टच्या डोळ्यात रागाची एक झलक दिसली. तो जीपकडे गेला. ब्रूनोने खांदे उडवले आणि व्हॅन सुरू केली.

कुर्टने चेरोकी जीप सुरू केली. त्याला असे अचानक काहीही घडणे अजिबात आवडत नसे आणि आजच्या दिवसात तर अनेक गोष्टी अगदीच अनपेक्षितपणे घडल्या होत्या. आपण लष्करी कामगिरीत लागणाऱ्या नियोजनात हुशार आहोत याचा त्याला अभिमान होता. म्हणूनच तो गेल्या आठवड्यापेक्षा जास्त काळ त्या दोन डॉक्टरांवर नजर ठेऊन होता. आपल्याला त्यांची कृती आणि मानसिकता हे सगळे समजले असे त्याला वाटले होते. पण अचानक ती बाई एग रूममध्ये शिरली होती. कुर्टला हे सर्वस्वी अनपेक्षित होते. त्यापेक्षाही जास्त अनपेक्षित म्हणजे आजच्या रात्रीचा हा प्रसंग होता.

मोकळ्या रस्त्यावर येताच कुर्टने सेलफोन बाहेर काढला आणि अगोदरच प्रोग्रॅम करून ठेवलेला पॉल सॉन्डर्सचा नंबर लावला. स्पेन्सर विनगेट जरी क्लिनिकचा प्रमुख असला तरी कुर्टला नेहमी पॉलबरोबर बोलायला आवडत असे. पॉलनेच त्याला मॅसॅच्युसेट्समध्ये असताना कामावर घेतले होते. शिवाय कुर्टप्रमाणेच पॉल कायमच क्लिनिकमध्ये राहत असायचा. उलट स्पेन्सर नेहमीच क्लिनिकच्या बाहेर 'मनमोकळ्या' बायकांच्या मागावर फिरत असे.

नेहमीप्रमाणे दोनचार वेळा रिंग वाजताच पॉलने फोन उचलला.

''मी सेलफोनवरून बोलतोय.'' सर्वात अगोदर कुर्टने हा इशारा दिला.

''अच्छा? आता आणखी काही प्रॉब्लेम आहे म्हणून सांगू नकोस.''

''तसंच आहे.''

''त्याचा आपल्या पाहुण्यांशी काही संबंध आहे काय?''

''भरपूर.''

''त्याचा आज जे काही घडलं त्याच्याशी काही संबंध आहे का?''

''त्यापेक्षाही भयंकर.''

''मला हे ऐकून बरं वाटत नाही. मला काय प्रकार आहे ते सांगशील?''

''आपण भेटणं योग्य होईल.''

''कधी आणि कुठं?''

''माझ्या ऑफिसात पाऊण तासानं म्हणजे तेवीस वाजता.'' सवयीमुळे कुर्ट अजूनही लष्करी पद्धतीने वेळ सांगत असे.

''स्पेन्सरला बोलावू का?''

''ते तुमचं तुम्ही ठरवा.''

"ठीक तर मग भेटू."

कुर्टने फोन बंद करून कमरेच्या पट्ट्यात अडकवला. त्याने आरशात नजर टाकली. ब्रूनो योग्य अंतर राखून पाठीमागून येत होता. आता सर्वकाही नियंत्रणात आहे असे कुर्टला वाटले.

विमानतळावर जवळपास कोणी नव्हते. फक्त काही सफाई कर्मचारी काम करताना दिसत होते. गाडी भाड्याने देणारे काऊंटर बंद झालेले होते. कुर्टने चेरोकी जीप त्यांच्या विशिष्ट पार्किंग लॉटमध्ये घुसवली. गाडी लॉक करून त्याने किल्ल्या आणि गाडीचे कागदपत्र ऑफिसच्या वेळेनंतर टाकण्यासाठी ठेवलेल्या पेटीत टाकले. काही क्षणातच तो ब्रूनोच्या व्हॅनमध्ये चढला. ब्रूनोने इंजिन चालूच ठेवले होते.

"आता पुढं काय?"

"तू मला परत ओशन क्लबपर्यंत घेऊन जाणार आहेस. माझी गाडी तिथं आहे. मग आपण दोघंही लायफर्ड के मरीनाला जाणार आहोत. तू आज रात्री चांदण्यात कंपनीच्या बोटीतून सफर करणार आहेस."

"आहा! माझ्या नजरेसमोर आत्ताच ते दृश्य येऊ लागलंय. लवकरच आपण नवीन नांगर खरेदी करण्यासाठी बाजारात जाणार असं दिसतंय."

"गाडी चालव." कुर्ट म्हणाला.

खरोखरच बोलल्याप्रमाणे बरोब्बर अकरा वाजत असताना कुर्टने आपल्या ऑफिसात प्रवेश केला. त्याच्या वक्तशीरपणाची सवय असल्याने पॉल आणि स्पेन्सर अगोदरच तिथं येऊन बसले होते. कुर्टने आपली रॅकसॅक टेबलावर ठेवली. तिचा थड् असा आवाज झाला.

स्पेन्सर आणि पॉलच्या नजरा कुर्टच्या हालचालीवर खिळल्या होत्या. ते दोघे कुर्टने बोलणे सुरू करायची वाट पाहत होते. पण कुर्ट लगेच काही बोलला नाही. त्याने अंगातले काळे रेशमी जाकीट काढून खुर्चीवर टाकले. पाठीमागच्या खिशातून त्याने पिस्तूल काढून टेबलावर ठेवले.

वैतागलेल्या स्पेन्सरने मुद्दाम मोठा सुस्कारा टाकला. त्याने डोळे वर फिरवत विचारले, "मिस्टर हेरमान. तू आमच्यासाठी काम करतोस, आम्ही तुझ्यासाठी नाही. तुला ह्याची आठवण करून द्यायला तू भाग पाडत आहेस. हे काय चाललंय? आणि जे काही असेल ते तितकंच महत्त्वाचं असलं पाहिजे. आम्ही मध्यरात्री तडमडत इथं आलोय. मी अत्यंत आनंददायक कामात मग्न असताना हा व्यत्यय आलाय."

कुर्टने हातातले ग्लोव्ह काढले आणि ते पिस्तुलाजवळ टाकले. मगच तो खाली बसला. त्याने समोरचा मॉनिटर उचलून बाजूला ठेवला.

“मला आज रात्री कर्तव्य बजावताना एकाला ठार करावं लागलं.”

पॉल आणि स्पेन्सर दोघेही आ वासून कुर्टकडे पाहू लागले. कुर्ट त्यांच्याकडे शांतपणाने पाहत होता. काही क्षण कोणीही बोलले नाही की जागचे हलले नाही. अखेर पॉल बोलू लागला. तो घाईघाईने बोलत होता. जणू त्याला उत्तर येण्याची भीती वाटत होती, “तू कोणाला ठार केलंस ते आम्हाला सांगशील का?”

कुर्टने रॅकसॅकचे बक्कल उघडले आणि त्यातून एक पाकीट काढून ते आपल्या दोन्ही बॉसच्या समोर सरकवले. मग तो मागे रेलून बसत म्हणाला,

“त्याचं नाव गेटानो बारेसी.”

पॉलने पुढे हात करून पाकीट उचलले. पण तो ते उघडायच्या आत स्पेन्सरने टेबलावरच्या धातूच्या पृष्ठभागावर जोरात मूठ आपटली. त्याचा मोठा आवाज झाला. पॉलने दचकून पाकीट खाली टाकले. पण कुर्टमध्ये काहीही फरक पडला नव्हता. फक्त त्याच्या स्नायूमध्ये ताण आला होता.

स्पेन्सर आता दोन्ही हात डोक्यावर जुळवून येरझाऱ्या घालू लागला होता, “माझा ह्यावर विश्वास बसत नाही. आपल्याला काही कळायच्या आत पुन्हा मॅसॅच्युसेट्ससारखंच होणार. इथं फक्त अमेरिकन मार्शलांच्या ऐवजी दारात बहामाचे अधिकारी असणार एवढंच!”

“मला तसं वाटत नाही.” कुर्ट सरळ शब्दात म्हणाला.

“ओ हो! अच्छा?” स्पेन्सर उपरोधाने म्हणाला. तो आता एका जागी उभा होता, “तू हे खात्रीपूर्वक कसं काय म्हणतोस?”

“कारण मृतदेह अस्तित्वात नाही.”

“ते कसं काय शक्य आहे?” पॉल पुन्हा पाकीट उचलत म्हणाला.

“आपण आत्ता हे बोलत असताना मृतदेह आणि त्याच्या सगळ्या वस्तू ब्रूनो समुद्रात खोलवर टाकून देण्याच्या कामात आहे. त्यानं भाड्यानं घेतलेली गाडी विमानतळावर मी अशा तऱ्हेने सोडून आलोय की कुणाला वाटावं तो बेटावरून निघून गेला आहे. तो माणूस फक्त अदृश्य झालाय. बस्स! त्याची कहाणी संपली.”

“हे जरा चांगलं वाटतंय म्हणा.” पॉल म्हणाला. त्याने पाकीट उघडून गेटानोचे लायसन्स पाहिले.

“चांगलं! ××××” स्पेन्सर ओरडला. “तू मला वचन दिलं होतंस की हा...” स्पेन्सर कुर्टकडे बोट दाखवत म्हणाला. “हा हा ×××× माणूस कोणालाही ठार करणार नाही आणि इथं आपण नुकतंच क्लिनिक सुरू केलंय. एवढ्यात त्यानं एकाला खलास केलंय. आपल्यावर नवीन संकट कोसळणार आहे. आपण पुन्हा क्लिनिक उचलून दुसरीकडे नेऊ शकत नाही.”

“स्पेन्सर!” पॉल धारदार आवाजात म्हणाला, “खाली बस! तुला पाहिजे ते

कर.'' पॉल स्पेन्सरकडे रोखून पाहत म्हणाला, ''पण आपण हे एवढं सगळं घडेल असं म्हणण्याअगोदर काय घडलंय ते तर ऐकून घेऊ या.'' पॉल मग कुर्टकडे वळला, ''तू आम्हाला स्पष्टीकरण देणं गरजेचं आहे. मॅसॅच्युसेट्समधल्या सॉमरव्हिले येथल्या गेटानो बारेसीला कर्तव्य बजावताना तुला ठार का करावं लागलं?''

''मी तुम्हाला सांगितलं होतंच. मी डॉ. डी'अगस्टिनोच्या फोनमध्ये बग बसवला होता. त्यामुळे मला सतत त्या दोघांच्या जवळपास राहावं लागत होतं. रात्री जेवणानंतर दोघे ओशनक्लबच्या बागेत फिरत होते. मी काही अंतर ठेवून मागेमागे जात होतो. हा गेटानो बारेसीही त्यांच्या पाठलागावर आहे हे माझ्या लक्षात आलं. तो त्यांच्या अगदी मागे होता. लवकरच माझ्या ध्यानात आलं की हा गेटानो बारेसी व्यवसायिक नेमबाज आहे. तो त्या डॉक्टरांना उडवण्याच्या बेतात होता. मला त्या क्षणी निर्णय घेणं भाग पडलं. मला वाटलं, तुम्हाला ते डॉक्टर जिवंत राहावेत असं वाटत असावं.''

पॉलने स्पेन्सरकडे पाहून भुवयांची प्रश्नार्थक हालचाल केली. स्पेन्सरने पुढे होऊन टेबलावरचे गेटानोचे लायसन्स उचलले. त्याने क्षणभर त्या फोटोकडे पाहिले आणि लायसन्स परत टेबलावर फेकले. त्याने खुर्ची जोरात मागे ओढली आणि तो थोडासा वेगळा बसला.

''हा गेटानो बारेसी व्यावसायिक नेमबाज होता हे कशावरून?'' स्पेन्सरने विचारले, पण त्याच्या आवाजातली धग बरीचशी कमी झाली होती.

कुर्टने पुन्हा रॅकसॅक उघडली. त्याने गेटानोचे रिव्हॉल्वर बाहेर काढले आणि ते टेबलावरून पुढे सरकवले. ''हे काही खेळणं नाही. ह्याला असणारी बिल्ट-इन लेसर यंत्रणा आणि सायलेन्सर पाहता नाहीच नाही.''

पॉलने थरथरत्या हाताने हत्यार उचलून एकदा त्यावर नजर टाकली आणि मग ते स्पेन्सरपुढे धरले. स्पेन्सरने आपल्याला स्पर्श करायचा नाही अशा अर्थाची खूण केली. पॉलने रिव्हॉल्वर परत टेबलावर ठेवले.

''मी अमेरिकेतल्या माझ्या लोकांकडून ह्या माणसाबद्दल आणखी माहिती काढू शकतो.'' कुर्ट म्हणाला, ''पण तरीही हा माणूस सराईत आहे हे मला खात्रीनं वाटतंय. आणि रात्री आठ वाजता बेटावर उतरलेल्या ह्या माणसाजवळ असलं हत्यार असणं याचा अर्थ तो 'संपर्कातला' माणूस आहे.''

''सरळ शब्दात सांग!'' स्पेन्सर म्हणाला.

''मी संघटित गुन्हेगारीबद्दल बोलतोय. त्याचा संघटित गुन्हेगारीशी काहीतरी संबंध असावा. कदाचित ड्रगशी संबंधित टोळ्यांशी.''

''म्हणजे आपल्या पाहुण्या डॉक्टरांचा ड्रगच्या व्यवसायाशी संबंध आहे असं तुला सुचवायचं आहे का?'' स्पेन्सरने अविश्वासाने विचारले.

"नाही." कुर्ट एवढेच म्हणाला आणि आपल्या बॉसना विचार करायला आव्हान देण्याच्या पवित्र्यात त्यांच्याकडे रोखून पाहत गप्प बसला.

"एक मिनिट!" स्पेन्सर म्हणाला, "पण ड्रगसंबंधित एखाद्या बॉसने इथं दोन संशोधकांना उडवण्यासाठी व्यावसायिक मारेकऱ्याला का पाठवावं?"

कुर्ट काहीच न बोलता पॉलकडे पाहत होता. अचानक पॉलने अनेकदा मान डोलावली. "मला कुर्टच्या म्हणण्याचा अर्थ लक्षात येऊ लागला आहे. आपल्याकडे येणारा तो गूढ पेशंट प्रत्यक्षात कॅथॉलिक चर्चशी संबधित नसावा असं तू सुचवतो आहेस का?"

"मला वाटतं की तो प्रतिस्पर्धी टोळीचा बॉस असावा." कुर्ट म्हणाला,

"कदाचित ड्रगवाला नव्हे तर कुठला तरी माफिया टोळीप्रमुख. ते काहीही असो. बहुधा विरोधी टोळीला तो बरा व्हायला नकोय."

"गॉड डॅम!" पॉल म्हणाला, "ह्यात मला तथ्य दिसतंय. म्हणूनच तर त्यांनी एवढी गुप्तता पाळायला सांगितलं होतं तर."

"मला हे जास्त ताणल्यासारखं वाटतंय." स्पेन्सर शंकेच्या स्वरात म्हणाला,

"आंतरराष्ट्रीय दर्जाच्या संशोधकांनी एखाद्या ड्रग माफिया प्रमुखावर उपचार करण्यात मदत का करावी?"

"लोकांकडून काम करून घेण्यासाठी संघटित गुन्हेगारीत अनेक उपाय असतात." पॉल म्हणाला, "कोण जाणे. काहीही असू शकतं. कदाचित एखाद्या प्रतिस्पर्धी ड्रग माफियानं लॉवेलच्या कंपनीत पैसा गुंतवला असेल. मला वाटतं, कुर्टच्या म्हणण्यात काहीतरी तथ्य आहे. कदाचित हा पेशंट म्हणजे दक्षिण अमेरिकेतला एखादा ड्रग माफियाप्रमुख किंवा उत्तरेकडच्या एखाद्या टोळीचा आजारी बॉस असावा. हा कदाचित कॅथॉलिक असेल. त्यामुळे ट्युरीनच्या कफनाचा उल्लेख का व्हावा याचा उलगडा होतो."

"ठीक आहे. पण मी एक गोष्ट तुला पुन्हा सांगतो." स्पेन्सर म्हणाला, "आपण आता काहीही करून पेशंट कोण ते माहिती करून घेतलंच पाहिजे. अर्थात ह्या खुनाशी त्याचा संबंध आहे म्हणूनच नव्हे. कोणत्यातरी संघटित गुन्हेगारीशी संबधित माणसांवर अवलंबून राहणं आपल्याला परवडणार नाही. आपण आपल्याच पायावर कुऱ्हाड मारून घेऊ नाहीतर."

"बरं. आपण आपल्या भूमिकेचा पुन्हा एकदा विचार करायचा आहे का?"पॉलने विचारले. "आपण हे उपचार पुढे चालू द्यायचे का?"

"होय. आपल्याला रकमेचा दुसरा हप्ता हवा आहे." स्पेन्सर म्हणाला, "त्याची आपल्याला गरज आहे. आपण कोणालाही राग येईल असं न करता फक्त गप्प बसून राहायचं."

पॉल कुर्टकडे वळला. "डॉ. लॉवेलला आपल्याला धोका आहे याची जाणीव

होती का?''

"नक्कीच होती.'' कुर्ट म्हणाला, "गेटानो त्याच्याशी काहीतरी धमकावून बोलत होता. त्यानं त्याचा नेम सरळ लॉवेलच्या कपाळावरच धरला होता. मी अगदी अखेरच्या क्षणी त्याला उडवलं.''

"तू हा प्रश्न का विचारलास?'' स्पेन्सरने पॉलला विचारले.

"मला वाटतं आता डॉ. लॉवेलच आपल्या सुरक्षेची काळजी घेईल. ज्या कोणी गेटानोला पाठवलं होतं ते लोक पुन्हा आणखी कोणाला तरी पाठवतील. त्यांचा माणूस परतला नाही हे कळल्यानंतर हे होईल.''

"तसं लगेच घडण्याची शक्यता नाही.'' कुर्ट म्हणाला, "म्हणून तर मी एवढ्या काळजीपूर्वक त्या माणसाला अदृश्य करायची व्यवस्था केली. आणि डॉ. लॉवेलबद्दल म्हणाल तर ते दोघं जाम टरकले आहेत याची मी तुम्हाला खात्री देतो.''

◆

२३

शनिवार, २३ मार्च २००२
दुपारी २ वाजून ५० मिनिटे

लोकांचा एक छोटा जमाव अटलांटिस रिसॉर्टच्या रॉयल टॉवर्सच्या पश्चिमेकडील विंगमधल्या बत्तीसाव्या मजल्यावर लिफ्टमधून बाहेर पडला. सगळेजण कार्पेट घातलेल्या कॉरिडॉरमधून चालू लागले. सर्वात पुढे होता त्यावेळी कामावर असणारा हॉटेल मॅनेजर ग्रॅन्ट हाल्पर्न. त्याच्या मागोमाग दिवसपाळीची रिसेप्शन पर्यवेक्षक कोनी कोरी होती. तिच्या बरोबर इंपिरियल क्लबचा डायरेक्टर हॅरोल्ड बियर्ड्सली होता. त्याच्या मागे दोन पावले ॲशले बटलर आणि कॅरोल मॅनिंग हे होते. ॲशलेच्या धीम्या चालण्याने ते जरासे मागे पडले होते. गेल्या खेपेस ॲशले आला होता त्यापेक्षा त्याच्या चालीत आता लक्षणीय फरक पडलेला दिसत होता. त्यांच्यामागे हॉटेलच्या गाडीत सुटकेस ठेऊन दोन बेलमॅन गाडी ढकलत येत होते. एकाच्या हातात हॅंडबॅगा आणि कपड्यांच्या पिशव्या होत्या. हा सगळा लवाजमा एखाद्या छोट्या मिरवणुकीसारखा भासत होता.

"हं तर, माय डियर कॅरोल'' ॲशले म्हणाला. तो त्याच्या दक्षिणेकडच्या खास बोबड्या शैलीत सपाट आवाजात बोलत होता.

"ह्या साध्यासुध्या जागेबद्दल तुझं मत काय आहे?''

"साधेसुधे हे विशेषण माझ्या मनात सगळ्यात शेवटी येईल." कॅरोल म्हणाली. तिच्या लक्षात आले की ॲशले मुद्दामच हॉटेलच्या माणसांना ऐकू जावे म्हणून गंमत करत होता.

"बरं, तर मग तुझ्या दृष्टीने कोणतं विशेषण समर्पक होईल?"

"चमत्कारिक पण उत्तम." कॅरोल म्हणाली, "अशा प्रकारची एखाद्या नाटकाच्या सेटसारखी भव्य सजावट पाहायला मिळण्याची मला अपेक्षा नव्हती. खालच्या लॉबीची सजावट खरोखरच अप्रतिम आहे. विशेषत: स्तंभ आणि सोनेरी रंगाचा भव्य घुमट हे फारच सुंदर आहेत. आतला हा घुमट किती उंच आहे हे कळत नाही, एवढा हा भव्य आहे."

"सत्तर फूट." हाल्पर्न मागे नजर टाकत म्हणाला.

"थँक्यू. मिस्टर हाल्पर्न." ॲशले म्हणाला, "तुम्ही लोक फार मदत करता आणि माहितीही चांगली देता."

"आम्ही सेवेसाठी तत्पर आहोत सिनेटर." हाल्पर्न न थांबता म्हणाला.

"तुला ही व्यवस्था आवडली म्हणून मला बरं वाटलं." ॲशले हलक्या आवाजात कॅरोलकडे झुकत म्हणाला, "वॉशिंग्टनच्या हवेच्या पार्श्वभूमीवर तुला इथली हवा देखील पसंत पडली असणार. आपण इथं आलो म्हणून तुला आनंद वाटत असेल. तुला खरं सांगायला हवं. मागच्या खेपेस मी आलो तेव्हा तुला बरोबर आणलं नाही म्हणून मला अपराधी वाटतंय."

कॅरोलने चकित होत आपल्या बॉसकडे नजर टाकली. त्याने या अगोदर कधीही तिच्या संदर्भात अशा प्रकारे अपराधीपणाची भावना व्यक्त केली नव्हती. गेल्या वर्षात ॲशलेचे वागणे अगदीच बेभरवशाचे झाले असल्याचे ते आणखी एक उदाहरण आहे हे तिच्या लक्षात आले, "तुम्ही अजिबात असं अपराधी वाटून घेऊ नका, सर. मी इथं आल्यानं खूपच आनंदात आहे. तुमचं काय? तुम्ही खूष आहात ना?"

"नक्कीच." ॲशले एकसुरी आवाजात म्हणाला.

"तुम्हाला थोडी भीती वाटत नाही?"

"मला भीती वाटते?" ॲशले एकदम मोठ्या आवाजात बोलत भूतकाळात रमला, "माझ्या डॅडींनी मला सांगितलं होतं की विपरित परिस्थितीचा सामना करण्यासाठी आपण होमवर्क उत्तम करायचं असतं. आपण आपल्याला शक्य असेल ते सारं करायचं आणि मग उरलेलं सारं त्या कृपाळू देवाच्या हाती सोपवायचं. मी हेच तर करतोय. अगदी साधं नि सरळ आहे ते. मी इथं मौजमजा करायला आलो आहे!"

कॅरोलने काहीही उत्तर न देता फक्त मान डोलावली. आपण हा प्रश्न का

विचारला म्हणून ती स्वत:ला दोष देत होती. कारण अपराधी वाटायचा प्रश्न उद्भवला तर ते तिलाच वाटत होते. अजूनही तिला आपल्याला काय हवे आहे ते कळत नव्हते. ॲशलेच्या दृष्टीकोनातून विचार करता तो बरा होण्याचा चमत्कार घडावा असे तिला वाटत होते. पण त्याचवेळी आपल्या मनाला मात्र काहीतरी वेगळे व्हायला हवे आहे हे देखील तिला सतत जाणवत होते.

मि. हाल्पर्न आणि इतर जण एक मोठ्या दुहेरी महोगनी लाकडाच्या दरवाज्यासमोर थांबले. त्यावर उठावात जलपऱ्यांची चित्रे कोरलेली होती. मि. हाल्पर्न खिशातून किल्ल्या बाहेर काढत असताना कॅरोल आणि ॲशले तिथे येऊन पोहोचले.

''थांबा.'' ॲशले जणू आपण सिनेटमध्ये एखादा मुद्दा मांडतोय अशा अविर्भावात थरथरता हात पुढे करत म्हणाला, ''मागच्या वेळी मी राहिलो होतो ती खोली ही नव्हे. मी मुद्दाम मला तीच खोली हवी म्हणून सांगितलं होतं.''

हाल्पर्नच्या चेहेऱ्यावरच्या सफाईदार मृदू रेषांमध्ये व्यत्यय आला. ''सिनेटर कदाचित तुम्ही माझं बोलणं नीट ऐकलं नसावं. मिस कोरीनं तुम्हाला माझ्या ऑफिसात आणलं तेव्हा मी म्हणालो होतो की आम्ही तुमच्या दर्जात लक्षणीय वाढ केली आहे. हा स्यूट आमच्याकडच्या हाताच्या बोटावर मोजण्याइतक्या खास स्यूटमधला एक आहे. ह्याला पॉसिडॉन स्यूट म्हणतात.''

ॲशलेने कॅरोलकडे प्रश्नार्थक नजर टाकली.

''होय. हे मी ऐकलेलं आठवतंय.''

क्षणभर ॲशलेच्या जाड फ्रेमच्या चष्म्यामागच्या डोळ्यांमध्ये गोंधळल्याची भावना दिसली. त्याच्या अंगावर त्याचा नेहमीचा साधा गडद रंगाचा सूट होता. त्याच्या कपाळावर केसांजवळ घामाचे थेंब दिसू लागले. त्याचा चेहेरा कणकेच्या गोळ्यासारखा पांढराफटक दिसत होता.

''हा स्यूट मोठा आहे आणि तुम्ही अगोदर राहिला होता त्यापेक्षा जास्त चांगला. इथून दृश्यदेखील जास्त छान दिसतं. आमच्या सर्वोत्तम स्यूटपैकी हा एक आहे. तुम्ही तो पाहणार का?''

ॲशलेने खांदे उडवले, ''मला वाटतं की मी एक साधा गावाकडचा पोरगा आहे. मला अशा तऱ्हेने विनाकारण गाजावाजा करायची बिलकुल सवय नाही. उत्तम! आपण हा पॉसिडॉन स्यूट पाहू या.''

मिस कोरीने पुढे होऊन की-कार्ड वापरून दार उघडले आणि ती स्वत: बाजूला झाली. मि. हाल्पर्नने ॲशलेला खूण केली, ''अगोदर तुम्ही सिनेटर.''

ॲशले एका छोट्या कॅरिडॉरमधून मोठ्या प्रशस्त खोलीत आला. खोलीच्या भिंतींवर प्राचीन काळातील सागरात बुडालेल्या अटलांटिस शहराची दृश्ये म्यूरलच्या स्वरुपात चित्रित केलेली होती. ही गूढ अशा **अटलांटिस शहराची** चित्रे होती.

खोलीमध्ये आठजण बसू शकतील असे मोठे डायनिंग टेबल होते. तिथे दोन मोठ्या आकाराचे कोच होते. लाकडी फर्निचरवर ठिकठिकाणी समुद्रातील प्राण्यांची चित्रे कोरलेली होती. कोचाच्या हातांवर दोन सागरी प्राण्यांच्या– पॉरपॉईजच्या आकृती होत्या. पडदे, रग वगैरे सर्वांचे रंग आणि प्रिंट ह्याच समुद्राच्या आतील विश्वाच्या कल्पनेशी सुसंगत होते.

"वाहवा!" ॲशले सगळीकडे नजर फिरवत म्हणाला.

मिस कोरी मनोरंजनासाठीच्या सामग्रीकडे गेली. तिने ते सर्व आणि मिनीबार तपासून पाहिले. मि. बियर्ड्सलीने कोचावरच्या उशा ठाकठीक केल्या.

"मुख्य बेडरूम तुमच्या उजव्या हाताला आहे सिनेटर." हाल्पर्न म्हणाला.

"आणि मिस मॅनिंग तुमच्या विनंतीनुसार तुमच्यासाठी उत्तम बेडरूम डाव्या बाजूला आहे."

बेलमॅननी लगेचच त्याप्रमाणे सामान नेऊन ठेवायला सुरुवात केली.

"आणि आता सर्वात महत्त्वाचा भाग." हाल्पर्न म्हणाला आणि ॲशलेच्या मागून जात त्याने भिंतीवरच्या अनेक बटणांपैकी एक दाबले. भिंतीच्या बाहेरच्या बाजूचे पडदे सरकू लागले. हळूहळू बाल्कनीच्या कठड्यांच्या पलीकडे दिसणाऱ्या पाचू व नीलमण्यांच्या रंगाच्या महासागराचे विलक्षण दृश्य दिसू लागले.

"ओह!" कॅरोल छातीवर हात ठेवत चकित होत म्हणाली. बत्तीसाव्या मजल्यावरून दिसणारे ते दृश्य मन खिळवून टाकणारे होते.

हाल्पर्नने आणखी एक बटण दाबले. बाल्कनीच्या बाजूची काचेची दोन्ही दारे पूर्णपणे मागे सरकली. आता बाल्कनी आणि आतली खोली एकच झाली होती, "तुम्ही बाहेर आलात क्षणभर तर मी तुम्हाला इथली काही आकर्षक दृश्यं दाखवतो."

ॲशले आणि कॅरोल बाहेर आले. ॲशले सरळ लालसर तपकिरी दगडाच्या कठड्यापाशी गेला. कंबरेएवढ्या उंचीच्या कठड्यावरून त्याने खाली वाकून पाहिले. उंचीवरून खाली पाहण्याची थोडी भीती वाटत असल्याने कॅरोल सावकाश कठड्यापाशी आली. खालच्या विस्तृत अटलांटिस बीच आणि पॅरेडाईज लगूनचे दृश्य खरोखरच विलक्षण होते. हाल्पर्न कठड्यापाशी आला आणि तो निरनिराळी ठिकाणे बोटांनी दाखवू लागला. त्यांच्या अगदी समोर असलेला रॉयल बाथ पूल हा पोहोण्याचा तलाव एखाद्या रत्नासारखा चमकत होता.

"तिकडे डावीकडे काय आहे?" कॅरोलने विचारले. ती दूरवर दिसणाऱ्या एका जागेकडे बोट दाखवत होती. त्याठिकाणी पुरातत्त्वीय अवशेष असल्यासारखे वाटत होते.

"ते आमचे माया कालखंडातील मंदीर आहे." हाल्पर्न म्हणाला, "तुम्ही जर धाडसी असाल तर त्याच्या सहाव्या मजल्यावरून तुम्ही एका प्लेक्सीग्लास नळीतून

शार्क असणाऱ्या पाण्यात वेगाने खाली जाण्याचा विलक्षण अनुभव घेऊ शकता.''

''कॅरोल माय डियर'' ॲशले घाईघाईने म्हणाला, ''वॉशिंग्टनच्या राजकीय उलाढालीत गुंतून पडलेल्या तुझ्यासारखीला मन रमवण्यासाठी ही जागा अगदी योग्य वाटते आहे.''

कॅरोलने आपल्या बॉसकडे नजर टाकली. ह्या शेऱ्यामध्ये विनोदापेक्षा आणखी काहीतरी असावे असे तिला वाटले, पण ते तिला कळू शकले नाही. कारण ॲशले सागराकडे पाहत होता. जणू मघाशी बोललेला विषय केव्हाच मागे पडला होता.

''मिस्टर हाल्पर्न,'' मिस कोरी आपल्या खोलीतून म्हणाली, ''सर्वकाही ठीक आहे. सिनेटरांची की-कार्डस् टेबलावर आहेत. मला आता रिसेप्शन डेस्ककडे परत जायला हवं.''

''मी देखील निघालोच आहे.'' मि. बियर्ड्सली म्हणाला, ''सिनेटर तुम्हाला जर कशाची गरज लागली तर माझ्या लोकांना सांगा.''

''तुम्ही माझी एवढी काळजी घेतली म्हणून मी तुमचे आभार मानतो.'' ॲशले सावकाश म्हणाला, ''तुमच्यामुळेच ह्या हॉटेलनं उत्कृष्ट दर्जा मिळवला आहे.''

''मी देखील आता निघतो म्हणजे मग तुम्हाला विश्रांती घेता येईल.'' असे म्हणून हाल्पर्न इतरांच्या मागोमाग बाहेर पडू लागला.

ॲशलेने मॅनेजरचा दंड हलकेच धरला, ''जरा क्षणभर थांबलात तर बरं होईल.''

''जरूर.'' हाल्पर्न म्हणाला.

ॲशलेने हात हलवून बाहेर पडणाऱ्या इतरांना निरोप दिला आणि मग तो पुन्हा महासागराकडे पाहत म्हणाला, ''मिस्टर हाल्पर्न, मी इथं नसाऊत आलो आहे ह्यात काहीही गुपित नाही. तसं ते राहूही शकत नाही, कारण मी सर्वांच्यादेखत आलो आहे. पण याचा अर्थ असा नाही की मला माझा खाजगीपणा प्रिय नाही. ही खोली मला फक्त मिस मॅनिंगच्या नावावर नोंदवली जायला हवी आहे.''

''जशी तुमची मर्जी सर.''

''ह्यासाठी आभार मिस्टर हाल्पर्न. तुम्ही अनावश्यक प्रसिद्धी टाळाल याची मला खात्री आहे. माझ्या मतदारांचं मन दुखावेल याची भीती न बाळगता मला तुमच्या इथल्या कॅसिनोमध्ये आनंद लुटायचा आहे.''

''आम्ही त्यासाठी सर्वकाही करू याबद्दल मी तुम्हाला शब्द देतो.'' हाल्पर्न म्हणाला, ''आता मी जातो. इथं असताना तुमचा वेळ मजेत जावा ही शुभेच्छा व्यक्त करण्यासाठी आमच्या वतीने शॅम्पेन लवकर इथं पाठवली जाईल.''

''आणखी एक प्रश्न.'' ॲशले म्हणाला, ''आमच्याबरोबरच आमच्या मित्रांसाठी बुकिंग करण्यात आलं होतं. डॉ. लॉवेल आणि डॉ. डी'अगोस्टिनो यांच्याकडून काही कळलं का?''

"होय तर! ते अगोदरच इथं आलेले आहेत. एक तासापूर्वीच त्यांनी खोली ताब्यात घेतली आहे. ते याच मजल्यावर ३२०८ नंबरच्या स्यूटमध्ये आहेत. हा आमच्या सुपिरियर स्यूटपैकी एक आहे."

"हे फारच सोईचं झालं! तुम्ही लोकांनी आमची फारच उत्तम काळजी घेतलेली दिसते आहे."

"आम्ही सर्वोत्तम सेवा पुरवतो." हाल्पर्न किंचित कमरेत वाकून अभिवादन करत म्हणाला आणि मग खोलीच्या बाहेर पडला.

ॲशले कॅरोलकडे वळला. ती आता एवढ्या उंचीवर असण्याला जराशी सरावली होती. पण अजून समोरच्या दृश्याची मोहिनी तिच्यावर होती.

"कॅरोल डियर! ते डॉक्टर लोक त्यांच्या खोलीत आहेत का ते तू पाहशील का? आणि जर असतील तर ते आपल्याला भेटायला येऊ शकतील का ते विचार."

कॅरोल वळली आणि जणू मोहनिद्रेतून जागी झाल्याप्रमाणे तिने डोळ्यांची उघडझाप केली, "जरूर," ती पटकन म्हणाली. आपले काम काय आहे याची तिला जाणीव झाली होती.

"मला वाटतं, तू एकटाच गेलास तरी चालेल." स्टेफनीने सुचवले. ती आणि डॅनियल पॉसिडॉन स्यूटच्या जलपऱ्यांचे कोरीव काम असलेल्या लाकडी दरवाज्यापुढे उभे होते.

डॅनियलने हताशपणाने श्वास घेतला. त्याचे हात बाजूला निर्जिवपणे लोंबकळत होते, "आता काय झालं?"

"माझी ॲशलेला भेटायची इच्छा नाही. मला सुरुवातीपासून ह्या सगळ्या प्रकरणात फार उत्साह नव्हता आणि आता एवढं सगळं घडल्यानंतर तर अजिबात उरलेला नाही."

"पण आता आपण काम संपवण्याच्या अगदी बेतात आहोत. उपचारासाठी लागणाऱ्या पेशी तयार आहेत. आता फक्त त्यांचं रोपण करायचं बाकी आहे आणि तो भाग सोपा आहे."

"असं तुला वाटतं आणि तसं असावं अशी आशा आहे. पण मी मात्र प्रथमपासून तुझ्याएवढी आशावादी नव्हते. आता तर माझ्या निराशावादी भूमिकेचाही काही उपयोग होईल अशी मला अजिबात खात्री नाही."

"तुला वाटत होतं की एक महिन्यात आपण उपचारांसाठी लागणाऱ्या पेशी तयार करू शकणार नाही आणि त्या आज आपल्याजवळ आहेत."

"ते बरोबर आहे. पण पेशींचं काम हा एवढाच भाग सुरळीत पार पडला."

डॅनियलने अगोदर डोळे फिरवले आणि मग मनावरचा ताण हलका करण्यासाठी त्याने आजूबाजूला नजर टाकली. तो चिरडीस आला होता. "आता हे तू काय बोलते आहेस?" त्याने एक खोलवर श्वास घेऊन स्टेफनीकडे पाहिले, "आता अखेरच्या क्षणी तुला सगळ्या कामाचा विचका करायचा आहे का?"

स्टेफनी कृत्रिमपणे थोडी हसली. तिचे गाल लालसर झाले, "उलट मला एवढं सगळं केल्यानंतर हे प्रयत्न वाया जायला नको आहेत. तेच तर मी म्हणते आहे! म्हणूनच तर तू एकटा आत जा असं मी सांगते आहे."

"कॅरोल मॅनिंग म्हणाली की ॲशलेला आपल्या दोघांना भेटायचं आहे. मी तसं कबूलही केलंय. आता तू आली नाहीस तर काहीतरी गडबड आहे असं त्याला वाटेल. प्लीज! तुला काही बोलायचं नाही किंवा तुला काही करायचंही नाही. फक्त तुझं मनमोहक हास्य करत बसून राहा. हे मी काही फार मागतोय असं नाही!"

स्टेफनीने अस्वस्थपणे खाली पाहिले. मग तिने त्यांच्या अंगरक्षकाकडे पाहिले. तो त्यांच्या खोलीपाशी भिंतीला टेकून उभा होता. त्यांनी त्याला तिथेच उभे राहायला सांगितले होते. स्टेफनीला त्याच्याकडे पाहून घडलेल्या भीषण प्रसंगांची पुन्हापुन्हा आठवण होत होती. त्याचप्रमाणे डॅनियलचे म्हणणेदेखील बरोबर होते. उंदरांवरच्या प्रयोगांमुळे तिला कल्पना होती की प्रत्यक्ष पेशी रोपणाच्या कृतीमध्ये काहीच अडचण येणार नव्हती.

"ठीक आहे!" स्टेफनी नाईलाजाने राजी होत म्हणाली, "आपण हेदेखील उरकून टाकू या. पण आत गेल्यावर बोलायचं काम तुझं."

"गुड गर्ल!" डॅनियलने असे म्हणत दारावरची बेल दाबली.

आता डोळे फिरवण्याची पाळी स्टेफनीची होती. इतर कोणत्याही वेळी तिने असला शेरा खपवून घेतला नसता.

कॅरोल मॅनिंगने दार उघडले. ती हसली. वरकरणी तिचा चेहेरा मैत्रीपूर्ण होता. पण स्टेफनीला त्यामागे असणारी अस्वस्थता आणि चिंता जाणवली.

ॲशले एका कोचावर बसला होता. अर्थात स्टेफनी आणि डॅनियलने त्याला लगेच ओळखले नाही. गडद सूट, पांढरे शर्ट आणि जुनाट पद्धतीचे टाय हे सारे गेलेले होते. त्याजागी अर्ध्या बाह्यांचा भडक रंगाचा हिरवा खास बहामामधला शर्ट, पिवळी पँट, पांढरे बूट आणि या सगळ्याला साजेसा पट्टा हे होते. त्याच्या जाड फ्रेमच्या चष्म्याच्या जागी निळ्या रंगाचा एकदम आधुनिक फॅशनचा गॉगल होता. ॲशले एखाद्या पर्यटकाच्या व्यंगचित्रासारखा भासत होता. त्याच्या चेहेऱ्यावर एक प्रकारचा स्थिरपणा होता. त्याचा असा गोठलेला चेहेरा स्टेफनी आणि डॅनियलने यापूर्वी पाहिलेला नव्हता.

"माझ्या प्रिय मित्रांनो, तुमचं स्वागत." ॲशले त्याच्या पूर्वीसारख्याच खास

उच्चारशैलीत म्हणाला. पण त्याच्या आवाजात चढउतार मात्र नव्हते, ''मला तुम्हाला असं पाहून अगदी वेळेवर घोडदळाची मदत आल्यावर सेनापतीला वाटतं, तसं वाटतंय. तुमचे हुशार आणि सुंदर चेहेरे पाहून मला झालेल्या आनंदाचं मी वर्णन करू शकत नाही. मला कितीही वाटत असलं तरी मी तुमच्या स्वागतासाठी उठून पुढे झालो नाही म्हणून माफ करा. दुर्दैवाने आपण पूर्वी भेटलो होतो त्यावेळेपेक्षा आता मी घेतलेल्या औषधांचा परिणाम फार लवकर संपतो.''

''आहात तिथेच थांबा.'' डॅनियल म्हणाला, ''आम्हालाही तुम्हाला पाहून आनंद झाला आहे.'' डॅनियलने पुढे होऊन ॲशलेशी हस्तांदोलन केले आणि मग तो कोचावर दुसऱ्या बाजूला बसला.

काही क्षण द्विधा मनस्थिती झाल्यानंतर स्टेफनी डॅनियलच्या शेजारी बसली. तिने हसायचा प्रयत्न केला. कॅरोलने बाजूची एक खुर्ची ओढून घेतली आणि ती त्यांच्यापासून थोडी दूर बसली.

''आपल्यामध्ये गेल्या महिन्यात जवळपास काहीही संपर्क नव्हता. तरीही तुम्ही आज इथं येणार हे मला माहीत होतं.'' ॲशले म्हणाला, ''काम व्यवस्थित चालू आहे हे कळण्याचा एकच मार्ग माझ्याकडे होता. मी तुमच्याकडे सोपवलेल्या निधीमधून सतत आणि भरपूर प्रमाणात रक्कम कमी होत होती.''

''आम्ही जरी स्पष्ट करू शकत नसलो तरी आम्हाला फार प्रचंड काम करावं लागलं आहे.'' डॅनियल म्हणाला.

''आणि तुम्ही काम पुढे चालू ठेवणार आहात अशी आशा मी करतो.''

''नक्कीच. उद्या सकाळी दहा वाजता रोपणाची सगळी तयारी आम्ही केलेली आहे. हे काम विनगेट क्लिनिकमध्ये होईल. तुमची एवढ्या लवकर त्यासाठी जायची तयारी आहे, अशी आशा वाटते.''

''ह्या गावाकडच्या पोराच्या दृष्टीने ह्यापेक्षा लवकर ते काय असू शकेल?'' ॲशले आता गंभीरपणाने बोलू लागला होता. त्याच्या उच्चारांमध्ये त्याची खास ढब किंचित जाणवत होती, ''मी प्रसिद्धी माध्यमांना कळू नये असा प्रयत्न करत खरोखरच उधार घेतलेल्या वेळेत जगतो आहे.''

''म्हणजे रोपण पूर्ण करणं आपल्या दोघांच्याही हिताचं आहे.''

''तुम्ही एक महिन्यापूर्वी उपचारांसाठी लागणाऱ्या पेशी तयार करण्याची जी काही किचकट पद्धत सांगितली होती ती तुम्ही पूर्ण केली आहे असं मी मानतो.''

''होय.'' डॅनियल म्हणाला, ''त्याचे बरेचसे श्रेय डॉ. डी'अगोस्टिनो यांना दिले पाहिजे.'' डॅनियलने स्टेफनीचा गुडघा हलकासा दाबला.

स्टेफनीने कसेबसे तात्पुरते मंद स्मितहास्य केले.

''खरं तर गेल्या आठवड्यात आम्ही डोपामाईन बनवणाऱ्या चेतापेशींच्या चार

निरनिराळ्या मालिका तयार केल्या आहेत.''

''चार?'' ॲशले डॅनियलकडे एकटक नजरेने पाहत होता, ''एवढ्या कशासाठी?''

''सुरक्षिततेसाठी ह्या जास्तीच्या मालिका गरजेच्या आहेत. प्रत्यक्ष कामाच्या वेळी निदान एकतरी उपलब्ध असण्यासाठी हे करावं लागतं. आता त्या चारही पेशी-मालिका सारख्याच क्षमतेच्या असल्याने तुम्ही त्यांच्यातून निवड करू शकता.''

''विनगेट क्लिनिकमध्ये येणं याखेरीज उद्या सकाळी उठल्यानंतर मी काय करायचं हे मला माहिती करून घ्यायचं आहे.''

''नेहमी ऑपरेशनपूर्वी जसं आपण करतो तेच. मध्यरात्रीनंतर घट्ट अन्नपदार्थ खायचा नाही. जर शक्य असेल तर तुम्ही सकाळी तुमची रोजची औषधे घ्यायची नाहीत. उंदरांवरच्या प्रयोगात आम्हाला रोपण केल्यावर तत्काळ परिणाम दिसून येत असे. म्हणूनच तर ही औषधे तुम्ही टाळावीत. नाहीतर ह्या औषधांमुळे तो परिणाम नीट कळणार नाही.''

''चालेल.'' ॲशले म्हणाला, ''आता अखेरच्या क्षणी फक्त काही गडबड होता कामा नये. अर्थात मला तयार करून खाली लिमोझीनपर्यंत नेण्याचा भार कॅरोलवरच पडणार आहे.''

''इथं हॉटेलमध्ये व्हीलचेअर नक्कीच उपलब्ध असणार. आपण ती मागवू.'' कॅरोल म्हणाली.

''तुम्ही अन्नाच्या बाबतीत जे बंधन सांगितलं त्यावरून मला भूल देणार असं मी समजू शकतो का?''

''केवळ स्थानिक भूल दिली जाईल असं मला सांगण्यात आलं आहे. फक्त भरपूर प्रमाणात झोपेचं औषध दिलं जाईल. जर गरज पडली तर जास्तीची भूल देण्यासाठी भूलतज्ज्ञ उपस्थित असेल. मी आणखी तुम्हाला सांगू इच्छितो की आम्ही एका स्थानिक न्यूरोसर्जनची सेवा घेतलेली आहे. त्याचं नाव आहे डॉ. रशीद नवाझ. त्याला अशा प्रकारचं काम करण्याचा थोडाफार अनुभव आहे. विनगेट क्लिनिकमधल्या सर्वांच्या दृष्टीनं आणि ह्या डॉक्टरच्यासाठी तुमचं नाव जॉन स्मिथ आहे. सर्वांना गुप्तता पाळायची सूचना दिलेली आहे. ते सगळे तयार आहेत.''

''तुम्ही सर्व लहानसहान गोष्टींची फार उत्तम काळजी घेतलेली दिसते.''

''तोच तर आमचा हेतू होता.'' डॅनियल म्हणाला, ''रोपणाचं काम पूर्ण झाल्यानंतर तुम्ही विनगेट क्लिनिकच्या इनपेशंट विभागात राहावं असं आम्हाला वाटतं. म्हणजे मग आम्ही तुमच्यावर लक्ष ठेऊ शकू.''

''ओह!'' ॲशले चकित होत म्हणाला, ''किती वेळ राहायचं आहे?''

''किमान एक रात्र. त्यानंतर पुढे काय होईल त्यानुसार ठरवायचं.''

''मी इथं अटलांटिस रिसॉर्टमध्ये परत यायच्या विचारात होतो.'' ॲशले

म्हणाला, "म्हणून तर मी तुमच्या सगळ्यांची राहण्याची व्यवस्था इथंच केली आहे. तुम्ही याच मजल्यावर आहात, तेव्हा तुम्ही माझ्यावर पाहिजे तेवढं लक्ष ठेवू शकाल."

"पण ह्या हॉटेलमध्ये निदान करण्यासाठी काहीच सुविधा नाहीत."

"कसल्या सुविधा?"

"जशा इनपेशंट सुविधा असतात त्या. प्रयोगशाळा आणि क्ष-किरण."

"क्ष-किरण? ते कशासाठी? तुम्हाला काही अडचणी उद्‌भवतील असं वाटतंय का?"

"बिलकुल नाही. पण आपण काळजी घेतलेली बरी. ह्यापेक्षा वेगळा शब्द नाही म्हणून म्हणायचं. पण आपण प्रयोग करणार आहोत हे विसरू नका."

डॅनियलने स्टेफनीला आणखी काही सांगायचे आहे का ते पाहण्यासाठी तिच्याकडे पाहिले. उलट तिने प्रत्युत्तरादाखल डोळे फिरवले. त्यावेळी अगदी सूक्ष्म छटादेखील समजण्याएवढा संवेदनशील असल्याने ॲशलेने तिची प्रतिक्रिया ताबडतोब टिपली, "डॉ. डी'अगोस्टिनो, तुम्हाला आणखी काही वेगळा शब्द सुचतो का?"

स्टेफनी क्षणभर थांबली, "नाही. प्रयोग हा शब्द मला योग्य वाटतो." ती म्हणाली. पण तिच्या मनात त्या जागी 'मूर्खपणा' हा शब्द वापरायची इच्छा प्रबळ झाली होती.

"ह्या प्रसंगी मला अगदी सूक्ष्म अशा नकारार्थी विचारांचा वास येत नसावा अशी आशा आहे." ॲशले स्टेफनी आणि डॅनियलकडे आळीपाळीने पाहू लागला, "सुनावणीच्या वेळी तुम्ही जेवढ्या जोरानं ह्या पद्धतीची तरफदारी केली होती, तेवढाच आशावाद अजून तुमच्यात आहे याची मला खात्री करून घेणं महत्त्वाचं वाटतं."

"अर्थातच." डॅनियल म्हणाला, "आमचा प्राण्यांवरील प्रयोगाचा अनुभव खरोखरच विलक्षण आहे. आम्ही ही पद्धत मानवजातीच्या कल्याणासाठी वापरण्याच्या कामाची उत्सुकतेने वाट पाहत आहोत."

"छान." ॲशले म्हणाला, पण तो पापणी न हलवता स्टेफनीकडे रोखून पाहत होता, "आणि डॉ. डी'अगोस्टिनो, तुम्ही ह्याच्याशी सहमत आहात ना? तुम्ही मला गप्पगप्प आहात असं वाटतंय."

काही क्षण खोलीत पूर्ण शांतता पसरली. फक्त खाली खेळणाऱ्या मुलांचा व माणसांचा अस्पष्ट आवाज ऐकू येत होता.

"होय." अखेर स्टेफनी म्हणाली, "मी तशी वाटले असेल तर मला माफ करा. मी ह्या कामामुळे जरा दमलेली आहे इतकंच. पण तुमच्या प्रश्नाचं उत्तर द्यायचं तर मी हा प्रकल्प पुरा करण्यासाठी तेवढीच आतूर झालेली आहे."

"हे ऐकून मला सुटल्यासारखं वाटतंय." ॲशले म्हणाला, "म्हणजे माझ्या त्वचेपासून तुम्ही ज्या चार पेशी-मालिका बनवल्या आहेत, तुम्ही त्यांच्याबद्दल

समाधानी आहात तर?''

''होय.'' स्टेफनी म्हणाली, ''ह्या चारही पेशी-मालिका निश्चितपणाने डोपामाईन बनवू शकणाऱ्या चेतापेशींच्या आहेत आणि त्या...'' स्टेफनी नेमका शब्द आठवण्यासाठी थांबल्याप्रमाणे मध्येच थांबली, ''...जोमदार आहेत.''

''जोमदार?'' ॲशले म्हणाला, ''माझ्यासारखा सामान्य माणसाला ह्या शब्दाचा अर्थ कळत नसला तरी काहीतरी चांगलं आहे एवढं नक्की कळतंय. पण मला एक सांगा, ह्या सगळ्या पेशी-मालिकांमध्ये ट्युरीनच्या कफनातले जनुक आहेत ना?''

''होय. आहेत.'' डॅनियलने उत्तर दिले, ''अर्थात त्या कफनाचा नमुना मिळवणं आणि त्यातून नेमका डी.एन.ए. तुकडा काढणं, मग त्यापासून पहिजे ते जनुक तयार करून घेणं या सगळ्यासाठी आम्हाला फार परिश्रम पडले आहेत. पण आम्ही हे कठीण कामही पार पाडलं.''

''मला ह्याचीच खात्री करून घ्यायची होती.'' ॲशले म्हणाला, ''अर्थात मी त्यासंबंधी कसलीही चाचणी करून घेऊ शकत नाही ह्याची मला कल्पना आहे. पण मला तरीही खात्री हवीच आहे. कारण माझ्या दृष्टीने ते फार महत्त्वाचे आहे.''

''एचटीएसआर पद्धतीत वापरलेले जनुक ट्युरीनच्या कफनावरच्या रक्तामधूनच आम्ही घेतलेले आहेत. मी तसं प्रतिज्ञापूर्वक सांगतो.''

''एका सद्‌गृहस्थाचा शब्द म्हणून मी तो स्वीकारतो.'' ॲशले म्हणाला. त्याच्या बोलण्यात अचानक त्याची नाटकी ढब आली होती. अत्यंत कष्टाने त्याने आपला अवघडलेला देह सावरत उभा राहण्याचा प्रयत्न केला. उभा राहिल्यावर त्याने हात पुढे केला. दरम्यान डॅनियल उठून उभा राहिला होता. दोघांनी हस्तांदोलन केले.

''मी मरेपर्यंत तुमच्या वैज्ञानिक कामगिरीसाठी आणि परिश्रमांसाठी तुमचा ऋणी राहीन.''

''आणि तुम्ही एचटीएसआर पद्धतीवर बंदी घातली नाहीत म्हणून तुमच्या राजकीय नेतृत्वगुणांबद्दल मी तुमचा.''

फारशा भावना न दिसणाऱ्या ॲशलेच्या चेहेऱ्यावर किंचित आंबट हास्य पसरले, ''मला विनोदबुद्धी असणारी माणसे आवडतात.'' त्याने डॅनियलचा हात सोडून दिला आणि उठून उभी राहिलेल्या स्टेफनीच्या दिशेने हात पुढे केला.

क्षणभर स्टेफनी ॲशलेच्या हाताकडे पाहत राहिली. ती गोंधळली होती. अखेर तिने हात पुढे केला. अवघडलेल्या हस्तांदोलनानंतर तिने आपला हात सोडवून घेण्याचा प्रयत्न केला. पण ॲशलेची मजबूत पकड सुटली नाही. हा ॲशलेच्या पार्किन्सन्स् विकाराचा परिणाम आहे हे माहिती असूनही तिच्या मनात अचानक भीती डोकावली होती. आपल्यामागे ह्या प्रकरणात पडल्यापासून लागलेल्या पुरुषांमध्ये

आणखी एक भर असा विचार तिच्या मनात आला होता.

"डॉ. डी'अगोस्टिनो, तुम्ही केलेल्या कामाबद्दल मी मनापासून तुमचा आभारी आहे." ॲशले म्हणाला, "आणि एक सभ्य गृहस्थ म्हणून मी हे कबूल करणे गरजेचे आहे की मी तुम्हाला पाहिलं त्या अगदी पहिल्या क्षणापासून मला तुमच्या विलक्षण सौंदर्याची भुरळ पडली आहे." हे बोलल्यानंतर ॲशलेने आपली विसविशीत बोटे सोडवून घेऊन हात मागे घेतला.

स्टेफनीने आपला मागे घेतलेला हात छातीपाशी अशा तऱ्हेने धरला होता, की जणू ॲशले पुन्हा तो पकडणार याची तिला भीती वाटत होती. आपली भीती निरर्थक आहे हे माहीत असूनही तिची ही प्रतिक्रिया झाली होती. तिने कशीबशी मान डोलावली आणि अर्धवट स्मितहास्य केले.

"आता तुम्ही दोघांनी रात्री नीट विश्रांती घ्यावी असं मला वाटतं." ॲशले म्हणाला, "उद्या सकाळी तुम्ही चांगले ताजेतवाने असणं गरजेचं आहे. प्रत्यक्ष रोपणाला फार वेळ लागणार नाही असं मी तुमच्या बोलण्यातून ताडलं. ते बरोबर आहे का?"

"होय. एक तास लागेल किंवा थोडासा जास्त वेळ इतकंच."

"देवाची कृपा! एक तासापेक्षा थोडासा जास्त वेळ. एका माणसाला वाचवण्यासाठी आणि त्याच्या कारकिर्दीला नवीन संजीवनी देण्यासाठी आधुनिक जैवतंत्रज्ञानाला फक्त एवढा वेळ पुरेसा आहे. मी खरोखरच प्रभावित झालो आहे. देवाचे आभार मानायला हवेत!"

"उद्या बराचसा वेळ स्टिरिओटॅक्सिक फ्रेम बसवायला लागणार आहे. पेशींच्या रोपणाला अवघी काही मिनिटे लागतील."

"पाहा. पुन्हा तुम्ही सामान्यजनांना न कळणाऱ्या भाषेत बोलतात." ॲशले तक्रारीच्या स्वरात म्हणाला, "ही स्टिरिओटॅक्सिक फ्रेम म्हणजे काय भानगड आहे?"

"ही फ्रेम तुमच्या डोक्यावर एखाद्या मुकुटासारखी बसेल. त्यामुळे डॉ. नवाझ यांना उपचारासंबंधी तयार केलेल्या पेशी मेंदूत नेमक्या जागी सोडता येणे शक्य होईल. जिथल्या डोपामाईन बनवणाऱ्या पेशी नष्ट झाल्या आहेत त्याचजागी ह्या पेशी जाणे गरजेचे आहे."

"मी असं विचारणं बरोबर आहे की नाही कोण जाणे." ॲशले जरासा थबकत म्हणाला, "तुम्ही ह्या पेशी माझ्या मेंदूत थेट टोचणार आहात हे बरोबर आहे का?"

"होय." डॅनियल स्पष्टीकरण देऊ लागला होता. एवढ्यात ॲशलेने त्याला मध्येच अडवले.

"जरा थांबा! ह्या क्षणी जितकी कमी माहिती असेल तितकी चांगली. मी तसा

घाबरट पेशंट आहे. विशेषत: तुम्ही भूल देणार नाही. मी तर वेदना सहन करू शकत नाही.''

''तुम्हाला वेदना होणार नाहीत. मेंदूला स्वत:ला कसल्याही वेदना होत नाहीत.''

''पण मेंदूमध्ये सुई तर घुसवावी लागणारच ना?'' ॲशले चकित होऊन म्हणाला.

''काही इजा होऊ नये म्हणून सुई बोथट असणार आहे.''

''पण तुम्ही मेंदूत सुई घुसवता तरी कशी?''

''तुमच्या कवटीला एक छोटं भोक पाडण्यात येईल. तुमच्या बाबतीत ते कपाळावर असेल.''डॅनियल आपल्या दोन भुवयांमध्ये बोट दाखवत म्हणाला, ''आणि हे लक्षात ठेवा की वेदना होणार नाहीत. फक्त प्रत्यक्ष भोक पडताना अगदी सूक्ष्म हादरे बसतील इतकंच. ते सुद्धा कळण्याची शक्यता कमीच आहे. कारण तुम्हाला औषधांमुळे गुंगी आलेली असेल.''

''हे सारं मी सहन करीन. बरं, मला माझं नाव परत एकदा सांगा!''

''जॉन स्मिथ.''

''होय. होय. मी ते कसा विसरेन?'' ॲशले म्हणाला, ''आणि डॉ. डी'अगोस्टिनो तुम्ही माझ्या **पोकाहोन्टास** असणार.''

स्टेफनी पुन्हा कशीबशी हसली.

''आणि आता!'' ॲशले एकदम उत्साहात म्हणाला, ''आता ह्या गावाकडच्या पोराची आजारपणाचे विचार विसरून खाली कॅसिनोकडे जाण्याची वेळ झाली आहे. मी आता हाततुटक्या ठगांबरोबर खेळायला जाणार आहे.''

काही मिनिटानंतर स्टेफनी आणि डॅनियल आपल्या खोलीजवळ आले. स्टेफनीने दारापाशी उभ्या असणाऱ्या त्यांच्या अंगरक्षकाकडे नजर टाकली पण डॅनियलने मात्र त्याच्याकडे पाहिले नाही. तो वैतागला होता. त्याने आत शिरल्यावर दार देखील जोरात आपटून लावून घेतले.

''जोमदार म्हणे!'' डॅनियल दारापाशीच हात पाठीमागे ठेवून उभा होता, ''तुला आणखी काही शब्द सुचला नाही? तुझा विचार तरी काय होता तिथं? शेवटच्या क्षणी तुला सगळ्याचा विचका करायचा होता की काय? यावर कडी म्हणून की काय तुला त्याच्याशी हस्तांदोलनही करायचं नव्हतं!''

''नव्हतंच.'' स्टेफनी खोलीतल्या एकमेव कोचावर जाऊन बसली.

''नव्हतंच? पण का नाही?''

''मी कंटाळा येईल एवढ्या वेळा सांगितलं आहे. मला त्या माणसाबद्दल अजिबात आदर नाही. मला हे सगळं बिलकुल आवडत नाहीये.''

''तू तिथं मुद्दाम गप्प बसून तुला हवं ते करत होतीस बहुतेक. तू साध्या

प्रश्नाचं उत्तर द्यायलाही वेळ लावत होतीस.''

''हे पाहा, मी मला शक्य ते सारं केलंय! मी खोटेपणा केलेला नाही. मी तुला अगोदरच येत नाही म्हणाले होते. पण तूच मला भाग पाडलंस.''

डॅनियलने जोरजोरात श्वास घेतला. त्याने स्टेफनीकडे रोखून पाहिले, ''कधीकधी तू फार चीड आणतेस.''

''माफ कर.'' स्टेफनी म्हणाली, ''मला ढोंग करायला जमत नाही. आणि चीड आणल्याबद्दल बोलायचं तर तू त्याबाबतीत काही कमी नाहीस. पुढच्या वेळी मला गुड गर्ल म्हणायचं मनात येईल तेव्हा तोंड आवर.''

◆

२४

रविवार, २४ मार्च २००२
सकाळी १० वाजून २२ मिनिटे

गेली अनेक वर्षे डॉक्टरकडे जाणे हा ॲशले बटलरच्या दृष्टीने अत्यंत तापदायक अनुभव होता. कारण त्यामुळे त्याला आपण कधीतरी मरणार याची जाणीव होत असे. हॉस्पिटलमध्ये जाणे हा तर त्यापेक्षा वाईट प्रसंग असे. आज विनगेट क्लिनिकमध्ये जाणे हा प्रसंगही त्याला अपवाद नव्हता. त्याने लिमोमधून तिकडे जाताना त्याच्या टोपणनावाबद्दल कॅरोलशी बोलताना बरेच विनोद केले. आपली खास अमेरिकेच्या दक्षिण भागातली बोलण्याची लकब वापरून त्याने ॲडमिट होताना तिथल्या नर्स आणि तंत्रज्ञांबरोबर चेष्टामस्करी केली खरी, पण मनोमन तो भेदरला होता. त्याने पांघरलेला हा मुखवटा डॉ. रशीद नवाझला भेटताच गळून पडला. हा डॉक्टर त्याच्या अपेक्षेबरहुकूम नव्हता. त्याच्या नावामुळे तो कोणत्या वंशाचा आहे हे अगदी स्पष्ट कळत असले तरी ॲशलेला तो हवा तसा नव्हता. ॲशलेच्या विचारप्रक्रियेमध्ये पूर्वग्रहांना फार महत्त्वाचे स्थान होते आणि आता ही तेच दिसून येत होते. न्यूरोसर्जन हे उत्तम व्यक्तिमत्त्वाचे, उंचेपुरे, नॉर्डिक वंशाचे आणि गंभीरच असले पाहिजेत अशी त्याची कल्पना होती. उलट त्याच्यासमोर आलेला हा न्यूरोसर्जन बुटका आणि काळसर वर्णाचा होता. त्याचे डोळे आणि ओठही काळे होते. ऑक्सफर्डमध्ये शिकल्याची खूण असणारी त्याची लयबद्ध इंग्लिश उच्चारांची लकब ही त्याची जमेची बाजू होती. तसेच त्याच्या चेहेऱ्यावर झळकणारी व्यावसायिकता, आत्मविश्वास आणि मृदूपणा ह्या त्याच्या आणखी जमेच्या बाजू होत्या. वेगळ्या प्रकारच्या उपचारांसाठी येणाऱ्या ॲशले बटलरच्या

मनातली भीती त्याने ओळखली होती आणि तो आश्वासक हसत होता. त्याच्यावर होणारे उपचार अजिबातच अवघड नाहीत हे तो ॲशलेला सांगत होता.

भूलतज्ज्ञ डॉ. कार्ल न्यूहाऊस मात्र ॲशलेच्या अपेक्षेप्रमाणेच होता. किंचित स्थूल असणाऱ्या ह्या इंग्लिश माणसाचे गाल लालसर होते. कॉकेशियन वंशाच्या ॲशलेने अगोदर बघितलेल्या डॉक्टरांसारखा तो होता. त्याने ऑपरेशन रूममध्ये वापरण्याच्या सगळ्या वस्तू वापरलेल्या होत्या. त्याचा फेसमास्क त्याच्या गळ्यामध्ये लोंबकळत होता.

डॉ. न्यूहाऊसने ॲशलेला त्याच्या आजारपणाविषयी सर्वकाही तपशील विचारून घेतले. त्याला कधी भूल दिली होती का, त्याला कोणत्या औषधांची ॲलर्जी आहे का इत्यादी सगळी माहिती त्याने नोंदवून घेतली. त्याने ॲशलेच्या छातीवर हलकेच बुक्की मारून तपासणी केली आणि मग त्याने ॲशलेला सलाईन लावले. त्याच्या हातात एवढी सफाई होती की ॲशलेला त्याची जाणीवही झाली नाही. मग त्याने ॲशलेला सांगितले की तो त्याला आता देणार असणाऱ्या औषधांमुळे त्याला शांत वाटेल. कदाचित आपण ठणठणीत आहोत असं वाटेल आणि त्याला गुंगी येईल.

''जेवढ्या लवकर शक्य होईल तेवढं बरंच होईल.'' ॲशले शांतपणाने म्हणाला. आदल्या रात्री त्याला भीतीमुळे झोप आलेली नव्हती. शिवाय त्या दिवशीची सकाळही फारशी चांगली गेली नव्हती. डॅनियलच्या सल्ल्यानुसार त्याने सकाळी त्याचे नेहमीचे औषध घेतले नव्हते. त्याचे परिणाम अपेक्षेपेक्षा जास्त भयंकर झाले होते. लक्षणे न दिसण्यात ह्या औषधांचा किती मोठा वाटा होता हे त्याला त्यावेळी जाणवले. सकाळपासून त्याची बोटे सतत गोलगोल फिरत होती. प्रयत्न करूनही त्याला ती हालचाल थांबवता येत नव्हती. त्याचे सारे शरीर विलक्षण आखडून गेले होते. कॅरोलला त्याच्यासाठी व्हीलचेअर आणावी लागली होती. त्याला व्हीलचेअरमधून बाहेर काढून लिमोमध्ये बसवताना दोन डोअरमनना विलक्षण प्रयास करावे लागले होते. विनगेट क्लिनिकमध्येही त्याची पुनरावृत्ती झाली होती. फक्त ह्यात आनंदाचा भाग एवढाच होता की त्याला कोणीही ओळखले नव्हते.

खरोखरच न्यूहाऊसने सांगितल्याप्रमाणे त्याच्या औषधांमुळे ॲशलेला अतिशय शांत आणि समाधानी वाटू लागले होते. आपली आवडती ब्युरबाँ वाईनचे अनेक मोठे पेले रिचवल्याप्रमाणे त्याला हलके वाटू लागले होते. त्याच्या हाताची थरथरसुद्धा बहुधा त्याला जाणवत नव्हती. त्याच्या अंगावर हॉस्पिटलचा पोशाख होता. त्यातून त्याचे जाडजूड पांढरेफटक पाय बाहेर आले होते. त्याच्या पायाची वळलेली पिवळसर नखे वरच्या दिशेने रोखलेली होती. एका दंडात सलाईन लावलेले होते, तर दुसऱ्या दंडाभोवती ब्लडप्रेशर मोजण्याच्या यंत्राची पट्टी गुंडाळलेली

होती. त्याच्या छातीवर ई.सी.जी.साठी वायर जोडलेल्या होत्या आणि त्याच्या हृदयाच्या ठोक्यांचा आवाज खोलीमध्ये घुमत होता.

डॉ. नवाझ हातात टेप, पेन आणि रेझर घेऊन आपल्या कामात व्यग्र होता. स्टिरिओटॅक्सिक फ्रेम बसवण्यासाठी तो तयारी करत होता. ही फ्रेम इतर निर्जंतुक केलेल्या वस्तूंबरोबर एका टेबलावर बाजूला ठेवलेली होती. ती फ्रेम छळासाठी बनवलेल्या एखाद्या यंत्रासारखी वाटत असली तरी ॲशलेला त्यावेळी तिच्याकडे पाहून काहीच वाटले नाही. तसेच ऑपरेशनरूमच्या बाहेर उभे राहून खिडकीतून पाहणाऱ्या लॉवेल आणि डी'अगोस्टिनो ह्यांचीही त्याने दखल घेतली नाही. ते दोघे पॉल सॉन्डर्स आणि स्पेन्सर विनगेट बरोबर ऑपरेशनरूममधलेच पोशाख घालून उभे होते. ते जणू ही सारी करमणूक असल्याप्रमाणे तयारी पाहत आहेत असे त्यावेळी ॲशलेला वाटले. ॲशलेला त्यांच्याकडे पाहून हात हलवण्याची इच्छा झाली, पण त्याचे हात बांधलेले असल्याने ते शक्य झाले नाही. त्याला डोळे उघडे ठेवणे अवघड जात होते तेव्हा हात मोकळा असला तरी तो उचलणे त्याला जमेल असे वाटत नव्हतेच.

"मी तुमच्या डोक्याच्या मागच्या बाजूचे आणि बाजूचे केस काढून टाकणार आहे." डॉ. नवाझ म्हणाला. त्याने हातातला टेप आणि पेन तिथं सतत फिरत राहण्याच्या ठेवलेल्या नर्सच्या, मार्जोरी हिकॅमच्या हातात दिले, "मी अगोदर सांगितलं त्याप्रमाणे तुमच्या डोक्यावर ह्या जागी फ्रेम बसवण्यात येईल. लक्षात येतंय ना मिस्टर स्मिथ?"

स्मिथ हे आपलेच टोपणनाव आहे हे कळायला ॲशलेला एक क्षण लागला.

"मला वाटतं, माझ्या लक्षात येतंय." ॲशलेने अस्पष्ट आवाजात उत्तर दिले. त्याचा आवाज एकसुरी होता, "हवं तर तुम्ही माझी दाढीही केलीत तरी चालेल. सकाळी मी औषधं न घेतल्यामुळे मला दाढी नीट करता आली नव्हतीच नाही तरी."

ह्या अनपेक्षित विनोदी सूचनेमुळे डॉ. नवाझ हसला. इतरही त्यात सामील झाले. त्यावेळी तिथे असलेल्यांमध्ये कोन्स्टान्स बार्टोलो नावाची एक नर्सही होती. ती अंगावर गाऊन चढवून आणि हातात ग्लोव्ह घालून तयारीत फ्रेमपाशी उभी होती.

काही मिनिटांनंतर डॉ. नवाझ एक पाऊल मागे सरकला आणि आपण केलेले काम कसे आहे ते पाहू लागला, "मला वाटतं, काम चांगलं झालंय. मी आता पोशाख चढवतो आणि मग आपण कामाला सुरुवात करू."

मनात आपल्या कवटीला भोक पाडणार याची चिंता असूनही ॲशलेला छान गुंगी आली. काही वेळाने आपल्या तोंडावर निर्जंतुक केलेला बुरखा घातला आहे हे त्याच्या लक्षात येऊन त्याला थोडी जाग आली. पण मग तो पुन्हा झोपी गेला. त्यानंतर थोड्या वेळाने त्याला कानशिलावर थोडीशी वेदना जाणवली. त्याने

प्रयत्नपूर्वक पापण्या उघडण्याचा प्रयत्न केला आणि उजवा हात उचलून थांबा असाही इशारा करण्याचा प्रयत्न त्याने केला.

''ठीक आहे!'' डॉ. न्यूहाऊस म्हणाला. तो थोडासा मागे उभा होता त्याने ॲशलेच्या दंडावर हात ठेवला, ''सर्वकाही ठीक आहे! मी आता तुमच्या रक्तामध्ये थोडं गुंगीचं औषध सोडतोय. तुम्हाला थोडी चावल्यासारखी भावना होईल.''

''चावल्यासारखी भावना!'' ॲशले गुंगीत होता. तो मनातल्या मनात हे म्हणाला. फारसे काही होत नाही हे दाखवण्याचा डॉक्टरांचा जो नेहमी प्रयत्न असतो त्याचाच हा एक भाग आहे हे त्याच्या लक्षात आले. कारण एखादी तापून पांढरी झालेली सुरी आपल्या डोक्याचा भाग कापून काढत आहे असे त्याला वाटत होते. तरीही ॲशलेला जणू हे दुसऱ्या कोणावर तरी चालले आहे असे वाटत होते. प्रत्येक वेळी वेदना तत्काळ जाऊन त्याजागी संपूर्ण बधिरपणा येतो आहे हे त्याला जाणवले. तो अधूनमधून अर्धवट शुद्धीवर येत होता. त्यामुळे त्याच्या डोक्यावर स्टिरिओटॅक्सिक फ्रेम बसवली जात आहे याची त्याला पुसट जाणीव होत होती. फ्रेम जागच्याजागी बसवायला अर्धा तासापेक्षा थोडासा जास्त वेळ लागला. ॲशलेला मात्र भूतकाळ, भविष्यकाळ किंवा वेळाची अजिबात जाणीव राहिली नव्हती.

''आता सर्व काही व्यवस्थित झालेलं आहे.'' डॉ. नवाझने ॲशलेच्या डोक्यावरची अर्धवर्तुळाकार दांडी धरून हलकेच हलवली. फ्रेम स्थिर आहे आणि ती पाहिजे तशी जागच्याजागी आहे की नाही हे तो तपासून पाहत होता. फ्रेम जागच्याजागी घट्ट होती. हे पाहून डॉ. नवाझ एक पाऊल मागे सरकला आणि मग घसा साफ करत म्हणाला, ''मिस हिकॅम, प्लीज क्ष-किरण तपासणी करणाऱ्यांना कळवा. आपण तयार आहोत.'' मिस हिकॅम सलाईनची आणखी एक बाटली डॉ. न्यूहाऊसला देण्यासाठी जात होती. ती मध्येच थांबली आणि आपली सहकारी कोस्टान्सकडे पाहू लागली. क्षणभर तिला काय बोलावे ते कळेना. ऑपरेशनच्या वेळी न्यूरोसर्जन कसे भडकतात आणि तमाशा करतात याची तिला कल्पना होती.

''मी म्हणालो की आता क्ष-किरण यंत्राची गरज आहे. इथं काही गंमत चाललेली नाही!'' डॉ. नवाझच्या आवाजाला धार होती.

''पण आमच्याकडे क्ष-किरण यंत्र नाही.'' मार्जोरी अडखळत म्हणाली. मग तिने आधारासाठी डॉ. न्यूहाऊसकडे पाहिले. त्यावेळी अचानक उद्‌भवलेल्या पेचप्रसंगाची संपूर्ण जबाबदारी तिला घ्यायची नव्हती.

''क्ष-किरण यंत्र नाही याचा अर्थ काय?'' डॉ. नवाझ गरजला, ''तुम्ही इथं ताबडतोब क्ष-किरण यंत्राची व्यवस्था करा नाहीतर मी हे सगळं गुंडाळून निघालोच म्हणून समजा! मी कोणत्याही परिस्थितीत क्ष-किरण यंत्र असल्याशिवाय मेंदूत रोपण करू शकत नाही.''

“मार्जोरीच्या म्हणण्याचा अर्थ असा आहे की या दोन ऑपरेशन रूममध्ये क्ष-किरण तपासणीची व्यवस्था नाही.” डॉ. न्यूहाऊस स्पष्टीकरण देऊ लागला, “ह्या दोन्ही रूम मुळात वंध्यत्व उपचारांसाठी तयार करण्यात आल्या असल्यानं इथं अत्याधुनिक अल्ट्रासाऊंड यंत्र उपलब्ध आहेत. त्यांचा काही उपयोग होईल का?”

“अजिबात नाही!” डॉ. नवाझने फटकारले, “अल्ट्रासाऊंड यंत्राचा काही उपयोग नाही. मला नेमकी मोजमापे घेण्यासाठी पूर्ण आकाराचे क्ष-किरण यंत्रच हवे आहे. ह्या फ्रेमच्या त्रिमिती मोजमापांचा संबंध पेशंटच्या मेंदूशी आहे. तो नीट कळला नाही, तर अंधारात तीर मारल्यासारखं होईल. मला क्ष-किरण यंत्र हवंच! तुम्हाला असं म्हणायचं आहे का की तुमच्याजवळ पोर्टेबल यंत्रसुद्धा नाही?”

“दुर्दैवानं नाही.” डॉ. न्यूहाऊस म्हणाला आणि त्याने पॉल सॉन्डर्सला आत येण्यासाठी खूण केली.

पॉलने तोंडावर मास्क लावून आत डोके घातले, “काही प्रॉब्लेम आहे का?”

“होय. प्रॉब्लेम आहे. ब्लडी प्रॉब्लेम कळलं!” डॉ. नवाझ चिडून खेकसत म्हणाला, “मला इतक्या उशीरा हे सांगण्यात आलंय की इथं क्ष-किरण यंत्र नाही.”

“आमच्याकडे क्ष-किरण यंत्र आहे.” पॉल म्हणाला, “इतकंच नाही तर एमआरआयसुद्धा आहे.”

“तर मग ते इथं आणा!” डॉ. नवाझ उतावीळ होत म्हणाला.

पॉल आत आला आणि त्याने खिडकीतून पाहणाऱ्या इतरांना आत या अशा अर्थाची खूण केली.

“इथं असा प्रॉब्लेम उद्भवला आहे की ज्याची कोणीच कल्पना केलेली नव्हती.” पॉल म्हणाला, “रशीदला क्ष-किरण यंत्र हवंय. ह्या रूममध्ये तशी व्यवस्था नाही आणि आपल्याजवळ पोर्टेबल यंत्रही नाही.”

“ओह! इतकं सगळं सुरळित झाल्यानंतर हे काय नवीन उपटलं?” डॅनियल स्वत:शी म्हणाला आणि मग रशीद नवाझला म्हणाला, “तुम्हाला क्ष-किरण यंत्र लागेल हे तुम्ही का सांगितलं नाहीत?”

“ते उपलब्ध नाही ही माहिती तुम्ही का दिली नाही?” रशीद नवाझने टोला लगावला, “आधुनिक म्हणवल्या जाणाऱ्या ऑपरेशन रूममध्ये क्ष-किरण यंत्र नाही अशा स्थितीत काम करण्याचा सन्मान मला याआधी लाभलेला नाही!”

“आपण जरा क्षणभर ह्याचा शांत डोक्यानी विचार करू या!” पॉल म्हणाला, “काहीतरी उपाय असेलच.”

“विचार करण्याजोगा ह्यात काहीही नाही.” नवाझ फटकारत म्हणाला, “मी क्ष-किरण यंत्राखेरीज मेंदूत इंजेक्शन देऊ शकत नाही. हे सारं इतकं साधं आहे.”

कार्डियाक मॉनिटरचा बीप बीप अशा आवाजाखेरीज इतर कोणताही आवाज

येत नव्हता. सर्वजण गप्प होते आणि जागच्याजागी उभे होते. कोणीही कोणाच्या डोळ्याला डोळा देत नव्हते.

"पेशंटला क्ष-किरण यंत्र आहे त्या रूममध्ये न्यायला काय हरकत आहे?" स्पेन्सर अचानक म्हणाला, "ती रूम तर जवळच आहे."

इतरांच्या मनातही ही कल्पना आली होती, पण त्यांनी ती बाजूला सारली होती. आता सगळेजण पुन्हा ह्या कल्पनेवर विचार करू लागले. ऑपरेशन रूममधून मध्येच पेशंटला बाहेर काढणे ही गोष्ट चमत्कारिक होती, पण प्राप्त परिस्थितीत तसे करणे टाळता येण्याजोगेही नव्हते. ह्या ठिकाणी असणाऱ्या सुविधा अगदी लखलखीत कोऱ्या होत्या. त्यात पेशंटही कोणी नव्हते. त्यामुळे जंतुसंसर्ग होण्याची शक्यता फारच कमी होती. शिवाय अजून कवटीला भोक पाडलेले नव्हतेच.

"मला तरी ही सूचना योग्य वाटते." डॅनियल उत्साहाने म्हणाला, "आपण इथं बरेच जण आहोत, तेव्हा सर्वजण सहज मदत करू शकू."

"रशीद, तुझं मत काय आहे?" पॉलने विचारले.

डॉ. नवाझने खांदे उडवले, "ठीक आहे. फक्त पेशंट ऑपरेशन टेबलवरच रहायला हवा. स्टिरिओटॅक्सिक फ्रेम बसवलेली असताना त्याला स्ट्रेचरवर हलवणं अयोग्य ठरेल."

"ऑपरेशन टेबलला चाकं लावलेली आहेत." डॉ. न्यूहाऊसने सर्वांना आठवण करून दिली.

"चला तर मग! आपण ते करू या." पॉल म्हणाला, "मार्जोरी तिथल्या तंत्रज्ञाला सूचना दे. आम्ही क्ष-किरण रूमकडे येत आहोत."

डॉ. न्यूहाऊसला ॲशलेला कार्डियाक मॉनिटरला जोडलेल्या वायरपासून मोकळे करायला अवघी काही मिनिटे पुरली. ॲशलेचे आडव्या बोर्डांना बांधलेले हातही सोडवण्यात आले. कारण नाहीतर दारातून बाहेर पडायला अडचण होणार होती. ॲशलेचे हात त्याच्या मांडीवर व्यवस्थित ठेवल्यानंतर डॉ. न्यूहाऊसने टेबलाच्या चाकांना लावलेले लॉक काढले. डॉ. न्यूहाऊस टेबल ढकलू लागला. पॉल आणि मार्जोरी टेबल ओढत होते. ॲशले पूर्णपणे गुंगीत होता. त्याला आजूबाजूला घडणाऱ्या नाट्याची कल्पना नव्हती. त्याच्या डोक्यावर लावलेल्या स्टिरिओटॅक्सिक फ्रेममुळे तो विज्ञानावर आधारित सिनेमातल्या एखाद्या पात्रासारखा दिसत होता.

ॲशलेचे टेबल क्ष-किरण रूममध्ये पोहोचल्यावर डॉ. नवाझने अंगावर शिसे लावलेला जाड ॲप्रन चढवला. त्याने स्वत: ॲशलेच्या डोक्याचे फोटो व्यवस्थित काढले. ॲशलेला अजूनही जाग आली नव्हती.

"पेशंटला इथून हलवण्याच्या आत मला फिल्म डेव्हलप करून हव्या आहेत."

डॉ. नवाझ तिथल्या तंत्रज्ञाना म्हणाला, "फोटो पुरेसे आहेत याची मला संपूर्ण

खात्री करून घ्यायची आहे.''

''मी फोटो आत्ता डेव्हलप करून आणते.'' तंत्रज्ञ उत्साहाने म्हणाली.

पॉल आणि स्पेन्सर क्ष-किरण तंत्रज्ञाबरोबर आत गेले. स्टेफनी आणि डॅनियल दोघेच तिथे उरले.

''हे सगळं एखाद्या विनोदी नाटकासारखं आहे, पण अजिबात गंमतशीर नाही.'' स्टेफनी उद्वेगाने कुजबुजत म्हणाली.

''हे म्हणणं अन्यायकारक आहे.'' डॅनियल कुजबुजत्या स्वरात म्हणाला, ''क्ष-किरण यंत्राबाबत झालेल्या घोटाळ्याचा दोष कोणालाच देता येणार नाही. मला दोन्ही बाजू आपल्या परीनं योग्य वाटतात. असो. आता ते सगळं मागे पडलंय. क्ष-किरण फोटो काढून झाले आहेत आणि रोपणासाठी आता पुन्हा तयारी झाली आहे.''

''दोष कोणाचा आहे किंवा नाही हे महत्त्वाचं नाही.'' स्टेफनीने दबक्या आवाजात टोला लगावला, ''हा सगळा विचकाच झालेला आहे आणि त्याची सुरुवात वॉशिंग्टनमध्ये त्या रात्री झाली होती. मी स्वत:लाच सतत विचारते आहे की ह्यापेक्षा वाईट होणार म्हणजे आणखी काय होणार?''

''आपण थोडं आशावादी असलं पाहिजे.'' डॅनियल म्हणाला, ''आता शेवट आपल्या अगदी दृष्टीक्षेपात आलेला आहे.''

पॉल आणि स्पेन्सर बाहेर आले. त्यांच्यामागे क्ष-किरण तंत्रज्ञ होती. पॉलच्या हातात क्ष-किरण फोटो होते, ''मला हे उत्तम वाटतात.'' स्टेफनी आणि डॅनियलच्या जवळून जाताना पॉल म्हणाला. सर्वजण क्ष-किरण रूममध्ये शिरले. पॉलने फिल्म पाहण्याच्या बॉक्सवर हातातले फोटो चढवले. दिवा सुरू केला. त्या फोटोवर ॲशलेच्या डोक्याची आणि बाहेरच्या फ्रेमची काहीशी धूसर प्रतिमा दिसू लागली.

डॉ. नवाझ पुढे आला. त्याने फिल्मच्या अगदी जवळ जाऊन त्या नीट पाहिल्या. ॲशलेच्या मेंदूमधील निरनिराळे भाग तो तपासून पाहत होता. खोलीमधील कोणी काही बोलत नव्हते.

''हं, तर मग?'' पॉलने विचारले.

डॉ. नवाझने नाखुषीने पण होकारार्थी मान हलवली, ''फोटो ठीक वाटत आहेत हं. चालू शकतील.'' त्याने पेन, कंपास आणि अचूक मोजण्यासाठी लागणारी खास धातूची उपकरणे बाहेर काढली. अत्यंत काळजीपूर्वक मोजून त्याने प्रत्येक फिल्मवर एक छोटी फुली काढली, ''ह्या ठिकाणी आपण लक्ष केंद्रित करायचं आहे. मध्यमेंदूच्या उजवीकडे असणाऱ्या सब्स्टॅन्शिया निग्राचा पार्स कॉम्पॅक्टा हा भाग.'' हे बोलून डॉ. नवाझ क्ष-किरण फिल्मवर रेघा ओढून निरनिराळे कोन मोजू लागला.

''हे इथंच करायचं आहे का?'' पॉलने विचारले.

''ही लाईटबॉक्स चांगली आहे.'' डॉ. नवाझ आपल्या कामात व्यग्र होता.

"आपण पेशंटला पुन्हा ऑपरेशन रूममध्ये न्यायला हवं." डॉ. न्यूहाऊस म्हणाला, "पेशंटच्या शरीराला कार्डियाक मॉनिटर जोडला की मला बरं वाटेल."

"उत्तम कल्पना आहे." पॉल म्हणाला. मग सगळ्यांनी मिळून ॲशलेला पुन्हा ऑपरेशन रूमकडे न्यायला सुरुवात केली. डॉ. नवाझ फिल्म घेऊन एकाग्रपणे गणिते करत रोपण करण्यासाठी योग्य जागा निश्चित करत होता. डॅनियल आणि स्टेफनी त्याच्या खांद्यावरून डोकावून ते काम पाहत होते.

हॉलच्या कॉरिडॉरमध्ये आल्यानंतर ॲशलेकडे पाहून डॉ. न्यूहाऊस तेथील झगझगीत प्रकाशात त्याचा चेहेरा नीट न्याहाळत म्हणाला, "मला पेशंटच्या चेहेऱ्याचा रंग फारसा चांगला दिसत नाही. चला, लवकर चला!" ऑपरेशन टेबल हलवणाऱ्या सर्वांनी वेग वाढवला.

"पेशंट मुख्य दारातून आत आला तेव्हापासून त्याचा चेहेरा असाच खडूसारखा पांढराफटक होता. मला तरी त्यात काही फरक पडलाय असं वाटत नाही." स्पेन्सर म्हणाला.

"हं. आपण इथं आलो एकदाचे!" पॉल म्हणाला. त्याने ऑपरेशन रूमचा दरवाजा जोरात उघडला. त्याने घाईमुळे ऑपरेशन टेबल दारात नीट येण्याची वाट न पाहता ते तिरके आत ओढले. त्यामुळे टेबलाचा पुढचा कोपरा दाराच्या कडीला धडकला. त्या धक्क्याने ॲशलेचे शरीर किंचित थडथडले आणि स्टिरिओटॅक्सिक फ्रेम बसवलेले त्याचे डोके थोडे पुढे झुकले. डॉ. न्यूहाऊस आणि मार्जोरीने झटकन पुढे होऊन त्याचे खाली घसरलेले हात जागच्याजागी ठेवले.

"बापरे!" डॉ. न्यूहाऊस पुटपुटला.

"माफ करा." पॉल अपराधी स्वरात म्हणाला. पॉलच्या चुकीमुळेच ही छोटी धडक झाली होती.

"दाराच्या कडीला फ्रेम धडकली का?" डॉ. न्यूहाऊसने विचारले.

"नाही." मार्जोरी म्हणाली.

"ह्यासाठी देवाचे आभार मानायला हवेत." डॉ. न्यूहाऊस म्हणाला, "फ्रेम संदुषित झाली नाही हे बरेच. नाहीतर सगळं पुन्हा पहिल्यापासून सुरू करावं लागलं असतं."

कोस्टान्स पुढे झाली. इतर सगळे तिथून गेले असले तरी ती मात्र गाऊन चढवलेल्या आणि हातमोजे घातलेल्या स्थितीत तिथेच थांबली होती. त्यामुळे निर्जंतुकपणा जाईल याची काळजी न करता ती फ्रेमला हात लावू शकत होती. तिने ॲशलेचे डोके सरळ केले.

"काम झालं की काय?" ॲशलेने विचारले. त्याचा आवाज झिंगल्यासारखा येत होता. दारापाशी झालेल्या छोट्या धडकीने त्याला अचानक जाग आली होती. त्याने डोळे उघडण्याचा प्रयत्न केला होता, पण त्याला पापण्या जेमतेम अर्धवट

उघडता आल्या होत्या. डोक्यावर बरेच वजन आहे ह्याची जाणीव झाल्याने त्याने हात उचलून डोक्याच्या दिशेने नेला. डॉ. न्यूहाऊसने दंड धरला. मार्जोरीने तत्परतेने दुसरा हात घट्ट धरून ठेवला.

"टेबल नीट करा." डॉ न्यूहाऊसने फर्मावले.

पॉलने टेबल रूमच्या मध्यभागी आणले. ॲशलेचे हात पुन्हा आर्मबोर्डवर ठेवून ते बांधायला त्याने मदत केली. ॲशले पुन्हा गुंगीत गेला होता. डॉ. न्यूहाऊसने ई.सी.जी. वायरची टोके मार्जोरीच्या हातात दिली. त्याने वायर इलेक्ट्रॉनिक यंत्राला जोडल्या. लगेचच कार्डियाक मॉनिटरचा बीप बीप असा आवाज सुरू झाला. डॉ. न्यूहाऊसने रक्तदाब तपासला. स्टेथोस्कोप बाजूला करत तो म्हणाला, "सर्वकाही ठीक आहे."

"मी काळजी घ्यायला हवी होती." पॉल म्हणाला.

"काही विशेष झालेले नाही." डॉ. न्यूहाऊस म्हणाला, "फ्रेमला काहीही झालेलं नाही. आपण नंतर डॉ. नवाझना त्याबद्दल सांगू, म्हणजे मग ते तपासून पाहतील. कोस्टान्स, फ्रेम स्थिर आहे ना?"

"अगदी एखाद्या खडकासारखी." अजूनही फ्रेमला आधार देऊन उभी असलेल्या कोस्टान्सने उत्तर दिले.

"उत्तम." डॉ. न्यूहाऊस म्हणाला, "आता तू हात काढून घेतलास तरी चालेल. मदतीबद्दल आभार."

कोस्टान्सने हलकेच हात काढून घेतला. फ्रेम हलली नाही हे पाहून ती टेबलाजवळून दूर झाली.

"पेशंटच्या चेहेऱ्यावरच्या रंगाबद्दल तुमचं म्हणणं बरोबर आहे." डॉ. न्यूहाऊस स्पेन्सरला उद्देशून म्हणाला, "त्याच्या हृदयाच्या कार्यात काहीही फरक पडलेला नाही. पण तरीही आपण पल्स ऑक्सिमीटर लावयला हरकत नाही. मार्जोरी तू आणतेस का?"

"जरूर." मार्जोरी म्हणाली आणि ती रूममधून बाहेर पडली.

खिडकीमध्ये एक माणूस आलेला पॉलला दिसला. त्याने अंगावर ऑपरेशन रूममध्ये वापरण्याचा पोशाख घातला असला आणि चेहेऱ्यावर मास्क असला तरी पॉलने त्याला लगेच ओळखले. तो कुर्ट हेरमान होता. दारापाशी टेबल धडकल्यानंतर पॉलच्या हृदयाची धडधड वाढलेली होती. ती नुकतीच कमी झालेली होती. पण कुर्टला पाहून पुन्हा पॉलच्या हृदयाचे ठोके वाढले. मुख्या इमारती व्यतिरिक्त कुर्टने इतर कुठेही दिसणे अपेक्षित नव्हते आणि ऑपरेशन रूमपाशी तर नाहीच नाही. कुर्ट हलकेच पॉलला बाहेर येण्यासाठी खूण करत होता. काहीतरी गंभीर घडलेले आहे याची पॉलला जाणीव झाली.

पॉल घाईघाईने ऑपरेशन रूममधून बाहेर पडला, "काय झालं?"

"मला तुमच्याशी आणि डॉ. विनगेटशी खाजगीत बोलणं जरूरी आहे."

"कशाबद्दल?"

"पेशंटबद्दल. पेशंटचा माफियांशी संबंध नाही."

"ओहो! अच्छा?" पॉल सुटकेचा निश्वास टाकत म्हणाला, "बरं कोण आहे तो?"

"तुम्ही डॉ. विनगेटना का बोलवत नाही."

"ओके! एक मिनिट थांब!"

पॉल ऑपरेशन रूममध्ये परत आला. तो स्पेन्सरच्या कानाशी लागला. स्पेन्सरच्या भुवया उंचावल्या. त्याचा पॉलने दिलेल्या माहितीवर विश्वास बसेना. तो पॉलबरोबर घाईने बाहेर पडला. कुर्टने त्यांना बाजूच्या खोलीत चलण्याची खूण केली.

"हं?" स्पेन्सर ताबडतोब म्हणाला. कुर्टच्या बाबतीत तो पॉलएवढा संयम बाळगू शकत नसे, "तू आम्हाला काही सांगणार आहेस की नाही? कोण आहे हा पेशंट?"

"अगोदर थोडी पार्श्वभूमी." कुर्ट तुटकपणाने म्हणाला. ही त्याची सैन्यात वापरण्याची शैली होती, "मी लिमो ड्रायव्हरशी बोललो. त्यानं पेशंट आणि त्याबरोबरच्या बाईला अटलांटिस रिसॉर्टमधून इथं आणलं आहे. मी रिसॉर्टमधून माहिती काढली की ते पॉसिडॉन स्यूटमध्ये रहात आहेत आणि हा सूट वॉशिंग्टन डी.सी.च्या कॅरोल मॅनिंगच्या नावावर आहे."

"कॅरोल मॅनिंग?" स्पेन्सर म्हणाला, "मी हे नाव कधी ऐकलेलं नाही. कोण आहे हा?"

"हा नाही ही. कॅरोल मॅनिंग स्त्री आहे." कुर्ट म्हणाला, "मी एका मित्राला फोन करून ह्या बाईची माहिती काढायला सांगितलं. ती सिनेटर बटलरच्या कर्मचाऱ्यांची प्रमुख आहे. मी बहामातल्या इमिग्रेशन ऑफिसकडे चौकशी केली. सिनेटर बटलर काल इथं आला आहे. मला वाटतं, हा पेशंट सिनेटर बटलर आहे."

"सिनेटर बटलर!" स्पेन्सर डोक्यावर थापट्या मारत म्हणाला, "खरंच की! मला सकाळी एकदा त्याला ओळखल्यासारखं वाटलं होतं. पण त्या तसल्या हास्यास्पद कपड्यांमुळे मला नीट ओळख पटली नाही."

"××××" पॉलने इरसाल शिवी हासडली. त्याने स्टोअररूममधल्या अरुंद जागेत जमेल तशा येरझाऱ्या घालायला सुरुवात केली, "पेशंट कोण ते शोधण्यासाठी हे एवढे उपद्व्याप करून हाती काय आलं तर, हा माणूस फालतू राजकीय नेता आहे."

"आपण घाईनं काहीही बोलणं बरं नाही." स्पेन्सर म्हणाला.

"का नाही?" पॉल थांबून स्पेन्सरकडे पाहत म्हणाला, "आपण हा माणूस श्रीमंत आणि प्रसिद्ध असेल या आशेवर होतो. म्हणजे एखादा सिनेनट, रॉक स्टार

किंवा प्रसिद्ध खेळाडू. अगदीच काही नाही तरी एखाद्या बड्या कंपनीचा मुख्य. नाही, राजकीय नेता आपल्या मनात नव्हता.''

''अनेक प्रकारचे राजकीय नेते असतात.'' स्पेन्सर म्हणाला, ''आपल्या दृष्टीनं महत्त्वाची गोष्ट ही आहे की चार साली होणाऱ्या अध्यक्षपदाच्या निवडणुकीत बटलर हा डेमोक्रॅटिक पक्षाचा उमेदवार असण्याची शक्यता आहे.''

''पण राजकारणी लोकांकडे पैसे नसतात. म्हणजे निदान स्वत:चे तरी नाही.'' पॉल म्हणाला.

''पण त्यांना इतरांच्या पैशांवर हात मारता येतो.'' स्पेन्सर म्हणाला, ''आणि बटलर अध्यक्षपदाचा वजनदार उमेदवार असेल हे लक्षात घेणं फार महत्त्वाचं आहे. डेमोक्रॅटिक पक्षात उमेदवारी मिळवण्यासाठी इच्छुक उमेदवारांची जेव्हा लगबग सुरू होईल तेव्हा भरपूर प्रमाणात पैसा वाहील. आणि जर बटलर त्यातून पुढे गेला तर अजूनही आपल्याला तुफान पैसा मिळू शकेल.''

''पण ह्यामध्ये अनेक जर-तर बाबी आहेत.'' पॉल आंबटपणाने हसत म्हणाला, ''पण आपल्या हातात अगोदरच जे काही पडलं आहे त्यामुळे मी समाधानी आहे. पैसा येवो की न येवो. मला एचटीएसआरचा अनुभव मिळाला आहे. उरलेल्या पंचेचाळीस हजार डॉलरखेरीज आपल्याला ह्या अनुभवाचा फायदा होईल. डॉ. लॉवलेनी त्या प्रतिज्ञापत्रावर सही केली म्हणूनही मी खूष आहे. त्यामुळे त्यानं इथं जे काही केलंय ते तो नाकारूच शकणार नाही. मी त्याला त्या ट्युरीनच्या कफनाबद्दल न्यू इंग्लंड जर्नल ऑफ मेडिसीनसाठी लेख लिहायला भाग पाडणार आहे. आपल्याला प्रसिद्धी हा ह्यातून होणारा सर्वात मोठा लाभ आहे आणि प्रसिद्धी मिळवण्यासाठी राजकारणी लोकांपेक्षा आणखी कोणी जास्त उपयोगी असू शकणार नाही.''

''मी पुन्हा माझ्या कामाला लागतो.'' कुर्ट म्हणाला. त्याला त्या दोन विदूषकांची बाष्कळ बडबड ऐकत बसायची इच्छा नव्हती. त्याने पुढे होऊन दार उघडले.

''पेशंटचं नाव शोधल्याबद्दल आभार.'' पॉल म्हणाला.

''होय. आभार.'' स्पेन्सर म्हणाला, ''तुला हे नाव शोधायला एक महिना लागला आणि त्यासाठी तुला एका माणसाला ठार मारावं लागलं ह्या गोष्टी आम्ही विसरून जाऊ.''

कुर्टने क्षणभर स्पेन्सरकडे रोखून पाहिले आणि मग तो निघून गेला.

''तुझा हा शेवटचा शेरा अयोग्य होता.'' पॉल तक्रार करत म्हणाला.

''होय.'' स्पेन्सर हात झाडत म्हणाला, ''मी गंमत करायचा प्रयत्न करतोय.''

''तुला विनगेट क्लिनिकमध्ये तो करत असलेल्या कामाबद्दल काहीच कौतुक वाटत नाही?''

''नाही.''

"आपलं क्लिनिक पूर्ण जोशात काम करू लागेल तेव्हा तुला त्याच्या कामाचं महत्त्व कळेल. सुरक्षा हा फार महत्त्वाचा मुद्दा असणार आहे. मी सांगतो त्यावर विश्वास ठेव!"

"कळेल कदाचित. पण आपण हातातल्या रोपणाच्या कामाकडे परत वळू या. यानंतर तरी ते पहिल्यापेक्षा जास्त सुरळीत होईल अशी आशा आहे." स्पेन्सर म्हणाला आणि दार उघडून बाहेर पडू लागला.

"एक सेकंद!" स्पेन्सरचा दंड पकडत पॉल म्हणाला, "माझ्या मनात आत्ताच एक विचार आला आहे. मला आठवलंय की लॉवेलच्या एचटीएसआर पद्धतीवर बंदी घालण्याच्या मोहिमेमध्ये सिनेटर ॲशले बटलरचाच पुढाकार आहे. हा फारच मोठा विरोधाभास आहे. कारण आज त्यालाच या प्रक्रियेचा फायदा होणार आहे!"

"विरोधाभास नाही. मला विचारशील तर हा निव्वळ ढोंगीपणा आहे." स्पेन्सर म्हणाला, "त्यानं आणि लॉवेलनं मिळून काहीतरी गुप्त समझोता केला असणार."

"कदाचित तसंच असणार आणि तसं असेल तर आपल्याला घबाड मिळणं जास्तच सोपं होणार. कारण दोघंही हे सारं पूर्णपणे गुप्त राखण्यासाठी आटोकाट प्रयत्न करतील."

"मला वाटतं, आपल्या हातात हुकमाचे पत्ते आहेत." स्पेन्सर मान डोलावत म्हणाला, "आता आपण ऑपरेशन रूमकडे जाऊ आणि आणखी काही अडचणी येणार नाहीत याची काळजी घेऊ. ती क्ष-किरणांची भानगड झाली तेव्हा आपण इथं होतो म्हणून बरं झालं."

"आपण एक पोर्टेबल क्ष-किरण यंत्र विकत घ्यायला हवं."

"आपल्याकडे थोडे पैसे आले की मग घेऊ. चालेल ना?" स्पेन्सर ऑपरेशन रूमच्या दारापाशी जरासा थांबला आणि म्हणाला, "आपल्याला सिनेटर बटलरची ओळख पटली आहे हे इतक्यात उघड करायचं नाही."

"हे सांगायची गरज नाही." पॉल म्हणाला.

◆

२५

रविवार, २४ मार्च २००२
सकाळी ११ वाजून ४५ मिनिटे

टोनी डी'अगोस्टिनोला हे सारे एखाद्या अत्यंत वाईट भीतीदायक स्वप्नासारखे वाटत होते. प्रयत्न करूनही बाहेर न पडता येणारे स्वप्न. तो पुन्हा एकदा

कास्टिग्लिआनो बंधूंच्या प्लंबिंग सप्लाय कंपनीसमोर गाडी पार्क करत होता. रविवार सकाळी त्या दिवशी पाऊस पडत होता आणि हवा फारच थंड होती. इथे येण्याऐवजी त्याने इतर हजार गोष्टी करणे पसंत केले असते.

गाडीतून उतरताना टोनीने अगोदर छत्री उघडली. पण त्याचा काही उपयोग झाला नाही. तो तरीदेखील भिजलाच. वाऱ्यामुळे पावसाचे वेडेवाकडे फटकारे बसत होते. त्याला छत्री उडून जाऊ नये म्हणून कितीतरी प्रयास करावे लागत होते.

आत शिरल्यावर टोनीने पाय पुसले. कपाळावरचे पाणी पालथ्या मुठीने निपटून टाकले आणि छत्री भिंतीला टेकवून तो आतल्या बाजूला निघाला. मध्येच गेटानो नेहमी बसायचा तो काऊंटर दिसला. त्याच्याकडे पाहत टोनीने मनातल्या मनात एक शिवी हासडली. सगळा घोटाळा ह्या गेटानोनेच केला आहे अशी त्याची खात्री पटली होती. गेटानो त्याजागी असावा अशी त्याची इच्छा होती. तो त्याला चांगलेच खडसावणार होता. नेहमीप्रमाणे आत जायच्या दरवाज्याला कुलुप नव्हते. त्याने एकदा टकटक करून उत्तराची वाट न पाहता आत प्रवेश केला. कास्टिग्लिआनो बंधू आपापल्या टेबलांपाशी बसलेले दिसले. खोलीत येणारा प्रकाश फक्त छोट्या खिडकीतून येत होता.

टोनीला पाहून दोघा भावांनी एकदम मान वर केली. साल काही चुरगळलेल्या चिठ्ठ्या समोर ठेवून जुन्या धाटणीच्या लेजरबुकात नोंदी करत होता. लुई एकटाच पत्त्यांचा डाव मांडून बसला होता. आणि गेटानो कुठेच दिसत नव्हता. नेहमीप्रमाणे टोनीने दोघांच्या हातावर टाळ्या दिल्या आणि मग तो सोफ्यावर बसला. त्याने आपला कोट काढला नाही की तो मागे रेलूनही बसला नाही. त्याला लवकरात लवकर ही भेट संपवायची होती. टोनीने घसा खाकरला. अद्याप कोणीही काही बोलले नव्हते. ही गोष्ट टोनीला चमत्कारिक वाटली. विशेषत: आज खरे तर तो वैतागलेला असायला हवा होता, पण इथे मात्र निराळेच काहीतरी असल्याचे त्याला जाणवले.

''काल रात्री माझी आई माझ्या बहिणीशी बोलली.'' टोनी सांगू लागला. ''मला हे तुम्हाला सांगायचं आहे. मी फार गोंधळून गेलोय.''

''ओहो! खरंच की काय?'' लुई किंचित रागाने म्हणाला, ''गोंधळलेल्या लोकांच्या क्लबमध्ये तुझं स्वागत!''

टोनीने दोघा भावांच्या चेहऱ्याकडे आळीपाळीने पाहिले. दोघांचाही मूड फार खराब आहे हे त्याच्या लक्षात आले. कारण लुईने टोनीकडे एकदा पाहून पुन्हा पत्ते खेळायला सुरुवात केली होती. हे चिन्ह अपमानास्पद होते. टोनीने सालकडे पाहिले. तो त्याच्याकडेच रोखून पाहत होता. साल नेहमीपेक्षा जास्त भयानक दिसत होता. त्याच्या तोंडावर टेबललॅम्पचा हिरवा प्रकाश पडत असल्याने तो एखाद्या प्रेतासारखा

भीषण भासत होता.

"तू कशामुळे गोंधळला आहेस हे आम्हाला का सांगत नाहीस?" साल तिरस्काराने म्हणाला.

"होय. ते आम्हाला ऐकायला आवडेल." लुई खेळणे न थांबवता म्हणाला, "विशेषत: तुझ्या बहिणीच्या कंपनीत आमचे शंभर हजार डॉलर गुंतवण्यासाठी तूच तर आम्हाला दमदाटी केली होतीस तेव्हा तूच सांग."

अशा प्रकारच्या बोलण्याने टोनी थोडा सावध झाला. तो जरासा मागे रेलून बसला. त्याला अचानक गरम वाटू लागले होते, "मी त्यासाठी कोणालाही दमदाटी केली नव्हती." टोनी चिडून म्हणाला. हे शब्द त्याच्या तोंडातून निसटल्यानंतर मात्र त्याला आपण काहीतरी चूक केली असल्याची जाणीव झाली. त्याला एकदम असुरक्षित वाटू लागले. आपण इथे कसलाही विचार न करता, कोणाचीही मदत न घेता आलो आहोत हे त्याच्या लक्षात आले. आपण कधीच कोणाला मदतीसाठी बरोबर आणत नाही हे कास्टिग्लिआनो बंधूंनाही माहिती आहे हे सुद्धा त्याला जाणवले. खरे तर त्यांच्याप्रमाणेच त्याच्यासाठी काम करणारा एक माणूस होता. त्याला आपण आज बरोबर आणायला हवे होते हा विचार त्याचक्षणी टोनीच्या मनात डोकावला.

"तू कशामुळे गोंधळला आहेस हे सांगितलं नाहीस अजून." टोनीच्या बोलण्यातल्या डंखाकडे दुर्लक्ष करत साल म्हणाला.

टोनीने पुन्हा घसा खाकरून साफ केला. अत्यंत अस्वस्थ वाटत असूनही त्याने राग गिळायचे ठरवले, "गेटानोनं नसाऊला दुसऱ्या खेपेस जाऊन काय केलंय याबद्दल माझा गोंधळ उडाला आहे. एका आठवड्यापूर्वी माझ्या आईच्या म्हणण्याप्रमाणे माझी बहीण फारच चमत्कारिक बोलत होती. काहीतरी भयंकर घडलं आहे, पण आपण त्यासंबंधी घरी परतल्यावर बोलू असं ती म्हणत होती. ती लवकरच परत येणार असंही सांगत होती. मला वाटलं की गेटानोनं आपलं काम चोख बजावलं असेल आणि तो प्राध्यापक इतिहासजमा झाला असेल. पण काल रात्री आई पुन्हा तिच्याशी बोलली तेव्हा वेगळंच कळलं. माझ्या आईच्या शब्दात सांगायचं तर ती पुन्हा पूर्ववत झालेली वाटली. ती आणि तो प्राध्यापक नसाऊमध्ये असून काही दिवसातच ते परतणार आहेत असं माझी बहीण सांगत होती. आता बोला!"

काही मिनिटे तिथे तणाव होता. कोणीच कोणाशी काही बोलत नव्हते. फक्त लुईच्या हातातून टेबलावर पडणाऱ्या पत्त्यांचा आवाज येत होता. बाहेरून सीगल पक्षी चिरकण्याच्या आवाजाखेरीज खोलीत निशब्द शांतता पसरली होती.

टोनीने खोलीत इतरत्र अंधारात नजर फिरवली, "आणि गेटानोचं काय? तो कुठे आहे?" अचानक अंधारातून गेटानो झडप घालेल अशी त्याला मनोमन चिंता

वाटत होती.

"हाच प्रश्न तर आम्ही विचारतो आहोत." साल म्हणाला.

"म्हणजे काय?"

"गेटानो अजून नसाऊमधून परत आलेला नाही." साल म्हणाला, "त्याच्याकडून आम्हाला काहीही कळलेलं नाही. त्याच्या जवळच्या नातेवाईकांकडे म्हणजे भाऊ आणि त्याची बायको, यांच्याकडेही त्याचा फोन आलेला नाही. कोणालाही काहीही माहिती नाही. अजिबात नाही."

आपण गोंधळलो आहोत असे टोनीला अगोदर वाटले होते खरे. पण आता मात्र तो सुन्न झाला होता. तो गेटानो विषयी पूर्वी तक्रार करत असला तरी गेटानो व्यावसायिक आहे ह्याविषयी त्याच्या मनात शंका नव्हती. गेटानो इमानदार आहे ह्याबद्दलही त्याच्या मनात संदेह नव्हता. त्यामुळेच गेटानोने असे पलायन करणे ही गोष्ट सर्वस्वी अनाकलनीय होती.

"आणि आम्ही त्यामुळे गोंधळात पडलो आहोत हे सांगायला नकोच." साल पुढे म्हणाला.

"तुम्ही काही माहिती काढली का?"

"माहिती?" लुई उपरोधिक स्वरात म्हणाला, "आम्ही तसं का करू? छे! असला मूर्खपणा आम्ही अजिबात केला नाही! आम्ही इथं गेलो कित्येक दिवस नखं कुरतडत फोनची वाट पाहत बसलोय."

"आम्ही न्यूयॉर्कमधल्या स्प्रिआनो फॅमिलीला फोन केला होता." साल आपल्या भावाच्या उपरोधाकडे दुर्लक्ष करत म्हणाला, "कदाचित तुला हे माहिती नसेल. आमचं त्यांच्याशी दूरचं नातं आहे. ते माहिती काढत आहेत. दरम्यान ते आमच्यासाठी आणखी एक मदतनीस पाठवण्याची व्यवस्था करत आहेत. तो एकदोन दिवसात येईलच. त्यांनीच तर गेटानोला आमच्याकडे पाठवलं होतं."

टोनीच्या अंगावर शहारा आला. पूर्व किनाऱ्यावरच्या अत्यंत निर्दय आणि ताकदवान फॅमिलीपैकी स्प्रिआनो फॅमिली आहे ह्याची त्याला कल्पना होती. ह्या जुळ्यांचा त्या फॅमिलीशी संबंध आहे हे मात्र त्याला माहिती नव्हते. ह्या माहितीमुळे आता त्याची चिंता आणखीनच वाढली. प्रकरण वाटले होते त्यापेक्षा गंभीर वळणावर येऊन पोहोचले होते. विषय बदलण्यासाठी टोनीने विचारले, "बरं त्या मायामी कोलंबियन लोकांकडून काही कळलं का? त्यांनीच तर त्याला पिस्तूल पुरवायचं ठरलं होतं."

"आम्ही त्यांच्याही बरोबर बोललो." साल म्हणाला, "ते कधी फार मदत करत नाहीत. पण ते तपास करत आहेत. तेव्हा सगळीकडे चौकशी केली जात आहे. तो महामूर्ख कुठे आणि का लपला आहे हे आम्हाला हवं आहे."

"तुमच्या इथून काही रक्कम नाहीशी झाली आहे का?"

"नाही." साल म्हणाला, "गेटानो नेऊ शकेल अशी काही नाही."

"हे चमत्कारिकच आहे!" टोनी म्हणाला खरा. पण त्याला सालच्या वाक्याचा अर्थ कळलेला नव्हता आणि तो विचारणारही नव्हता, "मला ह्याबद्दल वाईट वाटतंय." टोनी म्हणाला आणि जणू निघण्याच्या तयारीत असल्याप्रमाणे कोचावर पुढे सरकला.

"हे चमत्कारिक म्हणण्यापेक्षा जास्त काहीतरी आहे." लुई खोचक स्वरात म्हणाला, "आणि निव्वळ वाईट वाटून काम भागणार नाही. आम्ही गेले काही दिवस ह्याबद्दल चर्चा करतो आहोत. आम्हाला काय वाटतं हे तुला कळायला हवं. हे गेटानोनं जे काही लफडं केलंय त्याबद्दल आम्ही अखेर तुलाच जबाबदार धरतो आहोत. शिवाय ते शंभर हजार डॉलर आहेतच. ते आम्हाला व्याजासह परत हवेत. व्याज नेहमीप्रमाणेच असेल. ज्यादिवशी आम्ही रक्कम तुझ्या स्वाधीन केली त्या दिवसापासून ते लागू आहे. ह्या बाबतीत चर्चा होणार नाही. आणि अखेरची एक गोष्ट, आमचं कर्ज आता परत मिळण्याची वेळ उलटून गेली आहे असं आम्ही मानतो."

टोनी एकदम उठून उभा राहिला. लुईच्या शब्दांमधील गर्भित धमकी ऐकल्यानंतर त्याची सहनशक्ती संपत येत चालली होती. आता तो मनातून फार चिंताक्रांत झाला होता, "तुम्हाला काही कळलं तर मला कळवा." तो दरवाज्यापाशी गेला, "दरम्यान मी देखील चौकशी करतोच."

"आपण शंभर हजार डॉलर कसे उभे करणार ह्याबद्दल चौकशी सुरू केलेली बरी." साल म्हणाला, "कारण आम्ही फार काळ वाट पाहत बसणार नाही."

पावसाची पर्वा न करता टोनी भराभरा कंपनीच्या बाहेर पडला. भयंकर थंडी असूनही त्याला दरदरून घाम फुटला होता. गाडीत बसल्यावर त्याला आपल्या छत्रीची आठवण झाली, "मरू देत!" असे म्हणून त्याने शिवी हासडली. मग मागे अर्धवट वळत त्याने गाडी मागे घेतली. काही मिनिटातच तो रस्त्यावर आला होता. ताशी पन्नास मैलाच्या वेगाने तो गाडी शहराकडे पळवू लागला. काही वेळाने त्याच्या मनावरचा ताण थोडा हलका झाला. त्या वेळेपुरता तरी तो सहीसलामत तिथून बाहेर पडला असला, तरी खरा धोका अजून पुढेच होता. स्प्रिआनो फॅमिली ह्यात गुंतलेली असल्याने त्याच्या डोक्यावर टांगती तलवार असणार होती. तो आपल्यावरच्या खटल्यांना सामोरा जाण्याची तयारी करत असतानाच त्याला ह्या संभाव्य चकमकीसाठी तयार होणे भाग होते.

"जॉन! माझं बोलणं ऐकू येतंय का?" डॉ. नवाझ म्हणाला. तो ॲशलेच्या

तोंडावरच्या बुरख्याची कड उचलून त्याच्याकडे वाकून पाहत होता. ॲशलेच्या डोक्यावर स्टिरिओटॅक्सिक फ्रेम घट्ट बसवलेली होती. त्याच्या कपाळाचा उजवा भाग वगळता त्याचा सगळा चेहेरा झाकलेला होता. त्याठिकाणी डॉ. नवाझने त्वचेला एक छोटासा छेद देऊन त्वचेच्या कडा चिमटे लावून ताणून धरलेल्या अवस्थेत ठेवलेल्या होत्या.

कवटी उघडी पडल्यानंतर डॉ. नवाझने पॉवर ड्रिल वापरून कवटीला नऊ सोळांश इंच व्यासाचे छिद्र पाडले होते. त्यातून आता मेंदूच्या वरील करड्या रंगाचे आवरण दिसू लागले होते. त्या छिद्राच्या अगदी समोर स्टिरिओटॅक्सिक फ्रेमच्या एका दांडीला पेशी रोपणासाठी लागणारी सुई जोडलेली होती. क्ष-किरण फोटांचा वापर करून योग्य कोन ठरवून त्यानुसार ती सुई मेंदूच्या आवरणातून आत घुसवण्यात आली होती. आता फक्त सुई अगोदर ठरलेल्या अंतरावर आत ढकलली की ती सरळ मेंदूमधल्या सॅब्टॅन्शिया निग्रा ह्या भागात जाणार होती.

"न्यूहाऊस तुम्ही पेशंटला जरा माझ्यासाठी ढोसता का?" डॉ. नवाझ त्याच्या नादमय पाकिस्तानी इंग्लिश ढबीने म्हणाला, "मला ह्या वेळी पेशंट जागा राहायला हवा आहे."

"जरूर." डॉ. न्यूहाऊसने हातातले मॅगेझीन बाजूला ठेवले आणि तो उठून जवळ आला. त्याने ॲशलेच्या चेहेऱ्यावरचा बुरखा किंचित उचलून त्याच्या खांद्यावर हात ठेवून तो थोडासा हलवला.

ॲशलेने जड झालेल्या पापण्या उचलून डोळे उघडण्याचा प्रयत्न केला.

"जॉन, माझं बोलणं ऐकू येतंय का?" डॉ. नवाझने पुन्हा प्रश्न विचारला, "आम्हाला तुमच्याकडून मदतीची अपेक्षा आहे."

"अर्थात. मला ऐकू येतंय." ॲशले जड स्वरात म्हणाला.

"पुढच्या काही मिनिटात कसल्याही संवेदना जाणवल्या तर त्या तुम्ही सांगायच्या आहेत. जमेल का तुम्हाला?"

"संवेदना म्हणजे काय?"

"म्हणजे प्रतिमा, विचार, आवाज, वास किंवा हालचालीची जाणीव, असं काहीही जे वाटेल ते."

"मला फार झोप येतेय."

"मला त्याची कल्पना आहे. पण पुढच्या काही मिनिटांमध्ये तुम्ही जागं राहण्याचा प्रयत्न करायचा आहे. मी मघाशी म्हणल्याप्रमाणे आम्हाला तुमच्याकडून मदतीची अपेक्षा आहे."

"मी प्रयत्न करतो."

"आम्हाला तेवढंच तर हवं आहे." डॉ. नवाझ म्हणाला. त्याने पुन्हा ॲशलेच्या

तोंडावर बुरखा टाकला. त्याने मागे वळून बाहेर खिडकीपाशी उभ्या असलेल्या सर्वांकडे बघून अंगठा उंचावून सर्व काही ठीक असल्याची खूण केली. मग त्याने रोपणासाठीची सुई जोडलेल्या मायक्रोमॅनिप्युलेटरच्या चाकावर बोट ठेऊन अगदी हळूहळू सुई पुढे सरकवण्यास सुरुवात केली. एक एक मिलीमीटर करत ती पोकळ बोथट सुई अगदी हळूहळू मेंदूच्या आत शिरू लागली. सुई निम्मी आत गेली असताना त्याने मध्येच थांबून ॲशलेच्या चेहेऱ्यावरचे कापड उचलून ॲशलेकडे नजर टाकली. त्याचे डोळे अर्धवट का होईना उघडे आहेत म्हणून त्याला बरे वाटले, ''ठीक आहे ना?''

''झकास!'' ॲशले त्याच्या खास दक्षिणी ढबीने म्हणाला नसला तरी त्याचा थोडा अंश त्याच्या बोलण्यात डोकावत होता, ''अगदी ×××× सारखा झकास.''

''काम व्यवस्थित चालू आहे.'' डॉ. नवाझ म्हणाला, ''आता फार वेळ लागणार नाही.''

''वेळ लागला तरी चालेल. पण काम अगदी व्यवस्थित व्हायला हवं.''

''त्याविषयी कधीच शंकेला जागा नव्हती.'' डॉ. नवाझ स्मितहास्य करत म्हणाला आणि पुन्हा सुई पुढे सरकवू लागला. ॲशलेच्या धैर्यामुळे आणि मिस्किल स्वभावामुळे तो प्रभावित झाला होता. काही मिनिटे उलटली. अगोदर ठरवल्यानुसार सुई जागेवर पोहोचली आहे हे पाहून तो थांबला. त्याने मार्जोरी आणि डॅनियलला आत येण्यासाठी खूण केली आणि पेशी रोपणासाठी लागणारी सिरींज त्याने तयार केली.

''सर्व काही व्यवस्थित आहे ना?'' डॅनियल आत येत म्हणाला, तो ॲशलेच्या जवळ आला आणि त्याने कवटीला पाडलेल्या छिद्राकडे आणि त्यातल्या सुईकडे नजर टाकली.

''उत्तम.'' डॉ. नवाझ म्हणाला, ''पण एक अडचण आहे. अगोदर झालेल्या वादावादीच्या वेळी ही अडचण माझ्या मनातून निसटली हे मी कबूल करतो. अशा टप्प्यावर शंभर टक्के खात्री होण्यासाठी पुन्हा एकदा क्ष-किरण फोटो काढले जातात. पण इथं ती सोय नाही. आणि कवटीचं छिद्र उघडं असताना पेशंटला इथून हलवणं सुरक्षित ठरणार नाही.''

''पुढे काम चालू ठेवायचं की नाही ह्याबद्दल माझं मत हवं आहे का?''

''होय. अगदी बरोबर. अखेर हा तुमचा पेशंट आहे आणि ह्या स्थितीत तुम्ही अमेरिकन म्हणता तसा मी केवळ भाडोत्री मारेकरी आहे.''

''सुई योग्य जागी आहे ह्याबद्दल तुम्हाला कितपत खात्री आहे?''

''चांगलीच. स्टिरिओटॅक्सिक फ्रेम वापरताना माझं लक्ष्य कधीच चुकलेलं नाही आत्तापर्यंत. या केसमध्ये आणखी एक चांगली गोष्ट आहे की आपण मेंदूमधला

कोणताही भाग काढून टाकत नसून पेशी नव्याने सोडतोय. काही भाग बाहेर काढायचा असेल आणि सुई जरा वेगळ्या ठिकाणी गेली तर मोठा घोटाळा होऊ शकतो.''

"एखाद्यानं जर शंभर टक्के यश मिळवलं असं रेकॉर्ड असेल तर त्याच्या विरोधात काहीतरी युक्तिवाद करता येईल का कधी. आमचा पेशंट सर्वोत्तम सर्जनच्या हाती सोपवला आहे याबद्दल आम्हाला विश्वास आहे. तेव्हा पुढे काम चालू ठेवायचं!''

"ठीक तर मग!'' नवाझ म्हणाला. त्याने सिरींज उचलली. त्यामध्ये अगोदरच गणित मांडून पेशींची मात्रा ठरवल्याप्रमाणे बटलरच्या उपचारांसाठी तयार केलेल्या पेशी भरलेल्या होत्या. डॉ. नवाझने सुईच्या मधल्या भागात बसवलेला अडसर काढून टाकला आणि सिरींज सुईच्या मागच्या टोकापाशी जोडली, "डॉ. न्यूहाऊस, मी आता रोपणाचं काम करायला सज्ज झालो आहे.''

"आभार.'' डॉ. न्यूहाऊस म्हणाला. त्याने चटकन पेशंटची स्थिती कशी काय आहे ते तपासून पाहिले. कानाला लावलेला स्टेथास्कोप काढून त्याने डॉ. नवाझला इशारा दिला.

डॉ. नवाझने ॲशलेच्या तोंडावरचा पडदा बाजूला केला. त्याने डॉ. न्यूहाऊसला पेशंटला जागे करण्यासाठी थोडे ढोसायला सांगितले. सुई आत सरकवताना त्याने ॲशलेला ज्या सूचना दिल्या होत्या, त्यांची त्याने पुनरावृत्ती केली. मग त्याने सिरींजचा मागचा दट्टया हळूहळू दाबला जाण्यासाठी त्यावर दाब दिला. तो दाब अगदी सावकाश आणि सतत सारखाच पडेल अशा बेताने अत्यंत काळजीपूर्वक काम करत होता.

पेशी रोपणाची क्रिया सुरू झालेली पाहून डॅनियलच्या अंगावर रोमांच आले. त्याच्या अभिनव पद्धतीचा वापर करून निर्माण केलेल्या, डोपामाईन तयार करू शकणाऱ्या पेशी सावकाशपणे मेंदूमध्ये जात असताना वैद्यकीय इतिहासाचे एक नवे पान उलटले जात आहे ह्याची त्याला खात्री वाटत होती. माणसांमध्ये मेंदूचा ऱ्हास घडवणाऱ्या विकारांवर नवीन उपचार पद्धतीला प्रारंभ होत होता. अत्यंत उत्तेजित होऊन त्याने मागे वळून स्टेफनीकडे पाहून आपण विजयी झालो अशा आशयाची खूण केली. स्टेफनीने तसेच केले, पण त्यामध्ये उत्साहाचा अभाव होता. तिला त्या ठिकाणी पॉल सॉन्डर्स आणि स्पेन्सर विनगेटच्या बरोबर उभे राहावे लागत असल्याने ती नाराज असावी असे डॅनियलला वाटले.

पेशी आत सोडण्याचे काम मध्यात आले असताना डॉ. नवाझ थांबला. त्याने ॲशलेच्या तोंडावरचा पडदा उचलून पाहिला तर तो गाढ झोपी गेलेला दिसला.

"मी पेशंटला जागे करू का?'' डॉ. न्यूहाऊसने विचारले.

"होय.'' डॉ. नवाझ म्हणाला, "आणि पुढची काही मिनिटे पेशंटला जागं ठेवायचा प्रयत्न केलात तर बरं होईल.''

डॉ. न्यूहाऊसने खांद्यावर हात ठेऊन अॅशलेला किंचित हलवले. त्याने प्रयत्नपूर्वक डोळे उघडले.

"मि. स्मिथ, तुम्ही ठीक आहात ना?" डॉ. नवाझने विचारले.

"उत्तम." अॅशले म्हणाला, "काम पूर्ण झालं का?"

"जवळपास झालंच आहे. आता आणखी काही मिनिटांचं काम उरलंय."

डॉ. नवाझने अॅशलेचा चेहेरा पूर्ववत झाकून घेतला आणि मग त्याने डॉ. न्यूहाऊसला विचारले, "सर्व काही ठीक?"

"एकदम ठीक."

डॉ. नवाझ पुन्हा सिरींजचा दट्ट्या हळूहळू पुढे दाबू लागला. अगदी सावकाश त्याने आपले काम पूर्ण करत आणले होते. तो आता अखेरचा वेढा देऊन दाबण्याची क्रिया पूर्ण करणार एवढ्यात अॅशलेच्या पुटपुटण्याचा आवाज आला. डॉ. नवाझ थांबला आणि त्याने न्यूहाऊसला अॅशले काय बोलला ते कळले का असे विचारले.

"मलाही नीट ऐकू आलं नाही." डॉ. न्यूहाऊस म्हणाला.

"सर्वकाही व्यवस्थित आहे ना?"

"परिस्थितीत काहीच फरक पडलेला नाही." डॉ. न्यूहाऊस म्हणाला. त्याने पुन्हा स्टेथास्कोप कानाला लावून अॅशलेचा रक्तदाब तपासला. दरम्यान डॉ. नवाझने पुन्हा अॅशलेच्या चेहेऱ्यावरचा पडदा उचलून त्याच्याकडे नजर टाकली. त्याचा चेहेरा फारच बदललेला दिसला. त्याच्या ओठांचे कोपरे मुडपलेले होते आणि नाक मुरडलेले होते. जणू त्याला कशाची तरी घृणा येत असावी असा त्याचा अविर्भाव होता. हे लक्षण फारच आश्चर्यकारक होते कारण पार्किन्सन्स् विकारामुळे त्याचा चेहेरा पूर्वी अक्षरशः निर्विकार होता.

"तुम्हाला कशाचा त्रास होतोय का?"

"हा घाणेरडा वास कशाचा आहे?" अॅशलेचा आवाज दारू प्यायलेल्या माणसासारखा होता. त्याचे शब्द एकात एक गुंतत होते.

"तुम्हीच सांगा आम्हाला!" डॉ. नवाझच्या आवाजाला काळजीची किनार होती.

"कशाचा वास येतोय?"

"डुकरांच्या गुवाचा. तुम्ही लोक नेमकं काय करता आहात अं?"

डॉ. नवाझच्या मनात एक हलकी चिंतेची लहर पसरली. केवळ अनुभवी सर्जनच्या पोटात काही वेळा जशी भीतीची लाट येते ती आली होती. डॉ. नवाझने डॅनियलकडे पाहिले, पण त्याने फक्त खांदे उडवले. डॅनियलला सर्जरीचा फारसा अनुभव नसल्याने तो गोंधळला होता, "डुकराचा गू? त्याचा काय संबंध?"

"इथं डुकरं नाहीत आणि तरीही पेशंटला घाण वास येतोय याचा अर्थ त्याला

वासाचा भास होतोय.'' डॉ. नवाझचा आवाज जरासा तापला होता.

''काही गडबड आहे का?''

''आपण असं म्हणू या की मला ह्याची काळजी वाटते आहे.'' डॉ. नवाझने पुन्हा फटकारले, ''काही विशेष झालं नसावं अशी आपण आशा करू या. पण माझ्या मते आपण ह्या उरलेल्या पेशींचा उरलेला भाग देऊ नये. तुम्ही माझ्याशी सहमत आहात का? आपण जवळजवळ नव्वद टक्क्यांपेक्षा जास्त पेशी दिल्या आहेत.''

''जर काही अडचण असेल तर हरकत नाही.'' डॅनियल म्हणाला. उरलेल्या पेशी ॲशलेच्या मेंदूत गेल्या नाहीत तरी चालण्यासारखे होते. त्याने त्यांच्या उंदरांवरच्या प्रयोगांमधल्या अनुभवावरून किती पेशी वापरायच्या त्याचे गणित करून अपेक्षित डोस ठरवला होता. घाण वास येतो आहे याची चिंता का करायची हे जरी त्याला कळत नसले तरी डॉ. नवाझची प्रतिक्रिया पाहून त्याची चलबिचल झाली होती.

''मी सुई बाहेर काढतोय.'' डॉ. नवाझ म्हणाला. त्याने ज्या काळजीपूर्वक सुई आत घुसवली होती, तेवढ्याच काळजीपूर्वक ती बाहेर काढली. सुईचे टोक पूर्णपणे बाहेर आलेले पाहून त्याने कुठे रक्तस्राव झालेला नाही हे पाहिले. कुठेही रक्तस्राव झालेला नव्हता.

''सुई बाहेर निघाली!'' डॉ. नवाझने घोषणा केली आणि सुई कोस्टान्सच्या हातात ठेवली. त्याने पुन्हा ॲशलेच्या चेहेऱ्यावरचा पडदा उचलला. त्याच्या चेहेऱ्यावर आता वैताग दिसत होता. त्याचे ओठ घट्ट मिटलेले होते. त्याचे डोळे विस्फारलेले होते आणि नाकपुड्या फुगलेल्या होत्या.

''मिस्टर स्मिथ तुम्ही ठीक आहात ना?''

''मला इथून ताबडतोब बाहेर पडायचं आहे.'' ॲशलेने फटकारले.

''तुम्हाला अजून तो वास येतोय?''

''कसला वास?''

''तुम्ही काही मिनिटांपूर्वी घाण वास येत असल्याची तक्रार केली होती.''

''कसला वास? तुम्ही काय म्हणता आहात ते कळत नाही. मला इथून बाहेर पडायचं आहे!'' अचानक ॲशलेने उठून उभा राहण्याचा प्रयत्न केला. त्याने मनगटाला बांधलेल्या पट्ट्या ताणल्यासारख्या झाल्या. ॲशलेने एकदम पाय उचलून गुडघे छातीपाशी आणले होते.

''पेशंटला धरून ठेवा!'' ॲशलेचे गुडघे खाली दाबण्याचा प्रयत्न करत डॉ. नवाझ ओरडला. त्याने अजूनही एका हाताने चेहेऱ्यावरचा पडदा उचलून धरला होता. ॲशलेचा चेहेरा लालीलाल झालेला दिसला.

डॅनियल ऑपरेशन टेबलापाशी धावत आला. त्याने ॲशलेचे घोटे पकडून

त्याचे पाय पूर्ववत करण्याचा प्रयत्न केला. त्याला ॲशलेच्या अंगातील ताकद पाहून आश्चर्य वाटले. डॉ. न्यूहाऊसने दरम्यान ॲशलेच्या खांद्यावरचा हात काढून त्याचा हात धरून ठेवला होता. कारण तेवढ्यात ॲशलेने आपली मनगटे सोडवून घेतली होती. हे पाहून मार्जोरीने उडी मारून टेबलाच्या पलीकडे जाऊन ॲशलेचा दुसरा हात पकडला.

"मि. स्मिथ, शांत व्हा! सर्व काही ठीक आहे." डॉ. नवाझ ओरडला.

"घाणेरड्या प्राण्यांनो! माझ्यापासून दूर व्हा." ॲशलेनेही ओरडून उत्तर दिले.

एखादा अट्टल दारुडा जसा कोणाला आवरत नाही तसा तो धडपड करत होता.

स्टेफनी, पॉल आणि स्पेन्सर धावतच ऑपरेशन रूममध्ये आले. ते तोंडावर मास्क चढवण्याची धडपड करतच आत शिरले होते. त्यांनी ॲशलेला धरून ठेवायला मदत केली. त्यामुळे मार्जोरीला ॲशलेची मनगटे पुन्हा अडकवण्यात यश मिळाले. दरम्यान डॅनियलने इतरांच्या मदतीने त्याचे पाय पुन्हा सरळ केले होते. आता हात मोकळे झाल्याने डॉ. न्यूहाऊसने ॲशलेचा रक्तदाब तपासून पाहिला. कार्डियाक मॉनिटरचा बीप बीप आवाजाची गती चांगलीच वाढलेली होती.

"सर्व काही ठीक आहे मि. स्मिथ." डॉ. नवाझ पुन्हा ॲशलेला उद्देशून म्हणाला. ॲशलेचा चेहेरा आता परिश्रमांमुळे बीटासारखा लालबुंद झालेला होता, "तुम्ही शांत व्हायला हवं! आम्हाला तुमची लहानशी जखम शिवून टाकायची आहे. मग तुम्ही उठून उभे राहू शकता. लक्षात येतंय ना?"

"तुम्ही सगळे तद्दन विकृत आहात! ×××× इथून निघा अगोदर!"

ॲशलेची अशी अत्यंत अशिष्ट भाषा ऐकून ऑपरेशन रूममधले सर्वजण स्तंभित झाले होते. क्षणभर कोणीही काही बोलले नाही की जागचे हलले नाही. त्या धक्क्यातून प्रथम डॉ. नवाझ सावरला. ॲशले आता आटोक्यात आहे हे पाहून तो ॲशलेच्या अंगापासून बाजूला झाला. तेव्हा सगळ्यांच्या लक्षात आले की ॲशलेच्या कमरेखालचे कपडे एखाद्या तंबूसारखे वर उचलले गेलेले होते. त्याचे लिंग पूर्ण उत्तेजित अवस्थेत होते.

"माझे हात पाय सोडा!" ॲशले आता करुण आवाजात चित्कारला. त्याने आता रडायला सुरुवात केली होती, "माझ्या हातापायातून रक्त येतंय!"

सर्वजण ॲशलेच्या हातापायांकडे पाहू लागले,

"कुठंही रक्त नाही." पॉल इतरांना उद्देशून म्हणाला, "पेशंट हे काय बोलतोय?"

"जॉन! मी काय म्हणतो ते ऐकून घ्या." डॉ. नवाझ म्हणाला. त्याने अजूनही ॲशलेच्या तोंडावरचा पडदा किंचित वर उचलून धरलेला होता, "तुमच्या हातापायातून रक्त येत नाही. तुम्ही अगदी ठीक आहात. मला माझं काम पूर्ण करायला फक्त काही मिनिटं लागतील. तेवढा वेळ तुम्ही शांत बसा."

"माझं नाव जॉन नाही." ॲशले सौम्य स्वरात म्हणाला. जेवढ्या वेगाने त्याच्या डोळ्यातून अश्रू आले होते तेवढ्याच वेगाने ते दिसेनासे झाले होते. त्याचा आवाज झिंगल्यासारखा येतच होता. अचानक ॲशले शांत झाला असे वाटत होते.

"जॉन नाही तर काय आहे?" डॉ. नवाझने विचारले.

डॅनियलने घाबरून स्टेफनीकडे नजर टाकली. ॲशलेला काबूत आणायला मदत केल्यानंतर ती थोडीशी मागे सरकून उभी होती. ॲशलेने आपले खरे नाव उघड केले तर त्याचा काय परिणाम होईल हे त्याला कळत नव्हते. पण तो काही चांगला असणार नाही असे त्याला वाटत होते.

"माझं नाव जीझस आहे." ॲशले मृदूपणाने म्हणाला आणि त्याने आशीर्वाद देत असल्याप्रमाणे सावकाश पापण्या मिटून घेतल्या. ऑपरेशन रूममधले सर्वजण अचंबित होऊन एकमेकांकडे पाहू लागले. फक्त डॉ. नवाझ मात्र भानावर होता. त्याने डॉ. न्यूहाऊसला विचारले की पेशंटला गुंगीची कोणती औषधे दिली होती.

"डायझिपाम आणि फेन्टानिल. शिरेमधून."

"आणखी एक डोस दिला तर तुमची त्याला हरकत नाही ना?"

"नाही." डॉ न्यूहाऊस म्हणाला, "मी देऊ का?"

"जरूर."

डॉ. न्यूहाऊसने नवीन सिरींज ड्रॉवरमधून बाहेर काढली आणि सफाईदारपणे त्याने सलाईनच्या नळीत गुंगीची औषधे टोचली.

"फादर, त्यांना क्षमा कर." ॲशले डोळे न उघडता म्हणाला, "कारण त्यांना आपण काय करत आहोत हे कळत नाही."

"हे काय चाललं आहे इथं?" पॉलने दबक्या आवाजात विचारले, "इथं जीझसला क्रूसावर चढवलं जातंय असं ह्या माणसाला वाटतंय की काय?"

"हा कसला तरी औषधांचा चमत्कारिक परिणाम आहे काय?" स्पेन्सरने विचारले.

"मला तसं वाटत नाही." डॉ. नवाझ म्हणाला, "कारण काहीही असो, हा निश्चितपणे सीजरचा प्रकार आहे!"

"सीजर?" पॉल अविश्वासाने म्हणाला, "मी कधी असला सीजरचा प्रकार पाहिलेला नाही."

"ह्याला कॉम्प्लेक्स पार्शल सीजर असे म्हणतात." डॉ. नवाझ म्हणाला, "ह्यालाच टेम्पोरल लोब सीजर असेदेखील नाव आहे."

"औषधांमुळे नाही तर कशामुळे झालं हे?" पॉलने विचारले, "मेंदूमध्ये सुई घुसली म्हणून की काय?"

"नाही. तसं असतं तर ते अगोदरच व्हायला हवं होतं." डॉ. नवाझ म्हणाला.

“आणि तो रोपण संपत आलं असताना झालं, याचा अर्थ तेच त्याचं कारण असावं.” डॉ. नवाझने डॉ. न्यूहाऊसकडे पाहिले, “पेशंट झोपला आहे का ते पाहा.”

डॉ. न्यूहाऊसने ॲशलेचा खांदा जरासा हलवला, “काही प्रतिसाद आहे का?” त्याने डॉ. नवाझकडे पाहत विचारले. डॉ. नवाझने नकारार्थी मान हलवली आणि ॲशलेचा चेहेरा पुन्हा झाकून घेतला. त्याने मास्कच्या आत एक निश्वास टाकला आणि मग हताशपणाने त्याने हात छातीवर ठेवले.

डॅनियलने न्यूरोसर्जनच्या गडद डोळ्यांकडे पाहिले. तो पापणी न हलवता एकटक पाहत होता. डॅनियलला आपल्या पायातले त्राण गेल्याप्रमाणे वाटू लागले. त्याने प्रयत्नपूर्वक आपल्या मनात काहीतरी गडबड होईल ही शंका दडपून टाकली होती. डॉ. नवाझकडे पाहताना त्याच्या भावनांना आता बांध घालणे अवघड जाऊ लागले होते.

“तुम्ही पेशंटचे घोटे सोडले तरी चालेल.” डॉ. नवाझ डॅनियलला म्हणाला. अजून त्याने घोटे पकडून ठेवले होते. डॅनियलने हात मागे घेतला.

“ह्या सीज़रमुळे मी चिंतेत पडलो आहे.” डॉ. नवाझ म्हणाला, “हा प्रकार औषधांमुळे झाला आहे असं मला वाटत नाही. उलट औषधांचा परिणाम असतानाच ते घडल्यामुळे मला वाटतंय की मेंदूतल्या भागात अचानक जोरदार गडबड उडालेली आहे.”

“पण ह्याचा संबंध औषधांशी नक्कीच नाही ना?” डॅनियलने विचारले. आपण उगीचच आशा वाटते म्हणून विचारत आहोत ह्याची त्याला कल्पना होती, “म्हणजे ड्रग्ज घेतली की जशी स्वप्नं पडतात तसं काही? आपण पेशंटला डायझिपाम आणि फेन्टानिल यांचं मिश्रण दिलंय. हे मिश्रण आणि पेशंटच्या मनातली ट्युरीनच्या कफनाविषयीची तीव्र ओढ ह्यामुळे अशा प्रकारेच चित्रविचित्र भास झाले असतील.”

“इथं ट्युरीनच्या कफनाचा काय संबंध?” डॉ. नवाझने विचारले.

“त्याचा संबंध ह्या उपचारांसाठी वापरलेल्या पेशींशी आहे.” डॅनियल म्हणाला, “ती एक लांबलचक कहाणी आहे. पेशींचं क्लोनिंग करण्याच्या अगोदर पेशंटच्या काही जनुकांच्या जागी ट्युरीनच्या कफनावरच्या रक्तातून मिळवलेले जनुक बसवण्यात आले आहेत. पेशंटला ते कफन खरं आहे असं वाटतं त्यामुळे त्यानं मुद्दाम अशी मागणी केली होती. पेशंटनं तर आपल्याला दैवी हस्तक्षेपाची अपेक्षा आहे असं म्हटलं होतं.”

“पेशंटला भास होण्यामध्ये अशा कल्पनेचा सहभाग असू शकेल.” डॉ. नवाझ म्हणाला, “पण ह्या पेशी रोपणाचा आणि पेशंटच्या सीजरचा संबंध नाकारता येणार नाही.”

“पण एवढं खात्रीनं कसं काय सांगता येईल?” डॅनियलने विचारले.

"कारण सीजर होण्याची वेळ आणि पेशंटला झालेला वासाचा भास." डॉ. नवाझ म्हणाला, "त्याला जो वास आला त्याला 'ऑरा' असं म्हणतात. टेम्पोरल लोब सीजर नेहमीच अशा प्रकारे ऑराने सुरू होतं. आत्यंतिक धार्मिकपणा, सतत बदलणारी मन:स्थिती, तीव्र विषयवासना आणि अतिशय आक्रमक वागणूक ही ह्या प्रकारच्या सीजरची इतर लक्षणे आहेत. ही सर्व लक्षणं अत्यंत कमी वेळात ह्या पेशंटच्या बाबतीत स्पष्ट दिसली आहेत. हे अशा सीजरचे नमुनेदार उदाहरण आहे."

"आपण आता काय करायचं?" डॅनियलने विचारले. पण उत्तर ऐकायला तो प्रत्यक्षात घाबरत होता.

"ही घटना एकदाच घडणारी होती अशी आपण प्रार्थना करू या." डॉ. नवाझ म्हणाला, "दुर्दैवाने ह्या प्रसंगी भावनाउद्रेकाची तीव्रता पाहता ह्यातून आता पूर्ण तीव्रतेने टेम्पोरल लोब इपिलेप्सी उद्‌भवली नाही तरच मला आश्चर्य वाटेल."

"ह्याला प्रतिबंध करण्यासाठी काही उपाय नाही का?" स्टेफनीने विचारले.

"मला तसं करणं शक्य नाही याची कल्पना आहे. पण आपण पेशी नेमक्या कुठं गेल्या आहेत हे पाहणे जरूरी आहे." डॉ. नवाझ म्हणाला, "तसं केलं तर कदाचित काहीतरी उपाय करता येईल."

"पेशी नेमक्या कुठं गेल्या म्हणजे?" डॅनियलने विचारले. "तुम्ही म्हणाला होतात की स्टिरिओटॅक्सिक फ्रेम वापरण्याचा तुम्हाला अनुभव आहे आणि काम अगदी अचूक करता येतं."

"खरं आहे, पण मी कधी पेशंटला काम चालू असताना अशा तऱ्हेने सीजर झाल्याचं पाहिलेलं नाही. काहीतरी घोटाळा झालेला आहे."

"तुम्ही असं सुचवता आहात का की रोपण केलेल्या पेशी सब्टॅन्शिया निग्रामध्ये नाहीत. " डॅनियल निषेध नोंदवत म्हणाला, "जर तसं असेल तर..."

"हे पाहा!" डॉ. नवाझ प्रत्युत्तर देत म्हणाला, "तुम्हीच तर इथं योग्य ती क्ष-किरण यंत्रणा नसताना मला काम पुढे चालू ठेवायला सांगितलं होतं."

"वाद घालून काही उपयोग नाही." स्टेफनी म्हणाली, "पेशी कुठं आहेत ते पाहता येईल."

सर्वजण स्टेफनीकडे पाहू लागले.

"आम्ही रोपणासाठी तयार केलेल्या पेशींमध्ये कीटकांमधील पेशींच्या पृष्ठभागावरचे ग्राहक तयार करणारे जनुक मुद्दाम घुसवले होते. आम्ही उंदरांवरच्या प्रयोगात हे असंच करत होतो. त्याचा उद्देश पेशींची नेमकी जागा पाहणं हाच होता. आम्ही क्ष-किरणांमुळे दिसू शकेल अशा जड धातूचा सहभाग असणारे मोनोक्लोनल प्रतिद्रव्य तयार करून घेतलेले आहे. ते निर्जंतुक आहे आणि त्याचा वापर करता येईल. ते फक्त सब-अरॅकनॉईड पोकळीमधल्या सेरेब्रोस्पायनल द्रवात टोचावं

लागेल. उंदरांच्या बाबतीत त्याचा उत्तम उपयोग व्हायचा.''

''हे प्रतिद्रव्य आत्ता कुठं आहे?'' डॉ. नवाझने विचारले.

''एक नंबरच्या इमारतीत आमच्या प्रयोगशाळेतल्या टेबलावर.''

''मार्जोरी. मेगन फिनिगनला फोन कर! तिला धावत इथं ती बाटली घेऊन यायला सांग.'' पॉल म्हणाला.

◆

२६

रविवार, २४ मार्च २००२
दुपारी २ वाजून १५ मिनिटे

डॉ. जेफ्री मार्कस हा शिर्ले स्ट्रीटवर असणाऱ्या डॉक्टर्स हॉस्पिटल या नावाच्या हॉस्पिटलमध्ये रेडिओलॉजिस्ट म्हणून काम करत असे. पूर्ण वेळ रेडिओलॉजिस्टची गरज पडेपर्यंत आवश्यकता भासेल तेव्हा मार्कसने विनगेट क्लिनिकसाठी काम करायचे असा करार स्पेन्सरने त्याच्याशी केला होता. ॲशलेच्या बाबतीत कॅटस्कॅन करायची गरज निर्माण होताच स्पेन्सरने एका नर्सकरवी जेफ्री मार्कसला फोन केला होता. शनिवारी दुपारची वेळ असल्याने मार्कस ताबडतोब येऊ शकत होता. त्याला पाहून डॉ. नवाझला आनंद झाला होता. त्याची मार्कसची ओळख ऑक्सफर्डपासूनची होती. मार्कसला मेंदूच्या संदर्भातील रेडिओलॉजी ह्या क्षेत्रात चांगला अनुभव आहे हे त्याला माहिती होते.

''हे मेंदूचे आडवे छेद आहेत आणि त्यांची सुरुवात पॉन्सच्या डॉर्सल कडेपासून होते आहे.'' जेफ्री म्हणाला. तो मॉनिटरवरच्या एका ठिकाणी पिवळ्या दोन नंबर डिक्सन पेन्सिलच्या रबर लावलेल्या मागच्या टोकाचा वापर करून नेमकी जागा दाखवत होता. जेफ्री देखील डॉ. कार्ल न्यूहाऊसप्रमाणे इंग्लंडमधील हवामान टाळण्यासाठी बहामाला स्थायिक झाला होता. ''आपण आता मेंदूच्या आत आणखी पुढे जाणार आहोत. एका वेळी आपण एक सेंटीमीटर पुढे जाऊ. बहुतेक एकदोन फ्रेममध्येच आपण सब्टॅन्शिया निग्रा पाहू शकू.''

जेफ्री कॅटस्कॅन यंत्राच्या मॉनिटरसमोर बसला होता. डॅनियल, पॉल, स्पेन्सर आणि कार्ल सर्वजण जवळच उभे राहून पाहत होते. कार्ल हातात गुंगीच्या औषधांचा आणखी एक डोस भरलेली सिरींज घेऊन तयारीत उभा होता. पण ॲशले आता गाढ झोपेत होता. ॲशलेच्या कवटीला पाडलेल्या भोकात धातूचे छोटे बटण बसवून झाल्यानंतर जखम बंद करणे, स्टिरिओटॅक्सिक फ्रेम काढणे आणि त्याला

कॅटस्कॅन करण्याच्या टेबलावर आणणे हे सारे घडत असताना ॲशले जागा झाला नव्हता. त्याचे हात त्याच्या छातीवर ठेवलेले होते. अजूनही सलाईन लावलेलेच होते.

स्टेफनी जरा मागे वेगळी एका टेबलाला टेकून हाताची घडी घालून उभी होती. ती कोणाच्याही नकळत मनोमन अश्रूंना आवर घालत होती. तिच्याशी कोणी बोलू नये असे तिला वाटत होते. तिने एकदा खोलीतून बाहेर पडायचा विचार केला.पण मग तो बाजूला सारला. कारण त्यामुळे इतरांचे तिच्याकडे लक्ष जाण्याची शक्यता होती. ती एका जागी उभी राहून स्वत:ला क्लेश करून घेत होती. कॅटस्कॅनकडे पाहतानाही तिला हे जाणवत होते की काहीतरी मोठा घोटाळा झालेला आहे. आपण हे सारे सुरू होण्याच्या वेळेसच आपल्या मनाला जे पटत नाही त्यात पडायला नको होते. मुळातच ह्या आत्ताच्या फार्सिकल आणि शोकात्म प्रकरणात आपण भाग घेतला म्हणून ती स्वत:ला दोष देत मूकपणे उभी होती.

''हं. आता हे पाहा!'' जेफ्री म्हणाला. त्याने पुन्हा एकदा मॉनिटरवरच्या प्रतिमेकडे सर्वांचे लक्ष वेधले, ''हा मेंदूचा मधला भाग आहे आणि हा आहे सब्टॅन्शिया निग्राचा भाग. आणि जडधातू असलेली मोनोक्लोनल प्रतिद्रव्ये तिथं असण्याची कोणतीही खूण मला दिसत नाही.''

''कदाचित अजून सेरेब्रोस्पायनल द्रवातून ती प्रतिद्रव्ये तिथपर्यंत गेली नसतील.'' डॉ. नवाझने सुचवले, ''किंवा असंही असेल की उपचारात वापरलेल्या पेशींमध्ये ती विशिष्ट पृष्ठभाग-प्रथिने नसतील. तुम्ही जे जनुक घुसवले होते ते व्यक्त होतात याची तुम्हाला खात्री आहे?''

''मला खात्री आहे.'' डॅनियल म्हणाला, ''डॉ. डी'अगोस्टिनो यांनी ते तपासून घेतलेलं होतं.''

''कदाचित आपण ही तपासणी काही तासांनी पुन्हा करावी.'' डॉ. नवाझ म्हणाला.

''आमच्या उंदरांवरच्या प्रयोगांमध्ये अर्ध्या तासात किंवा जास्तीत जास्त पाऊण तासात त्या पेशी अगदी स्पष्ट दिसून येत असत.'' डॅनियल म्हणाला. त्याने हातातल्या घड्याळावर नजर टाकली, ''मानवी मेंदू मोठा असतो हे खरं, पण आम्ही जास्त प्रमाणात प्रतिद्रव्य वापरलं होतं. आणि आता एक तास झाला आहे, तेव्हा ते तिथं दिसायला हवं.''

''थांबा!'' जेफ्री म्हणाला, ''इकडे बाजूला थोडासा भाग रेडिओल्युसंट दिसतोय.'' त्याने उजवीकडे एक सेंटीमीटर बाजूला पेन्सिलचे मागचे टोक टेकवून जागा दाखवली. अगदी छोट्या बर्फुल्यांप्रमाणे काही ठिकाणी ठिपके दिसत होते.

''ओह माय गॉड!'' डॉ. नवाझ एकदम मोठ्या आवाजात म्हणाला, ''हा भाग म्हणजे टेम्पोरल लोबचा मेसियल भाग आहे. तेव्हा पेशंटला सीजर झालं ह्याचं

आश्चर्य वाटायला नको.''

"आपण पुढच्या छेदाकडे नजर टाकू.'' जेफ्री म्हणाला. मॉनिटरवर आता हळूहळू नवीन प्रतिमा दिसू लागली, "आता तर अगदी स्पष्ट दिसतंय. माझ्या मते हा भाग हिप्पोकॅम्पसचा आहे. अर्थात अगदी अचूक जागा शोधण्यासाठी टेम्पोरल हॉर्नमध्ये थोडी हवा भरावी लागेल. तुम्हाला तसं करायचं आहे का?''

"नाही!'' डॉ. नवाझ फटकारत म्हणाला. डोक्यावर हात ठेवून तो म्हणाला, "माझा ह्यावर विश्वास बसत नाही. सुई इतकी कशी काय भरकटू शकेल? मी पुन्हा क्ष-किरण फोटो पाहून सगळी मोजमापं तपासून पाहिली. ती सर्व अगदी अचूक आहेत.'' त्याचे हात हवेत उंचावले. जणू तो कोणीतरी ह्याचे स्पष्टीकरण द्यावे म्हणून याचना करत होता.

"कदाचित ऑपरेशन टेबल दाराला धडकलं होतं तेव्हा फ्रेम जराशी हलली असेल.'' डॉ. न्यूहाऊसने सुचवले.

"म्हणजे काय?'' डॉ. नवाझ थक्क होऊन विचारू लागला, "तुम्ही मला म्हणाला होतात की टेबल दरवाज्याच्या चौकटीला घासलं होतं. धडकलं ह्या शब्दाचा अर्थ काय?''

"ऑपरेशन टेबलाचा दरवाज्याच्या चौकटीला कधी स्पर्श झाला होता?'' डॅनियलने विचारले. त्याने अशी काही गोष्ट पहिल्यांदाच ऐकली होती.

"आणि कुठल्या दरवाज्याबद्दल तुम्ही बोलता आहात?''

"डॉ. सॉन्डर्स म्हणाले की टेबल घासलं होतं.'' डॅनियलकडे दुर्लक्ष करत डॉ. कार्ल न्यूहाऊस म्हणाला, "मी म्हणालो नव्हतो.''

डॉ. नवाझने पॉलकडे प्रश्नार्थक नजर टाकली. त्याने अनिच्छेने मान डोलावली, "मला वाटतं की घासलं होतं म्हणण्यापेक्षा धडक झाली हे म्हणणे बरोबर होईल. पण त्यानं काही फरक पडायचं कारण नाही. कोस्टान्स म्हणाली होती की फ्रेम अगदी स्थिर होती. तिने ती धरली तेव्हा तिच्या ते लक्षात आलं होतं.''

"फ्रेम धरली?'' डॉ. नवाझ किंचाळला, "फ्रेम धरण्याची गरज का वाटली तिला?''

पॉल आणि कार्लने एकमेकांकडे अवघडून नजर टाकली.

"हे काय चाललंय. कटकारस्थानं की काय? कोणी माझ्या प्रश्नाचं उत्तर देईल का?''

"मला लवकरात लवकर कार्डियाक मॉनिटर पेशंटला जोडायचा होता. त्यामुळे आम्ही टेबल जरा वेगाने हलवत होतो. अचानक धक्का बसला. कोस्टान्सने फ्रेमला आधार दिला. तिच्या हातात ग्लोव्हज होते आणि अंगावर गाऊन. त्यावेळी आम्हाला जंतूसंसर्गाची जास्त काळजी वाटत होती.''

"हे सगळं इतकं घडूनही तुम्ही मला का सांगितलं नाही?" डॉ. नवाझने फटकारले.

"आम्ही सांगितलं होतं." पॉल म्हणाला.

"टेबल घासलं होतं असं सांगितलं होतं. घासणं आणि धडकणं ह्यात फार मोठा फरक आहे."

"पेशंटचं डोकं पुढे झुकलं होतं. पण त्याच्या डोक्याला झटका वगैरे काहीही बसलेला नव्हता."

"गुड गॉड!" डॉ. नवाझ खुर्चीत हताशपणाने बसत म्हणाला. डोक्यावरची सर्जिकल कॅप काढून टाकून त्याने डोक्याला हात लावला. तो मधूनमधून डोके हलवत होता. आपण असल्या एखाद्या विडंबनासारख्या प्रकरणात गुंतलो म्हणून तो स्वत:ला दोष देत होता. त्यावेळी स्टिरिओटॅक्सिक फ्रेम किंचित फिरली आणि थोडी वरखालीही झाली असणार हे त्याच्या चांगले लक्षात आले होते.

"आपण काहीतरी करायला हवं." डॅनियल म्हणाला. टेबल धडकले ही भयंकर बातमी कळल्यानंतर बसलेल्या धक्क्यातून सावरायला त्याला थोडा वेळ लागला होता.

"आणि आता तुम्ही काय सुचवता आहात?" डॉ. नवाझ उपहासाने म्हणाला, "आपण डोपामाईन बनवणाऱ्या रासवट पेशी एका माणसाच्या टेम्पोरल लोबमध्ये चुकीने सोडल्या आहेत आणि आपण काही परत तिथं पोहोचून त्या काढून घेऊ शकत नाही."

"नाही. पण त्या पेशींना फांद्या फुटून त्यांची आणखी वाढ व्हायच्या आत त्या नष्ट करता येतील." अचानक मनात काहीतरी कल्पना चमकल्याप्रमाणे डॅनियल म्हणाला. "आपल्याकडे त्या पेशींच्या पृष्ठभागावर असणाऱ्या वैशिष्ट्यपूर्ण प्रतिजनाला जुळणारे मोनोक्लोनल प्रतिद्रव्य आहे. हे प्रतिद्रव्य जड धातूबरोबर जोडायच्या ऐवजी आपण ते एखाद्या पेशीनाशक पदार्थाला जोडून द्यायचं. ते सेरेब्रोस्पायनल द्रव्यात टोचलं की मग धुडम! चुकीच्या जागी गेलेल्या त्या पेशींचा विनाश होईल. मग आपण पेशंटच्या डाव्या बाजूला पुन्हा एकदा रोपण करायचं म्हणजे झालं."

डॉ. नवाझने आपले चमकदार काळे केस मागे सारले आणि क्षणभर त्याने डॅनियलच्या कल्पनेचा विचार केला. जे काही घडलं त्याची पुष्कळशी जबाबदारी त्याच्यावर होती. ती चूक दुरुस्त करण्यासाठी आणखी एक संधी मिळणार होती हे खरे. पण त्याचवेळी त्याचे मन त्याला सांगत होते की असल्या अत्यंत प्रायोगिक आणि अनियमित कामात आणखी गुंतणे बरे नाही.

"तुमच्याकडे ते पेशीनाशक आणि प्रतिद्रव्याचे मिश्रण तयार आहे का?"

"नाही." डॅनियलने कबूल केले, "पण ते ताबडतोब बनवून घेता येईल.

आम्हाला जड धातू-प्रतिद्रव्य मिश्रण तयार करून देणारी तीच फर्म हे बनवून एका रात्रीत इकडे रवाना करू शकेल.''

''ठीक आहे. ते तुमच्याकडे आलं की मग मला कळवा.'' डॉ. नवाझ उभा राहत कडवट स्वरात ठासून म्हणाला, ''मी मघाशी म्हणालो की आपण पेशी पुन्हा शोषून बाहेर काढू शकत नाही. ह्यामध्ये दुर्दैवी विरोधाभास असा आहे की असलंच काहीतरी भविष्यात करावं लागणार आहे. कारण पेशंटला पुन्हा टेम्पोरल लोब इपिलेप्सीचा झटका येण्याची दाट शक्यता आहे. त्याचवेळी मेंदूचा खूप मोठा भाग कापून टाकावा लागेल आणि अर्थात ते फारच धोकादायक ठरणार आहे.''

''म्हणूनच तर मी जे सुचवलं ते करावं असं मला वाटतंय.'' डॅनियल आता आपल्या कल्पनेमुळे अधिकाधिक उत्तेजित होत होता.

स्टेफनी अचानक जागची हलली आणि दरवाज्याकडे निघाली. तिला आता तिथे चाललेल्या संभाषणातील एकही शब्द ऐकण्याची इच्छा नव्हती. आपण एखाद्या आपल्यासारख्याच माणसाबद्दल बोलत नसून एखाद्या निर्जीव वस्तूबद्दल बोलतोय असे खोलीतील लोकांना वाटतेय ही कल्पना तिला सहन होत नव्हती. तिला डॅनियलबद्दल जास्त तिरस्कार वाटू लागला होता. ह्या सगळ्यामधून काय भयंकर घडू शकेल याची चांगली कल्पना असूनही तो मॅकियाव्हेलीप्रमाणे अद्यापही उचापती करतच होता. आपल्या वैयक्तिक स्वार्थासाठी तो नैतिक बाजूकडे साफ दुर्लक्ष करून आंधळेपणाने पुढे जातच होता.

''स्टेफनी!'' स्टेफनीला दरवाज्याकडे जाताना पाहून डॅनियलने हाक मारली, ''तू केंब्रिजमध्ये पीटरला फोन करून...''

स्टेफनीच्या मागे दार जोरात लावल्याच्या आवाजात डॅनियलचा आवाज विरून गेला. स्टेफनी लेडीज रूममध्ये जाऊन एकटीच रडणार होती. कारण जे काही घडले होते त्याची जबाबदारी इतरांप्रमाणे तिच्यावरही होती हे तिला चांगले माहिती होते.

◆

२७

रविवार, २४ मार्च २००२
संध्याकाळी ७ वाजून ४२ मिनिटे

''मला तुम्हा हुशार लोकांना आणखी त्रास देण्याची इच्छा नाही.'' ॲशले त्याच्या खास किंचित बोबड्या शैलीत म्हणाला, ''तुम्ही केलेल्या कामाबद्दल मला

अजिबात अनादर व्यक्त करायचा नाही. पण माझ्या ह्या बोलण्यामुळे तुम्हाला वाईट वाटत असेल तर मी मनापासून तुमची क्षमायाचना करतो. काहीही झालं तरी मी आज रात्री इथं राहणार नाही.''

ॲशले आता विनगेट क्लिनिकमधल्या इनपेशंट सुविधेमधील एका खोलीत होता. ही खोली हॉस्पिटलपेक्षा एखाद्या हॉटेलच्या खोलीसारखी वाटत होती. भिंतींना दिलेले रंग झगझगीत होते. पडदे हिरव्या आणि गुलाबी रंगाचे होते. डॅनियल आणि स्टेफनी ॲशलेच्या बेडजवळ उभे होते, तर कॅरोल दडून बसल्याप्रमाणे खिडकीजवळच्या जांभळ्या खुर्चीत पाय वर घेऊन गप्प बसून होती.

कॅटस्कॅन झाल्यानंतर ॲशलेला ह्या खोलीत आणण्यात आले होते. ॲशलेची स्थिती स्थिर आहे हे पाहिल्यानंतर डॉ. नवाझ आणि डॉ. न्यूहाऊस दोघे तेथून निघून गेले होते. त्यांनी काही अडचण आली तर त्यांना बोलावण्यासाठी त्यांचे फोन नंबर डॅनियलला दिले होते. डॉ. न्यूहाऊसने त्याला डायझिपाम-फेन्टानिल मिळण्याची एक कुपी दिली होती. पुन्हा गरज पडली तर शिरेत किंवा स्नायूंमध्ये दोन सी.सी. टोचायचे असे त्याने सांगितले होते.

तांत्रिकदृष्टीने ॲशलेची देखरेख करायची जबाबदारी मायरन हन्ना नावाच्या नर्सवर सोपवलेली होती. मायरनला उत्तम प्रशिक्षण मिळालेले होते आणि विनगेट क्लिनिक मॅसॅच्युसेट्समध्ये असल्यापासून ती इथे काम करत होती. हन्ना असूनही डॅनियल आणि स्टेफनी ॲशलेच्या बेडजवळ गेले चार तास हजर होते. कॅरोलही होतीच. ॲशलेला शुद्धीवर यायला चार तास लागले होते. पॉल सॉन्डर्स आणि स्पेन्सर विनगेट थोडा वेळ थांबून तेथून निघून गेले होते. गरज भासली तर ते लगेच परत येऊ शकतील असे त्यांनी जाताना सांगितले होते.

''सिनेटर मी तुम्हाला काय सांगितलं होतं ते तुम्ही विसरता आहात.'' डॅनियल जास्तीत जास्त संयम बाळगत म्हणाला. काही वेळा ॲशलेशी बोलणे त्याला तीन वर्षांच्या पोराशी बोलल्याप्रमाणे वाटत असे.

''माझ्यावर केलेल्या रोपणाच्या वेळी काहीतरी समस्या उद्‌भवली होती हे मला समजतंय.'' डॅनियलने हाताची घडी घातली होती. त्यावर आपला हात ठेवत ॲशले म्हणाला, ''मला आता छान वाटतंय. मला माहिती आहे की मी काही रसरसलेला तरुण पोरगा नाही. पण मला असं वाटतंय, ही किमया अर्थातच डॉक्टर तुमच्या एस्क्युलेपियससारख्या हातगुणाची आहे. तुम्ही म्हणाला होतात की पेशी रोपणानंतर लगेच फरक जाणवणार नाही. किंवा फरक पडलाच तर तो फार सावकाश दिसेल. पण तसं मात्र घडलेलं नाही. सकाळच्या तुलनेत मला तर मी आत्ताच बरा झालो आहे असं वाटतंय. माझ्या हातांची थरथर जवळपास थांबली आहे आणि माझी हालचालही आता सहज होते आहे.''

“तुम्हाला असं वाटतंय याचा मला आनंदच होतो आहे.” डॅनियल डोके हलवत म्हणाला, “पण हा परिणाम बहुधा तुमच्या सकारात्मक दृष्टीकोनाचा आहे. कदाचित तुम्हाला दिलेल्या ताकदवान गुंगीच्या औषधांच्या परिणामातून बाहेर पडल्यामुळे तसं वाटत असेल. सिनेटर आमच्या मते तुमच्यावर आणखी काही उपचार होण्याची गरज आहे. त्यासाठी मी म्हणालो त्याप्रमाणे तुम्ही इथं क्लिनिकमध्ये राहणं योग्य ठरेल. कारण इथं आमच्या हाताशी सर्व वैद्यकीय सेवासुविधा आहेत. तुमच्यावर रोपण चालू असताना तुम्हाला सीजरला तोंड द्यावं लागलं होतं हे लक्षात घ्या. आणि सीजरच्यावेळी तुम्ही सर्वस्वी निराळ्या माणसाप्रमाणे वागत होता.”

“मी निराळ्या माणसाप्रमाणे कसा वागणार? मला आहे तसाच वागायला नाकीनऊ येत आहेत.” ॲशले हसला, पण त्याच्याबरोबर इतर कोणीही हसले नाही. ॲशलेने सर्वांकडे नजर फिरवली. “तुम्हा लोकांना काय झालंय? आनंद साजरा करायचा सोडून तुम्ही एखाद्या मर्तिकाला गेल्यासारखे का वागत आहात? मला खरोखरच किती छान वाटतंय ते तुम्हाला खरोखरच कळत नाही का?”

डॅनियलने कॅरोलला पेशी रोपणाच्यावेळी काय घडले होते ते अगदी थोडक्यात सांगितले होते. पेशी रोपण्याची जागा जराशी चुकली आहे इतकंच सांगून त्याने समस्येचा गंभीरपणा कमी दाखवण्याचा प्रयत्न केला होता. सीजर आणि नंतरचे ॲशलेचे वागणे ह्यामुळे त्याचे हातपाय जखडून टाकावे लागले होते हे त्याने तिच्या कानावर घातले होते. ॲशले जागा झाल्यावर काय होईल याविषयी वाटणारी चिंता त्याने तिला सांगितली होती. सुदैवाने ॲशले जागा झाला आणि अगदी नैसर्गिकपणे वागू लागला होता. सर्वात अगोदर त्याने बांधलेले पट्टे काढून टाकायला भाग पाडले होते. कारण त्याला बेडमधून उठायचे होते. हे झाल्यानंतर त्याने त्याचे नेहमीचे कपडे अंगावर चढवले जावेत अशी मागणी केली होती. सुरुवातीची थोडीशी सुस्ती कमी झाल्यानंतर तो आता हॉटेलवर परत जाण्यासाठी सज्ज झाला होता.

आपण युक्तिवादात हरतोय हे लक्षात आल्यानंतर डॅनियलने अगोदर स्टेफनीकडे आणि मग कॅरोलकडे पाहिले. पण दोघीही त्याच्या मदतीसाठी आल्या नाहीत. डॅनियल पुन्हा ॲशलेला उद्देशून म्हणाला, “आपण वाटाघाटी करायच्या का? तुम्ही ह्या क्लिनिकमध्ये पुढचे चोवीस तास राहायचं. मग आपण पुन्हा चर्चा करू.”

“डॉक्टर तुम्हाला वाटाघाटींचा फार तोकडा अनुभव आहे हे तर उघडच दिसतंय.” ॲशले पुन्हा एकदा हसला, “पण मी त्याचा दोष तुम्हाला देणार नाही. असो. मुख्य मुद्दा असा आहे की तुम्ही मला माझ्या इच्छेविरुद्ध इथं अडकवून ठेवू शकत नाही. मी काल तुम्हाला म्हणालो होतो त्याप्रमाणे मी हॉटेलवर परतणार आहे. तुम्हाला जी काही औषधं लागतील ती तुम्ही बरोबर घ्या. गरज पडली तर आपण परत इथं केव्हाही येऊ शकतो आणि तुम्ही आणि त्या उन्मादक डॉ.

डी'अगोस्टिनो त्याच मजल्यावर आहातच की.''

डॅनियलने छताकडे नजर टाकली आणि खांदे उडवून, सुस्कारा टाकत तो म्हणाला, ''मी प्रयत्न केला.''

''खरोखरच डॉक्टर, तुम्ही प्रयत्न केलाय.'' ॲशले कबूल करत म्हणाला. मग तो कॅरोलकडे वळला. ''कॅरोल डियर, आपल्या लिमोचा ड्रायव्हर अजून बाहेर थांबला आहे ना?''

''असावा. म्हणजे एक तासापूर्वी तो होता. मी त्याला सांगितलं की त्यानं आपल्याकडून काही कळेपर्यंत थांबायचं आहे.''

''उत्तम!'' ॲशले म्हणाला. त्याने पायांची एवढ्या जोरदार हालचाल केली की स्वत: ॲशलेसकट सर्वजण चकित झाले.

''देवाची कृपा! मला हे सकाळी करता येत नव्हतं.'' ॲशले उभा राहिला, ''हं. तर आता हा गावाकडचा पोरगा अटलांटिस रिसॉर्टमधली मौजमजा उपभोगायला तयार झाला आहे.''

पंधरा मिनिटांनंतर विनगेट क्लिनिकच्या पार्किंग लॉटमध्ये चर्चा सुरू होती. अखेर असे ठरले की डॅनियल लिमोमधून ॲशले आणि कॅरोल यांच्याबरोबर जाणार. स्टेफनी त्यांनी भाड्याने घेतलेल्या गाडीतून येणार होती. कॅरोलने स्टेफनीबरोबर जाण्याची तयारी दर्शवली होती. पण स्टेफनीने आपल्याला एकटीलाच जायची इच्छा आहे असे सांगून तिला टाळले होते.

डॅनियल लिमोमध्ये ड्रायव्हरच्या मागच्या बाजूला काचेच्या पार्टीशनमागे बसला होता आणि ॲशले व कॅरोल मागच्या बाजूला होते. समोरून येणाऱ्या वाहनांच्या दिव्यांमुळे अधूनमधून त्यांच्या चेहऱ्यावर प्रकाश पडत होता. ॲशलेला आता एकदम बरे वाटू लागलेले दिसत होते. तो अतिशय उत्साहाने कॅरोलबरोबर काँग्रेसची सुट्टी संपल्यावर घडणाऱ्या राजकीय घडामोडींविषयी बोलत होता. कॅरोल अधूनमधून फक्त मान डोलावत असल्याने किंवा एखादा शब्द बोलत असल्याने हे संभाषण म्हणजे प्रत्यक्षात ॲशलेचे स्वगतच होते.

ॲशले बोलत असताना हळूहळू डॅनियलच्या मनावरचा तणाव हलका होऊ लागला होता. ॲशलेला पुन्हा सीजर होईल ही चिंता त्याला लागलेली होती. ॲशलेचा आकार आणि त्याची सीजरच्या वेळची ताकद पाहता त्याला शिरेतून गुंगीची औषधे टोचणे ही जवळपास अशक्य कोटीतली बाब आहे हे डॅनियला कळत असल्याने त्याच्या चिंतेत जास्तच भर पडली होती. जर प्रसंग उद्भवलाच तर स्नायूंमध्येच औषधे टोचण्याखेरीज काही पर्यायच नव्हता. लिमोच्या आत ॲशलेशी झगडून त्याला इंजेक्शन देणे हे फार भयंकर दिव्य ठरेल याची डॅनियलला कल्पना होती.

डॅनियलच्या मनातली सीजरची भीती थोडी बाजूला पडल्यावर तो ॲशलेच्या

उपचारानंतरच्या स्थितीबद्दल विचार करू लागला. सकाळी अर्धवट गोठल्याप्रमाणे वाटणाऱ्या ॲशलेमध्ये झालेले बदल पाहून तो थक्क झाला होता. त्याची हालचाल आता सहज होत होती. त्याच्या चेहेऱ्यावरचे भाव सहजरित्या व्यक्त होत होते आणि आवाजातही नैसर्गिक चढउतार होत होते. उपचारांमध्ये रोपण केलेली पेशी ठरलेल्या जागी पोहोचलेल्या नसूनही हे सगळे बदल पाहून डॅनियलचा गोंधळ उडाला होता. हा परिणाम औषधांचा किंवा निव्वळ उपचार झाले आहेत या भावनेचा असणे अशक्य होते. काहीतरी निराळे कारण असणार होते. सर्व वैज्ञानिकांप्रमाणे डॅनियललाही याची कल्पना होती की निव्वळ अपार कष्टांमुळेच नव्हे तर काही वेळा सेरेन्डिपिटी म्हणजे योगायोगाने लागतात. ज्या चुकीच्या जागी पेशी पोहोचल्या आहेत तीच खरोखर डोपामाईन निर्माण करणाऱ्या पेशींची जागा आहे की काय असे त्याला वाटू लागले. पण त्यातही फारसा अर्थ नाही हे त्याला कळत होते. कारण ॲशलेच्या मेंदूत पेशी आता ज्या भागात होत्या तो भाग लिंबिक प्रणालीचा भाग आहे आणि ह्या भागाचा संबंध नियंत्रण प्रणालीशी नसून ह्या भागाचा संबंध वास घेणे आणि लैंगिक वासना व भावनिक वर्तनाशी आहे, याची डॅनियला पूर्ण कल्पना होती. अर्थात मानवी मेंदूची अनेक कार्ये अद्याप गूढ आहेत हा विचारही त्याच्या मनात आला.

हॉटेलपाशी आल्यानंतर गाडीतून उतरताना ॲशलेने डोअरमनची मदत जाणीवपूर्वक नाकारली. फक्त उतरताना क्षणभर त्याला सुस्तावल्यासारखे झाले होते, म्हणून त्याला तेवढ्यापुरता कॅरोलचा आधार घ्यावा लागला होता. पण नंतर मात्र तो लॉबीमधून लिफ्टकडे अगदी आरामात चालत गेला.

"ती नेत्रसुखद डॉ. डी'अगोस्टिनो कुठं आहे?"

डॅनियलने खांदे उडवले, "आपल्या अगोदर आली असेल किंवा लवकरच येईल. मला तिची चिंता नाही, कारण ती मोठी आहे."

"होय तर!" ॲशले म्हणाला, "आणि एखाद्या चाबकासारखी सणसणीत."

बत्तीसाव्या मजल्यावर लिफ्टमधून बाहेर पडल्यावर ॲशले सर्वांच्या पुढे चालत होता. जणू तो आपल्याला मिळालेल्या नवीन क्षमतेचे प्रदर्शन करत होता. त्याच्या हातांच्या हालचाली व्यवस्थित होत होत्या. स्यूटपाशी आल्यावर की-कार्ड वापरून कॅरोलने दार उघडले आणि ॲशलेने आत शिरावे म्हणून ती बाजूला झाली. आत शिरताच ॲशलेने दिवे लावले, "प्रत्येक वेळी स्यूटची साफसफाई करून झाल्यावर हे लोक सगळं बंद करून जातात, अशामुळे ही तळघरातली खोली वाटू लागते." ॲशलेने भिंतीवरची बटणे दाबून पडदे आणि काचेची दारे उघडली.

स्यूटच्या आतून बाहेरचे दृश्य सकाळी दिसत होते तेवढे खास नव्हते. कारण आता सागराच्या जागी कच्च्या तेलासारखा विस्तीर्ण काळा गडद भाग पसरलेला दिसत होता. पण बाल्कनीमधून मात्र दिसणारे दृश्य अगदी निराळे होते. ॲशले

बाल्कनीत गेला आणि कठड्याला टेकून खाली दिसणाऱ्या अर्धवर्तुळाकार भागाकडे पाहू लागला. उत्तमप्रकाश योजना असल्याने खालचे पोहण्याचे तलाव, जलक्रीडेचे तलाव, धबधबे आणि अक्वेरियम हे सगळे दिवसभराच्या ताणानंतर त्याला फारच सुखद वाटत होते.

कॅरोल स्वत:च्या खोलीत गेली. डॅनियल बाल्कनीकडे जाणाऱ्या उंबरठ्यापाशी उभा राहिला. ॲशलेने सागरावरून येणाऱ्या थंड वाऱ्यात उभा राहून हात वर उंचावलेले त्याने पाहिले. ॲशलेने डोळे मिटून घेतले होते. वाऱ्यावर भुरभुरणारे केस आणि फडफडणारी शर्टाची बाही वगळता ॲशले अगदी निश्चल उभा होता. डॅनियलला वाटले की तो प्रार्थना करत असावा. किंवा आता आपल्या मेंदूमध्ये जीझसचे जनुक आहेत म्हणून तो देवाशी संवाद साधायचा प्रयत्न करतोय की काय असा विचार डॅनियलच्या मनात आला. हॉस्पिटलमधून परत आल्यापासून प्रथमच डॅनियलला अत्यंत आशादायक वाटू लागले होते. नक्कीच चमत्कार घडलेला आहे असे त्याला आता वाटू लागले होते. तो स्वत:शीच किंचित हसला.

पाच मिनिटे ॲशले पूर्ण निश्चल बसलेला होता. मग डॅनियलने त्याला हाक मारली, ''सिनेटर! मला तुम्हाला त्रास द्यायचा नाही. पण मला वाटतं आता की मी माझ्या खोलीत जावं.''

ॲशले मागे वळला आणि जणू आपण डॅनियलला प्रथमच पाहतोय अशा थाटात म्हणाला, ''डॉ. लॉवेल! तुम्हाला पाहून मला आनंद होतोय!'' ॲशले कठड्यापासून मागे सरकला आणि डॅनियलला काही कळायच्या आत त्याने पुढे येत डॅनियलला कडकडून मिठी मारली. डॅनियल काहीच करू शकत नव्हता. ॲशलेची ताकद आणि त्याचा आकार याची डॅनियलला चांगलीच जाणीव झाली. मिठी मारण्याचा कार्यक्रम अपेक्षेपेक्षा थोडा लांबला आहे असे डॅनियलला वाटले. तो त्याबद्दल काही बोलणार होता. पण तेवढ्यात त्याने मिठी सोडली. डॅनियलच्या खांद्यावर घट्ट धरत ॲशले म्हणाला, ''माझ्या प्रिय, प्रिय मित्रा!'' ॲशलेचे शब्द पाघाळल्यासारखे होते, ''मी अगदी माझ्या मनापासून तुम्ही जे काही माझ्यासाठी केलं त्याबद्दल तुमचा आभारी आहे. तुम्ही तुमच्या व्यवसायाचे एक भूषण आहात.''

''हे म्हटल्याबद्दल आभार.'' डॅनियल पुटपुटला. त्याला किंचित लाजल्याप्रमाणे वाटत होते.

कॅरोल खोलीत आली, त्यामुळे ॲशलेच्या तावडीतून डॅनियलची सुटका झाली, ''मी माझ्या खोलीकडे जातोय.'' डॅनियल कॅरोलला उद्देशून म्हणाला.

''तुम्ही चांगली विश्रांती घ्या!'' जणू आपणच डॉक्टर आहोत अशा तऱ्हेने ॲशलेने आज्ञा सोडली आणि डॅनियलच्या पाठीवर थाप मारली. त्याचा जोर एवढा होता की तोल सांभाळण्यासाठी डॅनियलला एक पाऊल पुढे टाकावे लागले. मग

ॲशले पुन्हा कठड्याकडे वळला आणि पूर्वीप्रमाणे आपली ध्यान करण्यासारखी पोज घेऊन उभा राहिला.

कॅरोल डॅनियलबरोबर दरवाज्यापर्यंत आली, "मला काही करायचं आहे किंवा काही आणखी माहिती हवी असं काही आहे का?"

"मला तरी तसं काही वाटत नाही. सिनेटर आता उत्तम आहेत आणि माझ्या अपेक्षेप्रमाणे त्यांची प्रगती छान आहे."

"तुम्हाला त्याचा अभिमान वाटला पाहिजे."

"होय. मलाही तसं वाटतं." डॅनियल म्हणाला. पण त्याला कॅरोलच्या बोलण्यातला रोख त्याच्या प्रकृतीसंबंधी आहे की ती उपरोधाने बोलते आहे ते कळत नव्हते. तिच्या रुंद चेहेऱ्यावर काहीही भावना दिसत नव्हत्या आणि तिच्या आवाजातूनही काही व्यक्त होत नव्हते.

"मी नेमकं कशावर लक्ष ठेवायचं आहे?"

"सिनेटरच्या प्रकृतीमधील किंवा वागण्यामधील बदल. तुम्हाला वैद्यकीय प्रशिक्षण मिळालेले नाही याची मला जाणीव आहे. तेव्हा तुम्हाला जसं जमेल तसं लक्ष ठेवावं लागणार आहे. खरं म्हणजे सिनेटर तिथं क्लिनिकमध्ये राहणं जास्त योग्य ठरलं असतं. पण तसं झालं नाही. सिनेटरांची इच्छाशक्ती चांगली मजबूत आहे."

"हे म्हणणं म्हणजे त्यांचं खरं वर्णन नाही. असो, मी नेहमी जसं लक्ष ठेवते तसंच करीन. मी त्यांना रात्री उठवायचं वगैरे असं काही करायचं आहे का?"

"नाही. मला त्याची आवश्यकता वाटत नाही. पण जर काही अडचण आली किंवा काही विचारायचं असेल तर कोणतीही वेळ असली तरी मला फोन करा."

कॅरोलने दार उघडले. डॅनियल बाहेर पडताच एकही शब्द न बोलता तिने ते लावून घेतले. डॅनियल बंद दाराकडे पाहत क्षणभर उभा राहिला. कॅरोल मॅनिंगची वागणूक त्याला गोंधळात पाडणारी होती. ही कधीकधी अगदी उत्तम मदतनीस आहे असे वाटायचे, तरी नंतर तिला आपल्या दुय्यम भूमिकेची चीड येत आहे असेही वाटत असे. डॅनियलने एक सुस्कारा टाकला. काहीही असले तरी ती रात्रभर ॲशलेवर लक्ष ठेवणार होती.

डॅनियल स्वत:च्या स्यूटमध्ये आला. स्टेफनी त्याला कुठेच दिसत नवहती. तो मग बाथरूममध्ये शिरला. त्याला आत सगळीकडे वाफ पसरलेली दिसली. जणू ती अर्धा तास आत असावी. तिथल्या धूरकट वातावरणात त्याला दिसले की स्टेफनी शॉवरखाली उभी होती.

"तू ठीक आहेस ना?" डॅनियलने ओरडून विचारले.

"खूपच बरं वाटतंय आता."

"बरं?" डॅनियल स्वत:शी म्हणाला. त्याला तिच्या म्हणण्याचा अर्थ नीट

कळला नाही. स्टेफनी संपूर्ण दुपारभर जरा गप्प गप्प होती आणि कॅरोलने तिच्याबरोबर यायची तयारी दाखवूनही तिने नकार दिला होता. सहसा स्टेफनी लोकांच्या भावना समजून घेऊन वागत असे. डॅनियलच त्याच्या उलट वागत असे. तो तसा उद्धट किंवा उर्मट नव्हता, पण त्याच्या दृष्टीने समाजाला प्रिय वागण्याचा विचार करत बसण्यापेक्षा कितीतरी महत्त्वाच्या गोष्टी जगात होत्या.

डॅनियलने बाहेर जाऊन मिनीबारमधून एखादे ड्रिंक घ्यावे की काय ह्यावर थोडा विचार केला. आजचा दिवस फारच ताणाखाली गेला होता. अ‍ॅशलेच्या प्रकृतीबद्दल स्टेफनीशी चर्चा करायला तो उतावीळ झाला होता. ड्रिंक नंतर घेता येईल असे त्याने ठरवले.

"ए स्टेफनी!" डॅनियलने ओरडून विचारले, "तू बाहेर येणार आहेस की नाही?"

स्टेफनीने शॉवरचे दार किलकिले केले. आतून भस्सदिशी वाफ बाहेर पडली, "माफ कर. तू शॉवर घेण्यासाठी थांबला आहेस का?"

डॅनियलने हात हलवून तोंडासमोरची वाफ बाजूला केली, "नाही. मला तुझ्याशी बोलायचं आहे."

"हं. तसं असेल तर तू वाट बघू नयेस हे उत्तम. मी आत्ता कितपत बोलू शकेन ह्याची कल्पना नाही."

डॅनियल किंचित त्रासला. त्याला स्टेफनीकडून अशा प्रतिक्रियेची अपेक्षा नव्हती. त्याला स्टेफनीकडून पाठिंब्याची गरज वाटत होती. तो बाथरूममधून बाहेर पडला आणि त्याने जोराने दार लावून घेतले. थंड बियर हातात घेऊन तो विचार करू लागला. त्याला आता डोक्याला आणखी ताण नको होता. बियरचे घुटके घेत तो स्टेफनी टॉवेल गुंडाळून येईपर्यंत बसला होता आणि तेवढ्या वेळात त्याने स्वत:ला सावरले होते.

"तू ज्या प्रकारे दार लावलेस त्यावरून हे स्पष्ट दिसतंय की तू वेडापिसा झालेला आहेस." स्टेफनी शांतपणे म्हणाली, "मला तुला एवढंच सांगायचं होतं, मी शरीरानं आणि मनानं फार थकलेली आहे. मला झोपेची गरज आहे. आपण सकाळी पाच वाजता उठलो होतो."

"मी सुद्धा दमलोय." डॅनियल म्हणाला, "पण मला तुला एवढंच सांगायचं होतं की, अ‍ॅशलेची प्रकृती अविश्वसनीय वाटण्याएवढी सुधारली आहे. त्याची पार्किन्सन्स् विकाराची जवळजवळ सर्व लक्षणे गूढरीत्या नाहीशी झाली आहेत."

"ते चांगलंच झालं." स्टेफनी म्हणाली, "पण ह्यामुळे ही गोष्ट बदलत नाहीच की पेशी रोपणाची जागा चुकली होती."

"कदाचित जागा चुकली नसावी!" डॅनियल म्हणाला, "मी तुला हे सांगतोय ते तुला चकित करणारं असेल. सिनेटर आता अगदी निराळाच माणूस झाला आहे."

“ते तर उघडच आहे. आपण त्याच्या टेम्पोरल लोबमध्ये डोपामाईन बनवणाऱ्या आक्रमक पेशींची झुंड घुसवली आहे. त्या अनुभवी न्यूरोसर्जनने सांगितलं आहे की बटलरला कधीही टेम्पोरल लोब इपिलेप्सी होऊ शकते. आणि त्याच्या दृष्टीने हे तर पार्किन्सन्स् विकारापेक्षाही भयंकर ठरेल.”

“पण त्याला ऑपरेशन रूममधून बाहेर पडल्यापासून सीजर झालेलं नाही. मी तुला तेच तर सांगतोय की तो अगदी उत्तम आहे.”

“त्याला अजून सीजर झालं नाही.”

“जर काही अडचण असली तर मी डॉ. नवाझला म्हटल्याप्रमाणे आपण त्यावर उपाययोजना करू शकतो.”

“म्हणजे मोनोक्लोनल प्रतिद्रव्याला जोडलेल्या पेशीनाशकाचा वापर करायचा?”

“अगदी बरोबर.”

“ॲशले जर असल्या मूर्खपणाच्या प्रयोगात सामील व्हायला तयार झाला आणि तुलाही ते करायचंच असेल तर जरूर कर. पण मी त्यात असणार नाही. आपण पेशींवर किंवा प्राण्यांवरही त्याचा प्रयोग केलेला नाही. आपण मुळात जे काही करतोय त्यापेक्षा हे कितीतरी पट अधिक अनैतिक ठरेल.”

डॅनियलने स्टेफनीकडे रोखून पाहिले. त्याला आता पुन्हा राग येऊ लागला होता, “तू नेमकी कोणाच्या बाजूला आहेस? आपण एचटीएसआर आणि आपली कंपनी क्युअर यांना वाचवण्यासाठी ॲशलेवरचे हे उपचार करायचं ठरवलं. आपण आता ते उद्दिष्ट गाठण्याच्या बेतात आहोत.”

“मी माझी बाजू बदलते आहे आणि मी ज्या बाजूला जात आहे तिच्या मुळाशी स्वार्थाची भावना नाही. आपल्याला जेव्हा कळलं की ऑपरेशन रूममध्ये क्ष-किरण यंत्राची सोय नाही तेव्हाच आपण थांबायला हवं होतं. आपण आपल्या स्वार्थासाठी दुसऱ्या कोणाच्या तरी जिवाशी जुगार खेळतोय.” स्टेफनी बोलायची थांबली. डॅनियलचा चेहेरा लाल झाला होता. काहीतरी बोलण्यासाठी त्याने तोंड उघडले. एवढ्यात स्टेफनी पुढे म्हणाली, “तुझी हरकत नसेल तर आपण हे इथंच थांबवू या. माफ कर मला. पण मला नेमकी हीच चर्चा करायची नव्हती. आज माझी त्यासाठी तयारी नाही. मी तुला सांगितलं की मी अगदी गळून गेले आहे. कदाचित आज चांगली झोप झाली की मला उद्या वेगळं वाटेल.”

“छान!” डॅनियल उपरोधाने म्हणाला आणि त्याने हात हलवला, “झोप जा!”

“तू येतो आहेस का?”

“होय. येईन कदाचित.” डॅनियल रागाने म्हणाला आणि उठून तो मिनीबारपाशी गेला. त्याला आणखी एका बियरची गरज होती.

डॅनियलला फोन किती वेळ वाजत होता हे कळले नाही. अत्यंत थकलेल्या अवस्थेत असताना त्याच्या डोक्यात अनेक भयंकर स्वप्नांचे जंजाळ झाले होते. एका स्वप्नात तो पुन्हा मेडिकलचा विद्यार्थी होता. फोन आला म्हणजे काहीतरी आणीबाणीची परिस्थिती होती आणि ती हाताळायला लागणारे प्रशिक्षण त्याला मिळालेले नव्हते.

डॅनियलचे डोळे अखेर उघडले. पण तोपर्यंत फोन वाजणे बंद झाले होते. त्याने फोनकडे नजर टाकली. फोन खरोखरच वाजला होता की तो निव्वळ एक भास होता? त्याने आजूबाजूला नजर फिरवली तेव्हा त्याच्या लक्षात आले की तो अजून बाहेरच्या खोलीतच होता. त्याच्या अंगावरचे कपडे तसेच होते आणि दिवे चालू होते. दोन बियर रिचवल्यानंतर तो तिथेच झोपी गेला होता.

बेडरूमचे दार उघडले. सिल्कचा आखूड पायजमा घातलेली स्टेफनी दारात उभी राहून दिव्यांच्या प्रकाशाकडे डोळे किलकिले करून पाहत होती.

"कॅरोल मॅनिंगचा फोन आहे." स्टेफनीचा आवाज झोपेमुळे जड झाला होता, "तिला तुझ्याशी ताबडतोब बोलायचं आहे."

"ओह नो!" डॅनियल चिंताग्रस्त होत म्हणाला. त्याने पाय कॉफी टेबलावरून खाली घेतले. अद्याप त्याच्या पायात बूटदेखील तसेच होते. उठून उभा न राहता त्याने तसेच कोचावरून झुकत फोन उचलला. त्यांचे बोलणे ऐकण्यासाठी स्टेफनी बेडरूमच्या दारातच उभी राहिली.

"अॅशले फार चमत्कारिक वागत आहे." डॅनियल फोनवर आहे हे लक्षात येताच कॅरोल भराभरा म्हणाली.

"म्हणजे कसं?" डॅनियलने विचारले. आणीबाणीच्या क्षणी अकार्यक्षम ठरण्याची त्याची जुनी भीती उफाळून आली. प्रत्यक्ष डॉक्टर म्हणून काम करणे सोडून कित्येक वर्षे उलटली असल्याने त्याला त्या कौशल्यांपैकी बहुतेकांचा विसर पडला होता.

"काही करण्यापेक्षा सिनेटर सतत तक्रार करत आहेत. माझ्या ह्या भाषेबद्दल मला माफ करा. पण त्यांना म्हणे डुकरांच्या गुवांचा वास येतोय. तुम्ही मला सांगितलं होतं की काही वेगळा वास आला तर ते महत्त्वाचं आहे."

डॅनियलच्या हृदयाचा एक ठोका चुकला. त्याला अगोदर वाटलेली आशा एकदम नाहीशी झाली. अॅशलेला पुन्हा टेम्पोरल लोब सीजरचे पूर्वलक्षण असणारा 'ऑरा' होत आहे याबद्दल त्याच्या मनात शंका उरली नाही. डॉ. नवाझने सांगितली होती तीच भयंकर परिस्थिती उद्‌भवली आहे आणि आपण त्याला सामोरे जायला सक्षम नाही हे सुद्धा त्याला त्याचक्षणी जाणवले.

"ते आक्रमक झाले आहेत किंवा वेगळं नाटकी वागत आहेत असं काही झालं

आहे का?'' डॅनियलने विचारले. त्याचवेळी तो खोलीभर नजर फिरवून गुंगीची औषधे असणारे काळे पाऊच कुठे आहे ते पाहत होता. ते पाऊच टेबलावर आहे हे पाहून त्याला हायसे वाटले.

"नाटकी वागणं काही नाही. पण सिनेटर चिडचिडेपणा करत आहेत. पण गेले वर्षभर ते तसेच वागत होते म्हणा.''

"ठीक आहे. शांत राहा!'' डॅनियल कॅरोलला म्हणाला. पण हे शब्द त्याने स्वत:लाही उद्देशून वापरले होते. त्याने घड्याळाकडे नजर टाकली. रात्रीचे अडीच वाजले होते.

"आम्ही आमच्या खोलीत नाही.''

"म्हणजे?''

"आम्ही आत्ता कॅसिनोमध्ये आहोत. ॲशलेनी तसा आग्रहच धरला होता. मी प्रयत्न करून पाहिला. पण त्याचा काही उपयोग झाला नाही. मी तेव्हा तुम्हाला फोन केला नाही. कारण तुम्ही देखील काही करू शकला नसता याची मला कल्पना आहे. एकदा का एखादी गोष्ट करायची त्यांच्या मनात आली की संपलं. म्हणजे असं पाहा की अखेर ते सिनेटर आहेत. ''

"गुड गॉड!'' डॅनियल म्हणाला आणि त्याने कपाळावर हात मारून घेतला.

"त्यांना डुकराचा गुवाचा वास आल्यानंतर तुम्ही त्यांना खोलीमध्ये परत आणण्याचा प्रयत्न केला का?''

"मी तसं सुचवताच त्यांनी मला शार्क असलेल्या पाण्यात उडी मार म्हणून सांगितलं.''

"ठीक... ठीक... तुम्ही कॅसिनोमध्ये कुठं आहात?''

"रौलट यंत्रांच्या पलीकडे समुद्राच्या बाजूला.''

"मी लगेच तिथं येतोय. सिनेटरना खोलीत परत आणायलाच हवं!'' डॅनियलने फोन बंद करून स्टेफनीकडे नजर टाकली. पण ती तिथे नव्हती. तो बेडरूममध्ये धावला. स्टेफनी घाईघाईने पायजमा उतरवून कपडे चढवताना दिसली.

"थांब!'' स्टेफनी म्हणाली, "मी तुझ्याबरोबर येते. ॲशलेला सीजर येणार असेल तर तिथं तुला जितकी जास्त मदत मिळेल तितकी हवीच असणार आहे.''

"ओके. सेलफोन कुठं आहे?''

स्टेफनीने ब्लाऊजची बटणे लावता लावता बाजूच्या टेबलाकडे पाहून मानेने इशारा केला.

"घेऊन ये! न्यूहाऊस आणि नवाझचे नंबर कुठं आहेत?''

"माझ्या खिशात आहेत.'' स्टेफनी पँट चढवत म्हणाली. डॅनियलने धावत जाऊन पाऊच उचलले आणि खात्री करून घेण्यासाठी ते उघडून पाहिले.

स्टेफनी बेडरूमच्या दारात आली तेव्हा ती पायात घाईघाईने बूट घालत होती. दरम्यान डॅनियलने बाहेरचे दार उघडले होते. दोघे वेगाने लिफ्टकडे धावत निघाले.

खाली जाण्यासाठी लिफ्टचे बटण दाबून मग लगेच हातातले पाऊच स्टेफनीच्या हातात दिले आणि तिच्याकडचा सेलफोन घेऊन डॉ. नवाझला फोन लावला. फोनची रिंग वाजली आणि वाजतच राहिली, ''फोन घे!'' डॅनियल पुटपुटला. लिफ्ट येईपर्यंत डॉ. नवाझने फोन घेतला होता. त्याचा झोपाळलेला आवाज ऐकू आला.

''मी डॉ. लॉवेल बोलतोय. कदाचित फोन मध्येच बंद पडेल. कारण मी लिफ्टमध्ये शिरतोय.'' लिफ्टचे दार बंद झाले, ''तुम्हाला अजून माझा आवाज ऐकू येतोय का?''

''अगदी अस्पष्ट. काय प्रॉब्लेम आहे?''

''ॲशलेमध्ये ऑराचे चिन्ह दिसू लागले आहे.'' डॅनियल लिफ्ट कोणत्या मजल्यावर पोहोचली आहे ते पाहत होता. ही लिफ्ट खरे म्हणजे वेगाने जाणारी लिफ्ट असायला हवी होती. पण तिचा वेग फारच कमी आहे असे डॅनियलला वाटत होते.

''ॲशले कोण?''

''नाही... मिस्टर स्मिथ.'' डॅनियल स्टेफनीकडे पाहत म्हणाला. तिने डोळे फिरवले. तिच्या दृष्टीने अजिबात विनोदी नसलेल्या नाटकातला तो आणखी एक प्रसंग होता.

''मला क्लिनिकपर्यंत पोहोचायला वीस मिनिटे लागतील. तुम्ही डॉ. न्यूहाऊसना फोन करावा असा मी सल्ला देतो. मी अगोदर सांगितल्याप्रमाणे हे सीजर पहिल्यापेक्षा जास्त गंभीर स्वरुपाचं असू शकेल. आपण तेव्हा होतो तेच लोक बरोबर असणं जास्त चांगलं होईल.''

''मी डॉ. न्यूहाऊसना फोन करतो. पण आम्ही क्लिनिकमध्ये नाही.''

''मग कुठं आहात तुम्ही?''

''पॅरेडाईज आयलंडवरच्या अटलांटिस रिसॉर्टमध्ये. आत्ता या क्षणी पेशंट कॅसिनोत आहे. आम्ही त्याला त्याच्या खोलीत परत आणायचा प्रयत्न करणार आहोत. ही खोली कॅरोल मॅनिंग ह्या नावावर आहे. त्याला पॉसिडॉन स्यूट म्हणतात.''

लिफ्ट अनेक मजले खाली जाईपर्यंत फोनवर शांतता होती.

''तुम्ही ऐकता आहात ना?'' डॅनियलने विचारले.

''माझा मी जे ऐकतोय त्यावर विश्वास बसत नाही. ह्या माणसाच्या कवटीला साधारण बारा तासापूर्वी भोक पाडण्यात आलं होतं. हा माणूस कॅसिनोत काय करतोय?''

''ते सांगायला बराच वेळ लागेल.''

''किती वाजले आहेत?''

"दोन वाजून पस्तीस मिनिटं. मी सांगतोय ती फार लंगडी सबब आहे खरी. पण आम्ही मि. स्मिथना इथं आणलं तेव्हा ते कॅसिनोत जातील याची आम्हाला कल्पना नव्हती आणि ते स्वत:चं म्हणणंच खरं करणारे आहेत."

"ऑरानंतरची पुढची अवस्था दिसते आहे का?"

"मी अजून त्यांना पाहिलेलं नाही. पण नसावी."

"तुम्ही त्यांना कॅसिनोतून बाहेर काढलेलं बरं. नाहीतर भयंकर तमाशा होऊ शकेल."

"मी हे बोलत असतानाच आम्ही कॅसिनोच्या वाटेवर आहोत."

"मी शक्य तेवढ्या लवकर तिथं येतोच आहे. जर तुम्ही कॅसिनोत नसाल तर मग मी खोलीकडे येईन."

डॅनियलने हा फोन बंद केला आणि लगेच डॉ. न्यूहाऊसला फोन केला. ह्यावेळीही अनेक वेळा रिंग झाल्यानंतर फोन उचलला गेला होता. पण डॉ. न्यूहाऊसचा आवाज खणखणीत होता, जणू तो जागाच असावा असे वाटत होते.

"तुम्हाला अशाप्रकारे त्रास दिल्याबद्दल माफ करा." लिफ्ट थांबून दार उघडत असताना डॅनियल म्हणाला.

"तसं काही वाटून घेऊन नका. मला अशाप्रकारे मध्यरात्री फोन येण्याची सवय आहे. काय प्रॉब्लेम आहे?"

कॅसिनोकडे डॅनियल आणि स्टेफनी जवळजवळ धावत जात असताना डॅनियलने फोनवरून परिस्थितीची माहिती दिली. डॉ. न्यूहाऊसची प्रतिक्रिया जवळपास डॉ. नवाझ सारखीच होती. आपण लवकरच येऊ असे डॉ. न्यूहाऊस म्हणाला. डॅनियलने फोन बंद केला आणि तो देऊन त्याने पुन्हा स्टेफनीकडून पाऊच परत घेतले.

कॅसिनोपाशी गेल्यावर आता त्यांनी वेग कमी केला होता. ते आता भराभरा चालत होते. कॅसिनो गच्च भरलेला होता आणि त्यांच्या अपेक्षेपेक्षा तेथे जास्त गर्दी होती. उंची दर्जाचे लाल-काळे गालिचे, मोठमोठी लोलकांची झुंबरे आणि झकपक पोशाख केलेले लोक ह्यामुळे कॅसिनोचे दृश्य पाहण्यासारखे होते. डॅनियल आणि स्टेफनी भराभरा लोकांच्यामधून वाट काढत रौलट यंत्रांच्या पलीकडे गेले. त्यांना ॲशले सापडायला फारसा वेळ लागला नाही.

ॲशले स्लॉट यंत्रांसमोर बसला होता. जवळच नाण्यांचा मोठा ढीग दिसत होता. त्याच्या अंगावर अजून तोच पर्यटकाचा हास्यास्पद भासणारा पोशाख होता. कपाळावर अजूनही बॅन्डेज होते. खालच्या लाल गालिच्यावरून परावर्तित होणारा प्रकाश पडत असल्याने त्याच्या चेहेऱ्यावरचा फिक्कटपणा जाणवत नव्हता. त्याच्या अगदी शेजारच्या स्लॉट यंत्रांपाशी कोणीही नव्हते. ॲशले सफाईदारपणे यंत्रात नाणी टाकत होता. एका दिवसापूर्वी त्याला सतत अशी हालचाल करणे जवळजवळ

अशक्य होते.

डॅनियल सरळ ॲशलेकडे गेला. त्याच्या डाव्या खांद्यावर हात ठेवून त्याने त्याला मागे वळवले, ''सिनेटर! तुम्हाला पाहून फार आनंद झाला आहे.''

ॲशलेने डोळे किलकिले करून डॅनियलकडे रोखून पाहिले. त्याच्या डोळ्यांच्या बाहुल्या विस्फारलेल्या दिसल्या. त्याने नेहमी नीट बसवलेले केस विस्कटलेले होते. त्यामुळे तो आक्रमक वाटत होता.

''ए हडकुळ्या ×××! तुझा हात मागे घे.'' ॲशले गुरगुरला. त्याची नेहमीची ढब त्याच्या आत्ताच्या बोलण्यात अजिबात नव्हती.

डॅनियलने घाबरून एकदम हात मागे घेतला. त्याने ऑपरेशन रूममध्ये असताना वापरली होती तशीच गलिच्छ भाषा ऐकून डॅनियलला धक्का बसला होता. डॅनियलनेही ॲशलेच्या डोळ्यात रोखून पाहिले. त्याच्या डोळ्यात ओळखीचे कोणतेही चिन्ह दिसत नव्हते. डॅनियलला कल्पना होती की ॲशलेला डिवचून चालणार नाही. अन्यथा सीजर होण्याकडे त्याची वाटचाल वेगाने होण्याची शक्यता होती. डॅनियल त्याला त्याच क्षणी इंजेक्शन द्यावं की काय याचा विचार करत होत. पण त्याने तो विचार बाजूला सारला. कारण ते काम नीट झाले नसते तर परिस्थिती आणखी चिघळण्याची शक्यता होती.

''कॅरोल मॅनिंग म्हणत होत्या की तुम्हाला कसला तरी वाईट वास येत होता.'' डॅनियल नेमके काय करावे हे न सुचल्याने म्हणाला.

ॲशलेने हात झटकला आणि मग हलवत म्हणाला, ''मला वाटतं तो सेक्सी लाल ड्रेस घातलेली ती वेश्या आहे ना तिचा तो होता. म्हणून तर मी इथं आलो.''

डॅनियलने त्या दिशेने नजर टाकली. तिकडे एक लाल ड्रेस घातलेली तरुणी उभी होती. स्लॉट यंत्राचा हात हलवताना तिच्या उभार छातीचा बराच भाग सहज दिसत होता. डॅनियलने पुन्हा ॲशलेकडे नजर वळवली. ॲशले पुन्हा यंत्रात नाणी टाकण्याच्या कामात गुंगून गेला होता.

''पण मग आता तुम्हाला तो वास येत नाही ना?''

''मी आता त्या कुत्रीपासून लांब झालोय. त्यामुळे कमी येतोय.''

''ठीक. उत्तम.'' डॅनियल म्हणाला. ऑराचे लक्षण आपोआप कमी होईल अशी त्याला क्षीण आशा वाटू लागली होती. काहीही असले तरी ॲशलेला स्यूटमध्ये परत नेण्याची आवश्यकता होती. कॅसिनोत असताना काही गडबड झाली तर प्रसिद्धी माध्यमांमध्ये त्याचा नक्कीच गाजावाजा होणार होता.

''सिनेटर. खोलीत तुम्हाला दाखवण्यासारखं माझ्याकडे काहीतरी आहे.''

''××××! मी कामात आहे.''

डॅनियलने अस्वस्थपणाने आवंढा गिळला. ॲशलेची वागणूक बरीच अनैसर्गिक

झालेली आहे हे लक्षात आल्याने त्याची आशा वेगाने मावळली. ॲशलेला परत नेण्यासाठी काहीतरी केले पाहिजे हे त्याला कळत होते, पण काय करावे ते लक्षात येईना.

अचानक कॅरोल पुढे झाली. डॅनियलच्या शर्टची बाही किंचित ओढत ती त्याच्या कानात कुजबुजली. डॅनियलने खांदे उडवले. उपाय कितीही हास्यास्पद वाटला तरी तो करून पाहायला डॅनियलची हरकत नव्हती. ''सिनेटर, तुमच्या खोलीत बूरबाँची अख्खी केस तुमची वाट पाहत आहे.''

ॲशले एकदम मागे वळला आणि डॅनियलकडे पाहत म्हणाला, ''डॉक्टर तुम्हाला इथं पाहून फार मजा वाटली.'' ॲशलेचा स्वर त्याच्या नेहमीच्या ढंगाचा होता.

''सर. तुम्हाला पाहून मलाही आनंद झाला. मी तेच तर सांगायला इथं आलोय. तुमच्यासाठी बूरबाँची केस तुमच्या खोलीवर आलीय. पण तुम्हाला वर जाऊन स्वत: सही करून ती स्वीकारायला हवी.''

ॲशले स्टूल मागे ढकलून उठून उभा राहिला. त्याला अजूनही किंचित झिंगल्यासारखे वाटत असावे. कारण त्याने आधारासाठी यंत्राच्या टेबलाची कड पकडली. मग पापणी लववून तो डॅनियलला म्हणाला, ''माझ्या तरुण मित्रा, चल आपण निघू या.'' ॲशले यावेळी स्मित करत होता.

''बूरबाँची केस स्वीकारणं ही ह्या गावाकडच्या पोराच्या दृष्टीने फार अभिमानाची गोष्ट आहे. कॅरोल डिअर! प्लीज मी जमवलेली माया गोळा करशील का?''

ॲशले आणि डॅनियल स्लॉट यंत्रांपासून दूर जाऊ लागले. क्षणभर डॅनियल आणि कॅरोलची नजरानजर झाली. कॅरोलने सुचवलेल्या ह्या युक्तीबद्दल तिचे आभार मानण्यासाठी त्याने डोळे किंचित मिचकावले. डॅनियलने अजूनही ॲशलेचा दंड धरलेला होता.

लिफ्टपर्यंत येईपर्यंत काहीच अडचण आली नाही. ते लिफ्टसाठी थांबले होते. अचानक मळभ यावे त्याप्रमाणे ॲशलेच्या चेहेऱ्यावरचे स्मित मावळले. त्याचा चेहेरा रागीट दिसू लागला होता. त्याच्या चेहेऱ्यावरचा हा फेरबदल पाहून डॅनियलने त्याच्या मनात काय चालले आहे ते विचारायचा एकदा विचार केला. पण त्याने तसे केले नाही. त्याला परिस्थिती जैसे थे राहावी असे वाटत होते. ॲशलेच्या मनाचा वास्तवाशी संबंध जोडणारा धागा अगदी नाजूक आहे असे डॅनियलला वाटत होते.

दुर्दैवाने डॅनियलला पलीकडे उभी असलेली दोन जोडपी लिफ्टमध्ये शिरताना दिसली. त्यांच्या मागोमाग शिरलेल्या त्या जोडप्यांपैकी एका माणसाने तेराव्या मजल्याचे बटण दाबले. डॅनियलने चडफडत मनोमन शिवी हासडली. त्याला लिफ्टमध्ये आणखी कोणी नसले तर बरे असे वाटले होते. पण आता इलाज नव्हता. त्याच्या हृदयाची गती वाढली आणि कपाळावर घाम दिसू लागला. त्याने

एकदा स्टेफनीवर नजर टाकली. ती त्याच्या एवढीच भेदरलेली होती. डॅनियलने पुन्हा ॲशलेकडे पाहिले. तो त्या जोडप्यांकडेच एकटक पाहत होता. झिंगलेले ते लोक निर्लज्जपणाने अतिशय प्रक्षोभक वागत होते.

डॅनियलने पाऊच उघडले. त्याने आतल्या व्हायल आणि सिरींज यांच्याकडे नजर टाकली आणि सिरींज भरावी की काय यावर विचार केला. पण तिथे त्याने इंजेक्शन दिले असते तर परक्या लोकांना ते सहज कळले असते आणि त्यांना काहीतरी संशय आला असता.

''हा काय प्रकार आहे पपा?'' ॲशलेची तिच्यावर रोखलेली रानवट नजर पाहून एक बाई म्हणाली, ''म्हातारबुवा तुम्हाला मत्सर वाटतोय का? काही ॲक्शन हवी आहे वाटतं?''

''कुत्रे तुला ××××'' ॲशले फटकन म्हणाला.

''ए! ही एका स्त्रीशी बोलायची रीत नाही.'' तिच्या बरोबरचा माणूस म्हणाला. त्याने तिला बाजूला सारले आणि तो ॲशलेशी भांडायला पुढे सरसावला.

पुढचा मागचा काहीही विचार न करता डॅनियल ॲशले आणि त्या माणसाच्या मध्ये आला. त्याला त्या माणसाच्या श्वासातली दारूची दुर्गंधी जाणवली. तसेच मागून ॲशले रोखून पाहतोय हेदेखील त्याला कळत होते.

''मी माझ्या पेशंटसाठी माफी मागतो.'' डॅनियल म्हणाला, ''मी डॉक्टर आहे आणि हे सद्गृहस्थ आजारी आहेत.''

''त्यानं माझ्या बायकोची माफी मागितली नाही तर तो आणखी फार आजारी पडेल.'' त्या माणसाने धमकावले, ''आजारी आहे? कशानं, त्याच्या अंडुकळ्या उडाल्या म्हणून की काय?'' डॅनियलच्या बाजूने ॲशलेकडे नीट निरखून पाहत तो माणूस टिंगलीच्या स्वरात हसला.

''तसंच काहीतरी.'

''बाजारबसवी!'' ॲशले ओरडला आणि त्याने त्या बाईकडे पाहून अश्लील इशारा केला.

''ओह! आता मात्र बस्स!'' तो माणूस मुठी वळत डॅनियलला बाजूला करण्याचा प्रयत्न करत म्हणाला.

स्टेफनीने त्या माणसाचा हात पकडला, ''डॉक्टर खरं तेच सांगत आहेत. हे सद्गृहस्थ भानावर नाहीत. आम्ही त्यांना त्यांच्या खोलीकडे नेऊन औषध देणार आहोत.''

लिफ्ट तेराव्या मजल्यावर थांबली आणि दरवाजा उघडला.

''तुम्ही त्याला नवीन मेंदू दिलात तर बरं.'' तो माणूस म्हणाला आणि मग त्याच्या मित्रांनी खिदळत त्याला लिफ्टबाहेर काढले. त्याने त्यांचा हात सोडवून

घेण्याचा प्रयत्न केला. लिफ्टचे दार बंद होईपर्यंत तो ॲशलेकडे जळजळीत नजरेने एकटक पाहत होता.

डॅनियल आणि स्टेफनीने नर्व्हसपणे एकमेकांकडे पाहिले. एक संकट टळले होते. डॅनियलने ॲशलेकडे नजर वळवली. काहीतरी चमत्कारिक चव लागावी तसा ॲशले ओठांवर जीभ फिरवताना दिसला.

लिफ्ट बत्तीसाव्या मजल्यावर आली. लिफ्टचे दार उघडले. कॅरोल आणि डॅनियलने मिळून ॲशलेला स्यूटपर्यंत आणले. ॲशले एखाद्या यंत्रासारखा चालत होता. दरवाज्यापाशी आल्यावर कॅरोलने पटकन की-कार्ड काढले आणि ते स्टेफनीच्या हातात दिले. स्टेफनीने दार उघडले. डॅनियल आणि कॅरोल त्याला पुढे चलण्यासाठी सांगत असतानाच ॲशलेने त्यांचे हात झटकले आणि तो एकटाच आत चालत गेला.

खोलीत प्रकाश कमी होता. पडदे आणि बाल्कनीकडे जाणारी काचेची दारे उघडी होती. ॲशले सरळ आत गेला आणि कॉफी टेबलापाशी जाऊन बाल्कनीकडे पाहत निश्चल उभा राहिला.

कॅरालने दिवे लावले आणि ती ॲशलेला खाली बसवता येते का ते पाहण्यासाठी त्याच्याकडे आली. डॅनियलने पाऊच टेबलावर रिकामे केले. त्याने सिरींजचे पाकीट उघडण्याची धडपड केली. दरम्यान स्टेफनीने व्हायलच्या रबरी बुचावरील कॅप काढून टाकली होती.

"त्यानं प्रतिकार केला तर तू काय करणार आहेस?" स्टेफनी हलक्या आवाजात म्हणाली.

"कोण जाणे? पण आत्ता कोणत्याही क्षणी डॉ. नवाझ आणि डॉ. न्यूहाऊस मदतीसाठी येतील." प्लॅस्टिकचे पाकीट फोडण्यासाठी डॅनियल दातांचा वापर करत म्हणाला.

"डुकरांच्या घाणीचा वास आला असं म्हणताना झाला होता तसा सिनेटरचा चेहेरा वेडावाकडा झाला आहे." आतल्या खोलीत ॲशलेच्या मागोमाग गेलेली कॅरोल ओरडली.

"त्यांना बसवण्याचा प्रयत्न करा!" डॅनियलने ओरडून सांगितले. अखेर सिरींज बाहेर काढण्यात यश आले होते. त्याने पाकीट बाजूला फेकले.

"मी प्रयत्न केला. पण उपयोग झाला नाही." कॅरोल म्हणाली. तिच्या बोलण्यापाठोपाठ आतल्या खोलीतून फर्निचर धडाधडा पडल्याचा मोठा आवाज आला. डॅनियल आणि स्टेफनीच्या माना गर्रकन तिकडे वळल्या. त्यांना दिसले की एका टेबलापाशी खाली पडलेली कॅरोल धडपडत उठून उभी राहण्याचा प्रयत्न करत होती. टेबलावरचा दिवा फुटून त्याचे तुकडे सगळीकडे विखुरलेले दिसले. ॲशले आपल्या अंगावरचे कपडे ओरबाडून काढत त्यांचे तुकडे खोलीभर फेकत होता.

“ओह गॉड!” डॅनियल ओरडला, “सिनेटर आता फारच बेभान झाले आहेत.” त्याने एका पाकिटातून अल्कोहोल लावलेला कापसाचा बोळा बाहेर काढला. पण गडबडीत तो खाली पडला. त्याने मग दुसरा बोळा बाहेर काढून त्याचा वापर करून व्हायलचा वरचा भाग पुसून घेतला. पण त्याने व्हायलमध्ये सिरींजची सुई खुपसायच्या आतच त्याला अ‍ॅशलेची कर्णकटू किंकाळी ऐकू आली. त्याक्षणी धांदलीत डॅनियलने सिरींज आणि व्हायल स्टेफनीच्या हातात कोंबली आणि काय चालले आहे ते पाहण्यासाठी तो खोलीत धावला.

कॅरोल एका कोचामागे डोळे झाकून घेऊन उभी होती. अ‍ॅशले होता त्याच जागी उभा होता. काळे पायमोजे वगळता त्याच्या अंगावर एकही कपडा नव्हता. तो किंचित पोक काढून उभा राहिलेला होता. आणि आपल्या ओंजळीकडे पाहत होता.

“काय झालं?” डॅनियलने अ‍ॅशलेकडे येत ओरडून विचारले.

“माझ्या हातातून रक्त येतंय!” अ‍ॅशले भेदरून म्हणाला. तो प्रचंड थरथरत होता.

त्याने हळूहळू आपली बोटे मोकळी करून दोन्ही हात समोर धरले.

डॅनियलने एकवार त्याच्या हाताकडे कटाक्ष टाकून अ‍ॅशलेच्याकडे पाहिले, “सिनेटर, तुमच्या हातांना काहीही झालेलं नाही. शांत व्हा. सर्वकाही ठीक होईल. तुम्ही बसत का नाही? मी तुम्हाला औषध दिलं की तुम्हाला बरं वाटेल.”

“माझ्या हातावरच्या जखमा दिसत नाहीत तुम्हाला म्हणून मला खेद होतो.” अ‍ॅशले फटकारत म्हणाला, “कदाचित पायावरच्या तरी दिसतील.”

डॅनियलने पायांकडे पाहत पुन्हा अ‍ॅशलेच्या चेहऱ्याकडे पाहिले, “सिनेटर, तुमच्या पायात मोजे आहेत. पण मला तुमचे पाय उत्तम दिसत आहेत. तुम्ही कोचावर बसा बरं.” डॅनियलने अ‍ॅशलेचा दंड धरण्यासाठी हात पुढे केला. पण अ‍ॅशलेने एकदम दोन्ही हात डॅनियलच्या छातीवर दाबून त्याला जोरात धक्का दिला. त्या अनपेक्षित धक्क्यामुळे डॅनियल कॉफी टेबलावर धडकून मागे कोलमडला. पडताना टेबलावरची फुलदाणी खाली पडून तिचा चुरा झाला. पाणी आणि फुले अर्धवर्तुळाकार गालिच्यावर विखुरली. डॅनियल कसाबसा धडपडत टेबल आणि कोचाच्या मागून उभा रहात असतानाच कॅरोलच्या किंचाळण्याचा आवाज आला.

आपण केवढा गोंधळ उडवून दिला आहे ह्याची काहीही कल्पना नसलेला अ‍ॅशले कॉफी टेबलाला वळसा घालून बाल्कनीच्या दिशेने जाताना दिसला. मधेच तो थांबला आणि त्याने हात आडवे पसरले. समुद्रावरून येणाऱ्या वाऱ्यावर त्याचे केस भुरुभुरू उडत होते.

“गुड ग्रीफ!” स्टेफनी ओरडली. तिच्या हातात सिरींज आणि अल्कोहोल लावलेला बोळा होता.

ॲशलेला मधेच अडवण्यासाठी डॅनियल बाजूने धावला, "सिनेटर, आत जा!" डॅनियल हात उंचावत ओरडला. पण ॲशले जागचा हलला नाही. त्याचे डोळे मिटलेले होते. चेहेऱ्यावरचे भीतीचे भाव नाहीसे होऊन त्याजागी निखळ शांतपणा आलेला दिसला.

ॲशलेच्या मागच्या बाजूला उभी असलेल्या स्टेफनीचे लक्ष वेधण्यासाठी डॅनियलने बोटे हलवली. ॲशलेवरची नजर न हटवता तो तिला म्हणाला, "सिरींज भरलेली आहे का?"

"नाही."

"पटकन भर!"

"किती?"

"दोन सी.सी. लवकर!"

स्टेफनीने सिरींज भरली. व्हायल खिशात टाकत तिने सिरींज जराशी दाबून आत हवेचा बुडबुडा नसल्याची खात्री करून घेतली. मग ती धावत बाल्कनीत आली आणि सिरींज डॅनियलच्या हातात दिली. तिने ॲशलेच्या चेहेऱ्याकडे पाहिले. त्याचा चेहेरा शांत दिसत होता. तो जणू श्वासोच्छवास करत नाही असे वाटण्याएवढा तो निश्चल पुतळ्यासारखा उभा होता.

"हा माणूस तर गोठून गेल्यासारखा वाटतोय." स्टेफनी म्हणाली.

"मी त्याला शिरेतून इंजेक्शन द्यावे की नाही ह्याचा विचार करतोय." डॅनियल म्हणाला. काहीही ठरवलेले नसले तरी त्याने एक पाऊल पुढे टाकले. एवढ्यात अचानक ॲशलेने डोळे उघडले. डॅनियलला काही कळायच्या आत ॲशलेने त्याच्या दिशेने झेप घेतली होती. डॅनियलने मागे पाय रोवून ॲशलेला अडवण्याचे ठरवले. पण त्याचा अंदाज चुकला. ॲशलेच्या धडकेने त्याचे पाय सटकले आणि पुढच्या क्षणी दोघे कठड्यावरून खाली पडून खालच्या गडद अंधारात दिसेनासे झाले.

"नो!" स्टेफनी किंचाळत कठड्यापाशी आली. तिने खाली वाकून पाहिले. खालचे दृश्य भयानक होते. एकमेकांच्या मिठीत गुंतलेल्या प्रेमी जीवांप्रमाणे ॲशले आणि डॅनियल गरगरत खाली जात होते. स्टेफनीने नजर बाजूला वळवली आणि मोडून पडल्याप्रमाणे ती थंडगार कठड्याला टेकून खाली बसली.

◆

शेवट

सोमवार, २५ मार्च २००२
पहाटे ६ वाजून १५ मिनिटे

साधारण अर्ध्या तासापूर्वी अंधारलेले आकाश आता निश्चितपणे उजळलेले दिसत होते. तारे दिसेनासे होऊन त्याजागी आता मंद गुलाबी प्रभा फाकली होती. त्यामुळे आता सूर्योदय होणार आहे हे स्पष्ट कळत होते. रात्रीचा थंड वारा मंदावला होता. पक्ष्यांची किलबिल बत्तीसाव्या मजल्यावरही ऐकू येत होती.

स्टेफनी आणि कॅरोल दोन कोचांवर समोरासमोर बसल्या होत्या. हा त्यांचा स्यूट पॉसिडॉन स्यूटएवढा नाही तरी चांगला होता. ॲशले आणि डॅनियल गॅलरीमधून खाली पडण्याचा धक्का बसल्याने दोघी कित्येक तास अजिबात हालचाल न करता गप्प बसून होत्या. त्या प्रसंगानंतर कॅरोलच लवकर भानावर आली होती. तिनेच फोनकडे धाव घेऊन ऑपरेटरला दोन जण पॉसिडॉन स्यूटच्या बाल्कनीतून खाली पडल्याचे सांगितले होते.

कॅरोलच्या भेदरलेल्या किंकाळीमुळे स्टेफनी दचकून उठून उभी राहिली होती. रेलिंगवरून पुन्हा वाकून न पाहता सरळ दाराबाहेर पडून ती कॉरिडॉरमधून धावत बाहेर पडली होती. धापा टाकत ती लिफ्ट येण्याची वाट पाहत असताना कॅरोलही तिथे येऊन पोहोचली. लिफ्टमध्ये दोघीही गप्प होत्या. आपण पाहिले ते दृश्य खरे होते की नाही या संभ्रमात पडून त्या फक्त एकमेकींकडे पाहत होत्या. मनोमन काहीतरी चमत्कार घडेल आणि जे पाहिले ते खरे नाही असे होईल याबद्दल त्या मनात आशा धरून होत्या. कारण जे घडले होते ते एवढ्या वेगाने घडले होते की सारे पूर्णपणे खोटे वाटत होते.

दोघी लिफ्टने खाली ज्या जागी आल्या तिथे वेगळेच विश्व होते. त्या ठिकाणी चित्रविचित्र प्राण्यांनी भरलेली अक्वेरियम होती आणि गूढ अशा अटलांटिस शहराचे अवशेष दर्शवणारी सजावट तेथे केलेली होती. तळमजल्यावर जाण्यासाठी यापेक्षा जवळचा मार्ग असणार याची त्यांना खात्री होती. पण कॅरोलला हाच मार्ग माहिती

होता आणि त्याक्षणी घाई करण्याची गरज होती. लिफ्टमधून बाहेर पडल्यावर त्या दोघी एका चिंचोळ्या वाटेने बाहेर पडल्या. या ठिकाणी अत्यंत मंद प्रकाशाची मुद्दाम योजना केलेली असल्याने त्यांचा वेग बराच कमी झाला होता. एका पुलावरून त्या रॉयल टॉवर्सच्या पश्चिमेकडील बाजूला इमारतीच्या तळमजल्यावर जाऊन पोहोचल्या. बाहेरचे दृश्य पाहून त्या स्तंभित झाल्या.

कॅरोलने सूचना दिल्यानंतर हॉटेलच्या सुरक्षा यंत्रणेने वेगाने हालचाल केलेली दिसत होती. पाम वृक्षांच्यामध्ये अनेकजण पिवळे टेप लावून तो भाग वेगळा काढण्यात गुंतलेले होते. झाडांच्या आडून गडद रंगाचा सूट परिधान केलेला काळा बहामियन माणूस पुढे आला आणि त्याने दोघींची वाट अडवली. त्यांना समोरचे काही दिसणार नाही अशा तऱ्हेने मधेच उभा राहून तो म्हणाला, ''माफ करा... इथे एक अपघात घडलेला आहे.''

''आम्हीच त्या दुर्दैवी माणसांबरोबर राहत आहोत.'' स्टेफनी त्या माणसाच्या आडून पाहण्याचा प्रयत्न करत म्हणाली.

''माफ करा मला... पण तुम्ही पुढे गेला नाहीत तर बरे होईल. ॲम्ब्युलन्स इकडे यायला निघाल्या आहेत.''

''ॲम्ब्युलन्स?'' स्टेफनीने विचारले. तिच्या स्वराला आशेची किनार होती.

''आणि पोलिसही येत आहेत.'' तो बहामियन माणूस म्हणाला.

''ते ठीक आहेत का?'' स्टेफनीने साशंकपणे विचारले, ''ते जिवंत आहेत का... आम्हाला त्यांना पाहायचं आहे!''

''मॅडम!'' तो माणूस मृदूपणाने म्हणाला, ''ते दोघे बत्तीसाव्या मजल्यावरून पडले आहेत... आणि ते दृश्य बघण्यासारखे नाही.''

काही वेळातच ॲम्ब्युलन्स येऊन दोघांना घेऊन गेल्या. पोलीसही तिथे लगेचच आले. त्यांनी त्या ठिकाणची प्राथमिक तपासणी पूर्ण केली. त्यांना सिरींज सापडली. ती पाहिल्यावर थोडी खळबळ उडाली होती. पण स्टेफनीने स्पष्टीकरण दिले की त्यामध्ये स्थानिक डॉक्टरांनी दिलेले औषध होते. अपघातानंतर थोड्या वेळाने तेथे येऊन पोहोचलेल्या डॉ. नवाझ आणि डॉ. न्यूहाऊस यांनी स्टेफनीच्या सांगण्याला दुजोरा दिला. पोलिसांनी मग डॉक्टर आणि त्या दोघींना घेऊन पॉसिडॉन स्यूटची पाहणी केली. ज्या बाल्कनीतून हा अपघात घडला होता त्याची तपासणी केल्यानंतर मुख्य इन्स्पेक्टरने दोघींचे पासपोर्ट घेतले. चौकशी पूर्ण होईपर्यंत दोघींना बहामातच राहावे लागेल असे त्यांने सांगितले. तसेच त्याने पुढील तपासासाठी स्टेफनीचा स्यूट आणि पॉसिडॉन स्यूट दोन्ही सीलबंद केले.

हॉटेलचा रात्रीपाळीचा मॅनेजर सहृदय, कार्यक्षम आणि शांत डोक्याचा होता. त्याने कोणतेही प्रश्न न विचारता ताबडतोब दोघींना रॉयल टॉवर्सच्या पूर्वेकडील

भागात स्यूट दिला. त्या दोघी आत्ता त्याच स्यूटमध्ये बसलेल्या होत्या. त्या दोघींचे सामान काही काळासाठी सीलबंद स्यूटमध्ये अडकलेले असल्याने त्याने त्यांना वैयक्तिक वापरासाठी आवश्यक त्या सर्व वस्तूही उपलब्ध करून दिल्या होत्या.

डॉ. नवाझ आणि डॉ. न्यूहाऊस थोडा वेळ दोघींच्याबरोबर थांबले होते. डॉ. न्यूहाऊसनी गरज पडल्यास वापरण्यासाठी त्यांना झोपेचे औषध दिले होते. त्या औषधाचे छोटे प्लॅस्टिक पाकीट समोरच्या टेबलावर तसेच पडून राहिले होते. दोघींनीही ते घेतले नव्हते.

वॉशिंग्टनमधील त्या पावसाळी रात्रीपासून ते त्या सकाळी घडलेल्या अपघातापर्यंत घडलेल्या सगळ्या घटना पुन्हापुन्हा स्टेफनीच्या मनात पिंगा घालत होत्या. आपण असला मूर्खपणा करायला कसे तयार झालो हे आठवल्यानंतर तिचा स्वत:वर विश्वास बसेना. अनेकदा धक्के बसूनही ती आणि डॅनियल दोघांनाही कधी त्यांच्या कृतीमधला मूर्खपणा जाणवला नाही. आपण घेत असलेल्या निर्णयांमध्ये काहीतरी गंभीर गफलत होत आहे, हे त्यांच्या कधीच कसे लक्षात आले नाही हे तिला कळेनासे झाले होते. आपल्याला काय साधायचे आहे आणि त्यासाठी साधन म्हणून आपण काय वापरत आहोत याबाबतीत त्यांचा घोटाळा झालेला होता. बऱ्याच वेळा आपण वेगळी भूमिका घेतली होती हे आठवूनही स्टेफनीचे मन शांत होत नव्हते, कारण नुसता विचार मनात आला खरा, पण आपण त्याप्रमाणे कृती मात्र केली नाही याबद्दल तिला पश्चात्ताप होत होता.

अखेर स्टेफनीने टेबलावरून पाय खाली घेतले आणि ती उभी राहिली. आता विचार करून ती थकून गेली होती. हाताची बोटे मोडत तिने हात ताणले. बराच वेळ एकाच जागी बसल्याने तिचे शरीर अवघडून गेले होते. केसातून बोटे फिरवत तिने एक मोठ्ठा सुस्कारा टाकला आणि कॅरोलकडे पाहत म्हणाली, "तुम्ही दमला असाल. निदान मला काही तास तरी झोप मिळाली होती."

"आश्चर्याची गोष्ट म्हणजे तसं झालेलं नाही. मी दमलेली नाही." स्टेफनीच्या पाठोपाठ हातपाय ताणत कॅरोल म्हणाली, "मला दहा कप कॉफी प्यायल्याप्रमाणे वाटतंय. माझ्या गाडीमध्ये आपली पहिली भेट झाली तेव्हापासून ते आजच्या ह्या भयानक प्रसंगापर्यंत जे काही घडलं ते सारं किती खुळचटपणाचं होतं हा विचार सारखा मनात येतोय."

"तुमचा या सगळ्या प्रकाराला विरोध होता?"

"अर्थातच! मी पहिल्यापासूनच ॲशलेने यात पडू नये म्हणून सांगत होते."

"मला आश्चर्य वाटतंय."

"कशाबद्दल?"

स्टेफनीने खांदे उडवले, "मला नेमकं सांगता येणार नाही. पण याचा अर्थ

असा की आपल्या दोघींचे विचार सारखेच होते. मी देखील डॅनियलला परावृत्त करण्याचा प्रयत्न केला खरा. पण तो पुरेसा ठरला नाही.''

''मला वाटतं की आपल्या दोघींच्या नशीबात **कासाऑन्ड्रा** व्हायचं लिहिलेलं होतं.'' कॅरोल म्हणाली, ''आणि हे साम्य अगदी योग्य आहे कारण हा सगळा प्रकार एखाद्या ग्रीक शोकांतिकेसारखा घडला आहे.''

''म्हणजे काय?''

''माफ करा मला. मी कॉलेजमध्ये वाङ्मयाची विद्यार्थिनी होते. त्यामुळे अनेकदा मी अशा उपमा वापरत असते.'' कॅरोल फिक्कट हसत म्हणाली.

''ठीक आहे. पण हे ग्रीक शोकांतिकेसारखं झालं म्हणजे काय?''

कॅरोल काही क्षण विचार करत गप्प राहिली, मग सांगू लागली, ''त्याचं कारण म्हणजे इथं असणारी दोन पात्रं परस्परविरोधी आहेत. ही दोन स्वतंत्र क्षेत्रांमधल्या दिग्गजांची कथा आहे. क्षेत्रं वेगळी असूनही त्यांच्यामध्ये साम्य आहे. त्यांनी काहीतरी मिळवलं आहे पण त्या दोघांमध्येही दोष आहेत. सिनेटर बटलरला सत्तेची आकांक्षा होती. ती मिळवण्याच्या प्रयत्नात आपण काय साधनं वापरतोय ते न कळल्यानं अखेर साधनंच साध्य ठरली. मला वाटतं की डॉ. लॉवेलच्या बाबतीत त्यांना आपल्या बुद्धिमत्तेच्या आवाक्याला साजेल अशी किर्ती, मानमरातब आणि संपत्ती याची लालसा होती. जेव्हा या दोघांनी एकमेकांना वापरून घेऊन आपली उद्दिष्टे साध्य करण्याचा प्रयत्न केला तेव्हा झालेल्या टकरीत दोघांचाही अक्षरश: अध:पात झाला.''

स्टेफनी कॅरोलकडे टक लावून पाहत होती. तिला वाटत होतं की ही स्वत:पुरतं पाहणारी बाई नीरस आणि केवळ चाकर-मनोवृत्तीची आहे. अचानक तिचे मत बदलले. आता तर या बाईपुढे आपणच कमी शिकलेलो आणि कमी बुद्धिमत्तेचे आहोत असा विचार तिच्या मनात आला.

''कासाऑन्ड्रा म्हणजे काय?'' स्टेफनीने विचारले.

''ग्रीक पुराणकथांमधल्या कासाऑन्ड्राला भविष्य कळण्याची दैवी देणगी होती खरी. पण कोणीही तिच्यावर विश्वास ठेवणार नाही असं तिचं भाग्य होतं.''

''हं... असं होय.'' स्टेफनी थकलेल्या स्वरात म्हणाली, ''मी एकदा डॅनियलला त्याच्यात आणि ॲशलेमध्ये साम्य आहे असं चेष्टेनं म्हणाले होते.''

''काही बाबतीत त्यांच्यात साम्य होतं. म्हणजे निदान त्यांच्या अहंकारी स्वभावात नक्कीच होतं. बरं... तुम्ही चेष्टा केल्यावर डॉ. लॉवेलची काय प्रतिक्रिया होती?''

''रागाची.''

''मला याबद्दल आश्चर्य वाटत नाही. मी जर असं काही बोलायचं धाडस केलं असतं तर सिनेटर बटलरची प्रतिक्रियाही अशीच झाली असती. मला वाटतं की दोघांना एकमेकांचा तिरस्कार वाटत होता तरी ते एकमेकांचे मनोमन कौतुकही करत

होते. तसेच त्यांना एकमेकांबद्दल असूयाही होती. कोणत्या तरी खास पुरुषी स्वभावधर्मानुसार ते जणू एकमेकांचे प्रतिस्पर्धी बनलेले होते.''

''कदाचित तसं असेल.'' स्टेफनी विचार करत होती. डॅनियलला ॲशले बटलरचे कौतुक वाटत असेल हा विचार तिला पटत नव्हता. पण त्यावेळी आपली विचार करण्याची शक्ती क्षीण झालेली आहे हे देखील तिला जाणवत होते. विषय बदलण्यासाठी ती म्हणाली, ''तुम्हाला भूक लागली आहे का?''

कॅरोलने मान हलवली, ''नाही, अजिबातच नाही.''

''नाही. मलाही नाही.'' स्टेफनी म्हणाली. आपण थकून गेलो असलो तरी झोपू शकणार नाही हे तिला जाणवत होतं. पुन्हापुन्हा त्याच घटनेकडे विचारचक्र वळू नये म्हणून तिला कोणाशी तरी बोलत बसण्याची गरज भासत होती.

''चौकशी पूर्ण झाल्यानंतर आपण बहामातून बाहेर पडलो की पुढे काय करायचा विचार आहे?''

''मुळात चौकशी होईल असं मला वाटत नाही. जर झालीच तर ती केवळ औपचारिकपणाने, वेगाने आणि गुप्तपणाने उरकली जाईल.''

''ओह?... असं का वाटतं तुम्हाला?''

''ॲशले बटलर हा अमेरिकन कॉंग्रेसमधला वरिष्ठ सदस्य होता. कॉंग्रेसमध्ये सरकारचं काठावरचं बहुमत आहे. तेव्हा अत्यंत वरच्या पातळीवरून अमेरिकन सरकार या प्रकरणात हालचाल करेल आणि तीसुद्धा तातडीने. ह्या साऱ्याचा कमीतकमी वेळात निकाल लावला जाईल. तसं घडणं सगळ्यांच्या हिताचं ठरेल. मला तर वाटतं की शक्यतो त्या साऱ्या प्रकरणाची प्रसिद्धी होणार नाही यासाठी निश्चित जोरदार प्रयत्न केला जाईल.''

''ओहो!'' स्टेफनी या बोलण्याचा विचार करत पुटपुटली. ही कल्पना तिच्या मनात डोकावली नव्हती. खरं तर क्युअरवर शेवटचा आघात ठरणाऱ्या भयंकर हेडलाईन्स बोस्टन ग्लोबमध्ये झळकलेल्या आहेत अशी दृश्ये तिच्या मनाने अगोदर पाहिली होती. ॲशलेच्या राजकीय उपद्रव क्षमतेबद्दल आणि त्यामुळे होणाऱ्या परिणामांबद्दल तिने बिलकुल विचार केलेला नव्हता.

''मी परत गेले की सरळ घरी जाईन, मग मी गव्हर्नरला भेटणार आहे. ॲशले बटलरच्या रिकाम्या झालेल्या जागी गव्हर्नर कोणाची तरी नेमणूक करेल. मी त्याला भेटून मी त्या जागेसाठी योग्य आहे हे पटवून देईन. माझी त्या जागी नेमणूक करावी असं मी सांगणार आहे. तसं झालं तरी किंवा नाही झालं तरी मी पुढच्या निवडणुकीत उभी राहण्याच्या दृष्टीने हालचाल सुरू करणारच आहे.''

''आणि सिनेट बिल नंबर ११०३चं काय होईल?''

''सिनेटर बटलर नसल्यामुळे आता बहुतेक ते बारगळेल.'' कॅरोल म्हणाली,

"पण तुम्हाला खरी चिंता वाटायला हवी ती रिपब्लिकन पक्षामधल्या कडव्या आणि उजव्या विचारसरणीच्या गटाबद्दल. कारण ते लोक ह्या प्रकरणामध्ये नव्याने हल्लागुल्ला सुरू करू शकतात.''

"आम्हाला सुरुवातीपासून त्याबद्दल काळजी वाटत होती.'' स्टेफनी म्हणाली, "पण तुमच्या बॉसनी आम्हाला तशी काळजी करू नका हे सांगितलं होतं तेव्हा मी चकित झाले होते.''

"तुम्ही त्या बोलण्यावर विश्वास ठेवायला नको होता. अगदी सुरुवातीपासूनच सिनेटर बटलरला लोकप्रिय निर्णय घेण्याची सवय होती. असा लोकानुनय करूनच सिनेटर बटलरने आपली राजकीय ताकद वाढवली होती. डॉ. लॉवेलच्या संशोधनाबद्दलचा बटलरचा ढोंगीपणा तुमच्या लक्षात आला नसेल असं मला वाटत नाही.''

"नक्कीच नाही.''

"आणि तुमचं काय?'' कॅरोलने विचारले, "नसाऊमधून बाहेर पडल्यावर तुम्ही काय करणार आहात?''

स्टेफनी काही क्षण विचारात गढून गेली, "पहिल्याप्रथम मला माझ्या भावाबद्दल काहीतरी निर्णय घ्यावा लागेल. ह्या साऱ्या प्रकरणात आमच्या नात्याचा बळी गेला आहे. ती एक वेगळीच लांबलचक खेदजनक कहाणी आहे. मग मी क्युअरचे उरलेसुरले तुकडे गोळा करून काही करता येतं का ते पाहीन. तुम्ही आता ह्या प्रकरणाचा गाजावाजा होणार नाही अशी शक्यता वर्तवलीत तोपर्यंत मला ते करणं अशक्यच वाटत होतं. पण आता ही सगळी भयानक कहाणी प्रसिद्ध होणार नाही आणि ११०३ नंबरचं बिल कदाचित बारगळेल, हे ऐकल्यानंतर मात्र मी वेगळा विचार करू लागले आहे. मी चांगला व्यवसाय करू शकेन की नाही कोण जाणे, पण मी प्रयत्न करून पाहीन. मला वाटतं, डॅनियलला तेच आवडेल. कारण मग एचटीएसआर लोकांपर्यंत पोहोचेल.''

"मला हे कबूल केलं पाहिजे की मला डॉ. लॉवेलनी शोधलेल्या त्या पद्धतीबद्दल आणि उपचारांसाठी क्लोनिंग करणं याविषयी विश्वास वाटू लागला आहे. सिनेटर बटलरच्या बाबतीत तांत्रिक गडबड झाली हे मला समजतंय. पण त्याचा पार्किन्सन्स् विकार बरा होणं हा नक्कीच एक चमत्कार होता.''

"अशा तऱ्हेने पेशी रोपणानंतर दिसणारा परिणाम आम्हालाही थक्क करणारा होता.'' स्टेफनीने कबूल केले, "आम्हाला उंदरांवरच्या प्रयोगात कधीच असं दिसलं नव्हतं. ॲशलेच्या बाबतीत ते का घडलं हे मला सांगता येत नाही. पण मला ह्याबद्दल जराही शंका वाटत नाही की जर अमेरिकेतल्या एखाद्या उत्तम ठिकाणी हे रोपण ठरल्याप्रमाणे नीट पार पडलं असतं तर सिनेटर बटलर बरे झाले असते.''

"मी तर ते पाहून प्रभावित झाले होते.''

"ह्या सगळ्या शोकांतिकेच्या पार्श्वभूमीवर देखील हे लक्षात येतंय की हे तंत्रज्ञान किती उपयुक्त ठरणारं आहे. काही मूठभर राजकारण्यांनी ते अमेरिकन लोकांना मिळू नये म्हणून प्रयत्न केले नाहीत तर भविष्यकाळात अनेक रोगांवर उपाय करण्याचं सामर्थ्य त्यात आहे याबद्दल मला खात्री वाटते."

"हं... मला तसं होऊ न देण्यासाठी काम करायची संधी मिळावी अशी आशा आहे." कॅरोल म्हणाली, "जर मला बटलरची जागा मिळाली तर मग तेच माझ्या आयुष्याचं ध्येय असेल."

◆

अधिक स्पष्टीकरणासाठी टीपा

१. बेनेडिक्ट अर्नोल्ड (१७४१-१८०१)

अमेरिकन स्वातंत्र्ययुद्धाच्या वेळेच्या अमेरिकन इतिहासातील अर्नोल्ड हे एक कुप्रसिद्ध व्यक्तिमत्त्व होते. अमेरिकन सैन्यातील हा सेनापती सन १७८० मध्ये इतर सेनापतींशी मतभेद झाल्याने आणि पाच कनिष्ठ अधिकाऱ्यांना बढती मिळाल्याने बाजू बदलून ब्रिटिश सैन्याला जाऊन मिळाला. एक ठाणे ब्रिटिशांना स्वाधीन करण्यासाठी त्याने प्रचंड लाच स्वीकारली होती. अमेरिकन इतिहासात ह्या माणसाचे नाव कायम 'गद्दार' या शब्दाशी जोडले गेलेले आहे.

२. सिंक्लेअर लेवीस (१८८३-१९५१)

विख्यात अमेरिकन कादंबरीकार लेवीसची 'ॲरोस्मिथ' ही कादंबरी खूप गाजली. प्रथम १९२५ मध्ये प्रसिद्ध झालेल्या ह्या कादंबरीसाठी पुलित्झर पारितोषक देण्यात आले, पण लेखकाने ते नाकारले. नंतर मात्र १९३० मध्ये लेवीसना नोबेल पुरस्काराने गौरवण्यात आले.

ॲरोस्मिथ कादंबरीतील मार्टिन ॲरोस्मिथ आयुष्यभर ज्ञान मिळवण्यासाठी संशोधन करावे की कमाई करण्यासाठी आपले वैद्यकीय ज्ञान व कौशल्य वापरावे ह्या द्वंद्वात सापडलेला आहे. अनैतिकता, वैद्यकीय संशोधनातील चुका आणि निष्काळजीपणा करूनही नाव मिळवणारे शास्त्रज्ञ अशा अनेक व्यक्तिरेखा ह्या कादंबरीत आहेत. पैसा मिळवण्यासाठी काहीही करायला तयार असणारे लोक वैद्यकीय क्षेत्रातही असतात हे बोचऱ्या शब्दात सांगणारी ही लेवीसची कादंबरी अस्वस्थ करणारी आहे.

३. लाऊ गेहरिग विकार

लाऊ गेहरिग विकार ह्या नावाने प्रसिद्ध असणाऱ्या गंभीर रोगाचे वैद्यकीय नाव 'अमायोट्रॉफिक लॅटरल स्क्लेरॉसिस' असे आहे. ए.एल.एस. ह्या तीन अद्याक्षरांनीही तो ओळखला जातो. अमेरिकेतील अत्यंत गाजलेला बेसबॉल खेळाडू लाऊ गेहरिग

(१९०३-१९४१) ह्या रोगाला बळी पडला म्हणून त्याचे नामकरण लाऊ गेहरिग विकार असे झाले आहे.

ह्या विकारात मेंदू आणि मज्जारज्जू ह्यामधील विशिष्ट चेतापेशी हळूहळू नष्ट होऊ लागतात. ह्या चेतापेशींच्या ताब्यातील स्नायूंवर परिणाम होऊन शरीर लुळे पडते. बोलण्यात व गिळण्यात येणारा अडथळा, पडणे, पायात गोळे येणे व वारंवार थकवा येणे ही त्याची काही लक्षणे आहेत. ह्या विकाराची कारणे अद्याप समजू शकलेली नाहीत. हा रोग अत्यंत गंभीर स्वरुपाचा असून निदान झाल्यानंतर पाच वर्षांच्या अवधीत रुग्णाचा मृत्यू होतो. हा मध्यम वयात होणारा विकार असून स्त्रियांपेक्षा पुरुषांमध्ये ह्याचे प्रमाण साधारण दीडपटीने जास्त आहे. ह्या मेंदूक्षय घडवणाऱ्या घातक रोगावर खात्रीचा उपाय उपलब्ध नाही. तथापि अलिकडे रिल्युझोल (Riluzole) नावाच्या एका औषधाचे परिणाम चांगले दिसून आले आहेत.

४. फ्रॅन्केस्टाईन

फ्रॅन्केस्टाईन ह्या संक्षिप्त नावाने प्रसिद्ध असणारी कादंबरी आधुनिक विज्ञान किती भयानक ठरू शकेल हे दाखवण्यासाठी वारंवार वापरली जाते. मेरी शेली (१७९७-१८५१) ह्या लेखिकेने ह्या कादंबरीत निर्माण होणाऱ्या भयंकर सैतानाचे वर्णन केलेले आहेत. मेरी शेली ही विख्यात इंग्लिश कवी पर्सी शेली याची पत्नी होती. ह्या कादंबरीच्या नावात प्रॉमिथस ह्या ग्रीक पुराणकथांमधील देवाचे नाव आहे. प्रॉमिथस हा देव मातीपासून माणूस बनवणारा होता. त्यानेच मानवाला अग्नीचा वापर करायला शिकवले. त्याने ऑलिम्पस पर्वतावरून अग्नी चोरला होता. ग्रीक देवांचा राजा झ्यूस ह्याने त्याला त्याबद्दल शिक्षा दिली होती.

५. मॅकियाव्हेली (१४६९-१५२७)

मॅकियाव्हेली हा मध्ययुगीन इटलीमधील एक राजकारणी आणि विचारवंत होता. त्याचे पूर्ण नाव निकोलो डी बर्नार्डो डेल मॅकियाव्हेली असे होते. त्याचे विचार अत्यंत स्पष्ट आणि व्यवहारवादी होते. त्यासाठी पोपने त्याला दोषी ठरवले होते. त्याची 'द प्रिन्स' ही साहित्यकृती अत्यंत गाजलेली आहे. सन १७८२ पर्यंत अज्ञात असणाऱ्या ह्या कादंबरीवजा साहित्यकृतीत राजपुरुषांनी कसे वागावे आणि सत्ताप्राप्तीसाठी काय करावे यासंबंधी कुटील धडे शिकवले आहेत. ह्याच्या विचारांची दिशा प्राचीन भारतातील आर्य चाणक्य याच्या विचारांप्रमाणे होती. अर्थात दोन्हींमध्ये काहीही संबंध नव्हता हे उघड आहे, कारण चाणक्य ह्या विचारवंताच्या अगोदर दोन हजार वर्षे मौर्यकाळात आपले विचार मांडत होता. सत्तेसाठी कसलाही विधीनिषेध बाळगू नये असे प्रतिपादन करणाऱ्यांना उद्देशून आता मॅकियाव्हेलियन हा शब्द वापरला जातो.

६. 'द आर्ट ऑफ वॉर'

द आर्ट ऑफ वॉर हे प्राचीन चीनमधील राज्यशास्त्रावरील पुस्तक आहे. त्याचा लेखक सून त्झू वू हा होता. हा स्वत: एक सेनापती असून तो हो लू या राजाच्या दरबारात होता. ह्या पुस्तकात १३ प्रकरणे आहेत. ह्या प्रकरणात वर्णन केलेली लढाईची तंत्रे सून त्झू वू ह्याने स्त्रियांवर (दासी व राजाच्या उपस्त्रिया) अजमावून पाहिली होती. ह्या पुस्तकाचा लेखक इसवीसनपूर्व ५१२ ते ४७३ ह्या दरम्यान होऊन गेला असावा असा अंदाज आहे. प्रत्यक्षात हे पुस्तक त्याच सेनापतीने लिहिले किंवा नाही ह्याविषयी इतिहासकारांच्यात एकमत नाही. तसेच स्वत: सून त्झू वू हा अव्वल सेनापती होता हे देखील निर्विवादपणे माहिती नाही. कदाचित नंतरच्या काळात त्याच्याविषयी दंतकथा निर्माण झाल्या असण्याची शक्यता आहे. लिओनेल जाईन्स ह्याने ह्या पुस्तकाचे भाषांतर १९१० मध्ये प्रसिद्ध केले आहे.

७. न्यूरेंबर्ग खटले

न्यूरेंबर्ग हे दक्षिण जर्मनीमधील सुप्रसिद्ध शहर आहे. दुसऱ्या महायुद्धाच्या अगोदर नाझी पक्षाचे भव्यदिव्य मेळावे ह्या शहरात होत असत. महायुद्धाच्या समाप्तीनंतर विजेत्या राष्ट्रांनी जर्मन नाझी पक्षाच्या व राज्यकर्त्यांच्या मुख्य पुढाऱ्यांवर याच ठिकाणी खटले भरले. एवढ्या मोठ्या प्रमाणात असे खटले भरण्याची जगाच्या इतिहासातली ही पहिलीच वेळ होती. सन १९४५ व १९४९ या दरम्यान एकूण १३ खटले झाले. हे खटले मानवताविरोधी कामांसाठी होते आणि त्यात अत्यंत भीषण असे वैद्यकीय प्रयोग करण्याचा आरोप अनेक युद्ध गुन्हेगारांवर ठेवण्यात आला होता. पहिला खटला १९४५-१९४६च्या दरम्यान झाला. त्यासाठी अमेरिका, फ्रान्स, ब्रिटन आणि तत्कालीन सोव्हिएत महासंघ यांचे प्रत्येकी दोन असे एकूण आठ न्यायाधीश होते. ह्या पहिल्या खटल्यात २२ आरोपींपैकी १९ जणांना दोषी ठरवण्यात आले व त्यातील १२ जणांना मृत्यूदंडाची शिक्षा फर्मावण्यात आली. नंतर १९४६ ते १९४९ दरम्यान आणखी बारा खटल्यांमध्ये एकूण १८५ आरोपी होते व त्यामधील निम्म्यापेक्षा जास्त जणांवर आरोप सिद्ध झाले.

वैद्यकीय संशोधन, मानवी हक्क आणि नैतिकतेचा प्रश्न ह्या संदर्भात न्यूरेंबर्ग खटल्यांना इतिहासात फार महत्त्वाचे स्थान आहे.

८. ब्लास्टोसिस्ट

मानवामध्ये लैगिंक पुनरुत्पादनाच्या क्रियेमध्ये अंडपेशी आणि शुक्रजंतू यांच्या संयोगाला फलन असे म्हणतात. फलन झालेली पहिली पेशी विभाजन पावते आणि

त्यापासून सतत विभाजनाने ३२ पेशी असण्याची अवस्था तयार होते त्याला मोऱ्यूला (Morula) म्हणतात. ह्या अवस्थेतील गर्भ फलनानंतर ७२ तासांच्या अवधीत गर्भाशयापर्यंत जाऊन पोहोचतो त्यानंतर ह्या पेशींच्या गोळ्यासारख्या रचनेत अंतर्गत फरक होऊन ब्लास्टोसिस्ट अथवा ब्लास्टूला ही अवस्था तयार होते. ह्या अवस्थेत असताना मध्यभागी प्रत्यक्ष गर्भ निर्माण करणाऱ्या पेशी असतात आणि बाहेर संरक्षण आवरणे बनवणाऱ्या पेशी असतात. तसेच ह्या अवस्थेच्या गोळ्यात मध्यभागी पोकळी असून तिला ब्लास्टोसील असे म्हणतात. मानवामध्ये साधारण सातव्या दिवशी ब्लास्टोसिस्ट गर्भाशयाच्या थरांमध्ये शिरून स्थिरावते. यानंतर गर्भाची वाढ सुरू होते.

९. एस्क्युलेपियस

रोमन कालखंडात एस्क्युलेपियस हा देव आजार बरे करणारा म्हणून मानला जात असे. ह्याचे मूळ ग्रीकांच्या एस्केलेपिऑस या देवामध्ये आहे. आपल्याकडील धन्वंतरीप्रमाणेच काहीशी ही दैवत कल्पना होती. निष्णात वैद्यकीय कौशल्य असणाऱ्यांचा गौरव करण्यासाठी ह्या देवाची उपमा दिली जाते.

१०. जे. एडगर हूव्हर (१८९५-१९७२)

एफ.बी.आय. ही अमेरिकेतील अत्यंत ताकदवान गुप्तचर संस्था आहे. ह्या संस्थेचे संचालकपद दीर्घकाळ हूव्हरच्या हातात होते. (१९२४-१९७२) ह्या काळात हूव्हरनी महानगरातील माफियांच्या विरोधात अत्यंत कडक धोरण वापरले. तसेच एफ.बी.आय.चा वापर साम्यवादी विचारसरणीच्या लोकांना व त्यांच्याबद्दल सहानुभूती असणाऱ्यांना नेस्तनाबूत करण्यासाठी केला. आपल्या पदाचा गैरवापर आणि नागरिकांच्या स्वातंत्र्यावर बेकायदेशीर बंधने आणणे ह्यासाठी हूव्हरची कारकीर्द कुप्रसिद्ध आहे.

११. पुनरुत्थान

देवाच्या शक्तीमुळे मृत व्यक्ती पुन्हा जिवंत होतात अशी कल्पना ज्यू लोकांमध्ये, ख्रिश्चन धर्मात आणि इस्लाममध्ये प्रचलित आहे. ख्रिश्चन धर्मात येशू ख्रिस्ताच्या पुन्हा जिवंत होण्याची कथा प्रसिद्ध आहे. क्रूसावरून येशूचे शरीर एका अनुयायाने काढून दफन केल्यानंतरच्या रविवारी ते शरीर थडग्यातून नाहीसे झाले. ह्यानंतर चाळीस दिवस येशू ख्रिस्ताने आपल्या अनुयायांना दर्शन दिले व उपदेश केला. त्यानंतर येशूने स्वर्गात प्रयाण केले अशी ख्रिश्चन धर्मीयांची श्रद्धा आहे.

१२. सिसीफस

सिसीफस हा ग्रीक पुराणकथेमधील एक नायक होता. हा अत्यंत चलाख असून प्रत्यक्ष देवांनाही फसवायला तो मागेपुढे पाहत नसे. एकदा त्याने देवांचा राजा झ्यूस ह्याच्या प्रेमप्रकरणात लक्ष घातले म्हणून झ्यूसने रागावून मृत्यूचा देव थानाटॉस ह्याला सिसीफसचा बंदोबस्त करायला पाठवले. उलट सिसीफसनेच थानाटॉसला साखळीने बांधून टाकले. ह्यामुळे त्या काळात कोणी माणूस मृत होईना आणि सगळीकडे हाहा:कार माजला. अखेर हर्मीस या देवाने सिसीफसला पकडले आणि त्याला शिक्षा केली. सिसीफसने एका पर्वतावर एक मोठा दगड चढवायचा अशी ती शिक्षा होती. पण दरवेळी दगड अगदी माथ्यावर जाताच तो सिसीफससकट पुन्हा खाली पायथ्याशी येई अशी ही कथा आहे.

१३. रो विरुद्ध वेड

रो विरुद्ध वेड हा अमेरिकेतील सुप्रसिद्ध खटला असून १९७३ मध्ये अमेरिकेच्या सुप्रीम कोर्टाने ह्या खटल्याचा निकाल दिला. ह्या ऐतिहासिक निकालाने गर्भपात करण्याच्या स्त्रियांच्या हक्कांसंबंधी अनेक वादळे उठली. ह्या निकालामुळे पहिल्या सहा महिन्यांमध्ये स्त्रियांना कोणत्याही कारणासाठी गर्भपात करून घेण्याचा अधिकार प्राप्त झाला. अखेरच्या तीन महिन्यांमध्ये, मात्र गर्भपात करण्यावर कायदेशीर बंधने घालण्यात आली आहेत.

१४. लुडाईट चळवळ

इंग्लंडमध्ये औद्योगिक क्रांती झाल्यानंतर सन १८११-१८१६ ह्या दरम्यान क्रांतीविरोधी चळवळ जोरात होती. ह्या चळवळीला लुडाईट चळवळ असे म्हणतात. ह्या चळवळीतील कामगारांचे प्रेरणास्थान नेड लुड हे होते. परंतु प्रत्यक्षात हा माणूस अस्तित्वात होता की नाही याबद्दल साशंकता आहे. ही चळवळ हिंसक होती आणि ती चिरडून टाकण्यासाठी ब्रिटिश सैन्याला फार प्रयास करावे लागले होते. ही चळवळ डर्बीशायर, मँचेस्टर आणि यॉर्कशायरमध्ये जोरात चालू असताना अनेक कारखान्यांना आगी लावण्यात आल्या व मोडतोड करण्यात आली. औद्योगिक क्रांतीमुळे निर्माण झालेल्या बेकारीतून आणि उपासमारीतून कामगारांचा हा उद्रेक झाला होता.

आत्ताच्या काळात जो कोणी तंत्रज्ञानाला विरोध करतो त्याला उद्देशून नव-लुडाईट (Neo-Luddite) हा शब्द वापरला जातो.

१५. कासाअॅन्ड्रा

कासाअॅन्ड्रा ही ग्रीक पुराणकथांमधील एक दुर्दैवी व्यक्तिरेखा आहे. ही प्रिआम आणि हेकुबा यांची मुलगी होती. तिला भविष्यकथन करता येत असे. पण अपोलो या देवाने तिला शाप दिला की तिला भविष्यकथन करता येईल, पण कोणीही तिच्यावर विश्वास ठेवणार नाही.

१६. पोकाहोन्टास

अमेरिकेत नव्याने वसाहती निर्माण होत असताना कॅप्टन जॉन स्मिथ या धाडसी संशोधकाने १५८०-१६३१ दरम्यान व्हर्जिनिया भागात मोहिमा काढल्या होत्या. पुढे तो १६०८-०९ दरम्यान व्हर्जिनियाचा अध्यक्षही होता. त्याच्या मोहिमेच्या दरम्यान त्याच्या जीवावर बेतले असताना पोकाहोन्टास या अमेरिकन-इंडियन स्त्रीने त्याचा जीव वाचवला होता. तिचे मूळ नाव मॅटोल्का होते. नंतर तिने जॉन रोल्फ याच्याशी लग्न केले व सन १६१७ मध्ये ती मरण पावली. अमेरिकन लोककथांमध्ये पोकाहोन्टास ही व्यक्तिरेखा धाडसी आणि दिलदार मनोवृत्तीची म्हणून प्रसिद्ध आहे.

१७. अटलांटिस

अटलांटिस हे नाव ग्रीक पुराणकथांमधील प्राचीन नगरीला उद्देशून वापरले जाते. सर्वप्रथम इसवीसन ३०० दरम्यान प्लेटोने ह्या नगरीचा उल्लेख केला. त्याच्या मते या ठिकाणी एक अत्यंत प्रगत संस्कृती अस्तित्वात होती. अनेकांनी ह्या प्राचीन संस्कृतीचा शोध घेण्याचा प्रयत्न केला आहे. आख्यायिकेनुसार ही संस्कृती देवांच्या कोपामुळे समुद्रात बुडाली. अत्यंतिक अनाचारामुळे अटलांटिसच्या नागरिकांनी हे संकट ओढवून घेतले होते.

अटलांटिस हे एक मोठे खंड असून ते अटलांटिक महासागरात लुप्त झाले आहे असे काहीजण मानतात. तथापि पुरातत्त्वशास्त्रज्ञांनी मात्र अटलांटिस हे एजियन समुद्रात एक बेट होते असे प्रतिपादन केले आहे. इसवीसनपूर्व १६०० च्या दरम्यान झालेल्या भूगर्भातील प्रचंड उलथापालथीत एजियन समुद्रातील अनेक बेटे पाण्याखाली गेली असल्याचे सिद्ध झाले आहे. अटलांटिस हे त्यापैकीच एक बेट असावे असे मानले जाते.

१८. पॉसिडॉन

पॉसिडॉन हा ग्रीक पुराणकथांमधील एक नायक क्रोनॉसचा मुलगा होता आणि ऑरॅनॉसचा नातू होता. त्याचा संबंध पृथ्वीशी होता.

१९. बान्शी

आयरिश लोकसमजुतीप्रमाणे बान्शी हे एका प्रकारच्या परीचे नाव आहे. ही परी मृत्यूच्या आगमनाची पूर्वसूचना देते. त्यासाठी बान्शी तीन वेगवेगळ्या रूपात येऊन आर्त स्वरात विव्हळते अशी समजूत आहे. अनेकदा ती दिसत नाही, पण कोणी मरणार असेल तर तिचा शोक ऐकू येतो असे समजतात. काहीवेळा बान्शी कपडे धुणारीच्या वेषात किंवा तरुण मुलीचे रूप घेऊन येते, तर काही वेळा बान्शी ससा किंवा कावळ्याच्या रुपात येऊन मरणाची पूर्वसूचना देते. प्राचीन समजुतीप्रमाणे बान्शी फक्त पाच आयरिश घराण्यांसाठीच हे काम करतात.

२०. फाऊस्ट

फाऊस्ट हे गटे (१७४९-१८३२) या सुप्रसिद्ध नाटककाराच्या एका कलाकृतीचे नाव असून फाऊस्ट ही त्यातील मुख्य व्यक्तिरेखा आहे. फाऊस्टला मेफिस्टोफेलिस हा सैतान ज्ञान देतो व त्या बदल्यात त्याचा आत्मा विकत घेतो. ह्या नाटकात फाऊस्टला भुलवण्यासाठी मार्गरिट ही स्त्री सैतानाचे सहाय्य करते.

२१. अल्झायमर्स विकार

अल्झायमर्स हा मेंदूचा एक गंभीर विकार असून तो वृद्ध लोकांमध्ये जास्त प्रमाणात आढळतो. विस्मृती, गोंधळ उडणे, संकल्पना नीट न समजणे आणि काही काळानंतर भाषेवर परिणाम होणे ही लक्षणे आढळतात. ह्या प्रकारच्या विकाराची पहिली माहिती अलॉईस अल्झायमर ह्यांनी जगासमोर मांडली. अल्झायमर्स विकार ही सध्याच्या वृद्धावस्थेतील अनेक गंभीर समस्यांपैकी एक असून ह्यावर खात्रीलायक उपाय उपलब्ध नाही.

२२. स्ट्रॉम थूरमॉन्ड आणि जेसे हेल्म्स

एकूण ४८ वर्षे सिनेटर असण्याचा विक्रम करणारा जेम्स स्ट्रॉम थूरमॉन्ड हा सिनेटर २००३ मध्ये मरण पावला. सन १९६४ मध्ये त्याने डेमोक्रॅटिक पक्ष सोडून रिपब्लिकन पक्षात प्रवेश केला.

जेसे हेल्म्स (जन्म १९२१) हा सिनेटर त्याच्या वर्णद्वेषी मतांबद्दल प्रसिद्ध आहे. १९६० मध्ये त्यानेही पक्षबदल करून रिपब्लिकन पक्षात प्रवेश केला. उदारमतवादी आणि समतावादी विचारांचा कट्टर विरोधक असणाऱ्या हेल्म्सने सतत गर्भपात, परदेशी स्थलांतरित, काळे लोक आणि मुख्यत: समता यालाच विरोध केला. त्याच्या रिपब्लिकन पक्षातले लोकही त्याच्या राजकीय ताकदीला घाबरून असत.

◆